தமிழ் இலக்கிய வரலாறு

உள் அட்டையில் காணும் சிற்பக் காட்சியில், பகவான் புத்தரின் அன்னை மாயாதேவி கண்ட கனவின் பலனை மன்னர் சுத்தோதனருக்கு நிமித்திகர் மூவர் விளக்குகின்றனர். அவர்களுக்குக் கீழே அமர்ந்து அந்த விளக்கத்தை எழுதுகிறார் ஓர் எழுத்தர். எழுதும் கலையைச் சித்தரிக்கும் முதல் இந்தியச் சிற்பம் இதுவாகவே இருக்கலாம்.

நாகார்ஜுன் மலைச்சிற்பம் கி.பி. இரண்டாம் நூற்றாண்டு.

(பட உதவி: நேஷனல் மியூசியம், புது தில்லி)

தமிழ் இலக்கிய வரலாறு

மு. வரதராசன்

சாகித்திய அகாதெமி

Tamizh Ilakkiya Varalaaru: The history of Tamil literature by Mu. Varadarasan, Sahitya Akademi, New Delhi (35th Reprint, 2023), Rs. 450/-

உரிமை © மு. வரதராசன்		
ஆசிரியர்	:	மு. வரதராசன்
பொருள்	:	இலக்கிய வரலாறு
வெளியீடு	:	சாகித்திய அகாதெமி
முதல் பதிப்பு	:	1972
முப்பதாம் பதிப்பு	:	2014
முப்பத்தி மூன்றாம் பதிப்பு	:	2018
முப்பத்தி நான்காம் பதிப்பு	:	2021
முப்பத்தி ஐந்தாம் பதிப்பு	:	2023
ISBN	:	978–93–5548–521–2
விலை	:	ரூ. 450/–

All rights reserved. No part of this book may be reproduced or utilized in any form or by any means, electronic or mechanical including photocopying, recording or by any information storage and retrival system, without permission in writing from Sahitya Akademi.

 **சாகித்திய அகாதெமி**

தலைமை அலுவலகம்	:	இரவீந்திர பவன், 35, பெரோஸ்ஷா சாலை, புது தில்லி 110 001. secretary@sahitya-akademi.gov.in | 011-23386626/27/28.
விற்பனை அலுவலகம்		'ஸ்வாதி' மந்திர் சாலை, புது தில்லி 110 001 sales@sahitya-akademi.gov.in | 011-23745297, 23364204.
கொல்கத்தா		4, டி.எல். கான் சாலை, கொல்கத்தா 700 025 rs.rok@sahitya-akademi.gov.in | 033-24191683/24191706.
சென்னை		குணா வளாகம், 443, இரண்டாம் தளம், அண்ணா சாலை, தேனாம்பேட்டை, சென்னை 600 018. chennaioffice@sahitya-akademi.gov.in 044-24311741 | 24354815
மும்பை		172, மும்பை மராத்தி கிரந்த சங்கிரகாலய சாலை, தாதர், மும்பை 400 014 rs.rom@sahitya-akademi.gov.in 022-24135744 | 24131948.
பெங்களூரு		மத்தியக் கல்லூரி வளாகம், பல்கலைக்கழக நூலக கட்டிடம், டாக்டர் அம்பேத்கர் வீதி, பெங்களூரு 560 001 rs.rob@sahitya-akademi.gov.in. 080-22245152, 22130870.

அட்டை வடிவமைப்பு: Spectrum Graphic Studio, Chennai
அச்சகம் : Mani Offset, Chennai
Visit our website at http://www.sahitya-akademi.gov.in

முன்னுரை

இந்தியாவில் வடமொழியை விட்டால் மீதியுள்ள மொழிகள் எல்லாவற்றையும் விடத் தமிழே நீண்டதோர் இலக்கிய வரலாறு படைத்த மொழியாகும். பல்வகைப் பண்பாடுகளும் இனிதே இயைந்த கதம்பமாலையெனச் சிறந்ததொரு நிலையிணை இந்த வரலாறு விளக்கினாலும் திராவிட அடிப்படை என்று கூறக்கூடிய கூறுகளின் நறுமணம் இங்கே வீசுவதனை எல்லோரும் துய்த்தறியலாம். சங்க இலக்கியம் தனிச் சிறப்பு வாய்ந்தது என்பதனை உலகம் அறியும். சிலம்போ பலருடைய நெஞ்சைக் கவர்ந்து என்பதனை உலகம் அறியும். சிலம்போ பலருடைய நெஞ்சைக் கவர்ந்து அள்ளிப் பறித்துள்ளது. திருக்குறளையும் திருவாசகத்தையும் மொழிபெயர்ப்பு வடிவிலுங்கூட ஆராய்ச்சியாளர் புகழ்ந்துள்ளார்கள். தமிழ் இலக்கியம், தமிழ்ப் பண்பாடு என்ற இவற்றின் வழியேதான், சைவ சித்தாந்தத்தையும், வைணவத்தையும் விளங்கிக்கொள்ள முடியும். இன்ன பல காரணங்களால், தமிழிலக்கிய வரலாற்றின் இன்றியமையாமை புலனாகிறது.

தமிழிலக்கிய வரலாற்றை எழுதும் பணியைத் தமிழ்ப் பேராசிரியர் டாக்டர் மு. வரதராசனாரிடம் சாகித்திய அகாதெமி ஒப்படைத்தது. இவர் ஆழ்ந்த புலமை பெற்றவர்; தமிழ் இலக்கியத்தின் அடிப்படைக் கருத்துக்களை மாணவர்களுக்கும் பொது மக்களுக்கும் எளிதில் விளக்கும் பேராசிரியர் எனப் பேர் பெற்றுள்ளார். படைப்பாற்றல் பெற்ற எழுத்தாளர். தம்முடைய நாவலுக்குச் சாகித்திய அகாதெமியின் பரிசையும் பெற்றவர். தமிழில் உள்ள முற்கால, இடைக்காலத் தற்கால இலக்கியங்களில் ஒரு சேரத் திளைக்கும் ஒரு சிலரில் இவரும் ஒருவர். தமக்கே உரிய ஒப்பற்ற முறையில் தமிழ் இலக்கிய வரலாற்றை விளக்கியுள்ளார். மதிப்பதற்குரிய காணிக்கையாக இது விளங்குகிறது.

மதுரை

1-10-1970 **தெ.பொ. மீனாட்சிசுந்தரம்**

பதிப்பாளர் குறிப்பு

இந்திய மொழிகள் ஒவ்வொன்றின் இலக்கிய வரலாற்றையும் வெளியிட வேண்டும் என்று சாகித்திய அகாதெமி மேற்கொண்டுள்ள திட்டத்தின்படி, 'தமிழ் இலக்கிய வரலாறு' முதல் பதிப்பு முன்பு வெளியாயிற்று. மதுரைப் பல்கலைக்கழகத் துணைவேந்தராக இருந்த காலஞ்சென்ற பேராசிரியர் டாக்டர் மு. வரதராசன் இதனை எழுதினார். மு.வ. அவர்களே திருத்தியும் மாற்றியும் தந்த பிரதியை இருபத்தி ஒன்று பதிப்புகளாக இதுவரை வெளியிட்டுள்ளோம். இருபத்தி இரண்டாம் பதிப்பு, தமிழக அரசால் அங்கீகரிக்கப்பட்ட புதிய தமிழ் எழுத்துக்களால் ஒளிஅச்சு செய்து புதிய பதிப்பாக தமிழ் வாசகர்களுக்கு வழங்குகிறோம்.

பேச்சுவழக்கில் உள்ள இந்திய மொழிகளுள் தமிழ் மிகப் பழமையானது; மிகப் பழைய இலக்கியச் செல்வமும் உடையது. ஈராயிரம் ஆண்டுகளுக்கு மேலாகத் தொடர்ச்சியான இலக்கிய வளர்ச்சி இம்மொழியில் உள்ளது. இத்தனை பக்கங்களில் அமைய வேண்டும் என்ற வரையறை காரணமாக, எல்லா நூல் களுக்கும் நூலாசிரியர்களுக்கும் போதுமான விளக்கங்கள் தர இயலாவிட்டாலும், இலக்கிய வளர்ச்சியில் காணப்படும் மாறுதல்களும் புதுப் போக்குகளும் சிறப்பியல்புகளும் ஆங்காங்கே தெளிவாகச் சுட்டிக் காட்டப்பட்டுள்ளன. தொடக்கத்தில் தமிழ் மொழியின் வரலாறு அறிமுகமாக அமைந்துள்ளது. இறுதியில் இக்காலத்து இலக்கியம் பல்வேறு துறைகளில் பெற்று வந்துள்ள வளர்ச்சியும் சுருக்கமாக விளக்கப்பட்டுள்ளது. பொதுவாகத் தமிழ் இலக்கிய வளர்ச்சி பற்றி அறிய விரும்புவோர்க்கு இந்நூல் பயன்படுவதாகும்.

சாகித்திய அகாதெமியின் திட்டப்படி இந்நூல் மற்ற இந்திய மொழிகளில் மொழிபெயர்க்கப்படுகிறது. இதன் தெலுங்கு, கன்னடம், ஆங்கில மொழிபெயர்ப்புகள் வெளியாகி உள்ளன. மற்ற மொழியார் தம்தம் மொழியின் வாயிலாகவே, தமிழ் இலக்கிய வரலாற்றைக் கற்று அறிவதற்கு இந்நூல் உதவுவதாகும். இதனால் ஏற்படும் மொழியுறவு, இலக்கிய ஆர்வம் கொண்ட உள்ளங்களைப் பிணைக்க வல்லதாகும். இத்தகைய உறவும் பிணைப்பும் நாட்டின் ஒற்றுமைக்கும் முன்றேற்றத்திற்கும் மிகத் தேவையானவை.

சாகித்திய அகாதெமி

பொருளடக்கம்

முன்னுரை	5
பதிப்பாளர் குறிப்பு	7
1. தமிழ் மொழி	11
2. தமிழ் இலக்கியம்	31
3. சங்க இலக்கியம்	41
4. நீதி இலக்கியம்	84
5. இரட்டைக் காப்பியங்கள்	105
6. பக்தி இலக்கியம்	122
7. பலவகை நூல்கள்	163
8. காப்பியங்கள்	180
9. சமய நூல்கள்	223
10. சதகம் முதலியன	259
11. பத்தொன்பதாம் நூற்றாண்டு	265
12. இஸ்லாம் தந்த இலக்கியம்	277
13. கிறிஸ்தவம் தந்த இலக்கியம்	282
14. வெளிநாடுகள் தந்த இலக்கியம்	291
15. நாடக இலக்கியம்	307
16. கதை இலக்கியம்	334
17. கட்டுரை முதலியவை	367
18. இக்காலப் பாட்டிலக்கியம்	390
சிறப்புப் பெயர் அகராதி	429
நூற்பட்டியல்	455

1
தமிழ் மொழி

பழந்திராவிடம்

இந்திய நாடு முழுதும் மிகப் பழங்காலத்தில் ஒரு மொழி பேசப்பட்டு வந்தது. அதைப் பழந்திராவிட மொழி (*Proto-Dravidian*) என்று கூறுவர். வடகிழக்குக் கணவாய் வழியாகத் துரானியரும் வடமேற்குக் கணவாய் வழியாக ஆரியரும் வந்து வடஇந்தியாவில் இருந்த மக்களோடு கலந்து ஒன்றானார்கள். அப்போதும் வடஇந்தியாவில் பேசப்பட்டு வந்த பழந்திராவிட மொழி பலவகை மாறுதல் பெற்றது. பிராகிருதம், பாலி முதலிய மொழிகள் தோன்றின. அந்நிலையிலும் சிற்சில பகுதிகளில் பழைய திராவிட மொழியின் திரிபுகள் பேசப்பட்டு வந்தன. அந்த மொழிகளைப் பேசிய மக்கள் மற்றவர்களோடு கலக்காமல் தனித்து வாழ்ந்த காரணத்தால். நெடுங்காலம் அவை திராவிட மொழிகளாகவே அங்கங்கே நின்று விட்டன. கோலமி (*Kolami*), பார்ஜி (*Parji*), நாய்கி (*Naiki*), கோந்தி (*Gondi*), கூ (*Ku*), குவி (*Kuvi*), கோண்டா (*Konda*), குருக் (*Khurukh*), பிராகூய் (*Brahui*), மால்டா (*Kalda*), ஒரொவன் (*Oroan*), கட்பா (*Gadla*) முதலிய மொழிகள் இன்றும் திராவிட மொழியினத்தைச் சார்ந்தவைகளாக இருப்பதற்குக் காரணம் அதுவே. வரவர இந்த மொழிகளைப் பேசும் மக்கள் அடுத்துள்ள மொழிகளைக் கற்று மற்ற மக்களோடு ஒன்றுபட்டு வருவதால், அவர்களின் தொகை குறைந்து வருகிறது. வங்காளத்தில் ராஜ்மஹால் மலைப்புறங்களில் வாழ்வோரும், சோடா நாகபுரியில் சுற்றுப்புறத்தில் வாழ்வோரும் பிறரும் இதற்குச் சான்றாக இருக்கிறார்கள். இந்தியாவின் வடமேற்கே பலுச்சிஸ்தானத்தில் ஒரு சாரார் பேசும் மொழி பிராகூய் (*Brahui*). அந்த மொழியில் திராவிட மொழியின் கூறுகள் மிகுதியாக உள்ளன. ஆரியர்கள் அந்த வழியாக வந்து இந்தியாவில் குடிபுகுந்த பிறகும், அவர்கள் பேசும் மொழி தனித்து இருந்து வந்தது. இரட் (இரண்டு), முசிட் (மூன்று) முதலான எண்ணுப்பெயர்களும், மூவிடப் பெயர்களும் (*personal pronouns*) வாக்கிய அமைப்பும் (*Syntax*)

மற்றும் சில இயல்புகளும் பிராகூய் மொழியில் இன்னும் தமிழைப் போலவே இருப்பதைக் கண்டு அறிஞர்கள் வியப்படைகிறார்கள். 1911ஆம் ஆண்டின் மக்கள் தொகைக் கணக்கில் (census) அந்த மொழி திராவிட மொழிகளோடு வைத்துக் கணக்கிடப்பட்டது. அப்போது அதைப் பேசிய மக்களின் தொகை 1,70,000. வர வர அவர்களின் தொகை குறைந்து வருகிறது. இப்போது சில ஆயிரம் மக்களே அந்த மொழி பேசிவருகிறார்கள். ஆனாலும், திராவிடர்கள் வடமேற்குக் கணவாய் முதல் வங்காளம் வரையில் பழங்காலத்தில் பரவியிருந்தார்கள் என்பதற்கும், பழந்திராவிடமொழி பேசிவந்தார்கள் என்பதற்கும் இவை சான்றுகளாக உள்ளன.

வட இந்திய மொழிகள்

வடஇந்திய மொழிகள் பலவற்றிற்கும் தென்னிந்திய திராவிட மொழிகளுக்கும் வாக்கிய அமைப்பு முறையில் (Syntax) இன்று வரையில் ஒற்றுமை இருந்து வருவதற்குக் காரணம், மிகப் பழங் காலத்தில் இருந்து வந்த ஒருமைப்பாடே ஆகும்.

வட இந்தியாவில் பிராகிருதம், பாலி முதலியவை செல்வாக்குப் பெற்ற பிறகு, பழந்திராவிட மொழி தென்னிந்தியாவின் அளவில் குறுகிவிட்டது. காலப்போக்கில் தென்னிந்தியாவிலும் ஆட்சி வேறுபாடு, மலை ஆறுகளின் எல்லை வரையறை முதலான காரணங்களால் ஒரு பகுதியில் வாழ்ந்த திராவிட மக்கள் பேசிய மொழிக்கும், மற்றொரு பகுதியில் வாழ்ந்த திராவிடர்கள் பேசிய மொழிக்கும் இடையே வேற்றுமை வளர்ந்தது. போக்குவரத்துக் குறைந்த அந்தக் காலத்தில் அந்த வேற்றுமை வளர்வது எளிது. அதனால் தெற்கே இருந்தவர்கள் பேசிய மொழி தமிழ் என வேறு பட்டது. திருப்பதி மலைக்கு வடக்கே வாழ்ந்த மக்கள் பேசிய மொழி தெலுங்கு என வேறுபட்டது. மைசூர்ப் பகுதியார் பேசிய திராவிட மொழி கன்னடம் என வேறுபட்டது. தென்மேற்கே கேரளத்தில் இருந்தவர்களின் மொழி மலையாளம் என வேறாக வளர்ந்தது. இவை வெவ்வேறு காலங்களில் இவ்வாறு தனித் தனி மொழிகளாக வளர்ச்சி பெற்றன. இந்த நான்கு மொழிகளுக்குள், நெடுங்காலமாக இலக்கிய வளர்ச்சி பெற்று வளர்ந்த மொழி தமிழ்.

இந்த மொழிகளைக் குறிக்கும் திராவிடம் என்ற சொல் பிற்காலத்தில் ஏற்பட்டது. அது தமிழ் என்ற சொல்லின் திரிபே. தமிழ்

தமிள, த்ரமிள, த்ரமிட, திரபிட, திரவிட என்ற திரிந்தமைந்த சொல் அது. ஒரு காலத்தில் கன்னடத்தைக் கருநாட்டுத் தமிழ் என்றும், துளு மொழியைத் துளுநாட்டுத் தமிழ் என்றும், மலையாளத்தை மலைநாட்டுத் தமிழ் என்றும் சிலர் குறிப்பிட்டது உண்டு. ஆனால் இன்று திராவிடம் என்ற சொல். அந்த மொழிகள் தனித் தனியே பிரிவதற்கு முன் இருந்த பழைய நிலையைக் குறிப்பதற்கும், இவை ஓர் இனம் என்று கூறி அந்த இனத்தைக் குறிப்பதற்கும் உரிய சொல்லாகப் பயன்படுகிறது

தென் இந்திய மொழிகள்

இந்த நான்கு திராவிட மொழிகளுக்குள் இன்னும் தெளிவான ஒற்றுமைக்கூறுகள் உண்டு. ஏறக்குறைய ஐயாயிரம் சொற்கள் இன்னும் பொதுவாக உள்ளன; இலக்கணக் கூறுகள் பல பொதுவாக உள்ளன. வடமொழி (சமஸ்கிருதம்) படித்தவர்களின் செல்வாக்கு வளர்ந்து, வட சொற்களின் கலப்பு மிகுதியான காரணத்தால் கன்னடமும், தெலுங்கும் ஆயிரத்தைந் நூறு ஆண்டுகளுக்கு முன்பே, தமிழ் மொழியிலிருந்து மிக வேறுபட்டுவிட்டன. மலையாளமும் தமிழும் அவ்வளவு மிகுதியாக வேறுபடவில்லை. கேரளத்தில் வடமொழியின் செல்வாக்கு எட்டு நூற்றாண்டுகளுக்கு முன்புதான் மிகுதியாயிற்று. அதற்குமுன் தமிழ் அங்கே ஆட்சி மொழியாகவும் கலைமொழியாகவும் இருந்து வந்தது. பதினைந்து நூற்றாண்டுகளுக்கு முன்ஆண்டுவந்த சேர மன்னர்கள் தமிழரசர்கள், அதற்குப் பிறகு பாண்டிய அரச மரபைச் சார்ந்த தமிழ் அரசர்களே 'பெருமான்கள்,' 'பெருமாக்கன்மார்' என்ற பெயரோடு அங்கே பத்தாம் நூற்றாண்டு வரையில் ஆண்டு வந்தார்கள். பழைய தமிழ் இலக்கணமாகிய தொல்காப்பியம் கி.மு. மூன்றாம் நூற்றாண்டில் அரங்கேற்றப்பட்டபோது, கேரளத்தைச் சார்ந்த திருவிதாங்கூர்த் தமிழ்ப்புலவர் ஒருவர் தலைவராக இருந்தார். கி.மு. மூன்றாம் நூற்றாண்டு முதல் கி.பி. முதல் நூற்றாண்டு வரையில் ஆண்டு வந்தார்கள். பழைய தமிழ் இலக்கணமாகிய தொல்காப்பியம் கி.மு. மூன்றாம் நூற்றாண்டில் அரங்கேற்றப்பட்டபோது, கேரளத்தைச் சார்ந்த திருவிதாங்கூர்த் தமிழ்ப்புலவர் ஒருவர் தலைவராக இருந்தார். கி.மு. மூன்றாம் நூற்றாண்டு முதல் கி.பி. முதல் நூற்றாண்டு வரையில் கேரள நாட்டுப் புலவர்கள் பலர் தமிழில் பாடியுள்ளார். அவர்களின் பாடல்கள் பழைய தமிழ்த் தொகை நூல்களாகிய புறநானூறு அகநானூறு முதலியவற்றில் உள்ளன. புறநானூற்றில் கேரள நாட்டு

(சேர நாட்டு) அரசர்களைப் பற்றிய பாடல்கள் பல இருக்கின்றன. பதிற்றுப்பத்து என்னும் தொகை நூலின் நூறு பாடல்களும் சேர நாட்டு (கேரள நாட்டு) அரசர்களைப் புகழ்ந்து பாடியவை. தமிழின் பழைய காவியமாகிய சிலப்பதிகாரம் கேரளநாட்டுத் தமிழ்ப் புலவர் இளங்கோ இயற்றியது. அந்தக் காப்பியத்தின் தலைவி கண்ணகிக்கு அந்த நாட்டில் திருவஞ்சை களத்தில் (திருவஞ்சிக்குளத்தில்) கோவில் கட்டப்பட்டது. கி.பி. ஏழு எட்டு ஒன்பதாம் நூற்றாண்டுகளில் வாழ்ந்து பக்திப் பாடல்கள் பாடிய ஆழ்வார் நாயன்மார்களில் சேரமான் பெருமாள் நாயனாரும், குலசேகர ஆழ்வாரும் கேரள நாட்டைச் சார்ந்தவர்கள். கி.பி. பத்தாம் நூற்றாண்டில் இயற்றப்பட்ட தமிழ் இலக்கண நூலாகிய புறப்பொருள் வெண்பாமாலையின் ஆசிரியர் ஐயனாரிதனார் கேரள நாட்டைச் சார்ந்தவர். இவ்வாறு பல நூற்றாண்டுகளாகக் கேரள நாடு சேர நாடு என்ற பெயருடன் தமிழ்நாட்டின் ஒரு பிரிவாக இருந்து தமிழ் வளர்த்து வந்தது. அதனால்தான் மற்றத் திராவிட மொழிகளுக்குள் இருக்கும் ஒற்றுமையை உட, தமிழுக்கும் மலையாளத்துக்கும் ஒற்றுமை மிகுதி யாக உள்ளது.

பிற நாட்டுத் தொடர்பு

திராவிட மொழிகளுக்குள் இடத்தால் பரப்பு உடைய மொழி தமிழ். நான்கு கோடி மக்கள் வாழும் தமிழ்நாட்டின் மொழியாக இருப்ப துடன் இலங்கை, பர்மா, சிங்கப்பூர், மலேசியா, இந்தோனேஷியா, தென் ஆப்பிரிக்கா, பிஜித்தீவு, மொரீஷியஸ் முதலான பல நாடு களிலும் பல லட்சக்கணக்கான மக்கள் பேசும் மொழியாக உள்ளது.

தமிழ் மக்கள் மிகப் பழங்காலத்திலேயே கடல் வாணிகத்திலும் உள்நாட்டு வாணிகத்திலும் சிறப்படைந்திருந்தார்கள் என்பதற்குத் தமிழிலக்கியச் சான்றுகள் மட்டும் அல்லாமல் வெளிநாட்டாரின் பழங்காலக் குறிப்புக்களின் சான்றுகளும் உள்ளன. கி.மு. பத்தாம் நூற்றாண்டின் அரசனாகிய சாலமனுக்குத் தமிழ் நாட்டுக் கப்பல்கள் மயில் தோகையும் யானைத் தந்ததும் வாசனைப் பொருள்களும் கொண்டு சென்றன. பழைய ஈப்ரு மொழியில் உள்ள துகி (மயில் இறகு) என்னும் சொல் தோகை என்னும் தமிழ்ச் சொல்லின் திரிபு; அஹலத் (வாசைப் பொருள்) அகில் என்னும் தமிழ்ச்சொல் திரிந்து அமைந்தது.

இன்று ஆங்கிலத்தில் உள்ள சாண்டல் (*sandal wood*) (*rice*) ரைஸ் என்னும் சொற்கள் கிரேக்க மொழியின் வாயிலாகப் பெறப்பட்ட பழைய தமிழ்ச் சொற்களாகிய சந்தனம் (சாந்து), அரிசி என்பவற்றின் திரிபுகளே. கி.மு. ஐந்தாம் நூற்றாண்டுக்கு முன்பே அரிசியும் மயிலும் சந்தனமும் தமிழ்நாட்டிலிருந்து பாபிலோனியாவுக்குக் கடல்வழியாகச் சென்றன. அக்காலத்தில் கிரேக்க நாட்டிற்கு அனுப்பப்பட்ட இஞ்சியும் பிப்பிலியுமே சிக்கிபெரஸ், பெப்பரி (ஆங்கிலத்தில், ginger, pepper) என்ற கிரேக்கச் சொற்களின் தோற்றத்திற்குக் காரணம் ஆயின. ரோமப் பேரரசன் அகஸ்டஸ் காலத்தில் அந்நாட்டுடன் தமிழ்நாட்டுக்குக் கடல் வாணிக உறவு இருந்தது. அக்காலத்து ரோம நாணயங்கள் தமிழ் நாட்டின் புதை பொருளாராய்ச்சியில் கிடைத்துள்ளன. கி.மு. ஒன்பதாம், பத்தாம் நூற்றாண்டுகளில் தமிழர் பிலிப்பைன்ஸ் தீவுகளுக்குச் சென்று வாணிகம் செய்து வந்தனர். அங்குக் கிடைத்துள்ள இரும்புக்காலப் பொருள்கள் அதைக்காட்டுகின்றன. பர்மா, மலேயா, சீனம் முதலிய நாடுகளோடு தமிழ்நாட்டார் வாணிகம் செய்துவந்தார்கள். சீனாவிலிருந்து சர்க்கரையும் பட்டும் கொண்டு வந்தார்கள். அதனால் சர்க்கரை சீனி என்று தமிழில் சொல்லப்படுகிறது. சீனப் பட்டு என்பது இலக்கியத்தில் குறிப்பிடப் படுகிறது.

ரோமர்கள் தமிழ்நாட்டு முத்துக்களையும் யானைத் தந்தங்களை யும் மெல்லிய (மஸ்லின்) ஆடைகளையும் பெற்று மகிழ்ந்த காரணத் தால், ரோமர்களின் செல்வம் நாட்டை விட்டு வெளியேறி விடுகிறதே என்று ஆட்சியாளர்கள் வருந்திய காலம் ஒன்று இருந்தது. (கி.பி. 16-37) ஐரோப்பாவிலிருந்து யாத்திரை செய்த பிளைநி (கி.பி. 24-79) என்பவரின் குறிப்புகள் சான்றாக உள்ளன. பெரிப்ளூஸ் என்ற ஆசிரியரும் (கி.பி. 60) இத்தகைய குறிப்புகள் பல எழுதியுள்ளார். தமிழ்நாட்டில் பழங்காலத் துறைமுகங்களாகிய தொண்டி, முசிறி, கொற்கை, காவிரிப்பூம்பட்டினம் என்ற இடங்களைப்பற்றிய குறிப்பு களையும் அவர் நூலில் காணலாம். தாலமி என்பவர் (கி.பி. 150) மேலும் பல குறிப்புகளை எழுதி வைத்துள்ளார். சேரர், சோழர், பாண்டியர் என்ற அரசர்களைப் பற்றிய குறிப்பும், கருவூர், நாகப்பட்டினம், புதுச்சேரி முதலிய ஊர்களைப்பற்றிய குறிப்பும் அவர் நூலில் உள்ளன. அந்த ஐரோப்பிய அறிஞர்களின் குறிப்புகள் பழைய தமிழிலக்கியத்தில் உள்ள வரலாற்றுக் குறிப்புகளோடு ஒத்தவைகளாக இருக்கின்றன.

தமிழர்களின் பழைய பின்னக்கணக்கு மிக்க நுட்பம் உடையது என்பது, அவர்களின் மிகப் பழைய வாணிக அனுபவத்தைக் காட்டுவதாக உள்ளது. 1/320 X 1/7 என்னும் பின்னத்தை இம்மி என்றும், அதில் ஏழில் ஒரு பங்கை அணு என்றும், அதில் பதினொன்றில் ஒரு பங்கை மும்மி என்றும், அதில் ஒன்பதில் ஒரு பங்கைக் குணம் என்றும் குறித்துக் கணக்கிட்டு வந்தனர்.

வடமொழியில் உள்ள இதிகாசங்களாகிய ராமாயணத்திலும் பாரதத்திலும், தமிழ்நாட்டைப் பற்றியும், மதுரை என்னும் தலைநகரத்தைப் பற்றியும் குறிப்புகள் உள்ளன. சந்திரகுப்த மௌரியன் காலத்தில் கிரேக்கத் தூதராக வந்த மெகஸ்தனீஸ், பாண்டிய நாட்டைப் பற்றியும் நாட்டு அரசியல் பற்றியும் எழுதியுள்ளார். அசோகன் கல்வெட்டுக்களில் தமிழ் அரசர்களைப் பற்றி குறிப்புகள் உள்ளன.

இலக்கணப் பழமை

தொல்காப்பியம் என்னும் பழைய தமிழ் இலக்கண நூல் கி.மு. மூன்றாம் நூற்றாண்டில் இயற்றப்பட்டது. முன்னோர் சொல்வனவாகவும், பழைய நூல்களில் கூறப்படுவனவாகவும் அவர் அடிக்கடி குறிப்பிடும் குறிப்புகள் இருநூற்றைம்பதுக்கு மேல் உள்ளன. அவற்றால், அதற்கு முன்பே இலக்கண நூல்களும் இலக்கியங்களும் தமிழில் இருந்தன என்பது அறியப்படுகிறது. அந்த நூலில் இயற்சொல், திரிசொல், திசைச்சொல், வடசொல் என நான்கு வகைச் சொற்களைக் குறிப்பிடுகிறார். இயற்சொல் என்பன அன்றாட வழக்கத்தில் உள்ள சொற்கள். திரிசொல் என்பன செய்யுளில் மட்டும் வடிவ வேறுபட்டு வழங்கும் சொற்கள். திசைச்சொல் என்பன நாட்டின் பல்வேறு பகுதிகளில் வெவ்வேறு வகையாக வழங்கும் வட்டார வழக்குச் சொற்கள். வடசொல் என்பன சம்ஸ்கிருதத்திலிருந்து வந்து தமிழில் வழங்கும் சொற்கள். அவ்வாறு வடசொற்களைக் கடன் வாங்கும் போது, வடமொழியாகிய சம்ஸ்கிருதத்துக்கு உரிய ஒலிகளை விட்டுத் தமிழ் ஒலிகளோடு ஒத்தவாறு அமைத்துத் தமிழ் எழுத்துகளால் எழுத வேண்டும் என்ற விதியும் வகுத்துள்ளார். அந்தக் குறிப்புகள் எல்லாம் தமிழ் மொழியின் வரலாற்றில் பழங்காலத்திலேயே நேர்ந்துள்ள மாறுதல்களைத் தெரிவிக்கின்றன.

தவிர, செந்தமிழ் கொடுந்தமிழ் என்ற ஒருவகைப் பாகுபாடும் பிறகு காணப்படுகிறது. செந்தமிழ் என்பது புலவர்களால் இலக்கியத் திற்கு உரியதாகப் போற்றப்பட்ட தமிழ். கொடுந்தமிழ் என்பது மக்களின் பேச்சுவழக்கில் காணப்பட்ட தமிழ். அதனால் பழங்காலத்தி லேயே இலக்கியத் தமிழுக்கும் பேச்சு வழக்குக்கும் இடையே வேறுபாடு வளர்ந்துவிட்டது எனபது தெரிகிறது.

தமிழ் எழுத்துக்கள்

பழைய தமிழ்நாட்டுக் கல்வெட்டுகள் பிராமி எழுத்திலும் வட்டெழுத்திலும் கிரந்த எழுத்திலும் உள்ளன. கி.பி. ஏழாம் நூற்றாண்டுக்குப் பிறகு ஏற்பட்ட கல்வெட்டுகளில் இன்றைய தமிழ் எழுத்துக்கள் உள்ளன. மிகப் பழைய தமிழ் இலக்கண நூலாகிய தொல்காப்பியம் கி.மு. மூன்றாம் நூற்றாண்டில் இயற்றப்பட்டது. அதிலேயே தமிழுக்கு உரிய எழுத்துகளின் வடிவத்தைப் பற்றிய குறிப்புகள் உள்ளன. அதனால் தமிழ்மொழி நெடுங்காலமாகத் தனி எழுத்து வடிவம் பெற்றுவந்தது என்பது தெளிவு. வட்டெழுத்து என்பது பழைய தமிழ் எழுத்தே. பிறகு அதிலிருந்து சில திரிபுகள் ஏற்பட்டுத் தென் பிராமி எழுத்து அமைந்தது. பிராமி எழுத்திலிருந்தே வட்டெழுத்தும் இன்றைய தமிழ் எழுத்தும் பிறந்தன என்று சிலர் தவறாகக் கருதுவர். தென்னிந்தியாவில் வழங்கிய பிராமி எழுத்து வட இந்திய பிராமி எழுத்திலிருந்து வேறுபட்டு, தென் பிராமி என்று குறிக்கப்படுகிறது. காரணம், வட்டெழுத்தை ஒட்டி அது வளர்ந்த வளர்ச்சியே ஆகும். பிராமி எழுத்துகள் தோன்றிப் பரவுவதற்கு முன்னமே, தமிழர்கள் தமக்கென்று எழுத்துமுறை வைத்துக்கொண்டு, வாணிகம், இலக்கியம் முதலியவற்றிற்கு அதைப் பயன்படுத்த வந்திருக்கின்றனர்.

இன்று வழக்கில் உள்ள தமிழ் எழுத்து வடிவமும் வட்டெழுத்தி லிருந்து வளர்ந்து அமைந்ததே ஆகும். அ, இ, உ, எ, ஒ என்னும் ஐந்து குறில் உயிர்களும் ஆ, ஈ, ஊ, ஏ, ஓ என்னும் அவற்றின் நெடில்களும் ஐ, ஔ ஆகிய இரண்டு சந்தியக்கரங்களும் ஆகப் பன்னிரண்டு உயிரெழுத்துகள் தமிழில் உண்டு, க, ச, ட, த, ப, ற என்னும் வல்லெழுத்து ஆறும், அவற்றின் மூக்கினமாகிய (nasals) ங, ஞ, ண, ந, ம, ன என்னும் ஆறு மெய்களும் ய, ர, ல, வ, ழ, ள என்னும் ஆறு இடையின மெய்களும் ஆகப் பதினெட்டு மெய்யெழுத்துகள்

உண்டு. உயிர்களில் **எ, ஒ** என்னும் குறில் இரண்டும் தேவ நாகரியில் இல்லாதவை. ஆனால் தமிழுக்கும் மற்றத் திராவிட மொழிகளுக்கும் அவை மிகத் தேவையானவை. எடு-ஏடு, கொடு-கோடு, தெள்-தோள், கொல்-கோல் முதலியவற்றில் பொருள் வேறுபாடு மிகுதி. ஆகையால் **எ, ஒ** என்பவை **ஏ, ஓ** என்பவை போலவே தனியே தேவைப்படுகின்றன. ஹகரம் சேர்ந்த ... முதலான மெய்கள் (*aspirated consonants*) தமிழில் இல்லை. ஹகரமும் இல்லை. அதற்கு ஈடாக, வல்லின மெய்யை மென்மையாக்க உதவும் ஆய்தம் என்ற எழுத்து உண்டு. **ற** ஒருவகையான உரப்பு ஒலி; ர என்பதிலிருந்து வேறானது. **ன** ஒருவகை மூக்கொலி; பல்லினத்திலிருந்து (*dental*) வேறுபட்டது. **ல** போலவே **ள** என்பதும் தேவை. தெலுங்கு கன்னடத்திலும் அது உண்டு. **ழ** தமிழிலும் மலையாளத்திலும் மட்டும் பயன்படும் எழுத்து. பழைய கன்னட எழுத்திலும் அது இருந்தது. பிறகு மறைந்தது. தேவநாகரியில் உயிரெழுத்து வரிசையில் உள்ள **ரு லு** தமிழில் இல்லை. குறுகிய உகரம், குறுகிய இகரம் என்பவை தமிழ் ஒலிகளில் உண்டு; ஆனால் அவற்றிற்கு இப்போது வடிவம் தரும் எழுத்துமுறை இல்லை.

க ச ட த ப என்பவை சொற்களின் முதலிலும், வல்லின மெய்யை அடுத்து வரும்போதும், இரட்டிக்கும்போதும் வல்லொலியாக (*surds*) ஒலிக்கும். மற்ற இடங்களில் மெல்லொலியாக (*sonants*) ஒலிக்கும். வல்லொலிக்கும் மெல்லொலிக்கும் தனித்தனி எழுத்துகள் இல்லை. இடம் நோக்கிய ஒலி வேறுபாடு அமையும். ஆகவே **க** (क) என்பதே **க** (ग) ஆகவும் ஒலிக்கப்படும். **த** (त) என்பதே (द) ஆகவும் ஒலிக்கப்படும். இவ்வாறே **ச** च ட ट ப प என்பன ज ड ब ஆகவும் ஒலிக்கும்.

श ष स ஆகிய எழுத்துகள் (*siblants*) தமிழில் இல்லை.

எண்களைக் குறிக்கும் எழுத்து வடிவங்களும் பின்னங்களைக் குறிக்கும் எழுத்து வடிவங்களும் தமிழில் தனியே உள்ளன. இன்று 1, 2, 3, 4, 5, 6, 7, 8, 9 என வழங்கும் எண் வடிவங்கள். தமிழ் எண் வடிவங்களிலிருந்து தோன்றி அமைந்தன என்று கூறுவதற்கு இடம் உள்ளது.

சொற்களின் பாகுபாடும் அமைப்பும்

தமிழில் உள்ள சொற்கள் நான்கு வகை; அவற்றுள் உரிச்

சொற்கள் என்பவை வழக்கு இழந்தனவாய்ப் பழைய செய்யுளில் உள்ள அடிச்சொற்கள் (roots) அவை நீக்கிப் பார்த்தால் பொருளின் பெயரை உணர்த்தும் பெயர்ச்சொற்கள், தொழிலை உணர்த்தும் வினைச்சொற்கள், இவற்றின் அமைப்பிற்கும் வாக்கிய அமைப்பிற்கும் உதவும் இடைச்சொற்கள் என்ற மூன்று வகைச் சொற்களே தமிழில் உள்ளன எனலாம்.

பெயர்ச்சொற்கள் திணை பால் எண் இடம் உணர்த்தும், திணை உயர்திணை அஃறிணை என இரு வகை. பகுத்தறிவு உடைய மனிதர் உயர்திணை மற்றவை - உயிருள்ளவை உயிரில்லாதவை எல்லாம்- அஃறிணை; ஆண்பால், பெண்பால், பலர்பால் என உயர் திணையில் பல் மூன்று; பலர்பால் பன்மையைக் குறிப்பது; மற்றவை ஒருமை. அஃறிணையில் ஒன்றன்பால், பலவின்பால் எனப் பால் இரண்டே எண் ஒருமை பண்மை என இரு வகையே. இருமை (dual) இல்லை. தம்மை முன்னிலை படர்க்கை என இடம் மூன்று. வேற்றுமை பல; அவற்றை உணர்த்தும் உருபுகள் சொற்களின் பின் ஒட்டி அமையும்.

திணை பால் வேறுபாடு, சொற்களின் பொருளை ஒட்டியதே; கண்மூடி மரபை ஒட்டியது அல்ல.

வினைச்சொற்கள் முற்றுவினை, எச்சவினை என இருவகைப் படும். முற்றுவினைகளில் பெரும்பாலானவை திணை பால் உணர்த்தும் விகுதிகளோடு சேர்ந்து அமையும். பெயரெச்சங்களிலும் பண்பை உணர்த்தும் சொற்களிலும் பால் வேறுபாடு இல்லை. வினைப்பகுதிகளிலிருந்து வினைச் சொற்களும் அமையும்; பெயர்ச் சொற்களும் அமையும். ஆனால் பெயர்ப்பகுதிகளிலிருந்து வினைச் சொற்கள் அமைவது மிகக் குறைவு.

தமக்கென்று தனியே பொருள் இல்லாமல், சார்ந்த சொற்களின் பொருளை வேறுபடுத்த உதவும் சொற்களும், பொருளற்ற மற்றச் சொற்களும் இடைச்சொற்கள் எனப்படும்.

தமிழ் மொழியின் சொற்கள், அடிச் சொற்களோடு மற்ற உறுப்புகள் சேர்ந்து ஒட்டி அமையும் சொற்கள் (agglutinative) ஆகவே, சொற்களின் அமைப்பு தெளிவாகத் தோன்றும். மிகப் மிகப் பழைய இலக்கியங்களில் உள்ள சொற்களும் அவ்வாறு அமைந்த

வைகளே. அவற்றின் அடிச்சொற்களும் இக்காலத்துச் சொற்களின் அடிச்சொற்களும் ஒரே வகையானவை. உணா (*Food*) என்பது பழைய சொல். ஊண் உண்டி என்பன இடைக்காலச் சொற்கள். உணவு என்பது இக்காலச் சொல். அடிச் சொல் உண் என்பது. மூன்றிலும் தெளிவாகத் தெரிகிறது. விகுதி முதலியன மட்டுமே வேறுபடும். ஆகவே சில முறை படித்த பிறகு, பழங்காலத்துச் செய்யுளும் பழகிய தமிழாகவே உணரப்படுகிறது. அதனால்தான், இக்காலத்து மக்களும் ஈராயிரம் ஆண்டுகளுக்கு முற்பட்ட பழைய செய்யுள்களையும் படித்து உணர முடிகிறது. அதனாலேயே இலக்கிய வளர்ச்சியில் இடையறாத தொடர்பு இருந்து வருகிறது. பன்னிரண்டு நூற்றாண்டுகளுக்கு முற்பட்ட பக்திப் பாடல்களும் எண்ணூறு ஆண்டுகளுக்கு முற்பட்ட கம்பர் முதலானோரின் பாடல்களும் இன்னும் பயன்படுவதற்குக் காரணம் இதுவே.

வாக்கிய அமைப்பு (*syntax*) மிகப் பழங்காலம் முதல் இன்று வரை ஏறக்குறைய ஒரே தன்மையாகவே இருந்து வருகிறது. சொற்களின் வடிவங்கள் ஒவ்வொரு திராவிட மொழியிலும் ஒவ்வொரு வகையாக மாறிய போதிலும், வாக்கிய அமைப்புமட்டும் மாறாமலே ஒரே வகையாக இருந்து வருகிறது. இந்தோ-ஐரோப்பிய இனம் என்று குறிக்கப்படும் வட இந்திய மொழிகளும் இவ்வகையில் மட்டும் திராவிட மொழியினத்தோடு உறவு உள்ளவை என்று சொல்லலாம். பழந்திராவிட மொழிகளைப் பேசி வந்த மக்கள் கையாண்ட அதே வகையான வாக்கிய அமைப்பையே, இன்றைய வட இந்திய மொழிகளிலும் காணலாம். மொழியின் மேற்பகுதிகள் எவ்வளவு மாறினாலும் அடிப்படையான வாக்கிய அமைப்பு மட்டும் மாறாமல் இருந்துவரும் என்ற உண்மையே இதற்குக் காரணம். ஆகவே, வட இந்திய மொழிகளின் வாக்கிய அமைப்பு. சம்ஸ்கிருதம், கிரேக்கம், லத்தீன், ஜெர்மன் முதலியவற்றின் வாக்கிய அமைப்போடு ஒத்திருக்கவில்லை. தமிழ் முதலான திராவிட மொழிகளின் வாக்கிய அமைப்போடு ஒத்திருக்கிறது. இந்த ஒற்றுமை, தென்னிந்திய மொழிகளில் நான்கையும் ஆராயும்போது மேலும் தெளிவாக விளங்குகிறது. இந்தப் பழங்கால வாக்கிய அமைப்பே. பழைய தமிழிலக்கியம் முதல் இன்றைய சிறுகதை வரையில் ஒரே தன்மையாக இருப்பதும், மொழியின் தொடர்ந்த வளர்ச்சியினூடே காணத்தக்க உண்மையாகும்.

வீண் வம்பு

இந்தியாவில் இன்று பேச்சுவழக்கில் உள்ள மொழிகளில் தமிழ் மிகப் பழங்காலத்திலேயே பண்பட்ட மொழியாகும். வட மொழி இலக்கிய வளர்ச்சி பெற்ற காலத்திலேயே தமிழும் இலக்கிய வளர்ச்சி பெற்று விளங்கியது. மற்ற மொழிகள் எல்லாம் அதற்குப் பிறகு சிலபல நூற்றாண்டுகள் கழித்தே இலக்கியம் பெறத் தொடங்கின. அதனால் தமிழின் வளர்ச்சி பழமை உடையது. தவிர, தமிழின் பழைய இலக்கியம் தமிழ்நாட்டின் நாட்டுப் பாடல்களிலிருந்து மலர்ந்த பாடல்கள். அந்தப் பாடல்களின் செய்யுளின் வடிவமும் வேறு எந்த மொழியிலிருந்தும் கடன் வாங்கப்பட்டவை அல்ல; அவை மக்களிடையே வழங்கிவந்த நாட்டுப் பாடல்களிலிருந்து வடித்து அமைக்கப்பட்ட வடிவங்களே. அப்படிப்பட்ட பழமையையும் தனிமையும் உடைய வளர்ச்சி தமிழ் இலக்கியத்திற்கு இருப்பதைப் பிற்கால வடமொழி அறிஞர் மறந்து விட்டார்கள். மற்ற இந்திய மொழிகள் வடமொழியிலிருந்து கடன் பெற்று வளர்ந்தமை போலவே, தமிழும் வளர்ந்தது என்று தவறாகக் கருதி விட்டார்கள். அதனால் தமிழுக்குத் தர வேண்டிய உரிமையான சிறப்பைத் தராமல், அதுவும் வடமொழிக்கே ஆதி முதல் கடன்பட்டது என்ற எண்ணத்தோடு தாழ்வாக நோக்கத் தொடங்கினார்கள். தமிழுக்கு எந்தப் பெருமையும் இல்லை. எல்லாப் பெருமையும் வட மொழிக்கே என்று வீண் வம்பு பேசத்தொடங்கினார்கள். இலக்கணக் கொத்து என்னும் நூலை எழுதிய சுவாமிநாததேசிகர் என்னும் வடமொழி அறிஞர், இதை நிறுவுவதற்காக ஒரு போலி முயற்சியிலும் ஈடுபட்டார். வடமொழி எழுத்துக்களையும் தமிழ் எழுத்துக்களையும் ஒப்பிட்டார். இரண்டுக்கும் பொதுவான எழுத்துகள் இத்தனை என்று கணக்கிட்டு, அவை எல்லாம் வடமொழிக்கே சொந்தமானவை என்று கிறுக்கான முடிவு செய்துவிட்டார். பிறகு வடமொழியில் இல்லாத எழுத்துகளாகத் தமிழில் எத்தனை சிறப்பு எழுத்துகள் உள்ளன என்று கணக்கிட்டார். **எ ஒ** என்ற இரண்டு உயிர்க் குறில் எழுத்துகளும் **ற ன ழ** என்ற மூன்று மெய்யெழுத்துகளும் ஆகிய ஐந்துமே வட மொழியில் இல்லாதவை; தமிழில் மட்டும் இருப்பவை. இந்த ஐந்து எழுத்துகள் மட்டும் இருப்பதால் தமிழ் ஒரு மொழி என்று பெருமை கொண்டாட முடியுமா என்று ஒரு சூத்திரம் இயற்றிக் கிண்டல் செய்தார்.

ஐந்து எழுத்தால் ஒரு படையும் ஆம்என்று
அறையவும் நாணுவர் அறிவுடை யோரே

என்று எள்ளினார். தமிழுக்கு அவ்வாறு பெருமை கூறிப் பேசவும் அறிவுடையவர்கள் நாணம் அடைவார்கள் என்றார். இது அந்தக் காலத்து வடமொழி அறிஞர்களின் தவறான மனப்பான்மைக்கு ஓர் எடுத்துக்காட்டு ஆகும்.

சொற்களைப் பொறுத்த அளவிலும் இவ்வாறே அவர்கள் தவறாக நடந்தார்கள். தமிழ் மொழியில் நெடுங்காலமாக இருந்து வந்த அடிப்படைச் சொற்களாகிய நீர் மீன் முதலியனவும் வட மொழியின் வேர்ச்சொற்களிலிருந்தே அமைந்தவை என்று பொருத்தம் இல்லாத விளக்கங்கள் கூறினார்கள். இந்த நாட்டில் மிகப் பழங்காலம் முதல் இருந்துவந்த தமிழிலிருந்து வடமொழி பல சொற்களைக் கடன் வாங்கியிருக்கக்கூடும் என்று எண்ணிப் பார்க்கவும் மறுத்துவிட்டு, தமிழில் உள்ள பல சொற்களும் வடமொழியிலிருந்து கடன் வாங்கப்பட்டவை என்ற கருத்தைப் பரப்பினார்கள். தமிழறிஞர்கள் அந்தக் கருத்துக்களைக் கேட்டுத் தலைகுனிந்து நின்றார்கள். ஐரோப்பாவிலிருந்து கால்டுவெல் (*Caldwell*) முதலான மொழித்துறை அறிஞர்கள் வந்து, அவர்களின் கருத்துக்கள் உண்மை அல்ல என்று ஆங்கிலத்தில் நூல்கள் எழுதி உண்மையை வெளிப்படுத்திய பிறகே, தமிழறிஞர்களின் உள்ளத்தில் புதிய நம்பிக்கை பிறந்தது. இந்த நூற்றாண்டில் பர்ரோ (*Burrrow*) முதலான ஆங்கிலேய அறிஞர்கள் மேலும் தொடர்ந்து ஆராய்ச்சிகள் செய்து வடமொழி அறிஞர்களின் ஒருதலைச் சார்பான கொள்கைகளைப் பொய்ப்படுத்தும் வரையில் அந்தப் பழைய போக்கு இருந்து வந்தது. முதுகுன்றம் முதலான பழைய ஊர்களின் தமிழ்ப் பெயர்களை விருத்தாசலம் முதலான வடசொற்களாக மாற்றிவிட்டுப் பிறகு, வட மொழியிலிருந்தே தமிழ்ப பெயர்கள் வைக்கப்பட்டன என வாதாடினார்கள். கோயில் தெய்வங்களுக்கு இருந்துவந்த தமிழ்ப் பெயர்களையும் அவ்வாறே மாற்றினார்கள். பழைய பக்திப் பாடல்களில் இருந்துவந்த தமிழ்ப் பெயர்களும் அவ்வாறு கோயில்களில் வடமொழியாக மாற்றப்பட்டன. சங்க இலக்கியத்தில் காணப்படும் ஆர்க்காடு என்ற ஊர்ப் பெயரை வடமொழியில் மொழிபெயர்த்தபோது, சொல்லின் சரியான பொருள் உணராமல் ஆறுகாடு என்று கருதி ஷடாரண்யம் எனத் தவறாக மொழிபெயர்த்தார்கள். அவற்றிற்கு ஏற்றபடி பிற்காலத்தில்

கதைகளும் எழுதினார்கள். ஆனால், அப்படி மொழிபெயர்க்கப்பட்ட சில பெயர்கள் நிலைக்கவில்லை. பாலாற்றை க்ஷீரநதி என்றார்கள். ஆனால் மக்களிடையே வடமொழிப் பெயர் நிலைக்கவில்லை. தமிழ்ச் சொல்லே நின்றது. இவ்வாறு வீணாக வடமொழி அறிஞர்கள் ஒரு பகையுணர்ச்சிக்கு வித்திட்டார்கள்.

தனித் தமிழ் இயக்கம்

தெலுங்கு கன்னடம் ஆகிய மொழிகளில் கலந்ததுபோல், தமிழிலும் வடமொழிச் சொற்களையும் எழுத்துக்களையும் மிகுதி யாகக் கலக்கும் முயற்சி ஒன்று பல நூற்றாண்டுகளுக்கு முன்பே தோன்றியது. வட சொற்களையும் தமிழ்ச் சொற்களையும் அளவு இல்லாமல் கலப்பதால், முத்தும் பவளமும் கலந்துமாலை போல் தனி அழகு ஏற்படுகிறது என்று சொல்லி, வடமொழி படித்த அறிஞர்கள் அந்த முயற்சியில் ஈடுபட்டார்கள். மணிப்பிரவாள நடை என்று அதற்குப் பெயர் தந்து, அதைப் பரப்ப முயன்றார்கள். முதலில் வடமொழி படித்த சைவ அறிஞர்கள், பிறகு வைணவ அறிஞர்களும் அதைக் கையாண்டார்கள். அதற்காகக் கிரந்த எழுத்தைப் பயன்படுத்தினார்கள். இயல்பாகவே இலக்கிய வளம் பெற்றுச் சொல்வளம் நிரம்பிப் பண்பட்ட தமிழ்மொழியில் அந்த முயற்சி வெற்றி பெறவில்லை.

தமிழ் நூல்களையும் வடமொழி அறிஞர்கள் தக்க மதிப்புத் தந்து போற்றவில்லை. தமிழ்நாட்டில் பிறந்து தமிழே வீட்டில் பேசித் தமிழராகவே வாழ்ந்த வடமொழி அறிஞர்கள், தேவாரம், திருவாசகம் முதலான தமிழ் நூல்களையும் படிக்காமல் புறக்கணித்தார்கள். தமிழ் மட்டும் கற்றவர்களை மதிக்காமல் நடந்தார்கள். சோழ மன்னர்கள் மானியம் பலவும் தந்து பெருமைப் படுத்திப் போற்றிவந்த தேவாரப் பாடல்களுக்குக் கோயில்களில் சிறப்பிடம் இல்லாமல் செய்து வந்தார்கள். தமிழை நீச்சபாஷை என்று ஒதுக்கி, வடமொழி மட்டுமே தேவபாஷை என்று உயர்த்திப் பேசினார்கள். எந்த நூலிலாவது உயர்ந்த கருத்து இருந்தால், அது வடமொழியில் இன்ன நூலிலிருந்து கடன் வாங்கப்பட்டது என்று சொல்லி அதன் பெருமையைக் குறைக்க முனைந்தார்கள். திருவள்ளுவர் எழுதிய திருக்குறள் முதலான நூல்களும் வடமொழியில் உள்ள நூல்களின் மொழிபெயர்ப்பே என்று காரணப் பொருத்தம் இல்லாமல் தாழ்த்த முற்பட்டார்கள்.

தொல்காப்பியனார் தமிழுக்கு எழுதிய இலக்கண நூலும் அவ்வாறு வடமொழியிலிருந்து கற்று எழுதப்பட்டது என்று கற்பனை செய்து, திரணதூமாக்கினி என்ற வடமொழிப் பெயர் அவருக்கு இருந்ததாகவும் படைத்துக் கூறினார்கள். இராமாயணம், பாரதம், புராணங்கள், தத்துவ நூல்கள் முதலியவை வட மொழியிலிருந்து கொள்ளப்பட்டவை என்பதில் ஐயம் இல்லை. ஆனால் இவை தவிர, வேறு நூல்கள் தமிழில் இலக்கியமாகத் தோன்றி வளர்ந்து உள்ளன என்பதை மூடி மறைக்க முயன்றார்கள். தமிழுக்கு உரிய சங்க இலக்கியம், நீதி இலக்கியம், பக்தி இலக்கியம் முதலியவற்றைப் புறக்கணித்தார்கள். வி.கோ. சூரியநாராயண சாஸ்திரியார், மறை மலையடிகள் முதலான புலவர்கள் தோன்றித் தமிழுக்கு உள்ள இலக்கிய வளத்தை எடுத்துச் சொன்ன பிறகே அந்தப் போலி முயற்சி அடங்கியது.

இருவகைத் தமிழ்நடை

இந்தப் போலி முயற்சிகள் இன்று அடங்கிவிட்டன. ஆயினும், இவற்றின் விளைவுகள் தீரவில்லை. தமிழுக்குத் தாழ்வு கற்பிக்கப்பட்டபோது எழுந்த எதிர்ப்புணர்ச்சி இன்னும் தணியவில்லை. வடமொழிக்கே எல்லாப் பெருமையும் என்று மயங்கிக் கூறிய காலத்தில் சூரியநாராயண சாஸ்திரியார் என்ற தமிழ் அறிஞர் தம் பெயரையும் வட சொல்லாக இல்லாமல் பரிதிமாற்கலைஞர் என்று தமிழாக மாற்றிக்கொண்டார். சுவாமி வேதாசலம் என்ற அறிஞரும் தாம் வடமொழியை நன்கு கற்றவராக இருந்தும், தம் பெயரை மறைமலையடிகள் எனத் தமிழாக்கிக் கொண்டார். இருவரும் தொடக்கத்தில் வடசொற்கள் கலந்தே எழுதி வந்தவர்கள். வடமொழி அறிஞர்களின் போலி முயற்சியை எதிர்க்கும் போக்கில், அவர்கள் வட சொற்களே கலக்காமல் தனித்தமிழில் எழுத முற்பட்டார்கள். சூரியநாராயண சாஸ்திரியார் மறைந்த பிறகு மறைமலையடிகள் நெடுங்காலம் வாழ்ந்து, 1916 முதல் அதை ஓர் இயக்கமாகவே வளர்த்தார். அந்தத் தனித்தமிழ் இயக்கத்தின் செல்வாக்கு இன்றும் உள்ளது. இன்றும் தமிழ் ஆர்வம் நிரம்பிய பலர் தம் பெற்றோர் தமக்கு இட்ட வடமொழிப் பெயரை மாற்றித் தமிழ் பெயர் சூட்டிக் கொள்கிறார்கள். ஆங்கிலச் சொல் கலந்தாலும் கலக்கலாம், தமிழைத் தாழ்வுபடுத்திக் குறைகூறுவதற்குக் காரணமான வட சொல் கலக்கக்கூடாது என்று வெறுப்போடு வடசொற்களை

விலக்குகிறார்கள். தமிழ்ப் புலவர்கள் வட சொல் கலக்காத தனித் தமிழில் எழுதுவதே தம் கடமை என்று உணர்ந்து எழுதி வரு கிறார்கள். வடமொழி அறிஞர்கள் யார் யாரோ என்றோ செய்த தவறுகளின் விளைவுகள் இவ்வாறு இன்றும் உள்ளன. அவர்களுக்கு அன்று இருந்த வடமொழியறிவு பற்றிய செருக்கே. இன்று உள்ள தனித் தமிழ் உணர்ச்சி வேகத்துக்குக் காரணமாயிற்று. இன்றும் மொழித்துறையில் இருவேறு கொள்கைகள் இருந்து எழுத்தாளர்கள் மோதிக்கொள்வதற்கு அந்தத் தவறுகள் அடிகோலிவிட்டன. இன்று செய்தியிதழ்கள், வார இதழ்கள், திங்கள் இதழ்கள் ஆகிய வற்றில் எழுதுவோர் பலர் தனித் தமிழில் எழுதுவதில்லை. அதனால், அவற்றில் உள்ள கலப்புத் தமிழ் பிழையான தமிழ் எனப் புலவர்களால் வெறுக்கப்படுகிறது. புலவர்களின் தனித் தமிழ் நடையைக் கடுமையானது என்றும், உயிரோட்டமில்லாதது என்றும், செயற்கை யானது என்றும், மற்றவர்கள் பழித்துக்குறை கூறுகிறார்கள். ஆகவே, இன்றும் பழைய பூசலின் விளைவு வேறு வடிவில் இருந்து வரக்காண்கிறோம்.

பழங்காலத்தில் இந்திய நாட்டின் பல பகுதிகளிலும் உள்ள அறிஞர்களிடையே கருத்துப் பரிமாற்றம் செய்வதற்கு உதவியாக இருந்தமொழி வடமொழி. ஆகவே, அது காசியிலும் போற்றிக் கற்கப் பட்டது; காஞ்சியிலும் போற்றிக்கற்கப்பட்டது. காவிரிக்கரை முதல் கங்கைக்கரை வரையில் இருந்த பலவகை அறிவு வளர்ச்சியையும் அறிஞர் பலர் வடமொழியில் எழுதி வைத்தனர். வடமொழியில் இலக்கியச் செல்வத்தையும் சமயக் கருத்துகளையும் கலைக் கொள்கை களையும் விரிவாக எழுதி வைத்தார்கள். அவ்வாறு வடமொழியில் எழுதி வைத்தவர்களில் பலர் தென்னாட்டு அறிஞர்கள் என்பதைப் பலர் மறந்து விடுகிறார்கள். வட மொழியில் காவ்யாதர்சம் எழுதிய அறிஞர் தமிழ்நாட்டுக் காஞ்சிபுரத்தைச் சார்ந்த தண்டி என்னும் தமிழர். அத்வைத நூல்கள் பல எழுதிய சான்றோர் சங்கரர் தென்னிந்தியர்; திருஞான சம்பந்தரைப் பற்றியும் அவர் குறிப்பிட்டுள்ளார். விசிஷ்டாத்வைத விளக்கம் எழுதிய சான்றோர் இராமாநுசர் காஞ்சிபுரப் பகுதியைச் சார்ந்த தமிழர். ஆழ்வார்களின் பாடல்களை ஆர்வத்துடன் போற்றியவர். பரத நாட்டியம் பற்றியும், கர்நாடக சங்கீதம் பற்றியும், சமையல் முதலியன பற்றியும் உள்ள வடமொழி நூல்கள் பல. தமிழ்நாட்டுக் கலைகளையும் வாழ்க்கை

முறைகளையும் ஆராய்ந்த அறிஞர்கள் எழுதியவை, ஆகவே, தமிழ் மொழியையும், தமிழ் நூல்களையும் பிற்கால வடமொழி அறிஞர்கள் தாழ்வுபடுத்தியும், வடமொழியில் உள்ள கருத்துகள் தமிழுக்கு மாறானவை என்று தமிழறிஞர்கள் ஒதுக்கியதும் தேவையற்றவை.

தமிழ்ப் புலவர்களின் நடைக்கு வழிகாட்டியாகப் பழைய உரையாசிரியர்களின் நடை அமைந்துள்ளது. அந்த உரையாசிரியர்களின் தமிழில்-பரிமேலழகர் முதலான வடமொழி கற்ற அறிஞர்கள் எழுதிய தமிழிலும் - வட சொற்கள் மிக மிகக் குறைவு. அது தனித் தமிழ் நடையிலேயே பெரும்பாலும் அமைந்துள்ளது. அந்த நடையையே தமிழிலக்கியம் கற்ற புலவர்கள் போற்றிப் பின்பற்றுகிறார்கள்.

இதழ்களில் எழுதும் எழுத்தாளர்களின் நடையோ, தமிழ் மக்கள் பேசும் பேச்சுத் தமிழை ஒட்டி அமைந்துள்ளது. பேச்சுத் தமிழில் பிறமொழிச் சொற்கள் கலக்கின்றன; வாக்கியங்கள் உணர்ச்சிக்கு ஏற்றவாறு அமைகின்றன. நாடக அரங்குகளிலும் பேச்சு மேடைகளிலும் அந்த நடையே உள்ளது. கவிதைகளில் தூய தமிழைப் பெரும்பாலும் கையாண்ட பாரதியாரும், உரைநடையில் கட்டுரைகள் எழுதியபோது, அந்த நடையையே கையாண்டார்.

திரு.வி. கலியாணசுந்தரர் இருவகையாரிடத்திலும் நெருங்கிப் பழகியவர். அவர் புலவர்க்குப் புலவர்; எழுத்தாளர்க்கு எழுத்தாளர். இலக்கிய நூல்களும் படைத்தார்; நாளிதழ் வார இதழ்களும் நடத்தினார். புலவர்களையும் எழுத்தாளர்களையும் இணைக்கும் பாலமாக அவருடைய வாழ்வு இயங்கியது. தொடக்கத்தில் வட சொற்கள் கலந்த நடையில் எழுதிவந்த அவர், தனித் தமிழ் இயக்கம் செல்வாக்குப் பெற்ற பிறகு, தூய தமிழில் எழுதத் தொடங்கினார். தக்க தமிழ்ச் சொற்கள் கிடைக்காதபோது மட்டுமே பிறமொழிச் சொற்களைக் கலந்தார். உணர்ச்சியற்ற நீண்ட வாக்கியங்களை விட்டு, மக்களின் பேச்சில் உள்ளவாறு உணர்ச்சியான சிறு வாக்கியங்களையே கையாண்டார். இவ்வாறு அவருடைய எழுத்தும் பேச்சும், இரு சாராரையும் இணைக்கும் பாலமாக இருந்து தொண்டு செய்த போதிலும், இருவகையார்க்கும் இடையே ஏற்பட்ட பிளவைப் போக்க முடியவில்லை. இன்றும் இருவகைத் தமிழ் நடைகள் தனித்தனியே இருந்து வருகின்றன.

வட்டார வழக்குகள்

இன்று தமிழ்நாட்டின் பல பகுதிகளில் பேசப்படும் தமிழுக் குள்ளும் சிறுசிறு வேறுபாடுகள் இருந்து வருகின்றன. சென்ற நூற்றாண்டில் போக்குவரத்துக் குறைவாக இருந்த காலத்தில் இந்த வட்டார மொழி (*dialects*) வேறுபாடுகள் மிகுதியாக இருந்திருக்கும். போக்குவரத்துப் பெருகிய காரணத்தாலும், கல்வி நிலையங்களும் பாட புத்தகங்களும் செய்தித் தாள்களும் இதழ்களும் வானொலி முதலியனவும் தமிழ்நாடு முழுமைக்கும் எல்லாப் பகுதிகளுக்கும் பொதுவாக ஒரே வகையாக அமைந்து வருவதாலும், இப்போது அந்த வேறுபாடுகள் குறைந்துள்ளன எனலாம். இனி இந்த வட்டார மொழி வேறுபாடுகள் பெருகுவதற்கு வழியில்லை. ஆயினும், இன்றும் திருநெல்வேலிப் பகுதியார் பேசும் தமிழும், கோயமுத்தூரார் பேசும் தமிழும் சிற்சில வகையில் வேறுபட்டிருக்கின்றன. அவைகளுக்கும் தஞ்சை, திருச்சி மாவட்டத் தமிழுக்கும் வேறுபாடு இருக்கிறது. சென்னையைச் சார்ந்தவர்கள் பேசும் தமிழும் வேறுபட்டதாக உள்ளது. சென்னைச் சுற்றுப்புறங்களில் உருது, தெலுங்குச் சொற்கள் பேச்சு வழக்கில் மிகுதியாக உள்ளன; ஆங்கிலச் சொற்கள் மிகுதியாகக் கலக்கின்றன. ஒலிகளிலும் இப்படிப்பட்ட வேறுபாடுகள் உள்ளன. திருநெல்வேலிப் பகுதியில் **ச** என்ற மெய் நன்கு ஒலிக்கப்படுகிறது. ஆனால் தமிழ்நாட்டின் வடக்குப் பகுதியில் அது சொற்களில் முதலில் வரும்போது **ஸ** என்றே ஒலிக்கப்படுகிறது. தமிழின் சிறப்பெழுத்தாகிய **ழ** ஒவ்வொரு வட்டாரத்தில் ஒவ்வொரு வகையாகத் திரிக்கப்படுகிறது. தெற்கு வட்டாரங்களில் அது **ள** எனவும், சேலத்தைச் சார்ந்த பகுதிகளில் **ய** எனவும், சென்னைப் பகுதிகளில் இருவகையாகவும் ஒலிக்கப்படுகிறது. இழு என்பதை இசு என்பாரும் உண்டு. பேச்சு மொழியில் வாழைப்பழம் என்பதை வாளப்பழம், வாயப்பயம் என்று ஒலிக்கும் முறைகள் கற்றவர் விரும்பத்தக்கனவாக இல்லை. இருக்கிறது என்று சொல் சில வகுப்பினரால் இருக்கு என்றும், வேறு சில வகுப்பினரால் இருக்குது என்றும், படிப்பு வாசனை இல்லா சிலரால் கீது என்றும் ஒலிக்கப்படுகிறது. செய்துவிட்டார் என்பதன் பேச்சு வடிவங்கள் செய்துவிட்டார், செய்ஞ்சிட்டார், சேஞ்சிட்டார், சேஞ் சிபுட்டார் முதலியவையாக உள்ளன. எடுத்துக்கொண்டான் என்பது எடுத்துக்கினான், எடுத்துக்னான், எடுத்துக்கிட்டான் முதலியனவாக ஒலிக்கப்படுகிறது.

இலங்கையில் பேசப்படும் தமிழில் சில சொற்களுக்குப் பொருளே வேறுபடுகிறது. ஆறுதலாக என்பது அமைதியாக, கால தாமதமாக என்ற பொருளில் அங்கு வழங்கப்படுகிறது. பேசிக்கொண்டிருப்போம் என்பதற்குக் கதைப்போம் என்று சொல்கிறார்கள். திருமணத்தைச் சடங்கு என்கிறார்கள். நிறைய என்பதைக் கனக்க என்கிறார்கள். நன்றாக என்பதை வடிவாய் என்கிறார்கள்.

பிறசொல் கலப்பு

ஐரோப்பிய மொழிகளிலிருந்து கடன் வாங்கிய சொற்களையும் இலங்கைத் தமிழர் வேறு வேறு வடிவில் திரித்து வழங்குகிறார்கள். பன் (*Bun*) என எழுதப்படுகிறது. காப்பி (*coffee*) கோப்பி ஆகிறது. கோர்ட் (*court*) கோட் என எழுதப்படுகிறது. ஷர்ட் (*shirt*) சேட் என்று எழுதப்படுகிறது. டார்ச் (*torch*) ரோச் ஆகிறது. டவல் (*towel*) துவாய் என்று எழுதப்படுகிறது. இவ்வாறு எத்தனையோ ஐரோப்பியச் சொற்களை இலங்கையில் தமிழ் வடிவங்கள் போலவே திரித்துப் பேச்சிலும் எழுத்திலும் பயன்படுத்துகிறார்கள்.

ஆங்கிலச் சொற்களும் இந்திச் சொற்களும் தமிழ் நாட்டின் தமிழர்களின் பேச்சில் - வடக்குப் பகுதியாரின் பேச்சில் - கலந்து வழங்குகின்றன. ஆனால் அவற்றில் இவ்வாறு வடிவங்களை முழுது மாகத் திரிக்காமல், கூடிய வரையில் அந்தந்த மொழிகளின் வடிவங்களிலேயே வழங்குகிறார்கள். பஸ், சைக்கிள், கார், ஆபீஸ், லேட், போஸ்ட், பாங்க், காப்பி முதலான சொற்களை இன்றைய நாடகங்களின் உரையாடலிலும், நாவல்களிலும், சிறுகதைகளிலும் எழுத்தாளர்கள் அப்படியே கையாள்கிறார்கள். இவற்றை மிகுதியாகக் கையாள்வோரும் உண்டு; தேவையான இடங்களில் மட்டும், வேறு வழி இல்லாதபோது மட்டும் குறைந்த அளவில் கையாள்வோரும் உண்டு. லீவு, ஸ்டாம்பு, ரயில், ஸ்டேஷன், டெலிபோன் முதலான ஆங்கிலச் சொற்கள் பேச்சு வழக்கில் இருந்த போதிலும், எழுதும்போது விடுமுறை, தபால்தலை, புகைவண்டி நிலையம், தொலைபேசி முதலான தமிழ்ச் சொற்களைப் பயன்படுத்துவோரும் உண்டு. மூன்று நூற்றாண்டு களுக்கு முன் அருணகிரியார் பாடலிலும் குமரகுருபரர் பாட்டிலும் சலாம், சபாசு (சபாஷ்) என்னும் உருதுச் சொற்கள் கலந்தது உண்டு. இன்றும் வடநாட்டாரின் தொடல்பால், சில இந்திச் சொற்கள் பேச்சு வழக்கில் கலந்து வருகின்றன. உணவு விடுதிகளில் உணவு

வகைகளின் பெயர்கள் பல இந்திச் சொற்களாக இருப்பதற்குக் காரணம் அதுவே.

தமிழில் நெடுங்காலமாக வடமொழிச் சொற்கள் சிற்சில கலந்து வந்தன. கி.பி. இரண்டாம் நூற்றாண்டுக்கு முன், சங்க இலக்கியக் காலத்தில் அவை நூற்றுக்கு ஒன்று என்ற விழுக்காட்டில் இருந்தன. கி.பி. ஏழு, எட்டாம் நூற்றாண்டுகளில் ஆழ்வார் நாயன்மார் களின் பாடல்களில் அவை நூற்றுக்கு மூன்று முதல் ஐந்து வரை கலந்தன. பிறகு காவியங்களிலும் அவ்வாறு கலப்பு நேர்ந்தது. கி.பி. பதின் மூன்றாம் நூற்றாண்டில் மணிப்பிரவாள நடை ஏற்பட்டுச் சைனர்களும் வைணவர்களும் உரைநடையில் எழுதிய காலத்தில் அவர்களின் சமயச்சார்பான எழுத்துகளில் வடசொற்களின் விழுக்காடு மிகுதியாயிற்று. இலக்கண இலக்கிய நூல்களுக்கு உரை எழுதியவர்கைள் அந்த மணிப்பிரவாள நடையைக் கைவிட்டுக் கூடியவரையில் தூய தமிழிலேயே எழுதினார்கள். அவர்களின் எழுத்தில் வட சொற்கள் கலப்புக் குறைந்தது. புராணங்களும் தல புராணங்களும் உலா, கலம்பகம் முதலியவைகளும் எழுதிய காலத்திலும் நூற்றுக்கு ஐந்து முதல் ஏழு எட்டு வரையில் அந்தக் கலப்பின் விழுக்காடு இருந்தது. யமகம், சிலேடை, மடக்கு முதலான சொல்லலங்காரங்களைக் கையாண்ட செய்யுள்களில் வட சொற் களின் விழுக்காடு மிகுந்தது. பிறகு, சொல்லலங்காரங்களும் செல்வாக்கு இழந்தன. சென்ற நூற்றாண்டில் இராமலிங்க சுவாமிகள் பாடல்களில் சிலவற்றில் தவிர, பெரும்பாலானவற்றில் வட சொற்கள் குறைவு. அவர் எழுதிய உரைநடையில் அவை மிகுதி. பைபில் முதலானவற்றின் மொழிபெயர்ப்பில், சொற்கள் கிறிஸ்தவ சமயத்தினர் வழங்கும் வடிவங்களைப் பெற்றன. இப்போது பைபிலும் நல்ல தமிழில் - தூய தமிழ் - வடிவில் - மொழிபெயர்க்கப்பட்டுள்ளது. இஸ்லாமிய சமயத்தைச் சார்ந்த புலவர்கள் எழுதிய நூல்களில் அரபுச் சொற்கள் கலந்தன. இன்றும் இஸ்லாமியக் குடும்பங்களைப் பற்றிக் கதைகள் எழுதுவோர், அவர்கள் வழங்கும் அரபுச் சொற்களை அவற்றில் கையாள்கிறார்கள். ஆங்கிலம் படித்த, அல்லது பெரிய நகரங்களில் வாழும் குடும்பங்களைப் பற்றிய கதைகளில் சில எழுத்தாளர்கள், அவர்களின் பேச்சில் உள்ளபடியே ஆங்கிலச் சொற்களை மிகுதியாகக் கலந்து எழுதுகிறார்கள். இவ்வாறு பலவகையான காரணங்களால் காலந்தோறும், மற்ற மொழிச் சொற்கள் கலக்கும் முயற்சி வெவ்வேறு

அளவில் வெவ்வேறு வேகத்தில் இருந்துவந்த போதிலும், தமிழ் மொழியின் அடிப்படையான தனித்தன்மை மாறாமல் இருந்து வருகிறது. இந்தியாவில் இன்று உள்ள மொழிகளில், பிற மொழிச் சொற்களின் கலப்புக் குறைந்த மொழி தமிழ் என்று சொல்லத்தக்க நிலைமை உள்ளது.

2
தமிழ் இலக்கியம்

பழைய நிலை

தமிழ் இலக்கியம் ஏறக்குறைய இருபத்தைந்து நூற்றாண்டு களின் வரலாறு உடையது. தொடக்கத்தில் தமிழ் நாட்டில் பிற மொழியாரின் தாக்குறவும் (influence) பிறமொழி இலக்கியத்தின் தாக்குறவும் குறைவாக இருந்த காரணத்தால், அங்கங்கே வழங்கி வந்த நாட்டுப் பாடல்களிலிருந்தே புலவர்களின் பாடல்கள் அமைக்கப் பட்டுத் தோன்றின. தென்னிந்தியாவின் மற்றத் திராவிட மொழிகளின் இலக்கியங்கள் கி.பி. எட்டாம் நூற்றாண்டுக்குப் பிறகு தோன்றியவை ஆகையால், அதற்கு முந்திய பன்னிரண்டு நூற்றாண்டுக் காலத் தமிழ் இலக்கியம் ஒரு கூட்டுக் குடும்பத்தின் முதல் குழந்தைபோல் தனியே வளர்ந்து வந்தது. மிகப் பழைய பாடல்களின் தொகுப்புகளாக உள்ள சங்க இலக்கியத்தில் (கி.மு. 500 - கி.பி. 200) கன்னடம், தெலுங்கு ஆகிய மொழிகளைப் பற்றிய தெளிவான குறிப்புகள் இல்லை. வடுகர் என்ற சொல் திருப்பதி மலைக்கு வடக்கே உள்ளவர்களைப்பற்றி வழங்கியது. மேற்குக் கடற்கரைப் பகுதியாகிய கேரளத்தில் வழங்கும் மலையாள மொழியைப் பற்றிய குறிப்பும் இல்லை. கேரளத்துக்கு அப்போது வழங்கிய பெயர் சேர நாடு. அங்கே வாழ்ந்த மக்கள் தமிழ்ப் பாடல் களைக் கற்றுவந்தனர்; புலவர்கள் தமிழ்ப் பாடல்கள் இயற்றி வந்தனர். சங்க காலத்துக்கும் கி.பி. ஏழாம் நூற்றாண்டுக்கும் இடைப்பட்ட காலத்தில் சம்ஸ்கிருதம் கற்ற அறிஞர்களின் உறவு தமிழ்நாட்டில் இருந்திருக்கிறது. ஆனால் அந்த உறவு சம்ஸ்கிருதப் புலவர்களுக்கும் தமிழ்ப் புலவர்களுக்கும் நகரங்களின் அளவில் இருந்துவந்த தொடர்பே ஆகும். தெய்வம், காரணம் ஆணை ஆக்ஞா முதலான சொற்கள் கலந்த காலம் அது. சைன சமயமும் பௌத்த சமயமும் தமிழ்நாட்டில் பரவத் தொடங்கிய பிறகு, அந்தச் சமயங்களைச் சார்ந்தவர்களில் பலர் சம்ஸ்கிருதம் பிராகிருதம், பாலி ஆகிய மொழிகளைக் கற்றவர்களாக இருந்த படியால்

வடநாட்டு மொழிகளின் சொற்கள் தமிழில் கலக்கத் தொடங்கின. வடமொழி இலக்கியங்களின் தாக்குறவு மெல்ல மெல்ல ஏற்பட்டது. அப்போதுதான் வட சொற்கள் பல தமிழில் கலந்தன. அந்நிலையில், இந்தியாவில் இலக்கிய மொழிகளாக மதிக்கப்பட்டிருந்தவை இரண்டே; ஒன்று தமிழ்; மற்றொன்று சம்ஸ்கிருதம். ஆகையால் முன்னதைத் தென்மொழி என்றும், சம்ஸ்கிருதத்தை வடமொழி என்றும் அக்காலத்தார் குறிப்பிட்டனர். திராவிடம் என்ற சொல் தமிழ் என்பதற்கு வடமொழியார் தந்த வடிவம் என்று கொள்ளப் பட்டமையால், திராவிடம் என்ற சொல் அந்தக் காலத்துத் தமிழ் இலக்கியத்தில் ஆளப்படவில்லை. திருநாவுக்கரசர் (கி.பி. ஏழாம் நூற்றாண்டில், சிவபெருமான் எல்லாம் ஆனவன் என்று பாடும் இடத்தில், 'ஆரியன் கண்டாய் தமிழன் கண்டாய்' என்று இந்தியாவின் கலை வழிப்பட்ட பாகுபாட்டை இரண்டு இனமாகவே குறிப்பிட்டார். சிவபெருமானின் தமருகத்தின் ஒரு பக்கத்திலிருந்து பிறந்த ஒலி தமிழ் ஆயிற்று என்றும், அந்தத் தமருகத்தின் மற்றொரு பக்கத்தில் பிறந்த ஒலி வடமொழி ஆயிற்று என்றும் புராணக் கதை வழங்கத் தொடங்கியது. சிவன் வடமொழியைப் பாணினிக்கும் தென் மொழியாகிய தமிழை அகத்தியர்க்கும் கற்றுக் கொடுத்து இரு மொழிகளையும் வளரச் செய்தான் என்று வழங்கும் புராணக் கதையின் அடிப்படையும் இதுவே ஆகும்.

வடமொழியார் தொடர்பு

கி.பி. எட்டாம் நூற்றாண்டுக்குப் பிறகு வடமொழியிலிருந்து சைனர்கள் சில நூல்களைத் தமிழில் மொழிபெயர்த்தும் தழுவியும் எழுதத் தொடங்கினார்கள். கி.பி. மூன்றாம் நூற்றாண்டு வரையில் தமிழ்நாட்டில் தமிழ் அரசர்களாகிய சேரரும் சோழரும் பாண்டியருமே ஆண்டு வந்தார்கள். பிறகு ஒரு குழப்பம் ஏற்பட்டு, காஞ்சிபுரத்தைத் தலைநகராகக் கொண்ட பல்லவர்களின் ஆட்சி தலையெடுத்தது. பல்லவர்களில் சிலர் வடமொழியை நன்கு கற்றவர்கள், பல்லவ அரசன் மகேந்திரவர்மன் வடமொழியிலேயே மத்தவிலாசம் என்ற நாடக நூல் இயற்றியவன். பல்லவர் ஆட்சிக் காலத்தில் தமிழ், வடமொழி ஆகிய இருமொழிகளுக்கும் அவற்றைச் சார்ந்த கலைகளுக்கும் ஆதரவு கிடைத்து வந்தது. காஞ்சிபுரம் வடமொழிக் கல்விக்கு உரிய பெரிய நகரமாக விளங்கியது. வடமொழியில் காவ்யாதர்சம் எழுதிய தண்டி முதலான பெரும் புலவர்கள் வாழ்ந்து வடமொழிக்குத் தொண்டு

ஆற்றினார்கள். ஆகவே நாட்டில் இருமொழிகளையும் கற்றுத் தேர்ந்த புலவர் பரம்பரையுடன், வடமொழி மட்டுமே கற்ற புலவர்களும் தமிழ் மட்டுமே கற்ற புலவர்களும் வாழ்ந்து வந்தார்கள். சங்கரருடைய அத்வைதக் கொள்கையும் இராமானுசருடைய விசிஷ்டாத்வைதக் கொள்கையும் பரவத் தொடங்கியபோது, வடமொழி படித்தவர்கள் தொகை பெருகியது. வடமொழிப் புராணங்கள் தமிழில் மொழி பெயர்க்கப்பட்டன. அந்த நிலையில் தமிழறிவு ஒரு புறமும் வடமொழி அறிவு மற்றொரு புறமும் தனித்து இருப்பதை உணர்ந்த அறிஞர் சிலர் ஒரு புது முயற்சியில் ஈடுபட்டார்கள். சம்ஸ்கிருதச் சொற்களையும் தமிழ்ச் சொற்களையும் கலந்த ஒரு மொழிநடையைப் படைத்து மணிப்பிரவாளம் என்று பெயரிட்டு எழுதத் தொடங்கினார்கள். ஆழ்வார்களின் பாடல்களுக்கு விளக்கவுரை எழுதிய வைணவப் பெரியோர்களும் சைன நூல்கள் சில இயற்றிய சைனப் புலவர்களும் அந்தக் கலப்பு மொழியில் எழுதினார்கள். அதன் வாயிலாக, வடமொழிக்கும் தமிழுக்கும் நெருங்கிய உறவு ஏற்படும் என்றும், வடமொழிப் புலவர்களும் தமிழ்ப் புலவர்களும் ஒன்றுபட முடியும் என்றும் நம்பினார்கள். கிரந்த எழுத்தில் வடமொழி நூல்களையும் எழுதினார்கள்; மணிப்பிரவாள நூல்களையும் எழுதினார்கள். மணிப்பிரவாளம் வளர்த்தவர்களின் நோக்கம் நல்ல நோக்கமே. தமிழ் நாட்டில் வீணான பிளவு வளர்வதை விரும்பாமல், அறிவுலகத்தில் நல்ல ஒற்றுமை ஏற்படுவதற்கு அது உதவும் என்று நம்பினார்கள். ஆனால், ஒரு நாட்டு மக்களின் வாழ்விலும் சிந்தனையிலும் வழிவழியாக ஊறி, வளர்ந்துவிட்ட மொழியின் தன்மையைப் படித்தவர் சிலர் சேர்ந்து முயற்சி செய்து மற்றிவிட முடியாது என்பதை, அவர்கள் உணரவில்லை. நல்ல நோக்கம் கொண்டதே ஆயினும், மொழியின் இயல்புக்கு மாறானது ஆகையால், அவர்களின் முயற்சி தோல்வியுற்றது. கம்பர் முதலான பெரும் புலவர்களும், பழைய இலக்கிய இலக்கணங்களுக்கு உரை எழுதிய புலவர்களும் அந்த முயற்சியைப் போற்றவில்லை. தமிழ் மொழியின் இயல்பை உணர்ந்து, அதற்கு ஏற்ற வகையில் தம் நூல்களைப் படைத்தார்கள். கம்பர் தம் இராமாயணத்தில் வரும் மாந்தர்களின் பெயர்களையும் சம்ஸ்கிருத ஒலியை விட்டுத் தமிழ் ஒலிக்கு ஏற்றவாறு மாற்றியமைத்து எழுதினார். சில பெயர்களை அவ்வாறே தராமல், தமிழில் அவற்றின் பொருளை மொழிபெயர்த்துத் தந்தார். லட்சுமணனை இலக்குவன் என்றார்; விபீஷணனை வீடணன் என்றார். ஸுபர்ணனை உவணன்

என்றார்; ஸ்வர்ண வர்ணனை சுவணவண்ணன் என்றார். கனகமேனி என்றும் மொழிபெயர்த்தார். யக்ஞ விரோதனை, வேள்விப் பகைஞன் என மொழிபெயர்த்தார். அஹல்யாவை அகலிகை அல்லது ஆலிகை என்று எழுதினார். இவ்வாறு வடசொற்களை மிகுதியாகக் கலக்கும் முயற்சி ஒரு புறம் நடக்க, தேவையான சில வடசொற்களை மட்டும் தமிழ் ஒலிக்கு ஏற்றபடி மாற்றியமைக்கும் முயற்சி ஒரு புறம் நடந்தது. தமிழ்ச் சொற்களும் தமிழ் ஒலிகளும் காக்கும் முயற்சியே வெற்றி பெற்றது.

பிறர் தொடர்பு

பல்லவர்களின் ஆட்சி பத்தாம் நூற்றாண்டில் வீழ்ச்சியுற்றது; சோழர்கள் மறுபடியும் தலையெடுத்தார்கள்; பெரிய வல்லரசாக ஓங்கினார்கள். பதின்மூன்றாம் நூற்றாண்டில் அவர்களும் வீழ்ச்சி யுற்றார்கள். முகம்மதியர் படையெடுப்பால் நாடு கலங்கியது. விஜய நகர ஆட்சியின் கீழ், நாயக்க மன்னர்கள் தமிழ் நாட்டில் செல்வாக்குப் பெற்றார்கள். தெலுங்கு மொழி பேசுவோர் தமிழரோடு உறவு கொண்டார்கள். தமிழ் நாட்டு ஆழ்வார் பாடல்கள் தெலுங்கில் இடம் பெற்றன. கன்னட நூல்கள் பிரபுலிங்க லீலை முதலியன தமிழில் மொழிபெயர்க்கப்பட்டன. கன்னடத்தில் தமிழ் நாயன்மார்களின் வரலாறுகள் எழுதப்பட்டன. திராவிட மொழிகளுக்குள் உறவு ஏற்பட்டது. மராத்திய சரபோஜி மன்னர்கள் தமிழ் நாட்டின் ஒரு பகுதியை ஆண்டார்கள். மராத்திச் சொற்கள் சில தமிழ்ப் பேச்சில் கலந்தன. முகம்மதியரின் ஆட்சித் துறையிலும் கலந்தன. அடுத்து, பதினெட்டாம் நூற்றாண்டின் இறுதியில் டச்சுக்காரர், போர்ச்சுக்கீசியர், பிரெஞ்சுக்காரர், ஆங்கிலேயர் முதலானவர்களின் வாணிக உறவாலும் ஆட்சியாலும், ஐரோப்பிய மொழிச் சொற்கள் பல வந்து கலந்தன; அச்சு யந்திரம் வந்தது; உரைநடை வளர்ந்தது. ஆங்கிலேயரின் ஆட்சி இந்தியா முழுவதும் நிலைத்த பிறகு, ஆங்கில மொழியின் வாயிலாக, ஐரோப்பிய மொழி இலக்கிய வடிவங்களும் தமிழிற்கு எட்டின. நாவல்கள், நாடகங்கள், பிறகு சிறுகதைகளும் ஐரோப்பிய இலக்கியங்களைப் பின்பற்றித் தமிழில் இயற்றப்பட்டன. இவ்வாறு 1947இல் விடுதலை பெறும் வரையில், பல நூற்றாண்டுகளாகத் தமிழ்நாடு வேறுமொழிகள் பேசுவோரின் ஆட்சிகளின்கீழ் இருந்து வந்தது. அத்தனை மாறுதல்களும் தமிழிலக்கிய வளர்ச்சியில் ஓரளவு இடம் பெற்றன; ஆயினும், அதன் வளர்ச்சி இடையறாமல் நடந்து வந்தது.

செய்யுள் வகைகள்

தமிழிலக்கியம் தொடங்கிய காலத்தில் அகவல், கலிப்பா, பரிபாடல் என்னும் செய்யுள் வகைகள் செல்வாக்குப் பெற்றிருந்தன. அகவல் என்பது ஒவ்வோர் அடியிலும் நான்கு சீர்கள் உடையைதாய், மூன்று அடிமுதல் நூற்றுக்கணக்கான அடிகள் வரையில் அமைந்தது. (சீர் என்பது, இரண்டு அல்லது மூன்று அசை உடையது. அசை என்பது ஒன்று அல்லது இரண்டு உயிரெழுத்துக் கொண்டது); அது, உரைநடைபோலவே தொடர்ந்து அமைவது. எதுகை மோனைகளைக் கொண்டு, நான்கு நான்கு சிறு சீர்களாக ஒலிப்பதுதான் வேறுபாடு பழங்காலத்தில் உரைநடையும் நான்கு நான்கு சீர்களாக அமைய எழுதப்படுவது உண்டு. சிலப்பதிகாரத்தின் இடையிடையே வரும் உரைநடையிலும், பிறகு வந்த உரையாசிரியர்களின் எழுத்திலும் அந்த அமைப்பைக் காணலாம். கலிப்பா என்பது, நான்கு சீர்கள் கொண்ட அடிகள் உடையதே; ஆனால் அதன் சீர்களின்அமைப்பு, துள்ளித் துள்ளி வரும் ஓசையைத் தரும். அதனால் துள்ளல் ஓசை என்று கூறப்படும். பரிபாடல் என்பது ஒருவகை நெகிழ்ச்சியான ஒலியமைப்பு உடையது. கலிப்பாவும் பரிபாடலும் நாட்டுப்பாடல் வடிவத்தோடு ஒட்டி அமைந்த வடிவங்களாக இருக்கவேண்டும். அவை ஒரே வகையாக நீண்டு செல்வன அல்ல; சிலவகை உறுப்புகள் கலந்து மாறிச் செல்வன. காதல் பாடல்களைப் பாடுவதற்கு அவை உரியவை என்று தொல்காப்பியம் என்ற பழைய இலக்கண நூலில் கூறப்படுகிறது. தொல்காப்பியத்தில் விரிவாகச் செய்யுள் வடிவங்களின் இலக்கணம் கூறப்படுகிறது. அங்கு வெண்பா என்ற செய்யுளும் கூறப்படுதல் காணலாம். சங்க இலக்கியத்திற்குப் பிறகு, கி.பி. முதல் இரண்டாம் நூற்றாண்டுக்குப் பிறகே வெண்பா செல்வாக்குப் பெற்றது. அதன் பிறகு பரிபாடலும் கலிப்பாட்டும் அவ்வளவாகப் போற்றப்படவில்லை. அகவலும் வெண்பாவும் இன்றுவரையில் போற்றப்பட்டு வருகின்றன. இவை அத்தனையும் தவிர, பண்ணத்தி என்ற ஒன்றும் தொல்காப்பியத்தில் கூறப்படுகிறது. அது; அக்காலத்தில் இசையோடு பாடப்பட்ட இசைப்பாடல்களிலிருந்து இலக்கியப் பாட்டிற்குக் கொள்ளப்பட்ட வடிவம் எனலாம். இசைப் பாடல்களின் வடிவங்கள் மெல்ல மெல்ல இலக்கியத்தில் புகுதல் இயல்புதானே? இந்தக் காலத்திலும் அவ்வாறு அமையும் பாட்டு வடிவங்கள் சில உண்டு.

இலக்கணமும் இலக்கியமும் ஏற்பட்ட பிறகு புலவர்கள் பழைய வடிவங்களையே போற்றி வந்தார்கள். நாட்டுப் பாடல்களில் வளரும் புதிய வளர்ச்சியோடு தொடர்பு கொள்ளாமல் பழைய போக்கிலேயே எழுதி வந்தார்கள். சிலப்பதிகாரம் என்ற காவியத்தைக் கி.பி. இரண்டாம் நூற்றாண்டில் எழுதிய இளங்கோ, நாட்டுப் பாடல்களின் வடிவங்கள் பலவற்றைத் தம் காவியத்தில் பல இடங்களில் தந்துள்ளார். கி.பி. ஏழு எட்டாம் நூற்றாண்டுகளில் புத்திப் பாடல்கள் பாடிய ஆழ்வார் நாயன்மார்களும் தம்முடைய பக்திப் பாடல்களில் அவற்றை அமைத்துப் பயன்படுத்தினார்கள். அவற்றிலிருந்து அமைந்ததே விருத்தம் என்னும் செய்யுள் வடிவம். அதை முதன் முதலில் ஒன்பதாம் நூற்றாண்டில் ஒரு பெரிய காவியத்திற்குப் பயன்படுத்தினார் திருத்தக்கதேவர் என்னும் சைனப் புலவர். அவருடைய சீவக சிந்தாமணியில் உள்ள மூவாயிரத்துக்கு மேற்பட்ட செய்யுள்கள் எல்லாம் விருத்தம் என்ற இந்த வகையில் அமைந்தவைகளே. அதுவரையில் தோன்றிய பெரிய காவியங்கள் எல்லாம் அகவல் என்னும் பழைய வடிவத்தையே பயன்படுத்தின. திருத்தக்கதேவர் விருத்தத்தைப் பெரிய அளவில் பயன்படுத்தி வெற்றி கண்ட பிறகு, தோலாமொழித்தேவர், சேக்கிழார், கம்பர் முதலான புலவர் பலரும் அதையே பயன்படுத்தலானார்கள். இன்று வரையில் மிகுதியாகப் பயன்படும் செய்யுள் வகை விருத்தமே ஆகும். விருத்தம் என்ற சொல் வடசொல்லாக இருந்தபோதிலும், அதற்கும் வடமொழியின் செய்யுளிலக்கணத்துக்கும் தொடர்பே இல்லை. விருத்தம், தமிழிலேயே வளர்ந்து அமைந்த அழகான செய்யுள் வடிவம். அகவல் முதலியவைபோல, ஓர் அடியில் நான்கு சீர் இருக்கவேண்டும் என்ற வரையறை அதில் இல்லை. நான்கு சீரும் இருக்கலாம்; ஐந்து ஆறு ஏழு எட்டு எனப் பல சீரும் இருக்கலாம்; நாற்பது சீரும் இருக்கலாம். ஆனால் நான்கே அடிகள் இருக்கவேண்டும்; முதல் அடியில் எத்தனை சீர்கள் வந்தனவோ, அத்தனை சீர்களே அதே முறையிலே மற்ற அடிகளிலும் வரவேண்டும். சீர்கள் நீண்டும் இருக்கலாம்; குறுகியும் இருக்கலாம். அதனால் விருத்தம் என்னும் செய்யுள் கணக்கற்ற வகையில் வேறுபடுவதற்கு இடம் ஆயிற்று; பலவகை உணர்ச்சிகளுக்கு ஏற்றபடி பல்வேறு வகையில் சொற்கள் அமைந்து வெவ்வேறு ஓசைகள் பிறக்க வழி ஏற்பட்டது. ஆகவே, விருத்தம் உணர்ச்சிகளுக்கு ஏற்ற வடிவம் தருவதற்கு மிக நன்றாக உதவுகின்ற செய்யுள் வடிவம் ஆயிற்று.

இவ்வளவு சிறந்த கருவியாகப் பயன்படும் விருத்தம் போதாது என்று, மறுபடியும் நாட்டுப் பாடல் வடிவங்களைத் தேடிப் பயன்படுத்தத் தொடங்கினார்கள், பதினேழாம் நூற்றாண்டில். மக்கள் பாடி வந்த சிந்து, கண்ணி, கும்மி முதலானவற்றை இலக்கியத்தில் அமைக்கத் தக்க வடிவங்களாகப் புகுத்தினார்கள். இந்த நூற்றாண்டு வரையில் அந்த முயற்சி வளர்ந்து வருகிறது. பாரதியார், தெருவில் பிச்சை எடுத்துப் பிழைக்கும் கோணங்கியின் பாட்டின் இசையையும் பாரதிதாசன் கழைக்கூத்தாடியின் பாட்டின் இசையையும் தந்திருக்கிறார்கள். இசைக்கலைஞர்களின் பாடல்களில் உள்ள கீர்த்தனை முதலான வடிவங்களையும் இன்று புதிய இலக்கியங் களில் காணலாம். இவைகளும் போதாமல், புதிய புதிய சோதனைகள் செய்து புது வடிவங்களைக் கண்டு அமைக்கும் முயற்சியும் இன்று இருந்து வருகிறது.

உரைநடை வகைகள்

உரைநடையின் வளர்ச்சியிலும் பல வேறுபாடுகளைத் தமிழில் காணலாம். அகவல்போல் நான்கு நான்கு சீராக எதுகை மோனையுடன் எழுதப்பட்டது. பழைய உரைநடை பிறகு எதுகை மோனையுடன் குறைந்து, சீர் அளவும் இல்லாமல், எழுவாய் பயனிலை முடிபுகளை மட்டும் பிறழாமல் கொண்டு எழுதிய உரைநடை அமைந்தது. அதுவும் பேச்சுத் தமிழின் வாக்கிய அமைப்போடு (syntax) ஒட்டி வந்தது என்று கூறமுடியாது. ஆராய்ந்து பார்த்தால், கவிஞர்களின் செய்யுள் நடையே கூடியவரையில் பேச்சுத் தமிழின் வாக்கிய அமைப்பை ஒட்டி வந்தது என்றும், பழங்காலத்து உரைநடை அவ்வளவு ஒட்டி வரவில்லை என்றும் கூறலாம். அந்த உரைநடை மிகச் செறிவாக அமைந்தது; கருத்துகளின் சிக்கலும் நுட்பமும் நடையிலும் காணப்பட்டன. பேச்சு வழக்கில் இல்லாத அருஞ்சொற்கள் பல ஆளப்பட்டன. காரணம், அந்தக் காலத்தில் உரைநடை புலவர்களின் அளவில் மட்டும் பயன்பட்டு வந்ததாகும். அதனால் புலவர்களும் நன்றாகக் கற்றவர்களும் அறியத் தக்கதாக இருந்தால் போதும் என்று உரைநடை அமைத்துக்கொண்டார்கள். அச்சு யந்திரம் வந்த பிறகே, உரைநடை என்பது பலர்க்கும் பயன்படத்தக்கது என்ற நோக்கம் ஏற்பட்டது. பலரும் எளிதில் படித்து உணர்ந்து கொள்ளும் வகையில் அருஞ்சொற்கள் குறைந்து, பேச்சு மொழியின் வாக்கிய அமைப்பை ஒட்டி எழுதும் முயற்சி ஏற்பட்டது. வார இதழ், செய்தித்தாள்

முதலியன ஏற்பட்ட பிறகு, சென்ற நூற்றாண்டில் உரைநடையில் நெகிழ்ச்சியும் எளிமையும் அமைந்தன. வழக்கில் இல்லாத அருஞ் சொற்கள் அடியோடு விலக்கப்பட்டன. நாவல்களும் சிறுகதைகளும் பலர்க்குப் பயன்பட வேண்டியவை ஆகையால், அவை வளர்ந்த பிறகு, எளிமையும் நெகிழ்ச்சியும் இலக்கிய நடைக்கு உரியவை ஆயின பலரும் அறிந்த எளிய சொற்களைக் கொண்டே பலவகை உணர்ச்சிகளுக்கும் கருத்துகளுக்கும் அழகிய வடிவம் கொடுக்கும் உரைநடை வளர்ந்தது.

புதிய செய்யுள் வடிவங்கள் வந்த பிறகு பழைய வடிவங்கள் அடியோடு கைவிடப்படவில்லை. பழைய வடிவங்களில் பாட்டு எழுதுவோர் இன்றும் இருந்து வருகின்றனர். அதுபோலவே, எளிய உரைநடை வளர்ந்த பிறகும், அருஞ்சொற்கள் கலந்த உரைநடை எழுதுவோர் இல்லாமற் போகவில்லை. அகவல் போன்ற உரைநடை மறைந்த பிறகும், இன்றும் எதுகை மோனைகள் நிறைந்த உரைநடையும் அடுக்கு அடுக்காகச் சொற்களை அமைத்து எழுதும் உரைநடையும் எழுதுவோர் சிலர் இருந்து வருகின்றனர். ஆதலில் இங்குக் குறிப்பிட்ட வளர்ச்சி, பெரும்பாலோரின் எழுத்தில் காணும் மாறுதலைக் கூறுவ தாகும்.

இந்த நூலில்

இவ்வாறு காலந்தோறும் சிற்சில மாறுதல் பெற்று வளர்ந்து வரும் தமிழ் இலக்கியத்தின் வரலாறாகிய இந்த நூலில், எல்லா நூல்களைப்பற்றியும் விளக்கம் தர முடியவில்லை. சென்ற நூற்றாண்டி லும் இந்த நூற்றாண்டிலும் தோன்றியுள்ள நூல்கள் கணக்கற்றவை. இந்த நூற்றாண்டின் அறுபது ஆண்டுகளில் தோன்றிய தமிழ் நூல்களின் எண்ணிக்கை, சென்ற இருபத்துநான்கு நூற்றாண்டுகளில் நூல்களின் எண்ணிக்கையைவிட மிகுதி எனலாம். ஆகையால், அத்தனை நூல்களைப் பற்றியும் இங்குக் குறிப்பிட முடியவில்லை. நூலாசிரியர் எல்லோருடைய பெயர்களையும் விடாமல் குறிப்பிடவும் முடியவில்லை. இலக்கிய வளர்ச்சியின் போக்கைச் சுட்டிக்காட்டு வதற்குத் தேவையான நூல்களின் இயல்புகளும் ஆசிரியர்களின் பெயர் களுமே இங்குக் காணலாம்.

தவிர, இந்த இலக்கிய வரலாறு, தமிழிலக்கியத் தொடர்பு இல்லாதவர்களுக்கு - தமிழ் அறியாத பிற மொழியார்க்குப்

பயன் படத் தக்கமுறையில் இத்தனை பக்கங்கள் என்ற ஓர் எல்லைக்குள் நின்று எழுதப்படுவது ஆகையால், நூல்களின் விளக்கங்களோ ஆசிரியர்களின் குறிப்புகளோ விடாமல் குறிக்கவும் இடம் இல்லை; நூல்களின் சிறப்பியல்புகள் பல்வற்றை விளக்கவும் இங்கு இடம் இல்லை. அண்மை கால இலக்கியங்களைப்பற்றி ஒரு சொல்; இங்குக்குறிக்கப்பட்ட எல்லா நூல்களும் எதிர்காலத்தில் இலக்கியமாக நிலைப்பன என்று உறுதி கூறுதலும் முடியாது; அவற்றில் எத்தனையோ காலவெள்ளத்தில் மறையக்கூடும். இங்குக் குறிப்பிடப்படாத நூல்களுள் சில எதிர்காலத்தில் இலக்கியமாக வாழவும் கூடும். காலவெள்ளம் என் நெஞ்சின் ஆர்வத்தை விட ஆற்றல் மிகுந்தது.

தமிழ் இலக்கிய வரலாற்றைப் பல வகையாகப் பாகுபாடு செய்வது உண்டு. தமிழ் இலக்கியம் பற்றிப் பிறமொழியார் அறிந்து கொள்வதற்கு ஏற்ற வகையில், பின்வரும் பாகுபாடு மேற்கொள்ளப் பட்டுள்ளது.

பழங்காலம்

சங்க இலக்கியம்: கி.மு. 500 முதல் கி.பி. 200 வரையில் அகம் புறம் பற்றிய பாட்டுகள்.

நீதி இலக்கியம்: கி.பி. 100 முதல் கி.பி. 500 வரையில் திருக்குறள் முதலிய நீதி நூல்கள், கார்நாற்பது முதலிய வெண்பா முத்தொள்ளாயிரம் நூல்கள்.

இரட்டைக் காப்பியங்கள்: கி.பி. 100 - 500

சிலப்பதிகாரம், மணிமேகலை முதலியன.

இடைக்காலம்

பக்தி இலக்கியம்: கி.பி. 600 முதல் 900 வரையில் நாயன்மார் ஆழ்வார் பாடல்கள்.

பலவகை நூல்கள்: கி.பி. 700 - 1300

காப்பியங்கள்: கி.பி. 500 முதல் 1200

பெருங்கதை, சீவக சிந்தாமணி முதலிய சமணபௌத்த நூல்கள்.

சேக்கிழார், கம்பர், ஒட்டக்கூத்தர், ஔவையார் முதலிய வர்கள்.

உலா பரணி பிள்ளைத் தமிழ்.

இறையனார் களவியல் முதலிய இலக்கண நூல்கள்.

உரைநூல்கள்: கி.பி. 1200 முதல் 1500 வரையில் இளம்பூரணர், பேராசிரியர் முதலியவர்கள்.

வைணவ விளக்க நூல்கள், சைவசித்தாந்த சாத்திர நூல்கள், சிறு நூல்கள், தனிப்பாடல்கள்.

புராண இலக்கியம்: கி.பி. 1500 முதல் 1800 வரையில் புராணங்கள், தலபுராணங்கள் இஸ்லாமிய இலக்கியம், கிறிஸ்தவர் தொண்டு, வீரமாமுனிவர் முதலானவர்கள் உரைநடை வளர்ச்சி.

பத்தொன்பதாம் நூற்றாண்டு:

கிறிஸ்தவ இலக்கியம், இராமலிங்கர், வேதநாயகர் முதலிய வர்கள், நாவல் வளர்ச்சி, கட்டுரை வளர்ச்சி.

இக்காலம்

இருபதாம் நூற்றாண்டு:

பாரதி, கல்கி, புதுமைப்பித்தன், சிறுகதை, நாவல், நாடகம் வாழ்க்கை வரலாறு, கட்டுரை ஆராய்ச்சி முதலானவை.

3

சங்க இலக்கியம்

(கி.மு. 500 - கி.பி. 200)

மிகப் பழைய இலக்கியம்

எத்தனையோ அரசுகள் மாறினும் பல நூற்றாண்டுகளாகப் புகழோடு விளங்கிவரும் நகரங்களுள் மதுரை ஒன்று. உலகத்தில் உள்ள மிகப் பழைய நகரங்களுள் அது ஒன்று. அதைப்பற்றிப் பாடிய பழங்காலத்துப் புலவர் ஒருவர், 'வெள்ளத்தின் நீர் முற்றுகை யிட்டு மதிலைத்தாக்கும் பகை அல்லாமல் போர் முற்றுகை ஒன்றும் அறியாத கோட்டை உடைய ஊர்' என்று பாடியிருக்கிறார். பாட்டுக்கு உரிய கற்பனையழகு இதில் கலந்திருந்த போதிலும், பல மாறுதல்களுக்கு இடையே தொன்றுதொட்டுத் தொடர்ந்துவரும் அமைதியான வாழ்வு உடையது என்ற உண்மைக் கருத்தும் பொதிந்துள்ளது. மதுரை நகரத்தைப்பற்றிக் கூறப்பட்ட இந்தச் சிறப்பு ஏறக்குறைய தமிழகத்தின் தொன்மையான நாகரிக வாழ்வுக்கும் பொருந்துவது என்று சொல்லலாம். இதை உணர்ந்தால், தமிழ்மொழி பல நூற்றாண்டுகளாகத் தொடர்ந்து அமைதியாக வளர்ந்துவரும் வளர்ச்சியைப்பற்றித் தெளிவு பெறலாம்.

அவ்வாறு பழங்காலத்தில் தமிழ்நாட்டில் வழங்கிவந்த தமிழ் மொழியில்தோன்றி வளர்ந்த இலக்கியங்களில் ஒரு பகுதி இன்று வரையில் காக்கப்பட்டு வருகிறது. அந்தப் பழைய தமிழ் இலக்கியம் சங்க இலக்கியம் என்ற பெயரால் குறிக்கப்படுகிறது. தொல்காப்பியனார் என்ற பழம் புலவர் ஒருவர் அன்றைய மொழியையும் நூல்களையும் ஆராய்ந்து தொல்காப்பியம் என்ற இலக்கண நூலை இயற்றியுள்ளார். சங்க இலக்கியம் தொல்காப்பியம் என்ற இரண்டுமே பழைய தமிழ்மொழி, தமிழ் இலக்கியம்பற்றி நாம் அறிய உதவுவனவாகும். இந்தியாவில் பேச்சுவழக்கில் உள்ள மொழிகளின் இலக்கியங்களுள் மிகப் பழமையானவை இவைகளே ஆகும்.

சங்க இலக்கியம் என்ற தொகுப்பில் உள்ள பாட்டுகளின் காலம் கி.மு. 500 முதல் கி.பி. 100 வரையில் என்று கூறுவர். தொல்காப்பியமும் ஏறக்குறைய அந்தக் காலத்தைச் சார்ந்தது எனலாம். ஆனால், தமிழ்மொழியும் தமிழிலக்கியமும் அவற்றிற்கும் முன்னமே வளர்ந்திருந்தவை என்பதில் ஐயம் இல்லை. ஒரு நாட்டில் எத்தனையோ நூற்றாண்டுகளாக வாய்மொழி இலக்கியம் (*Folk Literature*) மக்களிடையே வழங்கிய பிறகே, புலவர் சிலர் அவற்றில் சிலவற்றிற்கு எழுத்து வடிவம் தருவது உண்டு. அதற்குப் பிறகே புலவர்கள் எழுதும் இலக்கியம் ஒரு தனிவகையாக வளர்ச்சி பெறுவது வழக்கம். அவ்வாறே தமிழ்நாட்டிலும் சங்க இலக்கியத்தில் உள்ளபாட்டுகள் தோன்றுவதற்கு முன்னமே, அவற்றிற்கு அடிப்படையான வாய்மொழிப் பாடல்கள் நாடு முழுவதும் ஆங்காங்கே மக்களின் மகிழ்ச்சிக்காகப் பாடப்பட்டு வந்தன. அந்த வாய்மொழிப் பாடல்களின் மரபுகள், பின்னர்ப் புலவர்களால் இயற்றப்பட்ட பாட்டுகளில் படிந்துள்ளன. புலவர் பாட்டுகளின் மரபுகளை ஆராய்ந்து புலவர் சிலர் இலக்கண நூல்கள் இயற்றினார்கள். அவ்வாறு புலவர்களின் இலக்கியங்களும் இலக்கணங்களும் ஏற்பட்ட பிறகே, தொல்காப்பியனார் தோன்றித் தம்முடைய நூலை இயற்றினார். அவருடைய இலக்கண நூலுக்குப் பனம்பாரனார் என்பவர் பாயிரம் தந்துள்ளார். அதில் வடக்கே வேங்கடமலை (திருப்பதி) முதல் தெற்கே குமரிமுனை (கன்னியாகுமரி) வரையில் வழங்கியிருந்தது என்றும், மக்களின் பேச்சுவழக்கையும் புலவர்களின் செய்யுள் வழக்கையும் தொல்காப்பியனார் ஆராய்ந்தார் என்றும், அவர் காலத்துக்கு முன்பே இருந்த இலக்கண நூல்களையும் ஆராய்ந்தார் என்றும் குறிப்பிட்டுள்ளார். தொல்காப்பியனாரும் தம் நூலில் தமக்கு முற்பட்ட இலக்கண ஆசிரியர்களின் விதிகளையும் கொள்கைகளையும் பற்றி அடிக்கடி குறிப்பிட்டிருக்கிறார். ஆகவே, ஈராயிரம் ஆண்டுகளுக்கு முன்னமே தமிழில் பல இலக்கியங்களும் இலக்கண நூல்களும் இருந்தன என்பது தெளிவாகிறது. சங்க இலக்கியம் என்னும் தொகுப்பில் உள்ள பாட்டுகளை ஆராயும்போது, பழைய இலக்கிய மரபுகள் இருந்து வந்த உண்மை புலப்படுகிறது.

தொகுப்பு

புல்வர்கள் நாட்டின் மூலைமுடுக்குகளிலும் நகரங்களிலும் தோன்றி ஆங்காங்குப் பலவகைப் பாட்டுகளை இயற்றியிருந்தனர். அவை பல்லாயிரக்கணக்கில் புலவர்களின் வீடுகளிலும் அரண்மனை களிலும் இருந்தன. நாட்டின் பல பகுதிகளிலும் சிதருண்டு கிடநத்

அவற்றில் பல, காலப்போக்கில் அழிந்தன. பனை ஓலையில் எழுதப் பட்டவை, சில தலைமுறைகளில் அழிந்துபோவது எளிது. அழிந்து மறைந்தவை போக, எஞ்சியிருந்த பாட்டுகளைக் காப்பது எவ்வாறு என்ற கவலை கி.பி. முதல் இரண்டாவது நூற்றாண்டுகளில் ஏற்பட்டது. அப்போது புலவர் சிலரும் புரவலர் சிலரும், முன்வந்து அவற்றில் சிறந்தவற்றை மட்டுமாவது காப்பாற்ற முயன்றார்கள். அவர்களின் நல்ல முயற்சியினால் தொகுக்கப்பட்டவைகள் எட்டுத்தொகை என்னும் தனித்தனிப் பாட்டுகளின் தொகை நூல்கள் எட்டும், பத்துப் பாட்டு என்னும் நீண்ட பாட்டுகளின் தொகை நூல் ஒன்றும் ஆக ஒன்பது நூல்கள் ஆகும். அவைகளே சங்க இலக்கியம் என்று கூறப் படுவன.

சங்கம் என்ற பெயர்

சங்க இலக்கியம் என்ற பெயர் எப்படி அமைந்தது? சங்கம் என்பது அறிஞர் அறவோர் பலர் கூடி அமைக்கும் அமைப்பு பிற்காலத்தில் (கி.பி. 4, 5ஆம் நூற்றாண்டில்) சமண சமயத்தைச் சார்ந்த துறவிகள் தமிழ்நாட்டில் சங்கம் ஏற்படுத்திக் கல்வித் தொண்டும் சமயத் தொண்டும் புரிந்தார்கள். அவர்களின் காலத்துச் சங்கங்கள் போலவே, அதற்கு முந்திய காலத்திலும் புலவர்களின் சங்கங்கள் இருந்திருக்கவேண்டும் என்றும், பழைய பாட்டுகள் (எட்டுத்தொகை பத்துப்பாட்டின் பாட்டுகள் முதலியவை) அந்தச் சங்கங்களைச் சார்ந்த புலவர்களால் இயற்றப்பட்டிருக்கவேண்டும் என்றும் அறிஞர்கள் கருதினர். பழந்தமிழ் நாட்டில் மூன்று தமிழ்ச் சங்கங்கள் இருந்தன என்றும், மதுரையிலும் கபாடபுரத்திலும் இருந்த முதல் இரண்டு சங்கங்கள் மறைந்த பிறகு, மூன்றாம் தமிழ்ச் சங்கம் மதுரையில் பாண்டியர்களின் ஆதரவோடு அமைந்து நடந்தது என்றும் கருதப்பட்டது. மூன்றாம் தமிழ்ச் சங்கத்து நூல்களே எட்டுத்தொகையும் பத்துப்பாட்டும் என்று கருதி, அவற்றைச் சங்கஇலக்கியம் என்று குறிப்பிடும் வழக்கம் ஏற்பட்டது. மதுரையில் புலவர்கள் கூடித் தமிழை ஆராய்ந்து வந்தார்ககள் என்பதற்கும், பாண்டிய மன்னர்கள் அவர்களுக்கு ஊக்கமூட்டி ஆதரவு நல்கி வந்தார்கள்என்பதற்கும் பழைய பாட்டுகளில் சான்றுகள் உள்ளன. பாண்டியர்களைப் போலவே சோழ மன்னர்களும் சேர மன்னர்களும் மற்றச் சிற்றரசர்களும் வள்ளல்களும் புலவர்களுக்கு ஆதரவு நல்கி வந்தார்கள் என்பதும் அப் பாட்டுகளால் தெரிகிறது.

அவர்களின் உதவியும் ஊக்கமும் பெற்ற புலவர்கள், தம் உள்ளத்துக் கற்பனைகளைப் பாடியதோடு நிற்காமல், அந்த மன்னர்களையும் வள்ளல்களையும் அவர்களின் நாடுகளையும் ஊர்களையும் வாயாரப் புகழ்ந்து பாடினார்கள் என்பதும் தெளிவாகிறது. ஆனால், மூன்று சங்கங்கள் இருந்தன. அவை, இன்னார் இன்னார் தலைமையில் இத்தனை இத்தனை ஆண்டுகள் இருந்தன என்றெல்லாம் பிற்கால அறிஞர் கூறும் கருத்துகளுக்குப் போதுமான சான்றுகள் இல்லை. எவ்வாறாயினும், புலவர்கள் அவ்வப்போது கூடி ஆராய்ந்தார்கள் என்பதும், அவர்களில் சிலருடைய முயற்சியாலேயே சங்க இலக்கியம் எனப்படும் தொகைநூல்கள் அமைந்தன என்பதும் மறுக்க முடியாதவை.

பழைய மரபுகள்

சங்க இலக்கியப் பாட்டுகளில் காணப்படும் பழைய மரபுகள் பல உண்டு. காதல் பற்றிய கற்பனையை அகம் என்றும், வீரம் கொடை புகழ் முதலிய வாழ்க்கைத் துறைகளைப் புறம் என்றும் பகுத்த பாகுபாடு அந்த மரபுகளுள் முதன்மையானது ஆகும். அகப் பாட்டுகளில் கற்பனைத் தலைவன் தலைவியின் காதல் பாடப்படும். புறப்பாட்டுகளில் நாட்டை ஆளும் தலைவனுடைய சிறந்த வீரர் செயல்களும் கொடைப் பண்பும் குடிமக்களுள் சிறந்தவர்களின் அருஞ்செயல்களும் பிறவும் பாடப்படும். ஆகவே, பெரும்பாலும் அகப்பாட்டுகள் கற்பனையாகவும், புறப்பாட்டுகள் உள்ளது கூறலாகவும் அமைந்துள்ளன எனலாம்.

சிற்றூர்கள் பலவாகவும் நகரங்கள் ஒரு சிலவாகவும் அவற்றி டையே போக்குவரத்தும் கலப்பும் குறைவாகவும் இருந்த காலம் அது. சிற்றூர் மக்கள் மலையிலும் காட்டிலும் வயற்புறத்திலும் கடற்கரையிலும் அமைந்த ஊர்களில் வாழ்ந்து அந்தந்த நிலத்தில் கிடைத்த உணவுப் பொருள்களுக்காக வேட்டை உழவு மீன் பிடித்தல் முதலிய தொழில்களில் ஈடுபட்டு வந்தனர். அன்பு அறிவு அழகு வயது முதலியன பொருத்தமாக வாய்ந்த ஆணும் பெண்ணும் காதல் கொண்டு திருமணம் செய்து இல்லற வாழ்க்கை நடத்தினர். அத்தகைய காதலும் இல்லறமுமே சிற்றூர்களின் இயல்பான வாழ்க்கையாக இருந்தன. அந்த ஊர்களில் தோன்றி வழங்கிய வாய் மொழிக் கதைகளும் பாடல்களும் நாடகங்களும், அந்தக் காதல்

வாழ்க்கையையே மையப்பொருளாகக் கொண்டிருந்தன. சிற்றூர் மக்களின் இயற்கையோடு இயைந்த வாழ்வும் தொழில்களும் அந்த நாட்டுப் பாடல்களில் பாடப்பட்டன. இயற்கைப் பொருள்களும் தொழில் முதலியவைகளும் வாழ்வுக்காகவே அமைந்தவை ஆகையால், காதல் வாழ்வே அந்தப் பாடல்களின் உரிப்பொருள் என்று போற்றப் பட்டது. அந்த வாழ்வை எடுத்துக்காட்டும் பொருள்களாக உள்ள மரம் விலங்கு பறவை தொழில் முதலியவை கருப்பொருள்கள் எனப்பட்டன. அந்த வாழ்வுக்குப் பின்னணியாக விளங்கிய நிலமும் காலமும் முதல் பொருள்கள் எனப்பட்டன. நிலந்தோறும் இயற்கைப் பொருட்களும் தொழில்களும் பழக்க வழக்கங்களும் வேறு வேறாக இருந்தமையால், நிலத்துக்கு நிலம் நாட்டுப் பாடல்களும் வெவ்வேறு வகையாக அமைந்தன. சங்க இலக்கியம் எழுந்த காலத்தில் அந்த நாட்டுப் பாடல்களே புலவர்களின் கைப்பட்டு குறிஞ்சி, முல்லை, மருதம், நெய்தல், பாலை என்னும் ஐந்திணைப் பாடல்களாக அமைந்தன. பழங்காலத்து நாட்டுப் பாடல்கள் நமக்குக் கிடைக்க வழி இல்லை. அவற்றின் மரபுகளை ஒட்டிப் புலவர்களால் இயற்றப்பட்ட ஐந்திணைப் பாட்டுகளும் முழுதும் கிடைக்க வழியில்லை. தொகை நூல்களாகத் தொகுக்கப்பட்டுள்ள நூல்களுள் அகப்பாட்டுகள் ஏறக்குறைய 1800 கிடைத்துள்ளன. அக்காலத்து மரபுகளை விளக்கும் இலக்கண நூல்களுள் ஒன்று -தொல்காப்பியம் - கிடைத்துள்ளது. அவற்றில் காணும் மரபுகள் சங்க இலக்கிய காலத்துக்குப் பிறகும் பல நூற்றாண்டுகள் வரையில் புலவர்களின் காதல் பாட்டுகளில் கையாளப்பட்டன. அந்த மரபுகள் பின்வருமாறு:-

திணை	முதல்பொருள்	கருப்பொருள்	உரிப்பொருள்
குறிஞ்சி	மலை ஐப்பசி கார்த்திகை முதலியன நள்ளிரவு	புலி யானை கிளி மயில் வேங்கை சந்தன மரம் காந்தள் பூ வேட்கையாடல்	காதலர்களின் கூடல் (பெரும்பாலும் திருமணத்துக்கு முந்திய கனவு வாழ்க்கை)
முல்லை	காடு ஆவணி புரட்டாசி	மான் முயல் பசு கொன்றை கருத்து	(போர்க் கடமைக்காகக்)

	மாலை	முல்லைக்கொடி	காதலன் பிரிந்தபோது, காதலி அவன் வரவை எதிர் நோக்கியிருத்தல்.
மருதம்	வயல் வைகறை	எருமை நீர் நாய் மருதம் காஞ்சி தாமரை உழவு	பரத்தையோடு காதலன் உறவு கொண்டமை யால் காதலி ஊடல்.
நெய்தல்	கடல்சார்ந்த பகுதி சாயுங்காலம்	சுறா புன்னை நெய்தல் தாழை மீன்பிடித்தல் உப்பு விளைத்தல்	காதலன் பிரி வால காதலி நைந்து ஏங்குதல்
பாலை	மலையும் காடும் வளமிழந்து திரிந்தவை வேனில் நண்பகல்	வாடிய புலி யானை பருந்து கள்ளி இருப்பை மரா கொள்ளையிடல்	பொருள் காரண மாகக் காதலன் பிரிந்தபோது காதலி வருந்துதல்.

ஒரு காதல் நிகழ்ச்சியைக் கற்பனை செய்து பாடும்போது, இவ்வாறு அதற்கு உரிய நிலம் பொழுது பறவை விலங்குமரம் பூ முதலிய இயற்கைப் பொருள்கள் ஆகியவற்றையும் அமைத்துப் பாடும் மரபு நெடுங்காலமாக இருந்துவந்தது. ஊர் ஊராக மக்கள் எழுதாமலே பாடிவந்த நாட்டுப் பாடல்களிலேயே அந்த மரபு இருந்து வந்தமையால், புலவர்கள் அந்த மரபுகளை அவ்வாறே கையாண்டு இலக்கியம் படைத்தனர். அதனால் கணவனும் மனைவியும் ஊடல் கொண்டு பிணங்குவதைப் பாட விரும்பினால் புலவர் அதற்கு ஏற்ற வயல் சார்ந்த மருத நிலத்தையும் அந்த நிலத்து இயற்கைப்பொருட்களையுமே அமைத்துப் பாட வேண்ணடியிருந்தது. மலையையோ காட்டையோ அமைத்துப் பாடுவதற்கு அந்த மரபு இடம் தரவில்லை. நாட்டு மக்களின் எழுதா இலக்கியமாகிய நாட்டுப் பாடல்களில் அவ்வளவு ஆழமாக அந்த

மரபு பேரூன்றியிருந்தபடியால், எழுதும் இலக்கியத்தைப் படைத்த புலவர்களும் அந்த மரபை மீறாமல் போற்ற நேர்ந்தது. அதனால் அக்காலத்து, அகப்பாட்டுகளில் இயற்கை வருணனை மிகுந்து விளங்கக் காண்கிறோம். இயற்கையைப் பாடுவதாகவே அமைந்த பாட்டுகள் போல் சில தோன்றும். அவ்வளவு மிகுதியாக இயற்கை வருணனை விளங்குகிறது. ஆனால் உண்மை அது அல்ல. மனிதரின் காதலைப் பாடுதலே அந்தப் பாட்டுகளின் முதன்மையான நோக்கம். அந்தக் காதல் கற்பனைக்குப் பின்னணியாகவும் துணையாகவுமே இயற்கை வருணனை அமைகிறது.

இவ்வளவு மிகுதியாக, இயற்கை வருணனை அமைந்த அந்தப் பழைய இலக்கியத்தில், இயற்கையின் அழகில் ஈடுபட்டு இயற்கையை வருணிப்பதே நோக்கமாக அமைந்த பாட்டு இல்லாதது வியப்பாக உள்ளது. இக்காலத்துப்புலவர் பாடுவன போல், சூரியன் திங்கள், முகில், பூங்கொடி முதலிய இயற்கைப் பொருட்களை மட்டும் (காதல் கற்பனை இல்லாமல்) வருணிக்கும் பாட்டு ஒன்றும் பழைய இலக்கியத்தில் இல்லை.

சூரியன் மேற்கு வானத்தில் சாய்ந்த நேரத்தில் வானத்தில் பறந்து செல்லும் பறவைக் கூட்டத்தைப் பார்த்துப் பாடும் பாட்டு ஒன்று. "கதிரவன் மேற்கே சாய்ந்த அகன்ற வானத்தில் பறந்து செல்லும் அந்தப் பறவைகள் - வளைந்த சிறகுகளை உடைய அந்தப் பறவைகள் இரங்கத்தக்கவை. அவை கூடுகட்டித் தங்குவதற்கு ஏற்றவாறு ஓங்கி வளர்ந்த மாமரத்தில் உள்ள தம் குஞ்சுகளின் வாய்க்குள் செருகு வதற்காக இரை எடுத்துச் செல்வதால், அவ்வளவு விரைவாகப் பறந்து செல்கின்றன!"

ஞாயிறு பட்ட அகல்வாய் வானத்து
அளியதாமே கொடுஞ்சிறைப் பறவை
இறையுற ஓங்கிய நெறிஅயல் மராஅத்த
பிள்ளை உள்வாய்ச் செரீஇய
இரைகொண் டமையின் விரையுமால் செலவே.

இந்தப் பாட்டை மேற்போக்காகப் படிப்பவர்க்கு, இது அந்தி வானத்தையோ அங்குப் பறந்து செல்லும் பறவைக் கூட்டத்தையோ பாடிய இயற்கைப் பாட்டாகத் தோன்றும். ஆனால், சங்க இலக்கிய காலத்தில் அவ்வாறு இயற்கையின் அழகில் ஈடுபட்டு, அந்த

அழகுணர்ச்சிக்காகவே பாடும் வழக்கம் இல்லை. ஆகையால், அந்தப் பாட்டின் கீழ்க் குறிப்பு எழுதிய பழங்கால அறிஞர் ஒருவர். "இது காதலால் வாடிய காதலி தன் தலைவனுடைய பிரிவால் மிக நைந்து சாயுங்காலப் பொழுது கண்டு வருந்திக் கூறியது" என்ற கருத்துப் படக் குறிப்பு எழுதியுள்ளார். அந்தக் குறிப்பைக்கொண்டு பார்க்கும்போதே, இது காதல் பற்றிய கற்பனை உடைய அகப்பொருள் பாட்டு என்று விளங்கும். இல்லையேல், புலவர் ஒருவர் இயற்கையின் அழகில் ஈடுபட்டுத் தந்த சொல்லோவியம் என்று கருதித் தடுமாற நேரும்.

மக்களின் நாட்டுப் பாடல்களில் இருந்த இன்னொரு மரபும் அந்தப் புலவர்களின் காதல் பாட்டுகளில் படிந்துவிட்டது. ஊர்களில் மக்கள் பாடித் திரியும் பாடல்களில் காதல் பற்றிப் பாடும்போது இன்னாருடைய காதல் என்று குடும்பம் பெயர் முதலியவற்றைச் சுட்டிப்பாடுவது முடியாதது. வீரம் முதலிய வற்றைப் பாடும்போது, இன்ன தலைவனுடையது என்று அவனுடைய பெயர் முதலியவற்றை குறிப்பிட்டுப் பாடுவதே பெருமைக்கு உரியதாக இருந்தது. ஆனால் காதல்பற்றிப் பாடும்போது, அது பொதுவான கற்பனையாக-பெயர் முதலியவை சுட்டாத பாடலாக இருந்தால் தான், அந்தப் பாடலை தக்கள் பலரும் பாடிச்சுவைக்க முடியும். ஆகையால் நாட்டுப் பாடல் களில் பெயர் குறித்துப் பாடாமல், காதலன் காதலி, தலைவன் தலைவி என்று பொதுவாகக் கூறிப் பாடுவது என்ற மரபு அமைந்தது. அந்த மரபே சங்க இலக்கியத்தில் உள்ள அகப் பாட்டுகளிலும் உள்ளது.

வீரம் கொடை முதலியவைபற்றிப் பாடப்பட்ட புறப் பாட்டுகளில் பொதுவான கற்பனை இல்லை. பெயரும் குடியும் குறிப்பிட்டு, இன்ன அரசனுடைய வீரச்செயல், இன்ன வள்ளலின் கொடைப்பண்பு என்று அறியத்தக்கவாறு அந்தப் பாட்டுகள் உள்ளன. ஆகையால் புறப்பாட்டுகள் பழங்காலத்து மன்னர்கள் தலைவர்கள் ஆகியோரின் வாழ்க்கை நிகழ்ச்சிகளை விளக்குவனவாக - வரலாற்றுக்குப் பயன் படுவனவாக - உள்ளன. சுவையாக எடுத்துக் கூறும் முறையில் நயம் அமைந்துள்ளதே தவிர, நிகழாததைப் படைத்துக் கூறும் வகையில் கற்பனை அவற்றில் அமையவில்லை.

போர் நிகழ்ச்சி முதலியவற்றைப் பாடும் பாட்டுகளில் ஏழு திணையாகப் பாகுபாடு செய்து பாடும் மரபு இருந்தது. பகைவரின் நாட்டுப் பசுக்களைக் கவர்ந்து போருக்குத் தொடக்கம் செய்வது வெட்சித்திணை. பகைவர் நாட்டின்மேல் படையெடுத்துச் செல்வது

வஞ்சி. பகைவரின் மதிலை முற்றுகையிடுதல் உழிஞை. ஓர் இடம் குறித்து இருவர் படையும் எதிர்ப்பட்டுப்போர் செய்தல் தும்பை. வெற்றி பெறுதல் வாகை. புகழ்ந்து பாடுதல் பாடாண். உலக வாழ்வின் நிலையாமை பாடுதல் காஞ்சி.

அகப்பொருளிலும் மேற்குறித்த உயர்ந்த காதல்பற்றிய ஐந்து திணைகளோடு கைக்கிளை, பெருந்திணை என்று இரண்டும் சேர்ந்து ஏழு திணை என்பர். கைக்கிளையும் பெருந்திணையும் உயர்வு அற்ற காதலைப் பாடுவன. கைக்கிளை என்பது ஆண் பெண் இருவருள் ஒருவர் மட்டும் அன்புகொள்வது. பெருந்திணை என்பது இருவர்க்குள்ளும் ஒத்த அன்பு அமையாத ஏற்றத்தாழ்வான காதல் நிலை. இவ்வாறு அமைந்த அகத்திணை ஏழும் புறத்திணை ஏழும் பற்றியே சங்க இலக்கிய பாட்டுகள் உள்ளன.

எட்டுத் தொகை

எட்டுத் தொகை நூல்களுள் ஐந்து நூல்கள் அகப்பொருள் பற்றி மட்டுமே பாடப்பட்ட பாட்டுகள் கொண்டவை. அவற்றுள், 13 அடி முதல் 31 அடி வரையில் உள்ள பாட்டுகள் நானூறு தொகுத்து அகநானூறு என்று அமைத்தனர். 9 அடி முதல் 12 அடி வரையில் உள்ளவை நானூறு தொகுத்து நற்றிணை என்று பெயரிட்டனர். 4 அடி முதல் 8 அடிவரையில் உள்ளவை நானூறும் குறுந்தொகை ஆயின. 3 அடி முதல் 5 அடி வரையில் உள்ள ஐந்நூறு பாட்டுகளை ஐங்குறுநூறு என்று தொகுத்தனர். இனிய ஓசை நயம் உள்ள கலிப்பா என்னும் செய்யுள் வகையில் அமைந்த நூற்றைம்பது பாடல்களை தொகுத்துக் கலித்தொகை என்று அமைத்தனர். இந்த ஐந்து பழைய தொகை நூல்களும் முழுதும் அகப்பொருள் என்னும் காதல் கற்பனைப் பற்றியவை.

பரிபாடல் என்பதும் இனிய ஓசை நயம் அமைந்த செய்யுள் வகை அத்தகைய எழுபது பாடல்கள் கொண்ட தொகை நூலுக்கு பரிபாடல் என்று பெயரிட்டனர். அவற்றில் இப்போது கிடைத்துள்ளவை இருபத்திரண்டு. அவற்றுள் சில காதல் பற்றியவை. சில தெய்வ வழிபாடு பற்றியவை.

பதிற்றுப்பத்து என்பது, சேரநாட்டு அரசர் பதின்மரைப்பற்றிப் பத்துப் பத்தாகப் பாடப்பட்ட நூறு பாட்டுகள் கொண்ட தொகை நூல் புறநானூறு என்பது தமிழ் நாட்டு மன்னர்கள், சிற்றரசர்கள்,

வள்ளல்கள், சிறந்த குடிமக்கள் முதலானோரின் பெருஞ்செயல்களும் அரும் பண்புகளும் பற்றிப் பாடிய நானூறு பாட்டுகள் உடைய நூல். பொதுவான உண்மைகளை எடுத்துரைக்கும் சில பாட்டுகளும் இந்தத் தொகுப்பில் உண்டு.

காதல் பாட்டுகள்

காதலைப்பற்றிப் பாடிய பழந்தமிழ்ப் பாட்டுகளில் பெண் களின் உடல் வருணனை மிகுதியாக இல்லை; காமச் சேர்க்கையைப் பற்றிய குறிப்புகளும் மிகுதியாக இல்லை. காதலரின் உள்ளத்து உணர்வு பற்றிய பாட்டுகளே மிகுதியாக உள்ளன.

காதலனை நெடுங்காலம் பிரிந்து, அவன் திரும்பி வருதலை எதிர்பார்த்து ஏங்கிஏங்கி மெலிந்து நாடிய காதலி, தன் வாழ்வைப் பற்றிய நம்பிக்கையே இழந்துவிடுகிறாள். காதலனைக் காணாமலே தன் உயிர் நீங்கிவிடுமோ என்று நைந்து உருகுகிறாள். அந்நிலையில் அவள் கூறும் சொல்லாக நற்றிணையில் ஒரு பாட்டு உள்ளது. “தோழி! நான் சாவுக்கு அஞ்சவில்லை. ஆனால் வேறொன்றிற்காக அஞ்சுகிறேன். நான் இறந்து விட்டால், பிறகு வேறு பிறப்பும் பிறந்தால் அந்த மறுபிறப்பில் என் காதலனை மறந்து விடுவேனோ என்றுதான் அஞ்சுகிறேன்” என்கிறாள்.

சாதல் அஞ்சேன் அஞ்சுவல் சாவேன்
பிறப்புப் பிறிது ஆகுவ தாயின்
மறக்குவேன் கொல்என் காதலன் எனவே.

உடம்புக்கும் உயிர்க்கும் உள்ள தொடர்பு போன்றதாம் காதல். உயிர் உடம்பில் வாழ்தல் போன்றது காதல். உயிர் உடம்பை விட்டுப் பிரியும் சாதல் போன்றது பிரிவு.

யாக்கைக்கு
உயிர்இயைத் தன்ன நட்பின் அவ்வுயிர்
வாழ்தல் அன்ன காதல்
சாதல் அன்ன பிரிவரி யோளே.

இந்தக் கருத்தையே இந்த நூற்றாண்டின் பெரும் பலவராகிய பாரதியார் குயில்பாட்டு என்னும் நூலில் வளர்த்திருப்பதுபோல் தோன்றுகிறது:

காதல் காதல் காதல்
காதல் போயின்
சாதல் சாதல் சாதல்.

"காதலருடைய நெடுங்காலப் பிரிவால் யான் மெலிந்து வாடுகிறேன். துன்பப்படுகிறேன். ஆயினும், அவர் சென்ற நாட்டில் மேற்கொண்ட கடமையை முடித்து வருவராக. அதுவே என் ஆவல்" என்கிறாள் ஒரு காதலி (அகநானூற்றில்). மற்றொரு பாட்டில், "நீ ஏன் இவ்வளவு துயருற்றுக் கலங்குகிறாய்" என்று கேட்ட தோழியை நோக்கி அவள் கூறும் சொல். அவளுடைய உயர்ந்த பண்பாட்டை விளக்குகிறது. தன் பிரிவாற்றாமைத் துன்பம் பெரியது அல்ல என்று உணர்ந்தவள் அவள். "சென்றுள்ள வெளிநாட்டில் ஒரு துன்பமும் இல்லாமல் அவர் நலமாகத் திரும்புவார் என்று தெரியுமானால், என் கண்கள் இவ்வாறு கலங்கி அழவேண்டிய நிலை இல்லையே" என்கிறாள். காதலர் சென்றுள்ள தொலைநாட்டிலிருந்து அவரைப்பற்றி ஒன்றும் அறிய முடியாத காரணத்தாலேயே கலங்குவதாகக் கூறுகிறாள். தான் எவ்வளவு துன்பத்திற்கு ஆளானாலும் கவலை இல்லை. தன் காதலன் துன்பம் இல்லாமல் இருந்தால் போதும் என்கிறாள். தன்னலம் மறந்து காலலனுடைய நலமே நாடுகின்ற அன்பு நெஞ் சத்தை இங்கே காண்கிறோம்.

வீட்டிலே பல்லியின் ஒலி கேட்டால், அது ஏதோ செய்தியை அல்லது வருங்காலக் குறிப்பை உணர்த்துகிறது என்பது பழங்கால மக்களின் நம்பிக்கை. இன்ன திசையில் இவ்வாறு பல்லி ஒலித்தால் நன்மை என்றும், வேறு திசையில் வேறு வகையில் ஒலித்தால் தீமை என்றும், அவர்கள் அதன் ஒலிக்குப் பயன் காணும் முறை வைத்திருந்தார்கள். காதலனைப் பிரிந்து வாடும் காதலி மாலையில் தன் படுக்கையில் சோர்ந்து கிடக்கும் நிலையில் ஒரு பல்லி டிக், டிக் என்று ஒலிக்கிறது. அதைக் கேட்டதும் காதலியின் நெஞ்சம் திடுக்கிடுகிறது. ஒலி கேட்ட திசை நோக்கித் தொழுகிறாள். "என் காதலரைப்பற்றி நல்ல செய்தியாகச் சொல். அவர் நன்றாக இருக்கும் செய்தியாக இருக்கவேண்டும்" என்று நடுங்குகிறாளாம்.

மையல் கொண்ட மதனழி இருக்கையள்
பகுவாய்ப் பல்லி படுதொறும் பரவி
நல்ல கூறுஎன நடுங்கிப்
புல்லென் மாலையொடு பொருங்கொல் தானே.

திருமணம் செய்து கொண்ட நாளில் இருந்த காதலரின் அன்பு, அதே நிலையில் தொடர்ந்து பிற்காலத்தில் குன்றாமல் விளங்குவது அருமையாக உள்ளது. ஒருத்தி கூறும் கருத்தாக அமைந்த பாட்டில், "தோழி! அன்று நீ காதலரை எனக்கு அறிமுகப்படுத்தியபோது, அவருடைய நல்ல பண்புகளை எடுத்துச் சொல்லி நம்பிக்கை ஊட்டினாய். நீசொன்னவை உண்மை. அவர் இன்றும் எனக்கு இனியவராக இருக்கிறார். யாழிசையில் வல்லவன் அமைத்துப் பாடும் பண்களைவிட இனியவராக இருக்கிறார்" என்று பாராட்டுகிறாள். அவளுடைய அன்பு நிறைந்த வாழ்க்கை இவ்வாறு ஓர் இனிய பாட்டாக மலர்ந்திருக்கின்றது.

பாண்மகன்
எண்ணுமுறை நிறுத்த பண்ணி னுள்ளும்
புதுவது புனைந்த திறத்தினும்
வதுவை நாளினும் இனியனால் நமக்கே.

காதல் காரணமாகத் தன் மகளின் வாழ்க்கையில் ஏற்பட்ட மாறுதலை-அவளுடைய மனம் வளர்ந்த வளர்ச்சியைத் - தாய் எடுத்துரைக்கும் பாட்டு ஒன்று அழகாக உள்ளது: "தேன் கலந்த சுவையான பாலை ஒரு கையில் ஏந்திக்கொண்டு, மற்றக் கையில் அடிக்கும் கோலை ஏந்தி இதைக் குடி என்று யான் மிரட்டிய காலத்தில், அந்தப் பாலக் குடிக்காமல் ஓடுவாள் என் மகள். அவளைப் பிடிக்கச் செவிலித் தாய்மார் ஓடுவார்கள். மகள் அவர்களுக்கு அகப்படாமல் வெளியே ஓடி, முடியாது என்று மறுப்பாள், அவ்வளவு செல்லமாக எங்கள் வீட்டில் வளர்ந்தவள் அவள். இப்போது, தன் கணவனுடைய குடும்பம் வறுமையுற்ற காரணத்தால் வளம் இல்லாமல் வாழ்கிறாள். தந்தையின் செல்வ வளத்தைப் பொருட்படுத்தாமல், எங்கள் வளமான உணவைப்பற்றிக் கருதாமல், உணவு போதாக் குறையால் ஒருவேளை உண்ணாமலும் ஒருவேளை உண்டும் வாழ்கின்ற அளவுக்கு மன வலிமை பெற்று விட்டாள். இப்படிப்பட்ட அறிவையும் ஒழுக்கத்தையும் எப்படிக் கற்றாளோ?" இதுபோல், காதலால் மனம் வளரும் வளர்ச்சி யையும் தன்னலம் துறக்கும் பண்பின் வளர்ச்சியையும் எடுத்து விளக்கும் சொல்லோவியங்கள் பல உள்ளன. இவ்வளவு உயரிய உணர்ச்சிகள் அப்பாட்டுகளில் வடிக்கப்பட்டமையால், பிறகு வந்த பெரும் புலவர்களும் அவற்றின் மரபுகளை விடாமல் போற்றிக் கையாண்டுள்ளனர்.

கலித்தொகை

கலித்தொகையில் உள்ள காதல் பாட்டுகள் நல்ல சொல்லோவியங்களாக இருப்பதோடு, இனிய ஓசைநயம் உள்ளவைகளாகவும் இருக்கின்றன. அவற்றின் தாழிசைகள் பழங்காலத்து மக்கள் பாடலின் இனிய ஓசையை ஒட்டி அமைந்தவை. ஒரே கருத்தையோ உணர்ச்சியையோ மூன்று தாழிசைகளில் மூன்று முறை ஒரே வகை ஓசையில் உணர்த்தும் அந்தத் தாழிசைப் பாட்டுகள் உள்ளத்தைத் தொடும் இனிமை உடையவை. மகள் தன் காதலனுடன் சென்று விட்டதை அறிந்த தாய் கலங்கி வருந்தும்போது, அவளுக்கு ஆறுதல் கூறும் பெரியவர் ஒருவர், "அம்மா, சந்தனம் மலையில் பிறக்கிறது. ஆனால் மலைக்குப் பயன்படுவதில்லை. பூசிக்கொள்பவர்க்குப் பயன் படுகிறது. உன் மகளும் உன்னைவிட்டுப் பிரிந்து தன் காதலனுடன் செல்வதும் அவ்வாறு இயற்கையே. முத்து கடல்நீரிலே பிறக்கிறது. ஆனால் கடலுக்கு அதனால் என்ன பயன்? அணிபவர்க்கே பயன் படுகிறது. உன் மகளும் அப்படியே. இசை யாழிலே பிறக்கிறது. ஆனால் அந்த யாழுக்குப் பயன்படுவதில்லை. கேட்பவர்க்கே பயன்படுகிறது. உன் மகளும் அப்படியே" என்று உணர்த்தும் பாட்டு குறிப்பிடத்தக்கது.

> பலவுறு நறுஞ்சாந்தம் படுப்பவர்க்கு அல்லதை
> மலையுளே பிறப்பினும் மலைக்கலைவதாம் என்செய்யும்
> நினையுங்கால் நும்மகள் நுமக்கும் ஆங்கு அனையளே.
>
> சீர்கெழு வெண்முத்தம் அணிபவர்க்கு அல்லதை
> நீருளே பிறப்பினும் நீர்க்கு அவைதாம் என்செய்யும்
> தேருங்கால் நும்மகள் நுமக்கும்ஆங்கு அனையளே.
>
> ஏழ்புணர் இன்னிசை முரல்பவர்க்கு அல்லதை
> யாழுளே பிறப்பினும் யாழ்க்கு அவைதாம் என்செய்யும்
> சூழுங்கால் நும்மகள் நுமக்கும்ஆங்கு அனையளே.

பரிபாடல் என்னும் தொகைநூலில் உள்ள பாடல்களும் இசை நிரம்பியவை. அந்தக் காலத்தில் அவை இசையோடு பாடப்பட்டு வந்தன. அந்தப் பாடல்கள் ஒவ்வொன்றின் கீழும் இசை வகுத்தவர் பற்றிய குறிப்பும் இன்ன பண் என்ற குறிப்பும் உள்ளன. தெய்வம்பற்றியும், காதல் பற்றியும் பாடிய பாடல்கள் இந்த நூலில் உள்ளன. அந்த இரு பொருள் பற்றியும் இசையோடு பாடப்பட்டு

வந்த மரபு இதனால் அறியப்படுகிறது. சங்க காலத்திற்குப் பிறகு பரிபாடல் என்ற செய்யுள் வடிவம் போற்றப்படாமல் போயிற்று. விருத்தப்பாட்டு வளர்ந்தபிறகு கலிப்பாட்டும் போற்றப்படவில்லை.

இயற்கை வருணனை

சங்ககாலப் புலவர்கள் காதலையும், வீரம் கொடை முதலிய வற்றையும் பொருளாகக் கொண்டு பாடியபோதிலும், நிகழ்ச்சிகளுக்குப் பின்னணியாக அவர்கள் அமைத்த இயற்கைக் காட்சிகள் சிறப்பாக அமைந்திருக்கின்றன. வானத்தின் விந்தையான காட்சிகள், மலையின் எழிலான தோற்றங்கள், காடுகளின் அழகிய மரஞ்செடி கொடிகள், ஓடியாடும் விலங்குகள், கூடுகட்டி வாழும் பறவைகள், வயலின் நெற்கதிர்கள், குளங்களில் தாமரை முதலிய பூக்கள், கடற்கரையின் சோலைகள், உப்பங்கழிகள், கடலலைகள், பருவக்காற்றுகள் முதலிய பலவும் அவர்களின் உள்ளம் கவர்ந்து விருந்து அளித்தன. அவர்கள் பெற்று மகிழ்ந்த இயற்கையழகு என்னும் விருந்தைப் பிறரும் நுகருமாறு சொல்லோவியங்களாகத் தீட்டி அளித்துள்ளார்கள். ஆனால், எல்லாப் பாட்டுகளிலும் முதன்மையான நோக்கம் காதல் அல்லது வீரம் கொடை முதலியவற்றைப் பாடுவதே; இயற்கையின் அழகு காதல் நிகழ்ச்சிக்கோ மற்ற நிகழ்ச்சிக்கோ பின்னணியாக வந்து இரண்டாம் இடமே பெறுகிறது. ஆயினும், அந்தப் பாட்டுகளின் இயற்கை வருணனை மறக்க முடியாதவாறு நெஞ்சில் அழகுணர்ச்சியைப் பதியச் செய்கிறது. பிற்காலத்தார் அந்த வருணனைகளைப் போற்றித் தம் நெஞ்சத்தைப் பறிகொடுத்துள்ளனர் என்பது பல குறிப்புகளால் விளங்குகிறது சங்கப்பாட்டுகள் பல ஆங்காங்கே சிதறிக்கிடந்து பிறகு வந்தவர்கள் அவற்றைத் தொகுக்க முற்பட்டார்கள் அல்லவா? அப்போது, சில ஊர்களில் சிலபல பாட்டுகள் மட்டும் கிடைத்தன; பாடிய புலவர்களின் பெயர்களும் வரலாறுகளும் கிடைக்கவில்லை. அந்த நிலையில் புலவர் சிலர்க்குப் பெயர் குறிக்க வேண்டுமே என்று கவலைப்பட்டபோது. அந்தப் பாட்டுகளில் உள்ள இயற்கை வருணைனைகள் அவர்களுக்கு உதவியாக இருந்தன. அந்த இயற்கைக் காட்சிகளைப் பற்றி விளக்கும் தொடர்களில் மிகக் கவர்ச்சியான ஒன்றைக் கொண்டே புலவரின் பெயர் அமைத்துக் கொண்டனர். செம்மண் நிலத்தில் பெய்த மழைநீர் பற்றிய தொடரால் ஒரு புலவர் செம்புலப்பெயர் நீரார் என்று குறிக்கப்பட்டார். பாழடைந்த ஒரு சிற்றூரின் வீட்டு முற்றத்தில்

விளையாடும் அணில் பற்றிய காட்சியை விளக்கிய புலவர் அணிலாடு முன்றிலார் எனப்பட்டார். குளத்தின் காட்சிகள் இரண்டை வருணித்த காரணம் பற்றி ஒரு புலவர் கயமனார் எனப்பட்டார். வெள்ளத்தின் நுரை ஒரு பாறையில் மோதி மோதிக் கரையும் காட்சியை ஓர் உவமையில் அமைத்த காரணத்தால், ஒருவர் கல்பொருசிறுநுரையார் என்று குறிக்கப்பட்டார். குப்பை மேட்டுக் கோழிகளின் சண்டையை உவமையில் அமைத்தவர் குப்பைக் கோழியார் எனப்பட்டார். காக்கையைப் பாடியவர், ஆந்தையை (கூகையைப்)பாடியவர், நிலவைப் பாடியவர் முதலானவர்கள் அவற்றால் பெயர் பெற்றார்கள். இரண்டு யானைகளின் துதிக்கைகளால் பற்றி இழுக்கப்படும் பழங்கயிறு பற்றிப் பாடியவர் தேய்புரிப் பழங்கயிற்றினார் எனப்பட்டார்.

நூறு பாடல்கள் கொண்ட பதிற்றுப்பத்து என்னும் நூலில் உள்ள ஒவ்வொரு பாட்டுக்கும் ஒவ்வொரு பெயர் தரப்பட்டிருக்கின்றது. அந்தந்தப் பாட்டில் உள்ள வருணனையின் சிறந்த தொடரே பாட்டுக்குப் பெயராக அமைக்கப்பட்டிருக்கிறது. நீண்ட பாட்டுகள் பத்துக்கொண்ட பத்துப்பாட்டில் முல்லைநில (காட்டு நில) வருணனையும் அந்த நிலத்திற்கு உரிய காதல் நிகழ்ச்சியும் உள்ள பாட்டு 103 அடிகள் உடையது. அதற்கு முல்லைப்பாட்டு என்பதே பெயர். அவ்வாறே மலைநில வருணனை நிறைந்த 261 அடிகள் உடைய மற்றொரு பாட்டுக்குக் குறிஞ்சிப்பாட்டு என்பது பெயர். (குறிஞ்சி என்பது மலைநிலத்தையும் அந்த நிலத்தின் காதலையும் குறிக்கும்). 188 அடிகள் கொண்டு ஒரு பாட்டு வாடைக்காற்றால் (நெடுநெல்வாடை எனப்) பெயர் பெற்றுள்ளது. 583 அடிகளால் ஆன மற்றொரு பாட்டில் மலையில் உள்ள பலவகை ஓசைகள் பற்றிய வருணனைகள் உள்ளன. அந்தப் பலவகை ஓசைகளும் சேர்ந்து ஒலிப்பது. புலவரின் கற்பனையில் மலை என்னும் பெரிய யானை மதம் பிடித்து முழங்குவது ஆகின்றது. ஆகவே அந்த நீண்ட பாட்டுக்கே மலையின் மதம் என்னும் பொருள் தரும் 'மலைபடுகடாம்' என்று பெயர் குறிப்பிடப்பட்டது. ஐங்குறு நூற்றிலும் இயற்கைப் பொருட்கள் பல தலைப்புகளாக அமைந்துள்ளன.

சங்கப் புலவர்கள் பலர் மலையையும் காட்டையும் வயலையும் சார்ந்த சிற்றூர்களில் பிறந்த வளர்ந்தவர்கள். அவர்களின் பெயர் களுக்கு முன்னே அடையாக உள்ள ஊர்ப்பெயர்கள் இந்த உண்மையை அறிவிக்கின்றன. அவர்கள் பாடிய பாட்டுகளில் உள்ள

ஊர்களின் பெயர்களும் இதை உறுதிப்படுத்துகின்றன. ஆகையால் அவர்கள் இயற்கையோடு இயைந்த வாழ்க்கை நடத்தி, இயற்கையைக் கூர்நது நோக்கி உணர்ந்து, அழகிய காட்சிகளைப் பாட முடிந்தது. மதுரை, வஞ்சி முதலான நகரங்களில் வாழ்ந்த புலவர்களும் அடிக்கடி கிராமங்களுக்குச் சென்று மலை காடு முதலியவற்றின் அழகைக் கண்ணாரப் பருகித் தம் பாட்டுகளில் வடித்துக் கொடுத்திருக்கிறார்கள். புலவர்கள் மானம் நிறைந்தவர்கள்; வறுமையால் வாடிய நிலையிலும் பிறர்க்குத் தாழ்ந்து பணிந்துபோக முடியாத பெருமிதமான மனநிலை பெருஞ்சித்திரனார் முதலான புலவர் பலர்க்கு இருந்தது. அதனால், புலவர்கள் செல்வர்களின் முன்னே நின்று கெஞ்சிக் கேட்பதாகப் பாட்டுகள் இல்லை. மோசிகீரனார் என்ற புலவர் கொண்கானத்துத் தலைவனை அணுகிப் பொருளுதவி கேட்டபோது, "எனக்குப் பொருள்கொடு என்று இரந்து கேட்க என்னால் இயலாது; ஆனால் உன்னுடைய மலையைப் புகழ்ந்து பாடுவது எனக்கு விருப்பமான செயல். எளிமையான செயல்" என்று கூறி அவன் மலையைப் பாடினார். இயற்கையைத் தெய்வமாகப் பாடும் முறையும் அக்காலத்தில் தோன்றவில்லை; இயற்கைப்பொருள்களில் தெய்வத்தின் தன்மையைக் கண்டு உருகிப் பாடும் முறையும் பரிபாடல் தவிர மற்றப் பழைய பாட்டுகளில் இல்லை. ஆனால், இயற்கையைப் பாடுவதில் ஒப்பற்ற ஆர்வம் புலவர் எல்லோர்க்கும் இருந்தது. அதனால் காதல் வீரம் கொடை முதலியவற்றுள் எதைப் பற்றிய பாட்டிலும் இயற்கை வருணனை நிரம்ப இடம் பெற்றது. நொச்சி மரம், தினைப்பயிர், வயலைக்கொடி, முல்லைக்கொடி, கிளி, அன்னம், நாரை, நண்டு, தேனீ, நிலா, கதிரவன், கடல், மழை முதலியவற்றை நேரே விளித்துப் பாடும் பாட்டுகளும் சங்க நூல்களில் உள்ளன.

பிற்காலத்தில் வடமொழி நூல்களின் மொழிபெயர்ப்பும் தழுவலும் தமிழில் அமையும் காலம் வரைக்கும், அகத்திணை புறத்திணை மரபுகள் தமிழிலக்கியத்தில் செல்வாக்குப் பெற்றிருந்தன. புறத்திணை மரபுகளைவிட அகத்திணை மரபுகள் தமிழிலக்கியத்தில் ஆழ வேரூன்றியவைகளாக விளங்கின.

வேரல் வேலி வேர்க்கோள் பலவின்
சாரல் நாட செவ்வியை ஆகுமதி
யார் அஃது அறிந்திசி னோரே சாரல்

சிறுகோட்டுப் பெரும்பழம் தூங்கியாங்குஇவள்
உயிர்தவச் சிறிது காமமோ பெரிதே.

இது அகப்பொருள் பற்றிய சிறிய பாட்டு; குறுந்தொகையில் உள்ளது. காதலனும் காதலியும் அன்புகொண்டு பழகியும் திருமணம் செய்து கொள்ளாமல் வாழும் நிலையில், காதலியின் தோழி அவளுடைய நன்மை கருதி, காதலனிடம் கூறும் அறிவுரை இதில் உள்ளது. "மூங்கில் வேலியாக வளர்ந்துள்ள, வேரில் காய்க்கும் பலா மரங்களை உடைய மலைச்சாரல் நாட்டுக்கு உரிமை உள்ளவனே! தக்கவனாக நடந்துகொள் (தக்க வழியில் நடந்துகொள்). யார் அதை அறிவார்? மலைச்சாரலில் சிறிய கிளையில் பெரிய பலாப் பழம் தொங்குவதுபோல், இவளுடைய உயிர் மிகச் சிறியது; இவள் கொண்ட காதலோ பெரியது" என்பது இதன் பொருள். மலைச் சாரலின் இயற்கை வருணனை இதில் அமைந்துள்ளது. மூங்கில், வேர்ப்பலா இவற்றைக் காண்கிறோம். காதலியின் களவொழுக்கத்தில் காதல் தாங்கமுடியாத சுமை போன்றது என்ற கருத்தும் பெரிய பலாப்பழத்தைத் தாங்கும் சிறிய கிளைப்பற்றிய உவமையால் விளங்குகிறது. இவ்வாறே திருமணம் செய்து கொள்ளாமல் களவொழுக்கமாக வாழ்தல் உயிர் வாழ்க்கைக்குத் துன்பமானது என்ற குறிப்பும் உள்ளது. இயற்கை வருணனையில் உள்ள வேர்ப்பலா நல்ல அறிவுரையைக் குறிப்பால் புலப்படுத்துகிறது. எவ்வளவு பெரிய பலாப்பழமாக இருந்தாலும் வேரில் காய்த்துப் பழுத்தால், வேர்க்கு ஒருவகைச் சுமையும் இல்லை; இடையூறும் இல்லை. அதுபோல் திருமணம் செய்து கொண்டு ஊரார் அறிய இல்லறம் நடத்தினால், காதல் தாங்கக்கூடியதாகும். துன்பமற்றதாகும் என்ற குறிப்பினால் விரைவில் திருமணம் செய்து கொண்டு இவளைக் காப்பாற்று என்ற அறிவுரை அமைந்துள்ளது. சங்க இலக்கியத்தில் உள்ள ஆயிரத்து எண்ணூற்றுக்கு மேற்பட்ட அகப்பாட்டுகள் இந்தப் போக்கில் அமைந்துள்ளன. அவை எல்லாம் காதலி, தோழி, தாய், காதலன், அவனுடைய நண்பன் முதலானவர்களுள் யாரேனும் ஒருவர் கூறும் கூற்றாக நாடகப்போக்கில் அமைந்துள்ளன. ஒரு கூற்று நாடகம் (Dramatic monologue) என்ற வகையிலேயே ஒவ்வோர் அகப்பாட்டின் அமைப்பும் உள்ளது. கற்பனை மாந்தரின் பேச்சாக உள்ளதே தவிர, பாடும் புலவர் அங்கே இருப்பதில்லை. அவர் படைத்த நாடக மாந்தர் பேசுதல் உண்டே தவிர, அவர் பேசுவதில்லை. அங்கு அமையும்

இயற்கை வருணனை ஆழ்ந்த குறிப்புப் பொருள் உடையதாக விளங்கும் பாட்டுகள் பல. இயற்கை வருணனை சில பாட்டுகளில் நீண்டு பல அடிகளில் அமையும். சில பாட்டுகளில் சுருக்கமாக இரண்டு மூன்று அடிகளில் நிற்கும். ஒரு சில பாட்டில் இல்லாமலும் இருக்கும்.

> அறுகுளத்து உகுத்தும் அகல்வயல் பொழிந்தும்
> உறுமிடத்து உதவாது உவர்நிலம் ஊட்டியும்
> வரையா மரபின் மாரி போலக்
> கடாஅ யானைக் கழற்கால் பேகன்
> கொடைமடம் படுதல் அல்லது
> படைமடம் படான்பிறர் படைமையக் குறினே.

இது புறப்பொருள்பற்றிய சிறியதொரு பாட்டு; பேகன் என்ற வள்ளலைப் பரணர் என்ற புலவர் பாடியது. பேகன் அந்தக் காலத்தில் புகழ்பெற்ற வள்ளலாக விளங்கிப் பலர்க்கும் உதவி புரிந்தவன். ஈர நெஞ்சம் உடைய அவன் பெரிய வீரனாகவும் விளங்கினான். ஈர நெஞ்சத்தோடுபொருளை வாரி வழங்கியபோது, இன்னார்க்குக் கொடுக்க வேண்டும், இன்னார்க்குக் கொடுக்கக்கூடாது என்று வரையறை இல்லாமல், கேட்டவர் எல்லார்க்கும் வாரிக் கொடுத்தான். அவனுடைய அத்தகைய கொடைச்சிறப்பைப் புகழ்ந்த புலவர். அவனை மழைக்கு ஒப்பிட்டார். மழை பெய்யும்போது, நீர் பயன்படும் குளத்திலும் பொழிகிறது; வயலிலும் பொழிகிறது. ஒரு வகையிலும் பயன்படாத உவர்நிலத்திலும் பொழிகிறது. மழைக்குள்ள அந்த அறியாமை பேகனிடத்திலும் இருந்தது என்கிறார் புலவர். ஈர நெஞ்சத்தால் தக்கவர் தகாதவர் என்ற பாகுபாடு இல்லாமல் பொருளுதவி செய்தபோதிலும், வீர நெஞ்சத்தோடு போர்க்களம் புகுந்து எதிரிகளின் படைகளோடு போர் செய்யும் போது அந்த அறியாமையைப் பேகனிடம் காண முடியாது. போர்க்களத்தில் இன்னாரைத் தாக்க வேண்டும். இன்னாரைத் தாக்கக்கூடாது என்ற தெளிவுடன் போர் செய்யும் சிறந்த வீரன் அவன் ஆகவே, பேகனிடம் கொடைமடம் உண்டே தவிர, படைமடம் இல்லை என்று கூறி அவனுடைய கொடை, வீரம் ஆகிய இரு சிறப்புகளையும் ஒருங்கே புகழ்ந்து பாடினார்.

புறநானூற்றிலும் பதிற்றுப்பத்திலும் உள்ள பாட்டுகள் பெரும்பாலும் இவ்வாறு புலவர் கூறும் கூற்றாகவே அமைந்திருக்கும்.

ஒரு சில பாட்டுகள் மட்டும் பாணன், விறலி முதலானவர்கள் கூறும் கூற்றாக ஒருகூற்று நாடகம் (*Dramatic monologue*) என்ற வகையில் அமைந்திருக்கும். சில பாட்டுகள் பொதுவான வாழ்க்கை உண்மைகளை எடுத்துக்கூறும்.

பலவகைப் புலவர்கள்

இந்தச் சங்க இலக்கியப் பாட்டுகள் 2381. இவற்றைப் பாடிய புலவர்களுள் பெயர் தெரிந்த புலவர்கள் 473 பேர். 102 பாட்டுகளுக்குப் புலவர்களின் பெயர் தெரியவில்லை. கபிலர் என்ற புலவர் ஒருவர் 235 பாட்டுகள் பாடியுள்ளார். வேறு புலவர் நால்வர் நூற்றுக்கு மேற்பட்ட பாட்டுகள் (ஒவ்வொருவரும்) பாடியுள்ளனர். சிற்சில பாட்டுகளும் ஒவ்வொரு பாட்டும் பாடியவர்கள் மிகப்பலர்.

பத்துப் பாட்டில் உள்ள பாட்டுகள் மிகப் பல அடிகள் உடையவை. அவற்றுள் பெரியது மதுரைக்காஞ்சி; 782 அடிகளால் ஆகியது. அந்தப் பத்துப் பாட்டுகளுள் நான்கு அகப்பொருள் பற்றியவை; ஆறு புறப்பொருள் பற்றியவை. எல்லாம் நீண்ட வருணைனைகள் உடையவை.

சங்க இலக்கியத்துள் அமைந்த பாட்டுகள் பெரும்பாலும் அகவல் என்னும் ஒருவகையான எளிய செய்யுளால் அமைந்தவை. கலித்தொகையும் பரிபாடலும் கலி பரிபாட்டு என்னும் ஓசைநயம் நிரம்பிய செய்யுள் வகைகளால் அமைந்தவை.

பாடிய புலவர்களுள் சிலர் நகரங்களைச் சார்ந்தவர்கள்; பலர் சிற்றூர்களைச் சார்ந்தவர்கள். கற்பிக்கும் ஆசிரியர், பொன் வாணிகர், ஆடை வாணிகர், மருத்துவர், தச்சர், சோதிடர், பொற்கொல்வர், கொல்லர், சேனைத் தலைவர், அமைச்சர், பாணர், கூத்தர் முதலாகப் பல்வேறு தொழில் செய்து வாழ்ந்தவர்கள் புலவர்களாய்ப் பாடி யுள்ளனர். பெண்பாற் புலவர் முப்பதின்மர் பெயர்கள் தெரிய வருகின்றன. அரசர்களாக, அரச குடும்பத்தைச் சார்ந்தவர்களாக இருந்து புலமை பெற்றுப் பாடியவர்கள் முப்பத்தொருவர். அவர்களுள் கோப்பெருஞ்சோழன், கிள்ளிவளவன், சோழன் நலங்கிள்ளி, பாண்டியன் நெடுஞ்செழியன் ஆகியோர் புகழ்பெற்ற அரசர்கள். அவர்கள் தமிழிலக்கியத்தில் இடம்பெறும் அளவிற்குப் புலமைச் செல்வமும் பெற்றிருந்தமை போற்றத்தக்கது. புலமை இல்லாத

அரசர்களும், புலவர்களால் பாடப்பெறுவதை ஒரு பெரிய பேறாகக் கருதினார்கள். புலவர்களில் புகழ் பெற்றவர்களுக்கே மறுமையில் தேவருலக இன்பம் கிடைக்கும் என்ற நம்பிக்கையும் அவர்களுக்கு இருந்தது.

புலவர் - அரசர் உறவு

தமிழ்நாடு, சேரர், சோழர், பாண்டியர் என்ற மூன்று வேந்தர்களின் ஆட்சியிலும், அவர்களுக்கு உட்பட்ட பல குறுநில மன்னர்கள் அல்லது சிற்றரசர்களின் ஆட்சியிலும் இருந்தது. அந்த மூன்று வேந்தர்களைப் பற்றியும் அவர்களின் நாடுகளைப் பற்றியும் குறிப்புகள் வடமொழி மகாபாரதத்திலும் வால்மீகி ராமாயணத்திலும் உள்ளன. மூவேந்தர்களின் தலைநகரங்களான வஞ்சியும் உறையூரும் மதுரையும் கலைக்கூடங்களாக விளங்கின. மூவேந்தர்களின் அரசியல் தலைமையும் எல்லாப் பகுதியாராலும் போற்றி ஏற்றுக்கொள்ளப் பட்டது. அவர்களுக்குள்ளும் சிற்றரசர்களுக்குள்ளும் அடிக்கடி பூசல்களும் போர்களும் நிகழ்ந்தது உண்டு. அவ்வப்போது புலவர்கள் தலையிட்டுப் பூசல்களையும் போர்களையும் தடுத்து அமைதி ஏற்படுத்தியதும் உண்டு. அதியமான் என்ற அரசனுக்காக அவ்வையார் என்ற புலவர் தூது சென்று தொண்டைமான் என்ற அரசனிடம் அஞ்சாமல் திறமையாகப் பேசினார். பேகன் என்ற தலைவனுடைய குடும்ப வாழ்க்கையில் சிக்கல் ஏற்பட்டபோது, அவனுடைய மனைவிக்காகப் பரிந்து அரிசில்கிழார், கபிலர், பரணர், பெருங்குன்றூர்கிழார் ஆகிய புலவர்கள் வேண்டிக்கொண்டு பாடியபாட்டுகள் புறநானூற்றில் உள்ளன. கோப்பெருஞ்சோழனுக்கும் அவனுடைய மக்களுக்கும் பகைமை ஏற்பட்டபோது, அது போராக மூளாதபடி தடுத்தவர் புலவர் புல்லாற்றூர் எயிற்றியனார். அந்தச் சோழனுக்கு உயிர் நண்பராக விளங்கியவர் புலவர் பிசிராந்தையார். பண்ணன் என்ற ஒரு வள்ளலையும் அவனுடைய அருஞ்செயலையும் சோழவேந்தன் கிள்ளிவளவன் பாராட்டிப் பாடியுள்ளான். பாண்டியன் நெடுஞ்செழியன் என்னும் வேந்தன், தன் பகைவர் மேல் பெருஞ்சினம் கொண்டு சூள் உரைத்ததாக உள்ள பாட்டு ஒன்றில், "என பகைவர்களை நான் போரில் முறியடிக்காவிட்டால், மாங்குடி மருதன் முதலான சிறப்புடைய புலவர்கள் என் நாட்டைப் பாடாமல்ல நீங்கும் தாழ்வு அடைவேனாக" என்று கூறியுள்ளான். போர்க்களத்திற்கு வெகுண்டெழும்போது நினைந்துபோற்றும்

அளவிற்கு வேந்தர்களின் நெஞ்சில் புலவர்களைப் பற்றிய மதிப்பு விளங்கியது. பாரி என்ற ஒரு மலைநாட்டுத் தலைவனுடைய வாழ்வோடு தம் வாழ்வைப் பிணைத்துக் கொண்டவர் கபிலர் என்ற பெரும்புலவர். அந்த வள்ளல்மாண்ட பிறகு அவனுடைய மக்களுக்கு உதவியாகச் சிலகாலம் வாழ்ந்து பிறகு கபிலரும் தம் வாழ்வை முடித்துக் கொண்டார். சோழர் குடும்பத்தில் நலங்கிள்ளிக்கும் நெடுங்கிள்ளிக்கும் இடையே பகை மூண்டபோது அதைக்களையப் பாடுபட்டவர் புலவர் கோவூர்கிழார். மலையமான் என்ற தலைவன் இறந்தபிறகு, அவனுடைய மக்களைக் கொல்ல ஒரு சோழன் முனைந்தபோது அவர்களைக் காக்கக் கோவூர்கிழார் பாடிய பாட்டும், புலவர் ஒருவரைப் பகைவரின் ஒற்றனாக வந்தவர் என்று தவறாகக் கருதிச் சோழன் அவரைக் கொல்லத் துணிந்தபோது அந்தக் கோவூர்கிழார் பாடிய பாட்டும் உள்ளத்தைத் தொடும் உணர்ச்சி வாய்ந்தவை. தமிழ் வேந்தர்களின் வீரம் நிறைந்தவர்களாக, போருக்கு அஞ்சாதவர்களாக விளங்கியதுபோலவே, அன்பு நிரம்பியவர்களாகவும் நீதிக்குக் கட்டுப் பட்டவர்களாகவும் விளங்கியதும் காண்கிறோம். அவர்களிடம் புலவர்களுக்குப் பெருஞ்செல்வாக்கு இருந்தது. புலவர்களின் அறிவுரைக்கும் அறவுரைக்கும் அவர்கள் செவிகொடுத்துப் பணிந்திருக் கிறார்கள். அதனாலேயே, இன்றும் பாராட்டத்தக்க சிறந்த பாட்டுகள் அக்காலத்தில் தோன்ற முடிந்தது.

சைவம், வைணவம், சமணம், பௌத்தம் ஆகிய சமயங்கள் அக்காலத்தில் இருந்தபோதிலும், இலக்கியத்தில் அவ செல்வாக்கான இடம் பெறவில்லை. இலக்கியத்தைப் பொறுத்தவரையில், சமய வேறுபாட்டைக் கடந்த வாழ்க்கையின் இன்ப துன்ப உணர்ச்சிகளே இடம் பெற்றிருந்தன. பாணர், விறலியர், கூத்தர், பொருநர் என்னும் ஆடல் பாடல் கலைஞர்கள் நாடு முழுவதும் பரவியிருந்தனர். மக்களிடத்திலும் அவர்களின் கலைகளுக்கு ஆதரவு இருந்தது. அரசர்களின் அரண்மனைகளிலும் ஆதரவு இருந்தது. சங்க இலக்கியத் தில் அவர்களைப் பற்றிய குறிப்புகள் பல உள்ளன.

அரசருள் புலவர்

நெடுஞ்செழியன் என்னும் பாண்டிய அரசன் கல்வியின் சிறப்பைப் பற்றி ஒரு பாடல் பாடியுள்ளான். "வேண்டிய உதவிகள் செய்தும், மிகுதியாகப் பொருள் கொடுத்தும் எவ்வாறேனும் கல்வி கற்பது

நல்லது; பணிந்து பின் நிற்பதைப் பற்றி வெறுப்புக் கொள்ளாமல் கற்றோரை அணுகி வணங்கிக் கற்றுக்கொள்ள வேண்டும். ஒரே தன்மையான பிறப்பை உடைய சகோதரர்க்குள்ளும், கல்வியின் சிறப்புக் காரணமாகப் பெற்ற தாயும் மனம் மாறுவாள். ஒரே குடும்பத்தில் பிறந்த மூத்தவனை வரவேற்காமல் அறிவுடையவன் இளையவன் ஆயினும் அவனையே அரசு விரும்பும். கீழான குடும்பத்தில் பிறந்த ஒருவன் கல்வியறிவால் சிறந்து விளங்கினால், மேலான குடும்பத்தில் பிறந்தவனும் அவனுக்குப் பணிந்து போவான்" என்று அந்தப் பாண்டிய மன்னன் அப்பாட்டில் கூறியுள்ளான்.

கோப்பெருஞ்சோழன் என்னும் சோழ மன்னன் தன் இறுதிக் காலத்தில் பாடிய பாட்டுகள் நெஞ்சை உருக்கும் உணர்ச்சியுள்ளவை. ஊரின் வடக்கே சென்று உண்ணா நோன்பு மேற்கொண்டு அம்மன்னன் உயிர் நீத்தான். உண்ணா நோன்பு கிடந்தபோது அவன் இயற்றிய பாட்டுகள் உருக்கமானவை. அவனுக்கு நெருங்கிய நண்பராக இருந்த பிசிராந்தையார் என்னும் புலவரை அப்போது மன்னன் நினைத்துக் கொண்டான். "என்னை உயிராகக் கொண்டு போற்றும் புலவர் பிசிராந்தையார், அவர் யான் நாடாளும் வேந்தனாகச் செல்வத்தில் புரண்ட காலத்தில் வாராமல் நின்றாலும், இப்போது துன்புறும்போது வரத் தவற மாட்டார். அவரைப் பார்த்துப் பல ஆண்டுகள் ஆயின. ஆயினும் எங்கள் இருவருக்குள் இருந்த நட்பு மிகச் சிறந்தது. சில வேளைகளில் அவர் தம் பெயரை மறந்து என் பெயரைச் சொல்வதும் உண்டு. அப்படிப்பட்ட உரிமையான நம்பு உடையவர் அவர். இபபோது யான் உள்ள நிலைமை அறிந்தால் அவர் தவறாமல் இங்கு வருவார்" என்று நம்பிக்கையோடு பாடினான். அந்த நம்பிக்கைக்கு ஏற்பப் புலவரும் வந்தார். சோழ மன்னன் மாய்ந்தது கண்டு தாமும் அதே இடத்தில் உயிர் விட்டார். அவ்வாறே பொத்தியார் என்ற புலவரும் அந்த அரசனுடைய பிரிவுக்காக வருந்தி உண்ணா நோன்பு கிடந்து உயிர் விட்டார். பிசிராந்தையார், பொத்தியார் ஆகிய இரு புலவர்களும் அந்த நிகழ்ச்சியின்போது பாடிய பாட்டுகளும் புறநானூற்றில் உள்ளன.

இரும்பொறை என்ற சேர அரசனுக்கும் செங்கணான் என்ற சோழனுக்கும் இடையே பகை மூண்டு போராகியது. போரில் சேரன் சிறைப்பட்டான். சிறையில் மான உணர்ச்சி மிகுந்தவனாய்ச் சேரன் உணவும் உண்ணாமல் நீரும் பருகாமல் இருந்தான். ஒரு

நிலையில் நீர்வெட்கையால் மிக வாடி வருந்தி, 'தண்ணீர்' என்று வாய்தவறிக் கேட்டுவிட்டான். சிறைக்காவலர் தண்ணீர் கொண்டு வந்தனர். அதைக் கண்ட சேரன் தன் தவறு உணர்ந்து அந்த நீரைப் பருகாமல் பாடிய பாட்டு புறநானூற்றில் உள்ளது. "எங்கள் குடும்பத்தில் பிறந்த குழந்தை இறந்தாலும், உயிரோடு பிறக்காமல் தசைப்பிண்டமாகப் பிறந்தது ஆயினும், அதற்கும் வீரத்துக்கும் தொடர்பு இல்லையே என்று கருதாமல், அதையும் தவறாமல் வாளால் புண்படுத்திப் புதைப்பார்கள். அப்படிப்பட்ட வீரமரபில் பிறந்தவன் யான். என்னை நாய்போல் கட்டி இடர்ப்படுத்திச் சிறையில் வைத்த பகைவர் தந்த இந்தத் தண்ணீரை, மானம் இல்லாமல், வயிற்றுத் தீயைத் தணித்துக்கொள்வதற்காக இரந்து கேட்டு வாழ்வது ஒரு வாழ்வா? அப்படி மானம் அற்ற வாழ்வு வாழுமாறு இந்த மரபினர் என்னைப் பெற்றெடுக்கவில்லை" என்று பாடி வைத்துவிட்டு உயிர் நீத்தான் மன்னன். இந்தப் பாட்டை அடிப்படையாகக் கொண்டு, இந்த நூற்றாண்டின் புலவர் சூரிய நாராயண சாஸ்திரியார் 'மான விஷயம்' என்ற பெயரால் செய்யுள் நாடகம் இயற்றியுள்ளார்.

அரச குடும்பத்துப் பெண்களும் கல்வியில் சிறந்து விளங்கி உயர்ந்த கொள்கைகள் உடையவர்களாய் வாழ்ந்தனர். பூத பாண்டியன் என்னும் அரசனின் மனைவி அத்தகைய சிறப்பு உடையவள். கணவன் இறந்தபோது, அவளும் உடன்கட்டை ஏறி மாயத் துணிந்தாள். அப்போது சான்றோர் சிலர் அரசியை அணுகி அவ்வாறு உயிரை மாய்த்துக்கொள்ள வேண்டா எனக் கேட்டுக் கொண்டார்கள். "அந்தோ! சான்றோர்களே! நீயும் உடன் செல்க என்று அறிவுரை கூறாமல், வேண்டா என்று விலக்க முயல்கிறீர்களே! சுடுகாட்டில் அமைக்கப்பட்ட ஈமத்தீ உங்களுக்குப் பொல்லாததாக இருக்கலாம். எனக்கோ, என் கணவன் மாய்ந்த பிறகு, தாமரைபூத்த பொய்கையும் ஈமத்தீயும் ஒன்றே ஆய்விட்டன" என்று அந்த நிலையில் அவள் பாடிய பாட்டும் புறநானூற்றில் உள்ளது.

புலவருள் ஒருவராகிய பிசிராந்தையார் அறிவுடை நம்பி என்ற பாண்டியனிடம் சென்றபோது அவனுக்கு அறிவுரையாகப் பாடிய பாட்டு ஒன்று சிறந்த கருத்து உடையது. நாட்டை ஆளும் அரசன் வரி வாங்குவதில் குடிமக்களிடம் நடந்துகொள்ள வேண்டிய முறைபற்றி எடுத்துரைப்பது அது. இக்கால அரசாட்சிக்கும் தேவையான கருத்து அதில் அமைந்துள்ளது. "வயலில் விளைந்து முற்றிக்காய்ந்த

நெல்லை அறுத்து அரிசியாக்கிச் சமைத்து உணவாக்கிக் கொடுத்தால், சிறிதளவு நெல்லும் யானைக்குப் பலநாள் உணவாகும். ஆனால் யானை தானே வயலுக்குள்சென்று நெற்பயிரையே தின்னத் தொடங்கினால் நூறு வயல்களே ஆயினும் அழிந்து போகும்; வாயில் உணவாகப் புகுவதைவிடக் காலால் அழிவது மிகுதியாகும். அறிவுடைய அரசன் முறை அறிந்து குடிமக்களிடம் வரி பெற்றால், மக்களும் வாழ்வார்கள். நாடும் தழைக்கும் அதிகாரிகளோடு கூட இரக்கம் இல்லாமல் ஆசைகொண்டு வரி வாங்க விரும்பினால், யானை புகுந்த வயல்போல் ஆகிவிடும்; அவனும் வளம் பெற முடியாது; நாடும் கெடும்" என்னும் அழகான அறிவுரையைக் காணலாம்.

மோசிகீரனார் என்ற புலவர் சுருக்கமான முறையில் எடுத்துரைத்த அறிவுரையும் இங்குக் கருதத்தக்கது; "உலக வாழ்க்கைக்கு அடிப்படை யானது, உயிரானது, நெல்லும் அல்ல; நீரும் அல்ல; நாட்டுக்கு உயிராக உள்ள ஆட்சிபுரியும் அரசனே. அதனால் யான் இந்த நாட்டுக்கு உயிராக இருக்கிறேன் என்பதை உணர்ந்து நல்ல முறையில் ஆட்சி புரிவது அரசனுடைய கடமை யாகும்.

இத்தகைய வரலாற்றுக் குறிப்புகளைப் பற்றியனவாக இருப்பதால், புறப்பொருள் பாட்டுகளின் இலக்கியத் தரம் சிறிதும் குறையவில்லை. உண்மையோடு ஒட்டிய கற்பனைகளாக இருப்பினும், அவற்றின் சுவை கவர்ச்சியானதாகவே உள்ளது. பாடிய புலவர்கள் உளமார உணர்ந்து பாடிய பாட்டுகள் ஆகையால், அவற்றின் உணர்ச்சிகள் இன்றும் படிப்பவர் உள்ளத்தைத் தொடுவனவாக உள்ளன. பத்தொன்பது நூற்றாண்டுகளுக்கு முற்பட்ட தமிழாக இருந்தபோதிலும், வாக்கிய அமைப்புப் பெரும்பாலும் மாறாமல் இருத்தலால், அந்த உணர்ச்சிகளை எட்டிப்பிடித்தல் எளிதாக உள்ளது. இக்காலத்தார்க்கு எளிதில் விளங்காத அருஞ்சொற்கள் பல இருந்தபோதிலும் அவை எல்லாம் தமிழ்ச்சொற்களே ஆகையாலும், இன்று வழங்கும் தமிழ்ச் சொற்களோடு தொடர்பு உடையவை ஆகையாலும், சில பாட்டுகளைக் கற்றுப் பழகிவிட்டவர்களுக்கு அந்த இடர்ப்பாடும் நீங்கிவிடுகிறது. பல ஆண்டுகள் காணாமல் இருந்து கண்ட பழைய நண்பர்களின் தொடர்புபோன்ற ஒருவகை உறவை அந்தப் பாட்டு களின் மொழியிலும் நடையிலும் உணர முடிகிறது.

உயர்ந்த உண்மைகள்

வரலாற்று நிகழ்ச்சிகளைக் கூறாமல், வாழ்க்கையின் பொதுவான உண்மைகளை எடுத்துரைக்கும் பாட்டுகளும் சுவை குன்றாமல் இன்றும் கற்றுப் போற்றத் தக்கவைகளாக உள்ளன. எடுத்துக்காட்டாக, பாண்டியர் குடும்பத்தைச் சார்ந்த இளம்பெருவழுதி என்பவர் பாடிய பாட்டு ஒன்றைக் காணலாம்.

உண்டால் அம்மஇவ் வுலகம் இந்திரர்
அமிழ்தர் இயைவ தாயினும்இனிதுஎனத்
தமியர் உண்டலும் இலரே முனிவிலர்
துஞ்சலும் இலர்பிறர் அஞ்சுவது அஞ்சிப்
புகழ்எனின் உயிரும் கொடுக்குவர் பழிஎனின்
உலகுடன் பெறினும் கொள்ளலர் அயர்விலர்
அன்ன மாட்சி அனையர் ஆகித்
தமக்கென முயலா தோன்தாள்
பிறர்க்கென முயலுநர் உண்மை யானே.

தன்னலமே இல்லாமல், பிறர் நன்மையே நாடி உழைக்கும் சான்றோர்கள் இருப்பதால்தான் இந்த உலகம் இருக்கிறது என்று அவர்களின் உயர்ந்த பண்புகளை எடுத்துரைப்பது இந்தப்பாட்டு. தேவ அமிழ்தம் கிடைத்தாலும் இனியது என்று அதைத் தனியே உண்ணமாட்டார்களாம் அத்தகைய சான்றோர். யாரிடத்தும் வெறுப்புக் கொள்ளமாட்டார்கள். பிறர் அஞ்சும் துன்பங்களுக்காகத்தாம் அஞ்சி உறக்கமும் இல்லாமல் வருந்துவார்கள். புகழ் என்றால் அதைப் பெறுவதற்காகத் தம் உயிரையும் கொடுப்பார்கள். பழி வருவதானால், உலகமுழுதும் பெறுவதாக இருந்தாலும் ஏற்றுக்கொள்ளமாட்டார்கள். சோர்வு அடையமாட்டார்கள். அத்தகைய சிறப்புகள் உடைய, தன்னலம் அற்ற, சான்றோர்கள் இருப்பதால் தான் இந்த உலகம் இருக்கிறது என்கிறார் புலவர். ஒவ்வொரு சொல்லிலும் தொடரிலும் ஆழ்ந்த கருத்தின் தெளிவும் திட்பமும் அமைய உயர்ந்த உண்மையை விளக்கியுள்ளார்.

பூங்குன்றனார் என்ற புலவர் ஒருவர் அதே முறையில் வேறு உண்மையைத் தெளிவாக்கியுள்ளார்:

யாதும் ஊரே; யாவரும் கேளிர்;
தீதும் நன்றும் பிறர்தர வாரா;

நோதலும் தணிதலும் அவற்றோ ரன்ன;
சாதலும் புதுவது அன்றே; வாழ்தல்
இனிதுஎன மகிழ்ந்தன்றும் இலமே; முனிவின்
இன்னாது என்றாலும் இலமே; மின்னொடு
வானம் தண்துளி தலைஇ ஆனாது
கல்பொருது இரங்கும் மல்லல் பேர்யாற்று
நீர்வழிப் படூஉம் புணைபோல் ஆருயிர்
முறைவழிப் படூஉம் என்பது திறவோர்
காட்சியின் தெளிந்தனம் ஆதலின் மாட்சியின்
பெரியோரை வியத்தலும் இலமே;
சிறியோரை இகழ்தல் அதனினும் இலமே.

வாழ்க்கையிலே பூங்குன்றனார் பெற்ற உயர்ந்த தெளிவை இங்கே உணர்த்துகிறார். தத்துவ ஞானிகள் கண்ட சிறந்த முடிவை எளிய முறையில் தெளிவுற உணர்த்தும் பாட்டு இது. "சொந்த ஊர் என்று ஒன்று இல்லை. எல்லாம் நம் ஊரே. உறவினர் என்று சிலர் மட்டும் இல்லை. மக்கள் எல்லாரும் உறவினர்களே. தீமையும் நன்மையும் யாரோ நமக்குச் செய்வனவற்றால் வருவன அல்ல. துன்புறுதலும் ஆறுதல் பெறுதலும் அவ்வாறே பிறரால் வருவன அல்ல. சாதல் என்பதும் புதுமையானது அல்ல. வாழ்தல் இன்பமானது என்று யாம் மகிழ்ந்தது இல்லை. பெரிய ஆற்றில் நீர் ஓடும் வழியில் ஓடும் தெப்பம்போல, உயிர்வாழ்க்கை இயற்கை முறை வழியே நடக்கும் என்பதைத் தக்கோர் ஊட்டிய அறிவால் தெளிந்தோம். ஆகையால் உலகில் பிறந்து வாழ்வோரில், சிறியோரை இகழ்ந்து தூற்றியதும் இல்லை; பெரியோரை வியந்து போற்றியதும் இல்லை." இவ்வாறு பூங்குன்றனார் பாடியுள்ள பாட்டில் வாழ்க்கை அனுபவத் தெளிவைக் காண்கிறோம். உயர்ந்த உணர்வுக்கு அழகிய நிலையான வடிவம் தருவது பாட்டு என்றால், இதுவும் அத்தகைய இலக்கியச் செல்வம் ஆகும்.

இத்தகைய அரிய அனுபவ உண்மைகளும் வாழ்க்கையோடு இயைந்த கற்பனைகளும் போற்றத்தக்க கலை வடிவங்களும் கொண்ட பாட்டுகள் பல உள்ளன. இருபது நூற்றாண்டுகள் கடந்து வாழும் கலைச்செல்வம் என்று அவற்றை அறிஞர் போற்றி வருகின்றனர்.

புறநானூற்றில் வீரம் கொடை ஆகிய பண்புகளும் செயல்களும் கடந்த வேறு பல பொருள்களைப்பற்றிய பாட்டுகள் பல உள்ளன.

வயது நிரம்பி முதுமையால தளர்ந்தவன் ஒருவன் தடி ஊன்றித் தடுமாறி நடந்து இருமி இருமிப் பேசும் பேச்சு ஒரு பாட்டில் உள்ளது. கழிந்த காலத்தை நினைந்து வருந்திப் பெரு மூச்சு விடும் நிலையில், அவனுக்குத் தன் இளமைக்காலத்து விளையாட்டுகள் நினைவில் வந்து போகின்றன. "மணல் மேட்டிலே பாவை வைத்துப் பூச்சூட்டி விளையாடும் சிறுமியரோடு கைகோத்து அவர்களின் அசைவுக்கு ஏற்றவாறு அசைந்து கரவு ஒன்றும் இல்லாமல் விளையாடிக்கொண்டிருந்தகாலம் அது. நீண்டு உயர்ந்த மருத மரத்தின் கிளைகளில் ஏறி, குளத்தின் அருகே தாழ்ந்து படிந்திருக்கும் கிளையில் வந்து, அங்கிருந்து குளத்து நீரில் துடும் எனக் குதிப்பேன். கரையில் உள்ளவர்கள் என் செயலைக் கண்டு மருள்வார்கள். குளத்துநீர் அலைகளாய்ப் பிதிரும். துடும் என்று நீரில் பாய்ந்து குளத்தின் அடியிலிருந்து மணலைக் கொண்டுவந்து காட்டிய இளமை இப்போது எங்கே சென்றதோ! என் இன்றைய நிலை இரங்கத்தக்கதாக ஆகிவிட்டது. இந்தத் தடியை ஊன்றி நடுக்கத்தோடு நடக்கவேண்டி ஆகி விட்டது. இருமலுக்கு இடையே சில சொற்களே பேசக்கூடிய நிலை வந்துவிட்டது. கழிந்துபோன இளமையை நினைத்தால் இரங்கத்தக்கதாக உள்ளது" என்கிறான் அந்த முதியவன். பெயர் தெரியாத புலவர் ஒருவர் பாடிய பாட்டு இது.

நக்கீரனார் பாடியதாக உள்ள மற்றொரு பாட்டு பொதுவான உண்மையை எடுத்துரைக்கிறது: "இந்த உலகத்தைத் தமக்கே உரிமையாகக் கொண்டு ஆட்சி புரிந்த ஒப்பற்ற அரசர்க்கும், இரவும் பகலும் உறங்காமல் விலங்குகளை வேட்டையாடும் வேடர்க்கும் பொதுவாகப் பார்த்தால், உண்பது ஓரளவு உணவு; உடுப்பவை இருவகை ஆடைகள். மற்ற நுகர்ச்சிகள் எல்லாம் ஏறக்குறைய ஒரு தன்மையானவைகளே. ஆகவே, செல்வம் பெற்றதன் பயன் ஈதல் ஒன்றே. பிறர்க்கு ஒரு பொருளும் கொடுக்காமல், எல்லாம் நாமே அனுபவிப்போம் என்று கொண்டால், நம்மை விட்டுப் பலவும் தப்பிப் போய்விடும்" என்பது அந்தப் பாட்டின் கருத்து.

நாட்டை ஆண்ட அரசர்களும் தம் தாய்மொழியில் புலமை பெற்று விளங்கி, சிறந்த கருத்துகள் அமைந்த பாட்டுகள் பாடியிருக்கிறார்கள். புறநானூற்றில் உள்ள பல பாட்டுகள் இதை விளக்கி நிற்கின்றன. "அறுவடைக் காலத்தில் நிலத்தில் சிறு இடங்களை நாடி, வளைந்த கதிர்களின் தானியங்களைக் கொண்டுபோய் வளைகளில் நிரப்பி

வைக்கும் எலிகளைப்போல் சிறு முயற்சி உடையவராய், பெற்றுள்ள தம் செல்வத்தைக் காத்துவருவதில் காலம் கழிப்பவர் சிலர். அப்படிப் பட்டவர்களோடு சேர்ந்து என் வாழ்நாள் செலவாகாமல் இருப்பதாக. அஞ்சாத காட்டுப் பன்றியைத் துரத்திச் செல்ல, அது இப்பக்கத்தில் விழுந்த காரணத்தால் அதை அங்கே அன்று உணவாகக் கொள்ளாமல் விட்டு, மறுநாள் பெரிய மலைக்குகை எதிரொலிக்குமாறு முழக்கம் செய்து புறப்பட்டு ஆண் யானையை அடித்துத் தன் வலப்பக்கத்தில் விழுமாறு கொன்று உண்பது புலி. அந்தப் புலி போன்ற தளராத ஊக்கத்தோடு முயலும் சிறந்த மக்களின் உறவு பெற்ற நாள்கள் பலவாக எனக்கு வாய்ப்பனவாக" என்று சோழன் நல்லுருத்திரன் என்ற அரசன் பாடிய பாட்டு ஒன்று உள்ளது. அதில் அவன் கொண்ட உயர்ந்த குறிக்கோளைப் புலப்படுத்தி, ஊக்கம் குன்றாத பெரிய முயற்சிகள் உடையவர்களைப் பாராட்டியுள்ளான்.

"பலவகைச் செல்வங்களைப் படைத்து வளர்த்துக்கொண்டு ஒவ்வொரு வேளையிலும் பலரோடு சேர்ந்து உண்ணும் வளம் பெற்ற பெருஞ்செல்வராக இருந்தபோதிலும் குறுக்கே வந்து குறுகுறு என்று நடந்து தம் சின்னஞ்சிறு கைகளை நீட்டி உண்கலத்தில் உள்ள நெய்ச்சோற்றில் கையை இட்டும் தொட்டும் எடுத்தும் துழாவி யும் உடம்பில் படுமாறு சிதறியும் உள்ளத்தைக் கவர்ந்து மயக்கும் குழந்தைகள் இல்லையானால், அந்தச் செல்வர்க்கு வாழ்நாள் பயனற்றதே ஆகும்" என்று பாண்டியன் அறிவுடைநம்பி என்ற அரசன் பாடிய பாட்டு, குழந்தைச் செல்வத்தின் பெருமையை எடுத்துரைக் கின்றது.

இவ்வாறு புறநானூற்றில் உள்ள பாட்டுகள் பலவகை மக்களால் பாடப்பட்டவை. அரசர்கள் பாடிய பாட்டுகளும் அவற்றில் உள்ளன. வாழ்க்கையின் பல்வேறு துறைகளைப்பற்றிய பாட்டுகளும் இந்நூலில் உள்ளன. குழந்தைச் செல்வத்தைப் பாடுவது முதல் முதிய கிழவன் கழிந்த இளமையை நினைந்து ஏங்கிப் பாடும் பாட்டு வரையில் பலவகைப் பாட்டுகளும் இதில் உள்ளன.

ஆற்றுப்படை

பழங்காலத்தில் ஆற்றுப்படை என்பது ஒருவகை இலக்கியமாக வளர்க்கப்பட்டு வந்தது. அக்காலத்தில் இசை பாடும் கலைஞர்களும் நாட்டியக் கலையில் வல்ல கலைஞர்களும் பலர் அந்தக் கலைகளைக்

குடும்பச் செல்வங்களாக வழிவழியாகப் போற்றி வந்திருக்கிறார்கள். அந்தக் கலைகளையே தொழிலாகக் கொண்டு தனித்தனி இனங்களாக வாழ்ந்து வந்திருக்கிறார்கள். யாழ் என்னும் பழைய இசைக் கருவியும் குழல் முழவு முதலான மற்ற இசைக் கருவிகளும் கொண்டு இசையை வளர்த்த ஆண்கள் பாணர். அவர்களுடைய மனைவியர் பலர் அந்தக் கலையில் வல்லவர்களாகப் (பாடினியர், பாட்டியர் என்று) விளங்கினார்கள். மனைவியர் சிலர் இசைக் கலையோடு நாட்டியக் கலையிலும் வல்லவர்களாய்ச் சிறப்படைந்தார்கள். அவர்கள் விறலியர் எனப் பட்டார்கள். ஆண்களிலே அவ்வாறு நாட்டியக் கலையில் தேர்ச்சி பெற்றவர்கள் கூத்தர் என்று கூறப்பட்டனர். வேடம் தாங்கி நடித்து வந்தவர்கள் பொருநர், பாணர் விறலியர், கூத்தர், பொருநர் என்னும் அந்தக் கலைஞர்களின் குடும்பத்தார். நகரங்களிலும் கிராமங்களிலும் வழிவழியாகக் கலைகளைப் பல நூற்றாண்டுகளாக வளர்த்து வந்தார்கள். சங்ககாலம் முதல் ஆழ்வார் நாயன்மார்களின் காலம் வரை (கி.மு. ஐந்தாம் நூற்றாண்டு முதல் கி.பி. ஒன்பதாம் நூற்றாண்டு வரையில் அந்தக் குடும்பத்தார் கலைப் பொறுப்பை ஏற்றுவந்திருக்கிறார்கள். தமிழ் நாட்டில் பல ஊர்கள் (இலங்கையிலும் யாழ்ப்பாணம் என்னும் பகுதி) அந்தக் கலைஞர்களின் குடிப்பெயரால் இன்றும் இருந்து வருகின்றன. கலையிலே ஓரளவு பெயரும் புகழும் பெற்று அரசரும் செல்வரும் மதிக்கும் அளவுக்கு உயர்வு பெறும்வரையில், வளமான வாழ்வு பெறுவதற்கு முடியாமல் வறுமையால் வாடுவது இயற்கை. அவ்வாறு வறுமையால் வாடும் நிலைமை இலக்கியக் கலையில் ஈடுபடும் புலவர்களுக்கும் உண்டு. இந்த உண்மையை உணர்ந்த புலவர்கள், தம் வறுமை தீரப் பொருள் உதவி செய்யும் செல்வரை அணுகினார்கள். அவர்களைப் பாடினார்கள். அவர்களின் உதவி பெற்றபின், தன்மைப்போல் மற்றப் புலவர்களும் கலைஞர்களும் வறுமை தீர்ந்து வளமாக வாழ வழி காட்டினார்கள். “இந்தக் கொடிய வறுமை தீர்ந்து நீயும் உன் சுற்றத்தாரும் நன்றாக வாழ்வதற்கு ஒரு வழி சொல்வேன்; இன்ன ஊரில் உள்ள தலைவன் இன்னாரிடம் சென்று அவனைப் பாடுக. அவன் பரிசு தருவான். பெற்று மகிழ்க. நானும் அவ்வாறு அவனை அணுகியதால்தான் நன்மை பெற்றேன்” என்று அந்த நல்லுணர்ச்சியைப் பாட்டாகவே பாடுவது உண்டு. வழிகாட்டிப் பாடிய அந்தப் பாட்டு ஆற்றுப்படை எனப்பட்டது. (ஆறு - வழி, படை - படுத்தல், சேர்த்தல்). புலவர்

குடும்பத்தில் கலைத்தொண்டு செய்பவர் வாழ்வில் தனியே ஒருவராய் அந்தந்தக் கலைகளை விளக்க முடியாது. பக்க வாத்தியங்கள் இசைப்பவர்கள் முதலான பலருடைய உதவி அந்தக் கலைகளுக்குத் தேவை. ஆகையால் பலர் சூழ வறுமையால் வாடும் காட்சி கலைஞர் களின் வறுமையையும் அவர்களுக்கு வழிகாட்டும் கலைஞர்களின் ஆர்வத்தையும் புலவர்கள் சொல்லோவியமாக்கிக் காட்டுவதில் ஈடுபாடு கொண்டார்கள். அப்படிப்பட்ட ஆற்றுப் படைகளைப் பாடியவர்கள் இலக்கியத் தொண்டுக்கு உரிய புலவர்களே ஆனாலும், இசை முதலியவற்றில் தேர்ந்த கலைஞர் ஒருவர் மற்றவர்களுக்கு வழிகாட்டுவதுபோல் கற்பனை செய்து பாடினார்கள். தமக்கு உதவி செய்த வள்ளலின் பெயர் புகழ் முதலியன மட்டும் வரலாற்று உண்மைப் பகுதிகள்; அந்த ஆற்றுப்படையில் வருணிக்கும் பாணர் முதலானவர்களைப் பற்றிய குறிப்புகள் கற்பனைகள். கற்பனைகளே என்றாலும், புலவர்களின் வாழ்வில் இல்லாமல், நாட்டின் இசைக் கலைஞர்கள் முதலானவர்களின் வாழ்வில் அவை உண்மையாகவே காணப்பட்டவைகள். அவ்வாறு புலவர்கள் பாடிய ஆற்றுப்படைப் பாட்டுகள் பத்துப்பாட்டில் ஐந்து உள்ளன; பதிற்றுப்பத்து, புறநானூறு ஆகிய மற்றத் தொகை நூல்களிலும், பிற்காலத்து நூல்களிலும் ஆற்றுப்படைப் பாட்டுகள் உள்ளன.

பிற்காலத்துக் காவியங்களிலும் புராணங்களிலும் நான்கு வகையான நிலங்களின் (மலை, காடு, வயல், கடற்கரை) வருணனை களும் ஆறு முதலியவைகளின் வருணனைகளும் மரபாக அமைந் துள்ளன. பத்துப்பாட்டில் ஆற்றுப்படைகளில் உள்ள நான்கு நில வருணனைகளே அந்த மரபுக்குத் தோற்றுவாய் எனலாம். அந்த ஆற்றுப்படைகள் 248 அடி முதல் 500 அடி வரையில் உடையவை. புரவலனாகிய அரசன் அல்லது செல்வன் வாழும் ஊர்க்குச் செல்லும் வழியை விளக்கும்போது, அங்கங்கே உள்ள நிலப்பகுதிகளின் வருணனை களை அமைத்துள்ளனர். அவை பழங்காலத் தமிழ்நாட்டைப் படம் பிடித்துக் காட்டுவனவாக உள்ளன.

திருமுரகாற்றுப்படை

திருமுருகாற்றுப்படை என்பது முருகக் கடவுளின் அருளைப் பெற்றவர் ஒருவர் அந்த அருளை நாடும் மற்றவர்க்கு வழிகாட்டு வதாக நக்கீரர் பாடிய பாட்டு. 317 அடிகளால் அமைந்த இதுவே சங்க

காலத்தில் பக்தியுணர்ச்சி நிரம்பிய முழுநூல் எனலாம். பரிபாடலில் முருகன் திருமால் ஆகியோரைப்பற்றிச் சில பாடல்கள் உள்ளன. ஆயினும் திருமுருகாற்றுப்படையே நீண்ட பக்திப் பாடலாகச் சங்க இலக்கியத்துள் உள்ளது. இன்றும் சில குடும்பங்களில் முருகனை வழிபடுவோர்க்கு அது பாராயணத்துக்கு உரியதாக உள்ளது. அக்காலத்தில் இருந்த முருகன் கோயில்களைப் பற்றியும், வழிபாட்டு முறைகளைப் பற்றயும் அறிவிக்கும் குறிப்புகள் இதில் உள்ளன. இதில் அமைந்துள்ள இயற்கை வருணனைகளும் சிறப்பானவை. முதல் பகுதியில் திருப்பரங்குன்றம் என்னும் மலைக்கோயில் பற்றியும், அதைச் சூழ்ந்த இயற்கை வளம்பற்றியும் முருகன் திருக்கோலம்பற்றியும், சூரனுடன் செய்த போர்பற்றியும் விளக்கங்கள் உள்ளன. இரண்டாம் பகுதியில் முருகனுடைய ஆறு திருமுகங்களின் குறிப்புகளும் பன்னிரண்டு கைகளின் செயல்களும் திருச்செந்தூர் என்னும் தலத்தின் சிறப்பும் விளக்கப்படுகின்றன. மூன்றாம் பகுதியில் முருகனை வழிபடும் முனிவர்களின் பெருமையும் பழனியில் வழிபாட்டுக்கு வரும் மகளிரின் இயல்பும் கூறப்பட்டுள்ளன. நான்காம் பகுதி திருவேரகம் என்னும் தலத்தில் வழிபடுவோரைப் பற்றிக் கூறப்பட்டுள்ளது. ஐந்தாம் பகுதியில் மலைநாட்டு மக்கள் குரலைக் கூத்து ஆடிச் சேவிக்கும் முறைகள் முதலியன எடுத்துரைக்கப்படுகின்றன. இறுதியில் ஆறாம் பகுதியில் முருகன் எழுந்தருளும் இடங்களும் அவனிடம் சென்று அருள் பெறும் முறையும் பழமுதிர்ச்சோலையின் அருவியின் சிறப்பும் விளக்கப்படுகின்றன.

> மார்பின்
> **என்பெழுத் தியங்கும் யாக்கையர் நண்பகல்**
> **பலவுடன் கழிந்த உண்டியர் இகலொடு**
> **செற்றம் நீக்கிய மனத்தினர் யாவதும்**
> **கற்றோர் அறியா அறிவினர் கற்றோர்க்குத்**
> **தாம்வரம் பாகிய தலைமையர் காமமொடு**
> **கடுஞ்சினம் கடிந்த காட்சியர் இடும்பை**
> **யாவதும் அறியா இயல்பினர்**

என்னும் அடிகள் முருகனை வழிபடும் முனிவர்களைப் பற்றி விளக்குவன. "மார்பின் எலும்புகள் எழுந்து தோன்றும் உடம்பை உடையவர்கள். பல பகல் உண்ணாமலே நோன்பால் கழித்தவர்கள். பகையையும் சினத்தையும் நீக்கிய மனம் உடையவர்கள். எல்லாம்

கற்றவர்களும் அறிய முடியாத மெய்யறிவு பெற்றவர்கள். கற்றவர் களுக்கு எல்லையாக வல்ல தலைமை உடையவர்கள். ஆசையையும் கடுங்கோபத்தையும் நீக்கிய ஞானம் உடையவர்கள் துன்பம் சிறிதும் அறியாத மன உறுதி இயல்பாகப் பெற்றவர்கள்" என்று அவர்களின் இயல்பினை எடுத்துரைக்கின்றார் நக்கீரர்.

நக்கீரர் இயற்கையின் அழகில் மிகவும் ஈடுபட்டவர் என்பதைத் திருமுருகாற்றுப்படை விளக்குவதுபோலவே அவர் பாடிய மற்றொரு நீண்ட பாட்டாகிய நெடுநல்வாடையும் விளக்குகிறது. திருமுருகாற்றுப் படையின் தொடக்கத்தில் கதிரவன் கடலில் எழும் காலைக் காட்சியைக் காண்கிறோம். பிறகு திருப்பரங்குன்றம் முதலான மலைகளின் வளங்களைக் காண்கிறோம். பாட்டின் முடிவில் மலையி லிருந்து விழுந்து பாயும் அருவியின் காட்சி நம் உள்ளத்தைக் கவர் கிறது. கடைசி 22 அடிகளில் அந்த அருவி வருணனை அழகாக அமைந்துள்ளது. முருகு என்ற சொல்லுக்கு முருகனாகிய தெய்வம் என்ற பொருளோடு அழகு என்னும் பொருளும் உண்டு. அந்தப் பொருத்தம் பாட்டைப் படிப்பவரின் நெஞ்சைவிட்டு நீங்காது.

பொருநராற்றுப்படை

பொருநராற்றுப்படை என்பது சோழன் கரிகாலனின் சிறப்பைக் கூறுவது. 248 அடிகள் உடையது. பொருநர் முதலான கலைஞர் களிடம் சோழன்கொண்ட அன்பும் காவிரியாற்றின் பெருமையும் இப்பாட்டால் விளங்குகின்றன. பொருநர்கள் பொல்லாத வழியில் செல்லும்போது, வழிபறிக்கும் கொள்ளையில் ஈடுபட்ட கள்வர்கள் வந்துவிடுவார்களானால், யாழை எடுத்து இனிய இசை எழுப்பினால் அந்தக் கொடிய கள்வர்களின் மனமும் மாறிவிடும் என்றும், அவர்கள் தம் கையில் எடுத்துவந்த கொலைக் கருவிகளையும் விட்டுவிடுவார்கள் என்றும் கூறிய இனிய இசையின் சிறப்பை இப்பாட்டு விளக்குகிறது. கலைஞர் குடும்பத்தின் தலைவன் 'ஏழின் தலைவ' (ஏழிசையின் தலைவனே) என்று அழைக்கப் படுகின்றான். கந்தலுடுத்து வறுமையால் வாடிய அந்தக் கலைஞர்களின் இன்னலைப் போக்கிச் சோழ அரசன் உயர்ந்த ஆடைகளைத் தருவானாம். நூல் இழை சென்ற வழியைக் கண்ணின் பார்வை பின்பற்ற முடியாத அவ்வளவு நுண்மையானது என்றும், பாம்பு உரித்த தோலைப்போன்றது என்றும் அரசனால் தரப்படும் பட்டாடை புகழப்படுகிறது. கலைஞர்கள் அரசனிடம்

விடை பெறும்போது, அணிகலன்களும் மற்றப் பொருள்களும் பரிசாகப் பெற்று வருவார்களாம். அரசன் நான்கு குதிரைகள் பூட்டிய பெரிய தேரைத் தருவானாம். அவர்களின் பின் ஏழடி நடந்து சென்று வழி அனுப்புவானாம். இவ்வாறு விருந்தினர் பிரியும்போது ஏழடி நடந்துசென்று அனுப்புதல் இன்றும் தமிழர்களிடையே இருந்துவரும் பழைய வழக்கம் என்பது இங்குக் கருதத்தக்கது.

சிறுபாணாற்றுப்படை

சிறுபாணாற்றுப்படை 269 அடிகள் உடையது; பாணர் என்னும் இசைக் கலைஞர்பற்றிய பாட்டு அது. ஒரு பாணர் குடும்பத்தின் வறுமை அதில் சொல்லோவியமாக்கப்பட்டுள்ளது. அந்த வீட்டின் சுவர்கள் பழைய சுவர்கள். அங்கங்கே செல்லரித்தல் காணப்படுகிறது. கூரையின் கழிகள் சோர்ந்து விழும் நிலையில உள்ளன. சமையலறையில் புழுதியும் அதில் பூத்த காளானும் காண்கிறோம். வறுமை அந்தக் குடும்பத்தாரை மட்டும் அல்லாமல் அந்தக் குடும்பத்தைச் சார்ந்த நாயையும் விடவில்லை. அந்த நாய் சமையலறையில் குட்டிபோட்டுள்ளது. கண் திறக்காத இளங் குட்டிகளுக்குத் தாய்ப்பால் போதுமான அளவு இல்லை. தாய் நாயிடம் பால் குடிக்கக் குட்டிகள் அணுகும்போது, தாய் நாய் குரைக்கின்றது. தன் மடியில் பால் இல்லாக் குறையால், குட்டிகளை அணுகவிடாமல் குரைத்து அப்புறப்படுத்துகிறது. நாயின் தாய்மையுணர்ச்சியும் கெடக்கூடிய அளவுக்கு அங்கு வறுமை வாட்டுகிறது. அந்தக் குடும்பத்தின் தலைவி பொறுப்புணர்ச்சி மிகுந்தவள். உணவுக்காகப் பெருமுயற்சி செய்தும் ஒன்றும் கிடைக்காமையால், கிடைத்த வேளைக்கீரையைப் பறிக்கிறாள். அதை வேக வைக்கிறாள். அதற்கும் சுவையூட்ட உப்பு கிடைக்கவில்லை. உப்பு இல்லாமல் வெந்த கீரையை உண்ணப் பலர் காத்திருக்கிறார்கள். பலர்க்கும் அதைப் பரிமாறுகிறாள். அந்த வறுமைக்காட்சி வெளியாரின் கண்ணில் படக் கூடாதே என்றுமான உணர்ச்சி இருப்பதால் எவ்வளவு வறுமை வாட்டியபோதிலும், பிறரிடம் சென்று கை நீட்டிப் பிச்சை கேட்ப தில்லை. வள்ளலை நாடிச் செல்லும்போதும், பொருளதவி வேண்டும் என்று வாய்திறந்து கேட்பதில்லை. கண்டவரிடம் செல்வதில்லை. கலைஞர்க்கு உதவும் மனப்பான்மை உண்மையாக உள்ள இடம் என்று மற்றக் கலைஞர் சொன்னதைக் கேட்ட பிறகே அந்த வள்ளலிடம் செல்கிறார்கள். அந்த வள்ளலுடைய முன்னோரின்

பெருமையையும் நாட்டின் இயற்கை வளத்தையும் பாடுகிறார்கள். அந்த வள்ளலும் அவர்களுடைய வறுமையை உணர்ந்து மான உணர்ச்சியை மதித்துத் தக்கபடி நடந்துகொள்கிறான்.

பெரும்பாணாற்றுப்படை

பெரும்பாணாற்றுப்படையும் பாணர் குடும்பத்தைப் பற்றி விளக்குவதாகும். அது 500 அடிகள் உடையது. காஞ்சியில் ஆண்டு வந்த இளந்திரையன் என்னும் அரசனுடைய ஆட்சிச் சிறப்பைப் பற்றியும், அவனுடைய நாட்டின் இயல்பு பற்றியும், கடற்கரைப்பட்டினம் பற்றியும், அங்கு இருந்த கலங்கரை விளக்கம் பற்றியும், மலைவளம் பற்றியும் இந்தப் பாட்டால் அறியலாம். அரசன் கலைஞர்களுக்கு உணவு அளிக்கும்போது, அன்பு நிறைந்த வனாய், விருப்பம் மிகுந்த முகம் உடையவனாய், குழந்தை பார்ப்பதுபோல் ஆசையுடன் பார்ப்பானாம். தான் நின்றவாறே உபசரிப்புச் செய்வானாம்.

மலைபடுகடாம்

மலைபடுகடாம் என்பது கூத்தர் குடும்பத்தைப் பற்றிய ஆற்றுப் படை; 585 அடிகள் உடையது. கூத்தராற்றுப்படை என்றும் இது கூறப்படும். ஒரு மலையில் பிறக்கும் பலவகை ஓசைகள் இதில் விளக்கப்படுகின்றன. அந்த மலை ஓர் யானையாக உருவகம் செய்யப்பட்டு, மலையில் எதிரொலிக்கும் பலவகை ஓசைகளும் அந்த யானையின் மதம் போன்றவை என்று விளக்கப்படுவதால், மலைபடுகடாம் என்ற அந்தப் பெயர் கற்பனை நயம் வாய்ந்ததாக உள்ளது. இந்த நூலில் கூத்தருடைய இசைக்கருவிகளும் கலை வாழ்க்கையும் விளக்கப்படுகின்றன.

முல்லைப்பாட்டு

பத்துப்பாட்டில் உள்ள அகப்பாட்டுகளுள் (காதல்பற்றிய பாட்டுகளுள்) சிறந்தவை முல்லைப்பாட்டும் குறிஞ்சிப்பாட்டும் ஆகும். இவற்றில் எந்த அரசனையும் வள்ளலையும் சிறப்பிக்கும் நோக்கம் இல்லை. குறிப்பிட்ட எந்த நாடும் நகரமும் சிறப்பிக்கப் படவில்லை. அகப்பொருள் ஆகிய காதல் ஒன்றை விளக்குவதே இவற்றின் நோக்கம். முல்லைப்பாட்டு 103 அடிகள் உடையது. காதலன் போர்க்கடமையை மேற்கொண்டு பிரிந்து சென்றபோது, அவன் வெற்றியோடு திரும்பி வருதலை எதிர்பார்த்துக் காதலி

தன் வீட்டில் பொறுமையுடன் பிரிந்திருத்தலே முல்லைத்திணை என்று கூறப்படும் பிரிந்த தலைவன் மழைக்காலத்துக்குள் போரை முடித்துத் திரும்ப வேண்டும்; மழைக்காலத்தில் போர்க்களத்தில் வீரர்கள் இருப்பதால், இரு நாடுகளிலும் பயிர்த்தொழில் குன்றி விளைபொருள் குறையும். ஆகவே, மழைக்காலத்திற்குள் நாட்டுக்குத் திரும்புவது வழக்கமாக இருந்தது. அந்த மழைக்காலத்தின் அறிகுறிகள் ஏற்படத் தொடங்கிவிட்டன. இன்னும் தலைவன் திரும்பி வரவில்லையே என்று கவலையுடன் காதலி எண்ணத் தொடங்குகிறாள்; அந்நிலையில், தலைவன் திரும்பி வரும் தேரின் ஓசை அவள் செவியில் கேட்கிறது. இதுவே முல்லைப்பாட்டின் பொருள். இதில் மழைக்காலத்தில் காட்டு நிலங்கள் பெறும் புதிய அழகு நன்றாக வருணிக்கப்பட்டுள்ளது.

குறிஞ்சிப்பாட்டு

குறிஞ்சிப்பாட்டு 261 அடிகள் கொண்ட காதல் பாட்டு. பெற்றோர் அறியாமல் ஒருவனுக்கும் ஒருத்திக்கும் காதல் வளர்கிறது. காதலன் காதலியைக் காண்பதற்காக வருவதில் எவ்வளவோ இடையூறுகள் உள்ளன. அவன் வர முடியாமல் போகும் நாட்களில் மிக வாடி மெலிகிறாள். அவளுடைய மெலிவை ஏதோ நோய் என்று எண்ணிக் குடும்பத்தார் வேறு பரிகாரம் தேட முயல்கிறார்கள். அந்நிலையில் காதலியின் தோழி குறுக்கிட்டு மெலிவுக்குக் காரணம் இன்னது என்று உண்மையை எடுத்துரைக்கிறாள். மறைந்த நிலையில் வளர்ந்த காதலைப்பற்றித் தாயின் உள்ளம் ஏற்கும் வகையில் எடுத்துச் சொல்கிறாள். பாட்டின் பல அடிகளால் குறிஞ்சி என்னும் மலைநிலம் பற்றிய வருணனை உள்ளது. இந்தப் பாட்டைப் பாடியவர் புகழ்பெற்ற புலவர் கபிலர். வடநாட்டு அரசன் பிரகத்தன் என்பவனுக்குத் தமிழ் இலக்கிய மரபை உணர்த்துவதற்காக அவர் இந்தப் பாட்டை இயற்றினார் என்று பாட்டின் அடியில் பழங்காலக் குறிப்பு ஒன்று உள்ளது.

பட்டினப் பாலை

பட்டினப்பாலை என்பது பத்துப்பாட்டில் உள்ள மற்றோர் அகப்பாட்டு (காதல் துறைபற்றி அமைந்த கற்பனைப் பாட்டு) இந்தப் பாட்டில் காதலர் பிரிவாகிய பாலைத்திணை என்னும் பொருள் அமைந்துள்ளது. காவிரிப்பூம்பட்டினம் என்னும் கடற்கரைப்

பட்டினத்தின் புகழும் பாடப்படுகிறது; அந்தப் பட்டினத்தில் ஆட்சிபுரிந்த சோழன் கரிகாலனின் பெருமையும் பேசப்படுகிறது. அந்தச் சோழனுடைய வேலும் செங்கோலும் உவமையாக அமைந்து, அந்த வாய்ப்பால் புகழ்ந்து பேசப்படுகின்றன. காவிரிப்பூம்பட்டினத்தின் பெருமையும் அவ்வாறே வேறு வாய்ப்பின் காரணமாகப் புகழப்படுகிறது. ஆகவே, பாட்டின் உயிர்ப்பொருள் காதல்பற்றிய கற்பனை; ஆனால் பாட்டில் பெரும்பங்கான வருணனைகள் பட்டினம்பற்றியும் அரசனைப்பற்றியும் வருவித்து அமைக்கப்பட்டவைகேள, காதலன் பொருள் தேடும் நோக்கத்தோடு வெளிநாட்டுக்குச் செல்லும் முயற்சியில் ஈடுபட்டான். பிறகு தன் பிரிவால் காதலி துயருற்று வருந்துவாளே என்ற கவலை ஏற்பட்டது. அதனால் தயங்கினான். தலைவிக்கு அந்தத் துயரத்தை ஏற்படுத்தக் கூடாது என்று எண்ணித் துணிந்தான். அந்நிலையில் அவன் தன் நெஞ்சிற்குக் கூறுவதாக அமைந்தது இந்தப்பாட்டு. "நெஞ்சமே! செல்வம் மிகுந்த காவிரிப்பூம்பட்டினத்தையே யான் பெறுவதாக இருந்தாலும், என் காதலியைப் பிரிந்து யான் வெளிநாட்டுக்கு வரமாட்டேன். பொருள் தேடுவதற்காக நாம் கடந்து செல்ல வேண்டிய காட்டு வழிகளோ கொடுமையானவை; சோழன் கரிகாலனின் வேலை விடக் கொடுமையானவை. பிரியவேண்டிய என் காதலியின் தோள் களோ, சோழன் கரிகாலனின் செங்கோலைவிடத் தன்மையானவை; நல்லவை. ஆகவே இவளைப் பிரிந்து வெளிநாட்டுக்குச் செல்ல மாட்டேன்" என்பதே பாட்டின் கருத்து. அந்தக் கருத்து ஆறு அடிகளில் அமைந்துள்ளது. அந்த ஆறு அடிகளில் குறிப்பிடப் படும் (காவிரிப்பூம்பட்டினம் என்னும்) சோழர் தலைநகரம் நாடு முதலியனபற்றிய வருணனை பாட்டின் முற்பகுதியில் 217 அடிகளில் அமைந்துள்ளது. பாட்டின் பிற்பகுதியில் 80 அடிகளில் சோழனுடைய போர் வீரமும் சிறப்பும் விளக்கப்படுகின்றன.

தமிழ்நாட்டின் பழங்காலப் பெருமைக்கு ஒரு நற்சான்றாக அமைந்துள்ளது இந்த நீண்டபாட்டு. தமிழ்நாட்டில் அக்காலத்தில் ஓங்கியிருந்த கடல் வாணிகம், பெரிய துறைமுகத்தின் சிறப்பு, வெளிநாட்டார் பலர்வந்து தங்கிய பெருமை. துறைமுகத்தில் ஏற்றுமதியாகும் பண்டங்களைப்பற்றிய விளக்கம், பண்டங்களுக்குச் சோழனுடைய புலிமுத்திரை பொறித்துச் சுங்கம் விதித்துவந்த முறை, கடற்கரையில் உலகத்துப் பல நாடுகளின் பொருள்களும் வந்து

குவிந்திருந்த காட்சி, வளம் பெற்றிருந்த பலவகைத் தொழில்கள் முதலிய விளக்கங்கள் பாட்டில் உள்ளன. கடைத்தெருவை விளக்கும் இடத்தில் வணிகரின் நடுநிலையான வாணிக முறை போற்றப்படுகிறது. "தாங்கள் கொள்ளும் பொருளும் மிகுதியாகக் கொள்ளாமல், கொடுக்கும் பொருளும் குறைவாகக் கொடுக்காமல் பல பண்டங்களிலும் வாணிகம் நடத்தினார்கள்" என்ற குறிப்பு, பெருமை தருவதாக உள்ளது.

கொள்வதூஉம் மிகைகொளாது
கொடுப்பதூஉம் குறைகொடாது
பல்பண்டம் பகிர்ந்துவீசும்...

பண்டங்களை விற்பவர்கள், வெவ்வேறு பண்டங்களுக்கு அடையாளமாக வெவ்வேறு கொடிகளைக் கடைகளில் பறக்க விட்டார்கள் என்ற செய்தியும், கற்றறிந்த அறிஞர்களின் வாதங்கள் அரங்குகளில் நடந்தபோது அவர்கள் தமக்கு உரிய வெவ்வேறு கொடிகளை ஏற்றிவந்தார்கள் என்ற செய்தியும் அறியப்படுகின்றன.

நெடுநல்வாடை

காதல்பற்றி மிகச் சிறந்த முறையில் பாடிய மற்றொரு நீண்ட பாட்டும் பத்துப்பாட்டுள் உள்ளது. அது 188 அடிகளால் ஆகிய நெடுநல்வாடை என்பது. காதலன் போர்க்களத்துப் பாசறையில் இருக்கிறான். காதலி அவனுடைய பிரிவால் துயருற்று அரண்மனையில் வாடுகிறாள். பாட்டின் முழு அமைப்பும் ஒரு வழிபாடாக- தெய்வத்திடம் வேண்டுகோளாக உள்ளது. காதலியின் துயரைத் தீர்ப்பதற்கு யாராலும் முடியவில்லை. அரண்மனை மகளிர் கொற்றவையை வேண்டிக் கொள்கிறார்கள். போர்க்களத்தில் பாசறையில் தன் கடமையே பெரிதாகக் கொண்டு அதிலேயே மூழ்கியுள்ள வீரப்பெருமகனாகிய காதலன் போரில் விரைவில் வெற்றிபெற்றுத் திரும்புமாறு அருளவேண்டும் என்று போர்த் தெய்வமாகிய கொற்றவையை (காளியை) வேண்டுகிறார்கள். இதுவே பாட்டின் நடுமணியாகப் பதிந்துள்ள வைரம். இதைச் சுற்றி வருணனைகள் உள்ளன. காதலியின் அரண்மனை வருணனை உள்ளது; காதலன் உள்ள பாசறை வருணனையும் உள்ளது. இரண்டையும் ஊடுருவிச் செல்லும் வருணனை ஒன்று சிறப்பாக உள்ளது. அதுவே வாடைக் காற்றின் வருணனை. வாசடைக்காற்று அரண்மனையிலும்

வீசுகிறது; பாசறையிலும் குளிர்ச்சியுடனும் மழைத்துளிகளுடனும் வீசுகிறது. வாடைக்காற்று வானமெல்லாம் பரவுகிறது. மழையைக் கொண்டு வருகிறது. குளிரையும் நடுக்கத்தையும் தருகிறது. காடுகளில் இடையர்களையும் அவர்கள் மேய்க்கும் ஆடுகளையும் தாக்கிக் குளிரால் வருந்தச் செய்கிறது. குரங்கும் குளிர்மிருந்து நடுங்குகிறது. பறவைகள் குளிர் தாங்க முடியாமல் விழுகின்றன. ஈன்ற பசுக்கள் பால் உண்ணவரும் தம் கன்றுகளையும் வெறுக்கின்றன. காட்டினுள் வாடைக்காற்றின் ஆட்சியைக் காட்டும் புலவர் பிறகு நாட்டினுள்ளும் அதன் வேகத்தைக் காட்டுகிறார். நகரத்துப் பெருந்தெருக்களில் அதன் கடுமையை வருணிக்கிறார். பெரிய தெருக் களிலும் மக்கள் நடமாட்டம் குறைந்துவிட்டது.யாரும் நடமாட முடியாத இராக் காலத்துக் குளிரில், குடித்து உணர்வு இழந்து செல்லும் குடிகாரர் மட்டுமே குளிரை உணராமல் சிறு தூறலையும் பொருட்படுத்தாமல் திரிகிறார்கள். இவ்வாறு தெருக்களில் வீசும் வாடைக்காற்றை வீடுகளினுள்ளும் காண்கிறோம். அந்தி வேளையில் மகளிர் விளக்கேற்றி வழிபடுவதற்கு நேரத்தை அறிய முடியாமல், பகலும் இரவும் ஒரே நிகராக வானம் இருண்டு கிடக்கிறது. சில பூக்கள் மலர்வதைக் கண்டு மாலைப்பொழுது வந்துவிட்டது என்று உணர்ந்து விளக்கேற்றுகிறார்கள். வீடுகளில் வாழும் புறாக்களின் வாழ்விலும் வாடைக்காற்றின் கொடுமை உணர முடிகிறது. அந்தப் புறாக்கள் வெளியே பறந்து சென்று உணவு தேட முடியவில்லை. குளிர் அவ்வளவு கடுமையாக உள்ளது. வெளியே சிறிது பறந்து உடல் நோய் தீர்த்துக்கொள்ளவும் முடியாமல் மழைத்தூறல் உள்ளது. வீட்டின் உள்ளே ஒரே இடத்தில் உட்கார்ந்திருப்பதால் கால்கள் நோகின்றனவாம். காலை மாற்றி மாற்றி வைத்துக் காலத்தைக் கழிக்கின்றனவாம். வீட்டில் கிடக்கும் சந்தனக் கல்லும் வாடைக் காற்றை நமக்கு நினைவூட்டுகிறது. சந்தனக்கல் கிடந்தபடியே கிடக்கிறதாம், வெயில்காலத்தில் சந்தனம் அரைத்துப் பூசிக்கொள்ள அந்தக் கல் அடிக்கடி பயன்படும் குளிர்க்காலத்தில் அதைத் தொடுவார் இல்லாதபடியால், இருந்த இடத்திலேயே அப்படியே கிடக்கிறதாம். எடுப்பார் இல்லாத காரணத்தால், விசிறிகளின்மேல் சிலந்திகள் வலைபின்னிக் கிடக்கின்றனவாம். நீர்வேட்கை இல்லாதபடியால், தண்ணீர்க் கூசாக்கள் பயன் இல்லாமல் இருக்கின்றனவாம். குளிர் காய்வதற்குப் பயன்படும் நெருப்புத் தடாக்கள் மட்டும் எங்கும்

காணப்படுகின்றனவாம். அடுத்துப் பாசறையில் வாடைக்காற்று வீசக் காண்கிறோம். காதலனாகிய வீரத் தலைவன் நள்ளிரவில் உறக்கம் இல்லாமல், போரில் புண்பட்ட யானைகளையும் குதிரைகளையும் அணுகித் தட்டிக்கொடுத்து அன்பு செலுத்தித் தேற்ற முயல்கிறான். அதற்காக வெளியே செல்லுமிடங்களில், வாடைக்காற்றால் அவனுடைய மேலாடை அலைகிறது; சரிகிறது. அதை அவனுடைய இடக்கை பற்றிச் சேர்க்கிறது. தலைவனுடைய வலக்கை, புண்பட்ட வீரன் ஒருவனுடைய தோள்மேல் அமைந்து அவனுக்கு ஆறுதல் அளிக்கிறது. மழைத்தூறலும் காற்றும கலந்து அரசனுடைய குடையைத் தாக்கித் 'தவ்' என்ற ஒலியை உண்டாக்குகிறது. பாசறையில் விளக்கின் பெரிய சுடர் தெற்குப் பக்கமாகச் சாய்கிறது.

நெடுநல்வாடை என்னும் பெயர்க்கு எற்ப, பாட்டு முழுவதும் வாடைக் காற்றின் ஆட்சியைக் காண்கிறோம். பாட்டின் பெயரில் ஒரு சிறப்பும் வாழ்கிறது. அந்த வாடைக்காற்று நெடியதாக - நீண்ட துன்பம் தருவதாக உள்ளது; நல்லதாகவும் உள்ளது. யார்க்கு நெடியது? யார்க்கு நல்லது? அரண்மனையில் கட்டிலில் படுத்தவாறே கலங்கித் துயருற்று, கண்ணீர்த் துளிகளைத் தன் விரல் நுனியால் எடுத்துத் தெறிக்கும் காதலிக்கு அது நீண்டகாலம் வருந்தித் துன்பம் தருவதாக உள்ளது. ஆனால், போர்க்களத்தை அடுத்த பாசறையில் தன் வீரர்களிடமும் வாய் இல்லாத யானை குதிரைகளிடமும் அன்பு செலுத்தி ஆறுதல் அளிக்கும் தலைவனுடைய கடமையுணர்ச்சி நல்லதாகவே உள்ளது. இவ்வாறு நெடுநல்வாடை என்ற பாட்டின் பெயரில் உள்ள இரண்டு அடைமொழிகளும் (நெடு, நல்) இருவேறு உள்ளங்களையும் அந்த உள்ளங்களின் உணர்ச்சிகளையும் புலப் படுத்துவனவாக உள்ளன.

இவ்வாறு சொல்லோவியமாக்கப்படும் காதலியும் காதலனும் இன்னார் என்று அறியப்படவில்லை. அவர்களின் பெயரும் ஊரும் குறிக்கப்படவில்லை. ஆகவே, கற்பனைக் காதல் பாட்டு என்று கொண்டு, அகப்பாட்டு என ஏற்கலாம். அந்த அளவிற்குப் பழைய இலக்கிய மரபு இடந்தருகிறது. ஆனால், உரையாசிரியர் அவ்வாறு அதை ஏற்கவில்லை. தலைவனுடைய பாசறை வருணனையில் அவனுடைய வேலுக்கு வேப்பமாலை சூடியிருப்பதாக ஒரு சிறு குறிப்பு உள்ளது. வேப்பமாலை பாண்டிய அரசர் குடிக்கு உரியது. ஆகையால், இன்ன குடி என்று புலப்பட்டுவிடுவதால், இது அகப்பாட்டு ஆகாது

என்பது உரையாசிரியரின் கருத்து. வேம்பு என்ற அந்த ஒரு சொல் இல்லையானால், அது முழுதும் கற்பனையான காதல் பாட்டு எனக் கொள்ளத் தடை இருந்திருக்காது. இலக்கிய மரபு அந்த அளவிற்கு வளர்ந்திருந்த காலம் அது. இதைப் பாடியவர் புகழ் பெற்ற சங்ககாலப் புலவர் நக்கீரர்.

மதுரைக் காஞ்சி

பத்துப்பாட்டில் மிக நீண்ட பாட்டாக இருப்பது 782 அடிகள் கொண்ட மதுரைக் காஞ்சி. பழந்தமிழ் நகரமாகிய மதுரையின் பலவகை வருணனையும் இதில் காணலாம் இதில் புகழ்ந்து பாடப் படும் அரசன் பாண்டியன் நெடுஞ்செழியன். வாழ்க்கையின் நிலையாமையைக் கூறி நல்வழியை வற்புறுத்துவது காஞ்சித் திணை. மதுரையில் வாழும் தலைவனுக்கு எடுத்துக்கூறிய காஞ்சி ஆகையால் மதுரைக் காஞ்சி எனப் பெயர் பெற்றது. மேற்கு வானத்தில் தோன்றும் வளர்பிறைபோல் பாண்டியனுக்கு வெற்றி பெருக வேண்டும் என்றும், கிழக்கு வானத்தில் தோன்றும் முழுமதி போல் பகைவருடைய மேன்மை தேய்ந்துபோக வேண்டும் என்றும் கூறிப் பாண்டியனைப் புலவர் வாழ்த்துகிறார்.

பாண்டிய மரபைப்பற்றியும் நாட்டைப்பற்றியும் நெடுஞ் செழியனுடைய முன்னோர் சிலரைப்பற்றியும் அருஞ்செயல்களைப் பற்றியும் உயர்ந்த பண்புகளைப்பற்றியும் விளக்கங்கள் பாட்டில் உள்ளன. ஆயினும் பெரும்பான்மையும் வருணிக்கப்பட்டிருப்பது மதுரை மாநகரமே. நகரத்தை விளக்கும் முறையும் தனிச் சிறப்பாக உள்ளது. ஈராயிரம் ஆண்டுகளாகிய கால எல்லையைக் கடந்து பின்நோக்கிச் சென்று பாண்டிய நாட்டில் புகுந்து, வைகை ஆற்றைக் கடந்து, அகழியையும் மதிலையும் கடந்து சென்று, மதுரை வாயிலில் நுழைந்து பழைய நகரத்தைக் காணுமாறு இப்பாட்டு அழைத்துச் செல்கிறது. அன்று ஒருநாள் காலையில் நெடுந்தெருக்களில் சுற்றிச் சென்று முதலில் காணும் காட்சி காலைக்கடைகள் அல்லது நாளங்காடி என்பவை. அங்கே பலவகைப் பொருள்களை விற்பவர்கள் கூடிச் செய்யும் ஆரவாரம் திருவிழா ஓசைபோல் கேட்கிறது. நெடுந் தெருக்களைச் சுற்றி அந்தக் கடைகளைக் கண்டு வருவதற்குள் முற்பகல் பிற்பகலாக மாறிவிடுகிறது. அந்நிலையில் மாலைக் கடைகளை- அல்லங்காடிகளைக் காண்கிறோம். அப்போது

கோயில்களில் இசைமுழக்கம் கேட்கிறது. பௌத்தப் பள்ளிகளில் தொழுகை நடக்கிறது. சைனப் பள்ளிகளில் தவம் செய்யும் பெரியோர்களைக் காண்கிறோம். மாலைக்கடைகளில் பலவகைத் தொழிலாளர்களின் வேலைத்திறமையைக் காட்டும் பொருள்கள் விற்கப்படுவதைக் காண்கிறோம். பல வெளிநாட்டு வணிகரைக் காண்கிறோம். அவர்கள் எழுப்பும் வெவ்வேறு மொழிகளின் ஒலிகள் பலவகைப் பறவைக் கூட்டங்களின் ஒலிகள்போல் உள்ளன. எல்லாவற்றையும் அந்தக் கடைத் தெருக்களில் பார்த்துச் சுற்றிவருவதற்குள் பகல் மறைகிறது; இரவு தொடங்கிவிடுகிறது. அங்கங்கே விளக்கேற்றி வழிபாடு செய்கிறார்கள். முழுநிலா, தன் கதிர்களைப் பரப்பி நகரை அணி செய்கிறது. மகளிர் அலங்காரம் செய்து கொள்கிறார்கள். பரத்தையரின் இன்ப விளையாடல்களும் நடைபெறுகின்றன. நல்ல குடும்பங்களின் கற்புடைய மகளிரின் ஒழுங்கான கடமைகளும் நடைபெறுகின்றன. பாட்டும் கூத்தும் அங்கங்கே தொடங்கி நடைபெறுகின்றன. கோயில் வழிபாட்டுக்குக் குழந்தைகளோடு மகளிர் சென்று திரும்புகிறார்கள். முன்னிரவு மாறி நள்ளிரவு வருகிறது. மக்கள் தம் வீடுகளின் தெருக்கதவுகளைச் சாத்துகிறார்கள். அப்ப வாணிகர் முதலானவர்கள விற்கக் கொண்டு வந்த தின்பண்டங்களைத் தம் எதிரே வைத்துக்கொண்டே தூங்கத் தொடங்குகிறார்கள். ஊர்க்காவலர் நகரைச் சுற்றித் திரிகிறார்கள். இவ்வாறு பல காட்சிகளோடு நள்ளிரவு மாறி வைகறை வருகிறது. மறையோர் மறைகள் ஓதுகிறார்கள். வண்டுகள் மலர்களில் இசை தொடங்குகின்றன. இசைக் கலைஞர்கள் யாழிசைத்து வைகறைக்கு உரிய மருதப்பண் பாடுகிறார்கள். யானைகளும் குதிரைகளும் எழுந்து தீனி தின்கின்றன. கடைக்காரர் கடைகளை மெழுகி அழகு படுத்துகிறார்கள். வீடுகளில் மகளிர் எழுந்து கதவுகளைத் திறந்து துப்புறவு செய்கிறார்கள். திருப்பள்ளியெழுச்சிப் பாடல்கள் பாடப்படுகின்றன. முரசுகள் முழங்குகின்றன. சேவல் கள் கூவுகின்றன. அன்னங்களும் மயில்களும் ஒலிக்கின்றன. தெருக்களில் விழுந்த வாடிய மலர்கள் முதலான குப்பைகள் அகற்றப்படுகின்றன. பொழுது விடிகிறது. இவ்வாறு 354 அடிகளில் மதுரை நகரம் சுற்றிக் காட்டப் படுகிறது. ஒருவர் ஒரு நாள் காலையில் தொடங்கி மறுநாள் விடியல் வரையில் நகரத்தைச் சுற்றி வந்து கண்டவற்றை முறைப்படக் கூறுவது போல் வருணனை அமைந்துள்ளது.

உவமைக் களஞ்சியம்

பிற்காலத்து நூல்களில் வரும் உவமைகள் பலவும் சங்கப் பாட்டுகளுக்குக் கடன்பட்டவை எனலாம். சங்க நூல்களில் அந்த உவமைகள் இயல்பாக அமைந்து காணப்படுகின்றன. அந்துப் பழங் காலப் புலவர்களால் அமைத்துத் தரப்பட்ட உவமைகளைப் பிற் காலத்தார் அவ்வாறே பின்பற்றி வழங்கியுள்ளனர். காதலியை விட்டுப் பிரிந்து அயல்நாட்டுக்குச் சென்று கொண்டிருந்த காதலன், ஒருகுன்றின்மேல் எழுந்து வரும் முழுமதியைப் பார்த்து, "எனக்கே உரிமையான ஒரு மதி அதோ அந்த மலைக்கு அப்பால் உள்ளது" என்று தன் காதலியின் முகத்தை நினைந்து பாராட்டினான். பிரிவாற்றாமையால்வாடி ஒளி இழந்த ஒருத்தியின் முகம் விடியற்காலத்துச் சந்திரனுக்கு ஒப்பாகக் கூறப்பட்டுள்ளது. எட்டாம் பிறைச் சந்திரன் நெற்றிக்கு உவமையாக்கப்பட்டது. நெய்தல், குவளை முதலான சில மலர்கள் மகளிர் கண்ணுக்கு உவமை ஆயின. அழுது கண்ணீர் சொரியும் கண்கள், பெய்யும் மழையால் நனைந்து நீர் சொட்டும் மலர்களாக உள்ளன. மாவடுப் போன்ற கண் என்று பிற்காலத்தில் குறிக்கப்படுகின்றது. இரும்புக் கத்தியால் இரண்டு துண்டு ஆக்கப்பட்ட மாவடு போன்ற கண் என்ற விளக்கமான உவமை அகநானூற்றில் உள்ளது. அவ்வாறு இரண்டு துண்டு ஆக்கப்படும் போதுதான், நிறம் மாறிக் கண்ணின் கருவிழிக்கும் மற்ற வடிவ அமைப்புக்கும் ஏற்ற உவமைப் பொருத்தம் காணப்படுகிறது. இவ்வாறே பிற்கால இலக்கியத்தில் வரும் உவமைகள் பலவற்றின் பொருத்தம். அவற்றின் பிறப்பிடமாகிய சங்க நூல்களி லேயே தெளிவாகக் கிடைக்கின்றது.

தொல்காப்பியத்தில் இலக்கிய ஆராய்ச்சி

அக்காலத்து இலக்கண நூலாகிய தொல்காப்பியம், எழுத்துக்கும் சொல்லுக்கும் மட்டும் இலக்கணம் எழுதிய நூல் அல்ல. மூன்று பகுதிகள் கொண்ட அந்த நூலின் முதல் பகுதி தமிழ் ஒலிகளை ஆராய்வது; இரண்டாம் பகுதி சொற்கள் சொற்றொடர்களின் அமைப்பை ஆராய்வது. மூன்றாம் பகுதியாகிய பொருளதிகாரம் என்பது, தமிழிலக்கியத்தை ஆராய்வது. அவற்றின் பாகுபாடு, அமைப்பு, பொருள்வகை ஆகியவைபற்றித் தொல்காப்பியர் விளக்கி யுள்ளார்; பிறகு நாடகக் கலையை ஒட்டி இலக்கியத்தில் அமையும் மெய்ப்பாடுகளை விளக்கியுள்ளார்: அடுத்து, பாட்டுகளில் பயன்படும்

உவமைகளையும் ஆராய்ந்துள்ளார். அதன் பிறகு, செய்யுள் வகைகளை விரிவாக ஆராய்ந்து யாப்பிலக்கணம் வரைந்துள்ளார். அந்தப் பகுதியில் பொய்யான கற்பனை, எழுதப்படாமல் வாயளவில் வாழும் மக்கள் கலையான நாட்டுப் பாடல்களை, உரைநடை முதலியவை பற்றிய குறிப்புகளும் உள்ளன. புதியன வாய்ப் படைக்கும் கற்பனை (விருந்து). பழையனவாய் வழிவழியாக வரும் கதையிலக்கியம் (தொன்மை) முதலியவைபற்றிய குறிப்புகள் உள்ளன. இறுதியில், இலக்கியத்திற்கு உரிய சொல்மரபு முதலியவைபற்றி ஆராய்ந்து கண்டவற்றை எடுத்துக் கூறியுள்ளார். ஈராயிரம் ஆண்டுகளுக்குமுன் தமிழிலக்கியம் பற்றி இந்த அளவிற்கு ஆராய்ந்து எழுதியுள்ளது போற்றத்தக்கதாக உள்ளது. மேலைநாட்டார் இலக்கிய ஆராய்ச்சிக்கு அரிஸ்டாட்டிலின் நூலை அடிப்படையாகவும் தொடக்கமாகவும் கொண்டு பயன் பெறுவதுபோல், தமிழறிஞர்கள் தொல்காப்பியத்தின் இந்த மூன்றாம் பகுதியை ஆராய்ந்து பயன் பெறுகிறார்கள். ஏறக்குறைய 1600 சூத்திரங்கள் கொண்டு விரிவாக அமைந்துள்ள தொல்காப்பியத்தில், இந்த மூன்றாம் பகுதி 650 சூத்திரங்கள் கொண்டது ஆகும். தமிழிலக்கியம் காலப்போக்கில் பல்வேறு வகையாக வளர்ந்து விரிவுபெற்று, இந்த நூலின் விதிகளைக் கடந்து நின்ற போதிலும், பழந்தமிழ் இலக்கியத்தை ஆராய்வோருக்கு இன்றும் இது பயன்பட்டு வருகிறது. மேலே காணப்பட்ட எட்டுத் தொகை பத்துப்பாட்டு என்னும் தொகைநூல்களில் உள்ள மரபுகள் பலவற்றைப்பற்றிய நல்ல விளக்கம் இந்த நூலின் மூன்றாம் பகுதியாலும் இதற்கு உரையாசிரியர்கள் எழுதிய உரையாலும் பெற முடிகிறது.

◇

4

நீதி இலக்கியம்

(கி.பி. 100 - கி.பி. 500)

காதல் வீரம் கொண்ட முதலிய சிறந்த உணர்ச்சிகளிலும் இயற்கையின்பத்திலும் ஈடுபட்டிருந்த புலவர்களின் உள்ளம். அடுத்த சில தலைமுறைகளில் நீதிகளைப் பாடும் நிலைக்கு மாறியது. அந்தக் காலத்தைச் சங்கம் மருவிய காலம் அல்லது நீதிநூல் காலம் என்பர். அப்போது நாட்டில் பழைய சேர சோழ பாண்டியரின் அமைதியான ஆட்சியில் ஒரு கலக்கம் நேர்ந்தது என்றும், களப்பிரர் என்னும் சிலர் புகுந்து நாட்டு மக்களின் அமைதியைக் கெடுத்தார்கள் என்றும் கூறுவார்கள். ஆகவே, வாழ்க்கை தரும இன்பங்களைப் பாடுவதற்கு வாய்ப்பு இல்லாமல் போய்விட்டது. வாழ்க்கையே ஒரு சிக்கல் ஆகி விட்டமையால், சமுதாயத்தில் எப்படி எப்படி வாழவேண்டும், என்ன என்ன நீதிகளைப் போற்றவேண்டும் என்று எடுத்துரைக்க வேண்டிய கடமை புலவர்களுக்கு வந்து சேர்ந்தது. அந்தக் காலத்தில் (கி.பி. 100 முதல் கி.பி. 500 வரையில்) இயற்றப்பட்ட சில நூல்களைப் பதினெண்கீழ்க்கணக்கு என்று குறிப்பிட்டார்கள். (கீழ்க்கணாக்கு என்பது அடிகள் குறைந்த செய்யுட்களால் ஆகிய நூல்களைக் குறிக்கும்). சிலப்பதிகாரம், மணிமேகலை என்னும் இரண்டு காவியங்கள் சமயங்களைச் சார்ந்த நீதிகளை அறிவுறுத்துவதற்காக அக்காலத்தில் இயற்றப்பட்டன.

பதினெண்கீழ்க்கணக்கு நூல்கள் எல்லாம் நீதிநூல்கள் அல்ல. அவற்றுள் ஐந்து நூல்கள் காதல்பற்றியும் ஒரு நூல் போர்பற்றியும் உரைப்பவை. மற்றுப் பன்னிரண்டும் நீதி நூல்களே.

திருக்குறள்

நீதி நூல்களுள் தலையானது திருக்குறள். முதல் அடி நான்கு சீரும் இரண்டாம் அடி மூன்று சீரும் உடையதாய் வரும். இரண்டு அடி வெண்பாவுக்குக் குறள்வெண்பா என்று பெயர். அந்தக் குறள் வெண்பாவால் இயற்றப்பட்ட நூலுக்குத் திருக்குறள் என்ற

பெயரே நின்றது. முப்பால், பொய்யாமொழி, வாயுறை வாழ்த்து முதலான பெயர்கள் பழைய பெயர்களாகிவிட்டன. அதை இயற்றிய புலவரின் இயற்பெயரும் தெரியவில்லை. அவருடைய வாழ்க்கை வரலாறும் தெரியவில்லை. திருவள்ளுவர் என்ற குடிப் பெயர் அல்லது தொழில் பற்றிய பெயர் இப்போது வழங்குகிறது. அவரைப்பற்றிப் பல கதைகள் அவ்வப்போது கட்டப்பட்டன. ஆராய்ச்சியாளர் அவற்றை ஏற்றுக்கொள்வதில்லை. ஆனால், பல நூல்களைக் கற்றவர், இல்வாழ்க்கையைச் செம்மையாக நடத்தி மகிழ்ந்தவர், அரசியல் தேர்ந்த அறிவு பெற்றவர், நீண்ட நாள் அமைதியாக வாழ்ந்தவர், பல சமயத்தாரோடும் பழகினாலும் பொதுமை நாட்டமே உடையவர், அறத்தில் அசையாத நம்பிக்கை உடையவர், சமய வேடங்களையும் மூட நம்பிக்கைகளையும் புறக்கணித்தவர் முதலான குறிப்புகள் அவருடைய நூலால் தெரிகின்றன.

பாகுபாடு

அறம், பொருள், இன்பம், வீடு என்னும் நான்கு பொருள்களுள் முதல் மூன்றையும் பற்றி 1330 குறட்பாக்களால் விளக்குவது திருக்குறள். நெறியோடு இந்த உலகத்தல் வாழ்ந்தால் தானாவே அமைவது முக்தி என்பதும், சிந்தைக்கு எட்டாத அந்த முக்தியைப் பற்றிச் சொற்களால் விளக்கிக்கொண்டிருப்பது வீண் என்பதும் திருவள்ளுவரின் கருத்தாக இருக்கக்கூடும். அதனால் அவர் வீடுபற்றி விளக்கவில்லை. ஆனால், மெய்யுணர்தல் என்ற அதிகாரம் அதற்கு உரிய வழியைக் கூறுவதாகும்.

பத்துப் பத்துக் குறளாகப் பகுத்து, ஒவ்வொரு பத்திலும் ஒவ்வொரு பண்பையோ கொள்கையையோ விளக்குகிறார். அறத்தை 380 குறளில் 38 அதிகாரங்களில் விளக்கியுள்ளார். அரசியல்பற்றியும் அமைச்சர் முதலானவர்கள் பற்றியும் குடி மக்களின் பண்புகள் பற்றியும் இரண்டாம் பகுதியில் 700 குறளில் 70 அதிகாரங்களில் விளக்கியுள்ளார். மூன்றாம் பகுதியில் உயர்ந்த காதலரின் காதல்பற்றிய கற்பனை 250 குறளில் 25 அதிகாரங்களில் விளக்கப்பட்டிருக்கிறது. முதல் பகுதியைக் கற்பவர் அங்கே புத்தர் போன்ற ஒரு சான்றோரின் மொழிகளைக் கேட்கலாம். இரண்டாம் பகுதியில் தேர்ந்த அரசியல் அறிஞரின் உரைகளைக் கற்கலாம். மூன்றாம் பகுதியில் திருவள்ளுவர் கற்பனைச் செல்வம் மிகுந்த ஒரு கவிஞராக விளக்கிக் காதலனையும் காதலியையும் பேசச் செய்கிறார்.

பொதுமை

பல நூற்றாண்டுகளுக்கு முன் விளங்கிய ஒருவர், எல்லாச் சமயத்தாரும் போற்றக்கூடிய வகையில் எல்லார்க்கும் பொதுவான ஒரு நூல் எழுதியிருப்பது பெரிய வியப்பாகும். அதனால் அவர்க்குப் பின்வந்த எல்லா நூல்களும் அவருடைய கருத்துகளையும் சொற் களையும் எடுத்தாளுகின்றன. வெவ்வேறு சமயத்தைச் சார்ந்தவர்கள் போரிட்டுக்கொண்டிருந்த காலங்களிலும் அவர்கள் எல்லாரும் திருக்குறளைப் போற்றிக் கொண்டிருந்தார்கள்; அதுமட்டும் அல்லாமல், தம் தம் சமயத்தைச் சார்ந்தவரே திருவள்ளுவர் என்று சான்றுகள் காட்டிக்கொண்டிருந்தார்கள்!

எவ்வகைச் சார்பையும் கடந்து, மனித உள்ளத்தின் இயல்பைத் துருவித் துருவி ஆராய்ந்து, உண்மையை மட்டும் தெளிவாக எடுத்துரைத்திருப்பது நூலின் மற்றொரு சிறப்பாகும். எந்தக் கட்டுப்பாடும் இல்லாமல் அடிப்படையான உண்மையைக் கண்டு உணரவும் உணர்த்தவும் அந்த ஆசிரியர்க்கு முடிந்தது. சாதி வேறுபாடு தலையெடுத்த அக்காலத்தில் அவர் அஞ்சாமல், "எல்லாரும் பிறப்பால் ஒத்தவர்களே" என்னும் கருத்தை வலியுறுத்தினார். "தவம் என்பது என்ன? வந்த துன்பத்தைப் பொறுத்துக் கொள்ளுதலும், மற்ற உயிர்களுக்குத் துன்பம் செய்யாமல் இருத்தலுமே ஆகும்" என்றார். "மனத்தில் மாசு இல்லாமல் தூய்மை பெறுதலே அறம். மற்றவை ஆரவாரமான பகுதிகளே" எனத் தெளிவாக்கினார்.

அறிஞர்கள் பலர் உரை எழுதுமாறு அவர்களின் அறிவைக் கவர்ந்த தமிழ்நூல் திருக்குறளே. பல நூற்றாண்டுகளுக்கு முன்பே பத்து உரையாசிரியர்கள் இதற்கு உரை எழுதியிருக்கிறார்கள். இந்தக் காலத்திலும் பலர் புதுப்புது உரைநூல்களும் விளக்க நூல் களும் எழுதி வருகிறார்கள். இந்தியாவில் பல மொழிகளிலும், வெளிநாடுகளில் பல மொழிகளிலும் இதற்கு மொழிபெயர்ப்புகள் உள்ளன. காந்தியடிகள் முதலான இக்காலத்துச் சான்றோர்கள் இந்த நூலின் உயர்வைப் புகழ்ந்துள்ளனர். ஆல்பர்ட் ஸ்வைட்சர் என்னும் ஜெர்மன் தத்துவஞானி - பலதுறைப் பேரறிஞர் - வாழ்வுக்கு உரிய அன்பு நெறியைக் கூறும் உயர்ந்த நூல் என்றும், உயர்ந்த ஞானத்தைப் புகட்டும் செம்மொழிகளின் தொகுப்பு இதுபோல் உலக இலக்கியத்தில் வேறு எங்கும் இல்லை என்றும் கூறிப் போற்றியுள்ளார்.

அறத்தில் உறுதி

திருவள்ளுவர் அறநெறியில் அழுத்தமான நம்பிக்கை உடையவர். "மறந்தும் பிறர்க்கும் கெடுதியானவற்றை எண்ணக் கூடாது. அவ்வாறு எண்ணினால் எண்ணியவனுக்கு கெடுதி விளையும்; அவ்வாறு கெடுதி விளையுமாறு அறமே செய்துவிடும்" என்கிறார்.

மறந்தும் பிறன்கேடு சூழற்க சூழின்
அறம்சூழும் சூழ்ந்தவன் கேடு.

முடிவு நல்லதாக ஏற்படுமானால் அதுவே போதும் என்றும், அந்த முடிவை அடைவதற்கு உரிய வழி தவறாக இருந்தாலும் கவலை இல்லை என்றும் கருதுவோர் உண்டு. வழியைப்பற்றிப் பொருட் படுத்தாமல் முடிவைப்பற்றியே வற்புறுத்திக் கூறும் நூல்களும் உண்டு. ஆனால் திருவள்ளுவர்க்கு அது உடன்பாடு அல்ல. கருதிய முடிவை அடைய முடிந்தாலும் முடியாவிட்டாலும், அதற்குரிய வழி தூய்மையாகவே - நல்லதாகவே - இருக்கவேண்டும் என்று திருவள்ளுவர் பல இடங்களிலும் வலியுறுத்துகிறார்: "பெற்ற தாயின் பசியையே காண நேர்ந்தாலும் சரி, அதைப் போக்குவதற்காகவும் சான்றோர் பழிக்கும் தீய செயல்களைச் செய்யக்கூடாது." "பிறர்க்கு உதவியாக ஈதல் நல்லது. அதனால் மேலுலக இன்பம் கிட்டும் என்கிறார்கள். அந்த மேலுலகம் இல்லை என்று மறுக்கப்பட்டாலும், ஈதலே நல் அறச்செயல் ஆகும்."

உயர்ந்த குறிக்கோள் கொண்டு மனிதன் வாழவேண்டும் என்பது அவர் கருத்து. அறநெறியைப் போற்றி வாழ்வதால், இந்த உலக வாழ்வுக்கு இடையூறு ஆகும் என்றாலும், அந்த இடையூற்றை ஏற்றுக்கொள்வதே நல்லது என்பவர் அவர். அதனால், உயிர் போவதானாலும் போகட்டும் என்று வலியுறுத்துவதே அவர் போக்கு. "பிறர் இல்லாதபோது பழித்துப் பேசிப் பொய்ந்நெறியில் வாழ்க்கை நடத்துவதைவிட வாழாமல் செத்துப் போவதே நல்லது; அறத்தின் பயனாகிய நன்மை அதனால் கிடைக்கும்" என்று அவர் வற்புறுத்துவது காணலாம். பிறர்க்கு உதவியாக வாழும் ஒப்புரவு நெறியால் கேடு வரும் என்றால், தன் வாழ்வை விற்றாவது அந்தக் கேட்டைப் பெறுவது தக்கது." "நடுநிலைமை தவறிப் பெறக்கூடிய செல்வம் நன்மையே தருவதாக இருந்தாலும், அதை அப்போதே நீக்கிவிடவேண்டும்." "ஒருவன் தன்னைத்தான் விரும்புகின்றவனாக

இருந்தால், தீய செயல்களை எந்த அளவிற்கும் செய்தல் கூடாது." "பொருள் இல்லையே என்ற வறுமையின் காரணமாகவும் தீமை செய்தல் கூடாது; செய்தால் மறுபடியும் வறுமையையே அடைய நேரும்." "தீமையை மனத்தால் எண்ணுவதும் பாவமே. ஆகையால் மற்றவனுடைய பொருளைக் கவர்ந்து கொள்வோம் என்று மனத்தாலும் எண்ணுதல் கூடாது." "பிறர் சினம் கொண்டு துன்பம் செய்த போதிலும், அதற்காகத் திருப்பித் துன்பம் செய்யாமல் இருப்பதே உயர்ந்தவர்களின் கொள்கை." "ஒருவன் தன் உயிரை இழக்க நேர்ந்தாலும் மற்றொன்றின் உயிரைப் போக்கும் செயலைச் செய்தல் கூடாது."

இவ்வாறு உயிர்வாழ்வைப் பொருட்படுத்தாமல் உயர் நெறியை வற்புறுத்தும் திருவள்ளுவர், நெறியோடு வாழ்வதற்கு உரிய படிகளையும் ஆங்காங்கே தெளிவாக்குகிறார். பிறர் செய்யும் தீமைகளைப் பொறுத்துக் கொள்வது எப்படி என்று கேட்பவர்க்கு, "அவர் செய்யும் பல தீமைகளையும் விட்டு, முன்புசெய்த நன்மை ஒன்று இருக்குமானால், அந்த நன்மையையே திரும்பத் திரும்ப எண்ணிப் பார்த்தால், கொலை போன்ற தீமையும் மறக்கப்படும்" என்கிறார். பிறர்மேல் சினம் கொண்டு அவர்களுக்குத் துன்பம் செய்ய முனைவதை எப்படித் தடுப்பது? மெலியவர்கள் மேல்தான் பெரும்பாலும் சினம் எழுகிறது; அவர்களுக்குத் துன்பம் செய்யவே துணிவு ஏற்படுகிறது. ஆகையால் தன்னைவிட வலியவர்கள் தன்னை வறுத்த முற்படும்போது, தன் நிலைமை எப்படிப்பட்டது என்பதை. மெலியவர்மேல் தன் கொடுமை செல்லும்போது உணர்ந்து தடுத்துக் கொள்ள வேண்டும் என்கிறார்.

உலகியல் தெளிவு

இவ்வாறு நெஞ்சத்தைப் பயன்படுத்தும் அறநெறியை வற்புறுத்தும் திருவள்ளுவர். உலக வாழ்க்கையில் சிறந்து விளங்குவதற்கு உரிய நெறிகளையும் இரண்டாம் பகுதியில் தெளிவாக எடுத்துரைக்கிறார். கல்வி, கல்லாமை, கேள்வி, அறிவுடைமை என்று நான்கு அதிகாரங்களில் நாற்பது குறளில், அறிவு வளர்ச்சியின் சிறப்பை ஓதுக்கிறார். கல்வியைப் பற்றிச் சொல்லும் தொடக்கத்திலேயே, "கற்கவேண்டும்; கற்கத் தகுந்தவற்றை ஐயமறக்கற்றுத் தெளிய வேண்டும்; பிறகு கற்றதற்குத் தக்கவாறு நெறியில் நின்று வாழவேண்டும்" என்கிறார். நல்லவர்களின்

வறுமையை விடக் கல்லாதவர்களின் செல்வம் பொல்லாதது என்கிறார். எது அறிவு? மனம் சென்ற இடத்தில் எல்லாம் செல்ல விடாமல், தீமையிலிருந்து நீக்கி நன்மையில் செலுத்தவல்லது அறிவு என்கிறார்.

அரசியல்பற்றி அவர் உரைக்கும் கருத்துகள் இன்றும் பொன் போல் போற்றத்தக்கனவாக உள்ளன. திருவள்ளுவர் வாழ்ந்த காலம் முடியாட்சிக்காலம். அந்தக் காலத்தில் அவர் அரசர்க்குச் சொன்னவைகளாக அமைந்த அறிவுரைகள், இன்று குடியாட்சி முறையில் உள்ள தலைவர்களுக்கும் பொருந்தும் மொழிகளாக உள்ளன. “குடிமக்களைத் தழுவியவாறு ஆட்சிபுரியும் அரசனுடைய பாதங்களைப் பொருந்தி நிற்கும் உலகம்.” “தண்டித்து அடக்குவதாகிய வேல் அரசனுக்கு வெற்றி தருவதில்லை; அவனுடைய செங்கோல் கோணாமல் இருக்குமானால் அதுவே வெற்றி தருவதாகும்.” ”ஆட்சிபுரியும் கோலோடு நிற்கும் அரசன் குடிமக்களிடம் வலிந்து பொருள் கேட்பது, வழியில் கொள்ளையடிப்பவன் வேலோடு நின்று கொடு என்று கேட்பதைப் போன்றது.” “நீதிமுறை செய்யாத அரசனுடைய ஆட்சியின் கீழ் வாழ நேர்ந்தால் வறுமையைவிடச் செல்வம் துன்பமானது ஆகும்.” “குடி மக்கள் துன்பப்பட்டுத் தாங்க முடியாமல் அழுது சொரியும் கண்ணீரே அரச செல்வத்தைத் தேய்க்கும் படையாகும்.” இவ்வாறு இன்றைய குடியாட்சிக்கும் பொருநதிவரும் வகையில் அவர் பல கருத்துகளைக் கூறமுடிந்த காரணம், அரசன் இன்னான் நாடு இன்னது என்பவற்றை எல்லாம் கடந்து ஆட்சியின் பொதுத் தன்மைகளை மட்டும் தெளிந்து கூறிய சிறப்பியல்பே ஆகும். இத்தகைய பல கருத்துகள் திருக்குறளில் நிறைந்திருப்பதால், அந்த நூல் “காலம் கடந்த பொதுமை நூல்” என்று புகழப்படுகிறது; அரசியலில் மட்டும் அல்லாமல் மற்றத் துறைகளிலும் இன்றைய உலகம் எவ்வளவோ மாறியமைத்துள்ளது. அறிவியலால் இந்த நூற்றாண்டில் மாறுதல் மிகப் பெரிய அளவில் நிகழ்ந்துள்ளது. ஆயினும் திருவள்ளுவரின் கருத்துகளில் நூற்றுக்குத் தொண்ணூற்றைந்து பங்கு இன்றைய உலகிற்கும் ஏற்றனவாக உள்ளன.

“வள்ளுவனை உலகிற்குத் தந்து புகழ் பெற்றுக்கொண்டது தமிழ் நாடு” என்று பாரதியார் (இந்த நூற்றாண்டில்) பாடிப்புகழ்ந்தார். திருக்குறள் அவ்வாறு பொதுவாக விளங்குவதற்குக் காரணம்

என்ன? திருவள்ளுவர் அந்த நூலை இயற்றியபோது, தமிழரையும் தமிழ்நாட்டையும் மட்டும் மனத்தில் கொள்ளாமல், உலகில் உள்ள பலவகை மனிதரையும் கருத்தில் கொண்டு, மனித இனத்தின் பொதுமையை உணர்ந்து எழுதியதே காரணம் ஆகும். 1330 பாக்களில் தம் சமயச் சார்போ இனச் சார்போ இல்லாமல் பொதுநோக்குடன் எழுதியதுபோலவே, தாம் பிறந்த நாட்டையும் குறிக்காமல், பேசிய மொழி முதலியவற்றையும் குறிப்பிடாமல் அவற்றைக் கடந்து மனித இனத்திற்காக உண்மைகளை உணர்ந்து எழுதியுள்ளார். நாடு, மொழி, மதம் முதலான வேறுபாடுகளைக் கடந்து உண்மைகளை மட்டும் நாடும் உள்ளம் படைத்த காந்தியடிகளைப் போல் பல நூற்றாண்டுகளுக்கு முன் வாழ்ந்து நூல் எழுதியவர் அவர்.

குறிப்பிட்ட சமயம் சடங்கு முதலியவற்றை வற்புறுத்தாதது போலவே, தாம் போற்றிய கொள்கைகளையும் பிடிவாதமாக வற்புறுத்தித் திணிக்கவில்லை. அடிப்படை உண்மைகளை மட்டும் எடுத்துரைத்து, மற்றவற்றைச் சிந்தனை செய்து உணரும் வகையில் தூண்டுகிறார். எந்தக் கருத்தையும் கண்மூடி ஏற்றுக்கொள்ளக் கூடாது என்பது அவர் கொள்கை. "எந்தப் பொருளை எவர் எவரிடம் கேட்டு அறிந்தாலும், அதை ஆராய்ந்து உண்மை உணர வேண்டும்; அதுவே அறிவின் பயன்" என்று கூறுகிறார். கண்மூடி வாழும் வாழ்க்கையை வெறுத்து, பகுத்தறிவுக்குச் சிறப்புத் தருபவர் அவர். துறவின் பெருமையை எடுத்துரைக்கும் இடத்தில், துவராடை (காஷாயம்), சடைமுடி, கமண்டலம் முதலான புறக் கோலங்களைக் கூறவில்லை; உள்ளத்தில் பற்றற்று வாழும் தூய்மையையே கூறுகிறார். போலித் துறவிகளின் வேடங்களையும் நீராடல் முதலியவற்றையும் கடுமையாகத் தாக்குமிடத்திலும் அந்த முற்போக்கையும் தெளிவையும் காணலாம். பலவகைச் சடங்குகள் தம் சுற்றுப்புறத்தில் கண்ட அவர், அவற்றுள் எதையும் கூறவில்லை. அவை எல்லாம் காலந்தோறும் இடந்தோறும் மாறக் கூடியவை என்பதை உணர்ந்து, என்றும் எங்கும் மாறாமல் வாழ்வுக்குத் தேவையான நல்ல பண்புகளையும் செயல்களையும் மட்டுமே உணர்த்தியுள்ளார்.

நாட்டை ஆளும் தலைவனுக்காக அவர் கூறியுள்ள கருத்து களும் அறிவுரைகளும், தலைவனுக்கு மட்டும் அல்லாமல் குடிமக்கள் எல்லார்க்கும் பொருந்துவனவாக உள்ளன. இதுவும் ஒரு சிறப்பே ஆகும். கல்வி, கேள்வி, அறிவுடைமை, காலம் அறிதல், இடம் அறிதல்,

வலியறிதல், ஊக்கம், சோம்பலில்லாமை, முயற்சி, துன்பத்தில் கலங்காமை, சொல்வன்மை, செயலில் தூய்மை, செயலில் உறுதி, செயல் செய்து முடிக்கும் திறமை, பொருள் சேர்த்தல், நம்பு, பகை, பெரியோரைப் போற்றல், விலைமகளிரிடம் சேராமை, கள் குடித்தலின் தீமை, சூதாட்டத்தின் தீங்கு, மருந்து, மானம், நற்பண்பு, உழவின் சிறப்பு. வறுமையின் கொடுமை முதலிய அதிகாரங்களின் கருத்துகள் அவ்வாறு குடிமக்கள் எல்லோர்க்கும் பொதுவாகப் பொருந்தும் வகையில் இருப்பது காணலாம். குடிமக்களுள் ஒவ்வொருவரும் வீட்டையோ வாணிக நிலையத்தையோ தொழில் அமைப்பையோ ஆளவேண்டிய கடமை இருப்பதால், அந்த அளவிற்கு அவரும் ஆட்சித் தலைவராக அமைகிறார். ஆகையால் நாட்டுத் தலைவர்க்குக் கூறப்படும் அறிவுரைகள் அவர்க்கும் பொருந்தி அமைகின்றன.

வாழ்க்கைக்குப் பொருள் கட்டாயமாகத் தேவை என்னும் கருத்தைத் திருக்குறள் அழகாக எடுத்துரைக்கிறது. "பொருள் இல்லாதவர்க்கு இவ்வுலகம் இல்லை அருள் இல்லாதவர்க்கு அந்த உலகம் இல்லாததுபோல" என்கிறார். இப்படிச் சில குறட்பாக்களில், ஓர் உண்மையை விளக்குமிடத்தில் அதற்கு உவமையாக மற்றோர் அரிய கருத்தையும் விளங்கச் செய்கிறார். பல இடங்களில் கற்பவரின் சிந்தனையைத் தூண்டும் முறையில் வினாக்கள் எழுப்பிச் செல்கிறார். "மனைவி தக்கவள் ஆனால், ஒருவனுடைய வாழ்வில் இல்லாதது என்ன? மனைவி தக்கவளாக வாய்க்காவிட்டால், அவனுடைய வாழ்வில் இருப்பது என்ன?"

இல்லதுஎன் இல்லவள் மாண்பானால்? உள்ளதுஎன்
இல்லவள் மாணாக் கடை?

வேறு சில இடங்களில், நாடக மேடையையும் மாந்தரையும் படைத்துவிட்டு, அந்த மாந்தரின் பேச்சால் உண்மைகள் விளங்கச் செய்கிறார்; நாடகப்போக்கில் அமைந்த கருத்துகள் முதல் பகுதியில் மிகக் குறைவு; இரண்டாம் பகுதியில் ஒரு சில அதிகாரங்களில் உள்ளன; மூன்றாம் பகுதியாகிய 'காமத்துப் பால' முழுவதுமே நாடகப் போக்கில் அமைந்துள்ளது.

காதல் கற்பனை

காதலன் தன் காதலியை அழகான இயற்கைச் சூழலில் காண் கிறான். கண்டு காதல் கொண்டு உள்ளம் மயங்குகிறான். அந்த

மயக்கம் அவனுடைய சொற்களில் புலனாகிறது: "இவள் தெய்வ மகளோ? மயிலோ? குழை அணிந்த பெண்ணோ? என் நெஞ்சம் மயங்குகிறது. "சில நாள் கழித்துக் காதல் வளர்ந்தபின் அவன் கூறுகிறான்: "உடம்போடு உயிர்க்கு என்ன உறவோ, அதே உறவுதான் என் காதலியோடு எனக்கு உள்ள நம்பு. உயிர்க்கு வாழ்வு போன்றவள் அவள்; அவளுடைய பிரிவு சாதல் போன்றது."

கற்பனை நயம் மிகுந்த சொற்கள் இந்தப் பகுதியில் மிகுந்துள்ளன. காதலி கூறுவன கேட்போம்: "என் காதலர் என் கண்ணில் உள்ளார். கண்ணின் உட்பகுதியிலிருந்து அவர் நீங்குவதில்லை. நான் கண்ணை இமைத்தாலும் அதனால் அவர் வருந்துவதில்லை. அவ்வளவு நுட்பமானவர் என் காதலர். அவர் கண்ணுள் இருப்பதால் என் கண்ணுக்கு மை எழுதுவதும் இல்லை. மை தீட்டினால் அது அவரை மறைத்துவிடுமோ என்று அஞ்சுகிறேன். காதலர் என் நெஞ்சில் உள்ளார். அதனால், சூடான பொருள்களை உண்ண அஞ்சுகிறேன். சூடானவற்றை உண்டால், அவர்க்கு வெப்பமாக இருக்குமே என்று தான் அஞ்சுகிறேன்."

இவர்களுடைய மறைவான காதல் மெல்லச் சிலர்க்குத் தெரிகிறது; பலர்க்கு எட்டுகிறது. தாயும் மெல்ல அறிகிறாள்; கடுஞ் சொல் கூறுகிறாள். அப்போது காதலி கூறுவன என்ன? "ஊரார் தூற்றிப் பேசும் சொற்கள் என் காதல் நோய்க்கு எரு ஆகின்றன. அன்னையின் சுடுசொற்கள் இந்தப் பயிர்க்கு நீர் ஆகின்றன. இப்படித் தூற்றிப் பேசுவதால் என் காதலை அடக்கிவிடுவோம் என்று எண்ணுகிறார்கள். தவறு! அது நெய்யால் நெருப்பை அவித்து விட எண்ணுவது போன்றதே."

காதலன் வெளிநாட்டுக்கு ஒரு கடமையை முன்னிட்டுப் பிரிந்து போக எண்ணுகிறான். அதைத் தன் காதலியிடம் தெரிவிக்க முயல் கிறான். அவளுடைய மறுமொழியைக் கேட்போம். "என்னை விட்டுப் பிரியாத செய்தியானால் என்னிடம் சொல்லுங்கள். அல்லது, பிரிந்து விரைவில் திரும்பி வருவேன் என்று சொல்லும் செய்தியானால், இப்போது என்னிடம் சொல்லவேண்டாம். நீங்கள் திரும்பி வரும்போது உயிரோடு வாழ்ந்திருக்க வல்லவர் யாரேனும் இருந்தால் அவர்களிடம் சொல்லுங்கள்." அவள் தனக்குள் சொல்லிக் கொள்கிறாள்: "என்னிடம் வந்து தம் பிரிவைப்

பற்றிப் பேசும் வன்மையான நெஞ்சம் அவர்க்கு இருக்குமானால், அப்படிப்பட்டவர் திரும்பி வந்து அருள்வார் என்று ஆசைப்படுதல் வீண்." பிரிந்தபின் அவள் படும் துன்பங்கள் நெஞ்சம் உருக்குவன. "நான் இப்போது ஏன் உயிர் வாழ்கிறேன்? அவரோடு யான் அன்பாக வாழ்ந்திருந்த நாட்களை நினைந்து ஏங்குவதற்காக உயிர் வாழ்கிறேன். மறந்தால் என்ன ஆவேனோ? மறக்க முடியவில்லை. நினைந்தாலும் நெஞ்சம் சுடுகின்றது. நனவில் அவர் வந்து அன்பு செய்யவில்லை. அப்படிப்பட்டவர் கனவில் வரக் காண்கிறேன். அதனால் தான் என் உயிர் இன்னும் உள்ளது. நனவு என ஒன்று இல்லாமல் இருந்தால் எவ்வளவு நன்றாக இருக்கும்? கனவிலே என் காதலர் நீங்காமல் என்னோடு இருப்பாரே! காலைப்பொழுதுக்கு யான் என்ன நன்மை செய்தேன்? மாலைப்பொழுதுக்கு என்ன தீமை செய்தேன்? மாலைப்பொழுது இவ்வாறு பிரிவுத் துன்பத்தை வளர்க்க வல்லது என்பதை என் காதலர் என்னைவிட்டு நீங்காமல் இருந்த காலத்தில் யான் அறிந்ததில்லை. காலையில் என் நோய் அரும்பாக இருக்கிறது. பகலெல்லாம் முதிர்ந்த அரும்பாக- போதாக - உள்ளது; மாலை வந்ததும் இந்த நோய் மலர்ந்து விடுகிறதே, நெஞ்சமே! நீ அவரை நாடிச் செல்கிறாய்! செல்லும்போது என் கண்களையும் உன்னுடன் அழைத்துக்கொண்டு போ. இவை அவரைக் காண வேண்டும் என்று என்னைப் பிய்த்துத் தின்னுகின்றன."

இவ்வாறு காமத்துப்பால் முழுவதும், நாடகப் போக்கில், காதலனையும் காதலியையும் பேசச் செய்து திருவள்ளுவர் தாம் மறைந்திருக்கின்றார். காதல் உணர்ச்சிகளையும் கற்பனைகளையும் நாடகமேடையில் காண்பதுபோல் உணர்கிறோம். உணர்ச்சிகளுக்கும் கற்பனைகளுக்கும் அழகான வடிவங்கள் அமைகின்றன.

முதல் பகுதியாகிய அறத்துப்பாலில் அறத்தின் சிறப்பைத் திட்பமாக எடுத்துரைத்துக் கற்பவரின் நெஞ்சில் பதியுமாறு செய்வதே அவருடைய நோக்கமாக இருக்கிறது. நெறி தளராத அறவோராக விளங்கி, உணர்ச்சிவயப்படாமல், 'கற்பனைக்கு இடம் தராமல் நடுநிலையில் நின்று தாம் உணர்ந்த உண்மைகளைத் தெளிவாக விளக்குகிறார். இரண்டாம் பகுதியாகிய பொருட்பாலில் உலக வாழ்க்கையின் இயல்புகளையும் நடைமுறைகளையும் ஆராய்ந்த அனுபவம் நிறைந்த அறிஞராக விளங்குகிறார். அவர் பல காலத்தும் பல துறைகளிலும் கண்டும் கேட்டும் அறிந்தவற்றை எல்லாம்

தம் சிந்தனையால் தெளிய உணர்ந்து வகைப்படுத்திக் கூறுகிறார். மூன்றாம் பகுதியாகிய காமத்துப்பாலில்தான், திருவள்ளுவரின் கலையுள்ளத்தை நன்கு காண முடிகிறது. இங்கு அவரை உபதேச மேடையிலோ பட்டி மண்டபத்திலோ அறிவுக் கூடத்திலோ நாம் காணவில்லை; இங்கு அவரைக் கவிதையரங்கத்தில் காண்கிறோம்; படைப்புத் திறன் மிக்க கவிஞராக நின்று இங்குக் குறள்மணிகளை இயற்றியுள்ளார்.

நெறியும் பண்பாடும்

அரசியல் முதலானவற்றைத் திருவள்ளுவர் விளக்குமிடத்திலும் அறத்தின் அடிப்படையை மறக்காமல் வற்புறுத்துகிறார். எப்படியாவது வெற்றி பெற்றிட வேண்டும், எப்படியாவது செல்வம் சேர்த்திட வேண்டும் என்பது அவருடைய கொள்கை அல்ல. நெறியறிந்தே அரசியல் கடமைகளைச் செய்ய வேண்டும் என்று வினைத் தூய்மை (செயல் தூய்மை) வற்புறுத்துகிறார். செல்வம் சேர்க்கும் முயற்சியும் குற்றமற்ற வழியில் அமைய வேண்டும் என்கிறார். "புகழோடு நன்மையும் விளைக்காத செயலை எப்போதும் ஒதுக்கிட வேண்டும். தெளிந்த அறிவுடையோர் எவ்வளவு இடரும் துன்பமும் படுவதாக இருந்தாலும், இழிவான செயல்களைச் செய்ய மாட்டார்கள். பெற்ற தாயின் பசியைக் காண்பதாக இருந்தாலும், சான்றோர்கள் பழிக்கும் செயல்களைச் செய்தல் கூடாது. பழியோடு கூடிப்பெறும் செல்வத்தைவிடச் சான்றோர்களின் வறுமையே மேலானது. பிறரை அழ வைத்து விட்டுக் கவர்நது கொண்ட பொருள் முதலிய எல்லாம், கொண்டவரை அழ வைத்துவிட்டுப் போய்விடும். நல்வழியில் பெற்றவை இழக்கப்பட்டாலும் பிறகு பயன் தருவன ஆகும். வஞ்சனை வழியால் பொருள் சேர்த்துக் காப்பாற்றுதல், பச்சை மண்ணாலாகிய கலத்தில் நீர் நிரப்பி வைத்தல் போன்றது."

இவ்வாறு வாழ்வின் பல துறைகளிலும் அறத்தின் அடிப்படையை வற்புறுத்தும் திருவள்ளுவர், மூன்றாம் பகுதியாகிய காமத்துப்பாலில் காதலின் கட்டற்ற போக்கைக் கூறுவார் என்று எதிர்பார்க்க முடியாது. அங்கே அவர் கூறும் உணர்ச்சிகளும் கற்பனைகளும் காதலரின் பண்பட்ட நெஞ்சத்தை விளக்குவனவாக உள்ளன. உடலின்பக் கிளர்ச்சியை மட்டும் அவர் கூறவில்லை. உடலின் கவர்ச்சியை அடிப்படையாகக் கொண்ட உயர்ந்த அன்பின் வளர்ச்சியைக்

கூறுகிறார். அதனால் காதல் பாக்களிலும் நல்ல பண்பாடு விளங்கக் காண்கிறோம். அப்படிப்பட்ட தூய்மை இருக்கும் காரணத்தாலேயே, பிற்காலத்தில் ஆழ்வார்களில் சிறந்தவராகிய நம்மாழ்வார் தம் பக்திப் பாடல்களில் திருக்குறளின் காதல் பாட்டுகளின் தொடர்களை அந்த வடிவிலேயே அமைத் துள்ளார்.

> **ஊரவர் கௌவை எருவாக அன்னைசொல்**
> **நீராக நீளும்இந் நோய்**

என்பது திருக்குறள் (ஊரார் தூற்றிப் பேசும் பேச்சே எருவாக, தாயின் சுடு சொல்லே நீராக என் காதல் நோய் என்னும் பயிர் செழித்து வளர்கிறது).

> **ஊரவர் கவ்வை எருவிட்டு அன்னைசொல் நீர்படுத்து**
> **ஈரநெல் வித்தி முளைத்த நெஞ்சப் பெருஞ்செய்யுள்**
> **பேரமர் காதல் கடல்புரைய விளைவித்த**
> **காரமர் மேனிநம் கண்ணன் தோழி கடியனே**

என்பது நம்மாழ்வாரின் திருவாய்மொழி. ஆழ்வார் கண்ணனிடம் கொண்ட பேரன்பைக் காதல் வாய்பாட்டால் விளக்கும் பாசுரம் இது.

உயர்ந்த காதல் நெஞ்சத்தைத் தூய வடிவில் விளக்க வேண்டும் என்று திருவள்ளுவர் விரும்பினார் என்பதற்குப் பின்வருவதும் சான்று ஆகும். சங்கப்பாட்டுகளில் காதல்பற்றிய ஐந்து திணைகளுள் மருதத் திணையில் காதலரின் ஊடல் (பிணக்கு) கூறப்படும். பிணைக்கு ஏற்படுவதற்கும் காரணமாக, காதலன் விலைமகள் வீட்டுக்குச் சென்று அவளோடு உறவுகொண்டு வாழ்வதாகக் கூறப்படும். அங்குச் சிலநாள் தங்கியபின் திரும்பும்போது காதலி அவனை அன்புடன் வரவேற்காமல், வெறுப்பும் சினமும் கொள்வதாகவும், பிறகு அவன் பணிந்து வேண்டிக்கொண்டபின் சினம் தணிவதாகவும் பாடல்கள் சங்க இலக்கியத்தில் உள்ளன. இவ்வாறு ஆடல் பாடல் அழகு என்னும் கலைகளில் வல்ல பரத்தையரின் உறவு இல்லாமல் மருதத் திணைபற்றிய காதல் பாடல்கள் அமைவது இல்லை. ஆனால் திருவள்ளுவர் புரட்சி செய்து அதை மாற்றினார். அவர் திருக்குறளில் காட்டும் ஊடல் நிகழ்ச்சியில் பரத்தை (விலைமகள்) உறவு இல்லை. இரண்டாம் பகுதியாகிய பொருட்பாவில் சூது. கள் ஆகியவற்றோடு

சேர்த்து விலைமகளின் உறவையும் கடிந்து கூறியவர் திருவள்ளுவர். அவ்வாறு கடியப்பட்ட விலைமகளைக் கற்பனை நயத்திற்காகவும் காமத்துப்பாலில் அமைத்துக்கூற அவருக்கு மனம் இல்லை. "என காதலரிடம் தவறு ஒன்றும் இல்லை ஆயினும் அவரோடு பிணங்கி ஊடுவதில் ஒரு பயன் இருக்கிறது. அவருடைய அன்பை மிகுதியாகப் பெற்றுத் தரவல்லது அது" என்கிறாள் திருவள்ளுவரின் கற்பனைக் காதலி. ஊடலும் அவளுக்குக் கற்பனை நயம் அமைந்த ஒரு விளையாட்டாக உள்ளது. தன் காதலன் அழகு மிகுந்தவனாய் ஊரில் உலாவுவதால் பெண்கள் பலர் அவனைக் கண்டு அவனுடைய அழகைக் கண்ணால் அனுபவிக்கின்றார்களாம். ஆகையால், "உன் மார்பு பலர் கண்ணால் நுகர்ந்த மார்பு. ஆகையால் நீ பரந்தன். நான் உன்னை அணுகமாட்டேன்" என்கிறாள் காதலி. ஒருவர்க்குத் தும்மல் வந்தால், அதனால் ஒருவகை இடையூறும் இல்லாமல் வாழ வேண்டும் என்று கருதி "நூறு ஆயுசு" என்று வாழ்த்துவது இன்றும் தமிழ்நாட்டில் வழக்கம். திருவள்ளுவரின் காலத்தில் அந்த வழக்கம் இருந்தது. அதைப் பயன்படுத்திக் கொண்டு ஊடல் விளையாட்டு அமைகிறது. "நாங்கள் ஒருவரோடு ஒருவர் பேசாமல் ஊடியிருந்தோம், அப்போது அவர் வேண்டுமென்றே தும்மினார். ஏன் தெரியுமா? நான் அவரை நீடு வாழ்க என்று வாழ்த்துக் கூறிப்பேசிவிட வேண்டும் என்பதற்காகத்தான்" என்கிறாள் காதலி. அவன் தும்மியவுடன், அவள் நீடு வாழ்க என்று வாழ்த்துகிறாள். உடனே அழுகிறாள்; "யாரோ உங்களை நினைக்கிறார்கள். அதனால் தான் உங்களுக்குத் தும்மல் வந்தது. உங்களை நினைத்தவள் யார்?" என்று அழுகிறாள் (வேண்டியவர்கள் தொலைவில் இருநது நினைத்தால், நினைக்கப்பட்டவர்களுக்குத் தும்மல் வரும் என்பது மக்களின் நம்பிக்கை).அடுத்த முறை காதலனுக்குத் தும்மல் வருகிறது. வீணாக அழுகைக்கு இடம் தரக்கூடாது என்று கருதி அவன் தன் தும்மலை அடக்கிக் கொள்கிறான். அப்போதும் அவள் அழுகிறாள். "உங்களை யாரோ நினைப்பது எனக்குத் தெரியக்கூடாது என்று மறைக்கிறீர்கள். அதனால்தான் தும்மலை அடக்குகிறீர்கள்" என்று அழுகிறாள். ஒருநாள் அழகான புதிய பூவை அவன் அணிந்து கொள்கிறான். "உங்கள் அழகை எவளுக்குக் காட்டுவதற்காக இந்தப் பூவைச் சூடிக்கொண்டீர்கள்?" என்று அவள் சினம் கொள்கிறாள். மற்றொரு நாள் வேறு ஏதோ நினைவில் ஆழ்ந்தபடியே காதலன் அவளைப் பார்க்கிறான்; "எவனை நினைத்துக்கொண்டு இப்படிப்

பார்க்கிறீர்கள்?" என்று காதலி ஊடல் கொள்கிறாளாம். இவ்வாறு பழைய இலக்கியத்தில் மரபாக வந்த பரத்தையரின் உறவை வருணிக்காமலே, கற்பனையாக ஊடல் கொள்வதாக அமைத்தது திருவள்ளுவரின் தூய நெஞ்சத்தையும் புரட்சி மனப்பான்மையையும் காட்டுகிறது.

புது நோக்கு

சங்க இலக்கியத்தில் கள் குடித்தல் அரசரின் அரண்மனை முதல் புலவர்களின் வீடுவரையில், மலைச் சோலை முதல் வயல்புறம் வரையில் எங்கும் இருந்த பொதுவான வழக்கம். அது தீமையானது என்று அந்தப் பழைய பாடல்களில் கடிந்து கூறப்படவில்லை. இவ் வகையிலும் திருவள்ளுவர் புரட்சி செய்து, கள் குடித்தலின் தீமையை விளக்கியுள்ளார். பணம் கொடுத்து அறிவை மயக்கிக் கொள்ளுவது எவ்வளவு பெரிய அறியாமை என்று வெறுக்கின்றார்.

பழைய பாடல்களில் வறுமையால் வாடியவர்களின் காட்சி ஒரு புறமும், அவர்களின் வறுமையைத் தீர்க்கவல்ல செல்வர்களின் வளமான வாழ்வின் காட்சி மற்றொரு புறமும் அமைந்திருக்கும். வறுமையின் கொடுமையைத் தெளிவாக எடுத்துக் கூறியும், இரந்து வாழும் பொல்லாத நிலையைக் கடிந்து கூறியும் திருவள்ளுவர் புரட்சி செய்துள்ளார். "வறுமையால் பலவகைத் துன்பங்களும் ஏற்படும். நல்ல கருத்துகளை நன்றாக உணர்ந்து சொன்னாலும் வறியவர்களின் சொற்கள் செல்வாக்குப் பெறுவதில்லை. வறுமை வந்த நிலையில் பெற்ற தாயின் பார்வையும் வேறுபடும்." வறியவன் தன் அனுபவத்தைச் சொல்கிறான்; "நெருப்பில் தூங்கினாலும் தூங்கலாம். வறுமையில் கண் மூடித் தூங்குவது அரிது அரிது. நேற்றுப்பட்டதுபோதும். நேற்றெல்லாம் கொல்வது போல் என்னை வாட்டிய வறுமை இன்றும் வருமோ" என்று வருந்துகிறான். இன்னொருவனிடம் சென்று கைநீட்டிக் கெஞ்சி இரந்து கேட்காமல் வாழும் வாழ்வு வேண்டும் என்கிறார் திருவள்ளுவர். பசுவுக்கு நீர் வேண்டும் என்று வாய் இல்லாத விலங்குக்காவும் இரந்து கேட்பது, மனிதனுடைய நாக்கிற்கு மிக இழிவானது என்கிறார். இரப்பவனுடைய துன்ப உணர்ச்சியை ஆழ்ந்து உணர்ந்து கூறுகிறார்: "இவ்வாறு பிச்சை எடுத்து உயிர் வாழ வேண்டும் என்று படைத்திருந்தால், இந்த உலகத்தைப் படைத்தவனும் இரப்பவர்போல் அலைந்து கெடுவானாக." புரட்சியான கருத்துகளை

உணர்ச்சியுடன் வெளியிடும் குறள் மணிகள் இவை.

இல்லறம் துறவறம் இரண்டையும் கூறி இரண்டின் சிறப்புகளையும் விளக்கி இரண்டு நெறியையும் பெருமைப்படுத்துபவர் திருவள்ளுவர். "நல்ல நெறியிலே இல்வாழ்க்கை நடத்துவோன், வாழ்க்கையின் குறிக்கோளை அடைய முயல்வோர்க்குள் தலையானவன்." "இந்த உலகத்தில் வாழவேண்டிய முறையில் இல்வாழ்க்கை நடத்தி வாழ்பவன், வானில் உள்ள தேவர்களோடு வைத்துப் போற்றத்தக்க பெருமையுடையவன்." இவை இல்லறம்பற்றிய அவருடைய கருத்துகள். "எல்லாவற்றையும் முற்றத் துறந்தவர்களே தலையானவர்கள்; மற்றவர்கள், வாழ்க்கையில் மயங்கி மாயை வலையில் சிக்குண்டவர்களே." இவ்வாறு துறவறத்தைப் பெருமைப்படுத்துகிறார். ஆனால், போலித் துறவிகளின் வேடத்தை மிக மிகக் கடுமையாகக் கடிந்துரைக்கிறார். "உயர்ந்த தவசியின் வேடம் பூண்டு தகாத செயல்களைச் செய்தல் புதரில் மறைந்து வேடன் பறவைகளைப் பிடித்தலைப் போன்றது." "தன் நெஞ்சம் அறிந்த குற்றங்களை மறைவில் செய்து வாழ்ந்தால், வானம்போல் உயர்ந்த வேடம் பூண்டிருந்தாலும் அதனால் பயன் என்ன?" இவ்வாறு போலிகளின் வேடத்தைச் சாடுகிறார் அவர்.

திருக்குறளின் அறத்துப்பாலை ஊன்றிக் கற்றால், வாழ்க்கையின் படிப்படியான வளர்ச்சியைக் கூறி முழுமையைக் காட்டுவதை உணரலாம். இல்லறம் வளர்ந்து பண்பட்டுத் துறவுள்ளத்தில் செம்மைப்பட்டு மெய்யுணர்வால் ஒளிபெற்று விளங்கும் முழு வாழ்வை அங்கக் காணலாம். இல்லறம் துறவறம் இரண்டும் தொடர்புபட்டு விளங்குவதை உணரலாம். அன்பான மனைவியுடன் வாழ்ந்து நல்ல மக்களைப்பெற்று வளர்ந்து விருந்தினர்களை அன்புடன் போற்றிப் பலர்க்கும் உதவியாக ஒப்புரவாக வளரும் வாழ்க்கை, அன்பின் அடிப்படையிலிருந்து அருளின் நிறைவு பெற்று விளங்குதல் காண்கிறோம். அதனால் அன்பு என்னும் தாய் பெற்று வளர்க்கும் குழந்தையே அருள் என்கிறார்.

திருவள்ளுவர் சில இடங்களில் சில உண்மைகளை எடுத்துரைக்கும் போதுதாம் பல நூல்களை ஆராய்ந்து பெற்ற தெளிவு இது என்று கூறுகிறார்; "பெற்ற உணவைப் பகுத்துக் கொடுத்து உண்டு பல உயிர்களையும் காப்பாற்றுவதே நூலாசிரியர்கள் தொகுத்துக்

கூறியவற்றுள் தலையானது' என்கிறார். சில இடங்களில் வாழ்க்கையை நன்கு ஆய்ந்து பெற்ற தெளிவு என்கிறார். பெறத்தக்க நல்ல பேறுகளுள் நல்ல மக்களைப் பெறுதல்போல் சிறந்த பேறு யாம் அறிந்தது வேறொன்றும் இல்லை." "உண்மை என்பதுபோல் நல்லவை, யாம் மெய்யாயக் கண்டவற்றுள் வேறு எவையும் இல்லை." "கயவர்கள் புறத்தோற்றத்தில் நன்மக்கள் போலவே உள்ளார்கள். இத்தகைய ஒப்புமையை யாம் எங்கும் கண்டதில்லை." இவ்வாறு அவர் தம் பரந்த வாழ்க்கையனுபவத்தால் பெற்ற தெளிவை எடுத்துரைத்தல் காணலாம். ஆகவே பல நூல்களைக் கற்றும், பல வகை வாழ்க்கைத் துறைகளை ஆராயந்தும் தாம் உணர்ந்த உண்மைகளை எடுத்துக் கூறினார் என்பது தெரிகிறது. போக்குவரத்து குறைந்த பழங்காலத்தில் வாழ்ந்த அவர் இந்திய நாட்டில் சில பகுதிகளை மட்டுமே கண்டிருக்கக் கூடும். ஆயினும், அவருடைய நெஞ்சம் பரந்த பெரிய உலகமெல்லாம் அளாவி நின்றது. "வளி வழங்கும் மல்லல் மாஞாலம்" (காற்று உலாவும் வளமான பெரிய உலகம்), "மாயிரு ஞாலம்" (மிகப் பெரிய உலகம்) என்னும் தொடர்கள், உலகம் அளாவிய உள்ளத்தைப் புலப்படுத்து கின்றன.

நாலடியார்

திருக்குறளுக்கு அடுத்தபடியாகப் போற்றப்படும் பழைய நீதி நூல் நாலடியார் என்பது அது நான்கு அடிகள் கொண்ட வெண்பாவால் ஆகியது ஆகையால், அந்தப் பெயர் பெற்றது. நானூறு செய்யுள்கள் கொண்டது. திருக்குறள் இரண்டு அடிகளால் ஆகியது; நாலடியார் நான்கு அடிகளால் ஆகியது. இந்த அடிக்கணக்கை வைத்து இரண்டு நூலையும் ஒருங்கே போற்றும் பழமொழி ஒன்று உண்டு. 'ஆலும் வேலும் பல்லுக்கு உறுதி; நாலும் இரண்டும் சொல்லுக்கு உறுதி' என்பது அந்தப் பழமொழி.

இந்த நூலின் செய்யுள்கள் பலரால் பாடப்பட்டவை. இவை பாடப்பட்டது குறித்துப் பழைய கதை ஒன்று வழங்கிவருகிறது. பல மலைகளின் சமண முனிவர்கள் எண்ணாயிரம் பேர் வாழ்ந்து வந்தார்களாம். அவர்கள் வாழ்ந்த பகுதிகளில் பஞ்சமும் வறட்சியும் ஏற்படவே, அவர்கள் பாண்டிய நாட்டில் மதுரைக்கு வந்தனர். பாண்டியனுடைய உதவி பெற்றுத் தமிழ் ஆராய்ச்சியில் காலத்தைச் செலவிட்டனர். சில ஆண்டுகளுக்குப் பிறகு தம் நாட்டில் பஞ்சம்

தீர்ந்ததாகச் செய்தி அறிந்து தம் இருப்பிடங்களுக்குத் திரும்ப எண்ணினர். பாண்டிய மன்னன் அவர்களைப் பிரிந்து செல்ல இசைவு தராமல் தயங்கினான். அந்தச் சமண முனிவர்கள் எண்ணாயிரவரும் ஆளுக்கு ஒரு வெண்பா எழுதித் தம் இருக்கைகளில் வைத்துவிட்டு ஒரு நாள் இரவில் சொல்லாமல் புறப்பட்டுச் சென்றுவிட்டனர். மறுநாள் காலையில் பாண்டியன் செய்தி அறிந்து மிக வருந்தினான். அவர்களின் பிரிவுக்காக நொந்த மனத்தோடு, அந்தப் பாடல்கள் எழுதிய ஏடுகளை ஆற்றில் இடுமாறு கட்டளை இட்டான். அவ்வாறு ஆற்றில் இடப்பட்ட ஏடுகளுள் நானூறு மட்டும் நீரை எதிர்த்துச் சென்றனவாம். அவற்றை மட்டும் தொகுத்து 'நாலடியார்' என்று பெயரிட்டு அமைத்தானாம்.

துறவறம் பற்றியும், நிலையாமை பற்றியும் வற்புறுத்தும் பாடல்கள் பல இருப்பதால் இவை சமண முனிவர் இயற்றியவை என்ற உண்மையும், புலவர்தனித்தனியே பாடிய நீதிவெண்பாக்கள் 'நாலடியார்' என அமைக்கப்பட்டது என்ற உண்மையும், கால வெள்ளத்தைக் கடந்து வாழ முடியாமல் மறைந்தவை போக அழியாமல் நின்ற மற்ற வெண்பாக்கள் மட்டுமே இந்தத் தொகுப்பில் நின்றன என்ற உண்மையும் இந்தக் கதையால் விளங்குவன ஆகும்.

பிற்காலத்தில் பதுமனார் என்ற புலவர் ஒருவர் திருக்குறளைப் பின்பற்றி இந்நூலைப் பாகுபாடு செய்தார். அதனால் அறத்துப்பால், பொருட்பால், காமத்துப்பால் என மூன்று பகுதிகளும் அவற்றின் உட்பிரிவுகளும் உள்ளன. திருக்குறள் போலவே இந்த நூலும் ஆங்கில நாட்டு மிஷனரியைச் சார்ந்த டாக்டர் ஜி.யு. போப் என்பவரின் உள்ளத்தைக் கவர்ந்தது. அவர் முழு நூலையும் ஆங்கிலத்தில் மொழி பெயர்த்துள்ளார்.

நிலையாமை முதலியவற்றை வற்புறுத்தும் பாட்டுகளும் சொல்லோவியங்களாய் இலக்கியச் சுவையோடு அமைந்துள்ள தன்மை இந்நூலின் சிறப்பியல்பாகும். "ஆறு சுவையுடன் கூடிய உணவுகளை விரும்பி மனைவி ஊட்ட, அவற்றுள் இதுவேண்டும் இது வேண்டா என்று உண்ட செல்வரும் ஒரு காலத்தில் ஏழைகளாய் ஓரிடத்திற்குச் சென்று கூழ் இரந்து உண்ண நேரும். ஆகையால் செல்வம் ஒரு நிலையான பொருளாகக் கருதத்தக்கது ஆகாது." "யானையின் புறமுதுகில் அழகுபெறக் குடையின் நிழலில் அமர்ந்து சேனைத் தலைவராய்ச் சென்ற பெருமை உடையவர்களும், தீவினை

வந்து வாட்ட அதனால் நிலைமை வேறுபட்டு, தம் சொந்த மனைவியையும் பகைவர் கைப்பற்றிக்கொள்ள நேர்ந்து வீழ்சசி உறுவார்கள்." "குளிர்ந்த சோலையில் பயன் நிறைந்த மரங்கள் பழுத்த பழங்கள் உதிர்ந்து வீழ்ந்தபின் பொலிவற்றுப்போவது போன்றது இளமை. வேல் போன்ற கூர்மையான கண் உடையவள் என்று இவளை மிகப் பெரிதும் விரும்பாதீர்கள். இளமையின் அழகு நிறைந்த இவளும், மதுமை உற்றுக் கூன் உடையவளாய், கையிலே கோல் ஏந்தி, பார்வையும் குன்றி, அந்தக் கோலே கண்ணாகக் கொண்டு தடுமாறி நடப்பவள் ஆவாள்." இவ்வாறு மனக்கண்முன் காட்சி தோன்றுமாறு இந்தக் கருத்துகளை அறிவுறுத்தும் நூல், கடமையையும் வற்புறுத்திச் செல்கிறது. "கரும்பை ஆலையிலே வைத்து ஆட்டிப் பாகிலிருந்து வெல்லக் கட்டிகளை எடுத்துக் கொண்டவர்கள், அந்தக் கரும்பின் சக்கைகள் அடுப்பில் இடப் பட்டு வேகும்போது துயரப்படுவதில்லை. நிலையில்லாத இந்த உடம்பையும் நன்மைக்காக உழைக்கச் செய்து இதன் பயனைக் கொண்டவர்கள் எமன் வரும்போது துயரப்படுவதில்லை" என்னும் கருத்து உடைய பாட்டு, ஓர் உவமையை நயமாக அமைத்து அழகிய சொல்லோவியமாக விளக்குதல் காணலாம்.

மற்ற நூல்கள்

நான்மணிக்கடிகை, சிறுபஞ்சமூலம், திரிகடுகம் என்பவை நூறு நூறு செய்யுள் கொண்ட நீதிநூல்கள், ஏலாதி என்பதும் நூறு செய்யுள் உடையதே. இனியவை நாற்பது, இன்னா நாற்பது ஆகியவை நாற்பது நாற்பது செய்யுள் உடைய நீதிநூல்கள்.

பழமொழி நானூறு என்பது நாலடியார்போல் நானூறு செய்யுள் கொண்டது. ஒவ்வொரு செய்யுளின் இறுதியிலும் அது கூறும் நீதிக்கு ஏற்ற பழமொழி ஒன்று உள்ளது. ஆகவே, இந்த நூலால் நீதிகளை உணர்வது மட்டும் அல்லாமல், அந்தக் காலத்தில் வழங்கிய நானூறு பழமொழிகளையும் அறிய முடிகிறது.

ஆசாரக்கோவை அந்தக் காலத்தில் போற்றப்பட்டிருந்த ஒழுக்கவிதிகள் பலவற்றை ஓதுகின்றது. முதுமொழிக்காஞ்சி திட்ப மான சிறு சிறுதொடர்களில் நீதிகள் பலவற்றை உணர்த்து கிறது. மற்றமொரு நீதி நூல், நாற்பத்தைந்து செய்யுள்களால் நீதிகளை உணர்த்தும் இன்னிலை என்பது.

கார்நாற்பது, திணைமொழி ஐம்பது, திணைமாலை நூற்றைம்பது, ஐந்திணை எழுபது என்பவை காதல்பற்றிய பாட்டுகள் கொண்ட நூல்கள். கைந்நிலை என்ற நூலையும் அவற்றோடு சேர்த்து எண்ணுதல் உண்டு. சங்க நூல்களில் உள்ள அகப்பொருள் (காதல்) பற்றிய பாட்டுகளைத் தழுவியே இவை பெரும்பாலும் இயற்றப் பட்டிருக்கின்றன. புதுமை இல்லை; சில இடங்களில் உயர்வு நவிற்சி மிகுந்துள்ளது. சங்கப் பாட்டுகள் அகவல், கலிப்பா, பரிபாட்டு என்னும் செய்யுள் வகைகளால் அமைந்தன. இவை வெண்பாவால் இயற்றப்பட்டவை.

களவழி நாற்பது என்னும் நூல், தமிழ்நாட்டில் கழுமலம் என்ற இடத்தில் நிகழ்ந்த போர்பற்றியது. அதுசேரனும் சோழனும் ஆகிய அரசர் இருவர்க்கு இடையே நிகழ்ந்த போர். சேரன் தோல்வியுற்றதாகவும், அவன் சிறையில் வைக்கப்பட்டபோது அவனை மீட்பதற்காக அவனுடைய அவைக்களத்துப் புலவர் இதனைப் பாடியதாகவும் கூறப்படுகிறது. இதன் நாற்பது வெண்பாக்களும் போர்க்களத்தைப் பற்றியும் சோழ அரசன் பெற்ற வெற்றியைப் பற்றியும் எடுத்துரைக்கின்றன.

இந்தப் பதினெண்கீழ்க்கணக்கு நூல்களை இயற்றப்பட்ட காலத்தில் சைனர்களும் பௌத்தர்களும் சமயத்தொண்டு, கல்வித் தொண்டு இரண்டையும் இணைத்தே செய்து வந்தார்கள். அந்தத் துறவிகள் தங்கியிருந்த மடங்கள் பள்ளிகள் எனப்பட்டன. அவை கல்வி வளர்க்கும் நிலையங்களாகவும் பயன்பட்டுவந்த காரணத்தாலேயே, இன்று வரையில் பள்ளி என்ற தமிழ்ச்சொல் கல்வி நிலையத்தைக் குறிக்கும் சொல்லாக வழங்கி வருகிறது. சைன முனிவர்கள் தமிழில் பல இலக்கிய நூல்களையும் இலக்கண நூல்களையும் இயற்றியுள்ளார்கள். வச்சிரநந்தி என்னும் சைனர் நிறுவிய சங்கம் தமிழ் வளர்ச்சிக்கு நல்ல தொண்டு ஆற்றி விளங்கியது. அதைச் சார்ந்திருந்த முனிவர்கள் பல நூல்கள் படைத்து உதவினார்கள். அந்தச் சங்கம் இருந்த காலத்தி லேயே நாலடியார் முதலானவை தோன்றியிருகக் வேண்டும் என்று பலரும் கருதுகிறார்கள். அந்தச் சங்கம்பற்றி நன்றாக அறிந்த காரணத் தால்தான், இறையனார் களவியலின் உரையாசிரியர் ஆகிய நக்கீரர் அதற்கு முன்பு மூன்று சங்கங்கள் இருந்திருக்க, வேண்டும் என்றும், அகத்தியம் தொல்காப்பியம் எட்டுத்தொகை பத்துப்பாட்டு முதலியன அந்தச் சங்கங்களின் புலவர்களால் பாடப்பட்டிருக்க வேண்டும் என்றும் அழகான கற்பனை செய்து எழுதியுள்ளார்.

தகடூர் யாத்திரை என்ற பெயரால் ஒரு போர் பற்றிய காவியம் ஒன்று பழங்காலத்தில் இருந்து வந்தது. அது சங்ககாலத்து நூல் என்று கூறுவதற்குச் சில சான்றுகள் உள்ளன; சங்ககாலத்து நிகழ்ச்சிபற்றிப் பிற்காலத்தில் எழுதப்பட்ட நூல் என்று கூறுவோரும் உண்டு. சங்க நூல்களில் புகழப்பட்டுள்ள அதியமான் என்ற அரசனின் தலைநகர் தகடூர் என்பது. தகடூரின் மேல் சேரன் ஒருவன் படையெடுத்துப் போர் செய்து பெற்ற வெற்றி இந்நூலில் விளக்கப்படுவதால் தகடூர் யாத்திரை என்று பெயர் பெற்றது. தகடூர் மாலை என்றும் இது கூறப்படும். உரைநடை கலந்த செய்யுள் நூல் இது. இப்போது இந்நூலின் செய்யுள்கள் 44 மட்டுமே கிடைக்கின்றன. அவை எல்லாம் சங்க இலக்கியம் போன்ற செய்யுள் நடை உடையனவாக உள்ளன. வீரச்சுவை அந்தச் செய்யுள்களில் சிறந்து நிற்கிறது.

முத்தொள்ளாயிரம்

சேரன், சோழன், பாண்டியன் ஆகிய மூன்று அரசர்களையும் தொள்ளாயிரம் வெண்பாக்களில் புகழ்ந்து காதலும் வீரமும் ஆகிய சுவைகள் மேம்பட அமைந்த பழைய நூல் முத்தொள்ளாயிரம் இப்போது கிடைக்கும் பாட்டுகள் நூற்றொன்பது. தமிழ்நாட்டு மூன்று அரசர்களும் இன்னார் இன்னார் என்று அறியக்கூடியவாறு அவர்களின் இயற்பெயர்கள் குறிப்பிடப்படவில்லை. குடிப்பெயர்கள் மட்டுமே உள்ளன. ஆகையால் பொதுவாகச் சேரரையும் சோழரையும் பாண்டியரையும் புகழ்ந்த பாட்டுகளாகவே உள்ளன. அந்த அரசர் களின் யானைப்படை முதலியவற்றின் பெருமையும் வீரச்செயல் களும் புகழப்பட்டுள்ளன. பெண்கள் அவர்களைக் கண்டு காதல் கொண்டதாகப் பாடும் பாட்டுகள் உள்ளன. பாடிய புலவரைப்பற்றியும் ஒன்றும் அறியப்படவில்லை. பாடல்கள் கவிதை நடையில் தெளிவாக அமைந்துள்ளன. எல்லாம் சுவைமிக்க பாட்டுகளாக உள்ளன. காதல் கொண்டு பெண்களின் ஏக்கத்தை உணர்த்தும் பாட்டுகள் கற்பனை நயம் மிகுந்தவை. “சிப்பிகளிலிருந்து பிறக்கும் ஒளியான முத்துக்கள் கிடைக்கும் இடம் பாண்டியனுடைய துறைமுக நகர மாகிய கொற்கைமட்டும் அல்ல; பாண்டியனுடைய குளிர்நத சந்தனம் பூசிய மார்பை எண்ணி ஏங்கும் பெண்களின் கண்களிலும் முத்துக்கள் பிறக்குமே” என்பது ஒரு பாட்டு. பெண்கள் தம் காதலால் பாண்டியனை நினைந்து ஏங்கிவிடும் கண்ணீர்த் துளிகள் முத்துக்கள்போல் உதிரும் காட்சியை இவ்வாறு புலவர் கற்பனை

செய்து ஒரு பெண்ணின் வாய்ச்சொல்லாக அமைந்திருப்பதைக் காணலாம்.

> இப்பிஈன்று இட்ட எறிகதிர் நித்திலம்
> கொற்கையே அல்ல படுவதுகொற்கைக்
> குருதிவேல் மாறன் குளிர்சாந்து அகலம்
> கருதியார் கண்ணும் படும்

பாண்டியனுடைய வீரத்தைப் புனைந்துரைக்க வேண்டும் என்று விரும்பினார் புலவர். பகையரசர்கள் பாண்டியனைத் தங்கள் மனத்தில் எண்ணவும் அஞ்சுகிறார்கள் என்பதைப் பின்வருமாறு நயமாகப் புலப்படுத்தினர்: "படம் எடுத்து ஆடும் நாகப்பாம்பு வானத்தில் இடிக்கும் பெரிய இடிக்கு அஞ்சிப் புற்றினுள் ஒளிந்து கொள்ளும். அதுபோல், போர்வலிமை மிகுந்த பாண்டியனுடைய சினம் மிகுந்த வேலைப்பற்றிப் பகையரசர்கள் கனவு கண்டு அஞ்சி ஒளிப்பார்கள்" என்கிறார். அந்தப் பகைவர்கள் பாண்டியனிடம் கொண்ட அச்சத்தால், எப்போது அவனுடைய படை வந்துவிடுமோ என்று ஒவ்வொரு நாளும் நடுங்கி, மதில் கதவை எப்போதும் அடைத்து வைத்திருக்கிறார்களாம். போர்க்கு ஆயத்தமாக யானைகளையும் குதிரைகளையும் தேர்களையும் அணி செய்து நிறுத்தி வைத்திருக்கிறார்களாம். பாண்டியனுடைய பிறந்த நாளாகிய உத்திராட நாள் வந்தது. பிறந்த நாளைப் போற்றிப் பாண்டியனுடைய வீரத்தைப் புகழ வேண்டும் என்று விரும்பிய புலவர், பகையரசர்களைப் பார்த்து எள்ளி நகையாடி ஊக்கம் ஊட்டுவது போல ஒரு பாடல் பாடுகிறார். "பகையரசர்களே! மதில் கதவுகளைத் திறந்துவிடுங்கள்; யானை தேர் குதிரைகளை அணிவகுக்காமல் விடுங்கள். அச்சமே வேண்டா பாண்டியனுடைய பிறந்த நாளாகிய உத்திராட நாள் இது. அன்று பாண்டியன் போர் செய்யும் வழக்கம் இல்லை" என்று சொல்லி, இன்று ஒரு நாள் தான் அவர்கள் அஞ்சாமல் வாழக்கூடிய நாள் என்று அவர்களை இகழ்ந்தும் பாண்டியனைப் புகழ்ந்தும் பாடியுள்ளார்.

> கண்ணார் கதவம் திறமின் களிறொடுதேர்
> பண்ணார் நடைப்புரவி பண்விடமின்நண்ணாதீர்
> தேர்வேந்தன் தென்னன் திருவுத்தி ராடநாள்
> போர்வேந்தன் பூசல் இலன்.

5
இரட்டைக் காப்பியங்கள்

(கி.பி. 100 - கி.பி. 500)

தமிழ் இலக்கிய வரலாற்றில் காப்பியம் முதலில் இயற்றப் பட்டதாக இல்லை. தமிழின் பழைய இலக்கியம் தனித்தனிப் பாட்டுகளாகவே உள்ளது. மூன்று அடி உள்ள சிறு பாட்டு முதல் 782 அடி உள்ள நீண்ட பாட்டு வரையில் உள்ள தனிப்பாட்டுகளே சங்க இலக்கியமாக உள்ளன. தொடக்கத்தில் நாட்டுப் பாடல்களின் ஓசை அமைப்புகளையும் பொருள் வகைகளையும் ஒட்டி வளர்க்கப் பட்ட தனிப்பாட்டுகளே தமிழ் இலக்கியத்தின் தோற்றம் ஆகும். அக்காலத்தில் பல கதைகள் இருந்திருக்க வேண்டும். நாடகங்கள், பல மேடைகளில் நடிக்கப்பட்டு வந்தன என்பதற்குச் சான்றுகள் பல உள்ளன. தொல்காப்பியத்தில் மெய்ப்பாடுகள் பற்றிக் கூறும் பகுதியில் நாட்டியக் கலை குறிக்கப்படுகிறது. சங்கப்பாட்டுகளில் நாட்டியக் கலையில் தேர்ந்த விறலியர், கூத்தர், பொருநர் என்பவர்கள் பற்றிய பல குறிப்புகள் உள்ளன. கதை தழுவிய நாடகங்கள் பல இருந்திருக்க வேண்டும் கதைகளும் பல இருந்திருக்கக் கூடும். ஆனால், அந்தக் கதைகள் திரண்டு வளர்ந்து காப்பியங்களாக உருவம் கொள்ளவில்லை. கற்றறிந்த புலவர்கள் அந்தக் கதைகளை எழுதிப் போற்ற மனம்கொள்ளாதது காரணமாக இருக்கலாம்.

ஆனால், அந்த நிலையைக் கடந்து காப்பியம் படைக்க முன் வந்தவர் ஒருவர். அவரே சிலப்பதிகார ஆசிரியர் இளங்கோவடிகள். அவர் சேரநாட்டு அரச குடும்பத்தைச் சார்ந்தவர். அண்ணன் ஆட்சி பெற வேண்டும் என்ற நோக்கம் கொண்டு, குடும்பத்தில் இருந்தால் அண்ணனுடைய அரசுரிமைக்கு இடையூறு ஆகுமோ என்று அஞ்சி அவர் துறவியானார். சேர நாட்டு அரசைச் சார்ந்த வராக இருந்த போதிலும், பாண்டியரையும் சோழரையும் தக்க மதிப்புடன் குறிப்பிட்டுள்ளார். சேர நாட்டுப் பகுதிகளைப் புகழ்ந்து பாராட்டியுள்ளது போலவே பாண்டிய நாட்டிலும், சோழ நாட்டிலும் உள்ள ஊர்களையும் ஆறுகளையும் ஆர்வத்தோடு

போற்றியுள்ளார். தமிழ்நாடு மூன்று பிரிவுகளாக மூன்று அரச குடும்பத்தாரின் ஆட்சிக்கு உட்பட்ட மூன்று வேறு நாடுகளாக இருந்த காரணத்தால், ஒன்றைப் புகழ்வோர் பெரும்பாலும் மற்றொன்றைப் பாராட்டுவதில்லை. சங்கப்பாட்டுகளில் காணப் படுவது பெரும்பாலும் இந்நிலைமையே. அதனால் மூன்று தனி நாடுகளையும் சேர்த்துத தமிழ்நாடு என்று நோக்கும் நோக்கத்திற்கு அந்தக் காலத்துப் புலவர்களின் பாட்டுகளில் இடம் இல்லை. தமிழ் கூறும் நல்லுலகம் என்று தொல்காப்பியம் என்னும் இலக்கண நூலில் பாயிரத்தில் குறிப்பிடப்படுகிறது. புறநானூற்றுப் பாட்டுகளிலும் பதிற்றுப்பத்துப் பாட்டுகளிலும் அப்படிப்பட்ட சிறந்த குறிப்பு இல்லை. மாறாக, மூன்று அரசர்களுக்குள்ளும் இருந்த பகையும் போர்களும் குறிப்பிடப்பட்டுள்ளன. அவர்கள் கூடிப் பழகும் காட்சியும் அரிய காட்சியாகவே உள்ளது. சிலப்பதிகார ஆசிரியரே முதல்முதலாகத் தமிழ் மக்கள் எல்லோரையும் ஒருங்கே காணும் நெறியில் நின்று, தமிழ்நாட்டின் பல பகுதிகளையும் ஒரு நூலில் பாராட்டியுள்ளார். அவர் இயற்றிய காப்பியமும் அதற்கு ஏற்றதாக அமைந்தது. காப்பியத் தலைவி கண்ணகியின் பிறப்பிடம் சோழநாடு; அவள் புகுந்து துன்புற்றது பாண்டிய நாடு; அவள் முடிவில் சேர்ந்ததும் அவள் புகழ் பரவக் காரணமாக இருந்ததும் சேர நாடு. ஆகவே காப்பியப் புலவர் மூன்று நாடுகளையும் பாராட்டவும் மூன்று அரசர்களைப் புகழவும் இடந்தந்தது காப்பியத்தின் கதை நிகழ்ச்சி.

சோழ நாட்டின் தலைநகரான காவிரிப்பூம்பட்டினத்தில் ஒரு பெரியவணிகர் குடும்பத்தில் பிறந்தவன் கோவலன். மற்றொரு வணிகர் குடும்பத்தைச் சார்ந்தவள் கண்ணகி. இரண்டும் செல்வக் குடும்பங்கள். இருவர்க்கும் திருமணம் நடந்தது. சில ஆண்டுகள் அவர்களின் இல்வாழ்க்கை நன்றாக நடந்தது. அந்த நகரத்தில் ஒரு பரத்தையர் குடும்பத்தில் இசை நாட்டியக் கலைகளைக் கற்றுத் தேர்ந்த மாதவியின் நாட்டிய அரங்கேற்றம் நடைபெற்றது. இளமையழகும் கலைகளின் கவர்ச்சியும் நிரம்பிய அவள்மீது கோவலன் காதல் கொண்டான். கண்ணகியை மறந்து, தன் தொழிலையும் மறந்து கோவலன் அவளுடன் வாழத் தொடங்கினான். அவளும் அன்பான வாழ்க்கை நடத்தினாள். மெல்ல மெல்ல அவனுடைய செல்வம் தொலைந்தது. உள்ளத்தினுள்ளே நாணமும் கொண்டு வருந்தினான். ஒருநாள் ஒரு திருவிழாவின்போது கடற்கரையில்

இருவரும் யாழ் எடுத்து மாறி மாறிப் பாட, அந்தப் பாடல்களில் மாதவி புலப்படுத்திய காதல் குறிப்பைத் தவறாக உணர்ந்த கோவலன் உடனே அவளை விட்டு நீங்கினான். திரும்பி வந்த கணவனைக் கண்ணகி வழக்கம்போல் அன்பு குன்றாமல் வரவேற்றாள். அவளுடைய கவலையை உணர்ந்தாள். தன் காலின் பொன்சிலம்பைத் தந்தாள். இருவரும் பாண்டிய நாட்டின் தலைநகராகிய மதுரைக்குச் சென்றார்கள். அங்கே பொன்சிலம்பை விற்கச் சென்ற கோவலன் அதை ஒரு பொற்கொல்லனிடம் காட்டினான். அவன் உடனே அரசனிடம் சென்று, 'அரண்மனைச் சிலம்பைத் திருடியவன் இவனே' என்று சொல்லி அரசனுடைய ஆட்களைக் கொண்டு அவனைக் கொல்லுமாறு செய்தான். தீர ஆய்ந்து கூறாமல் அவசரப்பட்டு ஆணை பிறப்பித்த பாண்டிய அரசனிடம் கண்ணகி சினத்தோடு சென்று தன் கணவன் கள்வன் அல்ல என்று வழக்காடினாள். தன் தவறு உணர்ந்த பாண்டியன் உடனே சிம்மாசனத்திலிருந்து விழுந்து உயிர் நீத்தான். அவனுடைய தேவியும் உடனே மாண்டாள். கொதித்த மனத்தோடு அரண்மனையை விட்டு வெளிவந்த கண்ணகி அந்த நகரம் தீப்பற்றி எரியுமாறு சபித்தாள். மதுரை நகரம் பற்றி எரிந்தது. கண்ணகி சினம் தணிந்து துயரமே வடிவாய் மேற்கு நோக்கி நடந்து சேர நாட்டில் உள்ள ஒரு குன்றின்மேல் ஏறி ஒரு வேங்கை மரத்தின் அடியில் பதினான்கு நாள் இருந்தாள். பதினான்காம் நாள் தேவருலகம் சென்றாள்.

இதுவே சிலப்பதிகாரம் என்னும் காப்பியமாக இயற்றப்பட்டது. சிலம்பு பற்றிய நூல் என்பதே சிலப்பதிகாரம். இந்தக் காப்பியம் முழுதும் இலக்கியச் சுவை உள்ளது. ஆசிரியர் பல கலைகளையும் அறிந்தவர்; துறவியாக இருந்தபோதிலும் வாழ்க்கை நிகழ்ச்சிகளைச் சுவையான சொல்லோவியங்களாகத் தீட்டியுள்ளார். அவலச் சுவையும் வீரச்சுவையும் மேலோங்கியுள்ளன. பல இடங்களில் பாத்திரங்களின் உரையாடல் நாடகப் போக்கில் அமைந்துள்ளது. அங்கங்கே வேடர், ஆயர், குன்றவர் முதலான மக்கள் பாடும் பாடல்களும் நாடகப்போக்கில் உள்ளன. அதனால் இந்நூல் நாடகக் காப்பியம் என்று கூறப்படுவது உண்டு.

நாட்டுப்பாடல் வழிவங்கள்

அதற்குமுன் எந்தப் புலவரும் செய்யாத அருஞ்செயலை இவர் செய்து முடித்தார். அவர்கள் மக்களின் ஆடல் பாடல்களில் இருந்த

கலைச்செல்வங்களுக்கு எழுத்து வடிவம் தரவில்லை. என்ன காரணத்தாலோ, அவற்றைப் புறக்கணித்தார்கள். பழங்கால மக்கள் என்னென்ன வடிவம் உள்ள பாடல்களைப் பாடினார்கள், என்னென்ன கூத்துகள் ஆடினார்கள் என்பவற்றைச் சங்க நூல்களால் அறிய முடியவில்லை. இளங்கோவடிகள் மக்களின் கலைகளை மதித்தார். அவற்றில் உயிர் உள்ள கலைவடிவங்கள் விளங்குவதை உணர்ந்தார். அவற்றை எழுத்து வடிவில் தம் காப்பியத்தில் இடம்பெறச் செய்தார். கதையில் எங்கெங்கு இடம் கிடைக்குமோ அங்கெல்லாம் அந்தப் பாட்டு வடிவங்களை வாழ வைத்தார். கடற்கரையில் செம்படவர் முதலானவர்கள் பாடும் காதல்பாடல்கள், காவிரியாற்றைப்பற்றி மக்கள் பாடிவந்த பாடல்கள், வேடர்கள் காளியை வழிபட்டுப் பாடிய பாடல்கள், ஆயர் மகளிர் கைகோத்துக் குரலைக் கூத்து ஆடும்போது பாடிய பாடல்கள், அவர்கள் திருமாலை வழிபட்டுப் பாடியவை, மலையில் வாழ்ந்த மக்கள் முருகனை வழிபட்டுப் பாடியவை, சேர நாட்டில் பெண்கள் கூடி அம்மானை ஆடிப்பாடிய பாடல், நெல் குற்றும்போது பாடியது, ஊசலாடும்போது பாடியது, அரச வாழ்த்தாகப் பாடியது முதலான பழங்காலப் பாடல்கள் மக்களால் என்ன என்ன வடிவில் பாடப்பட்டனவோ அவற்றைக் கேட்டு உணர்ந்து, அந்தந்த வடிவங்களில் செய்யுள் இயற்றி அந்தந்த நாட்டு மக்களின் வாயால் பாடப்படுவதாகக் காப்பியத்தில் அமைத்துள்ளார். அதனால் பழங்கால நாட்டுப் பாடல்களின் வடிவங்களை இன்று நாம் உணர்வதற்குச் சிலப்பதிகாரம் ஒன்றே உதவுகிறது.

காப்பியம் பிறந்த கதை

சேரன் செங்குட்டுவன் தன் நாட்டின் மலைவளம் காண்பதற்காகத் தன் தேவியுடன் பேரியாறு என்னும் ஆற்றங்கரையில் செங்குன்று என்னும் மலப்பகுதிக்குச் சென்றான். அப்போது சேரனுடைய தம்பி இளங்கோவும் அவருடைய நண்பரான புலவர் சாத்தனாரும் உடன் சென்றார்கள். எல்லோரும் இயற்கையின் அழகான காட்சிகளைக் கண்டு மகிழ்ந்தார்கள். மலையில் வாழும் மக்களின் ஆடல் பாடல்களையும் கண்டும் கேட்டும் களித்தார்கள். மக்கள் பல வகையான மலைப்பொருள்களைக் கொண்டு வந்து அரசனக்கும், தேவிக்கும் கொடுத்து வணங்கினார்கள். அப்போது ஒரு செய்தியும் தெரிவித்தார்கள். "அந்த வேங்கை மரத்தின் அடியில் சில வாரங்களுக்குமுன் துயரமே வடிவாக ஒருத்தி ஒரு முலை

இழந்தவளாய் வந்து நின்றாள். அவள் யார் என்று தெரியவில்லை. நாங்கள் அணுகிக் கேட்டபோது, கணவனை இழந்த பாவி நான் என்று மட்டும் சொன்னாள். பதினான்கு நாள் உணவும் உறக்கமும் இல்லாமல் அங்கே இருந்தாள். பிறகு தேவருலகம் அடைந்தாள்" என்றார்கள். கேட்ட அரசனும் அரசியும் அமைச்சர் முதலானவர்களும் வியப்படைந்தார்கள். அப்போது புலவர் சாத்தனார் அரசனைப் பார்த்து, "அந்த நங்கைக்கு நேர்ந்தது எனக்குத் தெரியும். அவள் மதுரையில் தன் கணவனை இழந்தாள். அரண்மனைப் பொற்சிலம்பைத் திருடினான் என்று குற்றம் சாட்டி அவன் கொல்லப்பட்டான். செய்தி அறிந்த அவனுடைய மனைவி - கண்ணகி என்பவள் - உடனே பாண்டிய அரசனிடம் சென்று தன் கணவன் குற்றவாளி அல்ல என்று காட்டி அந்தக் கொடுமையை எடுத்துரைத்தாள். பாண்டியன் தன் தவறு உணர்ந்து, உடனே மயங்கி மாண்டான். அவனுடைய தேவியும் உடன் இறந்தாள். கண்ணகி, 'நான் பத்தினி என்பது உண்மையானால் இந்த அரசையும் மதுரை நகரத்தையும் அழிப்பேன்' என்று வஞ்சினம் கூறினாள். தன் ஒரு முலையைத் திருகி எறிந்தாள். நகரம் பற்றி எரிந்தது. கண்ணகியின் சினம் தணிந்தது. அவள் தன் நாடாகிய சோழ நாட்டுக்குத் திரும்பிச் செல்லாமல் உன் ஆட்சியில் உள்ள இந்தச் சேர நாட்டு மலைக்கு வந்தாள். பாண்டியனுடைய கொடுமையை உனக்கு அறிவிப்பது போல இங்கே வந்தாள்" என்று நடந்ததைச் சொன்னார். அதைக் கேட்ட சேர மன்னன் மிக வருந்தி, "அந்தக் கொடிய செய்தி என்னைப் போன்ற அரசர்களின் செவிக்கு எட்டுவதற்கு முன்னமே, பாண்டியன் உயிர்விட்டான். அது அவனுடைய பெருமையை உணர்த்துகிறது. வளைந்த செங்கோலை அவனுடைய உயிர் நிமிர்த்தி நேராக்கி விட்டது. நாட்டில் மழைவளம் குறைந்தால் அரசன் அஞ்ச வேண்டியுள்ளது. குடி மக்களுக்குத்தீமை நேர்ந்தால், அஞ்ச வேண்டியிருக்கிறது. அரசர் குடும்பத்தில் பிறப்பது துன்பமே அல்லாமல், மகிழக்கூடியது அல்ல" என்று சொல்லிப் பாண்டியனுடைய முடிவை நினைந்து வருந்தினான்.

அவ்வாறு சொல்லி முடித்தபின், தன் தேவியை நோக்கி, "பாண்டியன் இறந்தவுடன் உயிர் நீத்தாள் ஒருத்தி. கணவன் இறந்தவுடன் இவ்வாறு இங்கு வந்து தேவருலகம் அடைந்தாள் ஒருத்தி. இந்த இருவருள் உயர்ந்தவர் யார்?" என்றான். அரசியின்

உள்ளம் இருவருடைய கற்பையும் போற்றியது. "பாண்டியன் தேவியும் போற்றத்தக்கவள். உன் நாட்டைத் தேடிவந்த பத்தினியை யும் வணங்கிப் போற்ற வேண்டும்" என்றாள். உடனே அரசன் அமைச்சரின் முகத்தை நோக்கினான். தமிழ்நாட்டுப் பொதிய மலையி லிருந்து அல்லது வடக்கே இமயமலையிலிருந்து கல் கொண்டு வந்து அதனால் கண்ணகிக்குச் சிலை அமைத்துக் காவிரியிலாவது கங்கையிலாவது நீராட்டி வழிபடலாம் என்று அமைச்சர்கள் கூறினார்கள். பொதியமலை மிக அருகே இருப்பதால், தொலைவில் உள்ள இமய மலையிலிருந்து கல்கொண்டு வருவதே பெருமைக்கு உரியது என்று சேரன் முடிவு செய்தான்.

இவ்வளவும் கேட்டுக் கொண்டிருந்த இளங்கோ தம் நண்பர் சாத்தனாரை நோக்கி அந்தப் பத்தினியைப் பற்றி ஒரு காப்பியமே எழுத வேண்டும் என்று தெரிவித்தார். கண்ணகி சோழ நாட்டில் பிறந்து வளர்ந்து பாண்டிய நாட்டிற்குச் சென்று கணவனை இழந்து சேர நாட்டிற்கு வந்து முடிந்தமையால் மூன்று நாடுகளுக்கும் தொடர்பு உள்ள அந்தக் காப்பியத்தை அரச குடும்பத் துறவியாகிய இளங்கோவே எழுதுவதற்குத் தகுதியுள்ளவர் என்று சாத்தனார் கூறினார். அந்தக் கடமையை இளங்கோவடிகள் நிறைவேற்றினார்; சிலப்பதிகாரம் என்னும் காப்பியத்தை எழுதி முடித்தார். அவருடைய அண்ணன் கண்ணகிக்குக் கல்லால் கோயில் எழுப்ப, தம்பியாகிய இளங்கோ சொல்லாமல் கோயில் அமைத்தார். செங்குட்டுவன் கட்டிய கோயிலுக்குப் பிறகு பல கோயில்கள் தமிழ் நாட்டிலும் இலங்கையிலும் கண்ணகிக்கு அமைந்தன. அவை சிதைந்தும் மாறியும் போயின. ஆனால் இளங்கோவடிகளின் காப்பியமாகிய கோயில் மட்டும் அழியாமல் விளங்கி வருகிறது.

கண்ணகியின் கதை, பல நாட்டுப்பாடல்களாக மக்களிடையே வழங்கியிருக்க வேண்டும். இன்றும் இலங்கையில் மட்டக்களப்பு என்னும் பகுதியில் கண்ணகியைப்பற்றிய நாட்டுப்பாடல்கள் பல உள்ளன. தமிழ்நாட்டில் பிற்காலத்தில் அந்தக் கதை பலவகையாகத் திரிந்து வைசிய புராணத்தில் ஒரு பகுதியாக அமைந்தது. கோவலன் நாடகம் என்ற பழைய நாடகத்திலும் அந்தக் கதை பல திரிபுகள் அடைந்துள்ளது.

பத்தினி வழிபாடு

கண்ணகியின் வாழ்க்கை தமிழ்ப்பெண்களின் வாழ்விலும் அம்மன் கோயில்களிலும் பல மாறுதல்களை ஏற்படுத்தியுள்ளது. மதுரையில் கண்ணகி கொதித்து எழுந்து பாண்டியனிடம் தன் கணவன் கள்வன் அல்ல என்பதை நிறுவி ஊரைத் தீக்கு இரையாக்கிய நாள் வெள்ளிக்கிழமையாகும். இன்று வரையில் தமிழ்நாட்டுப் பெண்களுக்கு வெள்ளிக்கிழமை மிகப் புனிதமான நாளாக இருந்து வருகிறது. கண்ணகி தன் காலில் பொன்னாலான சிலம்பு அணிந்து இருந்தாள். கண்ணகி பொன் சிலம்பின் தெய்வமாகப் போற்றப்பட்ட பிறகு, தமிழ்ப்பெண்கள் காலில் பொன்னாலாகிய எந்த நகையும் அணிவதை விட்டுவிட்டார்கள். வெள்ளி நகைகளை மட்டுமே காலில் அணிவது வழக்கம் ஆயிற்று. கண்ணகியின் வாழ்வில் பெரிய மாறுதல் நேர்ந்தது ஆடி மாதத்து வெள்ளிக்கிழமையில் ஆகும். இன்றும் தமிழ்நாட்டு மாரியம்மன் கோயில்களில் ஆடி மாதமும் வெள்ளிகிழமையும் மிகச் சிறப்பாகப் போற்றப்படுகின்றன. மாரியம்மனுக்கு நடைபெறும் ஆடல் பாடல்களில் சிலம்பு முக்கிய இடம் பெறுகிறது. காளியே கண்ணகியாகப் பிறந்ததாகப் பிற்காலத்தில் கதை கட்டப்பட்டது. திரௌபதி கோயிலில் திருவிழா நடக்கும்போது, தீ மிதித்துச் செல்லுதல் ஒரு சடங்கு ஆகிவிட்டது. கண்ணகி மதுரையை நெருப்புக்கு இரையாக்கியபோது அந்தணர் அறவோர் முதலியவர்கள் தப்பித்துச் சென்றதாக உள்ள கதையை அது அடிப்படையாகக் கொண்டது எனலாம்.

இளங்கோவடிகள் பத்தினியைத் தெய்வமாக்கி வழிபடும் உணர்ச்சிக்குத் தம் நூலில் வித்திட்டார். இரண்டாம் காண்டத்திலேயே கண்ணகியின் வாழ்வு முடிகிறது. அவ்வாறு அவளுடைய வாழ்வு முடிந்த பிறகும், கோயில் எழுப்பிப் பத்தினி வழிபாடு நடைபெறுவதை அவருடைய காப்பியத்தில் மூன்றாம் பகுதியில் விரிவாகக் கூறியுள்ளார். சிலப்பதிகாரம் என்று அவர் தம் காப்பியத்திற்குப் பெயர் அமைத்தார். கண்ணகியின் கால் சிலம்பே நூலுக்குப் பெயர் தந்தது. அந்தச் சிலம்பை இளங்கோவடிகள் தம் நூலில் காட்டும் இடங்கள் மிகச் சிலவே. முதல் காண்டத்தில் முதல் காதையில் கண்ணகியின் திருமணத்தின்போது அவளுடைய காலில் சிலம்பைக் காண்கிறோம். பிறந்த ஊரைவிட்டு மதுரைக்குச் செல்ல வேண்டும் என்று கோவலன் புறப்படும்போது, "சிலம்புகள் உள்ளன" என்று

கண்ணகி குறிப்பிடுவதைக் கேட்கிறோம். இரண்டாம் காண்டத்தில் மதுரையில் கோவலனுடைய வாழ்வின் கடைசி நாளில் அவன் அந்தச் சிலம்பில் ஒன்றை எடுத்துச் செல்வதையும் பொற்கொல்லன் அதைப் பார்ப்பதையும் காண் கிறோம். கோவலன் கொல்லப்பட்ட செய்தி அறிந்தபின், கண்ணகி மற்றொரு சிலம்பைக் கையில் ஏந்திப் பாண்டியனிடம் செல்வத்தையும் முறையிடுவதையும் காண்கிறோம். இறுதியில், மூன்றாம் காண்டத்தில் கண்ணகி செய்வமானபின், சேர அரசனுடைய கண்ணுக்குத் தோன்றும் காட்சியில் அந்தப் பொன் சிலம்பைக் காண்கிறோம். இந்த அளவில் சிலம்பைக் காட்டிக் காப்பியத்தை அழகுபடுத்தப் பெயர் சூட்டியுள்ளார் ஆசிரியர்.

கலையுள்ளம்

இளங்கோவடிகள் அரச குடும்ப வாழ்வை அறிந்தவர்; துறவறத்தில் நின்றவர். அறநெறியை வற்புறுத்துவதில் ஆர்வம் மிக்கவர்; தாம் சைனராயினும் சமயப் பொதுநோக்கு வாய்ந்தவர். தாம் சேர நாட்டார் ஆயினும் சேர சோழ பாண்டிய நாடுகள் மூன்றையும் இணைத்துத் தமிழ்நாடு என நோக்கும் ஒருமை நோக்கம் உடையவர். இவைபோலவே, அவருக்கு உள்ள மற்றொரு சிறப்பு, அவருடைய கலையுள்ளம் ஆகும். அவருடைய காப்பியத்தில் நாட்டியம், இசை ஆகிய இருகலைகளையும்பற்றி மிக விரிவாக எடுத்துரைத்த காரணத்தால் மட்டும் அவருடைய கலையுள்ளம் விளங்கவில்லை; காப்பியத்தில் வருணனைகளையும் உணர்ச்சிகளையும் இணை இணையாகவும் முரணாகவும் நயமுற அமைத்துள்ள அமைப்பும் அவருடைய கலை யுள்ளத்தைத் தெளிவாக விளக்குகின்றது.

கண்ணகியும் கோவலனும் தொடக்கத்தில் நடத்தும் இன்ப வாழ்க்கையின்போதுதென்றலும் வண்டும் வருணிக்கப்படுகின்றன. கோவலன் கண்ணகியை விட்டுப் பிரிந்தபின், மறுபடியும் தென்றலும் வண்டும் வருணிக்கப்படுகின்றன. அங்கு வருணனை வேறுபடுகின்றது. அதன் பயனும் வேறாக உள்ளது. அந்தப் பிரிவின்போது, மகளிர் இரு சாராரின் கண்களில் இருவகைக் கண்ணீரைக் காட்டுகிறார். கோவலனோடு மகிழும் மாதவியின் கண்களிலும் கணவரைப் பிரியாத மற்ற மகளிரின் கண்களிலும் இன்பக் கண்ணீரையும், கண்ணகியின் கண்களிலும் கணவரைப் பிரிந்த மற்ற மகளிரின் கண்களிலும் துன்பக் கண்ணீரையும் முரண்படக் காட்டுகிறார். கோவலனுக்குத்

திருமணமான பிறகு நிலாமுற்றத்தில் கண்ணகியோடு இன்பமாக வாழும்போது குளிர்நத நிலவைக் காண்கிறோம். பிறகு இருவரும் மதுரைக்குச் செல்லும்போது கடுங்கோட்டையில் அவர்களின் துன்பத்தைத் தணிக்க முயலும் நிலவைக்காண்கிறோம். கோவலன் கண்ணகியை புகழும் பாராட்டு மொழிகளை இரண்டு இடங்களில் கேட்கிறோம். திருமணத்திற்குப் பிறகு புதிய காதல் வெறியில் எழும் பாராட்டு மொழிகள் முதலில் கேட்பவை; எல்லாம் அவளுடைய உடலின் இளமையும் அழகும பற்றியவை. இரண்டாவதாகக் கேட்கும் பாராட்டு மொழிகள் அவனுடைய வாழ்வின் கடைசி நாளில் கொலை செய்யப்படுவதற்கு முன் அவன் கூறியவை; அவை எல்லாம் கண்ணகியின் உயர்ந்த பண்புகளை நினைத்து உருகிக் கூறியவை.

மாதவி கோவலனுக்கு இரண்டு கடிதங்கள் எழுதினாள், முதலில், கோவலன் தனக்கு உரியவனாகத் தன்னோடு மகிழ்ந்திருந்து பிரிந்த அன்று எழுதியது; இன்னும் அவன் தனக்கு உரியவனே என்ற நம்பிக்கையால், விரைவில் திரும்பி வருமாறு காதல் குறிப்போடு தாழை மடலில் செம்பஞ்சக் குழம்பில் தோய்த்த பித்திகை அரும்பால் எழுதிய மலர்ச்செண்டுக் கடிதம், அடுத்தது, இனி அவன் தன்னிடம் திரும்பி வரமாட்டான் என்று நம்பிக்கை இழந்து வணக்கத்தோடு எழுதியது. முன்னதில் உள்ளவை இன்பமான காதல் மொழிகள்; பின்னதில் உள்ளவை பணிவான தூய சொற்கள்.

அரண்மனை முதலான இடங்களில் விளங்கும் நுண்கலைகள் மட்டும் அல்லாமல், காட்டிலும் மேட்டிலும் உள்ள மக்கள் கலைகளும் (நாட்டுக் கலைகள்) இளங்கோவடிகளின் உள்ளத்தைக் கவர்ந்தன. அந்த மக்களின் கலைகளில் உயிர்த் துடிப்பு விளங்குவதை இளங்கோவடிகள் உணர்ந்து போற்றினார். அவற்றிற்குத் தம் நூலில் தக்க இடம் தந்திருப்பதும் அவருடைய உண்மையான கலையுள்ளத்தைக் காட்டுகிறது. முப்பது படலங்கள் உடைய சிலப்பதிகாரத்தில், நான்கு படலங்கள் இப்படிப்பட்ட மக்களின் ஆடல் பாடல்களைப்பற்றியே அமைந்துள்ளன. அவை கானல் வரி, வேட்டுவ வரி, ஆய்ச்சியர் குரவை, குன்றக்குரவை என்னும் பகுதிகள். அவற்றுள், கானல் வரியில் கடற்கரைச் சோலையில் உள்ள மீனவர்களின் பாடல்களும் காவிரியாறுபற்றிய பாடல்களும் அமைந்துள்ளன. இளங்கோவடிகள் அந்த மக்கள் பாடல்களுக்குப் புலமை மெருகு ஏற்றி இலக்கியமாக்கிக் கூறியிருந்தாலும், அவற்றின்

உயிர்த் தன்மையை மாற்றாமல் தந்திருக்கிறார். அவ்வாறே, வேட்டுவ வரியில் காளியை வழிபடும் வேடர்களின் பாடல்களை அமைத்துள்ளார். ஆய்ச்சியர் குரவையில் கண்ணனை வழிபடும் இடையர் மகளிரின் ஆடலும் பாடலும் உள்ளன. குன்றக் குரவையில் மலைப்பகுதியில் வாழும் மக்களின் ஆடல் பாடல்கள் உள்ளன. இவை நான்கும் தவிர, இருபத்தொன்பதாவது காதையில் (படலத்தில்) பலவகை நாட்டுப் பாடல்களைச் சுருக்கமாகத் தந்துள்ளார். பெண்கள் கூடியிருந்து விளையாடும் அம்மானைப் பாடல், பந்தடித்துப் பாடும் கந்துக வரி, ஊசலாடிப்பாடும் ஊசல் வரி, நெல் குற்றும்போது பாடும் வள்ளைப்பாட்டு என்பவற்றை அங்கே அமைத்துள்ளார். இவை, நேரே மக்களின் ஆடல் பாடல்களை வடித்து மெருகேற்றித் தந்த இடங்கள். இவை தவிர, மக்களின் பாடல்களை (நாட்டுப் பாடல்களை) நமக்குத் தராமல் அவற்றைப்பற்றிச் சுட்டிக்கூறும் இடங்களும் சிலப்பதிகாரத்தில் உள்ளன. உழவர்களின் தொழிலோடு இயைந்த பாடல்களாகிய விதைவிதைக்கும் பாட்டு, களைகட்டல் பாட்டு, அறுவடைப் பாட்டு ஆகியவற்றைப் பற்றி இளங்கோ குறிப்பிட்டிருக்கிறார். சேர மன்னன் வடநாட்டு வெற்றிக்குப் பின் திரும்பி வரும்போது சேர நாட்டு மக்கள் அவன் வருகையைக் கொண்டாடுவதாகக் கூறும்போது, நான்கு வகை நிலங்களில் வாழும் தொழிலாளிகளின் பாட்டுகளை பற்றி நான்கு வகைக் குறிப்புகள் தந்துள்ளார். மலையில் வாழும் குறத்தியர் தினைப்புனத்தைக் காவல் செய்துகொண்டே யாழ் இசைத்துப் பாடினார்களாம். அந்தப் பாட்டில் வடநாட்டில் சேரன் செய்த போரில் வீரச் செயல் புரிந்த யானைகளைப் புகழ்ந்தார்களாம். காட்டு நிலத்தில் உழவர்கள் பாடிய பாட்டில், தம் எருதுகளைப் பார்த்து, "பகையரசர்களின் கோட்டைகளை நம் அரசன் அழித்தான். அந்த வெற்றி வேந்தனின் பிறந்த நாள் நாளை வருகிறது. எருதுகளே! நாளை உங்களுக்கு விடுமுறை; நுகத்தடி உங்கள் கழுத்தில் இல்லாமல் நாளை நீங்கள் மகிழலாம்" என்று பாடினார்களாம். ஆன்பொருநை என்ற ஆற்றங்கரையில் பசுக்களை மேய்த்த ஆயர்கள் குழல் இசைத்துப் பாடிய பாட்டில், "பசுக்களே! இமய மலையிலிருந்து வெற்றியோடு திரும்புகிறான் நம் அரசன். அவன் அங்கிருந்து பல புதிய மாடுகளைக் கொண்டு வருகிறான். அவற்றின் உறவு உங்களுக்குக் கிடைக்கப் போகிறது. நாளை மேயப்போகும்போது நீங்கள் அவற்றின்

துணையோடு போகலாம்" என்று பாடினார்களாம். கடற்கரையில் மீனவப் பெண்கள் பாடிய பாட்டில், "தோழியரே! நம் அரசனுடைய படையெடுப்புக்கு அறிகுறியான வஞ்சிப்பூவைப் பாடுவோம்; அவனுக்கு வெற்றி தந்த போர்க்கு அறிகுறியான தும்பைப் பூவையும் பாடுவோம். அவனுடைய சேரர்குலத்துக்கு உரிய பணம் பூவையும் பாடுவோம்; வாருங்கள்" என்றார்களாம்.

இவை எல்லாம் இளங்கோவின் கலை உள்ளம் மக்களின் ஆடல் பாடல்களைப் போற்றி மதித்த மதிப்பை விளக்குவன ஆகும்.

இவ்வாறு அக்காலத்து வழங்கிய நாட்டுப்பாடல்களைத் தழுவி அவர் சிலப்பதிகாரத்தில் தந்துள்ள பாடல்கள் சுவை நிரம்பினவாக உள்ளன. எடுத்துக்காட்டாக, மதுரையில் குரவைக் கூத்துள் ஆய்ச்சியரின் ஒரு பாடலைக் காண்போம்.

கன்று குணிலாக் கனியுதிர்த்த மாயவன்
இன்றுநம் ஆனுள் வருமேல் அவன்வாயில்
கொன்றையந் தீங்குழல் கேளாமோ தோழி
பாம்பு கயிறாக் கடல்கடைந்த மாயவன்
ஈங்குநம் ஆனுள் வருமேல் அவன்வாயில்
ஆம்பலந் தீங்குழல் கேளாமோ தோழி.
கொல்லையஞ் சாரல் குருந்தொசித்த மாயவன்
எல்லைநம் ஆனுள் வருமேல் அவன்வாயில்
முல்லையந் தீங்குழல் கேளாமோ தோழி

பசுவின் கன்றையே சிறு தடியாகக் கொண்டு விளாமரத்திலிருந்து கனிகள் உதிரச் செய்த மாயவன் இன்று நம் பசுக்களின் இடையே வருவானானால், அவனுடைய வாயில் இனிய குழலின் இசையைக் கேளாதிருப்போமா? கேட்போம் அல்லவா, தோழி!

பாம்பையே கயிறாகக் கொண்டு திருப்பாற்கடலைக் கடையச் செய்த மாயவன் இங்கே நம் பசுக்களின் நடுவே வந்தால், அவனுடைய வாயில் இனிய குழலின் இசையைக் கேளாதிருப்போமா? கேட்போம் அல்லவா, தோழி!

காட்டை அடுத்த சாரலில் மகளிரை மறைப்பதற்காகக் குருந்த மரத்தை வளைத்த மாயவன் இப்பகலில் நம் பசுக்களின் நடுவே வந்தால், அவனுடைய வாயில் இனிய குழலின் இசையைக் கேளாதிருப்போமா? கேட்போம் அல்லவா, தோழி!

சேவகன்சீர் கேளாத செவிஎன்ன செவியே
திருமால்சீர் கேளாத செவிஎன்ன செவியே
கரியவனைக் காணாத கண்ணென்ன கண்ணே
கண்ணிமைத்துக் காண்பார்தம் கண்ணென்ன கண்ணே
(தூது) நடந்தானை ஏத்தாத நாஎன்ன நாவே
நாராயணா என்னா நாஎன்ன நாவே.

இவ்வாறே காட்டுவழியில் காளியை வழிபடும் வேடர்களின் பாடல்கள் உள்ளன; அவற்றில் கொலைக்கு அஞ்சாத முரட்டுத் தன்மையும் இரக்கமற்ற வன்மையும் வீரம்கலந்த பக்தியும் விளங்கு கின்றன. மலைநிலத்தில் குன்றவர்கள் முருகனை ஏத்திப் பாடும் பாடல்களில் முருகனிடத்துக் கொண்ட பக்தியும் காதல் சுவையும் விளங்குகின்றன.

வஞ்சி மாநகரில் மகளிர் பந்து அடித்து ஆடும்போது பாடுவதாக உள்ள பாடல், பந்தடிக்கும்போது பெண்கள் அசையும் அசைவைப் புலப்படுத்தும் ஓசை நயம் உடையது.

பொன்னிலங்கு பூங்கொடி பொலஞ்செய் கோதை வில்லிட
மின்னிலங்கு மேகலைகள் ஆர்ப்ப ஆர்ப்ப எங்கணும்
தென்னன் வாழ்க வாழ்கஎன்று சென்றுபந் தடித்துமே
தேவர்ஆர மார்பன் வாழ்க என்றுபந் தடித்துமே.

ஊசல்வரி, வள்ளைப்பாட்டு என்பவை பெண்கள் ஊசலாடும் போதும் நெல் குற்றும்போதும் அரசனை வாழ்த்தியவாறே பாடிய பாடல்கள். அவற்றிலும் அந்தந்த அசைவுகளுக்கு ஏற்றவாறு பாடல்களின் ஓசை அமைந்திருக்கிறது.

கண்ணகி தன் கணவன் கொலைப்பட்ட செய்தியைக் கேள்விப் பட்டவுடன், பதைபதைத்துப் பலவாறு புலம்பி அழுகிறாள். 'துன்ப மாலை' என்னும் காதையில் அவளுடைய துயரம் பல அடிகளில் அவளுடைய வாய்ச் சொல்லாகவே தரப்பட்டுள்ளது. அந்தப் பாடல்கள் சோக உணர்ச்சியைப் புலப்படுத்துவனவாக உள்ளன. அடுத்த காதையாகிய 'ஊர்சூழ் வரி' என்பதில் கொலைப்பட்ட கணவனுடைய உடம்பைக் கண்டு அவள் கதறுவதும் அழுது புலம்புவதும் பற்றிய பாடல்களும் அந்த உணர்ச்சிக்கு ஏற்ற வடிவம் தரும் ஓசையுடன் அமைந்துள்ளன.

புதுமைகள்

இளங்கோவடிகளுக்கு முற்பட்ட புலவர்கள் கையாளாத புதிய செய்யுள் வகைகளை அவர் கையாண்டு, பலவேறு உணர்ச்சிகளைப் புலப்படுத்தும் கருவிகளாக்கியுள்ளார். அகவலும் வெண்பாவுமே மிகுந்திருந்தன பழைய இலக்கியத்தில். கலிப்பாவும் பரிபாட்டும் சிறுபான்மை ஓசைநயம் உள்ளனவாக இருந்தன. பிற்காலத்தில் தாழிசை துறை விருத்தம் என்ற பெயர்கள் உடைய செய்யுள் இனங்கள் வளர்ந்தன. இடைக்காலத்தில் வளர்ந்த அந்தச் செய்யுள் இனங்களின் வளர்ச்சிக்கு வழிவகுப்பவைபோல் சிலப்பதிகாரத்தில் புதிய பலவகைச் செய்யுள் வடிவங்களைக் காண்கிறோம். கடற்கரையில் பாடும் இசைப் பாடல்களைக் கொண்ட கானல் வரியிலும் ஆய்ச்சியர் குரவை முதலியவற்றிலும் இளங்கோ அந்தந்தப் பகுதியில் வழங்கியநாட்டுப் பாடல்களாக அவற்றை அமைத்துள்ளார். அக்காலத்து நாட்டுப் பாடலிலிருந்தே அவர் அந்தப் புதிய செய்யுள் வடிவங்களை வடித்துத் தந்தார் என்பதில் ஐயம் இல்லை. இவ்வகையில் தமிழிலக்கியத்திற்கு அவர் செய்துள்ள தொண்டு ஒப்பற்றதாகும்.

உலகப் பழைய காப்பியங்கள் அரச குடும்பத்தாரையே தலைவர்களாகக் கொண்டவை. இளங்கோ தம் காப்பியத்தின் தலைமக்களாக ஓர் அரசனையும் அரசியையும் அமைக்காமல், வணிகர் குடும்பத்தினரைத் தேர்ந்தெடுத்தது ஒரு புதுமையே. வணிகக் குடும்பத்துப் பெண்ணே காப்பியத்தின் தலைவி; அவள் காலில் அணிந்த சிலம்பே காப்பியத்திற்குப் பெயர். முதல் தமிழ்க் காப்பியத்தை இவ்வாறு அமைத்த காரணத்தால், குடிமக்களுள் ஒருவராயினும் ஒரு காப்பியத்திற்குத் தலைவனாக, தலைவியாக அமைய முடியும் என்ற துணிவு ஏற்பட்டது. (ஒரு கணிகையின் மகளாகிய மணிமேகலையைத் தலைவியாகக் கொண்டு மணி மேகலை என்ற காப்பியம் அடுத்து இயற்றப்பட முடிந்தது). இளங்கோவடிகள் செய்த மற்றொரு புதுமை என்ன என்றால், சமுதாயத்திலும் பல நூல்களிலும் வழக்கமாகப் பழித்துக் கூறப்படும் கணிகையாகிய மாதவி அவருடைய நூலில் கண்ணகிக்கு அடுத்த நல்ல இடத்தைப் பெற்று விளங்குவதாகும். கோவலன் அவளை ஓர் இடத்தில் பழித்தபோதிலும், அடுத்த நிலையிலேயே “தன் தீது இலள்” என்று அவளைக் குற்றமற்றவளாகக் கூறுகிறான். மாதவியும் அவனிடம் உண்மையான அன்பு கொண்டு வாழ்ந்திருந்த காரணத்தால்தான், அவனுக்கு நேர்ந்த இன்னலைக்

கேள்விப்பட்டவுடன் துறவறம் பூணுகிறாள். தன் ஒரு மகளையும் இளமையிலேயே துறவி ஆக்குகிறாள். தன் மகள் என்று சொல்லாமல், கண்ணகியின் மகள் என்று கூறுகிறாள். விலைமகளிர் குடும்பத்தில் பிறந்த ஒருத்தி தன் குலத்தொழிலைப் பழித்து ஒதுக்கிய துணிவைப் பதினெட்டு நூற்றாண்டுக்கு முன் முதல் முதலில் இந்தக் காப்பியத்தில் தான் காண்கிறோம்.

பொதுவாகச் சைன சமயத் துறவிகள் இல்லறத்தைப் புகழ்ந்து பேசுவதும் இல்லை; பெண்களை உயர்த்திக் கூறுவதும் இல்லை; இளங்கோவடிகள் இவ்வகையிலும் புதுமை நிகழ்த்தியுள்ளார். இல்லறத்தைப் புகழ்ந்து, கண்ணகியின் கற்பு வாழ்வை உயர்த்திக் கூறியுள்ளார். தம் கதையில் வரும் ஒரு சைனப் பெண் துறவியாகிய கவுந்தியடிகள் வாயாலேயே புகழுமாறு அமைத்துள்ளார்.

காப்பியம் அல்லது நாடகம் சுவையாக அமையவேண்டுமானால், நல்ல தலைவர்க்கு நேர்மாறான பொல்லாதவரையும் படைத்து முரண்படக் காட்டவேண்டும்; நல்லவர் படும் துன்பங்களுக்கெல்லாம் காரணமாக இருந்து கொடுமை செய்யும் பொல்லாதவரைப் படைத்துக் காட்டவேண்டும். சிலப்பதிகாரத்தில் கண்ணகியும் கோவலன் பட்ட துன்பங்களுக்குக் காரணமாகக் கொடியவன் (Villain) ஒருவனைக் காட்ட இளங்கோவுக்கு மனம் இல்லை, பொற்கொல்லன் ஒருவனை மதுரையில் காட்டி, அவனை இரண்டொரு தொடர்களில் பழிக்கிறார். சிலப்பதிகாரத்தில் உள்ள முப்பது காதைகளில் (படலங்களில்) ஒரே ஒரு காதையில் பொற்கொல்லனை அமைக்கிறார். அந்தப் பகுதியிலும் இறுதியில் கோவலனின் கொலைக்குக் காரணம் பொற்கொல்லன் அல்ல, ஊழ்வினையே என முடித்துவிடுகிறார்.

கொலைத் தண்டனை தந்து கோவலனுடைய வாழ்வை முடித்த பாண்டிய அரசன் மேல் கொடுமை கூறலாம் என்றால், அவனுடைய குற்றத்தையும் காப்பிய ஆசிரியர் போக்கிவிடுகிறார். கொடுமைக்கு ஆளான கண்ணகியின் வாயாலேயே அவன் தீமை இல்லாதவன் என்று கூறுமாறு செய்துவிடுகிறார். ஆகவே காப்பியம் கொடியவன் இல்லாததாக நிற்கிறது. இவ்வாறு கொடியவன் இல்லாமலே சுவையான காப்பியம் எழுதியதும் ஒரு புதுமையே ஆகும்.

மணிமேகலை

மணிமேகலை என்பது தமிழிலக்கியத்தில் உள்ள இரண்டாம் காப்பியம் எனலாம். கதையின் தொடர்பாலும், அது சிலப்பதிகாரத்தின் தொடர்ச்சிபோல் உள்ளது. அதனால் இவற்றை இரட்டைக் காப்பியம் எனக் கூறுதல் உண்டு. கோவலனுக்கும் நாட்டியக் கலையரசியான மாதவிக்கும் மகளாகப் பிறந்த மணிமேகலையின் வாழ்வை விளக்கும் காப்பியம் அது! மணிமேகலைக்கு உற்ற வயது வந்தபோது, குலத்தின் வழக்கப்படி அவள் நாட்டியம் கற்றுப் பரத்தையாக வாழ வேண்டும் என்று பாட்டியும் மற்றவர்களும் விரும்பினார்கள். ஆனால் அவளுடைய தாய் மாதவியோ, கோவலன் பிரிந்து சென்று மதுரையில் கொலை செய்யப்பட்ட செய்தியை அறிந்தது முதல் துயரமே வடிவாய், கலை வாழ்வைத் துறந்தாள். பௌத்த சமயத்தைச் சார்ந்த துறவியான அறவாணர் என்பவரை அணுகித் துறவறம் பூண்டாள். தன் மகள் குலத்தொழிலைச் செய்யக்கூடாது என்று உறுதிபூண்டு, அவளுடைய கூந்தலைக் களைந்து சமயத் தொண்டுக்கு உரியவள் ஆக்கினாள். அவளைத் தன் மகள் என்று கூறுவதும் பழியான தொழிலில் கொண்டு போய்ச் சேர்க்கக் கூடும் என்று கருதி, கண்ணகியின் மகள் என்றே சொல்லத் தொடங்கினாள். இவ்வாறு குடும்பத்தைத் துறந்த மணிமேகலையின் வாழ்விலும் இடையூறு புகுந்தது. நாட்டின் இளவரசன் அவளுடைய இளமையழகைக் கண்டு காதல் கொண்டான். அடிக்கடி பின்தொடர்ந்தான். அந்நிலையில் அவளைக் காப்பாற்றக் குலதெய்வம் வந்து உதவியது. அந்தத் தெய்வத்தின் உதவியால் மணிமேகலை மணிபல்லவத் தீவுக்குச் சென்று, புத்தரின் திருவடிகளைக் கண்டு, முன்பிறப்பை உணர்ந்து, நாட்டுக்குத் திரும்பினாள். அமுதசுரபி என்னும் தெய்வீகப் பாத்திரம் பெற்றுப் பலருடைய பசியைத் தீர்க்கும் ஆற்றல் பெற்றாள். நாடெங்கும் திரிந்து பசியும் பிணியும் தீர்த்து மக்களுக்கு அறமொழிகளை எடுத்துரைத்தாள். பல நல்லறங்களைச் செய்து பௌத்த நெறியின் படி முத்தி பெற்றாள். இந்த வாழ்க்கையைக் காப்பியமாக்கியுள்ளவர் மதுரைக் கூலவாணிகன் சாத்தனார் என்னும் புலவர். அவர் இளங்கோவடிகள்போல் சமயப் பொதுமை நாடவில்லை. பௌத்த சமயச் சார்பாகவே எல்லா வற்றையும் கூறியுள்ளார். இலக்கியச் சுவையைவிடப் பௌத்த சமய விளக்கமே காப்பியத்தில் மேலோங்கியுள்ளது. பலவகை உணர்ச்சிகளை வெவ்வேறு செய்யுள் ஓசைகளால் புலப்படுத்தும்

சிறப்பு சிலப்பதிகாரத்தில் உள்ளது. மணிமேகலையில் அதுவும் இல்லை. நூல் முழுவதும் ஒரே வகையான ஓசையுள்ள அகவல் என்னும் செய்யுளால் அமைந்துள்ளது.

எளிய நடையில் கதை சொல்லும் தன்மையும் பௌத்த சமய உண்மைகளையும் நீதிகளையும் தெளிவாக எடுத்துரைக்கும் இயல்புமே இந்தக் காப்பியத்தின் சிறப்பியல்புகள் எனலாம். காப்பியத்தின் தலைவியாக உள்ள மணிமேகலை ஒப்புயர்வற்ற ஒரு பெண்மணி என்பதில் ஐயம் இல்லை.

மணிமேகலை என்னும் காப்பியத்தைவிட, அந்த நூலில் வரும் மணிமேகலை என்னும் அந்தப் பெண் துறவியே பலருடைய போற்றுதலுக்கு உரியவளாய் விளங்குகிறாள். அவள் காப்பியத்தின் கற்பனைத் தலைவியாக மட்டும் அல்லாமல் நாட்டு வரலாற்றின் பெருமைக்கு உரிய ஒரு பெண் பிறவியாகவும் பலருடைய உள்ளத்தில் இடம் பெற்றுவிட்டாள். அழகும் இளமையும் அறிவும் பண்பும் நிரம்பிய அவள், அரசிளங்குமரனுடைய காதலைக் கைவிட்டுப் பௌத்தத் துறவியான சிறப்பு ஒருபுறம்; அதைவிடப் பெரியது, அவள் அருள் நிரம்பிய வாழ்வு நடத்திய சிறப்பு ஆகும். மணி பல்லவத் தீவில் அவள் பெற்ற அமுதசுரபி என்னும் பாத்திரத்தைக் கையில் ஏந்தி, "உண்டி கொடுத்தோர் உயிர் கொடுத்தோரே" (பசிக்கு உணவு கொடுத்துக் காப்பவர், உயிரையே காப்பாற்றும் அறமுடையோர்) என்று உணர்ந்து, பல இடங்களிலும் திரிந்து வறியவர்களுக்கும் பசித்தவர்களுக்கும் சோறு அளித்தாள்.

அறமெனப் படுவது யாதெனக் கேட்பின்
மறவாது இதுகேள் மன்னுயிர்க்கு எல்லாம்
உண்டியும் உடையும் உறையுளும் அல்லது
கண்ட தில்லை

என்று மணிமேகலையே ஓரிடததுக் கூறியிருக்கிறாள். அத்தகைய அறநெறியைப் போற்றி, உணவு வற்றாத பாத்திரமாகிய அமுத சுரபியிலிருந்து உணவை எடுத்து எல்லோர்க்கும் உதவினாள். கூன், குருடு, ஊமை, செவிடு நோயாளிகள் திக்கற்றவர்கள் எல்லோரிடத்திலும் அன்பு கொண்டு உதவி புரிந்தாள். அவள் இளவரசனுடையக் கொலைக்குக் காரணமாக இருக்க வேண்டும் என்று சிறையில் வைக்கப்பட்டாள். பிறகு அவளுடைய பண்பையும்

உண்மையையும் உணர்ந்த சோழ அரசன் சிறையிலிருந்து விடுவித்தான். அந்நிலையில் அரசனிடம் மணிமேகலை கேட்ட வரம் ஒன்று. அவளுடைய உயர்வை எடுத்துக்காட்டுகிறது. அப்போது அவள் சிறைச்சாலை எல்லாம் அறச்சாலை ஆக்குமாறு அரசனைக் கேட்டுக் கொண்டாள். மகனாகிய இளவரசனை இழந்த சோழ அரசி, முதலில் மணிமேகலையிடம் சினம் கொண்டு அவளுக்குப் பல துன்பங்கள் செய்தாள். பிறகு உண்மை உணர்ந்ததும் சினம் நீங்கிய அரசி, மணிமேகலையை வணங்கலானாள். அப்போது மணிமேகலை, "நீ நாட்டு மன்னனின் தேவி; என் மேல் காதல் கொண்ட இளவரசனைப் பெற்றதாய். ஆதலால் என்னை வணங்குவது பொருந்தாது" என்று அடக்கத்தோடு கூறினாள். மணிமேகலையின் வாயிலாகப் பல அறவுரைகளை இந்த நூலில் பெறுகிறோம். இளவரசன் கொல்லப்பட்டபோது, அரசி தன் மகனை நினைந்து அழுது புலம்பினாள். அப்போது அவளுக்கு ஆறுதல் கூற எண்ணிய மணிமேகலை, அவளுக்கு வாழ்வின் உண்மையை எடுத்துரைத்தாள். "அரசியே! நீ உடலுக்காக அழுகிறாயோ? உயிருக்காக அழுகிறாயோ? உடலுக்காக அழுகிறாய் என்றால், உன் மகனை எடுத்துச் சென்று இடுகாட்டில் இட்டவர் யார்? உயிர்க்காக அழுகிறாய் என்றால், உயிர் போய்ப் புகும் இடம் அவரவர் செய்த வினைக்கு ஏற்றவாறு அமைவது; தெரிந்துகொள்ள இயலாதது அது. உன் மகனுடைய உயிர்க்காக அன்பு செலுத்துகிறாய் என்றால், நீ எந்த உயிர்க்காகவும் பொதுவாக இரக்கம் கொள்வதே கடமை ஆகும்" என்றாள். இவ்வாறு பல இடங்களிலும் புத்தர் பெருமானின் அறவுரைகள் மணிமேகலையின் வாய்மொழியாலும் வாழ்க்கை நெறியாலும் தெளிவாகப் புலப்படுகின்றன.

6

பக்தி இலக்கியம்

(கி.பி. 600 - 900)

பக்தி இயக்கம்

சங்க காலத்தையும் நீதி நூல் காலத்தையும் அடுத்துத் தெளிவாகக் காணப்படுவது பக்தி இயக்கக் காலம் ஆகும். கி.பி. ஏழு எட்டு ஒன்பதாம் நூற்றாண்டுகளில் தமிழ் நாட்டில் சைவ சமயப் பெரியவர்களான நாயன்மார்களும் வைணவ சமயப் பெரியவர்களான ஆழ்வார்களும் தோன்றிப் பக்திப் பாடல்கள் பாடி ஊர் ஊராகச் சென்று தம் தம் சமயங்களைப் பரப்பி வந்தார்கள். நாட்டில் செல்வாக்குப் பெற்றிருந்த பௌத்த சைன சமயங்களை எதிர்த்து மக்களைத் திரட்டுவதற்குக் கலைநயத்துடன் கூடிய பக்திப் பாடல்கள் பயன்பட்டன. நாயன்மார் நால்வரும் ஆழ்வார்களில் பலரும் இசையோடு பாடல்களைப் பாடிக் கோயில்தோறும் இறைவனை வழிபட்டார்கள். இறைவன் "ஏழிசையாய் இசைப்பயனாய் உள்ளவன்" என்றார் சுந்தரர். "நாளும் இன்னிசையால் தமிழ் பரப்பும் ஞானசம்பந்தன்" என்று சம்பந்தர் போற்றப்பட்டார். தமிழோடு இசைபாடல் மறந்தறியேன்" என்று திருநாவுக்கரசர் சொல்லியுள்ளார்.

சைனரும் பௌத்தரும் புலனடக்கத்தையும் உண்ணாநோன்பு இன்ப வெறுப்பு முதலியவற்றையும் மக்களிடையே வற்புறுத்திக் கொண்டிருந்தார்கள். துறவறத்தையே பெருமைப்படுத்திக் கொண்டிருந்தார்கள். ஆழ்வார்களும் நாயன்மார்களும் பக்தியையே போற்றி, அதற்கு இசைவான ஆடல் பாடல் முதலான கலைகளைப் பாராட்டினார்கள். இல்வாழ்க்கையில் இன்பமாக வாழ்ந்தாலும் எந்தத் தொழிலைச் செய்தாலும் உள்ளத்தை இறைவனுக்கு உரியதாக வைத்து வாழ்க்கை நடத்தினால் போதும் என்றார்கள். பலவகைக் கலைகளையும் வளர்க்கும் இடமாகக் கோயில்கள் ஓங்குவதற்கு அவர்களுடைய பக்தியியக்கம் துணை செய்தது. மக்களிடையே

அவர்களின் இயக்கம் பரவுவதற்குத் தமிழ்ப் பாடல்கள் இசையோடு அமைந்து உதவிபுரிந்தன.

பக்தி இயக்கத்துக்குத் தொடக்கமாக, முன்னேராக, ஆறாம் நூற்றாண்டில் நாயன்மார்களில் காரைக்கால் அம்மையாரும் திருமூலரும் இயற்றிய பாடல்கள் உதவின; ஆழ்வார்களில் பேயாழ்வார் பூதத்தாழ்வார் பொய்கையாழ்வார் ஆகிய முதலாழ்வார் மூவரும் பாடிய பாசுரங்கள் அவ்வாறு உதவின.

திருமந்திரம்

திருமூலர் மூவாயிரம் பாடல்கள் பாடியுள்ளார். திருமந்திரம் என்பது அவருடைய நூல். பெயருக்கு ஏற்றபடி மந்திரம்போல் சுருங்கிய சொற்களில் ஆழ்ந்த பொருள் திட்பமாக அமைந்த பாடல்களும், மறைந்த நுட்பமான பொருள் உடைய பாடல்களும் திருமந்திரத்தில் உள்ளன. தத்துவக் கருத்துகள் முதல், யோகநெறி சித்த வைத்தியக் கருத்துகள் வரையில் பலவும் செறிந்த நூல் அது. பக்தியின் சிறப்பை அறிவுறுத்துமிடத்தில், அவர், "அன்பு சிவம் என்பவை இரண்டு பொருள் அல்ல, அன்பே சிவம் என்பதை உணர்ந்தவர் சிலரே. அவர்களே ஞானிகள்; அவர்களே கடவுள் தன்மை பெற்றவர்கள்" என்கிறார்.

> அன்பு சிவம் இரண்டுஎன்பார் அறிவிலார்
> அன்பே சிவமானது ஆரும் அறிகிலார்
> அன்பே சிவமாவது ஆரும் அறிந்தபின்
> அன்பே சிவமாய் அமர்ந்திருந்தாரே.

"எலும்பை விறகு ஆக்கித் தசைகளை அறுத்து நெருப்பில் இட்டுப் பொன்போல் பொரியும்படியாக வறுத்தாலும் பயன் இல்லை. அன்போடு உருகி மனம் குழைவார் அல்லாமல் மற்றவர்கள் கடவுளை அடைய முடியாது."

> என்பே விறகாய் இறைச்சி அறுத்திட்டுப்
> பொன்போல் கனலில் பொரிய வறுப்பினும்
> அன்போடு உருகி அகம்குழை வார்க்கன்றி
> என்போல் மணியினை எய்தஒண் ணாதே.

கடவுளிடம் செலுத்தும் அன்பை மட்டும் அல்லாமல் மக்களுக்குத் தொண்டு செய்யும் அன்பையும் அவர் வற்புறுத்தியிருக்கிறார்.

“கோயிலில் படமாக உள்ள கடவுளுக்கு ஒன்று தந்தால் நடமாடும் கோயில்களாக உள்ள உயிர்களிடத்தில் உள்ள கடவுளுக்கு அது பயன்படுவதில்லை. நடமாடும் உயிர்களிடத்தில் உள்ள கடவுளுக்கு ஒன்று தந்தால், படமாக உள்ள கடவுளுக்கும் அது சென்று சேரும்.”

படமாடக் கோயில் பகவற்குஒன்று ஈயில்
நடமாடக் கோயில் நம்பர்க்கு ஆங்கு ஆகா
நடமாடக் கோயில் நம்பர்க்குஒன்று ஈயில்
படமாடக் கோயில் பகவதற்கு அது ஆமே.

எல்லோரும் வெளியே பார்வையைச் செலுத்துகிறார்கள். உள்ளே பார்வையைச் செலுத்தி மனத்தை ஆராய்கிறவர்கள் சிலரே அப்படி உள் ஆராய்ச்சி செய்கிறவன் என்ன காணமுடியும்? உள்ளே ஐந்து பசு விருப்பம் போல் மேய்ந்து திரிவதைக் காண்பான். மனம் ஐந்து புலன்களாய் அலைவதைக் காண்பான். மேய்ப்பார் இல்லாமல் வெறிபிடித்துத் திரியும் மாடுகள் அவை. மேய்ப்பவர் ஏற்பட்டு, அவற்றின் வெறி அடங்குமாறு செய்தால் அந்தப் பசு ஐந்தும் ஞானப்பாலைச் சொரியும். பொல்லாதவை நல்லவையாக மாறிப் பயன் தருவதைக் காணலாம்.

பார்ப்பான் அகத்திலே பாற்பசு ஐந்துண்டு
மேய்ப்பாரும் இன்றி வெறித்துத திரிவன
மேய்ப்பாரும் உண்டாய் வெறியும் அடங்கினால்
பார்பபான் பசுஐந்தும் பாலாய்ச் சொரியுமே.

வாழ்க்கைக்கு என்று வகுக்கப்பட்ட நல்வழியும் உண்டு. கவர்ச்சி உண்டாக்கிக் கெடுக்கும் இடர்களும் உண்டு. கடவுளே நெறியையும் படைத்தான்; அடுத்து நெறிஞ்சில் முள்ளையும் படைத்தான். நெறிதவறி நடந்தால், காலில் முள் குத்தும் நெறி தவறாமல் நடக்க வல்லவர்களுக்கு அந்த முள் ஒன்றும் இடர் செய்யாது.

நெறியைப் படைத்தான் நெஞ்சில் படைத்தான்
நெறியில் எழுவின் நெறிஞ்சில் முன்பாயும்
நெறியில் வழுவாது இயங்கவல் லார்க்கு
நெறியில் நெறிஞ்சில்முள் பாய கிலாவே.

மரணம் உணர்த்தும் நிலையாமைபற்றிய உண்மை எவ்வளவு

பெரியது! அதைத் திருமூலர் சொல்லும் முறையோ மிக எளியது! ஊரார் எல்லோரும் கூடுகிறார்கள்; ஒலி எழுப்பி அழுகிறார்கள்; பழைய பெயரை விட்டுப் பிணம் என்று பெயர் சொல்கிறார்கள். சுடுகாட்டுக்குக் கொண்டுபோய்ச் சுட்டுவிடுகிறார்கள். பிறகு நீரில் மூழ்கிக் குளித்துவிட்டு அந்த நினைப்பும் இல்லாமல் மறந்து விடுகிறார்கள்.

ஊரெல்லாம் கூடி ஒலிக்க அழுதிட்டுப்
பேரினை நீக்கிப் பிணம்என்று பேரிட்டுச்
சூரையங் காட்டிடைக் கொண்டுபோய்ச் சுட்டிட்டு
நீரினில் மூழ்கி நினைப்பொழிந் தார்களே.

இவ்வாறு மூவாயிரம் பாடல்களில் அரிய பெரிய உண்மைகளை எல்லாம் தெளிவாக உணர்த்துகிறார். மூவாயிரம் பாடல்களும் ஒரே வகையான செய்யுளில் ஒரே வகையான நடையில் அமைந்தவை. ஆனால் பக்தி, யோகம், தவம், ஞானம், மருத்துவம் முதலான பல வகைப் பொருள்களும் அவற்றில் உணர்த்தப்படுகின்றன.

காரைக்கால் அம்மையார்

காரைக்கால் அம்மையார், ஆறாம் நூற்றாண்டில் காரைக்கால் என்ற ஊரில் ஒரு வணிகர்க்கு மனைவியாய் இல்லறம் நடத்திவந்த போது, அவருடைய வாழ்க்கையில் அற்புதச் செயல் ஒன்று நடந்தது. அது கண்டவுடன், கணவருக்கு மனைவிடம் இருந்த காதல் நீங்கி, மதிப்பும் அச்சமும் ஏற்பட்டன. மனைவியாகக் கருதி அன்பு செலுத்த அவரால் முடியவில்லை. அந்த அம்மையாரை விட்டு நீங்கி வேறு ஊரில் வேறொருத்தியை மணம் செய்துகொண்டு வாழத் தொடங்கினார். அதை அறிந்த காரைக்கால் அம்மையார், இனிமேல் இந்த இளமையும் அழகும் யாருக்காக என்று வெறுத்தார். ஒருபேய் போல் திரிந்து சிவபெருமானைப் பாடி உருகித் திருவாலங்காடு என்னும் ஊர்க்குச் சென்று வழிபாடு செய்து முத்தி பெற்றார். தம்மைக் காரைக்கால் பேய் என்று பாடலில் குறிப்பிட்டுக் கொள்கிறார். சென்னையிலிருந்து முப்பது மைல் தொலைவில் உள்ள அந்த ஊரின் கோயிலில் இன்றும் அவருடைய வழிபாடும் திருவிழாவும் நடக்கின்றன. அவர் படிய பக்திப் பாடல்கள் அற்புதத் திருவந்தாதி. இரட்டை மணிமாலை, மூத்த திருப்பதிகங்கள் என்று மூன்று நூல்களாக உள்ளன. அந்தப் பாடல்களே தமிழில் உள்ள சைவ

சமயத்துப் பக்திப் பாடல்களுள் மிகப் பழமையானவை. அவை பக்தியும் ஞானமும் நிரம்பிய பழம் பாடல்களாக இன்னும் போற்றப்பட்டு வருகின்றன.

"நான் இந்த உலகில் பிறந்து பேசக் கற்றுக்கொண்ட பிறகு உன்னுடைய திருவடிகளில் அன்பு மிகுந்து உன்னிடமே அடைக்கலமாகச் சேர்ந்தேன். சிவபெருமானே! என்னுடைய இடரை நீ தீர்ப்பது எந்நாள்?" "சிவபெருமான் என் இடரைத் தீர்க்காவிட்டாலும், என்னிடம் இரக்கம் கொள்ளாவிட்டாலும், என் கடவுளாகிய அவரிடம் கொண்ட அன்பு என் நெஞ்சைவிட்டு நீங்காது." இவ்வாறு தம் பக்தியையும் மாறாத ஈடுபாட்டையும் பல பாடல்களில் பாடியுள்ளார்.

முதல் ஆழ்வார் மூவர்

பூதத்தாழ்வார் பாடியுள்ள ஒரு பாடலில் பக்தியும் ஞானமும் கலந்த தம் வழிபாட்டைப் பற்றிக் கூறியுள்ளார். தாம் வழிபாட்டுக்காக ஒரு ஞான விளக்கு ஏற்றினாராம். அந்த விளக்குக்குத் தகளி அல்லது அகல் எது? அன்பே அந்த விளக்கின் தகளி. தம் ஆர்வமே அதற்கு நெய். பக்தியால் உருகும் மனமே அந்த விளக்குக்கு உரிய திரி. "இவ்வாறு நாராயணனுக்கு ஞானத் தமிழை விரும்பிப் பாடிய நான், நன்றாக உருகி ஞானவிளக்கு ஏற்றினேன்" என்கிறார்.

> அன்பே தகளியா ஆர்வமே நெய்யாக
> இன்புருகு சிந்தை இடுதிரியா நன்புருகி
> ஞானச் சுடர்விளக்கு ஏற்றினேன் நாரணற்கு
> ஞானத் தமிழ்புரிந்த நான்.

உடலை வருத்திக் கடுமையான தவங்கள் செய்து வாட வேண்டிய தில்லை. நெஞ்சு உருகிக் கடவுளை வழிபட்டால் போதும் என்பதே ஆழ்வார்களின் கொள்கை ஆகும். "மலையிலே போய் நின்றும், நீரில் நடுவே மூழ்கியும், ஐந்து நெருப்புகளின் இடையில் நின்றும் தவம் செய்யத் தேவையில்லை. கடவுளை உண்மையான அன்புடன் மலர்கள் தூவிக் கைதொழுது வழிபடுதல் போதும். தீவினைகள் வந்து சேராமல் போய்விடும்" என்கிறார் பேயாழ்வார்.

இவ்வாறு ஆறாம் நூற்றாண்டில் சில சான்றோர்கள் விதைத்த விதை. பெரிய பக்தி இயக்கமாய் வளர்ந்து ஏழு எட்டு ஒன்பதாம்

நூற்றாண்டுகளில் தமிழ்நாடு முழுவதும் பரவியது; மக்களின் உள்ளத்திலும் ஆளும் அரசர்களின் உள்ளத்திலும் செல்வாக்குப் பெற்றது; ஊர்தோறும் அவர்களின் பக்திப் பாடல்கள் பரவின. அந்தப் பாடல்களின் பெருமையால் அங்கங்கே இருந்த கோயில்களின் புகழ் பெருகியது. கோயில் கட்டடங்கள் உயர்ந்தன. தமிழ் நாட்டை அடுத்த மற்ற நாடுகளிலும் பக்தியியக்கம் மெல்ல மெல்லப் பரவியது; வடக்கே தோன்றின. இவ்வாறு தமிழ் நாட்டில் ஆழ்வார் நாயன்மார்கள் பாடிய பாடல்கள் இந்தியா முழுவதும் பக்தியிலக்கியம் வளர்வதற்கு காரணமாக அமைந்தன.

தேவாரம்

நாயன்மார்களில், ஏழாம் நூற்றாண்டில் திருநாவுக்கரசரும் திருஞானசம்பந்தரும் பாடிய பாடல்கள் ஆயிரக்கணக்கானவை. தமிழ் நாட்டின் சிவன் கோயில்கள் பலவற்றிற்கும் இவர்களின் பாடல்கள் உள்ளன. மறைந்த பாடல்கள் போக, இப்போது உள்ள இவர்களின் பாடல்கள் ஏறக்குறைய ஏழாயிரம். அடுத்த நூற்றாண்டில் வந்த சுந்தரமூர்த்தி நாயனாரின் பாடல்கள் ஆயிரம் கிடைக்கின்றன. இந்த மூன்று நாயன்மார்களின் பாடல்கள் எண்ணாயிரமும் தேவாரம் என்ற பெயரால் சிறந்த பக்தி இலக்கியமாக விளங்குகின்றன. இவை எல்லாம் அன்று முதல் இன்று வரையில் இசையோடு இன்ன பண் என்று குறித்துப் பாடப்பட்டு வருகின்றன. திருஞானசம்பந்தர் கையில் தாளம் ஏந்திப் பாடியும் ஆடியும் சிவனை வழிபட்டவர். யாழ் என்னும் கருவியை இசைப்பதில் வல்லபாணர் குடும்பத்தைச் சார்ந்த திருநீலகண்ட யாழ்ப்பாணர் அவருடன் பல ஊர்க் கோயில்களுக்குச் சென்று, அவருடைய பாடல்களுக்கு ஏற்றவாறு யாழ் இசைத்து வந்தார். அந்த இசைக் கலைஞரின் வழியில் வந்தவர்கள் - அவருடைய குடும்பத்தார் - தலைமுறை தலைமுறையாக அந்தப் பாடல்களைப் பாடுவதற்கு உரிய இசை மரபுகளைக் காத்துவந்தார்கள். அவர்கள் தந்த இசைக்குறிப்புகளே இன்றும் உள்ளன. ஆகவே, தேவாரம் பழம் பெருமை வாய்ந்த பக்திப் பாடல்களாக இருப்பதோடு மட்டும் அல்லாமல், ஆயிரத்து முந்நூறு ஆண்டுகளுக்குமுன் இருந்த நாட்டின் இசை மரபுகளைக் காத்துவரும் பழைய இசைச் செல்வமாகவும் இருந்து வருகிறது. ஏறக்குறைய எண்ணாயிரம் பாடல்கள் இவ்வாறு பழைய இசைக்குறிப்புகளோடு உள்ளன. இவ்வளவு பழமையான இசைச்செல்வம் உலகில் வேறு எங்கும்

இந்த அளவிற்குக் கிடைக்கவில்லை என்பதும் இங்குக் குறிப்பிடத் தக்கதாகும்.

திருஞானசம்பந்தர்

திருஞானசம்பந்தர் பிள்ளைப் பருவத்திலேயே இறைவனைப் பாடியவர். ஆடல் பாடல் ஆகிய கலைகளை வழிபாட்டுக்கு உரியவை ஆக்கியவர் அவர். பல பாடல்களில் அந்தந்த ஊர்க்கோயில்களைப் பாடும் இடத்தில், கோயில்களைச் சூழ்ந்த இயற்கை அழகுகளை எடுத்துரைத்துள்ளார். சங்க இலக்கியத்திற்கு அடுத்தபடி, இயற்கையின் அழகைப் பலவாறு பாடிய சொல்லோவியங்களை அவருடைய தேவாரத்திலே காணலாம். திருவையாறு என்னும் தலத்தைப் பாடும் இடம் இது. “கோயிலை வலம் வரும் மகளிர் நடனம் ஆடும் ஆசையையும் அவர்களின் நாட்டியத்திற்கு ஏற்றவாறு முழவு ஒலிக்கும் ஓசையையும் கேட்டு அவற்றை மழைபெய்யும் மேகத்தின் முழக்கம் என்று எண்ணி அஞ்சிய பெண் குரங்குகள் கலங்கி மரங்களின்மேல் ஏறி வானத்தை நோக்கி மழைதானா என்று பார்க்கும் திருவையாறு. குன்றுகளில் எல்லாம் குயில் கூவ, தேன் நிரம்பிய மலர்களில் பாய்ந்து வாசனை நிறைந்து வரும் தென்றல் காற்று அடியை வருட (பாதங்களை மெல்லத் தடவ) வயல்களில் உள்ள செழுமையான கரும்புகள் உறங்கும் திருவையாறு; தென்னை மரத்திலிருந்து முற்றிய காய் கீழே விழ, இளமையான எருமை பயந்து நீங்கி ஓடி வயல்களில் நெல்கதிர்களைக் கலக்கிவிட்டுத் தாமரை பூத்த வயலில் படியும் திருவையாறு.” இவ்வாறு ஒவ்வொரு தலத்தின் இயற்கையழகையும் கற்பனைச் சுவையோடு அமைத்துப் பாடியுள்ளார்.

ஒவ்வொரு பதிகத்திலும் எட்டாம் பாடலில் இராவணன் கைலை மலையைத் தூக்கி எடுக்க முயன்று துன்பப்பட்டதைப் பற்றியும் சிவபக்தன் ஆனதைப் பற்றியும் பாடுவார்; ஒன்பதாம் பாடலில் பிரமனும் திருமாலும் தேடிக் காணமுடியாத பெருமை உடையவன் சிவபெருமான் என்பார். பத்தாம் பாடலில் சைன பௌத்தத் துறவிகளின்போலி வாழ்க்கையை எள்ளியும் கடிந்தும் கூறுவார். பதினொன்றாம் பாடலில் பாடிய தம் பெயரைப் பெருமிதத்துடன் குறிப்பிடுவார். சைனரும் பௌத்தரும் துறவறத்தையே பெருமையாகப் பேசி இல்லறத்தைப் பழித்துவந்த காலத்தில், திருஞான சம்பந்தர் பெண்களுக்கு நேர்ந்த தாழ்வைப் போக்குவதிலும் போலித் துறவை வெறுத்துப் பழிப்பதிலும் ஆர்வம் காட்டினார்.

மண்ணில் நல்லவண்ணம் வாழலாம் வைகலும்
எண்ணில் நல்லகதிக்கு யாதுமோர் குறைவிலை
கண்ணில் நல்லஃதுறும் கழுமல வளநகர்ப்
பெண்ணின் நல்லாளொடும் பெருந்தகை இருந்ததே

என்ற பாடல், சைவர்களின் திருமணங்களின்போது மகிழ்ச்சியுடன் ஓதப்படுவதாகும். இறைவன் பெண் ஒரு பாகமாய் (அர்த்தநாரி ஈசுவரனாய்) இருக்கும் கோலத்தைச் சுட்டிக்காட்டி. இந்த உலகத்தில் நல்லபடி வாழ முடியும் என்ற ஆர்வத்தை ஊட்டி, பிறகு நல்ல கதி அடைவதற்கு எவ்வகையான குறையும் இல்லை என்று நம்பிக்கையையும் அளிக்கும் பாடல் இது. அவருடைய பாடல்கள் பெரும்பாலானவை இவ்வாறே ஊக்கமும் நம்பிக்கையும் ஊட்டிப் பாடும் ஆர்வம் நிறைந்தவை. சோர்வையோ, கலக்கத்தையோ, துயரத் தையோ அவருடைய பாடல்களில் காண்பது அரிது.

மதுரையில் சைனர்களோடு வாதிடுவதற்காகத் திருஞான சம்பந்தர் புறப்பட நேர்ந்தது. அந்த நாள் சோதடப்படி நல்ல நாளாக இல்லை. உடன் இருந்தவர் அதைக் குறிப்பிட்டுத் தடை எழுப்பினார். அப்போது திருஞானசம்பந்தர், "எங்கள் தலைவன் சிவபெருமான் பெண் ஒரு பாகமாகக் கொண்டவன். விஷத்தையே உண்டு கண்டம் கறுத்தவன். கங்கையையும் பிறைச்சந்திரனையும் முடியில் அணிந்து, என் உள்ளத்தில் குடிபுகுந்தவன். அவ்வாறு அவன் என் உள்ளத்தில் இருப்பதால், சூரியன் சந்திரன் செவ்வாய் புதன் வியாழன் வெள்ளி சனி ஆகிய நாள்களும் ராகு கேது என்பனவும் ஒரு தீமையும் செய்யமாட்டா. அவை எல்லாம் நல்வைகளே; அடியார்களுக்கு மிக நல்லவை" என்று அஞ்சாமையும் ஊக்கமும் பிறக்குமாறு ஒரு பதிகம் பாடினார்:

வேயுறு தோளி பங்கன் விடமுண்ட கண்டன்
மிகநல்ல வீணை தடவி
மாசறு திங்கள் கங்கை முடிமேல் அணிந்தென்
உளமே புகுந்த அதனால்
ஞாயிறு திங்கள் செவ்வாய் புதன்வியாழம் வெள்ளி
சனிபாம்பு இரண்டும் உடனே
ஆசறு நல்ல நல்ல அவைநல்ல நல்ல
அடியார் அவர்க்கு மிகவே.

சாதி வேறுபாடு, தீண்டாமை முதலிய மூட நம்பிக்கைகளுக்கு அவர் வாழ்விலும் இடம் இல்லை; பாடல்களிலும் இடம் இல்லை. அவர் பிராமண குடும்பத்தைச் சார்ந்தவராக இருந்தும், தம் திருநீல கண்டர் என்பவரைத் தம்முடன் தலங்களுக்கு அழைத்துச் சென்றார். பிராமணர்களின் தெருக்களுக்கும் வீடுகளுக்கும் அழைத்துச் சென்றார். அந்தத் தீண்டாதவர் உள்ளே வருவதனால், பிராமணர் வளர்க்கும் வேள்வித் தீ அவிந்து குற்றம் ஏற்படுமோ என்று பலர் அஞ்சியபோது அஞ்சாமல் அந்த வேள்வித் தீயின் அருகே அவரை அழைத்துச் சென்று, தீ முன்னிலும் நன்றாகச் சுடர்விட்டு ஒளிர்வதை மற்றவர்கள் காணச் செய்தாராம். யான் உரைப்பன சிவன் உரையே என்பார். ஆணை நமதே என்று உறுதி ஊட்டுவார். இவ்வாறே அவருடைய வாழ்வினிலும் பாடல் களிலும் அஞ்சாமையும் தெளிவும் ஆர்வமும் நம்பிக்கையும் நிரம்பி யிருந்தன. அவற்றை உணர்ந்த பிற்காலரச் சான்றோர் சிலர், அவருடைய பிறப்பு மற்றவர்களைப் போன்ற எளிய மனிதப்பிறவி அல்ல என்று வியந்து, அவரை முருகனுடைய அவதாரம் என்று போற்றிப் பாடியுள்ளனர்.

அவர் பாடிய பாடல்கள் ஒரு லட்சத்து அறுபதினாயிரம் என்று கூறப்படும். ஆனால் இப்போது கிடைக்கும் பாடல்கள் 4168 ஆகும். எல்லாம் இசையோடு பாடுதற்கு ஏற்றவாறு பண் வகுக்கப் பட்டவை; அவர் காலத்திலேயே அவராலும் அவரைச் சூழ்ந்து தலங்களுக்குச் சென்ற மற்றவர்களாலும் இசையோடு பாடப் பட்டவை. அவற்றுள் சிலபாடல்கள், யமகம் மடக்கு முதலான சொல்லணிகள் அமைந்தவை.

ஆதிசங்கரர் தென் இந்தியர் ஆகையால், திருஞான சம்பந்தரைப் பற்றி நன்கு அறிந்து அவரைப்பற்றி ஓர் இடத்தில் 'திராவிடசிசு' என்று குறிப்பிட்டுள்ளார். ஆகவே, திருஞானசம்பந்தர் அக்காலத்தவரால் ஒரு குழந்தை ஞானியாக உணர்ந்து போற்றப் பட்டார் என்பது தெரிகிறது. வடமொழியில் பக்தி சூத்திரத்தில் 'கவுண்டின்ய' என்ற ஒருவரே பக்தி இயக்கத்தின் மூலமாக விளங்கிய தலைவர் எனக் குறிப்பிடப்படுகிறார். திருஞானசம்பந்தர் கவுணியர் என்று குறிக்கப்படுவதால், அவரையே அந்தப் பெருமை சாரும் என்பது அறிஞர் கருத்து.

திருநாவுக்கரசர்

திருநாவுக்கரசர் வடமொழியும் தமிழும் நன்கு கற்றுத்

தேர்ந்தவர். சைன சமய நூல்களில் புலமை மிகுந்தவராய், சைனத் துறவிகளிடையே தலைமையும் பெற்று விளங்கியவர். பிறந்த குடும்பம் சைவ சமயத்தில் ஈடுபாடு கொண்டது. தமக்கை கோயில் தொண்டில் ஆர்வம் நிரம்பியவர். அவருடைய அன்பினால் இழுக்கப்பட்டு மறுபடியும் சைவ சமயத்திற்கே வந்து நெடுங்காலம் வாழ்ந்து தலங்கள் பலவற்றிற்கும் சென்று பக்திப் பாடல்கள் பாடினார். அவர் பாடியவற்றுள் ஒரு பகுதி தாளத்துடன் கூடிய இசையோடு அமைந்த பாடல்கள். மற்றொரு பகுதி தானம் இல்லாமல் இசையமைத்துப் பாடப்படுபவை. அவைத் திருத்தாண்டகம் என்னும் செய்யுள் வகையால் அமைந்தவை அந்தத் தாண்டகப் பாடல்களை ஆழ்வார்களுள் ஒருவரும் பாடியுள்ளார். திருநாவுக்கரசர் அந்தப் பாடல்களைப் பாடுவதில் சிறந்து விளங்கிய காரணத்தால், 'தாண்டக வேந்தர்' என்று போற்றப்பட்டார். அந்தப் பாடல்களின் இசை மிக நெகிழ்வித்து நெஞ்சை உருக்குவதாகும்.

அவர்க்கு ஒரு சமயம், பகைகொண்ட அரசன் வருமாறு ஆணை அனுப்பினான். அப்போது அவர் பாடிய பாடல் அவரு டைய பெருமித உணர்ச்சியையும் சிவபக்தியையும் ஒருங்கே புலப் படுத்துகிறது. "யாம் யார்க்கும் குடியாக அடங்கி வாழவில்லை. எமனுக்கும் அஞ்சுவதில்லை. நரகத்தில் சென்று இடர்ப்படுவதில்லை. பொய்ம்மை எம் வாழ்வில் இல்லை. மகிழ்ச்சியாக வாழ்வோம். நோய் அறியோம். யார்க்கும் பணிய மாட்டோம். எந்த நாளும் இன்பமே அல்லாமல் துன்பம் இல்லை. எம் கடவுளாகிய சிவபெருமான் யார்க்கும் குடி அல்லாத தனித்தலைமை உடையவர். அவர் ஒருவர்க்கே யாம் என்றும் மீளாத அடிமையாய் அவருடைய திருவடியை அடைந் திருக்கின்றோம்" என்றார். அந்தப் பாடலின் தொடக்கமாகிய "நாம் ஆர்க்கும் குடியல்லோம்" என்பது நாட்டு விடுதலைப் போர் நடந்த காலத்தில் அறிஞர் பலர் நாவிலும் மந்திரம் போல் வழங்கிய தொடராகும்.

எல்லாம் கடவுள் செயலே என்பதை அவர் ஒரு திருத் தாண்டகப் பாட்டில் அழகாகப் பாடியுள்ளார். "நீ ஆடச் செய்தால் அதற்குத் தகுந்தபடி ஆடாதவர் யார்? நீ அடங்கச் செய்தால் அடங்காதவர் யார்? நீ ஓடச் செய்தால் ஓடாதவர் யார்? நீ உருகச் செய்தால் உருகாதவர் யார்? நீ பாடச் செய்தால் பாடாதவர் யார்? நீ பணியச் செய்தால் பணியாதவர் யார்? நீ காணச் செய்தால் காணாதவர் யார்?

நீ காட்டாவிட்டால் காணவல்லவர் யார்?"

ஆட்டுவித்தால் ஆர்ஒருவர் ஆடா தாரே
அடக்குவித்தால் ஆர்ஒருவர் அடங்கா தாரே
ஓட்டுவித்தால் ஆர்ஒருவர் ஓடா தாரே
உருகுவித்தால் ஆர்ஒருவர் உருகா தாரே
பாட்டுவித்தால் ஆர்ஒருவர் பாடா தாரே
பணிவித்தால் ஆர்ஒருவர் பணியா தாரே
காட்டுவித்தால் ஆர்ஒருவர் காணா தாரே
காண்பார்ஆர் கண்ணுதலாய் காட்டாய் காலே.

திருநாவுக்கரசர் பாடல்களில் பக்தியின் உருக்கம் மிகுந்துள்ளது; திருஞானசம்பந்தர்போல் ஆணையிட்டுக் கூறும் முறை இல்லை, பணிவும் குழைவுமே மிகுதி. கல்வி ஞானம் மிகுந்திருந்தபோதிலும் அவருடைய பக்தி வாழ்வு கையால் தொண்டு செய்வதைப் போற்றியது. மிகப்பெரிய தத்துவஞானியாக விளங்கிய அவர், தம் ஞானத்தைப் பற்றிப் பெருமை கொள்ளாமல், கோயில் தொண்டு செய்து வந்த தமக்கையாரின் நெறியையே உயர்ந்ததாகப் போற்றினார். அதனால், கையில் உழவாரம் என்னும் களைக்கொட்டுக் கருவியை ஏந்திக் கோயில்களுக்குச் சென்று, அங்கங்கே தரையில் கிடந்த புல்லையும் முள்ளையும் கொத்திக் கல் முதலியவற்றை அப்புறப்படுத்தித் தூய்மை செய்வதையே பெரும்பேறு எனக் கொண்டார். அவ்வாறு தொண்டு செய்தபடியே கோயில்களை வலம் வந்து அவர் பாடிய பாடல்களில், அவர் பெற்ற கல்வித் தெளிவும் தத்துவ ஞானமும் புலனாகின்றன. "உண்மை என்னும் உழவைச் செய்து, விருப்பம் என்னும் விதையை விதைத்து, பொய் என்னும் களையை நீக்கி, பொறுமை என்னும் நீரைப் பாய்ச்சி, தம்மைத் தாமே நோக்கி உணர்ந்து, தக்க சன்மார்க்கம் என்னும் வேலி அமைத்துச் சிறந்த நெறியில் நிற்பார்களானால் சிவகதி என்னும் விளைவு ஏற்படும்." "மனம் என்னும் தோணியைப் பற்றி, அறிவு என்னும் துடுப்பை ஊன்றி, சினம் என்னும் சரக்கை அந்தத் தோணியில் ஏற்றிக் கொண்டு, பிறவியாகிய கடலில் ஓடும்போது, மதம் என்னும் பாறை தாக்கி அழியும்போது, அறிவிலே தெளிவாக அறிய இயலாமற் போகுமே. அப்போது, சிவபெருமானே, உன்னை நினைந்து உருகும் உணர்வை அருளி ஆட்கொள்ள வேண்டும்." இவ்வாறு பல பாடல்களில் தத்துவ ஞானத்தைக் குழைத்துத் தந்துள்ளார்.

திருநாவுக்கரசர் ஒரு முறை கயிலை மலையைக் காண ஆசை கொண்டார்; பயணம் மேற்கொண்டார். அப்போது வழியில் ஒரு குளத்தில் மூழ்கி எழுமாறு தெய்வ ஆணை பிறந்ததாம். அவ்வாறு முழுகியபோது கயிலை மலைக் காட்சியைக் கண்டாராம்; திருவையாற்றின் குளக்கரையில் எழுந்தாராம். அப்போது உலகில் வாழும் உயிரினங்களில் கடவுளின் அன்பான ஆட்சியை உணர முடிந்ததாம். அப்போது அவர் பாடிய பாடலில், "சிவ பெருமானையும் பார்வதியையும் பாடியவாறே பூவும் நீரும் எடுத்துச் செல்வோரின் பின் யானும் சென்றேன். போன சுவடும் தெரியாமல், திருவையாற்றை அடைந்தேன். அப்போது காதல் உடைய பெண் யானையுடன் ஆண் யானை வருவதைக் கண்டேன். அந்தக் காட்சியில் சிவபெருமானுடைய திருவடியையே கண்டேன். கண்டறியாத அற்புதமான கடவுள் காட்சியையே கண்டேன்" என்று குறிப்பிட்டுள்ளார். இவ்வாறே மற்றப் பறவை விலங்குகளின் அன்பு வாழ்வினிடையே சிவபெருமானின் காட்சியைப் பெற்றதாகத் தொடர்ந்து பாடியுள்ளார்.

அவர் வாழ்ந்த காலத்தில் திங்களூர் என்ற ஊரில் அப்பூதி என்னும் பிராமணர், திருநாவுக்கரசு என்னும் பெயரை மந்திரம் போல் போற்றி அவரையே வழிபட்டு வந்தார். தம் அறச்சாலைக்கு அதே பெயர் இட்டார். தம் மக்களுக்கும் அப்பெயரே இட்டு வழங்கினார். திருநாவுக்கரசர் வேளாளர்; ஆயினும் சாதி உயர்வும் தாழ்வும்பற்றிய எண்ணத்திற்கு இடந்தராமல், அப்பூதி அவரைத் தெய்வமாகப் போற்றி வழிபட்டார்.

அப்பருடைய பாடல்கள் பல ஆயிரங்கள் இருந்தனவாம். இப்போது கிடைப்பவை 3066 பாடல்கள்.

சுந்தரர்

எட்டாம் நூற்றாண்டைச் சார்ந்த சுந்தரர் வரலாறும் விந்தையானதாக உள்ளது. அவர் பிராமணர். பெற்றோர்கள் ஏற்பாடு செய்த குலமுறைப்படியான திருமணம் சிவபெருமானால் தடை செய்யப்பட்டதாம். பிறகு சிவனருளின் துணைகொண்டு, வேறு குலத்துப் பெண்கள் இருவரை மணம் செய்து கொண்டு வாழ்ந்தார். அந்த இருவருள் ஒருவர் பரத்தையர் குடும்பத்தைச் சார்ந்த பாவையார்; மற்றொருவர் வேளாளர் குடும்பத்தைச் சார்ந்த சங்கிலியார். இருவரிடத்தும் அன்பான வாழ்க்கை நடத்திப்

பெருமை வாய்ந்த சிவனடியாராக விளங்கிப் பல பதிகங்கள் பாடினார். "பரவை என்னும் என் காதலிக்கும் எனக்கும் பற்றாக உள்ள பெருமானே" என்று தம் பாடலிலேயே குறிப்பிட்டுள்ளார். என்றும் மணமகன்போல் விளங்கி, உலக வாழ்க்கையில் பெறும் இன்பங்களைப் பெற்று மகிழ்ந்து, சிவனைப் பாடியவர் அவர். துறவும் உலக வெறுப்பும் அவருடைய பாடல்களில் காண்பதற்கு அரியவை. அவருடைய பாடல்களாக இப்போது கிடைப்பவை 1026 எல்லாப் பாடல்களும் திருஞானசம்பந்தரின் பாடல்கள்போல் இனிய இசையமைப்பு உடையவை. அவரைப் போலவே, இவரும் பல தலங்களின் இயற்கைச் சூழலை அழகாக வருணித்துப் பாடியுள்ளார். தமக்குத் தேவையானவற்றைச் சிவபெருமானிடம் உரிமையோடு கேட்டுப் பாடுவது இவர் வழக்கம். ஆனால் மண்ணுலகத்துச் செல்வர்களின் வீட்டை நாடிச் சென்று அவர்களைப் புகழ்ந்து பாடித்திரியும் புலவர்களின் வாழ்வை வெறுத்துப் பாடியுள்ளார். "தம்மையே புகழ்ந்து இச்சையான முறையில் பேசினாலும் சார்ந்து நின்றாலும பொருள் தர மனம் வராத பொய்ம்மையான வாழ்வு உடைய செல்வரைப் பாடாமல், சிவனுடைய கோயிலைப் பாடுங்கள். இந்தப் பிறப்புக்கு" உரிய உணவும் உடையும் பெறலாம்; இடர் நீங்கி வாழலாம். மறுமையில் சிவகதியும் கிடைக்கும். ஐயமே இல்லை. "வீரத்தின் மிடுக்கு இல்லாத செல்வனை வீமன் அருச்சுனன் என்று புகழ்வதிலும் பயன் இல்லை; கொடுக்க மனம் இல்லாதவனைப் பாரி என்று புகழ்ந்து கூறினாலும் கொடுப்பவர் இல்லை. மூத்துத் தளர்ந்து உடல் நடுங்கும் கிழவனாகிய செல்வனை மலைபோன்ற தோள் உடையவன் என்று புகழ்ந்து வாழ்த்துவதால் பயன் இல்லை. வஞ்ச நெஞ்சனை, கொடியவனை, பாவியை, கெட்டவனைச் சாது என்று கூறிப் பாடுவதால் பயன் இல்லை. ஈயாத உலோபியை வள்ளல் என்றும், கல்வி இல்லாதவனைக் கல்வி வல்லவன் என்றும் புகழ்ந்து காலம் கழிக்காதீர்கள். சிவபெருமானைப் பாடிப் பயன் பெறுங்கள்" என்று புலவர்களுக்கு அறிவுரை கூறிப் பத்துப் பாடல்கள் பாடியுள்ளார்.

பக்திக் காதல்

திருஞானசம்பந்தர், திருநாவுக்கரசர், சுந்தரர், மாணிக்கவாசகர் ஆகிய சமயக்குரவர் நான்கு பேரும் 'நால்வர்' என்ற என்னும் பெயரால் குறிக்கப்படுவர். அவர்களுள் மாணிக்கவாசகர் சங்க இலக்கிய மரபை

ஒட்டிக் காதல் துறைகளை அமைத்துத் திருக்கோவையார் என்ற தனி நூலே பாடியுள்ளார். அதில் உள்ள நானூறு பாடல்களும் காதல் துறை அமைத்துச் சிவனைப் பாடியவை. மற்ற மூவருடைய பாடல்களாகிய தேவாரத்திலும் இடையிடையே காதல் துறையின் வாய்ப்பாட்டால் அமைந்த பக்திப் பாடல்கள் பல உள்ளன. அவற்றுள், பாடும் அடியவர் தம்மைக் காதலியாகக் கற்பனை செய்து, சிவபெருமானைக் காதலனாகக் கொண்டு பாடுதல் காணலாம்.

வண்டைத் தூது அனுப்பிக் காதலனுக்குச் செய்தி கூறுமாறு வேண்டுவது வண்டு விடுதூது என்று காதல் பாடல்களில் மரபு உண்டு. அதன்படி சம்பந்தர் ஒரு பாட்டில் வண்டை நோக்கி வேண்டுகிறார்; "பொய்கையில் தாமரை மலரில் தேனைக் குடித்து விட்டுப் பெண் வண்டோடு சேர்ந்து மகிழ்ந்து இசை பாடுகின்ற வண்டே! என் மேல் இரக்கம் கொண்டு என் நாயகராகிய சிவபெருமானிடம் சென்று காதலால் ஏங்கும் என் நிலைமையை ஒருமுறை சொல்ல மாட்டாயா?"

திருநாவுக்கரசர் ஒரு பாடலில், தெய்வக் காதலால் வாழ்வு மாறிய ஒரு காதலியின் நிலையைக் கூறும் முறையில் பின்வருமாறு எடுத்துரைக்கிறார்: "முன்பு சிவபெருமானுடைய பெயரைக் கேட்டறிந்தாள்; பிறகு அவன் இருக்கும் இயல்பு எல்லாம் கேட்டறிந்தாள்; பிறகு அவனுடைய தலமாகிய திருவாரூரின் சிறப்பை அறிந்தாள்; திரும்பவும் அவனுக்காகவே பித்துப் பிடித்தவள் ஆனாள். தாயையும் தந்தையும் அன்றே விட்டு விட்டாள். உலக நடைமுறைகளையும் கைவிட்டாள். கடைசியில் தன்னையே மறந்தாள்; தன் பெயரும் மறந்தாள். தலைவனுடைய திருவடிகளையே சார்ந்து விட்டாள்."

முன்னம் அவனுடைய நாமம் கேட்டாள்
மூர்த்தி அவன் இருக்கும் வண்ணம் கேட்டாள்
பிள்ளை அவனுடைய ஆரூர் கேட்டாள்
பெயர்த்தும் அவனுக்கே பிச்சி ஆனால்
அன்னையையும் அத்தனையும் அன்றே நீத்தாள்
அகன்றாள் அகலிடத்தார் ஆசா ரத்தை
தன்னை மறந்தாள்தன் நாமம் கெட்டாள்
தலைப்பட்டாள் நங்கை தலைவன் தாளே.

சுந்தரரும் இவ்வாறே காதல் துறை அமைந்த பக்திப் பாடல்கள் பாடியுள்ளார். இத்தகைய காதல் பாட்டுகளில் எல்லாம் சங்க இலக்கிய மரபு நன்கு படிந்திருப்பதை உணர்கிறோம்.

திருவாசகம்

எட்டாம் நூற்றாண்டில் மாணிக்கவாசகர் சிவபெருமானைப் பற்றிப் பாடிய பக்திப் பாடல்கள் திருவாசகம் எனப்படும். திருக்கோவையார் என்னும் நூலும் அவர் பாடியது ஆகும். அதில் உள்ள நானூறு பாட்டுகளும் நானூறு காதல் துறைகள் அமைந்தவை. சிவபெருமானை நாயகனாகவும் தம்மை நாயகியாகவும் கொண்டு காதல் துறைகளாகப் பாடிய நூல் அது. ஆயினும் பக்திப் பாடல்களாகப் பெரிய சிறப்புப் பெற்றவை திருவாசகத்தில் உள்ளஅவருடைய அறுநூற்றைம்பது பாடல்களே ஆகும். 'திருவாசகத்துக்கு உருகாதார் ஒரு வாசகத்துக்கும் உருகார்' என்பது பழமொழியாகிவிட்டது. கிறிஸ்துவ மதப் பாதிரியாராகத் தமிழ் நாட்டுக்கு வந்து தொண்டு செய்த ஜி.யூ. போப் என்னும் ஆங்கிலேயரின் உள்ளத்தையும் அந்தப் பக்தி நூல் கவர்ந்தது. அதை அவர் ஆங்கலத்தில் மொழி பெயர்த்துள்ளார். பாண்டிய அரசனிடம் அமைச்சராக இருந்த மாணிக்கவாசகர், சிவபக்தியில் ஈடுபட்டு நெஞ்சம் நெக்கு நெக்கு உருகிப் பாடிய அப்பாடல்கள் இன்றும் சைவர்களின் வீடுதோறும் வழிபாட்டின்போது பாடப்படுகின்றன. அவற்றுள் ஒன்று வருமாறு: "கங்கை பாயும் சடைகளை உடைய சிவபெருமானே! எருதை வாகனமாகக் கொண்ட தெய்வமே! தேவர்களின் பெருமானே" எனப் பிறர் துதிப்பதைக் கேட்டு ஆர்வமுற்ற நெஞ்சோடு, பள்ளத்தில் பாயும் வெள்ளை நீர் போல் கீழ் மேலாய்ப் பதைத்து உருகும் உண்மையான அன்பு உடைய அடியார்கள் பலர் இருக்கிறார்கள். அவர்கள் இருக்கும் போது என்னைப் பொருட்படுத்தி ஆட்கொண்டாய். அத்தகைய அருள் நிரம்பிய உனக்காக, என் உள்ளங்கால் முதல் உச்சிவரையில் நெஞ்சமாய் நான் உருகவேண்டும்; என் உடம்பெல்லாம் கண்ணாய் நெக்குருகிக் கண்ணீர் வெள்ளம் பாயவேண்டும். ஆனால் தீவினை உள்ள எனக்கே உள்ள ஒரு நெஞ்சமும் கல்லாக இருக்கிறதே! உள்ள கண்கள் இரண்டும் உணர்ச்சி அற்ற மரமாக இருக்கின்றனவே."

வெள்ளம்தாழ் விரிசடையாய் விடையாய் விண்ணோர்
பெருமானே எனக்கேட்டு வேட் நெஞ்சாய்ப்

பள்ளம்தாழ் உறுபுனலின் கீழ்மேல் ஆகப்
பதைத்துருகும் அவர்நிற்க என்னை ஆண்டாய்க்கு
உள்ளந்தாள் நின்றுஉச்சி அளவும் நெஞ்சாய்
உருகாகாதல் உடம்பெல்லாம் கண்ணாய் அண்ணா
வெள்ளந்தான் பாயாதால் நெஞ்சம் கல்லாம்
கண்இணையும் மரமாம்நீ வினையி னேற்கே.

இவ்வளவு உருக்கமான பக்திப் பாடல்களைப் பாடிய மாணிக்கவாசகர் அக்காலத்தில் மக்களிடையே இருந்த சில நாட்டுப் பால் வடிவங்களையும் பயன்படுத்திக் கொண்டிருக்கிறார். சிறப்பாக, இளம்பெண்கள் ஆடிப்பாடும் பாடல் வடிவங்களைத் தேர்ந்தெடுத்து, அவர்களின் விளையாடல்களுக்கு உதவும் வகையில் பக்திப் பாடல்களை அமைத்துத் தந்திருக்கிறார். திருவாசகத்தில் உள்ள திருவம்மானை, திருப்பொற்சுண்ணம், திருக்கோத்தும்பி, திருத்தெள்ளேணம், திருத்தோணோக்கம், திருச்சாழல், திருப்பூவல்லி, திருப்பொன்னூசல் ஆகியவை அவ்வாறு பாடப்பட்டவை. பெண்கள் உட்கார்ந்து ஆடுவது அம்மானை; வாசனைப்பொடி இடித்தவாறே பாடுவது பொற்சுண்ணம்; மலர் பறிக்கும்போது பாடுவது பூவல்லி; ஊசல் ஆடும்போது பாடுவது ஊசல்; தும்பி, தெள்ளேணம், தோணோக்கம், சாழல் முதலியனவும் மகளிர் ஆடல்களைக் குறிப்பன.

பாவைப் பாடல்

மற்றொரு மகளிர் பாடல் பாவைப்பாட்டு. மார்கழி மாதத்தில் விடியற்காலையில் திருமணம் ஆகாத பெண்கள் ஒருவரையொருவர் துயில் எழுப்பி, கூட்டமாய்க் கூடி, பொய்கைக் கரைக்குச் சென்று நீராடி, பாவை வைத்து வழிபாடு நடத்திப் பாடுவது அது. மழை பெய்து நாடு நலம் பெறுவதற்காகவும், தமக்கு நல்ல கணவர் வாய்த்துத் திருமணம் நடைபெறுவதற்காகவும் கன்னிப்பெண்கள் அவ்வாறு வைகறையில் நீராடி நோன்பு நோற்பது பழங்கால வழக்கம். பக்தியியக்கக் காலத்தில் அது கடவுள் வழிபாட்டோடு ஒன்றி அமைந்தது. ஆண்டாளின் திருப் பாவையும் மாணிக்கவாசகரின் திருவெம்பாவையும் அவ்வகையில் அமைந்த பாடல்கள்.

திருமணம் ஆகாத பெண்கள் சிலர் வைகறையில் எழுகிறார்கள். இன்னும் கண்விழித்து எழாத மற்றப் பெண்களை எழுப்புகிறார்கள்.

அவர்கள் ஒருவரோடு ஒருவர் பேசுவதுபோல் பாவைப் பாடல் தொடங்குகிறது.

“முதலும் முடிவும் இல்லாத சோதியான இறைவனை நாங்கள் பாடுகிறோமே; அதைக் கேட்டும் கேளாதவள்போல் இன்னும் விழித்து எழாமல் உறங்குகிறாயோ? உன்செவி உணர்ச்சி யற்ற செவியோ?” என்று ஒருத்தி கூறுகிறாள். அதற்குமேல் மற்றொருத்தி சொல்கிறாள்: “இறைவனுடைய திருவடிகளை நாம் வாழ்த்திய ஒலியைத் தெருவில் கேட்டவுடன் அவள் விம்மி விம்மி அழுது மெயம்மறந்து படுக்கையிலிருந்து புரண்டு உணர்ச்சியற்றவளாய் இப்படிக் கிடந்தாள்! இது எங்கள் தோழியின் தன்மை. இதை என்ன அதிசயம் என்பது!” உறங்குவோரை எழுப்பச் சென்ற பெண்கள் இவ்வாறு பேசிக் கொள்வதாக மாணிக்கவாசகரின் திருவெம்பாவை தொடங்குகிறது:

ஆதியும் அந்தமும் இல்லா அரும்பெருஞ்
சோதியை யாம்பாடக் கேட்டேயும் வாள்தடங்கண்
மாதே வளருதியோ வன்செவியோ நின்செவிதான்
மாதேவன் வார்கழல்கள் வாழ்த்திய வாழ்த்தொலிபோய்
வீதிவாய்க் கேட்டலுமே விம்மிவிம்மி மெய்ம்மறந்து
போதார் அமளியின்மேல் நின்றும் புரண்டுஇங்ஙன்
ஏதேனும் ஆகான் கிடந்தாள் என்னே என்னே
ஈதேஎம் தோழி பரிசுஏலோர் எம்பாவாய்.

“மார்கழி மாதத்தில் முழுமதியாகிய நல்ல நாளில் நீராட வாருங்கள். ஆயர்பாடியில் உள்ள செல்வச் சிறுமிகளே! நந்த கோபனுடைய மகன் யசோதையின் இளஞ்சிங்கமாகிய கண்ணன் நாராயணன் பாவைநோன்புக்கு உரிய பறையை நமக்கே தருவான். ஆகையால் உலகத்தார் புகழும்படியாக நீராடுவோம், வாருங்கள்” என்று ஆண்டாளின் திருப்பாவை தொடங்குகிறது:

மார்கழித் திங்கள் மதிநிறைந்த நன்னாளாம்
நீராடப் போதுவீர் போதுமினோ நேரிழையீர்
சீர்மல்கும் ஆய்பாடிச் செல்வச் சிறுமீர்காள்
கூர்வேல் கொடுந்தொழிலன் நந்தகோபன் குமரன்
ஏரார்ந்த கண்ணி யசோதை இளஞ்சிங்கம்
கார்மேனிச் செங்கண் கதிர்மதியம்போல் முகத்தான்

நாராயணனே நமக்கே பறைதருவான்
பாரோர் புகழப் படிந்தேலோர் எம்பாவாய்.

இவ்வாறு கன்னிப்பெண்கள் உறங்குவோரை எழுப்புவதாகவும் நீராட அழைப்பதாகவும் மேலும் சில பாடல்கள் ஆண்டாளின் திருப்பாவையில் உள்ளன.

இருவரின் பாவைப் பாடல்களிலும் நாடு செழிக்க மழை பெய்யும் காட்சி வருணிக்கப்படுகிறது. "மேகமே! இந்தக கடல் நீரை முன்னே எடுத்துக் கொண்டு வானத்தில் எழுந்து, உமாதேவி போல் கருநிறம் பெற்று அந்தத் தேவியின் இடைபோல் மின்னி, அவளுடைய திருவடிகளின் பொற்சிலம்புகள்போல் ஒலி செய்து, அவளுடைய அழகிய புருவம்போல் வானவில் தோன்றச் செய்து, பக்தர்களுக்கு அவள் சுரக்கும் இனிய அருள் போல் மழை பொழிவாயாக" என்பது மாணிக்கவாசகரின் திருவெம்பாவையின் மழைக்காட்சி. "மழையே! நீ உன் நீரைச் சிறிதும் மறைத்து வைக்காதே. கடலில் புகுந்துநீரை முகந்துகொண்டு ஆரவாரத்தோடு வானத்தில் ஏறி, திருமாலின் நிறம்போல் கறுத்து, அவனுடைய கையில் உள்ள சக்கரம்போல் மின்னி, அவன் ஏந்திய வலம்புரிச் சங்கு போல் அதிர்ந்து ஓசை செய்து, அவனுடைய வில் எய்யும் அம்புகள்போல் தடையின்றிப் பொழிவாயாக. உலகம் வாழப் பொழிவாயாக. நாங்களும் பாவை நோன்புக்காக மார்கழியில் நீராடி மகிழ்வோமாக" என்பது ஆண்டாளின் திருப்பாவையில் காணும் மழைக்காட்சி. அவ்வாறு மழை பொழிவதால் எவ்வெவ்வாறு நாடு வளம்பெறும் என்பதை ஆண்டாளின் மற்றொரு பாட்டு கூறுகிறது.

தமிழ் இலக்கியத்தில் திருப்பாவையும் திருவெம்பாவையும் ஆகிய இந்தப் பாவைப்பாடல்கள் பல நூற்றாண்டுகளுக்கு முன்பே பதினொன்றாம் பன்னிரண்டாம் நூற்றாண்டுகளுக்கு முன்பே பதினொன்றாம் பன்னிரண்டாம் நூற்றாண்டில் சோழர்களின் ஆட்சியின்போதே-கடல் கடந்து இரண்டாயிரம் மைல்களுக்கு அப்பால் உள்ள சயாம் நாட்டில் பரவின. சோழர்கள் கடாரம் சென்று தங்கள் வெற்றியை நிலைநாட்டியபோது தமிழர்கள் பலர் அங்கே குடியேறினார்கள். அவர்கள் வழியாகவே ஒன்பது நூற்றாண்டுகளுக்கு முன்பு பாவைப் பாடல்கள் அங்கே பரவின. சயாம் அரசாங்கத்தினரால் பல நூற்றாண்டுகளாக ஒரு விழா கொண்டாடப்பட்டு வருகிறது.

அந்த விழாவின் பெயர் "த்ரியெம்பாவ-த்ரிபாவ" என்பது. பொருள் தெரியாமலே அந்த விழாவின் பெயரை அவ்வாறு வழங்கிக் கொண்டாடி வந்திருக்கிறார்கள். 'திருவெம்பாவை-திருப்பாவை' என்றே அந்தப் பெயர். அந்த விழாவின்போது திருவெம்பாவைப் பாடல்களையும் திருப்பாவைப் பாடல்களையும் பொருள் தெரியாமல் சொற்களின் உருவம் சிதைத்து மந்திரம் போல் அங்கே பாடி வருகின்றனர். பாவைப் பாடல்கள் பழங்காலத்திலேயே அவ்வளவு செல்வாக்குடன் வழங்கி வந்தன என்பதை இதனால் உணரலாம்.

பெரியாழ்வார்

ஆழ்வார்களில் முதல் ஆழ்வார் மூவர் தவிர, மற்றவர்கள் ஏழு எட்டு ஒன்பதாம் நூற்றாண்டுகளில் விளங்கியவர்கள். அவர்கள் பன்னிருவரும் திருமாலை வழிபட்டுப் பாடிய பக்திப் பாடல்கள் நாலாயிரம் உள்ளன. நாலாயிரத் திவ்யப்பிரபந்தம் என்ற பெயரால் அவை போற்றப்படுகின்றன. அவர்களுள், பெரியாழ்வார் கண்ணனைக் குழந்தையாகக் கற்பனை செய்து பக்திப் பாடல்கள் பல பாடியுள்ளார். கண்ணனுடைய பிறப்புக்காக மகிழ்ந்து கொண்டாடும் கொண்டாட்டம் பத்துப் பாடல்களில் உள்ளன.' கண்ணனுடைய கால்விரல், துடை, உந்தி, வயிறு, மார்பு, தோள்கள், கைகள், கழுத்து, வாய், கண்கள், புருவங்கள், காதின் குழை, நெற்றி, முடி ஆகியவற்றின் அழகைக் காணுமாறு சுற்றுப்புறத்தாரை அழைப்பதாகப் பத்துப் பாடல்கள் உள்ளன.

சீதக் கடலுள் அமுதன்ன தேவகி
கோதைக் குழலாள் அசோதைக்குப் போத்தந்த
பேதைக் குழவீ பிடித்துசு சுவைத்துண்ணும்
பாத கமலங்கள் காணீரோ
பவள வாயீர்வந்து காணீரோ

என்னும் பாடல் கண்ணனுடைய பாதங்களின் அழகைக் காணுமாறு அழைத்து மகிழ்வதாகும். பத்துப் பாட்டுகள் கண்ணனாகிய குழந்தை தொட்டிலில் உறங்குமாறு பாடும் பாட்டுகள் ஆகும். பிற்காலத்தில் வளர்ந்த தாலாட்டுப் பாட்டுகள் இவ்வாறு வளர்ந்தனவே ஆகும். இவ்வாறே பெரியாழ்வார் கண்ணனைக் குழந்தையாக வைத்துப் பாடிய பாடல்கள் பலவும் பிற்காலக் குழந்தைப் பாடல்களுக்கு வழிகாட்டியாக அமைந்தன. நிலாவைக் காட்டிக் குழந்தையோடு

விளையாட வருமாறு அழைத்தல், செங்கீரை ஆடுதல், சப்பாணி கொட்டுதல், தளர்நடை நடத்தல், ஓடிவந்து தன்னை அணைத்துக் கொள்ளுமாறு தாய் குழந்தையை அழைத்தல், குழந்தை தாயின் முதுகைக் கட்டிக் கொள்ளுதல், அப்பூச்சி காட்டுதல் (ஒளிந்திருந்து பூச்சி காட்டுதல்), மார்பில் பால் உண்ணுமாறு தாய் குழந்தையை அழைத்தல், காது குத்தி அணிகலன் பூட்டுதல், எண்ணெய் நீராட அழைத்தல், தலை வாரும்போது பராக்குக் காட்டக் காக்கையை அழைத்தல், மாடு மேய்க்கக் கோல்கொண்டு வரச் சொல்லுதல், பூச்சூட்டிக்கொள்ள வருமாறு அழைத்தல், திருட்டிதோடம் ஏற்படாமல் அந்தி வேளையில் கோப்புச் செய்தல், குழந்தையின் குறும்புச் செயல்கள்பற்றிச் சுற்றுப்புறத்தார் முறையிடல் கேட்டுத் தாய் வருந்துதல் முதலியவைபற்றிப் பத்துப் பத்துப பாடல்கள் பாடியுள்ளார். பிற்காலப் புலவர்கள் இத்தனை வகைகளையும் கொள்ளாமல், பத்து வகைகள் மட்டும் கொண்டு, பத்துப் பருவங்களாக வகுத்துப் பாடியிருக்கிறார்கள். ஒவ்வொரு பருவத்திற்கும் பத்துப் பாடல்களாகக் கொண்டு நூறு பாடல்கள் குழந்தையைப் பற்றிப் பாடும் நூலுக்குப் பிற்காலத்தில் பிள்ளைத் தமிழ் என்று பெயர் இடப்பட்டது. இந்த நூற்றாண்டு வரையில் இந்த முறைப்படி பிள்ளைத் தமிழ் நூல்கள் பாடப்பட்டு வருகின்றன. இந்த இலக்கிய வகை தமிழில் சிறப்பாகப் போற்றப்படுகிறது. தெய்வங்களை மட்டும் அல்லாமல் அரசர்களையும் சான்றோர்களையும் பாடுவதற்கு உரிய தாகவும் அது பயன்பட்டு வந்திருக்கிறது. இவ்வகை இலக்கிய வளர்ச்சிக்கு வித்திட்டவர் கண்ணன் குழந்தைப் பருவத்தை ஏறக்குறைய இரு நூறு பாடல்களில் பாடிய பெரியாழ்வாரே ஆவார்.

குழந்தையைத் தொட்டிலில் இட்டுப் பாட்டுப் பாடித் தாலாட்டி உறங்க வைப்பது தாய்மார்க்கு இன்பமான செயலாகும். அப்போது பாடும் தலாட்டுப்பாட்டு, தொன்றுதொட்டுக் குடும்பங் களில் வீட்டுப் பெண்களின் கலையாக இருந்து வருகிறது. தமிழ் இலக்கியத்தில் மிகப் பழைய தாலாட்டுப் பாட்டாக இப்போது கிடைப்பவை, பெரியாழ்வாரின் 'மாணிக்கம் கட்டி' என்ற பத்துப் பாட்டும், குலசேகராழ்வாரின் 'மன்னுபுகழ்' என்ற பத்துப் பாட்டும் ஆகும். இவை பன்னிரண்டு நூற்றாண்டுகளுக்கு முற்பட்ட பழைய தாலாட்டுப் பாடல்கள் என்பது கருத்தில் கொள்ளத்தக்கது.

"மாணிக்கம் பதித்து வயிரமும் இடையிடையே பதித்து உயர்ந்த ஆணிப்பொன்னால் செய்யப்பட்ட அழகான சிறு தொட்டிலை உனக்காக ஆசையோடு பிரமன் அனுப்பினான். கண்ணா, நீ உறங்கு; தாலேலோ, சிவபெருமான் உனக்காக மணி மாலையும் மாதுளம் பூ முதலியவை கலந்து கோத்த மாலைகளும் கொடுத்தனுப்பினான். எம்மை ஆளும் கண்ணா, அழாதே; தாலேலோ. இந்திரன் அழகான கிண்கிணி தந்து அனுப்பினான். கடலின் முத்தும் பவளமும் சங்கு வளையலும் உனக்கு மிகப் பொருத்தம் என்று வருணன் அனுப்பினான். துழாயால் அழகாகத் தொடுத்த மாலையும் வானுலகக் கற்பக மலர்மாலையும் திருமகள் கொடுத்தனுப்பினாள். உச்சிக்கு உரிய மணிச்சுட்டியும் பொன்பூவும் உனக்கென்று பூதேவி கொடுத்தனுப்பினாள். அழாமல் கண்ணுறங்கு, கண்ணா, தாலேலோ" என்று பெரியாழ்வார் பாடியுள்ளார்.

மாணிக்கம் கட்டி வயிரம் இடைகட்டி
ஆணிப் பொன்னால்செய்த வண்ணச் சிறுத்தொட்டில்
பேணி உனக்குப் பிரமன் விடுதந்தான்
மாணிக் குறளனே தாலேலோ
வையம் அளந்தானே தாலேலோ

குலசேகரப் பெருமாள் இராம அவதாரத்தில் ஈடுபாடு மிகுந்தவர் ஆகையால், "கோசலையின் அழகிய வயிற்றில் பிறந்தவனே! இராவணன் முடிகளைச் சிதறச் செய்தவனே! தாடகையின் வலிமையை உருவுமாறு அம்பு தொடுத்தவனே! சனகனின் மருகா! பரதனுக்கு அரசச் செல்வத்தை அளித்துவிட்டுக் காட்டுக்குச் சென்றவனே!" என்று பலவாறு இராமனுடைய அருஞ் செயல்களை எடுத்துக்கூறி, "இராகவனே தாலேலோ" என்று மகுடம் அமைத்துப் பாடியுள்ளார்.

மன்னுபுகழ்க் கௌசலைதன் மணிவயிறு வாய்த்தவனே
தென்னிலங்கைக் கோன்முடிகள் சிந்துவித்தாய்
செம்பொன்சேர்
கன்னிநன்மா மதில்புடைசூழ் கணபுரத்துஎன் கருமணியே
என்னுடைய இன்னமுதே இராகவனே தாலேலோ.

ஆழ்வார் இருவருடைய இருவகைப் பாடல்களும் நீலாம்பரி ராகத்தில் இசையோடு பாடப்படும் தாலாட்டுகள் ஆகும்.

பெரியாழ்வார்க்குக் கிருஷ்ண அவதாரத்தில் மிகப்பெரிய ஈடுபாடு இருந்தது. வெண்ணெய் திருடல் முதலிய கண்ணன் விளையாட்டுச் செயல்களை மற்றப் பெண்கள் யசோதையிடம் முறையிடுவது பற்றியும், "கண்ணா! நீ வந்துவிடு! அவர்கள் சொல்லும் பொல்லாப்புக்கு இடம் தராதே. வந்துவிடு" என்று மகனைத் தாய் அழைப்பது பற்றியும் நாடகப் பாங்கில் பெரியாழ்வார் பாடியுள்ளார். பன்னிரண்டு பதின்மூன்று நூற்றாண்டுகளுக்கு முன்னே அழகான தமிழ்ப் பாடலில் இவை அவரால் புனையப்பட்டிருக்கின்றன.

"வெண்ணெய் எல்லாம் திருடி உண்டுவிட்டு, வெறுங்கலத்தைப் பாறைமேல் வீசி அதன் ஓசைகேட்டு மகிழ்கிறான் கண்ணபிரான். அவன் கற்ற இந்த விளையாட்டைத் தடுக்க எங்களால் முடிய வில்லை. புண்ணில் புளி இடுவதுபோன்ற தீமையைச் செய்யவல்ல மகனைப் பெற்றுவிட்ட தாயே! யசோதை! உன் மகனை உன்னிடம் கூப்பிட்டுக்கொள்" என்று அக்கம் பக்கத்தார் முறையிடு கிறார்கள்.

"வருக, வருக, நம்பி! அயல் வீட்டார் உன்னைப் பற்றி அவமானமாகப் பேசுவதைக் கேட்டு என்னால் தாங்க முடியவில்லை. இங்கே வந்துவிடு" என்று யசோதை கண்ணனை அழைக்கிறாள்.

"யசோதை அம்மா! பாலைக் கறந்து அடுப்பில் ஏற்றி, என் மகளைப் பார்த்துக்கொள்ளச் சொல்லிவிட்டு மேலே வீட்டில் நெருப்புக் கொண்டுவரப் போனேன். சிறிது நேரம் அங்கே பேசி நின்றேன். அதற்குள் உன் கண்ணன் வந்து பால்குடத்தைச் சாய்த்துக் குடித்துப் போய்விட்டான். உன் மகனை உன்னிடம் கூப்பிட்டுக்கொள், அம்மா!" என்பது அயலார் முறையீடு.

"கண்ணா! வந்துவிடு, வந்துவிடு. வரமாட்டேன் என்று பிடிவாதம் செய்யாமல் வந்துவிடு. அயல் வீட்டார் ஏதாவது பொய் சொல்லி, ஏதாவது உன்னைப்பற்றிப் பழித்துப் பேச நான் கேட்டுக் கொண்டிருக்க மாட்டேன். என் கண்ணா! இங்கே வந்து விடு" என்பது தாயின் வேண்டுகோள்.

"கரும்புச் சாற்றில் செய்த அடை, சீடை, கறுப்பு எள்ளின் உருண்டை எல்லாவற்றையும் கலத்தில் இட்டு என் வீடுதானே என்று மூடிவைத்து வந்தேன். உன் மகன் புகுந்து அவற்றை எல்லாம் தின்றுவிட்டு, மேலும் வீட்டினுள் புகுந்து உறியைப்

பார்த்து வெண்ணெய் இருக்கிறதா என்று ஆராய்கிறான். இன்னும் எவ்வளவோ செய்கிறான். நான் சிலவற்றை மட்டுமே சொன்னேன். யசோதை அம்மா! உன் மகனை உன்னிடம் கூப்பிடு." "யசோதை! உன் பிள்ளை எங்கள் வீட்டில் புகுந்து என் மகளைக் கூப்பிட்டு அவளுடைய கையிலிருந்த வளையலைக் கழற்றிக் கொண்டுபோய், கொல்லையில் அங்கே நாவல் பழம் விற்ற ஒருத்திற்கு அந்த வளையலைக் கொடுத்துவிட்டு அவள் கொடுத்த நாவல் பழங்களை வாங்கிக் கொண்டு, நான் அல்ல என்று சிரிக்கிறானே." இவை அயல்வீட்டு மகளிர் முறையீடு.

"கேசவா! கண்ணா! இங்கே வந்துவிடு. மாட்டேன் என்று மறுக்காமல் வா. நம்மிடம் அன்பு இல்லாத அயலாரின் வீட்டுக்குப் போய் நீ விளையாடாதே. வேண்டுமென்றே பழிச்சொல் கூறும் கெட்ட பெண்களும் ஆண்களும் உள்ள இடத்திற்கு நீ போகாதே! தாய்ச் சொல்லைக் கேட்பது தருமம். கண்ணா! இங்கே வந்துவிடு" என்கிறாள் யசோதை.

கண்ணன் செய்த தீம்புகளை மட்டும் ஆயர் மகளிர் யசோதை யிடம் கூறும் சொற்களாக ஆழ்வார் தனியே பாடல்கள் பாடியுள்ளார். ஆற்றில் இருந்து விளையாடிக்கொண்டிருந்த எங்களைச் சேற்றில் எறிந்து எங்கள் வளையல்களையும் ஆடை களையும் எல்லாம் எடுத்துக்கொண்டு காற்றைவிட வேகமாக ஓடி வீட்டுக்குள் புகுந்து கொண்டான். கேட்டால் ஒரு சொல்லும் வாய் திறந்து பேசவில்லை. இன்று முழு நாளும் இப்படியே இருக்கிறானே." தெருவில் ஆய்ச்சியர் வீடுகளில் வெண்ணெயும் தயிரும் பாலும் உண்டு, அவர்கள் கண்டுபிடிக்க அகப்பட்டுக்கொண்டு, கட்டப்பட்டுக் கிடந்தான் இன்று முழுதும். அடிபட்டு அழுதான் இன்று முழுதும்."

ஆற்றில் இருந்து விளையாடு வோங்களைச்
சேற்றால் எறிந்து வளைதுகில் கைக்கொண்டு
காற்றின் கடியனாய் ஓடி அகம்புக்கு
மாற்றமும் தாரானால் இன்று முற்றும்
வளைத்திறம் பேசானால் இன்று முற்றும்

கண்ணனுடைய தாய் யசோதையின் அன்பு நெஞ்சத்தைப் புலப்படுத்தி ஆழ்வார் பாடியுள்ள பாடல்கள் மிக உருக்கமானவை. யசோதை தன் மகனைக் கன்று மேய்ப்பதற்காகக் காட்டிற்கு

அனுப்பிவிடுகிறாள். பிறகு தன் செயலை நினைந்து வருந்துகிறாள். “மஞ்சள்பூசிப் பெண்களோடு இந்த ஆயர்பாடியில் திரிந்து கொண்டிருந்தான். பெண்களின் விளையாட்டு வீடுகளைச் சிதைத்து எங்கும் குறும்பு பல செய்து திரிந்து கொண்டிருந்தவனை, அவ்வாறு செய்யாதபடி வேடர்கள் வாழும் காட்டிற்குப் பசுக் கன்றுகளை மேய்ப்பதற்காக அனுப்பிவிட்டேனே! எதற்காக என் பிள்ளையை அனுப்பி விட்டேனோ? ஐயோ பாவமே” என்று தன்னைத்தான் நொந்து கொள்கிறாள். “அவனுக்கு என் மார்பின் பாலைத் தந்து வளர்த்த நான், அவனுடைய பொன்னடி நோக விடியற் காலையிலேயே காட்டிற்குக் கன்றுகளின் பின்னே என் இளஞ் சிங்கமாகிய கண்ணனை அனுப்பிவிட்டேன்!” “குடையும் செருப்பும் கொடுக்காமலே, பரல்கற்களை உடைய பொல்லாத காட்டிற்குள் கால் அடி நோகுமாறு கன்றுகளின்பின் என் பிள்ளையை அனுப்பி விட்டேனே! கொடுமை செய்தேனே! ஐயோ பாவமே!”

பற்று மஞ்சள்பூசிப் பாவைமாரொடு பாடியில்
சிற்றில் சிதைத்து எங்கும் தீமைசெய்து திரியாமே
சுற்றுத் தூளியுடை வேர்கானிடைக் கன்றின்பின்
எற்றுக்கு என்பிள்ளையைப் போக்கினேன்! எல்லே பாவமே!

பன்னிரு திங்கள் வயிற்றில் கொண்டஅப் பாங்கினால்
என்இளங் கொங்கை அமுதம்ஊட்டி எடுத்துயான்
பொன்னடி நோகப் புரியே கானில் கன்றின்பின்
என்இளஞ் சிங்கத்தைப் போக்கினேன் எல்லே பாவமே!

குடையும் செருப்பும் கொடாதே தாமோ தரனைநான்
உடையும் கடியன ஊன்றுவெம் பரற்கல் உடை
கடிவெங் கானிடைக் காலடி நோவக் கன்றின்பின்
கொடியேன் என்பிள்ளையைப் போக்கினேன் எல்லே பாவமே!

கண்ணன் கன்றுகளை மேய்த்துத் திரும்பி வரும்போது யசோதை கண்டு மகிழும் மனநிலையை மற்றொரு பதிகத்தில் பாடியுள்ளார். “அக்கம்பக்கத்துப் பெண்களே! வந்து பாருங்கள், என் மகன் வரும் அழகை! இந்த உலகத்தில் இப்படி மகனைப் பெற்றவள் நான் ஒருத்தியே; வேறொருவரும் இல்லை” என்கிறாள். கண்ணனை அன்போடு வரவேற்று, “உன்னை இன்று கன்று மேய்க்கக் காட்டுக்கு அனுப்ப

எனக்கு மனம் வந்ததே. என்னைவிடக் கல்மனம் உடைய ஒரு பெண் இருக்க மாட்டாள். கண்ணா! முத்தம் தா" என்கிறாள்.

"உடம்பெல்லாம் தூசாகிவிட்டதே! குளிப்பதற்கு நீர் எடுத்து வைத்திருக்கிறேன். குளித்துவிட்டுச் சாப்பிடு. உன் அப்பனும் இன்னும் உண்ணவில்லை. உன்னோடு, உண்ண இருக்கிறார்." "கண்ணா! இன்றைக்கு ஏழாம் நாள் கண்ணாலம் செய்ய அரிசி முதலியன ஏற்பாடு செய்து வைத்திருக்கிறேன். பெண்களை வருவித்து முளை போட்டு வைத்துப் பல்லாண்டு வாழ்த்துக் கூறச் செய்தேன். நீ நாளை முதல் கன்றுகளின் பின்னே போகாதே. அழகாக அலங்காரம் செய்து கொண்டு இங்கே வீட்டோடு இரு" என்ற தன் உள்ளத்துத் தாயன்பை எல்லாம் கொட்டிப் பேசி மகிழ்கிறாள்.

கண்ணனுடைய புல்லாங்குழல் ஊதும் சிறப்புக்கு ஒரு பதிகம், கண்ணனைக் கண்டு ஆயர் மகளிர் காதல்கொள்வதுபற்றி ஒரு பதிகம், கண்ணனின் அற்புதச் செயல்களைக் கண்ட யசோதை அவனைக் குழந்தையாகத் தழுவிப் பால் கொடுக்க அஞ்சுவதுபற்றி ஒரு பதிகம் - இவ்வாறு கிருஷ்ண அவதாரத்தில் ஈடுபாடு கொண்ட இந்தியாவின் மிகப் பழைய இலக்கியச் செல்வம் பெரியாழ்வாரால் பன்னிரண்டு நூற்றாண்டுகளுக்கு முன் இனிய தமிழ்ப்பாடல்களாகப் படைக்கப்பட்டுள்ளது.

ஆண்டாள்

பெரியாழ்வாரால் வளர்க்கப்பட்ட மகள் ஆண்டாள். அவர் பாடிய திருப்பாவை புகழ்பெற்றதாகும். கண்ணனுடைய ஆயப் பாடியையும் கோபிகைகளையும் கற்பனையில் உணர்ந்து, தாமும் அந்தப் பெண்களுள் ஒருவராக இருந்து ஆழ்ந்த பக்தியுணர்ச்சியோடு பாடிய பாவைப்பாட்டு இது. சிறப்பாக மார்கழித் திங்களில் திருமால் கோயில்களிலும் வீடுகளிலும் இக்காலத்திலும் அன்போடு ஓதப்பட்டுவரும் பாடல் இது.

"நீண்ட வடிவம் கொண்டு உலகத்தை அளந்த உத்தமனுடைய பெயரைப் பாடி நாம் நம் பாவையைப் போற்றி நீராடினால் தீங்கு இல்லாமல் நாடு முழுவதும் மாதம் மூன்று மழை பெய்யும்; வயலில் செழித்து வளரும் நெற்பயிருக்கு இடையே கயல்மீன்கள் துள்ளி ஆடும். குவளை மலரில் தேன் உண்டு வண்டுகள் மயங்கி உறங்கும்.

தொழுவத்துள் புகுந்து முலைக்காம்பைப் பற்றிக் கறக்கக் குடம் குடமாகப் பால் நிரப்பும் வள்ளல் தன்மை உடைய பெரிய பசுக்கள் - இவ்வாறு நீங்காத செல்வம் பெருகச் செய்யும் நம் வழிபாடு."

ஓங்கி உலகளந்த உத்தமன் பேர்பாடி
நாங்கள்நம் பாவைக்கும் சாற்றிநீர் ஆடினால்
தீங்குஇன்றி நாடெல்லாம் திங்கள்மும் மாரிபெய்து
ஓங்குபெருஞ் செந்நெல் ஊடு கயல்உகள
பூங்குவளைப்போதில் பொறிவண்டு கண்படுப்பத்
தேங்காதே புக்கிருந்து சீர்த்த முலைபற்றி
வாங்கக் குடம்நிறைக்கும் வள்ளல் பெரும்பசுக்கள்
நீங்காத செல்வம் நிறைந்ததேல்ஓர் எம்பாவாய்.

இவர் பாடிய நாச்சியார் திருமொழி பக்திச் சுவை நிரம்பிய பாடல்களின் தொகுதி. திருமாலையே மணந்துகொள்ள உறுதி பூண்டு, 'மானிடவர்க்கு என்று பேச்சுப்படில் வழகில்லேன்' என்று தெய்வக்காதல் கொண்டவர் இவர். திருமாலை மணம் செய்து கொளவதாகக் கனாக் கண்டு பாடிய 'வாரணம் ஆயிரம்' என்ற பாடல் தென்கலை வைணவர்களின் திருமணத்தின்போது தவறாமல் ஓதப்படுவது.

ஆண்டாளின் பாடல்களுள் திருப்பாவையே மிகப் பலரால் போற்றிப் பாராயணம் செய்யப்படுவது. தமிழர் மட்டும் அல்லாமல், கன்னட நாட்டாரும் ஆந்திர நாட்டாரும் தம்தம் மொழியின் எழுத்துக்களின் ஆண்டாளின் பாடல்களைப் படித்து வழிபாடு செய்தலும் உண்டு. திருப்பாவையைச் சிறப்பித்து எழுதிய பெரிய வாச்சான்பிள்ளை, "ஸம்ஸாரத்திலே உறங்குகிறவர்களை எழுப்பி எம்பெருமான் தானே தன்னைக் காட்டக் கண்டார்கள் ஆழ்வார்கள். இவள் (ஆண்டாள்) தானே சென்று எம்பெருமானை எழுப்பித் தன் குறையை அறிவித்தாள். ஆகையாலே அவர்களிலும் இவள் விலக்ஷணை" என்று பெருமை கூறுகிறார். "புருஷன், புருஷனைக் கண்டு ஸ்நேகிப்பதிலுங் காட்டில் ஸ்திரீ புருஷனைக் கண்டு ஸ்நேகிக்கப் பள்ளமடையாகையாலே, ஆழ்வார்களிற் காட்டில் எம் பெருமான் பக்கல் பரம பக்தியுடையவளான ஆண்டாள்" என்று சிறப்பித்துக் குறிப்பிடுகிறார். ஸ்ரீவைஷ்ணவத்தின் வளர்ப்புத் தாய் எனப் போற்றப் படும் இராமாநுஜர்க்கு ஆண்டாளின் திருப்பாவையில் மிகுந்த

ஈடுபாடு இருந்தது. அந்த ஈடுபாட்டினால் அவர் 'திருப்பாவை ஜீயர்' என்று புகழப்பட்டார்.

தவம் செய்து மனத்தின் மாசு போக்கி ஞானம் பெற்ற முனிவர்களைவிட, இறைவனிடம் அடைக்கலம் புகுந்த, பக்தி செலுத்திய ஆழ்வார்களின் சிறப்பு உயர்ந்தது என்பது வைணவர் களின் கொள்கை. ஆழ்வார்களின் பாசுரங்களை ஓதி ஓதிப் பெற்ற ஞான ஒளியைக் கொண்டே வடமொழியில் உள்ள வேதாந்த உட்பொருள்களை உணர முடிந்தது என்று ஸ்ரீவேங்கடநாதன் என்ற வேதாந்த தேசிகர் கூறியுள்ளார்.

ஆண்டாள் திருப்பாவை பாடும்போது தம்மை மறந்து கண்ணன் வாழ்ந்த வடமதுரையில் ஆயர்பாடிககே போய்விடுகிறார். அவருடைய கற்பனையே உண்மை ஆகிவிடுகிறது. வடமதுரை ஆயர்பாடியில் உள்ள பெண்களுள் ஒருத்தியாக ஆண்டாள் மாறி விடுகிறார். அந்த ஆயர்பாடியில் உள்ள ஆய்ச்சியரோடு சேர்ந்து தாமும் நோன்பு நோற்கிறார். அங்குக் கண்ணனுடைய வீட்டுக்கே சென்று நந்தகோபன், யசோதை, பலதேவன் முதலானவர்களையும் கண்ணனையும் துயிலெழுப்புகிறார்.

"ஆடை தண்ணீர் சோறு முதலியவற்றை வாரி வழங்கி அறம் செய்யும் எம் தலைவ நந்தகோபால! எழுந்திரு. என்னைப் போன்ற பெண்களுக்கெல்லாம் கொழுந்து போன்றவனே! குலவிளக்கே! எம் தலைவி யசோதையே! எழுந்திரு... உலகை அளந்த திருமாலே! உறங்காமல் எழுந்திரு... பலதேவா! உன் தம்பியாகிய கண்ணனும் நீயும் உறங்காமல் எழுக" என்று திருப்பாவை அமைகிறது. "நந்த கோபாலனுடைய மருமகளே! நம்பின்னையே எழுக" என்று கண்ணனின் தேவியையும் எழுப்புவதாகப் பாடல் உள்ளது.

அவர் பாடிய பாடல்களுள் திருப்பாவை தவிர, மற்றவை கற்பனை என்று கூறாமல், உண்மையுணர்ச்சியைக் கொண்டு எழுந்தவை என்று கூறத்தக்கனவாக உள்ளன. திருமால் ஊதுவதால், அந்தக் கடவுளின் வாயிதழின் அனுபவம் பெற்ற சங்கை நோக்கி அவர் பாடிய பாடல் ஒன்று: "வெண்சங்கே! மாதவனுடைய வாயின் சுவையும் நாற்றமும் நீ அறிவாய்! நான் விருப்பமாய்க் கேட்கிறேன், சொல். மாதவனுடைய வாய் கருப்பூர மணம் கமழுமோ? தாமரைப் பூவின் மணம் கமழுமோ? அவனுடைய அழகிய பவளம் போன்ற

வாயிதழ் தித்திப்பாய் இருக்குமோ? சொல்வாயாக."

கருப்பூரம் நாறுமோ கமலப்பூ நாறுமோ
திருப்பவளச் செவ்வாய்தான் தித்தித் திருக்குமோ
மருப்பொசித்த மாதவன்தன் வாய்ச்சுவையும் நாற்றமும்
விருப்புற்றுக் கேட்கின்றேன் சொல் ஆழி வெண்சங்கே.

திருமங்கையாழ்வார்

திருமங்கையாழ்வார் புலமை நிரம்பிய ஆழ்வார். அவர் அரசர்களிடத்திலும் செல்வாக்குப் பெற்றுச் சமயத் தொண்டு ஆற்றினார். பழைய காதல் இலக்கிய மரபுகளை ஒட்டி அவர் பாடிய பாடல்கள் பல. சங்க காலத்தில் காதலில் ஏமாற்றம் உற்ற ஒருவன் தன்னைத்தானே வருத்திக் கொண்டு உயிர்விடத் துணிவதாகப் பாடும் துறை ஒன்று உண்டு. அது மடல் எனப்படும். பனை மடல்களால் குதிரை வடிவாகச் செய்து அதன்மேல் இருந்து தன் காதலியின் உருவத்தைத் தீட்டிய படத்தை ஏந்தி ஊர் நடுவே நின்று உண்ணா நோன்பு கிடந்து அழியத் துணிவதாகப் பாடும் கற்பனைத் துறை அது. அவ்வாறு தன்னைத் தான் அழித்துக் கொள்ளும் வழக்கம் ஆண்களுக்கே உரியது என்றும், பெண்களுக்கு அது பொருந்தாது என்றும் மரபு உண்டு. திருமங்கையாழ்வார் பாடும் தெய்வக்காதல் பற்றிய பாடலில் அவர் தம்மை நாயகியாகவும் திருமாலை நாயகனாக வும் கொண்டு பாடுமிடத்தில், அங்கே பெண்ணே காதல் கைகூடப் பெறாமல் ஏங்குவதால், மடல் ஏறும் முயற்சி பெண்ணுக்கு உரியது ஆகிறது. சிறிய திருமடல், பெரிய திருமடல் என்று இரண்டு மடல் பாட்டு அவர் பாடியிருக்கிறார். இரண்டிலும் நாயகி மடல் ஏறும் முயற்சியே உள்ளது. "பெண்கள் மடல் ஏறுவதில்லை என்ற மரபு தென்மொழியாகிய தமிழில் கேட்டது உண்டு. அதை யாம் கொள்ள வில்லை. வடக்கே உள்ள நெறியை யாம் விரும்பினோம். ஆகையால் பெண்ணாக இருந்தும் மடல் ஊர்வேன்" என்று காதலி கூறுவதாகப் பாடலில் ஆழ்வார் படைத்துள்ளார்.

திருமங்கையாழ்வார், மாணிக்கவாசகரைப்போல், நாட்டுப் பாடல்கள் சிலவற்றைப் பின்பற்றிப் பக்திப் பாடல்கள் பாடியுள்ளார். மகளிர் விளையாடும் விளையாட்டில் சாழல் என்பது ஒன்று. தும்பியை அழைத்துப் பெண்கள் பாடுவது ஒரு வகை. குயிலே கூவாய் என்று பாடுவது மற்றொரு வகை. வீட்டில் பல்லி ஒரு திசையில் ஒலித்தால்

யாரோ விருந்தினர் வருவார் என்று நம்பும் பழைய நம்பிக்கையை ஒட்டி, "திருமால் வருமாறு ஒலிசெய், பல்லியே!" என்று பாடுவது இன்னொரு வகை. இவ்வாறு சாழல் முதலான வகைகளில் நாட்டுப் பாடல் மரபில் பல பாடல்கள் பாடியுள்ளார்.

கூவாய் பூங்குயிலே
குளிர்மாரி தடுத்துகந்த
மாவாய் கீண்ட
மணிவண்ண னைவரக்
கூவாய் பூங்குயிலே.

இது குயிலை அழைத்துப் பாடும் பாட்டுகளில் ஒன்று.

கொட்டாய் பல்லிக்குட்டி
குடமாடி உலகளந்த
மட்டார் பூங்குழல்
மாதவ னைவரக்
கொட்டாய் பல்லிக்குட்டி.

இது பல்லிப் பாடல்களில் ஒன்று.

சங்க இலக்கியத்துள் காணப்படும் காதல் மரபுகளை அமைத்தும் திருமங்கையாழ்வார் பக்திப் பாடல்கள் பாடியுள்ளார். வண்டு, நாரை முதலியவற்றைத் தூது அனுப்பித் திருமாலின் அன்பை வேண்டச் செய்யும் பாடல்கள் சுவையானவை. "நாரையே! இன்றே நீ சென்று திருமாலுக்கு என் காதலைப்பற்றிச் சொல்லி வருவாயானால், எனக்கு அதைப்போன்ற இன்பமான உதவி வேறு எதுவும் இல்லை. அதற்குக் கைம்மாறாக, இந்தப் பசுமையான இடமெல்லாம் உன்னுடையதே ஆகுமாறு. நீ இங்கெல்லாம் மீன்களைக் கவர்ந்து உண்பதற்காகத் தருவேன். தந்த பிறகு, இங்கே உன் பெண் துணையும் நீயுமாக வந்து இனிமையாகத் தங்கி இந்த உலகில் இன்பமாக வாழலாம்" என்கிறார். காதல் நோயால் வருந்தி வாடிய மகளைப்பற்றிக் கவலைப்பட்டுத் தாய் சொல்லும் சொற்களாகவும், மகளின் நோயையும் வாட்டத்தையும்பற்றி அறிந்து குறி சொல்லவல்ல கட்டுவிச்சியின் சொற்களாகவும் அவர் பாடியுள்ள பாடல்களும் கவிதைச் சுவை நிரம்பிய பக்திப் பாடல்களாகும்.

குலசேகரர்

குலசேகர ஆழ்வார் சேர மன்னர் குடும்பத்தைச் சேர்ந்தவராக இருந்தும், அந்த அரசச் செல்வத்தையும் உயர்ந்த மானிடப் பிறப்பையும் பொருட்படுத்தவில்லை. அவற்றைவிடத் திருமாலின் திருவேங்கடமலையில் வாழும் பறவையாகப் பிறக்க விரும்புகிறார். "அரம்பையர் சூழ வானுலகத்தை ஆளும் செல்வமும் மண்ணுலகத்து அரசும் யான் வேண்டேன். திருவேங்கட (திருப்பதி) மலையில் ஒரு சுனையில் மீனாகப் பிறக்கும் விதி எனக்கு வாய்க்குமானால் மகிழ்வேன்" என்கிறார்.

ஆனாத செல்வத்து அரம்பையர்கள் தற்சூழ
வானாளும் செல்வமும்மண்ணரகம் யான்வேண்டேன்.
தேனார் பூஞ்சோலைத் திருவேங் கடச்சுனையில்
மீனாய்ப் பிறக்கும் விதியுடையேன் ஆவேனே.

திருப்பதி மலையில் ஒரு சிகரமாக, அல்லது ஒரு கானாறாக, அல்லது ஒரு பாதையாக, அல்லது ஒரு படியாக, அல்லது அந்தத் திருமாலின் மலையில் ஏதேனும் ஒன்றாக இருக்க வேண்டும் என்று இவ்வாறு ஆசைப்பட்டு ஒரு பதிகம் பாடியிருக்கிறார். அது அவருடைய பக்திச் சிறப்பைப் புலப்படுத்துகிற பாசுரம் ஆகும். வித்துவக்கோடு என்னும் தலத்தில் சென்று பாடிய பதிகத்தில் சிறந்த உவமைகளை அமைத்துத் தம் ஈடுபாட்டை விளக்கியுள்ளார். "இறைவனே! உன் திருவடிகள் தவிர எனக்குப் புகலிடம் வேறு இல்லை பெற்ற தாய் சினம் கொண்டு நீக்கினாலும், அவளுடைய அன்பையே நினைத்து அழும் குழந்தைபோல் இருக்கிறேன். கண்டவர் இகழும்படியாகக் காதலன் செய்தாலும், கொண்டவனைத் தவிர வேறு ஒருவனை நாடாத குலப்பெண்போல் இருக்கிறேன். மருத்துவன் புண்ணைக் கத்தியால் அறுத்துச் சுட்டாலும் அந்த மருத்துவனிடமே தீராத அன்பு வைக்கும் நோயாளி போன்றவன் நான். கடல் நடுவே ஒரு கப்பலின் பாய்மரத்தில் இருக்கும் பறவை எங்கும் பறந்துபோய்க் கரை காணாமல் மறுபடியும் மறுபடியும் அந்தக் கப்பலின் பாய்மரத்தின் மேலே வந்திருப்பதுபோல், நான் உன்னையே நாடுகிறேன். கதிரவனுடைய வெயில் கொதித்துத் தன்னை வாட்டினாலும் அந்தக் கதிரவனை நோக்கியே மலரும் தாமரை போன்றவன் நான். மழை பெய்யாமல் நெடுங்காமல் புறக்கணித்தாலும் பயிர்கள் மறுபடியும்

வானத்து மேகங்களையே பார்த்திருப்பதுபோல் நான் உன் அருளையே பார்த்திருக்கிறேன்." இவ்வாறு அழகிய உவமைகளால தம் பக்தியின் சிறப்பு விளங்கச் செய்திருக்கிறார்.

இராம அவதாரத்தில் ஈடுபாடு மிகுந்த குலசேகர ஆழ்வார். ஒரு பதிகத்தில் இராமாயணக் கதைச் சுருக்கத்தைப் பாடியுள்ளார். கிருஷ்ண அவதாரத்தில் ஈடுபாடு மிகுந்தவராகிய பெரியாழ்வாரும் இராமனைப் பல பாடல்களில் பாடியுள்ளார். இலங்கைக்குத் தூது சென்ற அனுமன், இராமன் கூறிய அடையாளங்களைச் சீதைக்குக் கூறுவதாகவும், கணையாழியைக் கொடுத்து மகிழ்வதாகவும் பெரியாழ்வார் ஒரு பத்துப் பாடல் பாடியுள்ளார். கைகேயி விரும்பியவாறு இராமன் மரவுரி உடுத்துக் காட்டுக்குச் சென்ற துன்பத்தை நினைத்து உருகித் தசரதன் புலம்புவதாகக் குலசேகர ஆழ்வார் நெஞ்சை நெகிழ்விக்கும் பாடல்கள் பத்துப் பாடியுள்ளார். மற்ற ஆழ்வார்களும் இராமனின் அருஞ்செயல்களையும் பேரருளையும் வியந்து ஏத்தியுள்ளார்கள். இவர்கள் ஏழு எட்டாம் நூற்றாண்டுகளில் பாடிய இந்தப் பக்திப் பாடல்கள் பிறகு வந்த கம்பரின் காப்பியத்துக்கு நன்கு வழிவகுத்தன. வால்மீகியின் இராமாயணத்தைத் தழுவியே கம்பர் தம் நூலை இயற்றிய போதிலும், அதில் உள்ள பக்திச்சுவைக்கு ஆழ்வார்களின் பாடல்களே அடிப்படையாக அமைந்தன என்று கூறுவது பொருந்தும்.

திருப்பாணாழ்வார், திருமழிசையாழ்வார், தொண்டரடிப் பொடியாழ்வார் ஆகியோரும் திருமாலிடத்து உள்ளத்தைப் பறி கொடுத்துப் பாடியவர்கள்.

நம்மாழ்வார்

ஆழ்வார்களுள் சிறப்பிடம் பெற்றவர் நம்மாழ்வார். அவரைப் பாடிப் போற்றுவதே கடமையாகக் கொண்டவர் மதுரகவியாழ்வார். நம்மாழ்வார் பாடிய நான்கு நூல்கள் திருவிருத்தம், திருவாசிரியம், பெரிய திருவந்தாதி, திருவாய்மொழி என்பன. இவை நான்கும் வேதங்களின் சாரம் என்று சொல்லப்படுகின்றன. இவற்றுள் ஒப்பற்ற சிறப்புப் பெற்றது திருவாய்மொழி பக்தியுணர்வுக்கு மட்டும் அல்லாமல் தெளிந்த மெய்யுணர்வுக்கும் திருவாய்மொழி களஞ் சியமாக உள்ளது. வைணவ சமயத்தைச் சார்ந்த அறிஞர்கள் பலர் இந்நூலுக்கு அரிய பெரிய விளக்கங்கள் எழுதிள்ளனர். அந்த

உரை நூல்கள்-வியாக்கியானங்கள்-வழி வழியாக உயர்ந்த ஞானச் செல்வங்களாகப் போற்றப்படுகின்றன. எழுத்தெண்ணிக் காக்கப்பட்டு வருகின்றன. மூவாயிரப்படி, ஒன்பதினாயிரப்படி, பன்னீராயிரப்படி இருபத்து நாலாரிப்படி முப்பத்தாறாயிரப்படி என்று எழுத்துக்களின் எண்ணிக்கையால் அந்த உரை நூல்களுக்குப் பெயர் அமைந்த சிறப்பு. அவை போற்றப்பட்டுவந்த பெருமையை உணர்த்தும், வைணவர்கள் தம் வாழ்வில் இன்பத்திலும் துன்பத்திலும் என்றும் மறவாமல் போற்றிவரும் பாடல்கள் திருவாய் மொழிப் பாடல்கள் ஆகும். தென்கலை வைணவர்களுக்கு அவை மந்திரங்களைவிட உயர்வாக உள்ளன.

நம்மாழ்வாரின் திருவாய்மொழியில் உயர்ந்த தத்துவஞானப் பாடல்கள் இருத்தல்போலவே, காதல் துறைகளை அமைத்துப் பாடும் பக்திப் பாடல்களும் இருக்கின்றன. அப்படிப்பட்ட தெய்வக் காதல் துறைகளுள் சிறப்பாகக் குறிப்பிடத்தகுந்தது தூது என்பது நாரை, பூவை முதலிய பறவைகளைத் திருமாலிடத்துத் துது அனுப்பிப் பாடும் பாடல்கள் உள்ளத்தை உருக்கும் தன்மை வாய்ந்தவை. பழங்காலத் துறைகள் மட்டும் அல்லாமல், பழங்கால இலக்கியத் தொடர்களும் திருவாய்மொழியில் சில இடங்களில் அவ்வாறே உள்ளன. ஆகவே பக்தர், ஞானிகள், புலவர்கள் அனைவரும் போற்றத்தக்கவாறு திருவாய் மொழியின் ஆயிரம் பாடல்களும் சிறப்புப் பெற்று ஒளிர்கின்றன.

நம்மாழ்வார் தம்மை நாயகியாக (பக்தி கொண்ட காதலியாக) கற்பனை செய்து உணர்ந்து நாரை முதலிய பறவைகளைத் திருமாலிடம் தூது அனுப்புவதாகப் பாடும் பாடல்கள் பக்திச் சுவையும் இலக்கிய நயமும் நிரம்பியவை. "அழகிய சிறகுகளை உடைய நாரையே! நீயும் உன் சேவலுமாக எனக்கு உதவி செய்யும் பொருட்டு என் தூதாக என் நாயகராகிய திருமாலிடம் சென்றால், அவர் உங்களைச் சிறைப்படுத்தி வைத்துவிட்டால், என்ன செய்வீர்களோ?"

"அன்னப் பறவைகளே! நீங்கள் எனக்காகத் திருமாலிடம் தூது செல்லமாட்டீர்களா? அறிவில்லாத என்னுடைய கொடிய வினை தீராதோ என்று ஒருத்தி இப்படி அறிவெல்லாம் கலங்கி மயங்குகிறாள் என்று அவரிடம் சொல்லமாட்டீர்களா?"

"அகன்றில் பறவைகளே! காதலால் மெலிந்து வாடும் என் தன்மையைக் கண்டு இரக்கம் கொண்டு அருள் செய்யாமலிருப்பது

தகாது என்று அவர் உணரவில்லையே! அவருக்கு என்ன சொல்லி நான் தூது அனுப்புவேன்? இப்படி இரக்கமில்லாமல் என்னைக் கைவிட்டால், அவரிடம் நல்ல பண்பு நிற்காது என்று ஒரு வாய்ச் சொல் சொல்லுங்கள். இந்த உதவி செய்வீர்களோ? மாட்டீர் களோ?"

"நீர் நிறைந்த வயலில் இரை தேடும் பறவையே! என் நாயகர் ஏழு உலகங்களையும் அருள் கொண்டு காப்பாற்றுகிறார். என் ஒருத்திக்கு அருள் செய்தல் அவரால் முடியாதா? நீர் நிறைந்த கண்களோடு புலம்பும் எனக்காக ஒரு சொல் அவரிடம் போய்ச சொல்லி உதவமாட்டாயா?"

"என் குற்றங்கள் கோத்து உருவாவதுபோல் பனி கோத்து வாடைக் காற்று என்னைத் துன்புறுத்துகிறது. என்னுடைய குற்றங் களையே நினைத்து எனக்கு அருள் செய்யாமல் இருக்கிறார் என் நாயகராகிய திருமால், திருவடிகளின் பெருமைக்கு இவள் என்ன பிழை செய்தாள் என்று ஒரு வாய்ச்சொல் எனக்காக அவரிடம் போய்ச் சொல்லக்கூடாதா? அதனால் உனக்கு என்ன பிழை நேரும்? இளங்கிளியே! நான் வளர்த்த கிளி அல்வா நீ?"

"சின்ன பூவையே! நீ என் பறவை அல்லவா? திருமாலார்க்கு என்னுடைய தூதாகச் சென்று என் காதல் நோயைச் சொல் என்று பலமுறையும் உன்னைக் கேட்டுக்கொண்டேன். நீ சொல்லாமலே இருந்து விட்டாய். அந்தத் துன்பத்தால் வருந்தி வருந்தி இப்போது நான் என் அழகையும் நிறத்தையும் இழந்து தளர்ந்துவிட்டேன். இதுவரையில் உனக்கு உணவு ஊட்டி வளர்த்ததுபோல் இனியும் வளர்ககக் கூடிய வலிமை எனக்கு இல்லை. ஆகையால் இனிமேல், நீ உன் வாயில் இனிய உணவை வைத்து ஊட்டவல்லவர்களைத் தேடிக்கொள்."

நாயகரின் பிரிவாற்றாமையால் வாடி மெலிந்த நாயகி பறவைகளையும் உயிரில்லாப் பொருள்களையும் நோக்கிப் புலம்புவ தாகவும், அவைகளும் நாயகிபோல் துயரப்படுவதாகவும் நம்மாழ்வார் பாடியுள்ள பாடல்களும் அவ்வாறே பக்திச் சுவையும் இலக்கியச் சிறப்பும் உள்ளவை ஆகும். "கடற்கரைச் சோலையில் திரியும் நாரையே! உன் தாயும் தேவருலகமும் உறங்கினாலும் நீ உறங்கவில்லையே! காதல் நோயும் பசலை நிறமும் மிகுந்து, நீயும் எம்மைப்போல் திருமாலிடம்

நெஞ்சம் பறிகொடுத்தாயோ?"

"கூர்மையான வாய் உடைய அன்றிலே! திருமாலால் சிந்தை கொள்ளப்பட்டு நள்ளிரவிலும் ஓய்வு கொள்ளாமல் அவருக்கு ஆளாகிவிட்ட எம்மைப்போல் நீயும் அவருடைய துளசி மாலையை விரும்பி ஏங்குகிறாயோ?"

"ஒலிக்கும் கடலே! காதலால் சோர்ந்து நீ முழுதும் கண்ணுறங் காமல், நெஞ்சம் உருகி ஒலிக்கின்றாயே! திருமாலின் திருவடிகளை விரும்பி யாம் படும் துன்பத்தை நீயும் படுகின்றாயோ?"

"குளிர்ந்து வீசும் வாடைக் காற்றே! கடலையும் மலையையும் வானத்தையும் துழாவித் திரிந்து நீயும் எம்மைப்போல் இரவும் பகலும் தூங்கவில்லையே! நீயும் திருமாலைக் காண்பதற்காக ஏங்கி இவ்வாறு ஊழிக்காலமாக உடல் வருந்தினாயோ!"

"மேகமே! ஊழிக்காலங்களாக உலகத்திற்காக நீர்கொண்டு, தோழியரையும் எம்மையும்போல, நீராய்ப் பெய்து, மெலிந்து விட்டாய். நீயும் திருமாலின் பெருமையில் ஈடுபட்டு, அவர்மேல் கொண்ட பாசத்தால் துன்பப்பட்டு வாடுகிறாயோ?"

"சந்திரனே! வருந்தி மெலியும் எம்மைப்போல் நீயும் வானத்தின் இருளைப் போக்குமளவுக்கு ஒளிவீசவும் முடியாமல் மயங்கித் தேம்புகிறாய். நீயும் திருமாலின் மெய்போன்ற பொய்ச் சொல்லைக் கேட்டு நம்பி உன் உடம்பின் அழகை இழந்து வாடி விட்டாயோ?"

"இருளே! எம் தலைவராகிய நாராயணர்க்கு எம் நெஞ்சத்தை இழந்துவிட்டோம். எம் ஆற்றாமையைச் சொல்லி அழுகிறோம் இது போதாது என்று நீயும் நடுவே வந்து வேறொரு வகையில் கொடுமை செய்கிறாய். எத்தனை ஊழிக்காலம் அப்படியே நீட்டித் திருக்கிறாய்!"

"இருள் போன்ற நிறத்தோடு ஓடும கழியே! இரவும் பகலும் மயங்கி உறங்கினாலும் நீ உறங்கவில்லையே! திருமாலின் அருளை விரும்பிய பெரிய ஆசையால் நீயும் மிக வருந்தி நொந்து விட்டாயோ?"

"நந்தா விளக்கே! காதல் நோய் மெலிந்து உயிரை வாட்ட, நீயும் எம்மைப்போல் நாயகரின் துளசி மாலைப்பற்றிய ஆசையால் வேகின்றாயோ?"

திருமாலாகிய நாயகரின் பிரிவாற்றாமல் வருந்திப் புலம்பும் நாயகியின் நிலையைத் தாய் கூறுவதாக அமைந்த பாடல்களும் பக்திச் சுவை நிரம்பிய கவிதைகளாக உள்ளன.

"மண்ணைத் துழாவி, 'இது என் வாமனன் ஆகிய திருமாலின் மண்' என்கிறாள். வானத்தைப் பார்த்துத் தொகுது, 'இது அவன் வாழும் வைகுந்தம்' என்று கை காட்டுகிறாள். கண்களில் நீர் நிறைய நின்று, 'என் நாயகன் இந்தக் கடல் போன்ற நிறம் உடையவன்' என்கிறாள். இவ்வாறு என் பெண்ணுக்குப் பெருமயக்கம் செய்த திருமாலுக்கு நான் என்ன செய்வேன்?"

மண்ணை இருந்து துழாவி
வாமனன் மண்இது என்னும்
விண்ணைத் தொழுது அவன் மேவு
வைகுந்தம் என்றுகை காட்டும்
கண்ணை உள்நீர் மல்கநின்று
கடல்வண்ணன் என்னும் அன்னேஎன்
பெண்ணைப் பெருமயல் செய்தார்க்கு
என்செய்கேன் பெய்வளை யீரே.

கடலைக் கண்டதும் கைகளைக் கூப்புகின்றாளாம்; என் தலைவர் படுத்துக் கிடக்கும் கடல் இது என்கிறாளாம். தீயைத் தழுவி என் அச்சுதன் என்கிறாளாம்; உடல் வேகவில்லையாம். காற்றைத் தழுவி என்னுடைய கோவிந்தன் என்கிறாளாம். மலையைக் கண்டால் திருமாலே வா என்று கூறுகின்றாளாம். மழை பெய்யத் தொடங்கினால், நாராயணர் வந்தார் என்று மகிழ்ந்து ஆடுகிறாளாம். அழகான பசுவின் கன்றைக் கண்டால், அதைத் தழுவி என் கோவிந்தன் மேய்த்தவை இவை என்கிறாளாம். பாம்பு ஓடினால் அதன் பின் ஓடி என் நாயகரின் படுக்கை இது என்கிறாளாம். கூத்தர் யாராவது குடமுழவு ஆடுவதைக் கேட்டால், என் கோவிந்தனின் ஆடலாக இருக்கும் என்று ஓடுகிறாளாம். குழலின் ஒலி எங்காவது கேட்டால், என் நாயகர் இசைக்கும் ஓசை என்று அப்படியே மயங்குகிறாளாம். இடைச்சியர் விற்பதற்குக் கொண்டுவரும் வெண்ணெயைக் கண்டால், அவர் உண்ட வெண்ணெய் இது என்கிறாளாம். துளசி மலரைக் கண்டால், நாராயணன் மாலை இது என்கிறாளாம். கருநிறமான பெரிய மேகங்களைக் கண்டால், கண்ணன் என்று சொல்லி மேலே

ஏறுவதற்காகப் பறக்க முயல்கிறாளாம். பசுமந்தை செல்லக் கண்டால், அதன் நடுவே என் நாயகர் இருப்பார் என்று பின் செல்லு கிறாளாம்.

“சோர்ந்திருப்பாள். சுற்றிலும் நோக்குவாள். நெடுந்தொலைவு நீண்ட பார்வை பார்ப்பாள். வியர்வை கொள்வாள். கண்ணீர் துளும்பப் பெருமூச்சு விடுவாள். உடல் சோர்வாள். மறுபடியும், மறுபடியும் கண்ணா என்று சொல்வாள். பெருமானே வா என்று கூவுவாள். இப்படி மயங்கிய பெருங்காதல் கொண்ட என் பேதைப் பெண்ணுக்காக நான் என்ன செய்வேன்?” என்று தாய் வருந்து கிறாள்.

நம்மாழ்வாரின் காலத்தில் கல்வி நிரம்பிய புலவர்கள் வறுமையால் வாடிச் செல்வர்களை நாடிச் சென்றனர்; அவர்களின் புகழைப் பாடி, அவர்கள் தந்த சிறுபொருளைப் பெற்று மகிழ்ந்தனர். தங்கள் அருமையான கவிதைத் திறமையை இப்படிச் செல்வரின் பொருளுக்காக விற்று வந்தது நம்மாழ்வாரின் உள்ளத்திற்கு வெறுப்பைத் தந்தது. நாட்டில் பலரும் அந்த வழக்கம் உடையவர்களாக இருந்தார்கள். அதை வெறுத்துச் சொன்னாலோ செல்வர்களுக்கு விரோதமாக இருந்தது. ஆனாலும் சொல்வதே கடமை என்று உணர்ந்தும், நம்மாழ்வார் அந்தப் புலவர்களுக்கு அறிவுரை கூறினார்: “என் நாவிலிருந்து பிறக்கும் இனிய கவிதையை யான் அவ்வாறு வேறு ஒருவர்காக - அவருடைய புகழைப் பாடுவதற்காக - கொடுக்க மாட்டேன். திருவேங்கட மலையில் உள்ள என் அப்பன் எம்பெருமான் இருக்கும்போது, அவன் புகழைப் பாடாமல் வேறு ஒருவர்க்கு என் கவிதைத் திறமையைப் பயன்படுத்தமாட்டேன்” என்கிறார்.

சொன்னால் விரோதம் இது ஆகிலும் சொல்லுவன்
கேண்மினோ
என்நாவில் இன்கவி யானொரு வர்க்கும் கொடுக்கிலேன்
தென்னா தெனாஎன்று வண்டுமுரல் திருவேங் கடத்து
என்னானை என் அப்பன் எம்பெருமான் உளனாகவே.

“தான் நிலையானவன் என்று எண்ணித் தன்னை ஒப்பற்ற வனாகக் கருதிக் கொண்டு தன் செல்வத்தைப் பெரிய வளமாக மதிக்கின்ற இந்த மனிதப் பிறவியைப் பாடிப் பயன் என்ன?” “மிக மிக நல்ல, உயர்ந்த கவிதைகள் கொண்டு, புலவர்களே, ஒரு

மானிடப் பிறவியைப் பாடுவதால் என்ன பயன் ஆகும்? என்ன ஆகும்? எத்தனை நாளைக்கு அவன் உதவி போதும், புலவர்களே?" "அதைக் கொள்வதால் பயன் இல்லை. குப்பை எழுந்து விளங்குவது போன்றது அந்தச் செல்வம்! அதைப் புகழ்ந்து உங்கள் உண்மையை இழந்துவிடாதீர்கள், புலவர்களே!" உங்கள் உடம்பை உழைக்கச் செய்து தொழில் செய்து பிழைக்கலாமே! இந்த உலகில் உங்கள் பாட்டுக்கு ஏற்ற செல்வர் இல்லை என்பதைப் பார்த்துவிட்டோம். உங்கள் இனிய கவிகள் கொண்டு உங்கள் இஷ்ட தெய்வத்தைப் புகழ்ந்து பாடுங்கள். அவை என் திருமாலுக்குச் சேர்த்துவிடும்." "மழை போன்ற கை, மலை போன்ற தோள் என்று பயனற்ற மனிதரைப் பாடிப் பச்சைப் பொய் சொல்லவேண்டா." "என்னுடைய வாயைக் கொண்டு மனிதரைப் பாடுவதற்காக வந்த கவி அல்ல நான்." இவ்வாறு ஒரு பதிகம் முழுவதும் செல்வரைப் பொய்யாகப் புகழ்ந்து பாடும் பொய்ம்மையை வெறுத்துக் கூறியுள்ளார்.

நாயன்மார்களுள் சுந்தரமூர்த்தி நாயனாரும் இதே கருத்தை எடுத்துரைத்துள்ளார்.

இவ்வாறுபல வகையிலும் நாட்டில் எழுச்சியையும் புது நம்பிக்கையையும் விளைத்தவை ஆழ்வார் நாயன்மார்களின் பாடல்கள்.

பாடல்களில் திருப்பமும் நெகிழ்ச்சியும்

இடையில் தோன்றிய சில நீதி நூல்களை ஒதுக்கிவிட்டுப் பார்ப்போமானால் சங்க இலக்கியம் பக்தி இலக்கியமாகமாறி வளர்ந்த வளர்ச்சியில் உள்ள சிறப்பை நன்கு உணரலாம். பெயர் குறிப்பிடப்படாமையால் இன்னார் என்று உணரப்படாத கற்பனை மனிதர் இருவரின் காதலாக இருந்த பாட்டுகள் மாறி, தெய்வத்தின் மீது கொண்ட காதலைப் பாடும் பாட்டுகளாக வளர்ந்தன. அரசர்களின் வீரச் செயல்களைப் பாடும் நிலை மாறி, கடவுளின் அற்புத விளையாட்டுகளைப் பாடும் நிலை வளர்ந்தது. வள்ளல்களின் கொடையைப் பாடும் பாடல்களுக்கு ஈடாக, கடவுளின் அருட்செயல்களைப் பாடும் பாடல்கள் வளர்ந்தன. கற்பனைக் காதலுக்குப் பின்னணியாக அந்தந்த ஊர்களின் இயற்கைச் சூழல் வருணிக்கப்பட்டிருந்தது மாறி, கடவுளிடம் செலுத்தும் பக்திக்குப் பின்னணியாக அந்தந்தக் கோயில் தலங்களைச் சூழ்ந்த இயற்கையழகைப் பற்றிய வருணனைகள் அமைந்தன. சங்க இலக்கியக் காதல் பாடல்கள்

பலவற்றிலும் இயற்கை வருணனைகள் அமைந்தமை போலவே திருஞானசம்பந்தர், சுந்தரமூர்த்தி நாயனார், திருமங்கையாழ்வார் முதலானவர்களின் பக்திப் பாடல்கள் பலவற்றிலும் சிறந்த இயற்கை வருணனைகள் அமைந்தமை காணலாம்.

வேறுபாடு பெரிதாக விளங்கும் இடம் பாடல்களின் வடிவிலேயே ஆகும். சங்கப் பாட்டுகள் கற்றவர்களுக்கு உரியனவாகப் பாடப்பட்ட இலக்கியம் ஆகும். ஆழ்வார் நாயன்மார்களின் பக்திப் பாடல்கள் கற்றவர்களோடு மற்றவர்களும் கூடிப் பாடுவதற்கு ஏற்றவாறு தமிழ் எளியதாய் நெகிழ்ந்து அமைந்தது. ஊர் தோறும் பக்தர்கள் கூட்டம் கூட்டமாகப் பாடிக் கோயில்களைச் சுற்றிவந்து வழிபடுவதற்கு ஏற்ற வகையில் இசைப்பாடல்களாய் அமைந்தன. இவ்வாறு நடை எளிமையும் இசையினிமையும் கூடினமையால், தமிழ் இலக்கியத்தில் ஒரு மாறுதல் ஏற்படமுடிந்தது.

பக்தி இலக்கியம் இத்தகைய மாறுதலை ஏற்படுத்தச் சிலப்பதிகாரம் வழிவகுத்துச் சென்றது என்று கூறலாம். சங்க இலக்கியத்திற்கும் பக்தி இலக்கியத்திற்கும் இடையே ஒரு பாலமாக அமைந்ததுசிலப்பதிகாரக்காப்பியம் என்று சொல்லலாம். மேற்குறித்த இலக்கியப் பண்புகள் யாவும் சிலப்பதிகாரத்தில் இருப்பதைக் காணலாம். சங்க இலக்கியத்தில் உள்ள உயர்ந்த மனிதரின் காதலும் அந்தக் காப்பியத்தில் உள்ளது; மனிதர் கடவுளிடம் கொள்ளும் தெய்வக்காதலும் உள்ளது (ஆய்ச்சியர் குரவையில் அதனைக் காணலாம்) அரசர்களின் வீரச் செயல்களும் கொடைப் பண்புகளும் புகழப்பட்டுள்ளன; தெய்வங்களின் அற்புத ஆடல்களும் அருட்செயல்களும் போற்றிப் பாடப்பட்டுள்ளன. (ஆச்சியர் குரவை, குன்றக் குரவை முதலியன); கற்றறிந்தவர்க்கு உரிய காதல் துறைகள் அமைந்த பாடல்களும் உள்ளன. மக்கள் கூடிப்பாடும் எளிய இசைப் பாடல்களும், சேர்ந்து தெய்வ வழிபாடு செய்யும் இசைப் பாடல்களும் உள்ளன. ஆகவே, தமிழ்ப்பாட்டுகள் நடையில் நெகிழ்ந்து வளர் வதற்கும் மக்களை நெருங்கி வளர்வதற்கும் சிலப்பதிகாரம் வழி வகுத்தது; ஆழ்வார் நாயன்மார் பாடல்கள் அந்த மாறுதலை நிறைவேறச் செய்தன எனலாம்.

மற்றொரு மாறுதலும் இங்குக் கருதத்தக்கது. சங்க காலத்திற்குப் பிறகு தமிழ்நாட்டில் சைன பௌத்த சமயங்கள் செல்வாக்குப் பெற்றன. துறவறத்திற்குப் பெருமை ஏற்பட்டது. அதனால் மக்களின்

காதல் வாழ்வுக்கும் இல்லறத்திற்கும் இருந்த பெருமை குறையத் தலைப்பட்டது. இந்த உலகில் உள்ள இன்பங்களை வெறுத்து, மறுமையை மட்டும் நாடுவதே கடமை என்ற மனப்பான்மை வலுத்தது. ஆடல் பாடல் ஓவியம் சிற்பம் முதலிய கலைகளின் மதிபபுக் குன்றியது. இந்த நிலையிலும் சிலப்பதிகாரம் இருவகை நிலைகளையும் எடுத்துரைத்து இரண்டிற்கும் பாலம் போலவே அமைந்தது. சிலப்பதிகாரத்தில் துறவறம் பெருமையுறக் கூறப்படுகிறது; இல்லறமும் கற்பும் பெருமை பெறப் பேசப்படுகின்றன. நிலையாமையும் வற்புறுத்தப்படுகிறது; கலைகளும் போற்றப்படுகின்றன. காப்பியத்தின் முடிவில் மட்டுமே ‘செல்லுந்தே எதுக்கு உறுதுணை தேடுமின்’ என மறுமைக்கு உரிய முயற்சி வலியுறுத்திக் கூறப்படுகிறது. மற்ற இடங்களில் எல்லாம், இரண்டும் மாறிமாறி விளக்கப்படுகின்றன. ஆழ்வார் நாயன்மார் பாடல்களில் துறவறம் பழிக்கப்படவில்லை; இல்லறம் வெறுக்கப்படவில்லை. நிலையாமை உணர்த்தப்படுகிறது; கலைகளும் போற்றப்படுகின்றன. இந்த உலக இன்பங்களை நுகர்ந்தவாறே இறைவனிடத்தில் பக்தி செலுத்தலாம் என்ற தெளிவைப் பக்தி இலக்கியம் தருகிறது. உலக வாழ்வைக் கண்டு அஞ்சும் அச்சம் நீங்கி, மக்கள் கூடி வழிபாடு செய்து பக்தியுணர்ச்சியில் திளைத்திருக்க ஊக்கமூட்டுகிறது. “மண்ணில் நல்ல வண்ணம் வாழலாம்” என்கிறது திருஞானசம்பந்தர் பாடிய தேவாரத்திலுள்ள அறிவுரை சைனத் துறவியாக, துறவிகளின் தலைவராக இருந்து சைவ சமயத்திற்குத் திரும்பியவர் எனக் கூறப்படும் திருநாவுக்கரசர் பாடியுள்ள பின்வரும் பாடலில் இயற்கை தரும் இன்பங்களும் இயற்கையைப் பயன்படுத்திப் பெறும் இன்பங்களும் கலை இன்பங்களும் எல்லாம் இறைவன் தரும் இன்பங்களே என்ற உண்மை விளங்குகிறது.

குருகாம் வயிரமாம் கூறு நாளாம்
        கொள்ளும் கிழமையாம் கேளே தானாம்
பருகா அமுதமாம் பாலின் நெய்யாம்
        பழத்தின் இரதமாம் பாட்டில் பண்ணாம்
ஒருகால் உமையாளோர் பாக னுமாம்
        உள்நின்ற நாவிற்கு உரையா டியாம்
கருவாய் உலகுக்கு முன்னே தோன்றும்
        கண்ணாம் கருகாவூர் எந்தை தானே.

இளங்குருத்து, முற்றிய வைரம் எல்லாம் ஈசனே. நாள், கிழமை,

கிரகங்கள் எல்லாம் அவனே. அமிழ்தமும் அவனே, பாலின் நெய் பழத்தின் சாறு, பாட்டின் இசை எல்லாம் ஈசனே. உமையவளைப் பாகத்தில் கொண்டவன் அவன். நாவிற்குச் சொல்லும் சக்தி அவன். உலகின் கரு அவன். உலகம் தோன்றுவதற்கு முன்னே தோன்றும் கண் அவன். அவனே என்னை ஈன்று காக்கும் தந்தை.)

உண்ணும் சோறு, பருகும் நீர், தின்னும் வெற்றிலை முதலிய எல்லாம் கண்ணனாகிய எம்பெருமானே, அவன் அருளால் பெறும் இன்பங்களே என்று கண்ணீர் மல்கி உருக வேண்டும் என்பது நம்மாழ்வாரின் அறிவுரை. இவ்வாறே மற்ற ஆழ்வார்களும் நாயன்மார் களும் பாடிய பாடல்களிலும் இறைவனை நினைந்து உருகும் பக்தியே மேலோங்கி நிற்க, மற்ற விருப்பு வெறுப்புகளும் கொள்கைகளும் அச்சங்களும் பின்னிலை அடைகின்றன.

ஆழ்வார் நாயன்மார்களின் பக்திப் பாடல்கள் விளைத்த புரட்சி ஒன்று; கடவுளுக்கு முன் மக்கள் எல்லோரும் சமமானவர்கள் கடவுள் ஒருவரே எல்லா மக்களுக்கும் தலைவர் என்ற கருத்தைப் பரப்ப அந்தப் பாடல்கள் உதவின. அதனால், அரசர்களையும் செல்வர்களையும் பாடுவதற்குப் பயன்பட்ட தமிழ், கடவுளைப் பாடுவதற்கு மட்டுமே பயன்பட வேண்டும் என்ற கொள்கை வளர்ந்தது. அரசர்களுடைய அரண்மனைகளையும் செல்வர்களின் மாளிகைகளையும் நாடிச் சென்று ஏங்கி நின்றவர்களைத் திருப்பிக் கோயில்களை நாடி நிற்கச் செய்தார்கள். அரண்மனைக்குப் பெயராக அதுவரையில் வழங்கி வந்த கோயில் என்ற சொல்லே கடவுளின் ஆலயத்துக்கு உரிய சொல்லாகுமாறு மாறுதல் ஏற்பட்டுவிட்டது. நாட்டில் அதுவரையில் மிக உயர்ந்த கட்டடமாக இருந்தவை அரண்மனைகளே. பக்திப் பாடல்கள் செய்த புரட்சியின் விளைவாக, அரண்மனைகளுக்கு இருந்த சிறப்பெல்லாம் கோயில்களுக்கு உரியன ஆயின. அரண்மனைகளைவிட உயர்ந்த கட்டடங்களாகக் கோயில்களின் கோபுரங்கள் ஓங்கி நிற்கும்படியான மாறுதலைச் செய்த பெருமை பக்திப் பாடல்களுக்கே உண்டு. அரண்மனைக்குச் சென்று விடியற்காலையில் அரசன் துயிலெழுமாறு பாடிவந்த இசைப் புலவர்களையும் மற்றவர்களையும் கோயிலை நாடிச் சென்று வைகறையில் துயிலெழுப்பும் பாடல் (திருப்பள்ளியெழுச்சி) பாடும்படியாகச் சமயத் தலைவர்கள் செய்துவிட்டார்கள். அரண்மனை யில் இருந்த அரசனும் வைகறையில் எழுந்து கோயிலுக்குச் சென்று மக்களோடு சேர்ந்து திருப்பள்ளியெழுச்சி வழிபாட்டில் கலந்து

கொள்ளும் படியான நிலைமை ஏற்பட்டது. அரண்மனையில் நிகழ்ந்து வந்து விழாக்கள் பல, கோயில்களில் கடவுளுக்கு உரிய திருவிழாக்களாக மாறின. மனிதர்க்குள் இருந்து வந்த உயர்வுதாழ்வுகளும் சாதி வேறுபாடுகளும் ஒருவாறு புறக்கணிக்கப்படுவதற்கும் இந்தத் திருப்பம் பயன்பட்டது எனலாம்.

◇

7

பலவகை நூல்கள்

(கி.பி. 700 - 1300)

நந்திக் கலம்பகம்

புதிய இலக்கிய வகைகள் சில, இடைக்காலத்தில் தோன்றின. அவற்றுள் கலம்பகம் என்பது ஒன்று. பலவகையான பொருள்பற்றி ஒரே நூலில் பாடுவதைஒரு புதுமையாகக் கொண்டனர் அக்காலத்தவர். பலவகைப் பொருள்பற்றி வெவ்வேறு செய்யுள் வகைகளால் நூறு பாட்டுகள் அமைந்த நூல் கலம்பகம் எனப்படும். ஒரு செய்யுளின் இறுதித் தொடர் அல்லது சொல் அல்லது சீர் அல்லது அசை அடுத்த செய்யுளின் தொடக்கமாக அமையும் அந்தாதி முறையிலே நூறு செய்யுளும் அமையும். அத்தகைய நூல் கலம்பகம் என்னும் பெயரால் நந்திவர்மன் என்ற பல்லவ அரசனைப் புகழ்ந்து பாடப் பட்டது. நந்திக்கலம்பகம் என்று அதற்குப் பெயர் வழங்கியது. செய்யுள்கள் சுவை மிகுந்த கற்பனை நயம் அமைந்து இலக்கிய விருந்தாக உள்ளன. ஆங்காங்கே உயர்வு நவிற்சி அளவு கடந்து செல்வதாகக் காணப்பட்டபோதிலும், செய்யுளின் நடையும் நயமும் அந்த உயர்வு நவிற்சி ஒரு குறையாகத் தோன்றாதவாறு செய்கின்றன. அந்த நூலின் சிறப்பை விளக்க ஒரு கதை சொல்லப்படுகிறது. வரலாற்று உண்மை அந்தக் கதையில் இல்லையானாலும், நூலின் சிறப்பை விளக்கும் காரணத்தால் அந்தக் கதை நிலவி வருகிறது. அந்தப் பல்லவ அரசனின் பகைவன் அவனை அழிப்பதற்குச் சில சூழ்ச்சிகள் செய்தானாம். அவைகள் வெல்லாமல் போகவே, கடைசியில் இப்படி ஒரு சுவையான நூல் பாடி, அதில் அவனுடைய மரணத்துக்கு உரிய வகையில் படிப்படியாகச் சில தொடர்களையும் செய்யுள்களையும் அமைத்து, ஈம விறகு அடுக்கி அதில் அரசன் வீற்றிருந்து கேட்குமாறு வேண்டிக்கொள்ளப்பட்டான். நந்திவர்மன் என்ற அந்த அரசன் தமிழ்ப் பாட்டுகளின் சுவையில் மிகவும் ஈடுபட்டவன், ஆகையால், அந்த வேண்டுகோளுக்கு இசைந்தான். சூழ்ச்சியைப்பற்றி அறிந்த பிறகும், பாட்டுகளின் சுவையில் திளைத்து ஒன்றுபட்ட அரசனுடைய

மனம் அதைவிட்டு எழ இடந்தரவில்லை. இறுதி வரையில் ஈம விறகின் மேலே இருந்து நூறாவது பாட்டையும் கேட்டு அதன் மேலேயே உயிர் துறந்தான் என்றும், உடனே விறகின் அடுக்கு தீப்பற்றி எரிந்தது என்றும் கதை சொல்லும். அந்த நூறாவது பாட்டு கவிதை நயம் அமைந்தது. அது வருமாறு:

வானுறு மதியை அடைந்ததுன் வதனம்
மறிகடல் புகுந்ததுன் கீர்த்தி
கானுறு புலியை அடைநததுன் வீரம்
கற்பகம் அடைநதததுன் கரங்கள்
தேனுறு மலராள் அரியினை அடைந்தாள்
செந்தழல் அடைந்தததுன் தேகம்
யானும்என் கவியும் எங்ஙனனே புகுவோம்
எந்தையே நந்தி நாயகனே.

(வானத்தின் சந்திரனை அடைந்தது உன் முகத்தின் ஒளி. உன் புகழ் தன் போல் பரந்த கடலை அடைந்தது. உன் வீரம் காட்டில் வாழும் புலியிடம் சேர்த்தது. உன் கொடைவளம் மிகுந்த கைகள் கற்பக மரங்களை அடைந்தன. திருமகள் உன்னை விட்டுத் தன் நாயகனான திருமாலிடமே சேர்ந்துவிட்டாள். உன் உடம்போ நெருப்பிடம் சேர்ந்தது. இந்த நிலையில் உன்னைப் பிரிந்து யானும் என்னுடைய கவியும் எங்கே சென்று சேர்வதோ! என்ம தலைவனே! நந்திவர்ம மன்னவனே.)

தமிழிலக்கியத்தில் ஏற்பட்டுவந்த புது வளர்ச்சியைத் தெளிவாகப் புலப்படுத்தியது இந்த நூல். கருத்தினைச் சொல்லும் முறையில் புதுமை, உணர்ச்சிக்கு ஏற்ற வகையில் பாட்டின் ஓசையை அமைக்கும் முறையில் புதுமை, எல்லாவற்றையும்விடப் பொருளைத் தெளிவாகப் புலப்படுத்தும் வகையில் உயிருள்ளதாக அமைந்த எளிய நடையில் புதுமை இவை இந்நூலுக்குச் சிறப்புத் தருகின்றன. சிலப்பதிகார காலத்திலிருந்து தமிழிலக்கியம் வளர்ந்து வந்த தெளிவும் எளிமையும் கூடிய நடை இந்த நூலில் நிறைவு பெற்று விளங்கியது எனலாம்.

படைப்புக்குக் கட்டுப்பாடு

ஓர் அரசனை புகழும்போது ஒரே வகையான யாப்பினால் பல செய்யுள் இயற்றுவதைவிட பலவகை யாப்புகளால் பல செய்யுள்

இயற்றுவது சுவை மிகுந்ததாகும். புலவர் தாமே நேரே அரசனைப் புகழ்ந்து பாடுவதாகப் பல செய்யுள் இயற்றுவதைவிட, ஊரார் புகழ்வதுபோலவும், காதல் கொண்ட மங்கை ஒருத்தி அந்தத் தலைவனுடைய காதலுக்கு ஏங்குவது போலவும், ஊரில் உள்ள பிச்சைக்காரர் புகழ்வது போலவும், வீரன் ஒருவன் தன் தலைவனுடைய சிறப்பால் பெருமை பாராட்டிக் கொள்வதுபோலவும் இவ்வாறு வேறு பல துறைகள் அமைத்தும் செய்யுள் பல இயற்றுவது சுவைமிகுந்து காட்டும். இவ்வாறு பலவேறு யாப்பிலும் பலவேறு பொருளிலும் அரசனுடைய புகழை அமைத்துப் பாடிய செய்யுள்களைத் தொகுத்துக் கலம்பகம் என்ற பெயரால் ஒரு நூலாக அமைக்கும் எண்ணம் புலவர் ஒருவர்க்குத் தோன்றியது. அவர் யார் என்பது இன்று அறிய முடியவில்லை. கி.பி. ஒன்பதாம் நூற்றாண்டில் நந்திவர்மன் என்ற அரசன் மேல் அவ்வாறு அமைந்த நந்திக்கலம்பகம் என்ற நூலே இவ்வகையில் கிடைக்கும் பழைய நூல் ஆகும். நந்திக் கலம்பகத்தையும் அதுபோன்ற சில கலம்பக நூல்களையும் கண்ட இலக்கணப் புலவர்கள், கலம்பகம் என்ற இலக்கியவகை இவ்வாறு அமைய வேண்டும் என்று அதற்கு இலக்கணம் எழுதியுள்ளார். இன்ன இன்ன செய்யுள் வகைகள் கொண்டு, இன்ன இன்ன பொருள் வகைகள் (துறைகள்) அமைந்து வர வேண்டும் என்று எழுதினார்கள். பதினெட்டு உறுப்புகள் அமைய வேண்டும் என்றார்கள். தெய்வங்களைப்பற்றிப் பாடுவது நூறு செய்யுள் உடையதாகவும், முனிவர்களைப் பற்றியது தொண்ணூற்றைந்து உடையதாகவும், அரசர்களைப்பற்றியது தொண்ணூறு உடையதாகவும், அமைச்சர்களைப்பற்றியது எழுபது கொண்டதாகவும், வணிகர்களைப்பற்றியது ஐம்பது கொண்டதாகவும், வேளாளரைத் தலைவராகக் கொண்டு பாடியது முப்பது செய்யுள் உடையதாகவும் இருக்கவேண்டும் என்று சாதிப்பற்றிய இலக்கணம் எழுதினர். இவ்வாறு இலக்கிய நூல்களின் அமைப்புக்கு விதிகள் வகுத்து ஒழுங்கு செய்துவிடலாம் என்று இலக்கணக்காரர் எண்ணியது வியப்பாகவே உள்ளது. படைப்பிலக்கியத்தை இவ்வாறு கட்டுப்படுத்த முடியாது. எங்கே உரிமை இல்லையோ அங்கே கலையின் பிறப்பு இல்லை என்பதை அவர்கள் மறந்துவிட்டார்கள். இத்தனை இத்தனை செய்யுள் என்று சாதிக்கு ஏற்றபடி வகுத்தது முற்றிலும் பொருந்தாது. பதினெட்டு உறுப்புகள், இத்தனை செய்யுள்

என்ற விதிகளைப் பிற்காலத்தில் கலம்பகம் இயற்றியவர்கள் பின்பற்றவில்லை. தம்தம் கற்பனையின் வளத்துக்கு ஏற்றவாறு கூட்டியும் குறைத்தும் மாற்றியும் பாடினார்கள். இலக்கண நூல்களில் கூறப்படாத பிச்சியார், கொற்றியார், இடைச்சியர், வலைச்சியர், கீரையார், மோகினியார் முதலிய பெண்களின் மொழிகளாகவும் செய்யுள்கள் இயற்றிக் கலம்பகத்தில் இடம் பெறச் செய்தார்கள். திருக்கலம்பகம் என்ற பழைய நூல் 110 செய்யுள் உடையது. ஆளுடைய பிள்ளையார் கலம்பகம் 49 செய்யுள் கொண்டது. இரட்டைப் புலவர், குமரகுருபரர், சிவப்பிரகாசர் முதலிய பெரும் புலவர்களும் கலம்பகம் இயற்றியுள்ளனர். பெரும்பாலான கலம்பக நூல்கள், சில தலங்களில் கோயில் கொண்டுள்ள தெய்வங்களைப் புகழ்ந்து பாடியவைகளே. ஒவ்வொரு செய்யுளிலும் வெவ்வேறு பொருள் அமைந்திருந்தாலும், ஏதேனும் ஒரு தொடர்பாக அந்த ஊரும் தெய்வமும் புகழப்பட்டிருக்கும். ஒரு செய்யுளின் இறுதிச் சொல்லோ சீரோ அசையோ அடுத்த செய்யுளின் தொடக்கமாக அமையும் அந்தாதி முறையில் நூல் முழுவதும் அமையும். ஆகவே பல வண்ண மணிகளை ஒரு நூல் கொண்டு அழகாகக் கோத்ததுபோல் விளங்குவது கலம்பகம். கலம்பகத்தின் தலைவனுடைய பெயரும் புகழுமே கோப்பதற்கு உதவின அந்த நூல் எனலாம்.

இடைக்காலத்தில் செய்யுள் இயற்றுவோர், அவற்றில் யமகம் முதலான சொல்லணிகளை அமைப்பதை ஒரு பெரிய திறமையாகக் கருதியிருந்தார்கள். கலம்பக நூல்களில் அப்படிப்பட்ட சொல் வித்தைகளைக் காட்டுவதில் புலவர்கள் போட்டியிட்டார்கள். அவற்றில் உண்மையான பாட்டுக்கு உரிய கலைச்சிறப்பு இல்லை என்பதை இக்காலத்தார் உணர்ந்தமையால், யமகச் செய்யுள்களை இன்று போற்றுவதில்லை.

கலம்பகம் பாடுவது சென்ற நூற்றாண்டு முதல் குறைந்து விட்டது. பழைய கலம்பகங்களுக்குள்ளும் நந்திக் கலம்பகம் ஒன்றையே அதன் கவிதை வளம்பற்றி இன்னும் பலரும் பாராட்டிக் கற்று வருகிறார்கள். மற்றக் கலம்பகங்களை அந்தந்தச் சமயத்தைச் சார்ந்தவர்கள் சமயப் பற்றுக்கொண்டு போற்றி வருகின்றார்கள். சென்ற நூற்றாண்டில் மேல்நாட்டுக் கல்வியில் தேர்ந்த பூண்டி அரங்கநாத முதலியார் என்பவர் கலம்பகத்தில் ஈடுபாடு கொண்டு காஞ்சிபுரத்தைப் போற்றிக் கச்சிக் கலம்பகம் இயற்றினார்.

திருப்பள்ளியெழுச்சி

தமிழ்நாட்டில் பழங்காலத்தில் அரசர்களும் மற்றத் தலைவர் களும் வைகறையில் உறக்கம் விட்டு எழுமுன் அவர்களின் செவியில் இனிமையான இசை கேட்பது நல்லது என்று ஒருவழக்கம் ஏற்படுத்தி யிருந்தார்கள். இசைக்கலையில் வல்ல பாணர்கள் வைகறையில் அரண்மனைக்கும் பிற இடங்களுக்கும் சென்று அவர்கள் உறக்கம் விட்டு எழுமாறு இனிய இசை பாடுவார்கள் (இன்றும் சில மாதங்களில் அவ்வாறு வீடுதோறும் வைகறையில் சிலர் பாடிச் செல்லும் வழக்கம் தமிழ் நாட்டில் உள்ளது). நாட்டுப்பாடல்கள் பல அந்தக் காலத்தில் துயிலெழுப்பும் பாடல்களாக இருந்திருக்கின்றன. அவற்றை ஒட்டிப் புலவர்களும் பாடியிருக்கிறார்கள். சங்க காலத்தில் அந்தப் பாடல் மரபு 'துயிலெடைநிலை' என்று கூறப்பட்டது. இடைக்காலத்தில் -ஆழ்வார் நாயன்மார்களின் பக்தியியக்கத்தின்போது - அது திருப்பள்ளியெழுச்சி என்ற பெயரால் வழங்கியது. நாயன்மார்களில் மாணிக்கவாசகரும் ஆழ்வார்களில் தொண்டரடிப் பொடியாழ்வாரும் திருப்பள்ளியெழுச்சிப் பாடல்கள் பாடியுள்ளனர். அந்தப் பாடல்கள் இன்று வரையில் கோயில்களில் வைகறையில் பூபாள ராகத்தில் ஓதப்பட்டு வரு கின்றன. மாணிக்கவாசகர் சிவபெருமானைத் துயிலெழுப்பு வதாகவும், தொண்டரடிப் பொடியாழ்வார் திருமாலைத் துயி லெழுப்புவதாகவும் பாடியுள்ளனர். பாடல்கள் இலக்கிய நமயம் உடையவை. ஒரே வகையான செய்யுள் வடிவிலேயே சான்றோர் இருவரும் பாடியுள்ளனர். பிற்காலத்தில் தத்துவராயரும் சிதம்பர சுவாமிகளும் திருப்பற்றியெழுச்சிப் பாடல்கள் பாடியபோதும் அந்தச் செய்யுள் வடிவங்களை அப்படியே பின்பற்றிப் பாடினார்கள். இந்த நூற்றாண்டின் தொடக்கத்தில் தேசீயக்கவி பாரதியார் பாடிய பாரதமாதா திருப்பள்ளியெழுச்சியிலும் அதே செய்யுள் வடிவத்தைக் கையாண்டுள்ளார்.

கதிரவன் குணதிசைச் சிகரம்வந் தணைந்தான்
    கனையிருள் அகன்றது காலையம் பொழுதாய்
மதுவிரித் தொழுகின மாமலர் எல்லாம்
    வானவர் அரசர்கள் வந்துவந் தீண்டி
எதிர்திசை நிறைந்தனர் இவரொடும் புகுந்த
    இருங்களிற் றீட்டமும் பிடியொடு முரசம்
அதிர்தலில் அலைகடல் போன்றுள தெங்கும்
    அரங்கத்தம் மாபள்ளி எழுந்தரு ளாயே.

இது தொண்டரப்பொடியாழ்வார் பாடியது (சூரியன் கிழக்கே உதித்தல், இருள் நீங்கிவிடல், மலர்கள் மலர்தல், தேவர்களும் அரசர்களும் வந்து கூடி ஏவலுக்குக் காத்திருத்தல், யானைகளும் முரசும் அதிர்ந்து கடல்போல ஒலித்தல் ஆகியன கூறப்பட்டன. இறுதியில் இறைவனே பள்ளியெழுக என்று வேண்டிக் கொள்ளப்பட்டது.)

போற்றிஎன் வாழ்முதல் ஆகிய பொருளே
புலர்ந்தது பூங்கழற் கிணைதுணை மலர்கொண் (டு)
ஏற்றிநின் திருமுகத் தெமக்கருள் மலரும்
எழில்நகை கொண்டுநின் திருவடி தொழுகோம்
சேற்றிதழ்க் கமலங்கள் மலரும்தண் வயல்சூழ்
திருபபெருந் துறைஉறை சிவபெரு மானே
ஏற்றுயர் கொடிஉடை யாய்எனை உடையாய்
எம்பெரு மான்பள்ளி எழுந்தரு ளாயே.

இது மாணிக்கவாசகர் பாடியது (பொழுது புலர்ந்துவிடல், திருவடிகளை வழிபட மலர்கள் கொண்டு அடியார் வந்திருத்தல், இறைவனுடைய புன்முறுவலை எதிர்நோக்கி வழிபடுதல் ஆகியவை கூறப்பட்டன. இறுதியில் மகுடமாகப் பள்ளி எழுந்தருளாய் என்று வேண்டிக் கொள்ளப்பட்டது).

தத்துவராயர் என்னும் அத்வைத ஞானி. பதினெட்டாம் நூற்றாண்டில் திருப்பாவை, பல்லிப்பாட்டு முதலான நாட்டுப் பாடல் வடிவங்களில் பல பாடல்கள் பாடியிருப்பது போலவே, திருப்பள்ளியெழுச்சி எனப் பல பள்ளியெழுச்சிப் பாடல்கள் பாடியுள்ளார். ஒவ்வொன்றும் பத்துப் பத்துப் பாடல்கள் கொண்டவை. எல்லாம் மேலே காட்டிய ஆழ்வார் நாயன்மார் பாடல்களின் பொருள் அமைப்பையும் வடிவத்தையும் இசையமைப் பையும் அவ்வாறேபின் பற்றி அமைந்துள்ளன. சிதம்பர சுவாமிகள் முருகக் கடவுளைப்பற்றிப் பாடிய திருப்பள்ளியெழுச்சியின் பத்துப் பாடல்களும் அவ்வாறே வடிவமும் இசையமைப்பும் பெற்றுள்ளன. தெய்வத்தின் ஊரும் பெயரும் மாறுகின்றனவே தவிர, மற்றப் பொருளமைப்பு மாறுவதில்லை.

பொழுது புலர்ந்தது யாம்செய்த தவத்தால்
புன்மை இருட்கணம் போயின யாவும்
எழுபகம் பொற்சுடர் எங்கணும் பரவி

எழுந்து விளங்கிய தறிவெனும் இரவி
தொழுதுனை வாழ்த்தி வணங்குதற் கிங்குன்
தொண்டர்பல லாயிரர் சூழ்ந்துநிற் கின்றோம்
விழிதுயில் கின்றனை இன்னும்எம் தாயே
வியப்பிது காணபள்ளி எழுந்தரு ளாயே

இது பார மாதாதிருப்பள்ளியெழுச்சி என்று இந்த நூற்றாண்டில் பாரதியார் பாடியதில் முதல் பாட்டு (பொழுது புலர்ந்துவிடல், துன்பமெனும் இருள் நீங்குதல், அறிவு என்னும் சூரியன் உதயமாதல், பாரதத் தாயைத் தொழுது வணங்கத் தொண்டர்கள் சூழ்ந்து நிற்றல், இன்னும் கண் விழிக்காமல் உள்ள தாயைப் பள்ளி எழுந்தருளுமாறு வேண்டுதல்).

பாட்டின் வடிவம், செய்யுளின் அடி சீர் அமைப்பு எல்லாம் பன்னிரண்டு நூற்றாண்டுகளாக ஒரே வகையாக இருந்து வருகின்றன. அதற்கு முன்பும் அப்படிப்பட்ட நாட்டுப் பாடல்கள் இருந்திருக்க வேண்டும் என்றும் அவைகளும் ஏறக்குறைய அதே வடிவில் இருந்திருக்க வேண்டும் என்றும் கருதலாம். பொழுது விடிதல், கதிரவன் எழுதல், பலரும் வந்து கூடித் தலைவனின் அருளுக்காகவும் ஏவலுக்காகவும் காத்திருத்தல், கண்விழித்து எழுமாறு வேண்டுதல் முதலிய பொருளமைப்பும் பழங்காலம் முதல் ஒரே வகையாக இருந்து வந்ததாகக் கொள்ளலாம். பள்ளியெழுந்தருளாயே என்று பாட்டின் முடிவில் மகுடம் அமைந்திருப்பதிலும் பல நூற்றாண்டுகளாக ஒரு பொதுமை காணலாம்.

கோவை

பாண்டிய அரசன் நெடுமாறனைப் புகழ்ந்து எழுதப்பட்ட நூல் பாண்டிக்கோவை என்பது. கி.பி. ஆறு அல்லது ஏழாம் நூற்றாண்டில் இயற்றப்பட்டதாகக் கருதப்படுகிறது. நூல் முழுவதும் இப்போது கிடைக்கவில்லை. முந்நூறு பாட்டுகள் அந்நூலுக்கு உரியவை என்று தொகுக்கப்பட்டுள்ளன. அந்தப் பாட்டுகள் இலக்கண நூல்களில் மேற்கோளாகக் காட்டப்பட்டுள்ளன. நூலாசிரியர் இன்னார் என்பதும் தெரியவில்லை.

கோவை என்பது இலக்கிய நூல்களுள் ஒருவகை. கோவை நூல்களுக்குள் பழையதாகக் கருதப்படுவது இது. கோவை என்றால் பல செய்யுள்களைத் தொடர்பு உடையவனவாகக் கோத்தல் என்பது

பொருள். சங்க காலத்தில் காதல் பற்றிய பாட்டுகள் ஒன்றோடொன்று தொடர்பு இல்லாமல் தனித்தனியே பாடப்பட்டுள்ளன. அவ்வப்போது தோன்றிய தனித்தனிக் கற்பனைகளுக்கும் உணர்ச்சிகளுக்கும் வடிவம் தந்து வெவ்வேறு புலவர்களால் இயற்றப்பட்டவை. கோவை என்பது காதலர் இருவரின் காதல் உணர்ச்சிகளையும் நிகழ்ச்சிகளையும் ஒரு வரலாறு போல் படிப்படியாகக் காட்டி ஒரே வகையான செய்யுள் களால் தொடர்ந்து பாடி அமைக்கும் நூல் ஆகும். பொதுவாக நானூறு காதல் துறைகள்பற்றி நானூறு செய்யுள்களால் பாடப்படுவது அது. காதலர் ஒருவரை ஒருவர் காண்பது முதல் திருமணத்திற்குப் பின் நடத்தும் வாழ்க்கை நிலைகள் வரையில் குழந்தை பெற்று வளர்த்தல், ஊடல் முதலியன உட்பட நானூறு துறைகளையும் ஒரு வாழ்க்கை வரலாறுபோல் தொடர்ந்து காட்டுவது கோவை. அந்தக் காதலர் சங்க இலக்கியத்தில் உள்ளவாறு கற்பனைக் காதலர்களே. காதலர் கண்ட இடம். பழகிய சோலை முதலியவற்றைச் சொல்லும் போதும், உவமைகளை அமைக்கும்போதும், ஓர் அரசனையோ வள்ளலையோ தெய்வத்தையோ புகழ்ந்து கூறுவது உண்டு. அந்த நானூறு பாட்டுகளுள் ஒவ்வொன்றும் ஒவ்வொரு காரணம்பற்றி அந்தத் தலைவனுடைய மலை, நாடு, ஆறு, பண்பு, செயல்கள் முதலியவற்றுள் ஏதேனும் ஒன்று புகழப்படும். அவ்வாறு அமையும் நூல்வகையே கோவை.

பாண்டிக்கோவையில் பாண்டியன் நெடுமாறனின் வீரம், கொடை, போர்க்களங்கள், வெற்றிகள் முதலியவை புகழப் படுகின்றன. மாணிக்கவாசகரின் திருக்கோவையாரில் சிவபெருமான் போற்றிப் பாடப்படுகிறார். பிற்காலத்தில் இவ்வாறு வெவ்வேறு அரசர்களையும் வள்ளல்களையும் தெய்வங்களையும் புகழ்ந்து கோவைகள் பாடப்பட்டன. ஒரே வகை இலக்கணத்திற்குக் கட்டுப்பட்ட காரணத்தால், பெரும்பாலான கோவைகளில் புதுமையான படைப்புகள் குறைந்துவிட்டன. ஆகவே ஒரு சில கோவை நூல்களே காலத்தால் அழியாமல் காப்பாற்றப்பட்டன. அவைகள் காக்கப்பட்ட காரணம் அவற்றின் இலக்கியச் சிறப்பே ஆகும். புகழப்பட்ட தலைவர்களின் புகழ் மறைந்தவுடன் மற்றக் கோவை நூல்கள் மக்களால் புறக்கணிக்கப் பட்டு மறைந்தன.

கோவை நூல்களுள் திருக்கோவையார்க்கு அடுத்த நிலையில் இலக்கிய உலகில் வாழ்வு பெற்றது தஞ்சைவாணன் கோவை. பொய்யாமொழிப்புலவர் (கி.பி. பதின்மூன்றாம் நூற்றாண்டு) இயற்றிய அந்நூல், அதற்கு முற்பட்ட கோவை நூல்களைவிட எளிமையும் தெளிவும் பெற்றுள்ளமை அதன் வாழ்வுக்கு ஒரு காரணம் எனலாம். மற்றொரு காரணமும் உள்ளது. அகப்பொருள் (காதல் துறைகளின்) இலக்கண நூலாகிய நம்பியகப் பொருளுக்கு ஒவ்வொரு துறைக்கும் பொருத்தமான எடுத்துக்காட்டாகத் தஞ்சைவாணன் கோவையின் பாட்டுகள் அமைந்துள்ளதே அந்தக் காரணம். அந்த இலக்கண நூலுக்கு உரிய எடுத்துக்காட்டுக்காகவே இயற்றப்பட்டதுபோல் அவ்வளவு பொருத்தமாகவும் முறையாகவும் தஞ்சைவாணன் கோவையின் பாட்டுகள் உள்ளன. மற்றக் கோவை நூல்கள் போலவே, கற்பனையான காதலன் காதலி ஆகியோரின் காதல் வாழ்வை ஒரு வரலாறுபோல் கோவைப்படுத்திக் கூறுவது இது. நூலின் பாராட்டுக்கு உரிய வரலாற்றுத் தலைவனும் ஒவ்வொரு பாட்டிலும் புகழப்படுகிறான். அவனுடைய பெயரே நூலுக்குச் சூட்டப்பட்டுள்ளது. தஞ்சைவாணன் என்னும் அந்தத் தலைவன் ஒரு பாண்டிய அரசனுடைய அமைச்சனாகவும் படைத் தலைவனாகவும் விளங்கியவன்; அவனுடைய வீரச் செயல்களையும் கொடைப் பண்பை யும் இந்நூல் பல இடங்களில் பாராட்டுகிறது.

பரணி

கி.பி. பதினொன்றாம் நூற்றாண்டில் சோழ அரசன் குலோத்துங்கன், அனந்தவர்ம சோடகங்கள் ஆண்டு வந்த கலிங்க நாட்டின் மேல் படையெடுத்துப் போர் செய்து வெற்றி பெற்றான். சோழனின் படைகளுக்குத் தலைமை தாங்கி வெற்றி பெற்றுத் தந்தவன் கருணாகரத் தொண்டைமான் என்னும் படைத்தலைவன். சோழ அரசனையும் அந்தப் படைத்தலைவனையும் புகழ்ந்து, பாராட்டி, இயற்றப்பட்ட நூல் கலிங்கத்துப் பரணி என்பது. தனியே ஒரு போர் பற்றி எழுந்த பெருநூல் அது. வரலாற்று நிகழ்ச்சி ஒன்றைக் கருவாகக் கொண்டு இயற்றப்பட்டபோதிலும், புதிய கற்பனைகள் பல. நூலில் அமைந்து சுவை பயக்கின்றன. பரணி என்பது ஒரு வகை நூல். ஆயிரம் யானைகளைப் போர்க்களத்தில் கொன்று வெற்றியை நிலைநாட்டிய வீரன் ஒருவனைப் புகழ்ந்து பாடுவது பரணி. தோற்ற அரசனுடைய

நாட்டில் போர்க்களம் அமைத்துப் போர் செய்து வெல்வதால், பரணி அங்கே பாடப்படுவதாகக் கொண்டு, தோற்ற நாட்டுப் பெயரால் நூலை வழங்குவது மரபு ஆயிற்று. இங்கே தோற்ற நாடு கலிங்கம். ஆகவே நூல் கலிங்கத்துப் பரணி எனப்பட்டது. நூலின் ஆசிரியர் செயங்கொண்டார். பரணி என்னும் இலக்கிய வகையில் அவருடைய நூலே இன்று வரையில் சிறப்புடையதாய் விளங்குகிறது. வீரச்சுவைக்கு உரிய போர்ச் செய்திகளை எடுத்துரைக்கும் நூலாயினும், புலவருடைய கற்பனைத் திறனால காதல் சுவையும்மிக்க விளங்குமாறு அமைக்கப்பட்டுள்ளது. இரண்டு இரண்டு அடிகளால் ஆன தாழிசை என்னும் செய்யுள் வகையால் நூல் இயற்றப்பட்டது. செய்யுள்கள் வீரச்சுவைக்கு ஏற்ற மிடுக்கான ஓசைச் செல்வம் உடையவை; போர் நிகழ்ச்சிகளின் வேகத்திற்கும் கொடுமைக்கும் மற்ற உணர்ச்சிகளுக்கும் ஏற்றவை. ஓசைககளை வேறுபடுத்திக் காட்டுவதில் வல்லவர் புலவர். சொற்களின் ஓசையும் பொருளும் சேர்ந்து போர்க்களத்தையே படிப்பவரின் மனக்கண்ணின் எதிரே நிறுத்திவிடுகின்றன. பல பாடல்கள் பொருளையும் மறந்து ஓசைச் சிறப்புக்காகவே பலமுறை படிக்கத் தூண்டுவனவாக உள்ளன.

எடும்எடும் எடும்என எடுத்ததோர்
இகல்ஒலி கடல்ஒலி இகக்கவே
விடுவிடு விடுபரி கரிக்குழாம்
விடும்விடும் எனஒலி மிகைக்கவே.
விளைகனல் விழிகளின் முளைக்கவே
மினல்ஒளிகனலிடை பிறக்கவே
வளைசிலை உரும்என இடிக்கவே
வடிகணை நெடுமழை சிறக்கவே.

இவ்வாறே நூற்றுக்கணக்கான செய்யுள்கள் விரைவும் மிடுக்கும் உடையனவாய் உணர்ச்சி வேகத்திற்கு ஏற்றவாறு ஒலிக்கின்றன.

போர்க்களத்தில் வீரர்கள் வழிபடும் தெய்வம்காளி. காளியைச் சுற்றியுள்ள கூட்டம் பேய்களின் கூட்டம் காளிக்கு உரிய நட்சத்திரம் பரணி. அதனால் நூலுக்குப் பரணி என்று பெயர் அமைந்தது என்று கூறுவர். பல ஆண்டுகளாக எங்கும் போர்கள் இல்லாமையால், பேய்களுக்கு உணவான பிணங்கள் கிடைக்காமல் அவை பசியால் வாடுவதாகக் கற்பனை செய்யப்படுகின்றது. பேய்கள் தம் தெய்வமாகிய

காளியிடம் சென்று நிலைமையை முறையிடுகின்றன. கலிங்கநாட்டில் சோழன்படை புறப்பட்டுச் செல்வதாகச் செய்தி வருகிறது. அவ்வாறு அமைத்தே போர்க்கள வருணனை தொடங்குகிறது. போர் முடிந்த பிறகு பகை நாட்டு வீரர்களும் யானைகளும் கொன்று குவிக்கப் பட்டிருக்கும் காட்சி விளக்கப்படுகிறது. பேய்களின் விருந்தும் கொண்டாட்டமும் எடுத்துரைக்கப்படுகின்றன. வென்ற அரசனுடைய புகழ் பலமுறை பாராட்டிப் பேசப்படுகின்றது. இத்தகைய கற்பனை அமைத்துப் பாடுவதே பரணி இலக்கியத்திற்கு உரிய இலக்கணம் ஆகிவிட்டது.

உலா

கோயிலில் தெய்வம் அலங்காரச் சிறப்புகளுடன் பரிவாரங்கள் சூழப் புறப்பட்டுப் பெரிய தெருக்களில் (மாட வீதிகளில்) உலா வருவது உண்டு. தெய்வம் புறப்படுவது முதல் சுற்றித் திரும்பி வருவது வரையில் எல்லா நிலைகளிலும் தெய்வத்தைப் போற்றிப் புகழ்ந்து பாடல்கள் பாடப்படுவது வழக்கமாக இருந்தது; புறப்படுவதற்கு முன் அந்தத் தெய்வத்தின் பெருமையும் அற்புத வீரச்செயல்களும் போற்றிக் கூறப்படுவதும், புறப்படும்போது பரிவாரமாகச் சூழ்ந்து வருவோரின் விளக்கங்கள் கூறப்படுவதும், உலா வரும்போது தேவதாசியர் பலர் தெய்வத்தைக்கண்டு காதல் கொள்வதுபற்றி எடுத்துரைப்பதும் முற்காலத்தில் நாட்டுப் பாடல்களாக வழக்கத்தில் இருந்தன. அந்த நாட்டுப் பாடல்கள் எல்லாம் அந்தந்த ஊர்களில் சிறுசிறு வேறுபாடு களோடு வழங்கியிருக்க வேண்டும். முதல் முதல் புலவர் ஒருவர் ஓர் ஊரில் கோயில் விழாவை நன்றாக ஆராய்ந்து, அந்தப் பாடல் களைப் போல் பாடி ஒரு நூலாக அமைத்துத் தர வேண்டும் என்று எண்ணம் கொண்டார். அவ்வாறு அவர் இயற்றிய இலக்கிய வகையே உலா என்று பெயர் பெற்றது. இப்போது கிடைக்கும் உலா நூல்களுள் மிகப் பழமையானது கி.பி. ஒன்பதாம் நூற்றாண்டில் சேரமான் பெருமாள் நாயனாரால் பாடப்பெற்ற திருக்கைலாய ஞான உலா என்பது. அதனால் அதற்கு ஆதியுலா என்ற பெயரும் வழங்குகிறது.

திருக்கைலாய ஞான உலாவில் போற்றப்படும் தெய்வம் சில பெருமான். சிவலோகத்தில் தேவர்கள் எல்லோரும் கூடிச் சிவபெருமான் உலா வந்து காட்சி தரவேண்டும் என்று வேண்டிக்

கொள்கிறார்கள். சிவபெருமான் அவர்களின் வேண்டுகோளுக்கு இசைகிறான். பார்வதி கடவுளுக்கு எல்லா வகையான அணிகளையும் அணிவித்து அலங்காரம் செய்கிறாள். சூட்டிக் கொள்வதற்கு உரிய மாலை மன்மதனால் தரப்படுகிறது. சந்தனம் பூசி, குண்டலம் முதலியவை பூண்டு சிவன் கிளம்புகிறான். நந்தியும் மாகாணரும் காவல் புரியும் கைலாய வாயில்களைக் கடந்து சிவன் வெளிவருகிறான். முனிவர்கள் எழுவரும் வாழ்த்து மொழிகிறார்கள். ஆதித்தர் பன்னிருவர் பல்லாண்டு பாடுகிறார்கள். அகத்தியர் யாழ் இசைக்கிறார். அக்கினித் தெய்வம் நறும்புகை ஏந்துகிறான். வருணன் நிறைகுடம் ஏந்துகிறான். வாயு வீதிகளைத் தூய்மைசெய்ய, மேகம் நீர் தெளிக்கிறது. சந்திரன் குடை பிடிக்கிறான். குபேரன் தானமாகப் பொருள்களை வீசுகிறான். கங்கையும் முனையும் கவரி வீசுகிறார்கள். மின்னல்களே கொடிகள். இடிகளே முரசுகள், அரம்பை, ஊர்வசி முதலானோரின் நாட்டியம் நடைபெறுகிறது. இவ்வாறே மற்றத் தேவர்களும் தம்மால் இயன்ற தொண்டுகள்செய்கிறார்கள். ஏழு வாயிலும் கடந்து சிவன் வெளியே வருகிறான். முருகன் மயில் மீது ஏறி முன்னே செல்ல, இந்திரன் அயிராவதத்தின் மேல் அமர்ந்து பின்னே வருகிறான். அன்னத்தின் மேல் அமர்ந்த பிரமன் வலப்பக்கத்திலும், கருடன்மீது அமர்ந்த திருமால் இடப்பக்கத்திலும் செல்கிறார்கள். காமனுடைய படை முன் செல்கிறது. விநாயகர் மெல்ல நடக்கிறார். மற்றத் தேவ கணங்களும் சூழ்ந்து வருகிறார்கள். பலவகை இசைக்கருவிகள் ஒலிக் கின்றன. உலா வரும் தெருக்களில் மங்கையர் பலர் தெய்வத்தின் அழகைக் கண்டு களிக்கின்றனர். அவர்களுள் ஏழு மங்கையர் இறைவனைப் பார்த்துக் காதல் கொள்ளும் நிலையும் அவர்களின் எழுவகைப் பருவ வேறுபாட்டுக்கு ஏற்ப எழுவகை மனநிலையும் விளக்கப்படுகின்றன. ஐந்து வயதுக்குமேல் ஏழு வயது வரை உள்ள பேதைப் பருவத்துப் பெண், காதல் என்பது இன்னது என்று அறியாதவள். அவளுடைய உள்ளத்திலும் ஒருவகை மாறுதல் ஏற்படுகிறது; அவளும் இறைவனுடைய அன்புக்காக ஏங்குகிறாள். ஏழு முதல் பதினொரு வயதுக்கு உரிய பெதும்பைப் பருவத்துப் பெண், காதலைப்பற்றிய அறிவும் அறியாமையும் கலந்த நெஞ்சோடு வாடுகிறாள். பன்னிரண்டு அல்லது பதின்மூன்று வயது உள்ள மங்கைப் பருவத்தாள், இறைவனைக் கண்டு மயங்குகிறாள். பதினான்கு முதல் பத்தென்பது வயது வரையில் உள்ள மடந்தைப் பருவத்தாள். தான் உற்ற காதலைத் தோழியரிடம் சொல்லிப் புலம்புகிறாள். இருபது

முதல் இருபத்தைந்து வயது வரையில் ஆகிய அரிவைப் பருவத்தை உடையவள். காதலால் வாடித் துயருறுகிறாள். இருபத்தாறு முதல் முப்பத்தொன்று வரையில் வயது உள்ள தெரிவைப் பருவத்திற்கு உரியவள் காதலால் சோர்வுற்று ஏங்குகிறாள். முப்பத்திரண்டுக்கு மேல் நாற்பதுக்கு உட்பட்ட பேரிளம் பெண் காதலால் உள்ளமும் உடம்பும் வாடி வருந்துகிறாள். இவ்வாறு ஏழு பருவமங்கையரின் காதல் நிலைகளைக் கூறும்போதும், அந்தந்தப் பருவங்களுக்கு ஏற்றபடி அவர்கள் மேற்கொள்ளும் விளையாட்டுகளும், பருவங்களுக்கு ஏற்ற அளவில் அவர்கள் உணரும் காதல் அனுபவங்களும், அவர்களின் உள்ளத்து உணர்ச்சிகளைப் புலப்படுத்தும் முறைகளும் வெவ்வேறாக விளக்கப்படுகின்றன. இவ்வாறு பலருடைய நெஞ்சங்களையும் கவரும் ஒப்பற்ற அழகனாய்த் தலைவன் உலா வருவதாகப் பாடுவதே உலா நூலின் மரபு ஆகும்.

ஞான உலா பாடிய சேரமான் பெருமாள் நாயனார், திருவாரூர் மும்மணிக்கோவை, திருவண்ணத்தந்தாதி, திருவந்தாதி முதலிய வேறு நூல்களும் பாடியுள்ளார். மூன்று வேறு வகையான மணிகளை மாறிமாறித் தொடுத்த மாலைபோல், வெவ்வேறான மூவகைச் செய்யுள் வகைகள் மாறி மாறி வர, முப்பது பாட்டுகள் கொண்டது மும்மணிக்கோவை. இதுவும் புதிய அமைப்பாகும். ஒரு செய்யுளின் இறுதிப் பகுதியே அடுத்த செய்யுளின் தொடக்கமாக வருமாறு அந்தாதி முறையில் பாடும் வழக்கம் சங்க காலத்தில் பதிற்றுப்பத்தின் ஒரு பகுதியில் காணப்படுகிறது. ஆயினும் சேரமான் பெருமாள் நாயனாரின் நூல்களும் நந்திக்கலம்பகமும் அந்த அந்தாதி முறைக்கு நன்கு வழி வகுத்தன எனலாம்.

உலா இலக்கிய வகையில் ஒரு நூல் இயற்றப்பட்ட பிறகு, அதன் அமைப்பையே இலக்கணமாகக் கொண்டு பின்பந்த புலவர்கள் உலா நூல்கள் இயற்றினார்கள். தலைவனுடைய ஊர் பேர் சூழ்ந்து வருவோர் முதலியன வேறுபடலாம். ஆனால் மற்ற வருணனைகளின் தன்மைகள் ஒவ்வொரு நூலிலும் அவ்வாறே இருக்கும். புலவர்களின் கற்பனைத் திறனுக்கு ஏற்றவாறு, ஏழு பருவ மங்கையர்களின் காட்சியும் உணர்ச்சியும் உரையாடலும் வெவ்வேறாக அமைக்கப்படும்; உவமைகள் பல புதுமைகளோடும் கூறப்படும். இவ்வாறு இயற்றும் புலவர்களின் திறனுக்குத் தக்கவாறு சிலபல நயங்களும் சிறப்புக்களும் வெவ்வேறாக அமைந்தபோதிலும்,

ஒன்றைப்போலவே மற்றொன்று இயற்றப்படும் காரணத்தால், இலக்கியப் புதுமை காண்பது அரிதாயிற்று. ஆகவே, பல உலாக்களில் உண்மையான இலக்கியப் படைப்புக் குறைந்து, செய்யுளியற்றும் திறமையே மிகுந்து காணப்படுகிறது. கவிதைச் சிறப்புக் குன்றி, செய்யுள் புனைவே மேலோங்கி நிற்கிறது.

திருக்கைலாய ஞான உலாவிற்கு அடுத்து இப்போது கிடைக்கக் கூடியனவா உள்ள உலா நூல்கள் பதினொன்றாம் நூற்றாண்டில் திருஞானசம்பந்தர் மேல் நம்பியாண்டார் நம்பி பாடிய ஆளுடைய பிள்ளையார் திருவுலா மாலையும், கி.பி. பன்னிரண்டாம் நூற்றாண்டில் ஒட்டக்கூத்தர் இயற்றிய மூன்று உலா நூல்களும் ஆகும். தெய்வத்துக்கு உரிய சிறப்பை அரசர்களுக்கும் கூறும் வழக்கம் நிலவிய காரணத்தால்- அரசர்களைத் திருமாலின் பிரதிநிதிகளாகக் கருதும் மரபால்- அரசர்களுக்கு உலா நூல் பாடுவது வழக்கமாயிற்று. ஒட்டக்கூத்தர் பாடிய மூன்று உலாக் களும் அவ்வாறு ஏற்பட்டவைகளே. உவமைச் சிறப்புகளும் இலக்கியங்களும் ஆங்காங்கே காணப்பட்டாலும், அவை கவிதை வளம் குறைந்தனவாக இருப்பதால், இன்று அவ்வளவாகப் போற்றிப் படிக்கப்படுவதில்லை. திருவாரூர், திருப்புவனம், மதுரை, திருவானைக்கா, காஞ்சிபுரம், திருக்காளத்தி, திருக்கழுக்குன்றம் முதலான தலங்களின் தெய்வங்களுக்கும் உலா நூல்கள் இயற்றப் பட்டன. பதினெட்டாம் நூற்றாண்டு வரையில் இவ்வாறு உலாப் பாடும் வழக்கம் புலவர்களிடையே மிகுந்திருந்தது. பதினெட்டாம் நூற்றாண்டில் இயற்றப்பட்ட உலாக்களிலும் வழக்கம்போல் ஏழு பருவ மங்கையர் கண்டு காதல் கொண்டதாகப் பாடும் பழைய மரபு அப்படியே பின்பற்றப் பட்டது. மற்ற வருணனைகளும் ஏறக்குறைய அவ்வாறே பின்பற்றப்பட்டன. அதனால் அவற்றின் இலக்கியச் சிறப்பு தேக்கம் அடைந்தது. பத்தொன்பது இருபதாம் நூற்றாண்டுகளில் உலாவுக்கு இருந்த பெருமை குன்றி, புதிய இலக்கிய வகைகளுக்குச் செல்வாக்கு ஏற்பட்டது.

தூது

அரசன் ஒருவன் மற்றோர் அரசனுக்கு ஒருவர் வாயிலாகத் தூது சொல்லியனுப்புவது பழங்காலம் முதல் இருந்து வந்த பழக்கம் ஆகும். அதியமான் என்ற அரசன் தொண்டைமான் என்பவனுக்கு ஔவையார் என்ற புலவரைத் தூது அனுப்பிய செய்தி புறநானூற்றுப்

பாட்டால் தெரியவருகிறது. போர் முதலான காரணங்களுக்காக அரசர்களிடம் இருந்து வந்த இந்தப் பழக்கம். இலக்கியத்தில் கற்பனையாக அமையும்போது சிலவகை வடிவம் பெற்றது. பாண்டிய நாட்டுப் புலவர் பிசிராந்தையார், அவருடைய உயிர் நண்பன் சோழநாட்டு அரசன் கோப்பெருஞ் சோழன். சோழனைப் பாராட்டிப் பாட வேண்டும் என்று விரும்பிய புலவர். வடக்கே சோழநாட்டை நோக்கிப் பறந்த ஓர் அன்னத்தை நோக்கி, "அன்னமே! நீ சோழநாட்டை நோக்கிப் பறக்கிறாய். அங்கே சோழனுடைய அரண்மனை காணப்படும்போது, நீ இறங்கி உள்ளே சென்று சோழனிடம் என் பெயரைச் சொல்லி அறிமுகப்படுத்திக்கொள். உனக்கு வேண்டியதை எல்லாம்- உன் துணையாகிய பெண் அன்னம் அணிவதற்கு உரியவை எல்லாம- அரசன் உனக்குத் தருவான்" என்று கூறுவதாகக் கற்பனை செய்து பாடியுள்ளார். இவ்வாறு பேசாத பறவை விலங்குகளையும், உயிர் இல்லாத மேகம், காற்று முதலியவற்றையும் தூது அனுப்புவதாகக் கற்பனை செய்து பாடுவது காதல் பாட்டுகளில் மிகுதியாகக் காணப்படுகிறது. பழந்தமிழ் இலக்கியமாகிய சங்கப் பாடல்களிலேயே இத்தகைய காதல் தூது அமைந்த பாட்டுகள் சில உள்ள. கடற்கரையில் காதலனைக் காணாது வருந்தும் காதலி ஒருத்தி அங்கே விரைந்து ஓடும் நண்டைப் பார்த்து, "நண்டே! என் காதலர் அதோ அந்த ஊரில் உள்ளார். அவரிடம் சென்று என் துயர நிலையைச் சொல்ல வேண்டும். இந்தக் கடற்கரைச் சோலையும் அதற்கு உதவவில்லை; இந்த உப்பங்கழியும் அந்த வழியே பாய்கிறபோதிலும் அவரைக்கண்டு சொல்லாது. நீதான் அவரிடம் சென்று என் நிலையைச் சொல்ல வேண்டும்" என்று கூறுவதாக அகநானூற்றில் ஒரு பாட்டு உள்ளது. இவ்வாறு காதல் துறையில் அமைந்த பாட்டுகளை ஒட்டிப் பிற்காலத்துப் பக்தி இலக்கியத்திலும், கடவுளிடம் தூது அனுப்பும் முறையில் ஆழ்வார் நாயன்மார்கள் பல பாடல்கள் பாடியுள்ளார். தேவாரத்திலும் திருவாசகத்திலும் நாலாயிரத்திலும் உள்ள அந்தத் தூதுப் பாடல்கள் பக்திச்சுவை நிரம்பி உருக்கமாக அமைந்துள்ளன. குயில், அன்றில், புறா, வண்டு, கிளி, நாரை முதலிய பறவைகள் பக்தர்களின் தூது பற்றிய கற்பனைக்குப் பயன்பட்டுள்ளன. நாயகி நாயகக் காதலைப் பக்திப் பாடல்களுக்கு உரிய வடிவில் பாடிய ஆழ்வார்களும் நாயன்மார்களும் தூது என்னும் வகையை நன்கு பயன்படுத்தி நெஞ்சை உருக்கும் பாடல்கள் பலவற்றை அளித்திருக்கிறார்கள்.

பெரிய காவியங்களிலும் காதலர்கள் தூது அனுப்புவதாகப் பாடும் பகுதிகள் உள்ளன. உமாபதி சிவாச்சாரியார் என்னும் சைவ சமயத்துச் சான்றோர் தம் நெஞ்சையே தூது அனுப்புவதாகப் பாடியது தனி நூலாகவே அமைந்துவிட்டது. அதற்குப் பிறகு தூது என்ற பெயரால் விரிவான நூல்கள் இயற்றுவது வழக்கமாகி விட்டது. தூது ஒருவகை இலக்கியமாக வளர்ந்துவிட்டது.

பலபட்டடைச் சொக்கநாதப் புலவர் (15ஆம் நூற்றாண்டினர்) இயற்றிய அழகர் கிள்ளைவிடு தூது. தூது என்னும் வகையான நூல்களுள் சிறப்பிடம் பெற்றுள்ளது. கிளியைக் கடவுளிடம் தூது அனுப்பும் காதலி, அந்தக் கிளிக்கு உள்ள தகுதிகளை எடுத்துச் சொல்லும் முறையும் மற்ற வருணனைகளும் மிக நயமாக அமைந்துள்ளன. அதன் நடை இனிமை வாய்ந்தது.

தூதாக அனுப்புவதற்குக் கற்பனை செய்யப்படும் பொருள்களும் வெவ்வேறாகப் பெருகிவிட்டன. பணம், நெல், துகில், புகையிலை, மான், காக்கை, தமிழ் முதலியவற்றைத் தூது அனுப்புவதாகப் புலவர் பலர் கற்பனைகள் செய்து நூல்கள் இயற்றியுள்ளனர். பணத்தைத் தூதாக அனுப்பும் நூலில், பணம் தவிர மற்றவை தூது செல்லும் தகுதி குறைந்தவை என்பதையும் பணமே தன் கருத்தை நிறைவேற்றித் தரும் ஆற்றல் உடையது என்பதையும் புலவர் நயமாகப் பணத்துக்கு எடுத்துரைத்து வேண்டிக்கொள்வதாகக் கற்பனை செய்து கூறப்படுகிறது. அவ்வாறே ஒவ்வொருபொருளையும் அதற்கு உரிய சிறப்புகளையும் மற்றவற்றிற்கு இல்லாத ஆற்றலையும் எடுத்துக் கூறிக் கற்பனை செய்வதால், ஒவ்வொரு தூது நூலும் ஒவ்வொரு வகையில் அழகாக அமையும். நாட்டுக்குப் புதிதாக வந்தது புகையிலை. அதைத் தூது அனுப்புவதாகப் புலவர் ஒருவர் கற்பனை செய்தார். மதுரையில் கோயில் கொண்டுள்ள சிவபெருமானிடம் தமிழ் மொழியையே தூது அனுப்புவதாகப் புலவர் ஒருவர் பாடிய நூல் தமிழ் விடுதூது என்பது. அந்த நூலில், தூது செல்லுமாறு தமிழ் மொழியை வேண்டிக் கொள்ளும் காதலி (பக்தர்). தமிழுக்கு உள்ள சிறப்பியல்புகளை எல்லாம் எடுத்துக்கூறி, "நீயே என் கருத்தை முற்றுவிக்கும் தகுதி பெற்றிருக்கிறாய். நீதான் என் குறையைத் தக்கவாறு தலைவனிடம் எடுத்துரைக்க முடியும்" என்று சொல்லுமிடத்தில், தமிழ்மொழியின் இலக்கிய வளம் முதலான எல்லாச் சிறப்பும் எடுத்துரைக்கப்படுகின்றன. "தமிழே! உன்னை

நம்பியே நான் உயிரோடு இருக்கிறேன். இல்லையானால், தேவர்களின்
அமிழ்தமே ஆனாலும் விரும்பமாட்டேன்."

    இருந்தமிழே உன்னால் இருந்தேன் இமையோர்
    விருந்து அமிழ்தம் என்றாலும் வேண்டேன்

என்னும் அடிகள் காதலியின் சொற்களாக அமைந்தாலும் புலவரின் தமிழ்ப் பற்றையே காட்டுகின்றன. இவ்வாறு தூது நூல்களின் பல பகுதிகள் பொருட்சிறப்பு மிகுந்தனவாக உள்ளன. அக்காலத்துப் புலவர்களின் வழக்கப்படி இடையிடையே சிலேடைகளை அமைத்து அவற்றில் சொல்நயம் காண வைத்துள்ளனர். இக்காலத்தில் சிலேடை நயங்கள் கவிதைச் சிறப்புக்கு அப்பாற்பட்டவைகளாகவும் தேவையற்றவைகளாகவும் கருதப்படுவதால், அவற்றை இன்று விரும்பிக் கற்பது குறைந்துவிட்டது.

                                                             ◇

8

காப்பியங்கள்

(கி.பி. 500 - 1200)

பாரத நூல்கள்

பக்தி இலக்கியம் எழுந்த காலத்தில், திருமாலின் அவதாரங்களைப் பற்றிய பாரதம், இராமாயணம் ஆகிய இதிகாச நூல்கள் தமிழ்நாட்டில் செல்வாக்கான இடம் பெற்றன. சங்க இலக்கியத்தில் ஒரு சில பாட்டுகளில் இதிகாசங்களில் உள்ள இராமபிரான் செயல்களும் கண்ணன் செயல்களும் உவமையாகவோ வேறு வகையாகவோ குறிப்பிடப்பட்டுள்ளன. சிலப்பதிகாரத்தில் மக்கள் பாடும் பாடல்களாக வரும் பகுதிகளில் இதிகாசக் கதைகளின் குறிப்புகள் பல உள்ளன. ஆனால் இராமாயணமும் பாரதமும் தமிழில் இயற்றப்பட்ட காலம் அடுத்து வந்த காலத்திலேயே (கி.பி. நான்கு ஐந்தாம் நூற்றாண்டுகளிலே) ஆகும்.

பாரதம் பாடிய பெருநதேவனார் என்ற புலவர் ஒருவர் சங்க நூல்கள் சிலவற்றிற்கு ஒவ்வொரு கடவுள் வாழ்த்தாகப் பாடிச் சேர்த்துள்ளார். அந்தப் பாடல்கள் அந்தந்தத் தொகை நூல்களின் பாட்டுகளின் வடிவத்தை ஒட்டியே அமைந்துள்ளன. அகநானூறு, நற்றிணை, குறுந்தொகை, ஐங்குறுநூறு, புறநானூறு என்னும் ஐந்து நூல்களுக்கும் அவருடைய கடவுள் வாழ்த்துப் பாட்டுகள் சேர்ந்துள்ளன. அவர் பாடிய பாரதம் இப்போது கிடைக்கவில்லை. தொல்காப்பியம், யாப்பருங்கலம் என்னும் நூல்களின் உரையில் அந்த உரையாசிரியர்களால் அவருடைய பாரத நூலின் பாட்டுகள் சில மேற்கோளாகக் காட்டப்பட்டுள்ளன. அவை அகவல் என்னும் செய்யுளால் இயற்றப்பட்டுச் சங்க இலக்கியப் போக்கிலேயே உள்ளன. அந்தப் பாரத நூல் இடையிடையே உரைநடையும் அமைந்தது என அறியப்படுகிறது.

பெருந்தேவனார் பாடிய அந்தப் பாரதம் தவிர, பாரத வெண்பா என்று வெண்பாவால் இயற்றப்பட்ட வேறொரு பாரதமும் இருந்தது.

அதுவும் இடையிடையே உரைநடை கலந்து அமைந்தது என்பர். கி.பி. ஒன்பதாம் நூற்றாண்டில் நந்திவர்மன் என்ற பல்லவ அரசன் காலத்தில் இயற்றப்பட்டது அது. அதன் சிறு பகுதியே இப்போது கிடைத்துள்ளது. அதன் செய்யுள்கள் செந்தமிழ் நடையிலும் உரைநடை மணிப்பிரவாளம் என்னும் அருணிலை விசாகர் அல்லது வத்சராசர் என்பவர் பாரதத்தைத் தமிழில் இயற்றினார். அவருடைய நூல் முற்றிலும் மறைந்தது. கி.பி. 17ஆம் நூற்றாண்டில் வில்லிபுத்தூரார் சுவையான முறையில் சந்தம் நிறைந்த மிடுக்கான நடையில் பாரதம் இயற்றிய பிறகு பழைய நூல்களைப்பற்றி நினைப்பவரும் இல்லாமற் போயினர்.

இராமாயண நூல்கள்

பெருந்தேவனாரின் பழைய பாரதம் போலவே, அகவல் என்னும் செய்யுளால் இயற்றப்பட்ட பழைய இராமாயணம் ஒன்று தமிழில் இருந்தது. ஐந்து செய்யுள்கள் மட்டுமே இப்போது கிடைக்கின்றன. சைனர்களால் போற்றப்பட்ட சைன இராமாயணம் ஒன்று இருந்தது. அந்த நூலிலும் சில செயல்களே இப்போது கிடைக்கின்றன. பிற்காலத்துப் புலவர்கள் தாம் தொகுத்த நூலிலும் இயற்றிய நூலிலும் சிலவற்றைச் சேர்த்து வைத்த காரணத்தால், அந்தச் சில செய்யுள்கள் மட்டும் இப்போது கிடைக்கின்றன. கம்பர் இராமாயணம் இயற்றிய பிறகு, அதன் ஒப்பற்ற சிறப்புக்கு முன் நிற்க முடியாமல் அந்தப் பழைய இராமாயண நூல்கள் மறைந்துபோயின. ஒரு பொருளைப் பற்றிச் சிறந்த நூல் ஒன்று எழுந்த பிறகு, அதற்குமுன் அந்தப் பொருள்பற்றிய சிறப்புக் குறைந்த நூல்களைப் போற்றாமல் விட்டு விடும் வழக்கம் உண்டு என்பதைத் தமிழ் இலக்கிய வரலாறு எடுத்துக் காட்டுகிறது.

மற்ற நூல்கள்

வைணவர்கள் இராமாயண பாரதக் கதைகளை நாட்டில் பரப்பியது போலவே, சைவர்கள் சிவபெருமானின் திருவிளையாடல்கள் பற்றி மக்களிடையே எடுத்துரைத்து வந்தனர். அவ்வகையில் தமிழில் முதல் முதல் எழுந்த நூல் கல்லாடம் என்பது. அதன் ஆசிரியர் கல்லாடர் என்பவர். சங்க இலக்கிய நடையையே பின்பற்றி அகவல் என்னும் யாப்பு வகையால், நூறு செய்யுள்கள் உடைய நூலை இயற்றினார். ஒவ்வொரு செய்யுளும் மதுரையில் உள்ள

சிவபெருமானின் திருவிளையாடலை எடுத்துரைப்பது; காதல் துறை அமைந்தது. பிற்காலத்துத் திருவிளையாடற் புராணங்கள் சில தோன்றுவதற்கு இது அடிப்படையாக அமைந்தது. இவ்வாறே வைணவ புராணங்களும் சைன புராணங்களும் தோன்றுவதற்கும் வடமொழி நூல்களின் தொடர்பு மிகுவதற்கும் இத்தகைய நூல்கள் வழிவகுத்தன. வடமொழி நூல்களைத் தழுவித் தமிழில் நூல்கள் இயற்றுவது இந்தக் காலத்தில் தொடக்கம் பெற்றது. அப்போது பல்லவ அரசர்கள் தமிழ் நாட்டில் பெரும்பகுதியை ஆண்டு வந்தார்கள். காஞ்சிபுரத்தைத் தலைநகராகக் கொண்டு அவர்களின் ஆட்சி நடைபெற்று வந்தது. அவர்கள், தமிழ் வடமொழி ஆகிய இரு மொழிப் புலமையையும் போற்றினார்கள். மகேந்திரன் என்ற பல்லவ அரசன் மத்தவிலாசப் பிரகசனம் என்ற வடமொழி நூலை இயற்றியவன். பல்லவர்கள் வடமொழியில் நூல்கள் பல இயற்றப்படுவதற்கு ஊக்கம் அளித்தார்கள். காஞ்சிபுரம் பலவகைக் கலைகளின் வளர்ச்சிக்கும் தலைமை தாங்கி வந்த காலம் அது. நாலந்தா பல்கலைக்கழகத்திற்குத் தருமபாலர், திந்நாகர் முதலிய தமிழறிஞர்களைப் பேராசிரியர்களாகக் காஞ்சிபுரம் அனுப்பி வந்த காலம் அது. வடமொழிக் கவியாதர்ச நூலின் ஆசிரியர் தண்டி முதலானோர் வாழ்ந்து வடமொழி நூல்கள் பல ஆக்கினார்கள். மாமல்லபுரத்தில் உலகப் புகழ்பெற்ற சிற்பங்கள் செதுக்கப்பட்ட காலமும் அதுவே. காஞ்சிபுரம் ஒரு பெரிய பல்கலைக்கழகமாக விளங்கியது. வடமொழிப் புலவர்களும் தமிழ்ப் புலவர்களும் பற்பலர் வாழ்ந்து அங்கே இலக்கிய இலக்கணத் தொண்டுகள் புரிந்து வந்தனர். சைனர்களும் பௌத்தர்களும் சமயத்துறையில் பெற்றிருந்த தலைமையும் சிறப்பும் குறைந்த பிறகு, இலக்கிய இலக்கணத்துறைகளில் தங்கள் புலமையால் தொண்டு செய்து தம் தம் பெருமைகளைக் காத்துக் கொண்டார்கள். அந்தத் துறைகளில் அவர்கள் இயற்றிய நூல்களில் சில மறைந்துவிட்ட போதிலும், சில இன்னும் பயனுள்ளனவாக விளங்கி வருகின்றன.

தமிழில் பாடப்படும் காதல் துறைகள்பற்றி இப்போது கிடைக்கும் பழைய இலக்கணம் தொல்காப்பியத்தின் மூன்றாம் பகுதியாகும். அது கி.மு. மூன்றாம் நூற்றாண்டைச் சார்ந்தது. அதற்கு அடுத்தபடியாக இயற்றப்பட்ட நூல்கள் சில மறைந்தன. உள்ள நூல்களுள் ஒன்று கனவியல் என்பது. அது கி.பி. ஏழு அல்லது

எட்டாம் நூற்றாண்டில் தோன்றியது என்று கூறப்படுகிறது. காதல் துறைகளுள் திருமணத்திற்கு முற்பட்ட வாழ்க்கைப் பகுதிகளைப்பற்றி மட்டும் கூறுவதால் அது கனவியல் எனப் பெயர்பெற்றது. (களவு என்பது பெற்றோரும் ஊராரும் அறியாத மறைமுகமானகாதல்) அறுபது சூத்திரங்கள் அடங்கிய அந்த இலக்கண நூலை இயற்றியவர் இறையனார் என்ற புலவர். அந்த நூலைவிட அதற்கு அமைந்துள்ள பழைய உரையே இக் காலத்தில் பெரிதும் போற்றப்பட்டு வருகிறது. அந்த உரையை எழுதியவர் நக்கீரர் என்று குறிப்பிடப்படுகிறார். அவருடைய உரையில் கற்பனையுடன் கலந்த இலக்கிய வரலாற்றுச் செய்திகள் பல உள்ளன. அதில் சங்க காலத்துப் புலவர் பலருடைய பெயர்கள் குறிப்பிடப்படுகின்றன. முதல் தமிழ் இலக்கண நூலை அகத்தியர் இயற்றினார் என்ற குறிப்பும், மூன்று தமிழ்ச் சங்கங்கள் இருந்தன என்ற குறிப்பும் உள்ளன. அந்தச் சங்கங்களைப்பற்றி முதல் முதலாக அறிவிக்கும் நூல் அதுவே. இலக்கிய நூல்கள், இசைநூல்கள், நாடக நூல்கள் பலவற்றின் பெயர்கள் அந்த உரையால் அறியப்படுகின்றன. அவற்றுள் பல இப்போது கிடைக்காதவை. சில, பழைய உரை நூல்களில் கட்டப்படுகின்றன. சிற்சில செய்யுள்களும் சூத்திரங்களும் மேற்கோளாகக் காட்டப்படுகின்றன.

இந்த நூலின் உரை மற்றொரு வகையிலும் முக்கியமானதாக உள்ளது. தமிழில் பழைய உரைநடையில் வரலாற்றை ஆராய் கின்றவர்கள், சிலப்பதிகாரத்தில் இடையிடையே வரும் உரைநடைப் பகுதிகளைக் காட்டுவர். அவைகளே மிகப் பழைய உரைநடைப் பகுதிகளாக உள்ளன. அடுத்தபடியாக உரைநடையாக நமக்குக் கிட்டுவது இந்த களவியல் உரையாகும். உரைநடையாக எழுதப் பட்ட போதிலும், செய்யுள்போலவே சீர்களின் அமைப்பும் எதுகை மோனை அடுக்கும் சொற்களின் செறிவும் அடைகளும் கொண்டு புலவர்கள் கையாண்ட செறிவான உரைநடைக்கு எடுத்துக்காட்டாக உள்ளது அது. ஆயிரத்து இருநூறு ஆண்டுகளுக்கு முன் புலவர்கள் விரும்பி எழுதிய தமழ்நடைய அறிய விரும்புவார்க்கு அந்த ஒரு நூலே சான்றாக உதவுகிறது.

அகப்பொருள் பற்றிக் களவியல் இயற்றப்பட்டது போல், வீரம் பற்றிப் புறப்பொருள் குறித்து ஒரு புது நூல் ஒன்பதாம் நூற்றாண்டில் ஐயனாரிதனார் என்பவரால் இயற்றப்பட்டது. அது புறப்பொருள் வெண்பாமாலை எனப்படும். சில சூத்திரங்களும் அவற்றிற்கு இலக்கியமான வெண்பாக்கள் பலவும் கொண்ட

நூல் அது. இலக்கண நூலாக இருந்தபோதிலும், அதில் உள்ள வெண்பாக்கள் சிறந்த இலக்கியச் செல்வமாக விளங்குகின்றன. அந்தச் செய்யுள்களின் நடை உயிரோட்டம் உள்ளது. கற்பனை நயம் உள்ள பாக்கள் கற்பவர்க்கு விருந்தாக உள்ளன. பிற்காலத்து வெண்பாக்கள் போல் சொற்கள் எளியனவாக இல்லாமல், சங்க இலக்கியம் போல் செறிவு உடையனவாக இருக்கின்றன. ஆயினும் சுவையான முறையில் கருத்துகளை விளக்குவதால், கற்றவர் போற்றத்தக்கனவாக உள்ளன. வெண்பாவால் அமைந்த பழைய நூல்களுள் நாலடியார்க்கும் பழமொழி நானூற்றுக்கும் நிகரான சிறப்பு உடையது அந்த நூல் ஆகும்.

சைனரும் பௌத்தரும் சைவ வைணவரோடு போட்டியிட்டுத் தம்தம் சமயக்கொள்களைப் பரப்புவதற்காக இயற்றிய காப்பியங் களும் புராணங்களும் சில. அவை பெருங்கதை, மேருமந்தர புராணம், சாந்தி புராணம், ஸ்ரீபுராணம், சிந்தாமணி, சூடாமணி, வளையாபதி, குண்டலகேசி, நீலகேசி முதலியன. இவற்றுள் சில, காப்பியத்துக்கு உரிய உறுப்புகள் எல்லாம் நிரம்பிக் கவிச்சுவை உடையனவாய் இலக்கிய உலகில் புகழ் பெற்றுவிட்டன. சில சமயவாதங்களும் பிரசாரங்களும் மிகுந்து இலக்கிய நயம் குறைந்தமையால் பிற்காலத்தார் போற்றாமல் விட்டனர். காலப் போக்கில் அவை மெல்ல மெல்ல மறைந்து போயின.

பெருங்கதை

பெருங்கதை ஒரு சைன காப்பியம்; பிருகத்கதா என்னும் பைசாச மொழி நூலை ஒட்டித் தமிழில் இயற்றப்பட்டது என்று கூறப்படும். அதை மறுத்து, 'பிருகத்கதாமஞ்சரி,' 'கதா சரித்சாகரம்' என்னும் வடமொழி நூல்களை ஒட்டி இயற்றப்பட்டது என்று வேறு சிலர் கூறுவர். இதைத் தமிழில் இயற்றிய புலவர் கொங்கு நாட்டைச் சார்ந்த சிற்றரசர்களின் குடும்பத்தைச் சார்ந்தவர்; அதனால் கொங்குவேளிர் என்று குறிக்கப்படுகிறார்.

வத்தநாட்டுக் கௌசாம்பி நகரத்து அரசனாகிய உதயணன் என்பவனுடைய வரலாற்றை ஐந்து காண்டங்களில் விரிவாகக் கூறும் நூல் இது. இதே அரசனுடைய வரலாற்றைக் கூறும் மற்றொரு நூலும் தமிழில் உள்ளது. அது உதயணகுமார காவியம் என்பது; ஆனால் அது அவ்வளவாகப் போற்றப்படுவதில்லை; இலக்கியச் சுவை

குறைந்திருப்பதே அதற்குக் காரணம். பெருங்கதையில் சுவையான வருணனைகள் பல உள்ளன. சங்க காலத்தில் செல்வாக்காக இருந்த அகவல் என்ற செய்யுள் வகையால் இயற்றப்பட்ட பெரிய நூல்களுள் பெருங்கதையும் ஒன்று ஆகும். பெருங்கதையுள் சைன சமயக் கொள்கைகள் எடுத்துரைக்கப்படுகின்றன. கதைச் சுவை குன்றாத வகையில் அக்கொள்கைகளை ஆசிரியர் இடையிடையே விளக்கியிருக்கும் திறம் போற்றத்தக்கது. இந்த நூலின் முதலில் ஒரு பகுதியும் இறுதியில் சிறு பகுதியும் மறைந்துபோயின.

சீவகசிந்தாமணி

இதுவரையில் பெரிய நூல்கள் எல்லாம் பெண்பாவாலும் அகவலாலும் இயற்றப்பட்டடுவந்த தமிழிலக்கிய வரலாற்றில், கி.பி. ஒன்பதாம் நூற்றாண்டில் ஒரு புதுமையைப் புகுத்தியவர் திருத்தக்கதேவர் என்னும் சைன முனிவர். அவர் சீவகன் என்ற அரசனுடைய வரலாற்றை ஒரு காப்பியமாகப் பாடியபோது, விருத்தம் என்ற புதுச் செய்யுள் வகையைப் பயன்படுத்தினார். சிலப்பதிகாரம் முதலிய நூல்களுள் விருத்தம் என்ற செய்யுளின் தோற்றம் ஒருவாறு காணப்படுவது உண்மையே. ஆயினும் அதை நன்கு பயன்படுத்திய புலவர் திருத்தக்கதேவரே. மூவாயிரத்துக்கு மேற்பட்ட பாட்டுகள் கொண்ட ஒரு பெரிய காப்பியத்தை அந்தப் புதிய செய்யுள் வகையாலேயே முழுதும் பாடி முடித்தார். விருத்தம் என்பது நான்கு அடிகள் உடையது; முதல் அடியில் எத்தனை சீர் வருமோ அத்தனை சீர்களே அமைப்பே அடுத்த அடிகளிலும் அதே முறையில் வரும். அதனால் முதலடியின் ஓசையே மற்ற மூன்று அடிகளிலும் திரும்பத் திரும்ப ஒலிக்கும். ஓர் அடிக்கு இத்தனை சீர்கள் வர வேண்டும். இன்ன அளவான சீர்கள் வரவேண்டும் என்ற வரையறை இல்லாமையால், விருத்தம் பலவகையாக விரிவு அடைந்தது; ஒரு விருத்தத்தின் அடிகள் நீண்டு ஒலிக்கலாம். மற்றொரு விருத்தத்தின் அடிகள் குறுகி ஒலிக்கலாம். சிறு சிறு சீர்கள் கொண்ட ஒரு விருத்தம் பரபரப்பாகவோ துடிதுடிப்பாகவோ ஒலிக்கலாம்; நீண்ட சீர்கள் கொண்ட மற்றொரு விருத்தம் ஆழமுடையதாகவோ, அமைதியுடையதாகவோ, உணர்ச்சி நீண்டதாகவோ ஒலிக்கலாம். ஆகவே, விருத்தம் என்ற பெயர் கொண்ட ஒரு செய்யுள் வகையாக இருந்தாலும், அது நூற்றுக்கணக்கான ஓசை வேறுபாடுகளைப்

படைத்துக் காட்ட இடம் தந்தது. பழைய வெண்பாவிலும் அகவலிலும் முடியாத இது இந்த விருத்தம் என்ற செய்யுளால் முடிந்தது. திருத்தக்க தேவர்க்குப் பிறகு வந்த புலவர்கள் பலரும் இந்தச் செய்யுளில் பல புதுமைகளைப் படைப்பதிலும், பாட்டின் பல்வகை உணர்ச்சி வேறுபாடுகளுக்கு எற்றவாறு பல்வகை ஓசை வேறுபாடுகளை அவற்றில் அமைப்பதிலும் தம் திறமையைக் காட்டத் தொடங்கினர். தமிழ்க் கவிதையில் ஏற்பட்ட இந்தப் புரட்சியால் உணர்ச்சிக்கு ஏற்றவாறு கவிதையின் நடையை மாற்றியமைக்கும் வடிவச் சிறப்பு மேன்மேலும் வளர்ந்து பெருகத் தொடங்கியது. திருத்தக்க தேவரை விடக் கம்பர் முதலான புலவர்கள் இதில் வெற்றி பெற்று விளங்கினார் ஆயினும், இவ்வகையில் வழிகாட்டிய பெருமை திருத்தக்க தேவரையே சாரும்.

திருத்தக்கதேவர் முதலில் இயற்றியது நரிவிருத்தம் என்ற சிறு நூல் ஆகும். அது நரியின் செயலைக் கொண்டு நீதியை வற்புறுத்தும் நூல். இந்த ஆசிரியரின் திறமையை அறிவிப்பதற்காக முதலில் இது இயற்றப்பட்டது என்பர்.

சீவக அரசனின் கதைபற்றி இவர் எழுதிய காப்பியம் சீவக சிந்தாமணி எனப்படும். காப்பியத் தலைவனான சீவகன் எட்டுப் பெண்களை மணந்து கொள்வதாலும், அவர்கள் ஒவ்வொருவரைப் பற்றியும் ஒவ்வோர் இலம்பகம் பாடப்படுவதாலும் இந்த நூலுக்கு மண நூல் என்னும் பெயர் உண்டு. இறுதியில் சைன சமயக் கொள்கையின்படி சீவகன் துறவுபூண்டு முத்தி பெறுவதைக் கூறும் பகுதி முத்தியிலம்பகம் எனப்படும். அந்த முத்தியே முடிந்த முடிவாக வற்புறுத்தப்படும் சைன சமயக் கொள்கையினை ஒட்டி, முத்தி நூல் என்றும் இதனைக் கூறுவது உண்டு. இதுவும் வடமொழியில் உள்ள க்ஷத்திர சூடாமணி, கத்திய சிந்தாமணி, ஸ்ரீபுராணம் முதலிய நூல்களில் உள்ள கதையைத் தழுவி இயற்றப்பட்டதாகும். படிப்பவர்க்கு இது தழுவல் நூல் என்ற எண்ணமே ஏற்படாமல், சிலப்பதிகாரம் போல் தமிழர் உவந்து போற்றத்தக்க வகையில் சுவையான தமிழ்க் காப்பியமாக அமைந்துள்ளது. சைன முனிவர் ஒருவர் தம் சமயக் கொள்கையை வற்புறுத்தி இயற்றிய நூலாக இருந்தபோதிலும், வருணனைகள் முதலியன தமிழலக்கிய மரபை ஒட்டி அமைந்திருப்பதாலும், இலக்கியச் சுவை மிகுந்திருப்பதாலும், சைனர்கள் மட்டும் அல்லாமல் மற்றச் சமயத்தைச் சார்ந்தவர்களும்

அந்தக் காலத்தில் விரும்பிப் படித்து வந்தனர். சேக்கிழார் என்னும் சைவ சமயச் சான்றோர் ஒருவர் அமைச்சராக விளங்கிய காலத்தில், சைவனாகிய சோழ அரசன் இந்தக் காப்பியத்தை விரும்பிப் படித்து வந்ததாகக் கதை கூறுகிறது. சங்க நூல்கள் சிலவற்றிற்கு உரை எழுதிய சிறந்த உரையாசிரியர் எனப் புகழ்பெற்ற நச்சினார்க்கினியர் சைவர். அவர் இந்தச் சைன காப்பியத்திற்கும் உரை எழுதியுள்ளமை இந்த நூலின் இலக்கியச் சிறப்பை விளக்கும் சான்றாக உள்ளது.

இவர் சைன சமயத் துறவியாக இருந்தும், சீவகன் எட்டுப் பெண்களிடம் கொண்ட காதலைப்பற்றி விளக்கும் வருணனைகளைக் கண்டு இவருடைய துறவு நிலைபற்றியே சிலர் ஐயுற்றதாகவும், தம் துறவறத்தின் தூய்மையை நிலைநாட்டுவதற்காகப் பழுக்கக் காய்ச்சிய இரும்பைக் கையில் ஏந்தி அந்தச் சோதனையில் பழு தின்றி விளக்கியதாகவும் ஒரு கதை வழங்குகிறது.

இந்த நூல் பிற்கால இலக்கிய வளர்ச்சிக்கு வழிகாட்டியாக அமைந்தது என்பதை உணர்த்தும் கதையும் ஒன்று உண்டு. இராமாயணம் பாடிய கம்பர் என்னும் பெரும் புலவர். இந்தக் காப்பியத்திலிருந்து ஓர் அகப்பை முகந்து கொண்டதாகக் கூறினார் என்று அந்தக்கதை சொல்லும். பிறகு வந்த புலவர்கள் சில இடங் களில் இந்தக் காப்பியத்தைப் பின்பற்றிப் பாடியுள்ளார் என்பதை விளக்கும் சான்றுகள் உள்ளன. நாடு நகரம் முதலியவற்றை வருணிக்கும் முறையிலும், ஐந்திணையாகப் பகுக்கப்படும் நிலங்களின் இயற்கையழகுகளை விளக்கும் முறையிலும், இசை முதலிய கலைகளை விளக்கும் முறையிலும், இந்தக் காப்பியம் சிறந்து விளங்குகிறது. முதலில் உள்ள பல பகுதிகளில் காதல் சுவை மேலோங்கி நின்றபோதிலும், எண்வகைச் சுவையும் இக்காப்பியத்தில் நிரம்பியுள்ளன எனலாம்.

சீவகனின் தந்தை அமைச்சனின் சூழ்ச்சிக்கு இரையானபோது, நிறைந்த கருப்பவதியாக இருந்த அவனுடைய தாய், நகருக்கு வெளியே சுடுகாட்டில் சீவகனாகிய குழந்தையைப் பெற்றாள். அரண்மனையில் பெரிய ஆடம்பரமான விழாக்களுக்கும் பாராட்டுகளுக்கும் உரியன வாகப் பிறந்திருக்க வேண்டிய அரச குடும்பத்துக் குழந்தை, இவ்வாறு யாரும் துணை இல்லாமல் திக்கற்றவனாய்ச் சுடுகாட்டில் பிறக்க நேர்ந்ததை நினைந்து தாய் புலம்பினாள்.

வெவ்வாய் ஓரி முழவாக
விளிந்தார் ஈமம் விளக்காக
ஒவ்வாச் சுடுகாட்டு உயர்அரங்கின்
நிழல்போல் நுடங்கிப் பேயாட
எவ்வாய் மருங்கும் இருந்திரங்கிக்
கூகை குழறிப் பாராட்ட
இவ்வா றாகிப் பிறப்பதோ
இதுவோ மன்னர்க்கு இயல்வேந்தே.

(நரியின் குரலே முழவு என்னும் வாத்தியமாக, செத்தவர்களின் பிணங்களைச் சுடும் ஈமத்தீயே மங்கலவிளக்கு. ஆட, சுடுகாடாகிய கலையரங்கில் பேய்கள் நிழல்போல் கூத்தாட, ஆந்தைகள் எல்லாப் பக்கங்களிலும் கத்தும் குரலே பலரும் பாடிப் பாராட்டுதல் போல் ஆக இந்த நிலைக்கு ஆளாகிப் பிறக்க நேர்ந்ததோ! அரசே! இதுவோ அரசர்க்குப் பொருத்தம்?)

இவ்வாறு இந்தக் காவியம் பலவகைச் சுவையும் நிரம்பிய வளமான இலக்கியமாக உள்ளது.

சூளாமணி

சீவகசிந்தாமணிக்கு அடுத்தபடியாகப் போற்றப்படும் சைன காப்பியம். தோலாமொழித்தேவர் இயற்றிய சூளாமணி, இதுவும் விருத்தப்பாவால் இயற்றப்பட்டது. 2330 செய்யுள் உடையது. ஸ்ரீ புராணம் என்னும் வடமொழிச் சைன நூல் உள்ள திவிட்டன் விசயன் என்பவரின் கதையை விளக்கும் காப்பியம் இது. பலவகை நிலங்களின் வளங்களும், நாடு நகரச் சிறப்புகளும் தமிழ் மரபின்படி இங்கே அழகாக வருணிக்கப்பட்டுள்ளன. சிந்தாமணி போலவே இந்த நூலின் முடிவிலும் துறவும் முத்தியும் விளக்கப்படுகின்றன. செய்யுள்கள் எல்லாம் இனிய ஓசைநயம் வாய்ந்தவை; இயல்பான ஓட்டம் உடையவை; இவற்றின் தமிழினிமைக்காக இவற்றைப் பலரும் படித்துப் பாராட்டுவது வழக்கம். இயற்கையழகை விளக்கிப் பாடும் பாட்டுகள் சிறந்த சொல்லோவியங்களாக உள்ளன. விருத்தப் பாவைக் கையாள்வதில் இவர் சீவகசிந்தாமணி ஆசிரியரைப் பின்பற்றிய போதிலும், சில இடங்களில் அவரையும் விஞ்சிவிட்டார் என்று கூறலாம்.

வளையாபதி

வளையாபதி என்ற சைன காப்பியம் இப்போது கிடைக்க வில்லை. உரையாசிரியர் பலர் இதன்பாட்டுகளை மேற்கோளாகக் காட்டுவதால், அவர்களின் காலத்தில் இந்த நூல் புகழுடன் விளங்கியது என்பதை உணரலாம். இப்போது 70 செய்யுள்கள் மட்டுமே கிடைக்கின்றன. சென்ற நூற்றாண்டின் பிற்பகுதியில் இந்த நூல் இருந்தது. சிறந்த பதிப்பாசிரியராகிய டாக்டர் சாமிநாத ஐயர், ஒரு மடத்தில் இந்த நூலைக் கண்டதாகவும், அடுத்தபடி தாம் தேடிச் சென்ற காலத்தில் அது கிடைக்காமற் போனதாகவும் குறிப்பிட்டுள்ளார். இவ்வாறு பழைய தமிழ் நூல்கள் பல சென்ற நூற்றாண்டு வரையிலும் இருந்து, ஆங்கிலக் கல்விக்குச் சிறப்பு ஏற்பட்டுத் தமிழ்க் கல்வி மங்கியபோது அந்நூல்கள் மறைந்து போயின என்பதை அறிந்து வருந்த வேண்டியுள்ளது. இந்த நூலும் அழகான விருத்தங்களால் இயற்றப்பட்டது என்பதை இப்போது கிடைத்துள்ள எழுபது செய்யுள்களும் புலப்படுத்துகின்றன.

குண்டலகேசி முதலியன

சைன சமய நூல்களைப் போலவே, பௌத்த சமய நூலாகிய குண்டலகேசியும் நிலையாமையை வற்புறுத்திக் கூறுகிறது. உடம்பின் நிலையாமை பற்றிய குண்டலகேசிப் பாட்டு ஒன்று இங்குக் கருதத்தக்கது. ஒருவர் இறந்து விட்டால் உறவினரும் நண்பரும் கூடி அழுவது அறியாமை என்று ஆசிரியர் அறிவுறுத்துகிறார். "பாளை போன்ற இளங்குழந்தைப் பருவம் செத்து, குழந்தைப் பருவம் பிறக்கிறது. குழந்தைப் பருவம் செத்துக் காளைப் பருவம் ஏற்படுகிறது. காளைப் பருவம் செத்துக் காதலுக்கு உரிய இளமைப்பருவம் பிறக்கிறது. அதுவும் மாறி முதுமை உண்டாகிற. இவ்வாறு ஒரு நிலை செத்து அடுத்த நிலை ஏற்படுவதால், நாம் நாள்தோறும் செத்துக் கொண்டிருக்கிறோமே! நமக்காகவே நாம் அழ வேண்டியிருக்கிறதே! அவ்வாறு அழாதது ஏனோ?" என்கிறார்.

பாளையாம் தன்மை செத்தும்
    பாலனாம் தன்மை செத்தும்
காளையாம் தன்மை செத்தும்
    காமுறும் இளமை செத்தும
மீளும்இவ் வியல்பும்இன்னே

மேல்வரும் மூப்பும் ஆகி
நாளுநாள் சாகின் றோமால்
நமக்குநாம் அழாததுஎன்னோ.

பௌத்த சமயக் காப்பியமாகிய குண்டலகேசி என்பது இப்போது முழுமையாகக் கிடைக்கவில்லை. அது ஒரு காலத்தில் புகழுடன் விளங்கியது. அதனால்தான் பழைய உரையாசிரியர் பலர் அதன் செய்யுள்களை மேற்கோள் காட்டியுள்ளனர். அது கி.பி. பத்தாம் நூற்றாண்டில் இயற்றப்பட்டது எனலாம். குண்டலகேசி என்னும் பெயர்கொண்ட வணிகப் பெண்ணின் கதையை விளக்கும் காப்பியம் அது. அவள் சைன சமயத்தில் பிறந்து வளர்ந்தவள். தன்னைக் கொல்ல முயன்ற கணவனைக் கொன்று ஒழித்துப் பிறகு பௌத்தத் துறவி ஒருவரிடம் உபதேசம் பெற்றுச் சைனத்தை எதிர்த்துப் பௌத்த சமயத் தொண்டு செய்து உயர்நிலை பெற்றாள். அந்த நூலை இயற்றியவர் நாதகுத்தனார் என்னும் பௌத்தர். சைன சமயக் கொள்கைகளை மறுப்பதற்காகவே-சமய நோக்கம் கொண்டே-அவர் அதை இயற்றினார் என்று அறிகிறோம். அந்நூலின் செய்யுளாக இப்போது கிடைப்பவை 29 மட்டுமே ஆகும்.

அதை மறுத்துச் சைன சமயத்தின் சிறப்பை நிலைநிறுத்த ஒரு புலவர் முன்வந்தார். அவர் எழுதிய காப்பியம் நீலகேசி என்பது. அந்நூலில் வரும் நீலி என்னும் பெண் சைன முனிவர் ஒருவரின் மாணவி ஆகிறாள். அவள் குண்டலகேசியை எதிர்த்து வாதிட்டுத் தோல்வியுறச் செய்கிறாள். பிறகு பௌத்தத் துறவியார் ஒருவரிடம் சென்று. பௌத்த பிட்சுகளின் ஒழுக்கக் கேடுபற்றி எடுத்துச் சொல்லி வாதம் செய்கிறாள். தொடர்ந்து வேறு பௌத்தத் துறவிகளைக் கண்டு சைன சமயச் சிறப்புகளை எடுத்துக் கூறி விளக்குகிறாள். இவ்வாறே 894 விருத்தங்கள் கொண்ட இந்த நூல் முழுதும் பிற சமய எதிர்ப்பும் சைன சமயப் போற்றதலுமாகச் சமயக் கொள்கைகளே ஓங்கியுள்ளன. சமய விளக்கம் இடம் பெற்ற அந்த அளவிற்கு இலக்கியச் சிறப்பு இடம் பெறவில்லை.

வாமனாச்சாரியார் இயற்றிய மேரு மந்தர புராணமும் சைனக் காப்பியம் ஆகும். பல பிறவிகள் எடுத்து அலைந்த பிறகு, சகோதரர் இருவர் தவம் செய்து பிறப்பு ஒழித்து முத்தி பெற்றதை விளக்கும் நூல் அது.

சாந்திபுராணம் என்ற பெயருள்ள வேறொரு சைன நூலும் தமிழில் இருந்திருக்கிறது. அதுவும் விருத்தச் செய்யுளால் இயற்றப் பட்டது. இப்போது ஒன்பது செய்யுள்கள் மட்டுமே எஞ்சியுள்ளன. சைன தீர்த்தங்கரருள் ஒருவருடைய வரலாற்றை விளக்குவதற்காக இயற்றப்பட்ட நூல் அது.

நாககுமார காப்பியம் என்பதும் சைன சமயத்தை வலியுறுத்தி எழுதப்பட்ட காப்பியமாம். அந்த நூல் ஒரு செய்யுளும் எஞ்சாமல் மறைந்தது.

யசோதர காப்பியம் என்பதில் 330 செய்யுள்கள் உள்ளன. எல்லாம் விருத்தங்களே. வடமொழியில் உள்ள யசோதர சரிதத்தைத் தழுவி எழுதப்பட்ட சைன நூல் இது. இதில் உயிர்க்கொலை கூடாது என்னும் கொள்கை மிக வற்புறுத்திக் கூறப்பட்டுள்ளது. சீவக சிந்தாமணியும் சூளாமணியும் சைன சமயக் கொள்கைகளை வற்புறுத்தும் நூல்களே ஆயினும், இலக்கியத்திற்கு உரிய சிறப்புகள் எல்லாம் அவற்றில் குறையாமல் உள்ளன. யசோதர காவியத்தைப் பற்றி அவ்வாறு கூறுவதற்கு இல்லை.

சைவ வைணவ நூல்களுக்குப் போட்டியாய்ச் சைனரும் பௌத்தரும் இயற்றிய காப்பியங்களைக் கற்ற பிற்கால அறிஞர் சிலர் அவற்றை ஒரு பாகுபாட்டுக்குள் அமைக்க விரும்பினர். ஐம்பெருங்காப்பியம், ஐஞ்சிறு காப்பியம் என்று இரண்டாகப் பாகுபாடு செய்தனர். ஆனால் பெருங்காப்பியம், சிறுகாப்பியம் என்று பெருமை சிறுமைகளைக் கற்பனை செய்ததற்குத் தக்க காரணங்கள் இல்லை. சிலப்பதிகாரம் மணிமேகலை சீவகசிந்தாமணி வளையாபதி குண்டலகேசி ஆகிய ஐந்தையும் ஐம்பெருங்காப்பியம் என்றனர். உதயணகுமார காவியம், நாககுமார காவியம், யசோதர காவியம், நீலகேசி, சூளாமணி ஆகிய ஐந்தனையும் ஐஞ்சிறுகாப்பியம் என்றனர். சிந்தாமணியோடு ஒத்த இடம்பெறத் தகுதியான சூளாமணியைச் சிறுகாப்பியம் என்று அமைத்தது பொருந்தவில்லை. சமய வாதம் மிகுந்த குண்டலகேசியைப் பெருங்காப்பியத்துள் சேர்த்ததும் பொருத்தமாகத் தோன்றவில்லை. பிற்காலத்து அறிஞர் எவரோ செய்த இந்தப் பாகுபாடு புறக் கணிக்கத் தக்கதே எனலாம்.

சோழரும் சைவ நூல்களும்

கி.பி. பத்தாம் நூற்றாண்டுக்குப் பிறகு தமிழ்நாட்டில் செல்வாக்குப்

பெற்ற சோழர் ஆட்சி தமிழிலக்கிய வளர்ச்சிக்குப் பெருந்துணையாக இருந்தது. அப்போது ஆட்சிபுரிந்த சோழ அரசர்கள் தமிழ்ப்புலவர்களின் நட்புக்கும் மதிப்புக்கும் உரியவர்களாக விளங்கினார்கள். அவர்களுள் சிலர் இலக்கியம் கற்றறிந்த மன்னர்களாகவும் இருந்தார்கள். பெரிய புராண ஆசிரியரான சேக்கிழாரிடத்துக் குலோத்துங்க சோழன் பத்தி கொண்டிருந்தான். இராமாயணம் இயற்றிய கம்பரிடம் நட்புப் பூண்டிருந்தான் சோழன் ஒருவன். கவிச்சக்கரவர்த்தி என்ற பெருமிதப் பட்டத்தோடு விளங்கிய புலவர் ஒட்டக்கூத்தர், சோழ அரசவைப் புலவர். சோழரின் ஆட்சியின் பெருமை தென்கோடி முதல் வடகோடி வரையில் எட்டிக் கடல் கடந்த நாடுகளிலும் தீவுகளிலும் பரவி யிருந்தது. சோழநாடு பல நாடுகளை வென்று போரரசாகத் திகழ்ந்தது. வானளாவிய கோபுரங்களுடன் பெரிய கோயில்கள் கட்டப்பட்டன. தமிழ்நாட்டின் வரலாற்றில் காணாத பல பெருஞ்செயல்களை அந்த அரசர்கள் நிறைவேற்றினார்கள். தமிழிலக்கிய வளர்ச்சியும் அந்தப் பெருமைகளுக்கு ஏற்ற அளவு உயர்வு பெற்று நின்றது காணலாம்.

சைவ சமய இலக்கியம் காக்கப்பட்டு வளர்வதற்குச் சோழர்களின் ஆதரவு பெருங்காரணம் எனலாம். திருவிசைப்பா என்னும் தொகுதி யில் உள்ள சில பாடல்களின் ஆசிரியரான கண்டராதித்தர் சோழர் குடும்பத்தைச் சார்ந்தவர். கோயில்களில் முறையாக தேவாரப் பாடல்களைப் பாடுவதற்காக இசை தேர்ந்த பக்தர்களை ஏற்படுத்தி அவர்களுக்குத் தக்க மானியங்களை வழங்கினார்கள் சோழ அரசர்கள். இன்றும் பல கோயில் கல்வெட்டுகளில் அந்த மானியங்களைப் பற்றிய குறிப்புகளைக் காணலாம்.

இராசராச சோழன் காலத்தில் திருமாளிகைத் தேவர் கருவூர்த் தேவர் முதலிய சிவனடியார் ஒன்பதின்மர் பாடிய பக்திப் பாடல்கள் திருவிசைப்பா என்ற பெயரால் தொகுக்கப்பட்டன. நாயன்மார்களின் தேவாரத்திற்கு அடுத்தபடியாக உருக்கமான பக்திச் சுவை நிரம்பிய பாடல்களாக அவை போற்றப்பட்டன. தஞ்சாவூரில் இராசராச சோழன் எழுப்பிய பெரிய கோயிலின் சிவபெருமான் மீதும், கங்கை கொண்ட சோழபுரத்துக் கோயிலின் கடவுள்மீதும் கருவூர்த்தேவர் பாடிய பாடல்கள் பக்தர்களின் நெஞ்சை உருக்குவன. திருவிசைப்பா என்ற பெயரே இவற்றின் இசை பற்றிய சிறப்பை விளக்குவதாகும். திருவிசைப்பாவின் பாடல்களும் சேந்தனார் பாடிய திருப்பல்லாண்டு என்னும் பாடல்களும் இன்னும் கோயில்களின் வழிபாட்டுக்கு

உரியனவாக இசையோடு பாடப்படுகின்றன. திருவிசைப்பாவில் இப்போது உள்ள பாடல்கள் 301.

சைவ சமயத்தைச் சார்ந்த பக்தி இலக்கியம் பன்னிரண்டு திருமுறைகளாகப் பாகுபாடு செய்து அமைக்கப்பட்டது. திருஞான சம்பந்தர் தேவாரம் நாலாயிரம் முதல் மூன்று திருமுறை. திருநாவுக்கரசர் தேவாரம் மூவாயிரமும் அடுத்த மூன்று திருமுறை. சுந்தரமூர்த்தி நாயனாரின் தேவாரம் ஆயிரம் ஏழாம் திருமுறை. மாணிக்கவாசகரின் திருவாசகமும் திருக்கோவையாரும் எட்டாம் திருமுறை. மேலே குறித்த திருவிசைப்பாவும் திருப்பல்லாண்டும் ஒன்பதாம் திருமுறை. திருமூலரின் திருமந்திரம் என்னும் நூல் பத்தாம் திருமுறை. நக்கீரதேவ நாயனார், பட்டினத்தார் முதலான சைவ சமயச் சான்றோர்களின் நூல்கள் பதினொன்றாம் திருமுறை. சேக்கிழாரின் காப்பியமாகிய பெரிய புராணம் பன்னிரண்டாம் திருமுறை.

பெரிய புராணம்

தழுவலும் மொழிபெயர்ப்புமாக இல்லாமல் தமிழ்நாட்டுக்கு உரியதாகவே இடைக்காலத்தில் எழுந்த காப்பியம் பெரிய புராணம் என்பது. சேக்கிழார் என்பவரால் இயற்றப்பட்டது. அவர் சோழ அரசன் குலோத்துங்கனிடம் (கி.பி. 11, 12-ஆம் நூற்றாண்டில்) அமைச்சராக இருந்து. பிறகு சைவ சமயத் தொண்டுக்காகவே தம் வாழ்க்கையை அமைத்துக் கொண்டவர். கி.பி. 9 ஆம் நூற்றாண்டில் சுந்தரமூர்த்தி நாயனார் அறுபத்து மூன்று நாயன்மார்களுக்கு வணக்கமாகத் திருத்தொண்டத் தொகை என்பதைப் பதினொரு பாடல்களால் பாடினார். பிறகு வந்த நம்பியாண்டார் நம்பி என்பவர் அந்த நாயன்மார்களின் வாழ்க்கைபற்றிய குறிப்புகளை மட்டும் அமைத்துத் திருத்தொண்டர் திருவந்தாதி என்னும் சிறுநூல் இயற்றினார். சேக்கிழார் அந்தக் குறிப்புகளை விரிவு படுத்தி நாலாயிரத்துக்கு மேற்பட்ட செய்யுள்களால் காப்பியம் இயற்றினார். அந்த விரிவுக்காக-காப்பியமாக விரிவுபடுத்துவதற்காக - அவர் மேற்கொண்ட முயற்சியும் உழைப்பும் எவ்வளவு அருமை யானவை! அமைச்சராக இருந்த செலவாக்கு முழுவதும் பயன் படுத்தி நாட்டின் பல பகுதிகளிலும் சுற்றி அங்கங்கே நாயன்மார் வாழ்ந்த ஊர்களுக்கு நேரில் சென்று அவ்விடங்களில் செவிமரபாக வழங்கும் வரலாற்றுச் செய்திகளை விடாமல் தொகுத்து அவற்றைக்

கொண்டு அறுபத்துமூவருடைய வாழ்க்கையை எழுதினார். மற்றக் காப்பிய ஆசிரியர்கள் வழக்கமாகச் செய்வதுபோல், கற்பனைகளைக் கூட்டிக் காப்பியத்திற்கு அழகு ஊட்ட முயலவில்லை. தாம் கேட்டறிந்த செய்திகளையும் கற்றுணர்ந்த சான்றுகளையும் மட்டுமே கூட்டிப்பெருநூல் ஆக்கினார். அவராகக் கற்பனை ஒன்றும் சேர்க்கவில்லை. அவர்க்கு முன்னமே ஊர்களில் செவிமரபாக வழங்கியவைகளில் மக்களின் கற்பனை பல இடம் பெற்றிருக்கக் கூடும். சேக்கிழாரைப் பொறுத்தவரையில், அவர் உண்மை என்று கேட்டறிந்த நிகழ்ச்சிகளை மட்டும் எளிய இனிய தமிழில் பாடித் தந்தார். ஆகவே, இடைக்காலத்து இலக்கியத்தில் நாட்டு மக்களின் வாழ்க்கைபற்றி அறிவிக்கும் ஒரு பெருநூலாக உள்ளது பெரிய புராணமே. மக்களின் பழக்கவழக்கங்கள், நம்பிக்கைகள் விருப்பு வெறுப்புகள், செயல்முறைகள் முதலிய பலவற்றை அக்காலத்தில் இருந்தவாறு வரலாற்றுப் போக்கில் அறிவதற்கு உதவுவது இந்த நூலே ஆகும்.

சேக்கிழார் சைவ நாயன்மார் எல்லோருடைய வரலாற்றையும் பாடவேண்டும் என்று விரும்பினார். தம் நூலை ஒரு காப்பிய வடிவில் அமைக்க வேண்டும் என்றும் விரும்பினார். காப்பியம் என்ற காரணத்தால், ஒப்பற்ற காப்பியத் தலைவராக ஒருவரைப் போற்ற வேண்டும் என்ற விதிக்குப் பொருந்தச் சுந்தரமூர்த்தி நாயனாரை அமைத்தார். அவர் கைலாயத்திலிருந்து புறப்பட்டுத் தமிழ் நாட்டில் பிறந்தது முதல் மறுபடியும் மண்ணுலக வாழ்வை விட்டுக் கைலாயம் சென்று சேர்தல் வரையில் அவருடைய முழுவாழ்வையும் கூறுவதாகக் காப்பியத்தை அமைத்தார். நாயன்மார் அறுபத்துமூவருடைய வரலாறும் கூறவேண்டும் என்ற தம் சமயநோக்கத்திற்காக, சுந்தரமூர்த்தி நாயனார் ஒரு தலத்தில் திருத்தொண்டத் தொகை என்று தொண்டர் வணக்கம் பாடுவதாகக் குறிப்பிட்டு, அந்தப் பாடலில் உள்ள முறைப்படியே எல்லா நாயன்மாருடைய வரலாறும் கூறிமுடித்து, மறுபடியும் சுந்தரமூர்த்தி நாயனாரின் மற்றத் தல யாத்திரைகளையும் பிறவற்றையும் விளக்கியிருக்கிறார். தம் காப்பியத்தின் பகுதிகளுக்குப் பெயர் வைப்பதிலும், சுந்தரமூர்த்தி நாயனாரின் பாடல்களின் முதல் தொடர்களையே கையாண்டிருக்கிறார்.

நாயன்மார்களிடத்தில் சேக்கிழார் கொண்டிருந்த பக்தி ஒப்பற்ற தாகும். 'தொண்டர் சீர் பரவுவார' எனப் புகழ்பெற்ற அவருடைய

வாழ்க்கை மிகப் பண்பட்ட வாழ்க்கை ஆகும். கொலை முதலிய தீமைகளைக் கூறவேண்டிய இடங்களில் அவற்றைக் குறிப்பிடவும் கூறுகின்ற அளவிற்கு அன்பு நிரம்பிய நெஞ்சம் படைத்த சான்றோர் அவர். அவர் காலம் வரையில் எத்தகைய பெரியவரையும் அவன் என்று ஒருமையிலேயே நூல்கள் குறித்து வந்தன. ஆனால் சேக்கிழார், நாயன்மார் ஒவ்வொருவரைக் குறிப்பிடும்போது, ஆண் ஆயினும், பெண் ஆயினும், அவர் என்றே மதிப்புப் பன்மைச் சொல்லால் குறிப்பிட்டுள்ளார். நூல் முழுதும் இவ்வாறே நாயன்மார்களைப் பெருமதிப்புடன் குறிப்பிட்டு, பக்திச்சுவை பெருக எழுதியுள்ளார். அவர் காலத்துச் சோழ அரசன் அவருக்குப் பெருஞ்சிறப்பு எல்லாம் செய்து அந்த நூலைப்பட்டத்து யானை மேல் வைத்துப் பவனி வரச் செய்து பாராட்டினான்.' தானே பக்கத்தே இருந்து அவருக்குக் கவரி வீசினான், பக்திச் சுவை நிரம்பிய காப்பியமாக இயற்றிய சேக்கிழாரைப் பிள்ளைத் தமிழ் என்னும் அந்த நூலில், 'பக்திச் சுவை நனி சொட்டச் சொட்டப் பாடிய கவிவலவ' (பக்திச் சுவை பெருகுமாறு பாடிய சிறந்த கவிஞரே) என்று அவர் சேக்கிழாரைப் போற்றிக் கூறியுள்ளார்.

நூலின் செய்யுள்கள் எளிய நடையில் அமைந்தவை; தெளிவானவை. ஆசிரியரின் நெஞ்சில் குடிகொண்டிருந்த நேர்மையும் நாகரிகமும் எளிமையும் செம்மையும் நூலின் செய்யுள்களிலும் காணப்படுகின்றன. ஆசிரியரின் சொந்தக் கற்பனைகளுக்குச் சிறிதும் இடம் வைத்துக் கொள்ளாமல் தம் ஆராய்ச்சிக்கு எட்டிய உண்மைகளை மட்டும் விளக்கிச் சொல்வதே கடமையாகக் கொண்ட காரணத்தால் காப்பியச் சுவை விஞ்சி நிற்காவிட்டாலும், காப்பியத்திற்கு உரிய எல்லா அமைப்பும் கொண்டு விளங்குகிறது இந்த நூல். நெஞ்சில் நிறைந்த அன்பினால் இறைவனை வழிபடுவது ஒன்றே போதும் என்று அதற்குமேல் வேறொரு பயனும் கருதாதவர்கள் சிவனடியார்கள் என்று கூறுமிடத்தில், அந்தப் பக்தி வழிபாடு தவிர முத்தியையும் மதித்து நாடாத பெருமிதமான மனப்பான்மை உடையவர்கள் என்று போற்றியுள்ளார்.

கூடும் அன்பினில் கும்பிட லேயன்றி
வீடும் வேண்டா விறலின் விளங்கினார்.

சீவகசிந்தாமணியின் ஆசிரியர் வளர்த்த விருத்தப்பாவை எளிய நடைக்கு உரியதாக்கிக் காட்டியவர் சேக்கிழார்.

பலவகை மக்களின் வாழ்க்கை முறைகளையும் நன்றாகக் கண்டறிந்து ஆங்காங்கே தம் நூலில் சேக்கிழார் விளக்கியுள்ளார். தொழில் வகைகளுக்கு ஏற்ப ஊர்களில் மக்கள் சேர்நது வாழ்ந்த காலம் அது. அந்தந்தத் தொழிலைச் சார்ந்த மக்கள் அந்தந்த இடங் களில் தங்கி வெவ்வேறு பழக்க வழக்கங்கள் உடையவர்களாய் வாழ்ந்து வந்தனர். பறைகொட்டுபவர், மீன்பிடிப்பவர், வேட்டை ஆடுபவர் ஆகிய பலவகையாரும் வெவ்வேறு இடங்களில் வாழ்ந்த வாழ்க்கைகளைத் திறம்பட வருணித்துள்ளார். எடுத்துக்காட்டாக, வேடர்களைப்பற்றிய வருணனையைக் கண்ணப்ப நாயனார் பற்றிய பகுதியில் காணலாம். கண்ணப்பர் வேடர். வேடர்கள் மலையில் விலங்குகளை வேட்டையாடி வாழ்ந்தவர்கள். வேட்டைக்கு வேண்டிய தொங்கிய காதுகளை உடைய நாய்கள், அவர்கள் வாழும் பகுதியில் வளர்ந்த விளாமரத்தில் தொங்கும் வலைகள், காட்டு விலங்குகளைப் பிடிப்பதற்காக வீட்டு முற்றங்களில் பழக்கப்பட்டு வளரும் பன்றி மான் கரடி முதலிய விலங்குகள். வீட்டின் எதிரே பாறைகளில் உலரும் தானியங்கள் முதலிய பலவற்றையும் உள்ளவாறே வருணித்துள்ள பாடல்கள் சுவையானவை. வேடர்களின் சிறுவர்கள் வீட்டில் வளர்க்கும் புலிக்குட்டிகளோடும் யானைக் குட்டிகளோடும் விளையாடு கிறார்களாம். இவ்வாறே வேறு பல தொழில் செய்யும் மக்கள் வாழும் இடங்களில் அந்தந்தக் காட்சிகளை வருணித்துள்ளார்.

அந்தந்த மக்கள் பேசும் பேச்சில், அவரவர்கள் அறிந்தவற்றையே உவமையாக அமைக்கும் திறமும் அவருடைய பாடல்களில் காணலாம். மேலே குறித்த வேடர்கள் இருவர் பேசிக்கொள்ளும் பேச்சில், கண்ணப்பர் சிவலிங்கத்தையே பற்றிக் கொண்டு கடமையை மறந்து அங்கிருந்து நகராமல் இருப்பதைப்பற்றி அவர்களுள் ஒருவன் கூறும்போது, "வங்கினைப் பற்றிக் கொண்டு உடும்பு அதை விட்டு நீங்காதிருப்பதுபோல், நம் கண்ணப்பன் அங்கே சிவலிங்கத்தைப் பற்றிக் கொண்டு இருக்கிறான்" என்று உவமை அளிக்கிறார். உடும்பு விடாமல் பற்றிக் கொண்டிருககும் காட்சி வேடர்களுக்கு நன்கு தெரிந்த ஒன்று ஆகும். ஆகவே, அவர்களின் பேச்சில் அது உவமையாக அமைவது மிகப் பொருத்தமாகும்; இயல்பானதாகும்.

சிவனடியார்கள் எப்படிப்பட்டவர்கள் என்று விளக்கும் சேக்கிழார், உயர்ந்த மனப்பான்மையையும் கொள்கையையும் எடுத்துரைக்கிறார். "அவர்களுடைய பெருமையைச் சொன்னால்,

அவ்வகையில் அவர்களுக்கு நிகரானவர்கள் அவர்களே. ஒப்பற்ற தன்மையால் உலகை வெல்ல வல்லவர்கள். இடையூறு என்று ஒன்றுமே இல்லாதவர்கள். மற்றவர்களால் அடைய முடியாத அருமையான நிலையில் நிற்பவர்கள். அன்பின் வழியாகவே, இன்பத்தை நுகர்பவர்கள். நல்வினை தீவினை முதலாக இரண்டு இரண்டாக உள்ள மாயையின் இடர்களைக் கடந்து நிற்பவர்கள்" என்று போற்றப்படுகிறார்கள்.

பெருமையால் தம்மை ஒப்பார்
 பேணலால் எம்மைப் பெற்றார்
ஒருமையால் உலகை வெல்வார்
 ஊனமேல் ஒன்றும் இல்லார்
அருமையாம் நிலையில் நின்றார்
 அன்பினால் இன்பம் ஆர்வார்
இருமையும் கடந்து நின்றார்
 இவரைநீ அடைவாய் என்று.

அடியார்களின் அன்பை விளக்கும் இடங்களில் சேக்கிழாரின் சொற்கள் மென்மை பெற்றுக் குழைகின்றன. அவர்களின் நெஞ்சில் உறுதியை விளக்கும் இடங்களில் வன்மை பெற்று இறுகுகின்றன.

காரைக்கால் அம்மையார் சிவபெருமானிடம் கேட்ட வரம் பற்றிய பாட்டு, அவருடைய உள்ளத்தின் உண்மையார்வத்தைப் புலப்படுத்தும் பான்மை போற்றத்தக்கது;

இறவாத இன்ப அன்பு வேண்டிப்பின் வேண்டுகின்றார்
பிறவாமை வேண்டும்; மீண்டும் பிறப்புண்டேல் உன்னை
 என்றும்
மறவாமை வேண்டும்; இன்னும் வேண்டும்தான் மகிழ்ந்து
 பாடி
அறவாநீ ஆடும் போதுஉன் அடியின்கீழ் இருக்க என்றார்.

என்றும் மாறாத இன்பம் தரும் அன்பு வேண்டும் என்று கேட்டாராம். பிறவி எடுக்காத வரம் கேட்டாராம்; மறுபிறப்பு நேர்வதாக இருந்தால், கடவுளை என்றும் மறக்காத பிறப்பாக இருக்க வேண்டும் என்றாராம்; மகிழ்ச்சியோடு பாடிக்கொண்டே, ஆடும் கடவுளாகிய சிவனுடைய திருவடியின்கீழ் இருக்க வேண்டும் என்று கேட்டாராம்.

இவ்வாறு செய்திகளை முறையே சொல்லும் பாடல்களிலும் ஒருவகை உருக்கமும் பண்பாடும் புலப்படக் காண் கிறோம்.

சேக்கிழாரின் இயற்கை வருணனைகளிலும் மற்ற வருணனை களிலும் பக்திச் சுவையே மேலிட்டு விளங்கும். வயலில் விரிந்து அசையும் நெற்கதிர்கள் சிவனடியாரின் மனம்போல் மலர்ந்து அழகாக உள்ளனவாம். முற்றிய நிலையில் அந்த நெல்கதிர்கள் தலை வணங்கிச் சாய்ந்து தோன்றும் காட்சி, சிவனடியார்கள் கூடியிருக்கும்போது ஒருவரை ஒருவர் வணங்கிப் பக்தி செலுத்துவது போல் உள்ளதாம். தாழை மலர்களில் மகரந்தப் பொடி மிகுதி; வண்டுகள் அந்த மலர் களின் போடியில் குடைந்து ஒலிக்கின்ற காட்சி, சிவனடியார்கள் திருநீறு பூசிச் சிவனை ஏத்துவதுபோல் உள்ளதாம். மலர்கள் கொத்துக் கொத்தாகப் பூத்துத் தொங்கும் கொன்றை மரம், சடைகளை உடைய சிவபெருமான்போல் தோன்றுகிறதாம்.

பெருஞ்சினம் கொண்டு எதிர்தத சிறந்த வீரனுக்குமுன் பகைவர் எல்லோரும் கெட்டொழிதல், மெய்ஞ்ஞானம் தோன்றிய வுடன் மோகம் முதலான குற்றங்கள் அடியோடு ஒழிவதைப் போன்றது என விளக்கியுள்ளார். கண்ணப்ப நாயனார் வளர்ந்து பதினாறு வயது நிரம்பிப் பலவகைப் பயிற்சியும் நிறைந்து விளங்கும் நிலைமை. பதினாறு கலையும் நிரம்பிய முழுமதிபோல் உள்ளதாம்; புண்ணியங்கள் திரண்டு மேன்மேலும் வளர்ந்து விளங்குவதுபோல் உள்ளதாம்.

குளிர்காலத்தில் பனிசூழ்ந்து குன்றுகளை மூடியிருக்கும் காட்சி. குளிருக்காகக் குன்றுகளும் வெண்ணிறமான போர்வை போர்த்துக் கொண்டிருப்பதுபோல் உள்ளதாம். குளிரும் பனியும் மிகுந்தபடியால் தன் கைகளை நீட்டி நிமிர்க்க முடியாதவன்போல் சூரியன் மெல்லக் கதிர்களை விரித்து மூடிக் கொள்கிறானாம். அதனால் வெயில் தோன்றித் தோன்றி மறைகிறதாம்.

தமிழ்நாட்டில் உள்ள பாலாறு, வெள்ளம் வரும்போது தவிர மற்றக் காலங்களில் நீர் இல்லாமல் மணல் வெளியாகக் காணப்படுவது. ஆகவே, நீர்வளம் குறைந்ததாகவே பொதுவாக அது கருதப்படுகிறது. ஆனாலும், எல்லாக் காலங்களிலும் அதன் மணலைத் தோண்டி, ஊற்றுநீரைப் பயன்படுத்துவது வழக்கம். அதை நன்கு உணர்ந்த சேக்கிழார், அந்த ஆற்றை வருணிக்க நேர்ந்தபோது, நீர்ப்பெருக்கு

இல்லாதது என்ற குறை தோன்றாதபடி ஓர் உவமையை அமைத்துச் சிறப்பித்துள்ளார். குழந்தை தன் கையினால் தடவி வாய் வைத்து உறிஞ்சும்போது அதற்கு வேண்டிய அளவுக்கு முலைப்பால் சுரந்து ஊட்டும் தாய்போல், உழவர்கள் வெயில் காலத்திலும் மணல்மேட்டைத் தோண்டி ஊற்றெடுக்க, நீர் வாய்க்கால் வழியே ஓடி ஆற்றின் இருபக்கமும் பெருகி வயல்களில் பாயச் செய்வது பாலாறு என்று வருணித்துள்ளார். அந்த அழகிய உவமையின் வாயிலாக, பாலாற்றின் வளத்தை ஒரு தாயின் அன்பு மனத்தின் சிறப்புக்கு உயர்த்தியுள்ளார். நீர் குறைந்தது என்ற பழியை மறைத்தது மட்டும் அல்லாமல், அளவுக்கு மேல் தந்து கெடுத்துவிடாமல், தேவையான அளவிற்குத் தந்து காப்பாற்றுவது என்ற பெருமையும் தந்துள்ளார். இவ்வாறு எளிய சொற்களால் இனிமையாக வருணனைகளை அமைக்கும் சிறப்பை அவருடைய காப்பியத்தில் காணலாம்.

ஒட்டக்கூத்தர்

பன்னிரண்டாம் நூற்றாண்டில் சோழரின் அவைக்களத்தில் பெருஞ்செல்வாக்குடன் விளங்கிய புலவர் ஒட்டக்கூத்தர். கூத்தர் என்பது நடனமாடும் கடவுளாகிய சிவனுடைய பெயர். அவர் ஓரிசா நாட்டோடு பெற்றிருந்த தொடர்பு காரணமாக ஒட்ட (ஓரிசா நாட்டு) என்ற அடையுடன் ஒட்டக்கூத்தர் என்று வழங்கப் பெற்றார். அந்தச் சொல்லை விளக்குவதற்காக வேறு வகையில் காரணம் கற்பிக்கப்பட்டுக் கதை புனையப்பட்டதும் உண்டு. அவர் இலக்கண இலக்கியங்களில் வல்லவர்; வடமொழிக் கல்வியும் நிரம்பியவர்; பழைய மரபுகளை விடாமல் போற்றி, பிறர் செய்யும் தவறுகளைக் கடுமையாக எடுத்துரைத்துக் கண்டிப்பவர். விக்கிரம சோழனுக்கு (கி.பி. 1118-1133) அரசவைப் புலவராக விளங்கியவர். அவனுடைய மகனுக்கும் (கி.பி. 1133-1150) பேரனுக்கும் (கி.பி. 1146-1163) தமிழ் கற்பித்த ஆசிரியராகவும் அவர்களுடைய அரசவைப் புலவராகவும் பெருமதிப்புடன் வாழ்ந்தவர். அந்த மூன்று அரசர்களைப்பற்றியும் தனித்தனியே உலா நூல்கள் பாடியிருக்கிறார். அந்த மூன்று நூலும் சேர்ந்து மூவருலா எனப்படும். அவர்களுள் விக்கிரம சோழனுடைய வெற்றியைப் பாராட்டி அவர் பாடிய பரணி ஒன்று உண்டு. கலிங்கப் பரணி என்னும் அந்நூல் இப்போது கிடைக்கவில்லை. கலிங்கத்துப்பரணி சயங்கொண்டார் பாடிய நூல் பெற்ற பெறும் புகழால், ஒட்டக்கூத்தர் பாடிய கலிங்கப் பரணி மறைந்தது. ஆயினும்,

சிவனைப் பாடிய மற்றொரு பரணி இன்றும் உள்ளது. அது தக்க யாகப் பரணி எனப்படுவது. தட்சனுடைய வேள்வியை அழித்துச் சிவபெருமான் பெற்ற வெற்றியைப் போற்றிப் பாடிய பரணி நூல் அது.

அந்த மூன்று சோழர்களுள் மற்றொருவனாகிய இரண்டாம் குலோத்துங்கனைப் பற்றி உலா பாடியதோடு ஒரு பிள்ளைத் தமிழும் ஒட்டக்கூத்தர் பாடினார். சோழர்களின் அமைச்சர், சேனைத் தலைவர் ஆகியவர்கள் மேலும் சில நூல்கள் பாடினார்.

மூன்று பெருமன்னர்களின் அரசவையை அணி செய்து நெடுங்காலம் வாழும் பேறு பெற்றவர் ஆகையால், ஒட்டக்கூத்தர் பல பெரிய பட்டங்களுக்கும் சிறப்புகளுக்கும் உரியவரானார். அரண்மனையில் அவர் இட்டது சட்டமாக இருந்தது. அவருடைய வெறுப்புக்கு ஆளானால் எந்தப் புலவர்க்கும் வாழ்வு இல்லை என்னும் நிலைமை இருந்தது. அதனால் பிற்காலத்தில் சில கதைகள் புனையப்பட்டன. புகழேந்திப் புலவர் அவர் காலத்தில் வாழ்ந்தவர் என்றும், ஒட்டக்கூத்தர் அவர் மடல் பெறாமை கொண்டு இன்னல் பல விளைத்தார் என்றும் கதைகள் புனையப்பட்டன. அவற்றிற்கு வரலாற்றுச் சான்றுகள் இல்லை. புகழேந்திப் புலவர் ஒட்டக்கூத்தர்க்குப் பிறகு சில நூற்றாண்டுகள் கழித்து வந்தவர்.

கவிச்சக்கரவர்த்தி எனச் சோழ வேந்தரால் பட்டம் பெற்ற ஒட்டக்கூத்தர் மரபுகளைப் போற்றி நூல்களை இயற்றினார்; வாழ்வின் உணர்ச்சிகள் உந்த நூல்கள் இயற்றும் வாய்ப்பு அவர்க்கு இல்லை. ஆதலின், மக்களால் கவிச்சக்கரவர்த்தி எனப் போற்றப்பட்ட கம்பரின் நூல் எய்தி சிறப்பை ஒட்டக்கூத்தரின் நூல்கள் பெற முடியவில்லை. செய்யுள்கள் வருணனைகள் மிகுந்தனவாய்ச் செறிவு உடையனவாய் இருந்தபோதிலும் அவற்றின் நடையில் இயல்பான ஓட்டம் அமையவில்லை. அவருடைய வாழ்வில் இருந்த பெருமிதமும் கடுமையும் அவர் இயற்றிய செய்யுள்களிலும் அமைந்தன. உள்ளத்து உணர்வின் செம்மையும் இனிமையும் படியவில். தமிழ்ப் புலவர் வேறு எவர்கும் இல்லாத பெருஞ் சிறப்புகளை வாழுங்காலத்தில் பெற முடிந்ததே அல்லாமல், அவர் படைத்த நூல்கள் அத்தகைய பெருஞ் சிறப்புகளோடு விளங்க முடியவில்லை. தக்க யாகப் பரணி என்ற ஒரு நூல் மட்டும் தமிழ் இலக்கியங்களுள் ஒரு சிறப்பிடம் பெற்று

விளங்குவது எனலாம். ஆயினும் அதுவும் கலிங்கத்துப் பரணிக்கு அடுத்த நிலையிலேயே இன்று வைத்து எண்ணப்படுகிறது. அது 815 தாழிசைகளால் அமைந்த நூல். ஆசிரியரின் பரந்த அறிவைப் புலப்படுத்தும் நூல் அது. பரணியில் போர்க்களத்தைக் காளி பேய்களுக்குக் காட்டுவதாகக் கூறுவது மரபு. ஆனால் ஒட்டக் கூத்தரின் பரணியில் சிவபெருமான் உமா தேவிக்குக் காட்டியதாகப் பாடப்படுகிறது. சைவ சமயப்பெருமையை அந்த நூல் பல இடங்களிலும் வலியுறுத்துகிறது. நூலாசிரியர் கலைமகளிடத்துப் பக்தி பூண்டவர் என்பதும் அந்த நூலால் விளங்குகிறது. வாழ்த்துக் கூறும் பகுதியில் நூல் இயற்றுவதற்கு உதவி புரிந்த இரண்டாம் இராசராச சோழனுடைய பெருமை சிறப்பித்து வாழ்த்தப்படுகிறது.

இராமாயணத்தின் தொடர்பாக இவரைப்பற்றி வழங்கும் கதையும் உள்ளது. கம்பரும் ஒட்டக்கூத்தரும் போட்டியிட்டுக் கொண்டு இராமாயணத்தைப் பாடத்தொடங்கினார்கள் என்றும், கம்பர் பாடிய பாட்டுகளின் சுவையும் நயமும் மேம்பட்டு விளங்குவதை அறிந்தவுடன் தாம் இயற்றிய நூலின் பகுதிகளை அழித்துவிட்டார் என்றும், அழியாமல் தப்பியது ஏழாம் காண்டமாகிய உத்தரகாண்டம் ஒன்றே என்றும் கதை கூறும்.

கம்பர்

'கம்பன் பிறந்த தமிழ்நாடு' என்று தமிழ் நாட்டிற்குப் பெருமை தந்த புலவராகப் பாரதியாரால் பாராட்டப் பெற்றவர் கம்பர். தமிழிலக்கிய வானில் பேரொளி வீசும் கவிஞர் அவர். மாயூரத்துக்கு அருகே ஒரு சிற்றூரில் காளிபூசை செய்யும் எளிய குடும்பத்தில் பிறந்த அவர், உலகத்துச் சிறந்த கவிஞர்களுள் ஒருவராக மதிக்கப்படுகிறார். சிறுவராக இருந்தபோது ஒரு கம்பங் கொல்லையைக் காவல் புரிந்த காரணத்தால் கம்பர் என்று பெயர் பெற்றதாகக் கூறுவர். காளிகோயிலில் ஒரு கம்பத்தின் அருகே கண்டெடுக்கப்பட்டதால் அந்தப் பெயர் வந்தது என்றும் கூறுவர். காஞ்சி நகரத்தில் உள்ள சிவனாகிய ஏகம்பனை வழிபடும் குடும்பத்தில் பிறந்ததனால் அந்தப் பெயர் அமைந்தது என்று கூறுவோரும் உண்டு. அவரை இளமையில் ஆதரித்து வளர்த்த வள்ளல் சடையப்பரை என்றும் மறவாமல் போற்றினார் கம்பர். தாம் இயற்றிய இராமாயணத்துள் ஆயிரம் பாட்டுக்கு ஒருமுறை சடையப்பரின் புகழையும் பண்பையும்

பெருமையையும் உவமையாக அமைத்துப் பாடியுள்ளார். இராமன் இராவணனை வென்று நாட்டுக்குத் திரும்பி முடிசூட்டிக் கொண்ட விழாவை வருணித்த கம்பர், வசிட்ட முனிவர் இராமனுக்கு முடிசூட்டினார் என்ற அளவில் கூறி நிற்கவில்லை. உழுது விளைத்து நாட்டைக் காக்கும் உழவர் பெருமக்களாகிய குடிகள் தொழுது முடியை எடுத்துத் தர, அதை அவர்களிடமிருந்து வாங்கி வசிட்டன் சூட்டினான் என்று விளக்கப் புகுந்து, வெண்ணெய்நல்லூரின் வள்ளல் சடையப்பனின் மரபினராகிய உழவர் குடும்பத்தார் முடியை எடுத்துக் கொடுக்க வசிட்டன் வாங்கிச் சூட்டினான் என்று புகழ்ந்தார். இவ்வாறு அவர் தம் நன்றியறிதலைப் புலப்படுத்தியுள்ளார்.

கம்பருடைய காலத்தை ஒன்பதாம் நூற்றாண்டு எனச் சிலரும் பன்னிரண்டாம் நூற்றாண்டு எனப் பலரும் கூறுவர். சோழன் குலோத்துங்கனிடம் அவர் பெற்றிருந்த மதிப்பைவிட மக்களிடம் அவர் பெற்றிருந்த மதிப்புப் பெரிது. தம் கலையாற்றலில் பெரு நம்பிக்கை கொண்டிருந்த அவருடைய நெஞ்சம், நாட்டை ஆளும் ஒரு மன்னனின் விருப்பு வெறுப்புகளுக்குக் கட்டுப்பட்டு அடங்கிச் செல்ல முடியவில்லை. அதனால் அரசனோடு கருத்து வேறுபாடு கொள்ள நேர்ந்தபோது, 'உன்னை அன்றிக் கவிஞர்க்கு வேறு இடமே இல்லையோ' என்று சினந்து கூறி அரசனையைவிட்டு வெளியேறியதாகக் கதை கூறும். கம்பர்க்கு அம்பிகாபதி என்ற பெயரால் ஓர் அருமை மகன் இருந்தார். அம்பிகாபதியும் பெரிய கவிஞர் ஆனார். அரசன் மகளுக்கும் அம்பிகாபதிக்கும் காதல் ஏற்பட்டது. அரசன் அதைத் தடுக்க முயன்றான். அரசன் கம்பர் மேல் அதன் காரணமாகவும் காழ்ப்புக் கொண்டான். அம்பிகாபதியின் வாழ்வு முடிந்தபோது மகனை இழந்த கம்பர் பெருந்துயர் உற்றார். அவர் இயற்றிய இராமாயணத்தில், மகன் இராமன் காட்டிற்குப் பிரிய நேர்ந்தபோது தசரதன் உற்ற துயரத்திலும், இந்திரசித்துக்காக அவன் தந்தை இராவணன் அடைந்த துயரத்திலும் கம்பருடைய துயரம் புலப்படுகிறது என்று கூறுவர். அம்பிகாபதிக் கோவை என்ற காதல் நூல் கம்பர் மகனால் இயற்றப்பட்டது என்பர். மகனை இழந்த துயரத்தால்வாடிய கம்பர் சோழநாட்டைவிட்டுப் பாண்டி நாட்டில் நாட்டரசன் கோட்டைக்குச் சென்று காலமானார் என்று சொல்லப்படுகிறது. அங்கே அவருடைய சமாதி கோயிலாகப் போற்றப் படுகிறது.

கம்பர்க்கும் அவ்வையார்க்கும் தொடர்பு கற்பித்துக் கூறும் கதைகள் உண்டு; பாட்டுகளும் சில உண்டு.

உழவரின் தொழிலையும் பண்பையும் சிறப்பித்து 'ஏர் எழுபது' 'திருக்கை வழக்கம்' ஆகிய நூல்களைக் கம்பர் இயற்றினார். கலை மகளைப் போற்றி அவர் பாடிய நூல் சரசுவதி அந்தாதி. அவர் நம்மாழ்வாரிடத்துப் பூண்ட பக்தியின் சிறப்பு. 'சடகோபர் அந்தாதி' என்ற அவர் நூலால் விளங்குகிறது. 'கடன்பட்டார் நெஞ் சம்போல் கலங்கினான் இலங்கைவேந்தன்' என்பது நாட்டில் ஒரு பழமொழிபோல் வழங்குகிறது. அந்தப் பாட்டும் கம்பர் இயற்றியது என்று அவர் பெயரால் வழங்குகிறது. கம்பராமாயணத்தில் அப்பாட்டு இல்லை. அவ்வாறு கம்பர் பெயரால் தனிப்பாடல்களாக உள்ளவை சில; கம்பராமாயணத்தில் பிற்காலத்தில் சேர்க்கப்பட்ட பாட்டுகள் பல. எது எவ்வாறாயினும், கம்பர் பெருங்கவிஞர் என்பது நாட்டு மக்கள் அனைவரும் உணர்ந்த ஒரு கருத்தாக நிலவியது. 'கல்வியிற் பெரியர் கம்பர், 'கம்பன் வீட்டுக் கட்டுத்தறியும் கவிபாடும்' என்னும் பழமொழிகள் அதற்குத் தக்க சான்றுகள் ஆகும்.

கம்பராமாயணம்

மற்ற நூல்களைவிட அவருடைய புகழைக் காப்பது கம்ப ராமாயணமே ஆகும். அவருடைய கவிதைத் திறமையால் மிக விரைவில் அதைப் பாடி முடித்தார் என்பதை உணர்த்தும் கதைகளும் உண்டு. அந்தப் பெருநூல் பத்தாயிரம் பாட்டுகள் கொண்டது. அதைத் திருவரங்கத்தில் அரங்கேற்றினார் என்று கூறுவர்.

இராமனுடைய அரிய செயல்களை ஒட்டிய கதைகள் சில பழங்காலத்திலேயே தமிழ்நாட்டில் வழங்கி வந்தன. சங்க இலக்கியத்திலும் சில கதைப் பகுதிகள் உள்ளன. அவற்றுள் சில, வால்மீகி ராமாயணத்தில் காணப்படாத கதைப் பகுதிகளாக - புதுக்கற்பனைகளாக உள்ளன. காட்டில் பர்ணசாலையில் சீதையை இராவணன் கவர்ந்து தன் விமானத்தில் எடுத்துச் சென்றபோது, சீதை தன் அணிகலன்களை எல்லாம் ஒரு மூட்டையாகக் கட்டிக் கிஷ்கிந்தையில் இட்டாள். அந்த அணிகலன்கள் குரங்குகளின் கையில் அகப்பட்டன. அப்போது அந்த வானரங்கள் அவற்றை வியப்போடு பார்த்து, அவற்றைக் கொண்டு இன்னது செய்வது என்று தெரியாமல், தாறுமாறாக எடுத்து அணிந்துகொண்டனவாம். விரலில் அணிய

வேண்டியவற்றைச் செவியில் அணிதல் முதலான முரணான வழியில் அந்த அணிகலன்களை அணிந்து மகிழ்ந்தனவாம். இந்தக் குறிப்பு சங்க நூல்களுள் ஒன்றாகிய புறநானூற்றில் உள்ளது. அகநானூற்றில் உள்ள மற்றொரு குறிப்பு வருமாறு: இராமன் வாரை சேனையுடன் கடல் கடந்து இலங்கைக்குச் செல்லுமுன் இராமேசுவரத்தின் அருகே ஓர் ஆலமரத்தின் அடியில் தங்கியதாகவும், அந்த மரத்தடியில் உடன் உள்ளவர்களோடு செயல்திட்டங்களைப்பற்றி ஆலோசனை செய்ததாகவும் கூறப்படுகிறது. அப்போது அந்த ஆலமரத்தில் இருந்த பறவைகள் எல்லாம் கூடி ஒலி எழுப்பி, மறைவாகச் செய்யப்படும் ஆலோசனைக்கு இடையூறு செய்தனவாம். அந் நிலையில் அவற்றின் ஆரவாரமான பெரிய ஒலி அடங்குமாறு செய்வதற்காக, இராமன் தன் கையால் சைகை செய்து பறவைகளை அடக்கினானாம். உடனே பறவைகள் எல்லாம் அமைதியாக அடங்கிவிட்டனவாம்.

இவ்வாறு இராமனைப்பற்றிய கதைக் குறிப்புகள் ஆங்காங்கே பழைய தமிழ் நூல்களில் உள்ளன. அவற்றிற்குப்பின், ஆழ்வார்களின் பாசுரங்களில் இராமாயணச் சுருக்கமும் அரிய செயல்கள் பற்றிய குறிப்புகளும் கற்பனைகளும் பல உள்ளன.

ஆழ்வார்களும் கம்பரும்

ஆழ்வார்களில் பலர் இராமபிரானிடம் கொண்ட பக்தியைப் பாடியுள்ளனர். குலசேகர ஆழ்வாரும் திருமங்கையாழ்வாரும் இராம அவதாரத்தில் மிகுந்த ஈடுபாடு கொண்டு பல பாடல்கள் பாடியிருக்கிறார்கள். அவற்றை எல்லாம் நன்றாகப் பயன்படுத்திக் கொண்டார் கம்பர். எடுத்துக்காட்டாக, ஒன்று காண்போம்: திருமங்கை யாழ்வார் குகனிடம் இராமன் செலுத்திய அன்பைப் போற்றி ஒரு பாட்டுப் பாடியுள்ளார். “குகன் ஏழை, ஏதும் அற்றவன், தாழ்ந்தவன் என்று எண்ணி ஒதுக்காமல், அவனிடம் இரக்கம் கொண்டு இனிய அருள் சுரந்தாய். அவனிடம் சீதையையும் இலக்குமணனையும் அறிமுகப்படுத்தி, ‘இவள் உன் தோழி, இவன் உன் தம்பி’ என்று சொன்னதோடு நிற்கவில்லை. மிக மகிழ்ந்து, ‘நீ எனக்குத் தோழன்’ என்று கூறினாய். அந்த அன்பு நிரம்பிய சொற்கள் வந்து என் மனத்தில் இருப்பதால், உன் திருவடிகளை அடைந்தேன்” என்கிறார் ஆழ்வார். அனுமானிடம் இராமபிரான் செலுத்திய அன்பைப்பற்றிப் பாடும் இடத்தில், “காற்றின் மகனாகிய அனுமனைக் குரங்கு என்றும் விலங்கு என்றும் வேறு சாதி என்றும் ஒதுக்கவில்லை. ‘மகிழ்ச்சியோடு கடல்போல் பேரன்பு பெருக நீ செய்த உதவிக்குக் கைம்மாறு இல்லை.

குற்றமற்ற வாய்மை உடைய உன்னோடு உடன் இருந்து நான் உண்பேன்" என்று சொல்லி உடன் உண்டாய் என்கிறார். குகனைத் தம்பி என்று முறை கொண்டாடியதாகத் திருமங்கையாழ்வார் பாடிய பாட்டை மனத்தில் கொண்டு கம்பர் அழகாகக் கற்பனையை வளர்த்துள்ளார். "தசரதனுக்கு நாங்கள் நான்கு பேர் மக்களாகப் பிறந்தோம். இப்போது குகனோடு ஐவர் ஆனோம்" என்று இராமன் மகிழ்வதாகப் பாடியுள்ளார்.

கங்கைக்கரையில் குகன் இராமனைக் கண்டது முதல் பேரன்பு கொண்டு பணிவிடை செய்தான். அவனை விட்டு நீங்காமல் அங்கேயே இருந்தான். கங்கையாற்றைக் கடந்த பிறகு, காட்டிற்கு இராமனுடன் வருவதாகக் கூறினான். அப்போது இராமன் குகனைப் பார்த்து, "நீ என் உயிர் போன்றவன். என் தம்பி உன் தம்பி. இவள் உன் உறவு. இந்த என் நாடெல்லாம் உன்னுடையது. நான் உன் தொழிலை உரிமையாக உடையவன், உன் மற்றொரு தம்பியாகிய பரதன் அங்கே அயோத்தியில் உள்ள சுற்றத்தாரைக் காப்பாற்றுவதற்காக அமைந்திருக்கிறான். இங்கே உள்ள சுற்றத்தாரைக் காப்பாற்ற யார் இருக்கிறார்கள்? சொல். உன் சுற்றம் என் சுற்றம் அல்லவா? அவர்கள் துயர் அடையலாமோ? இது என் சுற்றம். இவர்களைக் காப்பாற்றிக் கொண்டு நீ இங்கேயே இரு. இது என் ஏவல்" என்றான். இவ்வாறு குகனைத் தம்பி என்று முறை கொண்டாடியது ஒருமுறை பேசிய உபசாரப் பேச்சு அல்ல; அதுவே கம்பருடைய காப்பியத்தில் நிலைபெற்றுவிட்டது. பரதன் இராமனைத் தேடிக் காட்டிற்கு வந்தபோது, குகனைக் கண்டு, அவனை கோசலைக்கு அறிமுகப்படுத்தியபோது, "இவன் இராமனுடைய இனிய தம்பி, இலக்குமணனுக்கும் சத்ருக்கனனுக்கும் எனக்கும் அண்ணன்" என்றான். அதைக் கேட்ட கோசலை, "மைந்தர்காள்! இனித் துயரப்பட்டு வருந்தாதீர்கள். நாட்டைவிட்டுக் காட்டை நோக்கி இராமனும் இலக்குவனும் வந்ததும் நன்மையே ஆயிற்று அல்லவா? இந்தக் குகனோடு சேர்ந்து நீங்கள் ஐந்துபேரும் இந்த நாட்டை நெடுங்காலம் ஆட்சி புரிவீர்களாக என்று வாழ்த்தினாளாம். பரதன் கைகேயியை அறிமுகப்படுத்தியபோது, குகன் அவளைத் தாய் என்று வணங்கினானாம்.

இராமன் சுக்கிரீவனிடம் அன்பு கொண்டதும், "உன் பகைவர் எனக்குப் பகைவர், தீயவர்களே ஆனாலும் உன் நண்பர் எனக்கு நண்பர். உன் சுற்றத்தார் எனக்குச் சுற்றத்தார். என் உறவினர் உனக்கும் உறவினரே. நீ என் உயிர்த்துணைவனான தம்பி" என்றான். பிறகு

விபீஷணனிடம் அன்பு கொண்டபோது, 'முன்பு குகனோடு சேர்ந்து ஐந்து பிள்ளைகள் ஆனோம். பிறகு சுக்கிரீவனோடு சேர்ந்து ஆறுபேர் ஆனோம். என்னிடம் அன்போடு வந்த சேர்ந்த உன்னோடு சேர்ந்து ஏழுபேர் ஆனோம். உன் தந்தையாகிய தசரதன் இவ்வாறு காட்டுக்கு அனுப்பி, பிள்ளைகளின் எண்ணிக்கையைப் பெருக்கிக் கொண்டான்" என்றான்.

குகனொடும் ஐவர் ஆனோம்
முன்புபின் குன்று சூழ்வான்
மகனொடும் அறுவர் ஆனோம்
எம்முறை அன்பின் வந்த
அகனமர் காதல் ஐய
நின்னொடும் எழுவர் ஆனோம்
புகலருங் கானம் தந்து
புதல்வரால் பொலிந்தான் உந்தை.

இவ்வாறு, திருமங்கையாழ்வாரின் பாசுரம் தூண்டிவிட்ட கற்பனையைக் கம்பர் தம் காப்பியத்தில் சுவைபட வளர்த்துள்ளார். ஆழ்வார்களின் பாடல்களில் உள்ள நயமான பலவகைக் குறிப்புகளை யும் இவ்வாறு கம்பர் தம் காவியத்தில் பயன்படுத்தியுள்ளார்.

வால்மீகியும் கம்பரும்

வால்மீகி இயற்றிய ஆதி காவியத்தை ஒட்டிக் கம்பர் தம் காப்பியத்தை எழுதியபோதிலும், கம்பராமாயணம் மொழிபெயர்ப்பும் அல்ல; வெறுந்தழுவலும் அல்ல. ஒரு புதுக் காப்பியம் போலவே விளங்குமாறு கம்பர் தம் கற்பனைத் திறனால் படைத்துத் தந்துள்ளார். வால்மீகியால் உயர்ந்த காப்பியத் தலைவர்களாகப் படைத்துக் காட்டப்பட்ட இராமனும் சீதையும், கம்பராமாயணத்தைக் கற்பவர் கேட்பவர்களின் நெஞ்சில் தெய்வங்களாகக் காட்சியளிக்கின்றனர். கம்பருக்குப் பிறகே இந்தியா முழுவதும் இராம வழிபாடு பெருகியது என்பர். குமரகுருபரர் என்னும் தமிழ்நாட்டுத் துறவியார் கங்கைக் கரையில் கம்பராமாயணக் கதையைப் பரப்பினார் என்றும், அது அங்கே பரவிய பிறகு இந்தியில் துளசிதாசர் இராமாயணம் இயற்றினார் என்றும், அதனாலேயே துளசி படைத்த இராமனும் சீதையும் பக்திக்கு உரிய தெய்வங்களாக விளங்குகிறார்கள் என்றும் சிலர் கூறுவர். தமிழர் வாணிகத்தின் காரணமாக இந்தோனேசியா, தாய்லாந்து, சயாம் முதலிய நாடுகளுக்குப் பல நூற்றாண்டுகளுக்கு

முன்பே சென்று வந்தபோதும், அங்கேயே பலர் குடியேறியபோதும், கம்பராமாயணக் கதைப் பகுதிகள் அந்த நாடுகளில் பரவின. இன்றும் அங்கே கம்பராமாயணத்தை ஒட்டி அமைந்த சிற்பங்களும் கதைகளும் வாழ்கின்றன.

வால்மீகி இராமாயணத்தில் உள்ள பலவற்றைக் கம்பர் தம் காவியத்தில் அவ்வாறே தந்துள்ளார். சிலவற்றை விரிவாக்கி எழுதி யுள்ளார். வால்மீகி சொல்லாத சிலவற்றைத் தாமே படைத்துத் தந்துள்ளார். பழையன புதியன எவையாயினும், கம்பர் கைப்பட்ட பிறகு அவை புது மெருகுபெற்று ஒளிர்கின்றன.

வாலியின் மகன் அங்கதனைப்பற்றி வால்மீகி சொல்லாத முறையில் கம்பர் சொல்லியுள்ளார். அங்கதன் அடைக்கலம் கம்பரின் புதிய படைப்பு. வாலி இறக்கும்போது தன் மகன் அங்கதனை இராமனிடம் ஒப்படைத்து அவனைக் காத்து அருள் புரியுமாறு கேட்டுக் கொள்கிறான். இராமன் வாலியின் வேண்டுகோளுக்கு இசைந்து அடைக்கலமாக ஏற்றுக்கொண்டதற்கு அறிகுறியாகத் தன் உடைவாளை அங்கதனிடம் அளிக்கிறான். அன்று முதல் அந்த உடைவாளை ஏந்தி இராமன் பக்கத்தில் நிற்பதே அங்கதனுக்குத் தொழில் ஆகிறது. முடிசூட்டு விழாவினை வருணிக்கும்போது கம்பர், "அங்கதன் உடைவாள் ஏந்த" என்று அந்தக் காட்சியைக் குறிப்பிட்டுள்ளார்.

கம்பரின் 'மாயாசனகப் படலம்' வால்மீகி நூலில் இல்லாதது. இலங்கையில் அசோகவனத்தில் சீதையின் மனத்தை மாற்றுவதற்காக அரககர்கள் செய்யும் சூழ்ச்சிகள் பல. அவற்றுள் ஒன்று இது. சீதையின் தந்தையாகிய சனகனைப்போல் ஓர் உருவம் படைத்து அதைக் கொண்டு வந்து சீதையின் முன் நிறுத்தி இராவணனுக்கு இணங்கிப் போகுமாறு பேசச் செய்கிறார்கள். அந்த மாயா சனகன் சீதையைப் பார்த்துப் பேசும்போது, தன்னால் தன் தந்தைக்கும் துன்பம் நேர்ந்ததே என்று சீதை கலங்குகிறாள். மாயா சனகன் சீதையை மகளே என அழைத்து இராவணனுடைய விருப்பம்போல் நடந்து கொள்ளுமாறு வேண்டுகிறான்; அவளும் தானும் உற்ற துன்பங்கள் தீர்வதற்கு அதுவே வழி என்றும் கூறுகிறான். ஆனால் சீதையோ, "இப்படியா உன் மனம் மாறிப் பேச வேண்டும்?" என்று கடிந்து கூறுகிறாள். அந்தச் சூழ்ச்சியும் சீதையிடம் பலிக்கவில்லை என்று கூறுவது 'மாயாசனகப் படலம்.'

வாலி இறந்த பிறகு அவனுடைய மனைவி தாரையைச் சுக்கிரீவன் தன் மனைவியாகக் கொண்டான் என்பது வால்மீகி இராமாயணத்தில் உள்ள கதை. கம்பர் தம் நூலில் தாரையை உயர்ந்தவளாகப் படைத்து, சுக்கிரீவனையும் குற்றமில்லாதவனாகத் தீட்டினார். கணவனை இழந்தபின் தாரை மங்கல அணி துறந்து, மலர்புனைதல் முதலியன இல்லாமல், துயரமே வடிவாய் விதவை வாழ்வை நடத்துவதாகத் தமிழ் மகளிர் போற்றத்தக்க வகையில், கம்பர் காட்டியுள்ளார்.

வால்மீகியின் இராமாயணத்தில் இரணியன்பற்றிய விளக்கம் இல்லை. கம்பர் அதை ஒரு தனிப் படலத்துள் எடுத்துரைக்கின்றார். கம்பராமாயணத்துள் இரணியப் படலம் மிகச் சிறந்த ஒரு பகுதியாகப் போற்றப்படுகிறது.

திருமணத்துக்குப் முன்பு சீதையும் இராமனும் ஒருவரை ஒருவர் கண்டுகொண்டதாக வால்மீகி கூறவில்லை. கம்பர் அவர்களின் திருமணத்தைக் காதல் மணமாக அமைத்துக் காட்டியுள்ளார். மிதிலை நகரத் தெருவழியே விசுவாமித்திர முனிவரோடு இராமன் நடந்து சென்றபோது கன்னிமாடத்தில் நின்றிருந்த சீதை அவனைக் கண்டாள் என்றும், இராமனும் அவளைக் கண்டான் என்றும் கூறி, அவர்களின் நெஞ்சில் அப்போது முதல் காதல் வளர்ந்து வருவதாக விளக்கியுள்ளார். இவ்வாறு வால்மீகியின் நூலில் இல்லாமல் தாம் படைத்த நிகழ்ச்சியை மறுபடியும் கம்பர் இராமன் வாயிலாகவே கூறவைத்து வலியுறுத்தியிருக்கிறார். சீதையைத் தேடி வருமாறு அனுமனை அனுப்பும்போது இராமன் அந்த நிகழ்ச்சியை எடுத்துரைத்து, “உன்னை என் தூதன் என்று சீதை நம்புவதற்காக இந்தச் செய்தியை நினைவூட்டுக” என்கிறான்.

பஞ்சவடியில் இருந்த சீதையை இராவணன் கவர்ந்து சென்றதை வால்மீகி சொன்ன முறை வேறு; கம்பர் சொன்ன முறை வேறு. இராவணன் சீதையைக் கைகளால் பற்றித் தூக்கிச் சென்றதாக வால்மீகர் கூறியுள்ளார். சீதையின் உயர்வுக்கு ஓர் இழுக்குப்போல் அது தோன்றிய காரணத்தால், தமிழ் மக்களின் மனத்தில் சீதைக்கு உயர்நத இடம் வாய்க்காமல் போகுமே என்று அஞ்சினார் கம்பர். அதனால், பஞ்சவடியில் பர்ணசாலையில் இருந்த சீதையை அந்தக் குடிசை தரையோடு வருமாறு பெயர்த்து எடுத்துச் சென்று இலங்கையில் அசோகவனத்தில் சிறை வைத்தான் என்றும், அவனைத் தொடவில்லை என்றும் கம்பர் கூறியுள்ளார். இவ்வாறு தாம் படைத்த புதுமையைத்

திரும்பத் திரும்ப மற்றவர்கள் வாயிலாக வலியுறுத்தியிருக்கிறார். கழுகரசன் சடாயு இராவணனைத் தடுத்து அவனுடைய வாளால் விழுந்து கிடந்து, மாய்வதற்கு முன் இராமனைப் பார்த்துக் கூறும் செய்தியில் சீதையைப் பர்ணசாலையோடு தூக்கிச் சென்றதாக உரைத்துள்ளான். மறுபடியும் மற்றோரிடத்தில், அசோகவனத்தில் அனுமனைக் கண்டபோது சீதை அந்தப் பர்ணசாலை அங்கே இருப்பதைச் சுட்டிக்காட்டுவதாகக் கூறியிருக்கிறார். அனுமன் திரும்பி வந்து இராமனிடம் செய்தி சொல்லும்போது, "ஐயா! உன் தம்பி தன் கையால் கட்டிய அந்தப் பர்ணசாலையில் சீதை இருக்கக் கண்டேன்" என்று கூறுவதாக எழுதியுள்ளார்.

இவ்வாறு கம்பரின் படைப்பு முக்கியமான சில இடங்களில் வறுபட்டுச் செல்கிறது. வேறுபடும் இடங்கள் எல்லாம் கதைச் சுவையும் பண்பாட்டுச் சிறப்பும் மிகுந்து விளங்குகின்றன.

கற்பனை வளம்

வால்மீகர் சொல்லாதவற்றை விளக்கி அழகுபடுத்துவதிலும் கம்பருக்குச் சிறப்பு உண்டு. வால்மீகர் சொன்னவற்றையே புதிய அழகோடு விளக்கிக் கூறுவதிலும் கம்பருக்குச் சிறப்பு உண்டு. இயற்கைக் காட்சிகளை எடுத்துரைக்கும் வருணனைப் பகுதிகளிலும் கம்பரின் தனித்திறமை விளங்குகிறது. மருத நிலத்தை (வயல் சார்ந்த நிலத்தை) வருணிக்கும் இடத்தில், ஓர் அரசன் அல்லது அரசி கலைமண்டபத்தில் வீற்றிருப்பதுபோல் மருதம் கலையின் சூழலில் வீற்றிருப்பதாகக் கூறுகிறார். குளிர்ந்த சோலையில் மயில்கள் தோகை விரித்து நடனம் ஆடுகின்றன. தாமரைகள் விளக்குகள் ஏந்துவனபோல் செந்நிற அரும்புகளையும் மலர்களையும் ஏந்து கின்றன; வானத்து முகில்கள் முழவுபோல் ஒலிக்கின்றன; குவளை மலர்கள் மலர்ந்துள்ள காட்சி, நாட்டியத்தைக் காண வந்தோரின் கண்கள் நோக்குதல்போல் உள்ளது; பொய்கைகளின் அலைகள் நாட்டிய அரங்கின் திரைகள்போல் உள்ளன; நாட்டியத்திற்கு ஏற்ற பாடல்களைப் பாடுவனபோல் வண்டுகள் ஒலிக்கின்றன; இத்தகைய கலையரங்கிலே மருதம் என்னும் அரசி வீற்றிருந்தாள் என்கிறார்.

கோசல நாட்டு வளமான வாழ்வை வருணிக்கும் இடத்தில், கம்பர் ஒப்பற்ற கற்பனையில் ஈடுபடுகிறார். பெண்கள் எல்லோரும் அழகு வடிவங்களாக விளங்குகிறார்களாம். அவர்கள் பொருட் செல்வம், கல்விச்செல்வம் இரண்டும் நிரம்பியவர்களாம். அதனால் கோசல நாட்டில், துன்புற்று வந்தவர்களுக்குக் கொடுத்து உதவுவதும்

நாள்தோறும் விருந்தினரை உபசரிப்பதும் தவிர, வேறு நிகழ்ச்சிகள் இல்லையாம். மக்களின் வாழ்வில் குற்றங்கள் இல்லாமையால், எம பயம் இல்லை. மக்களின் மனம் செம்மையாக இருப்பதால் சினம் கொண்டு விதிக்கும் தண்டனை இல்லை. நல் அறம் தவிர, வேறு ஒரு தீமையும் இல்லாமையால் உயர்வு உண்டே தவிர வீழ்ச்சி அல்லது கேடு இல்லை. மக்களிடையே பொருள்களைக் கவர்ந்து செல்லும் கள்வர் இல்லாமையால், பொருள்களுக்குக் காவல் இல்லை. கொடுத்தால் பெற்றுக்கொள்ளத்தக்க வறியவர் இல்லாமையால், கொடுக்கும் கொடையாளர்களுக்கு நாட்டில் இடம் இல்லை. கல்லாதவர்கள் இல்லாதபடியால், கற்று வல்லவர்கள் என்று யாரையும் சிறப்பித்துக் கூற இடம் இல்லை; எல்லா மக்களும் எல்லாவகைச் செல்வமும் பெற்று விளங்குவதால், செல்வம் இல்லாதவர்கள் இல்லை; செல்வம் உடையவர்களும் இல்லை. நாட்டில் வறுமை இல்லாத காரணத்தால் வண்மை (வள்ளல் தன்மை) என்பதற்கு இடம் இல்லாமற் போயிற்று. பகைவர் என்று யாரும் இல்லாமையால், எதிர்த்துத் தாக்கும் வலிமையும் இல்லாமற் போயிற்று. யாரும் பொய் பேசாமையால், உண்மை என்பது சிறப்பாக விளங்கவில்லை. பலவற்றைக் கேட்டு அறியும் அறிவு எல்லோரிடமும் ஓங்கியிருப்பதால், அறிவின் சிறப்புக்கும் தனியிடம் இல்லை.

வண்மை இல்லைஓர் வறுமை இன்மையால்
திண்மை இல்லைநேர் செறுநர் இன்மையால்
உண்மை இல்லைபொய் உரைஇ லாமையால்
ஒண்மை இல்லைபல் கேள்வி ஓங்கலால்.

இது கோசல நாட்டுச் சிறப்பைக் கூறம் வருணனையாக இல்லை. பொதுவாக நாட்டின் எதிர்காலத்தைப்பற்றிப் பல நூற்றாண்டுகளுக்கு முன் ஒரு பெரும்புலவர் கண்ட ஒப்பற்ற கற்பனைக் காட்சியாக உள்ளது. ஒரு நல்ல நாடு இப்படி இருத்தல் வேண்டும் என்று அரசியல் ஞானி ஒருவர் வகுத்த நல்ல இலக்கணமாகவும் உள்ளது.

சுவைபட விளக்குதல்

கதைப்போக்கில் நிகழ்ச்சிகளை விளக்குவதிலும் கம்பர் இணையற்றவராய் விளங்குகிறார். அனுமன் சீதையைக் கண்டபின் கிஷ்கிந்தைக்குத் திரும்பி வந்து இராமனிடம் செய்தி கூறுகிறான். "இலங்கையில் கணவனைப் பிரிந்து தவம்புரியும் ஒரு நங்கையை மட்டும் காணவில்லை. ஐயா! நல்ல குடிப்பிறப்பு என்ற ஒன்று பொறுமை என்ற பண்பு ஒன்று, கற்பு என்ற பெயருடையது ஒன்று

அங்கே மகிழ்ந்து நடம் புரிவதைக் கண்டேன்” என்று தன் ஆர்வமும் மகிழ்ச்சியும் சீதையின் உயர்வும் தூய்மையும் ஒருங்கே புலப்படும் வகையில் இராமனிடம் எடுத்துரைக்கிறான்.

போர் வந்தது. கும்பகருணன் உறங்குகிறான். அவனை எழுப்பிச் செய்தி அறிவித்து அழைத்து வருமாறு இராவணன் ஆட்களை அனுப்புகிறான். ஆட்கள் சென்று எழுப்புகிறார்கள். எழுந்த கும்பகருணனிடம் செய்தியை அறிவிக்கிறார்கள். கும்பகருணன் திகைப்படைந்து, “என்ன! போர் ஏற்பட்டுவிட்டதா? கற்புக்கரசியாகிய ரானகியின் துயரம் இன்னும் தீரவில்லையா? மண்ணுலகும் விண்ணுலகமும் பரந்திருந்த நம் குலத்தின் புகழ் போனதோ? அழிவுக்காலம் வந்துவிட்டதோ?” என்கிறான். “குற்றம் இல்லாத பிறனுடைய மனைவியைக் கொண்டுவந்து சிறையில் அடைக்கிறோம்; பிறகு உயர்ந்த புகழை விரும்புகிறோம்; மானத்தைப் பற்றிப் பெரிதாகப் பேசுகிறோம்; இடையே காமத்தைப் போற்றுகிறோம்; ஆனால் மனிதரைக் கண்டு கூசுகிறோம்! நம்முடைய வெற்றி எவ்வளவு அழகாக இருக்கிறது!” என்று வெறுத்துக் கூறுகிறான். இவ்வாறு கும்பகருணன் தயங்குவதையும் தனகே அறிவுரை கூறு வதையும், இராவணன் எதிர்பார்க்கவில்லை. தன் தம்பியரில் ஒருவன் பகைவரிடம் போய்ச் சரண் அடைய, இன்னொருவன் இப்படிப் பேசுகிறானே என்று இராவணனுடைய மனம் வருந்தியது. ஆயினும், அவனுடைய இரும்பு நெஞ்சத்தின் உரம் தளரவில்லை. “எனக்கு முன்னே போர் செய்து இறந்தவர்கள் எல்லோரும் இந்தப் பகையை முடிப்பார்கள் என்று நம்பிநான் இதில் இறங்கவில்லை. எனக்குப் பின் இருக்கப் போகின்றவர்கள் எல்லாரும் போரில் வென்று திரும்புவார்கள் என்ற நம்பிக்கையாலும் இந்தப் போரை ஏற்றுக் கொள்ளவில்லை. தம்பியாகிய நீ அவர்களைப் போரில் வென்று எனக்கு வெற்றி பெற்றுத் தருவாய் என்று உணர்ந்து நான் இதை ஏற்றுக்கொள்ளவில்லை. என்னுடைய வலிமையை நோக்கி இவர்களின் பெரும்பகையைத் தேடிக் கொண்டிருக்கிறேன்” என்று சிறிதும் கலங்காமல் எடுத்துச் சொல்லித் தன் உறுதியையும் அஞ் சாமையையும் புலப்படுத்துகிறான். போர்க்களத்தில் இராமனுடைய அம்பால் முடியிழந்து அவமானப்பட்டுத் திரும்பும் நிலையில் இராவணனுடைய மனநிலையைக் கம்பர் ஒரு பாட்டில் விளக்கு கிறார். “வானுலகம் சிரிக்குமே! மண்ணுலகம் சிரிக்குமே! நான் எள்ளி நகையாடிய பகைவர் எல்லாரும் இப்போது என்னைப் பார்த்து நகைப்பார்களே” என்று இராவணன் நாணவில்லையாம். சீதை இதைக் கேட்டு நனைப்பாளே என்றுதான் இராவணன் நாணம்

அடைந்து வாடுகிறானான். அந்நிலையில், அவன் போர்க்களத்தை விட்டு ஊர்க்குள் செல்லும் காட்சியையும் கம்பர் மிக நயமாகக் குறிப்பிடுகிறார். தன் முடியை மட்டும் அல்லாமல் வீரத்தையும் போர்க்களத்தில் போட்டுவிட்டு வெறுங்கையோடு இலங்கைக்குள் புகுந்தான் என்கிறார். அவன் இங்கும் அங்கும் திசைகளைத் திரும்பிப் பார்க்கவில்லையாம். வளமான நகரத்தையும் கண்ணெடுத்துப் பார்க்கவில்லையாம். தன்னிடம் அன்புள்ளவர்கள் நெருங்கி வருவதையும் பார்க்கவில்லையாம். கடல் போன்ற தன் பெருஞ்சேனையையும் நோக்கவில்லையாம். அவனுடைய தேவிமார் அவனைத் தனித்தனியே நோக்கிக் கொண்டிருக்க, அவன் அவர்களில் ஒருவரையும் நோக்காமல், பூமி என்ற ஒரு பெண்ணையே நோக்கியவாறு சென்றான் என்கிறார் கம்பர். அவன் தன் வீரம் குலைந்த காரணத்தால், மானக்கேடு உணர்ந்து நாணம் அடைந்த நிலையில் யாரையும் நோக்காமல், நிலத்தைப் பார்த்தவாறே தலைகுனிந்து சென்றான் என்பதைக் கம்பர் இவ்வாறு உரைக்கிறார்.

கம்பரின் விளக்கங்கள், சிறந்த சொல்லோவியங்களாக ஒளிர்கின்றன. உரையாடல்களும் காட்சிகளை அமைக்கும் திறமும் நாடகச் சுவை நிறைந்தனவாக உள்ளன. உவமைகள் புதுப்புது அழகு வாய்ந்தனவாக அமைந்துள்ளன. திருக்குறள் முதலான பழைய நூல்களின் சொற்களையும் கருத்துகளையும் அவர் கையாளும் போது, அவற்றிற்கு மெருகு ஏற்றி மேலும் விளக்கமுறச் செய்துள்ளார். கம்பருடைய தமிழ்நடை ஒப்பற்ற அழகு உடையது. தமிழ் மொழியின் திறம் முழுதும் புலப்பட அந்த மொழியைக் கையாண்டார் புலவர் கம்பர்.

உணர்ச்சிக்கு ஏற்ற நடை

கதை மாந்தர்களின் உணர்ச்சிகளுக்கும் பண்புகளுக்கும் ஏற்றவாறு பாட்டுகளின் ஓசைகள் பல்வேறு வகையாக வேறுபடுதலை அவருடைய காவியம் முழுவதும் காண்கிறோம். சூர்ப்பணகையின் ஒயிலான நடையையும் கவர்ச்சி தரும் மயக்கத்தையும் விளக்கும் பாட்டு இதோ:-

> பஞ்சியொளிர் விஞ்சுகுளிர் பல்லவம் அனுங்கச்
> செஞ்செவிய கஞ்சநமிர் சீறடியள் ஆகி
> அஞ்சொலின் மஞ்ஞையென அன்னமென மின்னும்
> வஞ்சியென நஞ்சமென வஞ்சமகள் வந்தாள்.

இராவணனுடைய மான உணர்ச்சியும் கடுஞ்சினமும் புலப் படுத்தும் பாடல்களுள் ஒன்று இதோ:

சுட்டது குரங்கெரி சூறை யாடிடக்
கெட்டது கொடிநகர் கிளையும் நண்பரும்
பட்டனர் பரிபவம் பரந்த தெங்கணும்
இட்டதிவ் வரியணை இருந்த தென்னுடல்.

இவற்றில் உள்ள உணர்ச்சிகளைச் சொற்களின் பொருள் உணர்த்துவதற்கு முன்னமே அவற்றின் நடையும் ஓசையும் புலப் படுத்தி விடுகின்றன. இலக்குமணனின் ஆத்திரமும் கொதிப்பும், குகனுடைய ஆர்வமும் வீரமும், பரதனின் பக்தியும் பணிவும் முதலிய வற்றைக் கம்பர் விளக்குமிடங்களில் தமிழ்ப்பாட்டுகள் சொற்களால் ஆக்கப் பட்டவைகளாகத் தோன்றவில்லை; உணர்ச்சிகளாலேயே படைக்கப்பட்ட கவிதைகளாகத் தோன்றுகின்றன.

தமிழ் மொழியின் வளத்தை முழுதுமாகப் பயன்படுத்தியவர் கம்பர் என்று கூறலாம். தமிழ்ச் சொற்களின் ஓசை வளத்தையும் பொருள்வளத்தையும் நன்றாகப் பயன்படுத்தி வெற்றி கண்டவர் அவர். வீரம், வெகுளி, அழுகை முதலான பல சுவைகளுக்கும் ஏற்றவாறு தமிழ்ச் சொற்களின் ஓசையும் பொருளும் இணைந்து ஏவல் செய்வதை அவருடைய பாடல்களில் கண்டு இன்புறலாம். தாடகையின்மேல் இராமன் எறிந்த அம்பு அரக்கியின் வலிமையை உருவிக் கொண்டு சென்றது மட்டும் அல்லாமல், அடுத்து இருந்த மலையையும் மரங்களையும் மண்ணையும் உருவிக்கொண்டு சென்றது என்கிறார். அந்தப் பாடலில் உரு, உருவி என்ற சொற்களைத் திரும்பத் திரும்பக் கூறுவதன் வாயிலாக, அம்பு பலவற்றை உருவிக் கொண்டு செல்லும் காட்சியைப் படம் பிடித்துக் காட்டி விடுகிறார். நெஞ்சம் நன்கு உணருமாறு செய்து விடுகிறார்.

அலைஉருவக் கடல்உருவத் தாண்டகைதன் நீண்டுயர்ந்த
நிலைஉருவப் புயவலிமை நீஉருவ நோக்கையா;
உலைஉருவக் கனல்உமிழ்கண் தாடகைதன் உரம்உருவி
மலைஉருவி மரம்உருவி மண்உருவிற்று ஒருவாளி.

இராவணன் போர்க்களத்தில் விழுந்து மாண்டு கிடக்கும் காட்சியைக் கூறும் இடத்திலும் இவ்வாறு 'அடங்க' என்ற ஒரு சொல்லைத் திரும்பத் திரும்பக் கூறி, அதன் ஒலியால் இராவணனது வீரம் முதலிய எல்லாம் அடங்கிய காட்சியை நெஞ்சில் பதிய வைக்கிறார்.

வெம்மடங்கல் வெகுண்டனைய சினம்அடங்க
 மனம்அடங்க வினையும் வீயத்
தெம்மடங்கப் பொருதடக்கைச் செயல் அடங்க
 மயல்அடங்க ஆற்றல் தேயத்
தம்அடங்கு முனிவரையும் தலை அடங்க
 நிலைஅடங்கச் சாய்ந்த நாளின்
மும்மடங்கு பொலிந்தனஅம் முறைதுறந்தான்
 உயிர்துறந்த முகங்கள் அம்மா.

பொல்லாத சிங்கம் கோபம் கொண்டு எழுவது போன்ற இராவணனுடைய சினம் அடங்கியது; மனம் அடங்கியது; வினையும் அழிந்தது; பகைவர்கள் அழிவதற்குக் காரணமான நீண்ட கைகளின் வீரச் செயல் அடங்கியது; அவனுடைய காம மயக்கம் அடங்கியது; ஆற்றல் தேய்ந்தது; தம் புலன்கள் அடங்கிய முனிவர்களையும் தலைமை அடங்குமாறும் தவநிலைமை அடங்குமாறும் அடக்கிய அந்தக் காலத்தில் இராவணன் முகங்கள் பெற்றிருந்த பொலிவைவிட இன்று அவன் உயிர் துறந்து வீழ்ந்து கிடக்கும்போது அந்த முகங்கள் மூன்று மடங்கு பொலிவு பெற்று விட்டன என்கிறார். அந்த இராவணனுடைய வீரமும் சினமும் செயலும் முதலான எல்லாம் அடங்கிய காட்சியைக் கண்டு கம்பருடைய உள்ளமே உணர்ச்சி வயப்பட்டதனால், இவ்வாறு ஒரு சொல்லே திரும்பத் திரும்ப அமைந்து உள்ளத்தைத் தொடுகிறது எனலாம். இராவணன் எல்லோரையும் அடங்கச் செய்தவன்; புலனடங்குதல் பெற்ற முனிவர்களும் தலைமை இழந்து அடங்கச் செய்தவன்; அப்படிப்பட்ட இராவணனுடைய வீரமும் சினமும் செயலும் அடங்கிய தன்மையைத் திரும்பத் திரும்பக் காட்டி, உயிரற்ற அவனுடைய முகங்களில் மட்டும் பொலிவு மிகுந்துவிட்டதாகக் காட்டுகிறார். வீரமும் சினமும் செயலும் எல்லாம் தவறாகப் பயன்பட்டமையின், அவனுடைய முகங்கள் உரிய அளவிற்குப் பொலிவு பெற முடியாமல் இருந்தன; இப்போது அந்தக் குற்றங்கள் எல்லாம் நீங்கினமையால், மாசு நீங்கிய மணிபோல் மூன்று மடங்கு பொலிவுற்றன என்கிறார். பாடல் திரும்பத் திரும்பப் படித்துணருமாறு ஓசைச் சிறப்பும் உணர்ச்சிப் பெருக்கும் பொருள் நுட்பமும் பெற்றிருத்தல் காணலாம்.

இவ்வாறு கம்பராமாயணம் ஒவ்வொரு பகுதியும் சொல் நயமும் பொருள் நயமும் கற்பனை வளமும் நிரம்பிச் சுவைமிகுந்த காப்பியமாய்த் திகழ்கிறது.

"இந்த உலகத்துச் செல்வங்கள் எல்லாவற்றையும் பெற்று அரசாள்வதாக இருந்தாலும், தேவர் உலகத்தில் கற்பகச் சோலையின் நிழலில் இன்புறுவதாக இருந்தாலும், இராமனுடைய கதையில், கம்பர் இயற்றிய இராமாயணக் கவிதைபோல் கற்றவர்களுக்கு இதயம் மகிழ்ச்சியுறாது" என்று கம்பரைப் போற்றிப் பாடிய பழைய பாட்டும் இந்தச் சிறப்பை விளக்குகிறது.

அவ்வையார்

அவ்வையார் என்னும் புலவரின் பெயர் தமிழ்நாட்டில் படித்தவர் படிக்காதவர் எல்லோரும் அறிந்து பாராட்டும் பெயர் ஆகும். தாய் போன்ற மூத்த பெண்மணி என்னும் பொருள் உடைய அந்தச் சொல், தமிழ்ப் பெண்பாற் புலவர்களுள் சிலரைக் குறிக்க வழங்கியது. சங்க காலப் புலவர்களுள் பெண் புலவர்கள் முப்பதுபேர் இருந்தார்கள். அவர்களுள் அவ்வையார் என்பவர் ஒருவர். பாரி, அதியமான் என்னும் தலைவர்களோடும் சேர சோழ பாண்டியரோடும் பழகியவர். அதியமான் என்னும் தகடூர் அரசனுடன் நெருங்கிய நட்புப் பூண்டிருந்தார். ஒருமுறை அவனுக்கும் தொண்டைமான் என்ற அரசனுக்கும் பகை மூண்டபோது, அவ்வையார் அதியமானுக்காகத் தொண்டைமானிடம் தூது சென்று போரைத் தடுக்க முயன்றார். அவ்வையார் அப்போதே வயது முதிர்ந்தவராக இருந்தார். அதனால ஆயுள் நீட்டிப்புக்காகத் தனக்குக் கிடைத்த நெல்லிக்கனியைத் தான் உண்ணாமல், அதியமான் அவ்வையார்க்குக் கொடுத்து அவர் உண்ணுமாறு செய்தான். அவனுடைய அன்பு முதிர்ந்த செயலைப் பாராட்டி அவ்வையார் பாடிய பாட்டு, புகழ் மிக்க பாடலாகும். புறநானூற்றிலும் மற்றத் தொகை நூல்களிலும் உள்ள அவ்வையாரின் பாட்டுகள் 59. அவை அவருடைய புலமைத் திறத்தை மட்டும் அல்லாமல், உலகியல் அறிவையும் வாழ்க்கை அனுபவத்தையும் நன்றாக எடுத்துக்காட்டுகின்றன.

சங்க காலத்துப் புலவராகிய அந்த அவ்வையார்க்கு அடுத்தாற் போல், நாயன்மாரின் காலத்தில் அவ்வையார் ஒருவர் சிவபக்தி உடையவராக வாழ்ந்ததாகக் கூறும் கதை உண்டு.

கம்பர் ஒட்டக்கூத்தர் முதலானவர்களின் காலத்தில் வாழ்ந்த அவ்வையார் ஒருவர், தமிழரின் நெஞ்சில் கிழப்பாட்டியாகப் போற்றப் படுகிறார். இவரே தமிழ் இலக்கிய உலகில் பெரும் புகழ் பெற்றவர். சங்ககாலத்து அவ்வையார் நாட்டை ஆண்ட தலைவர்களின் அவைக்களத்தில் மட்டும் விளங்கியவர். இந்த அவ்வையார் சோழ

அரசனுடைய அவைக்களத்திலும் விளங்கினார். சிறு பகுதிகளை ஆண்ட தலைவர்களோடும் பழகினார்; அந்த அளவில் நிற்காமல், ஊர்ஊராகச் சென்று, சிற்றூர்களில் சிறு குடிசைகளில் வாழ்ந்த உழவர்களோடு பழகி, அவர்கள் அன்போடு தந்த கூழையும் குடித்துப் பாடினார். ஏழை உழைப்பாளிக் குடும்பங்களோடு ஒன்றி அன்போடு வாழ்ந்த அந்தப் புலவரைக் கூழுக்குப் பாடியவர் என்று இன்றுவரை பாராட்டி வருகிறார்கள். அவர் சிறுபிள்ளைகளின் வாழ்விலும் இன்பம் கண்டவர். சிறுவர்களுக்காக அவர் இயற்றிய ஆத்திசூடி, கொன்றைவேந்தன் என்னும் நூல்கள் இன்றும் சிறுவர் களால்படித்துப் போற்றப்படுகின்றன. பெரியவர்களாலும் நினைந்து உணரப்படுகின்றன. ஆத்திசூடியும் கொன்றை வேந்தனும் தெரியாதவர்கள் - சில அடிகளாவது மனப்பாடம் இல்லாதவர்கள் - தமிழரில்லை. அடுத்த நிலையில் வளரும் பள்ளி மாணவர்களுக்காக அவர் இயற்றிய நூல்கள் மூதுரை, நல்வழி ஆகியவை. இவைகள் எல்லம் நீதிகளை வற்புறுத்துவன. வாழ்க்கை உண்மைகளை எடுத்துரைப்பன. நீதிகளையும் உண்மைகளையும் சிறுசிறு சொற்றொடர்களில் ஆழ்ந்த பொருள் உடையனவாகத் தெளிவுபெற எடுத்துரைப்பதில் இவர் நிகரற்றவர். இருபதாம் நூற்றாண்டின் தொடக்கத்தில் பாரதியாரும் இவருடைய முறையைப் பின்பற்றி, இவர் நூலின் பெயரையே போற்றி, 'புதிய ஆத்திசூடி' இயற்றினார் என்றால், இவர் காட்டிய வழி எவ்வளவு போற்றப்பட்டு வந்திருக்கிறது என்பதை உணரலாம். பலர் அறிந்த நீதி நூல்களாகப் பெரும்பான்மையான மக்களிடம் பரவிச் செல்வாக்குப் பெற்றவை இவருடைய இந்த நீதிநூல்களே ஆகும்.

அவ்வையார் பாடியனவாகக் கிடைக்கும் தனிப்பாடல்கள் பல உள்ளன. அவற்றை ஒட்டி வழங்கும் கதைகளும் நிகழ்ச்சிகளும் பல உள்ளன. அவற்றில் எவை வரலாற்றுப் பகுதிகள், எவை புனைகதைகள் என்று வரையறுத்துக் கூற முடியாதவாறு பின்னிப் பிணைந்து கிடக்கின்றன. ஆயினும் எல்லாக் கதைகளும் தனிப்பாடல்களும் சுவை மிகுந்தனவாக உள்ளன; எல்லாம் சேர்ந்து அவ்வையார்க்குப் பெரும் புகழும் மதிப்பும் தேடித் தந்திருக்கின்றன. கம்பர் முதலானவர்கள் போல் காப்பியம் இயற்றாமலே பெரும் புகழ் பெற்றார் இவர்.

கல்யொழுக்கம், நன்னூற்கோவை, பந்தனந்தாதி, அருந் தமிழ்மாலை, தரிசனப்பத்து, அசதிக்கோவை ஆகிய நூல்களும் இவரால் இயற்றப்பட்டவை என்பர். இவை இப்போது கிடைக்காதவை. அசதிக்கோவையின் சில பாட்டுகள் மட்டும் கிடைக்கின்றன.

ஏழைகளுக்கு உதவி செய்து வாழ வேண்டும் என்பதை அவ்வையார் எல்லா நூல்களிலும் வற்புறுத்திக் கூறியுள்ளார். செல்வத்தைச் சேர்த்து மறைத்து வைப்பதை வன்மையாகக் கடிந்து கூறியவர் இவர். கிடைத்தது சிறிதளவாக இருந்தாலும் மனநிறைவோடு சிக்கன வாழ்க்கையை மேற்கொள்ள வேண்டும் என்பது இவர் கருத்து. செல்வம் இல்லாதவர்களும் மானத்தோடு வாழ்க்கை நடத்த வேண்டும் என்று அறிவுறுத்துகிறார். அரசையும் மதியாமல் வாழ்ந்த பெரும்புலவர், மக்களோடு தம் வாழ்க்கையை இணைத்துப் பெருமை கொண்ட புலவர் இவர். ஆகையால் மதியாதவர்களை மதிக்கக் கூடாது என்று இவர் கூறுவது தம் வாழ்க்கை அனுபவத்தை எடுத்துரைப்பதாக உள்ளது. அன்போடு உதவாதவர்களிடமிருந்து எந்த உதவியும் பெறக்கூடாது என்கிறார். ஒருவன் வாழ்க்கையில் உயரவேண்டுமானால், சேர்வதற்கு உரிய நல்ல இடம் அறிந்து சேர வேண்டும் என்பது இவருடைய அறிவுரை. 'சான்றோர் இனத்து இரு' என்கிறார். நல்லவர்களைக் காண்பது, அவர்களின் சொற்களைக் கேட்பது, அவர்களோடு பழகுவது எல்லாம் நன்மை பயக்கும் என்கிறார். செல்ல நிலையாமை முதலியவற்றை எடுத்துக் கூறியபோதிலும் இவர் இல்வாழ்க்கையைப் போற்றத் தயங்கவில்லை. கணவனும் மனைவியும் கருத்து ஒன்றுபட்டவர்களாக, அன்பால் பிணைக்கப்பட்டவர்களாக வாழ்ந்தால் அதுவே நல்வாழ்க்கை என்கிறார். அப்படிப்பட்ட அன்பும் ஒன்றுபட்ட நெஞ்சமும் இல்லாமல் கணவனும் மனைவியும் ஏறுமாறாக இருப்பார்களானால் அவர்களின் இல்வாழ்க்கையைவிடத் துறவே மேலானது என்கிறார். அன்பு இல்லாத பெண்ணிடம் உணவு பெற்று உண்பது கொடுமை என்கிறார். அறிவுத்துறை எல்லையற்றது; ஒருவன் வாழ்நாளில் கற்கக்கூடியது மிகச் சிறியதே; கற்றது கைம்மண் அளவே, கல்லாதது உலகின் அளவு உள்ளது என்கிறார். ஆகையால் கல்விச் செருக்குக்கூடாது என்கிறார். அறிவின் எல்லையைக் கண்டவர்கள் அமைதியின் உருவாக விளங்குவார்கள் என்றும் கூறுகிறார். தாய் தந்தையரைத் தெய்வமாகப் போற்றவேண்டும்; தாயிடம் அன்பு செலுத்துவது கோயில் வழிபாட்டைவிட உயர்ந்தது; தந்தையின் அறிவுரை மந்திரங்களைவிடச் சிறந்தது என்கிறார். பொதுவாகப் பார்த்தால், இவருடைய நூல்கள் உயர்ந்த நெறிப் போற்றி, மக்களுக்கு உரிய முறையில் எளிய நடையில் தெளிவாக எடுத்துரைப்பவையாக உள்ளன.

ஞானக்குறள் என்னும் நூல் ஒன்று அவ்வையார் பெயரால் வழங்குகிறது. இதுவும் நடை முதலியவற்றால் வேறாக உள்ளது.

முன்னைய அவ்வையாரின் பரந்த உலகியல் அறிவும் எளிய மக்களின் வாழ்வோடு இயைந்த இரக்க உணர்வும் இந்நூலில் புலப்படவில்லை. உயிரின் தன்மையும் யோக நெறியும் பற்றித் தெளிந்த ஞானியின் அனுபவம் இந்நூலில் புலப்படுகின்றது. இதைப் பாடிய புலவர் வேறோர் அவ்வையாராக இருக்கலாம். விநாயகரகவல் என்ற நூலும் ஓர் அவ்வையாரின் பெயரால் வழங்குகிறது. இது விநாயகர் வழிபாட்டுக்காகச் சிலர் பயன்படுத்தும் நூல். பக்திச் சுவை கூடியது. இதுவும் அவ்வையார் பெயர் பூண்ட வேறொரு புலவர் பாடியது எனலாம்.

நிகண்டுகள், இலக்கண நூல்கள்

இலக்கியம் பல வளர்ந்த இக்காலத்தில் வேறு பல துணை நூல்களும் இயற்றப்பட்டன. நிகண்டுகள் சில தோன்றின. அவை ஒரு பொருளுக்கு உரிய பல பெயர்களையும், ஒரு சொல்லுக்கு உரிய பல பொருள்களையும், மக்கள், விலங்கு, பறவை, மரம், செடி, கொடி முதலான பாகுபாடுகளின்கீழ் உணர்த்துவன. சென்ற நூற்றாண்டு வரையில், பழைய முறையில் கற்றுவந்தவர்களுக்கு அந்த நிகண்டுகள் மிகப் பயன்பட்டு வந்தன. அகர வரிசையில் சொற்கள் கோக்கப்பட்டுப் பொருள் உணர்த்தப்படும் அகராதிகள் ஐரோப்பியர் தொடர்பால் ஏற்பட்ட பிறகு, பழைய நிகண்டுகள், அவ்வாறு பயன்படவில்லை. சூடாமணி, திவாகரம், பிங்கலந்தை, கயாதரம் என்பவை முக்கியமான பழைய நிகண்டுகள்.

இக்காலத்தில் எழுந்த இலக்கண நூல்கள் பல. அவற்றுள் இன்றும் போற்றிப் படிக்கப்படுவன சில உள்ளன. வீரசோழியம், நம்பியகப்பொருள், யாப்பருங்கலம், யாப்பருங்கலக் காரிகை, நேமிநாதம், வச்சணந்திமாலை, தண்டியலங்காரம், நன்னூல் என்பவை இலக்கண நூல்கள் சிறப்புடையவை. தொல்காப்பியத்திற்கு அடுத்துத் தோன்றிய நூல்கள் பல மறைந்தன. தொல்காப்பியத்தையும் வடமொழி இலக்கண நூல்களையும் பின்பற்றி இலக்கணத்தைக் கூறுவது வீரசோழியம். அதில் கூறப்படும் இலக்கண முறைகள் சில வடமொழியிலக்கணத்தைப் பின்பற்றியவை. தொல்காப்பியனார் கூறிய இடைநிலை முதலியவற்றைப் புறக்கணித்து எல்லா வினைச் சொற்களிலும் பகுதி விகுதி கண்டு, விகுதி என்பது காலம் திணை பால் எண் இடம் எல்லாவற்றையும் உணர்த்துவதாகக் காட்டுவது அந்த நூல். அதனை அடுத்துத் தோன்றிய நன்னூல் கூடியவரையில் தொல்காப்பியத்தையே பின்பற்றித் தமிழுக்கு ஏற்ற வகையில் எழுத்திலக்கணமும் சொல்லிலக்கணமும் கூறுவது. எளிமையான

முறையில் பாகுபாடு செய்து விளக்குவது; தெளிவாகவும் அமைந்தது. ஆகவே அது பலராலும் இன்று வரையில் கற்கப்படும் நூலாக விளங்குகிறது. அது செல்வாக்குப் பெற்ற பிறகு வீரசோழியம் பயன்படுதல் குறைந்தது. புறப்பொருள் வெண்பாமாலை வீரம், கொடை ஆகிய புறப்பொருளைப் பாடும் மரபுகளைக் கூறுதல்போல், நம்பியகப் பொருள் காதல் என்னும் அகப் பொருளிலக்கியத்தின் மரபுகளைக் கூறுவது. யாப்பருங்கலமும் யாப்பருங்கலக் காரிகையும் செய்யுள் வகைகளையும் அவற்றின் அமைப்பையும் கூறுவன. நேமிநாதம் எழுத்துக்கும் சொல்லுக்கும் இலக்கணம் கூறுவது. வச்சணந்திமாலை அல்லது வெண்பாப் பாட்டியல் என்பது நூலின் முதற்சீர் முதலியவற்றின் பொருத்தங்களையும் நூல் வகைகளின் அமைப்புகளையும் விளக்குவது. பாட்டியல் என்பது புதிதாகப் புகுந்த இவ்வகை இலக்கண நூல் அதன் முதல் பகுதி, ஒரு நூலின் முதல் சீர் எவ்வாறு அமைய வேண்டும் என்று விதிகள் கூறும்போது, நூலின் தலைவனுடைய சாதி நட்சத்திரம் முதலியவற்றைக் கொண்டு முதல் சீர் அவற்றிற்கு ஏற்றவாறு பொருந்த வேண்டும் என்று விளக்குகிறது. நான்கு வருண வேறுபாடுகளுக்கு ஏற்றபடி பாட்டின் எண்ணிக்கையும் அமையவேண்டும் என்று கூறுகிறது. உயர்ந்த சாதித் தலைவனாக இருந்தால் செய்யுள்களின் எண்ணிக்கையும் மிகுதியாக இருக்க வேண்டும் என்றும், சாதி தாழ்வானால் செய்யுள்களும் குறைவாக இருக்கவேண்டும் என்றும் இந்த இலக்கணம் கூறுவது விந்தையாக இருக்கிறது. இலக்கிய வளர்ச்சிக்குச் சிறிதும் பொருந்தாத இந்த இலக்கணம் எப்படித் தமிழில் புகுந்ததோ தெரியவில்லை. இது முற்றிலும் வேண்டாதது; உண்மையான இலக்கிய வளர்ச்சிக்கு இடையூறானது. பன்னிருப் பாட்டியல் முதலான வேறு சில பாட்டியல் நூல்களும் தோன்றின. ஆனால் இன்று அவை போற்றுவார் இல்லாமல் புறக்கணிக்கப்படுகின்றன என்பது மகிழ்வதற்கு உரிய நிலையாகும்.

தண்டியலங்காரம் என்பது வடமொழியில் இயற்றப்பட்ட காவ்யாதர்சம் என்னும் அலங்கார நூலை ஒட்டித் தமிழில் இயற்றப்பட்டது. காவ்யாதர்சம் இயற்றிய ஆசிரியர் தண்டியின் பெயரையே இவரும் பூண்டார். இருவரும் தமிழ் நாட்டினரே. வடமொழி நூலில் கூறப்பட்ட கௌடமார்க்கம் வைதர்ப்ப மார்க்கம் பற்றிய குறிப்புகள் தமிழ் நூலிலும் உள்ளன. காப்பிய இலக்கணம் சுருக்கமாகக் கூறப்பட்டுள்ளது. உவமை முதலான அலங்காரங்களும் அவற்றின் வகைகளும் விரிவாகக் கூறப்படுகின்றன. யமகம், திரிபு முதலான சொல்லணிகள் விளக்கப்படுகின்றன. சித்திர கவிகளும் கூறப்பட்டுள்ளன. சொல்லலங்காரம் பற்றிய விளக்கங்கள் இலக்கிய

வளர்ச்சிக்கு வேண்டாதவை என்று இன்று உணரப்பட்டுக் கற்றறிந்த வர்களால் புறக்கணிக்கப்பட்டன. படைப்புத் திறன் பெற்ற உண்மைக் கவிஞர்கள் அவற்றைப் போற்றவில்லை என்பதைத் தமிழிலக்கியம் தெரிவிக்கிறது.

எந்தக் கவிதைகளிலும் சொற்களை மட்டும் வைத்து விளையாடும் விளையாட்டுக்கு இடம் இல்லை; உணர்ச்சிக்கும் கற்பனைக்கும் அழகான வடிவம் தருவதே கவிதையின் நோக்கம். அவ்வாறு உணர்ச்சிக்கும் கற்பனைக்கும் வடிவம் தரும்போது, முயற்சி இல்லாமல் இயல்பாகவே சொற்களின் விளையாட்டு அமைந்து விடுவதும் உண்டு. கவிதையின் ஒலிநயத்திற்கு உட்பட்டுத் தாமே வந்தமையும் சொற்களால் ஆகும் அழகு அது. பெரிய கவிஞர்களின் பாடல்களில் அப்படி இயல்பாக வந்து அமைந்த சொல்லலங்காரங்கள் உண்டு; ஆனால் அவை எங்கோ ஒவ்வோர் இடத்தில் அருகிலேயே காணப்படும். சங்க இலக்கியத்தில் உள்ள பாட்டுகளில் சொல்லலங்காரம் குறைவு. உணர்ச்சிக்கும் கற்பனைக்கும் சொல் வடிவம் தருவதே சங்கப் புலவர்களின் கலை முயற்சி ஆகும். அத்தகைய பாட்டுகளிலும் ஒரு சில அடிகளில் மட்டும் இயல்பாக வந்து அமைந்த சொல்லழகுகள் காணப்படுகின்றன. வேண்டுமென்றே வலிய முயன்று தேடி அமைத்த சொல்லலங்காரங்கள் என்று அவற்றைச் சொல்ல முடியாது.

> இதுஎன் பாவைக் கினியநன் பாவை
> இதுஎன் பைங்கிளி எடுத்த பைங்கிளி
> இதுஎன் பூவைக் கினியசொற் பூவை.
> (ஐங்குறுநூறு)

> சேர்ந்துடன் செறிந்த குறங்கின் குறங்கென
> மால்வரை ஒழுகிய வாழை வாழைப்
> பூவெனப் பொலிந்த ஓதி.
> (சிறுபாணாற்றுப்படை)

இவ்வாறு சில சொற்கள் திரும்ப வந்து அழகுபெறும் இடங்கள் சங்க இலக்கியத்தில் மிகமிகக் குறைவே. அவைகளும் அலங்காரத் திற்காக வலிந்து அமைக்கப்பட்டவை அல்ல.

> அகவன் மகளே அகவன் மகளே
> மனவுக்கோப் பன்ன நன்னெடுங் கூந்தல்
> அகவன் மகளே பாடுக பாட்டே
> இன்னும் பாடுக பாட்டே அவர்
> நன்னெடுங் குன்றம் பாடிய பாட்டே.
> (குறுந்தொகை)

உள்ளினென் அல்லெனோ யானே உள்ளி
நினைந்தனென் அல்லெனோ பெரிதே நினைந்து
மருண்டனென் அல்லெனோ உலகத்துப் பண்பே.

(குறுந்தொகை)

இவ்வாறு சொற்கள் மடக்கி வரும் ஒரு சில பாடல்களிலும் அவை உணர்ச்சியான பேச்சின் காரணமாக இயல்பாக வந்து அமைந்தவை என்பதை எளிதில் உணரலாம்.

சிலப்பதிகாரம், மணிமேகலை ஆகிய காவியங்களிலும் சொல் அலங்காரங்கள் குறைவே. சிறிது முயன்று அமைத்த சொல் அலங்கார மாகத் தோன்றும் சில அடிகள் மணிமேகலையில் உள்ளன:

வலம்புரிச் சங்கம் வறிதெழுந் தார்ப்பப்
புலம்புரிச் சங்கம் பொருளொடு முழங்கப்
புகர்முக வாரணம் நெடுங்கூ விளிப்பப்
பொறிமயிர் வாரணம் குறுங்கூ விளிப்பப்
பணைநிலைப் புரவி பலவெழுந் தாலப்
பணைநிலைப் புரவி பலவெழுந் தாலப்
பணைநிலைப் புள்ளும் பலவெழுந் தாலப்
பூம்பொழி லார்கை புள்ளொலி சிறப்பப்
கடவுள் பீடிகைப் பூப்பலி கடைகொளக்
கலம்பகர் பீடிகைப் பூப்பலி கடைகொளக்
குயிலுவர் கடைதொறும் பண்ணியம் பரந்தெழுக்
கொடுப்போர் கடைதொறும் பண்ணியம் பரந்தெழு

என்னும் (மணிமேகலை) அடிகளே முதல்முதலில் மடக்கு என்னும் சொல் அலங்காரமாக அமைந்து காணப்படுபவை. அதற்கு முந்தி அந்த அளவிற்குச் சொற்களின் விளையாட்டு, தமிழில் காணப்பட வில்லை.

ஆழ்வார் நாயன்மார்களின் பாடல்களில் பலவகைச் சொல்லணிகள் இடம் பெற்றுவிட்டன. திருமங்கையாழ்வார் திருவெழு கூற்றிருக்கை என்னும் சொல்லணி அமைந்த செய்யுள் இயற்றியுள்ளார். சைவச் சான்றோர்களில் திருஞானசம்பந்தரும், நக்கீரதேவ நாயனாரும் இயற்றியிருக்கிறார்கள். அது ஒருவகைச் சித்திரகவியாகும். செய்யுளின் தொடக்க எண் முதல் இறுதி எண்முடிய ஏழு பகுதிகளாக எழுதி, அந்த ஏழு வரிசைகளையும் ஒரு தேரின் மேற்பரப்பாகக் கொண்டு, அவ்வாறே பாட்டின் இறுதி எண் முதல் தொடக்க எண் வரிசையில்

ஏழு பகுதிகளையும் தேரின் அடி வரிசைகளாகக் கொண்டு தேர் என்னும் (ரதபந்தம்) சித்திரகவியாக அமைத்துக் காட்டுவது வழக்கம். திருஞானசம்பந்தர் ஏகபாதம் என்னும் மற்றொரு சித்திரகவியும் பாடியுள்ளார். ஒரே அடி நான்குமுறை மடக்கிவந்து சொற்கள் சிதைந்து நான்கு அடிகளிலும் நான்கு வேறு பொருள் தருமாறு அமைவது ஏகபாதம் எனப்படும்.

பிரம புரத்துறைபெம்மான் எம்மான்

என்னும் அடியே நான்குமுறை அமைதல் ஏகபாதம் என்னும் சொல்லலங்காரம் ஆகும். ஒரு செய்யுளை முதலிலிருந்து படித்தாலும் அல்லது இறுதி எழுத்திலிருந்து பின்னோக்கிப் படித்தாலும் அதே செய்யுளாக அமையுமாறு இயற்றுவது மாலைமாற்று என்னும் சித்திரகவியாகும். திருஞானசம்பந்தர் இதையும் இயற்றியுள்ளார். ஒரு செய்யுளில் முன் வந்த சில சீர்களும் அடியும் அவ்வாறே மீண்டும் மடக்கிவரும் சொல்லணியாகிய மடக்குவதையும் திருஞானசம்பந்தர் ஆறு பதிகங்களில் அமைத்துள்ளார். யமகமாக நான்கு பதிகங்கள் இயற்றியுள்ளார். சக்கரமாற்று என்னும் சித்திர கவியாக இரண்டு பதிகங்கள் இயற்றியிருக்கிறார். கோமூத்திரி என்னும் சித்திரகவியாக அவர் இயற்றிய பதிகமும் ஒன்று உள்ளது. இத்தகைய சொல்லலங்காரச் செய்யுள்கள் திருஞானசம்பந்தர் காலம் முதல் வளரத் தொடங்கின. தண்டியலங்காரம், மாறனலங்காரம் முதலிய அணியிலக்கண ஆசிரியர்கள் இவற்றிற்கு இலக்கணங்களும் விளக்கங்களும் எழுதினார்கள். பிறகு வந்த கலம்பகங்களிலும் புராணங்களிலும் இவ்வகையான செய்யுள்கள் பல இயற்றிச் சேர்க்கப்பட்டன. ஆயினும் சேக்கிழார் கம்பர் முதலான பெரும் புலவர்கள் இவற்றைப் போற்றவில்லை. படித்தவுடன் இவை பொருள் தருவன அல்ல; உள்ளத்தைத் தொடுவனவும் அல்ல; சொற்களைக் கொண்டு விளையாடும் வீண் விளையாட்டாய், பொருள் நயமும் கற்பனை வளமும் இடம்பெற முடியாதனவாய் நின்றமையால் உண்மையான இலக்கியச் செல்வமாக இவற்றை அறிஞர் ஏற்றுக் கொள்வதில்லை. இந்த நூற்றாண்டில் வி.கோ. சூரியநாராயண சாஸ்திரியார் என்னும் புலவரும் கவிஞர் பாரதியாரும் சொல்லணிகளையும் சித்திர கவிகளையும் பழித்தும் ஒதுக்கியும் நல்வழி காட்டியபின், இன்று தமிழிலக்கியத்தில் அவற்றிற்கு இடம் இல்லாமல் போயிற்று.

◈

9
சமய நூல்கள்
(கி.பி. 1100 - 1700)

பிறர் ஆட்சியில் இலக்கியம்

சேக்கிழார், கம்பர் காலத்திற்குப் பிறகு தமிழ்நாட்டில் ஆற்றல் மிகுந்த ஆட்சி இல்லாமல், குழப்பங்கள் மெல்ல மெல்லத் தலையெடுத்தன. சோழரின் பேரரசு வரவரக் குறுகியது. பாண்டியர் மறுபடியும் ஓங்க முடியவில்லை. ஹொய்சளர் தமிழ் நாட்டில் செல்வாக்குப் பெறத் தொடங்கினார்கள். பதினான்காம் நூற்றாண்டின் முற்பகுதியில் வடநாட்டை ஆண்டு வந்த அல்லாவுதீன் அனுப்பிய படைத்தலைவன் மாலிக்காபூர் தெற்கே இருந்த அரசுகளை வென்று அமைதியைக் குலைத்தான். மதுரையிலும் அவனுடைய படைகள் நுழைந்து குழப்பம் உண்டாக்கின. ஐம்பது ஆண்டுக்காலம் பாண்டிய நாடுமாலிக்காபூர் ஆட்சியிலும் அவனுக்குப் பின் வந்தவர்களின் ஆட்சியிலும் இருந்தது. ஆந்திராவில் விஜயநகர ஆட்சி ஏற்படும் வரையில் தமிழ்நாட்டில் அமைதி இல்லை. பிறகு தென் இந்தியா முழுவதும் விஜயநகர ஆட்சியின் கீழ் வந்தது. மதுரையில் விஜய நகரத்தாரின் செல்வாக்குப்பெற்ற நாயக்கர்கள் ஆட்சியை ஏற்படுத்தினார்கள். கலைகளும் இலக்கியமும் ஓரளவிற்கு மீண்டும் வளர்ச்சி பெறத் தொடங்கின. தஞ்சாவூர்ப் பகுதியும் (சோழ நாடும்) நாயக்கர்களின் ஆட்சிக்கு உட்பட்டது. அதற்குப் பிறகு அந்தப் பகுதி மராட்டியர் ஆட்சிக்கு மாறியது. கர்நாடக நவாபு தமிழ்நாட்டின் வடபகுதியைக் கைப்பற்றி ஆளத்தொடங்கினான். போராட்டங்களும் போர்களும் நடந்தன. நாட்டில் அமைதியான சூழ்நிலை நிலவ முடியவில்லை. இத்தகைய சூழ்நிலையில் பதின்மூன்றாம் நூற்றாண்டுக்குப் பிறகு தமிழ்நாட்டில் சேக்கிழார் கம்பர் போன்ற பெரும்புலவர்களும் பெரிய இலக்கியங்களும் தோன்ற முடியவில்லை. நாயக்க மன்னர்கள் சமய நூல்களுக்கும் சமயக் கலைகளுக்கும் இலக்கியங்களுக்கும் மதிப்புத் தந்துவளர்த்து வந்த காரணத்தால், அவ்வப்போது சமயச் சான்றோர்கள் தோன்றிச் சிறந்த நூல்கள்

எழுதினார்கள்; பழைய சமய நூல்களுக்கு விரிவான விளக்கங்கள் எழுதினார்கள்; சமயத்தைக் காக்கும் மடங்கள் தோன்றின; அந்த மடங்களை ஒட்டிப் புலவர் சிலர் சமயமும் தமிழும் வளர்த்து வந்தார்கள். புலவர்கள் தல புராணங்கள் பாடி அந்தந்த ஊர் மக்களை மகிழ்வித்தார்கள். சிறுசிறு நூல்கள் இயற்றி அங்கங்கே இருந்த செல்வர்களையும் சிற்றரசர்களையும் மகிழ்வித்தார்கள். அந்த நூல்களுள் சில, நேரே அவர்களின் புகழைப் பாடி மகிழ்விப்பவை. வேறு சில தரம் குறைந்த காமச்சுவையான பாடல்களை இயற்றி அந்தச் சுவையால் அவர்களின் உள்ளங்களை மகிழ்வித்தவை. தஞ் சாவூரில் ஆண்ட மராட்டிய மன்னர்களின் ஆதரவிலும் அப்படிப் பட்ட நூல்கள் ஏற்பட்டன. அந்தச் சூழ்நிலைக்கு இடையே எந்த அரசரையும் செல்வரையும் பொருட்படுத்தாத சித்தர் என்னும் ஒருவகை

ஞானிகள் வாழ்ந்து உயர்ந்த தத்துவப் பாடல்களை எளிய சொற்களால் பாடினார்கள். தத்துவராயர் முதலான ஞானிகளும் வாழ்ந்து உலகியல் கடந்த ஞானப் பாடல்கள் பாடினார்கள்.

அந்த அமைதியற்ற நூற்றாண்டுகளிலும் கவிதைவளம் அடியோடு வறண்டு போகவில்லை. இடையிடையே கவிஞர்கள் சிலர் தோன்றிப் புதிய இலக்கியச் செல்வம் சிறிய அளவிலேனும் படைத்துத் தந்தார்கள். அருணகிரியாரும் வில்லிபுத்தூராரும் ஆயிரக்கணக்கான பாடல்கள் அளித்தார்கள். கற்பனைத் திறன் மிகுந்த காளமேகம் முதலான புலவர்கள் சுவையான பாடல்கள் இயற்றினார்கள். குமரகுருபரரும் சிவப்பிரகாசரும் உயர்ந்த புலமைச் செல்வம் நிரம்பியவர்கள். கலைச்சுவைக்காக இலக்கியம் படைக்காவிட்டாலும், சமய வளர்ச்சிக்காக அவர்கள் படைத்த நூல்களில் இலக்கியச் சுவையும் கலந்துள்ளது. அவர்கள் பலவகை நூல்கள் படைத்தவர்கள். முயற்றிருந்தால், ஒப்பற்ற பெரிய காப்பியங் களையும் அவர்கள் இயற்றியிருக்க முடியும். அமைதியற்ற அரசியல் சூழ்நிலை நாட்டில் இருந்தபோதிலும், இலக்கியப் படைப்பு இடையறாமல் நடைபெற்றுவந்ததாகவே தோன்றுகிறது. அதற்கு முன்பு பல நூற்றாண்டுகளாகத் தமிழிலக்கியம் தொடர்ந்து பெற்று வந்த வளர்ச்சியுடன் நன்கு வேரூன்றித் தழைத்திருந்த காரணத்தால், அந்தச் சில நூற்றாண்டுகளின் அரசியல் குழப்பம் அந்த இலக்கியச் சோலையைப் பெரிதும் தாக்கவில்லை. வழக்கம்போல் பூத்துக் குலுங்கிச்

காய்த்துப் பெரும் பயன் தராவிட்டாலும், சோலையின் பசுமை அடியோடு மாறிப்போகவில்லை; புதிய தளிர்கள் விட்டன. இலைகள் தழைத்தன; அரும்புகள் அரும்பின; சிற்சில பூக்களேனும் பூத்தன; சிறுசிறு அளவிலேனும் காய்களும் கனிகளும் காணப்பட்டன.

சித்தர் பாடல்கள்

இந்தக் காலத்தில் சித்தர்கள் என்ற பெயரால் ஞானிகள் சிலர் தோன்றித் தம் அனுபவ உணர்வுகளை எளிய தமிழால் பாடினார்கள். இந்தக் காலத்திற்கு முன்னமே வாழ்ந்த (ஆறாம் நூற்றாண்டைச் சார்ந்த) திருமூலர் முதலானவர்களையும் இந்தச் சித்தர்களோடு சேர்த்துக் கூறுவதுண்டு. அகத்தியர் என்ற பழம் புலவரையும் சித்தர் எனக் கருதுவோர் உண்டு. தமிழிலக்கண ஆசிரியராகிய அந்தப் பழைய அகத்தியர் வேறு; சித்த மருத்துவர்களுள் ஒருவராகக் கருதப்படும் அகத்தியர் வேறு. இந்தச் சித்தர்களுள் பெரும்பாலோர் சைவர்கள் ஆயினும், பொதுவாக இவர்கள் சாதி சமய வேறுபாடுகளைக் கடந்தவர்கள்; மூட நம்பிக்கைகளுக்கு இடம் தராதவர்கள்; சடங்குகளையும் சடங்குகளோடு ஒட்டிய வழிபாடு களையும் போற்றாதவர்கள். தம் வாழ்க்கை அனுபவங்களால் கண்டறிந்த உண்மைகளை மட்டுமே தெளிவாக எடுத்துச் சொல்வது இவர்களின் நோக்கம். இவர்கள் தத்துவ ஞானிகள்; மெய்யுணர்வு பெற்றவர்கள். இவர்களில் சிலர் யோகிகளாய்ச் சிறப்புற்றவர்கள்; சிலர் மருத்துவர்களாய் விளங்கியவர்கள். இவர்களின் வழியில் வளர்ந்த தமிழ் மருத்துவக் கலை சித்த மருத்துவம் எனப் பெயர் பெற்றது. இவர்கள் பழைய தமிழ் இலக்கண மரபுகளையும் அவ்வளவாகப் பொருட்படுத்தவில்லை. கற்றறிந்த புலவர்களுக்காக என்று பாடல்கள் இயற்ற விரும்பவில்லை. பொதுமக்களுக்குப் பயன்படும் வகையில் பாடல்கள் இயற்ற விரும்பிய காரணத்தால், நாட்டுப் பாடல்களில் கண்ட பல செய்யுள் வடிவங்களைப் பயன்படுத்தி எளிய பேச்சு வழக்குச் சொற்களைக் கையாண்டு பாடல்கள் பாடியிருக்கிறார்கள். சிலருடைய பாடல்கள் மறைபொருள் உடையவை. வெளிப்படையாகப் பார்க்கும்போது எளிய பொருள் ஒன்று தோன்றும். ஆழ்ந்து கற்றால் உட்பொருள் ஒன்று உணரப்படும். மருந்து பற்றிய பாடல்களில் ஒவ்வொரு மூலிகைக்கும் வெவ்வேறு பெயர் ஒன்று குறிப்பிட்டிருக்கும். சைவம் என்னும் சொல் தாளிச பத்திரத்தைக் குறிக்கும்; சரசுவதி என்பது வல்லாரைக் கீரையைக் குறிக்கும். இவ்வாறு சொற்கள்

வெவ்வேறு பொருளில் வழங்கியதால், பாடல்களைப் படித்து நேரே பயன்பெற முடியாது. மரபு வழியில் கற்றுத் தேர்ந்தவர்களின் வாயிலாகவே பயன்பெற முடியும்.

சித்தர் பாடல்களை இன்றும் தெருவில் பாடிச் செல்வோர் உண்டு. பாம்பாட்டிச் சித்தர், அகப்பேய்ச் சித்தர், அழுகணிச் சித்தர், குதம்பைச் சித்தர், கடுவெளிச் சித்தர் முதலானவர்களின் பாடல்களை ஆர்வத்துடன் படிப்பவரும் பாடுவோரும் இன்றும் உள்ளனர்.

ஊத்தைக் குழிதனிலே மண்ணை எடுத்தே
உதிரப் புனலிலே உண்டை சேர்த்தே
வாய்த்த குயவனார் பண்ணு பாண்டம்
வரைஓட்டுக்கும் ஆகாதென்று ஆடுபாம்பே

என்பது பாம்பாட்டிச் சித்தர் பாடல். மனித உடம்பின் தோற்றத் தையும் பயனற்ற தன்மையையும் கூறுவன இந்த அடிகள். இடைக் காட்டுச் சித்தர் என்பவரின் பாடல்கள் பசுமேய்க்கும் இடையர்கள் பசுவைப் பார்த்தும் இடையர்களின் தலைவனைப் பார்த்தும் பாடும் முறையில் அமைந்தவை; கருத்தெல்லாம் கடவுளைப் பற்றியும் ஞான நெறியைப் பற்றியும் அமைந்திருக்கும். மனம் என்னும் கரணத்தை ஒரு பேயாகக் கருதிப் பாடுபவர் அகப்பேய்ச் சித்தர். குதம்பை என்னும் காதணி அணிந்த பெண்ணை விளித்துப் பாடும் முறையில் பாடல்களை அமைத்த காரணத்தால் ஒருவர் குதும்பைச் சித்தர் என்று குறிக்கப்பட்டார்.

மாங்காய்ப் பால்உண்டு மலைமேல் இருப்போர்க்குத்
தேங்காய்ப்பால் ஏதுக்கடி குதம்பாய்
தேங்காய்ப்பால் ஏதுக்கடி

என்பது அவருடைய பாடல்களுள் ஒன்று. மாங்காய், தேங்காய், பால் என்பன வெளிப்படையாகத் தெரிந்த எளிய சொற்கள். ஆனால் இவை எல்லாவற்றிற்கும் மறைபொருள் அமைத்துப் பாடியுள்ளார்.

உள்ளங்கால் வெள்ளெலும்பு ஆகத் திரியினும்
வள்ளலைக் காணுவையோகுதம்பாய்
வள்ளலைக் காணுவையோ?

இவ்வாறே சித்தர் பாடல்கள் பல. தெளிந்த நடையில் எளிய சொற்களில் அமைந்து நுண்பொருள் உணர்த்துவனவாக உள்ளன.

சைவ சாத்திரங்கள்

சைவ நாயன்மார்களின் பாடல்களாக உள்ள பக்தி நூல்கள், சைவசித்தாந்த சமயத்தன் தோத்திர நூல்கள் எனப் போற்றப்படும். கி.பி. 12, 13, 14ஆம் நூற்றாண்டுகளில் உய்யவந்த தேவ நாயனார் முதலானவர்களால் இயற்றப்பட்ட பதினான்கு நூல்கள் சைவசித்தாந்த சமயத்தின் சாத்திர நூல்கள் எனப்படும். அவற்றை இயற்றியவர்கள் புலமை நிரம்பியவர்கள்; அக்காலத்தின் தேவைக்கு ஏற்ப, இலக்கியம் இயற்றாமல், சாத்திரங்கள் இயற்றினார்கள். அந்தச் சாத்திர நூல்களில் பெரும்பாலானவை, இலக்கிய மரபை ஒட்டி, பழைய நூல்களின் வாய்பாடுகளை அமைத்து இயற்றப்பட்டுள்ளன. உய்யவந்த தேவநாயனார் இயற்றிய திருவுந்தியார் எனப்படுவது, பெண்கள் உந்தீ பற என்று சொல்லி விளையாடிப்பாடும் பாடலின் வடிவில் அமைந்தது; அழகான நடையில் உயர்ந்த சமய உண்மைகளை விளக்குவது. திருக்களிற்றுப்படியார் அவர் வழி வந்த சான்றோர் ஒருவர் இயற்றிய செய்யுள் நூல். பதி, பசு, பாசம் என்னும் முப்பொருள் உண்மையை விளக்கிச் சைவ சித்தாந்தத்தின் அடிப்படை நூலாக விளங்குவது சிவஞானபோதம். அது மெய்கண்டார் இயற்றியது. பன்னிரண்டு சூத்திரங்கள் உடையது. அவருடைய நாற்பத்தொன்பது மாணவர்களுள் தலைவராகிய அருணந்தி சிவாச்சாரியார் இயற்றிய சிவஞான சித்தியார் என்பது 328 செய்யுள்கொண்ட விரிவான நூல். அவருடைய இருபா இருபஃது என்பதும் சைவர்களால் போற்றப்படும் ஒரு சாத்திரம். உமாபதி சிவாச்சாரியார் சிவப்பிரகாசம் என்னும் சிறப்பான நூலின் ஆசிரியர். அவர் எழு சாத்திர நூல்களும், இரண்டு புராணங்களும், வேறு சில நூல்களும் இயற்றியுள்ளார். சேக்கிழாரின் வரலாறு கூறும் சேக்கிழார் புராணத்தை இயற்றியவர் அவரே. மனவாசகம் கடந்தார் என்பவர் இயற்றிய உண்மை விளக்கம் என்பதும் ஒரு நல்ல சாத்திர நூல்.

தஞ்சைவாணன் கோவை

இக்காலத்தில் தஞ்சைவாணன் கோவை என்பதை இயற்றியவர் பொய்யாமொழியார் என்னும் புலவர். அதில் உள்ள நானூறு செய்யுள்களும் கற்பனைக் காதலர் இருவரின் காதல் வளர்ச்சியைப் படிப்படியாகக் கதைபோல எடுத்துக்கூறும் கோவை என்னும் இலக்கிய வகை ஆகும். நானூறும் தஞ்சாவூரில் ஆண்ட ஒரு சிற்றரசனைப் புகழும் குறிப்புகள் உடையவை.

காதலியின் வாழ்க்கையில் அவளுக்கும் காதலனுக்கும் உறவு ஏற்பட்டது என்ற உண்மை அறியாமல் பெற்றோர்கள் இருந்தனர். அப்போது தம் மகளின் உடலில் ஏற்பட்ட வாட்டத்தையும் மெலிவையும் ஏதோ நோய் என்று தவறாக உணர்ந்து, அதற்கு வேறு பரிகாரங்களைத் தேடத் தொடங்கினார்கள். ஆனால் அவளோடு நெருங்கிப் பழகிய தோழிக்கு உண்மை தெரியும். தக்க வாய்ப்பு நேரும்போது பெற்றோருக்கு அறிவிக்க வேண்டும் என்று தோழி காத்திருந்தாள். வாய்ப்பு நேர்ந்தவுடன், உண்மையை எடுத்துக் கூறுகிறாள். "ஒருநாள் இவளுடன் நாங்கள் சோலையில் பொழுது போக்கிக் கொண்டிருந்தபோது, மதம் பிடித்த யானை ஒன்று ஓடி வந்தது. நாங்கள் ஓடினோம்; அது எங்களைத் துரத்தி வந்தது. அஞ்சி அலறினோம். அப்போது எங்கிருந்தோ வீரன் ஒருவன் அங்கே தோன்றி, இவளைத் தன் இடப்பக்கத்தில் பற்றிக் கொண்டு அந்த யானை மேல் தன் வேலை எறிந்து தடுத்தான். வேல் பட்ட இடத்திலிருந்து வந்த இரத்தம் அந்த வீரனின் மார்பில் ஒழுகி ஒரு பகுதியைச் செந்நிறம் ஆக்கியது. அவனுடைய இடது தோளின் மேல் சாய்ந்து கிடந்த உங்கள் மகளின் கண்களிலிருந்து வந்த கண்ணீர் கண்களில் தீட்டிய மையுடன் கலந்து கருநிறமாய் ஒழுகி வீரனுடைய மார்பின் இடப்பகுதியைக் கருநிறமாக்கியது. அப்போது அந்த வீரன் எப்படித்தோன்றினான், தெரியுமா? உமாதேவியை இடப்பக்கத்தில் கொண்ட சிவபெருமான் போலவே தோன்றினான்" என்று சொல்லிப் பெற்றோர்க்கு உண்மை விளங்க வைத்தாள்.

மண்அலை யாமல் வளர்க்கின்ற வாணன்தென்
மாறைவெற்பில்
அண்ணலை ஆயிழை பாகன்என்று அஞ்சினம் அஞ்
சனம்தோய்
கண்அலை நீர்இடப் பாகமும் மேலவந்த கைக்களிற்றின்
புண்அலை நீர்வலப் பாகமும் தோயப் பொருதஅன்றே.

இவ்வாறு கோவையின் ஒவ்வொரு பாட்டும் ஒவ்வொரு புகழ்ச்சியையோ உணர்ச்சியையோ எடுத்துக்கூறி, நானூறு பாட்டுகளால் ஆகிய தொடர்ந்த கதைபோல் அமைந்திருக்கும். அவற்றுள் பல பாட்டுகள் கற்பனைச் சுவையுடன் விளங்கும்.

உரையாசிரியர்கள்

முன்னமே தமிழ்நாட்டில் இருந்த கோயில்கள், பெரிய பெரிய கட்டடங்களும் இக்காலத்தில் சிற்ப வேலைப்பாடுகள் நிரம்பிய மண்டபங்களும் பெற்று விளக்கம் உற்றன. முன்னமே இருந்த சமய நூல்கள், விரிவான விளக்கங்களும் துணை நூல்களும் பெற்று விரிவு அடைந்தன. அவைபோலவே, முன்னமே இருந்த உயர்ந்த இலக்கியங்கள், உரையாசிரியர்களால் நுட்பமான உரைகளும் நயமான விளக்கங்களும் பெற்றுச் சிறப்பு அடைந்தன.

உரைகளும் விளக்கங்களும் எழுதியவர்கள் இலக்கிய வளர்ச்சிக்கும் பாதுகாப்புக்கும் நல்ல தொண்டு புரிந்தார்கள். அவர்கள் எல்லோரும் கற்றுத் தெளிந்த அறிஞர்கள். அவர்களின் எழுத்துக்களிலே பழைய தமிழ் உரைநடை இன்றும் காணமுடிகிறது. எட்டாம் நூற்றாண்டில் களவியல் என்னும் நூலுக்கு நக்கீரர் என்னும் உரையாசிரியர் எழுதிய உரையே அவ்வகையில் பழமை யானது. அது செறிவும் செழுமையும் உடையது. ஆயினும் செய்யுளில் சீர்கள் அமைப்பதுபோலவே சொற்கள் அளவுபட்டு அமைந்து எதுகையும் மோனையும் நிரம்பிய அந்த நடை உரைநடையாக இல்லாமல், செய்யுள் நடைபோன்றே உள்ளது. அந்த உரைக்கு அடுத்த பழமை உடையது தொல்காப்பியம் முழுமைக்கும் இளம்பூரணர் எழுதிய உரையாகும். பிறகு வந்த உரையாசிரியர்கள் அவருடைய பெயரைச் சுட்டாமல் உரையாசிரியர் என்ற பெயராலேயே குறிப்பிடுவர். இது அவருடைய சிறப்புக்குச் சான்றாக உள்ளது. நக்கீரரின் உரைநடைபோல் அலங்கார நடையாக இல்லாமல், இளம்பூரணரின் உரைநடை எளிமையும் தெளிவும் பெற்றுள்ளது. அவருடைய காலம் கி.பி. பன்னிரண்டாம் நூற்றாண்டுக்கு முற்பட்டது எனலாம். அடுத்துப் பதின்மூன்றாம் நூற்றாண்டில் தொல்காப்பியத்தில் ஒரு பகுதிக்கும் திருக்கோவையார்க்கும் உரை எழுதியவர் பேராசிரியர் என்று வழங்கப்படுபவர். அவருடைய நடை செறிவும் செம்மையும் வாய்ந்தது. சேனாவரையர் தொல்காப்பியத்தின் இரண்டாம் பகுதிக்கு உரை எழுதினார். திட்பநுட்பம் செறிந்த நடை அவருடையது. வடமொழிப் புலமையும் நிரம்பியவர் அவர். நச்சினார்க்கினியர் என்னும் உரையாசிரியரும் வடமொழி கற்றவர். அவர் தமிழ் இலக்கணத்திற்கும் இலக்கியத்திற்கும் செய்த தொண்டு பெரிது. தமிழில் பல நூல்களுக்கு உரை எழுதிய பெருமை அவரையே சேரும். பாடல்களுக்கு நேரே உரைகொள்ளாமல் அந்வயப்படுத்திப்

பொருந்தாத வகையில் சொற்களை எங்கெங்கோ கொண்டு சேர்த்துப் பொருள்கொள்ளும் செயற்கை முறை அவரிடம் உள்ள குறை ஆகும். ஆயினும் அவருடைய அறிவும் திறனும் போற்றத்தக்கவாறு அவர் எழுதிய உரைகளில் விளங்குகின்றன. அவருடைய உரைநடை பெருமிதமும் அழகும் கூடியது. இந்த உரையாசிரியர்களின் உரைகளில் அங்கங்கே காட்டும் மேற்கோள்கள் பல பழைய நூல்களிலிருந்து அமைந்தவை. அவற்றால், மறைந்துபோன பல நூல்களைப்பற்றி ஒரு சிறிதாவது அறிய முடிகிறது.

சிலப்பதிகாரத்திற்கு அடியார்க்கு நல்லார் எழுதிய உரையால், பழங்காலத்து இசைநூல்கள் நாடக நூல்கள் பலவற்றின் பெயர்களை அறிகிறோம். அந்த உரையால் பழந்தமிழ்நாட்டுக் கலைகளைப்பற்றி எவ்வளவோ அறிய முடிகிறது. முழுதும் தெளிவாக அறிய முடியா விட்டாலும், கலை வரலாறு பற்றிய இருள் ஓரளவு விலகுகிறது என்று கூறலாம். அவர்க்கு முன்பே சிலப்பதிகாரத்துக்கு அமைந்த பழைய உரையும் ஒன்று உண்டு. இரண்டு உரைகளின் நடையும் செம்மையானவை; எதுவை மோனைகளும் சீர்களின் அடுக்குகளும் குறைந்தவை; கருத்துகளைத் தெளிவாக விளக்குபவை.

திருக்குறளுக்கு உரை எழுதியவர்கள் மணக்குடவர் முதலிய பத்து அறிஞர்கள். அவர்களுள் புகழ் பெற்றவர் பரிமேலழகர். வடமொழி நூல்களின் கருத்துகளைத் தழுவியும் ஒப்பிட்டும் உரை எழுதும் போக்கு உடையவர் அவர். அதனால் சில இடங்களில் நூலாசிரியரின் உண்மைக் கருத்தை உணரமுடியாமற் போயினும், பல இடங்களில் திருக்குறளின் பொருளாழத்தையும் நயத்தையும் நன்கு புலப்படுத்தியவர் அவர்.

பதிமேலழகர் (பதினான்காம் நூற்றாண்டில்) இரண்டு பழைய நூல்களுக்கு உரை எழுதியவர். பரிபாடல், திருக்குறள் என்பன அவருடைய உரை பெற்ற இரண்டு நூல்கள். திருக்குறளுக்கு எழுதிய உரையாலேயே அவர் புகழ்பெற்று விளங்குகிறார். தமிழில் உள்ள உரையாசிரியர்களுள் அவரே மிகச் சிறந்தவர். அவர் வடமொழி, தமிழ் ஆகிய இருமொழிப் புலமையும் நிரம்பியவர்; நுட்பமாகப் பொருளுணர்ந்து ஆழ்ந்து சிந்தனை செய்து அரிய கருத்துகளை எல்லாம் விளக்குவதில் வல்லவர். அவருடைய திருக்குறள் உரையிலும் சில சிறு குறைகள் உள்ளன. ஆயினும் அவர் ஆழ்ந்து கண்டு உணர்த்தியுள்ள நயங்களும் நுட்பங்களும் கணக்கற்றவை.

ஓரிடத்தில் கூறியதை மறுபடியும் கூறாத செறிவும், உணர்த்தும் பொருளுக்கு ஏற்றபடி சொற்களை வரையறுத்து நிறுத்து எழுதும் திறனும் அவருடைய உரையின் சிறப்பியல்புகள். வேண்டாத அடைமொழிகளுக்கு இடம் தராமல், நேரிய முறையில் உரிய பொருளை விளக்குமளவிற்கே சொற்களை அளந்து பயன்படுத்துவார். செறிவு, நுட்பம், நேர்மை ஆகிய பண்புகள் அமையத் தமிழ் உரை நடையைக் கையாண்டவர் அவர். இக்காலத்து அறிவியல் (சயன்ஸ்) கருத்துகளுக்கு ஏற்றது அவருடைய நடை. அவருடைய திருக்குறள் உரையின் நுட்பத்திலும் செம்மையிலும் உள்ளத்தைப் பறிகொடுத்த சைவ சமயச் சான்றோர் உமாபதி சிவாச்சாரியார் என்பவர், உயர்ந்த தமிழ் நூல்களின் பட்டியலைத் தரும்போது திருக்குறள் ஒன்றாகவும் பரிமேலழகர் உரை மற்றொன்றாகவும் சிறப்பித்துக் கூறியுள்ளார். பதினெழாம் நூற்றாண்டில் இருந்த திருமேனி இரத்தின கவிராயர் என்பவர் அவருடைய உரையில் உள்ள அரிய கருத்துகளை விளக்கி 'நுண்பொருள் மாலை' என்ற தனி நூலையே இயற்றினார்.

பெயர் அறியப்படாத அறிஞர்களின் உரைகள் வேறு சில இலக்கிய நூல்களுக்கு அமைந்தன. மயிலைநாதர், கல்லாடர், தெய்வச்சிலையார் முதலியவர்கள் இலக்கண நூல்களுக்கு உரை எழுதியவர்கள்.

பொதுவாக, இந்த உரையாசிரியர்களின் நடை எல்லாம் வட சொல் குறைவாகக் கலந்த நடை அல்லது தூய தமிழ்நடை என்று கூறுமாறு உள்ளன. ஆயின், ஆழ்வார்களின் பாடல்களுக்கு உரை எழுதியவர்கள், வடசொற்களும் தமிழ்ச்சொற்களும் விரவிக்கலந்த மணிப்பிரவாள நடையில் எழுதினார்கள் (முத்தும் பவளமும் கலந்த மாலைபோல் தமிழும் வடமொழியும் கலந்த நடை என்னும் பொருளில் அந்த நடைக்கு மணிப்பிரவாளம் என்ற பெயர் வழங்கினார்கள்). பக்திப் பாடல்களின் பொருளாழத்தையும் பலவகை நயங்களையும் விளக்குவதில் அவர்களின் உரைகள் நிகரற்று விளங்கு கின்றன. அவர்கள் கல்வி வல்ல அறிஞர்களாக மட்டும் நிற்காமல், சமயத்துறையில் ஈடுபட்டுத் தம் வாழ்வைத் தியாகம் செய்த சான்றோர்களாகவும் வாழ்ந்தமையால், அவர்களின் உரைகள் சாத்திர நூல்கள்போல் வைணவ அறிஞர்களால் அளவற்ற பக்தியுடன் போற்றப் படுகின்றன.

வடமொழி இதிகாசங்களையும் சைன சமய நூல்களையும் தழுவித் தமிழில் நூல்கள் இயற்றப்பட்ட இக்காலத்தில், புலவர்கள் வீரம்பற்றியும் காதல் பற்றியும் தனித்தனிப் பாடல்கள் பாடும் வழக்கம் குன்றியது. வடநூல்களிலிருந்து கதைகளையும் வருணனைகளையும் கடன்வாங்கும் பான்மை வளர்ந்தது. வாழ்க்கையில் உள்ளவற்றைப் பாடும் மரபைக் கடந்து இல்லாதவற்றைக் கற்பனை செய்து பாடும் புதுமை வளர்ந்தது. வடநூல்களின் கதைகளையும் மரபுகளையும் மட்டும் அல்லாமல், வடமொழிச் சொற்களையும் மிகுதியாகக் கையாளத் தொடங்கினார்கள். சிறப்பாக, சமயத் தொடர்பான வாதங்களையும் கருத்துகளையும் எடுத்துரைக்குமிடத்தில் வடமொழிச் சொற்களைத் தயங்காமல் கலந்தனர். மணிமேகலையின் சமயவாதம் நிகழும் பகுதியிலேயே இதன் தொடக்கத்தைக் காணலாம். சைனர் வடமொழி நூல்களைத் தழுவி எழுதியவற்றில் வடசொல் கலப்புப் பெருகியது. ஸ்ரீபுராணம் என்னும் சைன நூலின் நடையே ஒருவகைக் கலப்ப நடையாக அமைந்தது. தமிழ்ச் சொற்களும் வடமொழிச் சொற்களும் பாதிக்குப் பாதி கலந்தாற்போல் அமைந்த அந்த நடையை வேண்டுமென்றே சமயச் சார்புள்ள புலவர்கள் போற்றத் தலைப்பட்டார்கள். ஆனால் இலக்கியமே நோக்கமாகக் கொண்டு கற்று உரைநூல்கள் எழுதிய அறிஞர்கள் ஏறக்குறைய அதே காலத்தில் வாழ்ந்தபோதிலும் அந்த மணிப்பிரவாள நடையில் எழுதவில்லை. மிகக் குறைந்த அளவில் ஒரு சில வடசொற்கள் மட்டுமே கலந்த செந்தமிழ் நடையிலேயே அவர்கள் தம் உரைகளை எழுதினார்கள். இளம்பூரணர், குணசாகரர், மயிலைநாதர் முதலானவர்கள் சைனர் பேராசிரியர், நச்சினார்க்கினியர், அடியார்க்கு நல்லார் முதலானவர்கள் சைவர். பரிமேலழகர் வைணவர். இவர்கள் எல்லோரும் சிறந்த தமிழ்த் தொண்டுபுரிந்த அறிஞர்கள். இலக்கண இலக்கியத் துறையில் தேர்ந்தவர்கள். இவர்கள் எல்லோரும் மேற்குறித்த அறிஞர்களைப் போல் மணிப்பிரவாள நடையில் எழுதாமல், செந்தமிழ் நடையையே கையாண்டார்கள். திட்பநுட்பம் வாய்ந்த பழைய தமிழ் உரைநடைக்கு எடுத்துக்காட்டாக உள்ளவை இவர்களின் உரைகளே.

புராணங்கள் முதலியன

வடமொழியில் உள்ள புராணங்களைத் தமிழில் எழுதும் முயற்சி வளர்ந்தது. அவ்வாறு தரப்பட்ட புராணங்களுள் பெரியது பத்தாயிரம் செய்யுள் உடைய கந்தபுராணம். அது வடமொழியில்

உள்ள சிவசங்கர சங்கிதையைத் தழுவிப் பதினாயிரத்துக்கு மேற்பட்ட செய்யுள்களால் தமிழில் எழுதியது ஆகும். முருகனின் பிறப்பு, வளர்ப்பு, திருவிளையாடல், சூரபத்மனுடன் நிகழ்த்திய போர், தெய்வயானையின் திருமணம், வள்ளியின் காதல் முதலியவற்றைப்பற்றி விரிவாகப் பாடிய புராணம் அது. கச்சியப்ப சிவாச்சாரியார் என்னும் அதன் ஆசிரியர் பழைய தமிழ் இலக்கிய மரபுகளை விடாமல் போற்றியவர். வருணனைகளுக்குக் கற்பனை மெருகு ஏற்றிப் பாடுவதில் வல்லவர் அவர். கவிச் சுவை நிரம்பிய புராணம் ஆகையால் மற்றப் புராணங்களைவிட அது சிறந்து நிற்கிறது.

செவ்வைச் சூடுவார் என்னும் புலவர் வடமொழி பாகவதத் தைத் தழுவித் தமிழில் 5000 செய்யுள் கொண்ட நூல் இயற்றினார். அரசகேசரி என்பவர் காளிதாசரின் ரகுவம்சத்தை மொழிபெயர்த்து 2480 செய்யுளில் பாடினார். புகழேந்திப் புலவர் பாரதத்தில் வரும் நளனுடைய கதையை அழகான வெண்பாக்களால் பாடினார். அதிவீரராமர் என்னும் பாண்டிய அரச குடும்பத்தைச் சார்ந்தவர் அதே கதையை விருத்தப்பாவால் பாடினார். கூர்ம புராணத்தையும் இலிங்க புராணத்தையும் அவர் தமிழில் ஆக்கினார். கச்சியப்ப முனிவர் என்பவர் விநாயக புராணத்தை மொழிபெயர்த்துப் பாடினார். வீர கவிராயர் அரிச்சந்திர புராணம் பாடினார். அவருடைய பாடல்களின் நடை நல்ல ஓட்டம் உடையது. பாடல்கள் உருக்கம் உடையவை. கற்பவர் நெஞ்சினை நெகிழ்விக்க வல்லவை. வடமலையப்பர் மச்ச புராணத்தை மொழி பெயர்த்தார்.

சைனர்களுள் மண்டலபுருடர் என்பவர் வடமொழி சைன புராணமாகிய ஆதிபுராணத்தை தமிழில் இயற்றி ஸ்ரீபுராணம் எனப் பெயரிட்டார். அது மணிப்பிரவாள நடையில் இயற்றப்பட்டது. கயசிந்தாமணி என்ற சைனநூலும் மணிப்பிரவாளத்தில் எழுதப் பட்டதே ஆகும். மேருமந்தர புராணம் என்னும் சைன நூல் வாமன முனிவர் என்பவரால் இயற்றப்பட்டது. அது இயல்பான தமிழ் நடையில் அமைந்தது. அறநெறிச்சாரம் என்ற நீதிநூல் முன்றுறையரையனார் என்ற சைனரால் இயற்றப்பட்டது.

தல புராணங்கள்

உமாபதி சிவம் என்பவர் பதினான்காம் நூற்றாண்டில் கோயில் புராணம் என்னும் தலபுராணம் பாடினார். அதற்குப் பிறகு அதை ஒட்டி

எழுந்த நூல்கள் பல. தலபுராணங்களுள் புகழ் பெற்றவை மதுரையில் உள்ள சிவபெருமானின் அறுபத்துநான்கு திருவிளையாடல்களைக் கூறும் புராணங்களே. வேம்பத்தூரார், பெரும்பற்றப்புலியூர் நம்பி, பரஞ்சோதி என்னும் புலவர்கள் திருவிளையாடற் புராணங்கள் இயற்றியவர்கள். பரஞ்சோதி இயற்றிய திருவிளையாடலே இன்று பெரிதும் போற்றப்பட்டு வருகிறது. அவருடைய விருத்தப் பாக்கள் இனிமையும் தெளிவும் உடையவனவாக இருத்தலே அதற்குக் காரணம் ஆகும். 3360 பாடல்கள் கொண்ட விரிவான நூல் அது. விளக்கமான வருணனைகள் பல அந்த நூலில் உண்டு.

தருமபுர மடத்தைச் சார்ந்த புலவர்கள் திருமழபாடி, திருவொற்றியூர் முதலான தலங்களுக்குப் புராணங்கள் பாடினார்கள். நிரம்ப அழகிய தேசிகர் திருப்பரங்கிரிப்புராணம், சேதுபுராணம் என்னும் தலபுராணங்களை இயற்றினார். வடநாட்டுத் தலமாகிய காசிக்கும் நூல் இயற்றியவர் அதிவீரராம பாண்டியர். காசிக்காண்டம் என்பது அந்த நூலின் பெயர். திருமலைநாதர் சிதம்பர புராணம் பாடினார். திருத்தனி என்னும் முருகன் தலத்தைப் புகழ்ந்து தலபுராணம் இயற்றினார் கச்சியப்ப முனிவர். தணிகைப் புராணம் என்னும் அந்த நூல் தலபுராணங்களுள் அழியாமல் வாழும் சிறப்புடையது ஆகும்.

திருவாரூர், திருவெண்காடு, திருவண்ணாமலை, திருச்செங்கோடும், விரிஞ்சிபுரம், வேதாரணியம், கும்பகோணம் முதலான ஊர்கள் பற்றித் தலபுராணங்கள் பாடப்பட்டன. புகழ்பெற்ற புலவர் சிவப்பிரகாசர் திருக்கூவப் புராணம் பாடினார். அவரும் அவருடைய உடன்பிறந்தோர் இருவரும் சேர்ந்து பாடிய சீகாளத்திப் புராணம் சுவையான நூல். வீரராகவ முதலியார் திருக்கழுக்குன்றப் புராணம் இயற்றினார்.

தலபுராணங்கள் அக்காலத்தில் மக்களின் உள்ளங்களை மிகக் கவர்நதிருந்தன. நாட்டுப் படலம், நகரப் படலம் என முதலில் அமையும் இயற்கையழகு பற்றியும் நிலவளம் முதலியனபற்றியும் உழவர் முதலானவர்களின் வாழ்க்கை வளம்பற்றியும் கண்ட கனவு களை எல்லாம் அந்தத் தலபுராணங்களுள் அமைத்து, அந்தந்த நாடுகளையும் ஊர்களையும் சிறப்பித்தார்கள். ஆகவே அந்தந்த நாட்டு மக்கள் படித்துத் தம்தம் நாடுகளையும் ஊர்களையும்பற்றிப்

பெருமையும் பற்றும் கொண்டு மகிழ்ந்தார்கள். கொடியவர்களும் அதிகாரச் செருக்கு மிகுந்தவர்களும் துன்பமுற்று மனம் திருந்திக் கோயில்களுக்கு வந்து வழிபட்டு நல்லவர்களான மாறியதாகத் தலபுராணங்கள் கதைகள் கூறுவது வழக்கம். அந்தக் கதைகளைச் சுவையோடு படித்து மக்கள் மகிழ்ச்சியுறுவதற்குத் தலபுராணங்கள் பயன்பட்டன. கதைகளோடு கலந்து கலையின்பத்தை ஊட்டுவதற்கு அந்த நூல்கள் உதவின.

பதினேழாம் நூற்றாண்டில் தலபுராணங்கள் பல இயற்றிப் புகழ் பெற்றவர்கள் எல்லப்ப நாவலர். திருவண்ணாமலை, திருவெண்காடு, திருவிரிஞ்சை, தீர்த்தகிரி, திருச்செங்காட்டங்குடி முதலிய தலங்களுக்குப் புராணங்கள் எழுதினார். விரிவான வருணனைகளைச் சுவையாக அமைப்பதில் வல்லவர் அவர். பக்திச்சுவை நிரம்பிய பாடல்களை அவற்றில் அமைத்துள்ளார். திருவண்ணாமலை பற்றி அவர் இயற்றிய திருவருணைக்கலம்பகம், கலம்பக நூல்களுள் சிறப்புடையதாகப் போற்றப்படுகிறது. இலக்கிய நயம் உள்ள பாடல்கள் பல அதில் உள்ளன.

சென்னையின் பகுதியாக உள்ள திருவொற்றியூர்க்கு ஒரு புராணம் ஞானப்பிரகாசரால் இயற்றப்பட்டது. திருவாரூர் பற்றிய புராணம் ஞானக்கூத்தர் என்பவரால் இயற்றப்பட்டது. இவ்வாறு தலங்களுக்கு எழுதப்பட்ட புராணங்கள் கணக்கற்றவை ஆயின. ஒவ்வொரு தலபுராணத்திலும் அந்தந்தக் கோயிலைச் சிறப்பித்துக் கூறுவதற்காக, இந்திரன் முதலான தேவர்கள் தாம் பெற்ற சாபம் நீங்குவதற்காகவும் பாவம் தீர்வதற்காகவும் அந்த ஊர்க் கோயிலுக்கு வந்து வழிபாடு செய்ததாகவும் அதற்குப் பிறகே கடவுளின் அருள் பெற்றுக் கடைத்தேறியதாகவும் கதைகள் புனையப்பட்டன. அந்தந்த ஊரை அடுத்த மலை ஆறு முதலியவை விரிவாக வருணிக்கப்பட்டன. கதைகளும் வருணனைகளும் பெரும்பாலும் ஒரே வகையாக இருப்பது உண்டு.

இத்தனை தலபுராணங்களுள் பலவற்றை இன்று கற்றவர்களும் போற்றிப் படிப்பதில்லை. படிக்கும் இரண்டொரு தலபுராணங்களையும் ஆர்வத்தோடு படிப்பவரைக் காண முடியவில்லை. ஆயிரக்கணக்கான செய்யுள்களை அருமுயற்சி செய்து இயற்றிப் புலவர்கள் தந்த நூல்கள் இந்த நிலைக்கு வரக் காரணம், இவற்றுள் பலவற்றில்

இலக்கியக் கலைவிருந்து குறைந்திருப்பதே ஆகும். எங்கள் ஊர்க்கு ஒரு புராணம் வேண்டும், எங்கள் தலைவனுக்கு ஒரு கோவை வேண்டும், ஓர் உலா வேண்டும், ஒரு கலம்பகம் வேண்டும் என்று போட்டியிட்டுக் கொண்டு பல தலபுராணங்களையும் மற்ற நூல் வகைகளையும் இயற்றுமாறு செய்தார்கள் அக்காலத்தார். அவற்றில் இலக்கியப் புதுமை உண்டா, நயம் உண்டா, வாழ்வை ஒட்டிய படைப்பு உண்டா என்று கவலைப்படவில்லை. அந்தத் தலபுராணம் முதலியவற்றுள் ஒன்றுக்கொன்று வேறுபாடு மிகுதியாக இல்லை. ஏறக்குறைய ஒரே வகையான வருணனைகள் என்று பாடினால், ஒரு நூலைப் படித்தவர்கள் மற்றொரு நூலைப்படிக்கும்போது சலிப்பு அடைகிறார்கள். செய்யுள் படித்துப் படித்துப் பொருள் உணர்வதற்கு உரிய பயிற்சிக்கு வேண்டுமானால் படிக்கலாமே தவிர, இலக்கிய நயத்துக்காக கலைவிருந்துக்காகப் படிக்கத் தேவையில்லாமற் போகிறது. தவிர, பாடிய புலவர்கள் தம் சுற்றுப்புறத்தாரின் வாழ்வை ஒட்டி நடப்பியலாக (realism ஆக) பாடுவதை மறந்து, வெறுங்கற்பனை வேடிக்கையிலும் சொல் விளையாட்டிலும் ஈடுபட்டவர்களாக இருந்து நூல்கள் இயற்றினால், அந்த நூல்கள் ஒரு காலத்தில் ஒரு சிலர்க்குப் பயன் தரலாம்; காலம் கடந்து பயன் தருவதோ, பலர்க்கும் இன்பம் அளிப்பதோ முடியாமற்போகிறது. தலபுராணங்கள் முதலியவை இன்று மறுபதிப்புத் தேவை இல்லாமல் போய்விட்டதற்குக் காரணம் இதுவே ஆகும். ஆயினும் அவற்றுள் விரல்விட்டு எண்ணக்கூடிய நூல்கள் சில. இலக்கியச் சிறப்புக் குன்றாமல் இன்றும் விளங்குகின்றன. முழு நூலும் பயனுள்ளதாக இல்லாவிட்டாலும் சில பகுதிகள் சிறந்து நிற்கின்றன. காரணம், அவற்றை இயற்றிய புலவர்கள் கலைத்திறமையும் உணர்ச்சிப் பெருக்கும் கற்பனையாற்றலும் உடையவர்களாக இருந்ததே ஆகும். ஓவிக்கலையில் வல்லவன் தன்னை மறந்து கிழிக்கும் கோடுகளும் சில வேளைகளில் கலைப்பொருள் உடையனவாக விளங்குதல்போல் அவை சிறந்த புலவர்களின் திறமையால் சுவையுடன் அமைந்து விட்டவை எனலாம்.

அழகிய மணவாளதாசர்

யமகம், சிலேடை முதலான சொல்லலங்காரங்கள் மிகுதியாக அமைந்துள்ள ஒரு தொகுப்பு அஷ்டப்பிரபந்தம் என்பது. அதில் உள்ள எட்டு நூல்களில், ஐந்து நூல்கள் திருவரங்கம் (ஸ்ரீரங்கம்)

என்னும் கோயிலைப்பற்றியவை. இரண்டு திருப்பதியைப் பற்றியவை. கலம்பகம், அந்தாதி என்னும் நூல் வகைகள் திறமையோடு இயற்றப் பட்டுள்ளன. பிள்ளைப்பெருமாள் ஐயங்கார் அல்லது அழகிய மணவாளதாசர் என்னும் வைணவ பக்தர் இவற்றை இயற்றினார் என்று பொதுவாகக் கூறப்படுகிறது. இந்த எட்டு நூல்களும் ஒருவரே பாடியவை அல்ல. ஒரே பெயர் உடைய வெவ்வேறு காலத்துப் புலவர் சிலர் பாடியவை என்று சிலர் கருதுகின்றனர். பாடல்களின் சொல்லாட்சியும் பொருளமைப்பும் ஏறக்குறைய ஒரே வகையாக உள்ளன. யமகமும் திரிபும் ஆகிய சொல்லலங்காரங்கள் அமைந்த அந்தாதிப் பாடல்கள் பாடிய அளவில் பொருள் விளங்குவன அல்ல. வந்த தொடர்களே திரும்பத் திரும்ப வரும்; ஆனால் ஒவ்வொரு தொடரிலும் சொற்களை வெவ்வேறு வகையாகப் பிரித்து வெவ்வேறு பொருள் கொள்ள வேண்டும். இவ்வாறு செயற்கையாகச் சொற்கள் அமைந்த செய்யுள்கள் ஆதலால், ஆழ்வார்களின் பாடல்கள்போல் படித்தவுடன் நெஞ்சை உருக்கும் தன்மை இல்லை. சீரங்க நாயகர் ஊசல் என்னும் நுலில், ஊசலாடுதலை வைத்துப் பாடியுள்ள பாடல்கள் சுவையும் நயமும் பெற்றுள்ளன.

பட்டினத்தார் பாடல்

பத்து அல்லது பதினொன்றாம் நூற்றாண்டில் பட்டினத்தார் என்ற பெயரால் சைவ சமயத்தைச் சார்ந்த சான்றோர் ஒருவர் காவிரிப்பூம்பட்டினத்தில் வாழ்ந்து சமயப் பாடல் சில பாடியுள்ளார். அவருடைய பாடல்கள் சைவத் திருமுறைகளுள் பதினொன்றாம் திருமுறையில் சேர்க்கப்பட்டுள்ளன. கோயில் நான்மணிமாலை, திருக்கழுமல மும்மணிக்கோவை, திருவிடைமருதூர் மும்மணிக் கோவை, திருவேகம்பமுடையார் திருவந்தாதி, திருவொற்றியூர் ஒருபா ஒருபது என்பவை அவருடைய நூல்கள். பாடல்கள் நேரான ஓட்டம் உடையனவாய், கற்பவர் உள்ளத்தை வயப் படுத்துவனவாய் உள்ளன. அவருடைய அகவல் பாக்களின் நடை, எளிமையும் தெளிவும் உடையது. உலக வாழ்க்கையில் செய்யத்தக்க கடமைகளைச் செம்மையாகச் செய்து, உள்ளத்தில் மட்டும் கடவுளின் நினைவுகொண்டால் போதும் என்பது அவருடைய கருத்து. சிந்தையைச் சிவனிடம் வைத்திருப்ப தால், இல்வாழ்க்கையில் மனைவி மக்களோடு இன்பமாக வாழும் வாழ்வையும் இழக்கவில்லை. இறந்தபின் பெறும் முத்தியையும் இழக்க வில்லை என்று தன்னம்பிக்கையோடு கூறுகிறார்.

அந்தப் பாடல்கள் தவிர, பட்டினத்துப்பிள்ளையார் பாடல் திரட்டு என்ற புத்தகம் ஒன்று உள்ளது. இந்த நூலில் உள்ள பாடல்களே மக்களிடம் பரவியுள்ளன. இவற்றைப் பாடியவர் அதே ஊரில்பதினான்கு பதினைந்தாம் நூற்றாண்டுகளில் வாழ்ந்த வேறொருவர் அவருடைய பாடல்கள் எளிமையானவை; பேச்சு வழக்குச் சொற்கள் பல கொண்டவை; உணர்ச்சி மிகுந்தவை. அவர் கடுமையான துறவறம் மேற்கொண்ட துறவி; இல்வாழ்க்கையைப் பழித்தும் உலகவாழ்வை வெறுத்தும் பாடிய பாடல்கள் பல இந்த நூலில் உள்ளன. பெற்ற தாயிடம் பேரன்பு கொண்டவர் என்பது. தாய் இறந்தபோது அவர் நெஞ்சம் நெகிழ்ந்து, உருகிப் பாடிய பாடல்களால் தெரிகிறது. அந்தப் பாடல்களை இன்றும் பலர் பாடி உருகுகிறார்கள். அவரைப்பற்றி வழங்கும் கதைகள் அவருடைய கடுமையான துறவறம்பற்றி விளக்குகின்றன. பாடல்களும் அதை மெய்ப்பிக்கின்றன.

பட்டினத்தாரின் மாணவராக இருந்து உயர்நிலை பெற்றவர் பத்திரகிரியார். துளுவநாட்டு மன்னராக இருந்து பிறகு பட்டினத் தாரிடம் வந்து துறவியானார் என்று சொல்லுவர். அவர் பாடல்கள் 'பத்திரகிரியார் புலும்பல்' என்ற தொகுப்பாக உள்ளன. தத்துவக் கருத்துகள் நிரம்பிய பாடல்கள் அவை. இரண்டு அடி உள்ள பாடல் களில் தம் உணர்வுகளையும் ஏக்கங்களையும் உருக்கமாக எடுத்துக் கூறியுள்ளார்.

பாரதம்

வில்லிபுத்தூரார் பாரதத்தைத் தமிழில் நாலாயிரத்து முந்நூறு விருத்தப்பாவால் இயற்றினார். அவருடைய பாரதம் இலக்கிய உலகில் இடம்பெற்று வாழ்கிறது. பாடல்கள் நல்ல ஓட்டம் உள்ள நடையில் அமைந்தவை. போர்க்கள நிகழ்ச்சிகளைப் பாடும் இடத்தில் நடை மிக மிடுக்காகச் செல்கிறது; போரின் வேகத்தை நடையே புலப்படுத்துவதாக உள்ளது. அவ்வாறே வியப்பு அவலம் முதலான சுவைமிகுந்த நிகழ்ச்சிகளைப் புலப்படுத்தும் இடங்களிலும், அந்தந்த உணர்ச்சிக்கு ஏற்றவாறு நடையின் இயக்கம் உள்ளது. பாரதக் கதையில் உள்ள சுவையான பகுதிகளை எல்லாம் விடாமல் கூடியவரையில் சுருக்கித் திறம்படத் தமிழில் தந்த புலவர் அவர். இசை நயம் உடைய சந்தப் பாடல்களைப் பாடுவதில் வல்லவர்

அவர். அத்தகைய பாடல்களை இயற்றுவதற்கு உரியவாறு தமிழோடு வடசொற்களை மிகுதியாகப் பயன்படுத்தியுள்ளார்.

அருணகிரியார்

வில்லிபுத்தூராரர்போல் தமிழ்ச் செய்யுள்களில் மிகுதியான வடசொற்களைக் கலந்த மற்றொரு தமிழப்புலவர் அருணகிரிநாதர் என்பவர்.சந்தப் பாடல்களைப் பாடுவதில் இணையற்று விளங்கியவர் அவர். அவர் பாடியுள்ள மூவாயிரம் பாடல்களும் திருப்புகழ் என்ற நூலாக உள்ளன. எல்லாம் முருகக் கடவுள்மேல் படப்பட்ட பக்திப் பாடல்கள் ஆகும். வெவ்வேறு வகையான சந்தங்களும் இசையமைப்புகளும் உடைய அவை, இசையுலகில் லயம் என்னும் தாளவகைகள் நிறைந்த களஞ்சியமாகப் போற்றப்படுகின்றன. அத்தனை வகையானவேறுபாடுகள் நிறைந்த இசைப்பாடல்கள் வேறு எங்கும் இல்லை என்று இசையறிஞர்கள் போற்றிக் கூறுகிறார்கள். இன்றும், தமிழ் இசையரங்குகளில் திருப்புகழ்ப்பாடல்கள் பாடப்பட்டு வருகின்றன. தேவார காலத்திற்குப் பிறகு பாடப்பட்ட பக்திப் பாடல்களுள் மிக்க புகழ் பெற்று விளங்கி வருபவை திருப்புகழ்ப் பாடல்களே ஆகும். பெரும்பாலான பாடல்களில், முன்பகுதியில் வேசையர்களின் சிற்றின்பக் கவர்ச்சியை வெறுக்கும் வெறுப்பும், பின்பகுதியில் முருகனுடைய அற்புதத் திருவிளையாடல்கள் பற்றிய புராணக் கதைகளும், அந்தந்தத் தலங்களின் பெருமைகளும் எடுத்துரைக்கப்படுகின்றன. அவர் இயற்றிய கந்தர் அலங்காரம், கந்தர் அனுபூதி என்பவை பக்திச் சுவை நிரம்பியவை, சுந்தரந்தாதி, வேல் விருத்தம், மயில் விருத்தம், திருவகுப்பு என்பவை அவருடைய மற்ற நூல்கள்.

நளவெண்பா

வடமொழியில் பாரதத்தில் உள்ள நளன் என்னும் அரசனுடைய கதையைத் தமிழில் அழகான வெண்பாவால் இயற்றியவர் புகழேந்தி (16ஆம் நூற்றாண்டு). அவர் ஒட்டக்கூத்தரின் காலத்தில் இருந்தவர் என்றும், பாண்டிநாட்டு இளவரசியைச் சோழன் மணந்து கொண்ட போது மணமகளின் சீதனப் பொருள்களோடு சேர்ந்து சோழநாட்டு அரண்மனைக்கு வந்தவர் என்றும், வந்த இடத்தில் அவர்க்குத் தீங்கான பல செயல்களை ஒட்டக்கூத்தர் செய்தார் என்றும், சிறையில் இடுமாறு செய்தார் என்றும், புகழேந்தியிடம் சிறைக் கைதிகள் சிலர்

தமிழ் கற்றுக்கவிஞர்கள் ஆனார்கள் என்றும், அந்தக் கவிஞர்களின் திறமையை உணர்ந்து உண்மையைத் தெளிந்த பிறகே அரசன் புகழேந்தியைச் சிறையிலிருந்து விடுவித்தான் என்றும் கதைகள் சொல்லும். அந்தக் கதைகளில் சில பாடல்களும் பிற்காலத்தாரால் புனைந்து சேர்க்கப்பட்டுள்ளன. அவைகளும் சுவையான பாடல்களே நளவெண்பாவில் உள்ள வெண்பாக்கள் 424. அந்தப் பாடல்கள் எல்லாம் இனிய ஓட்டம் உள்ள நடையில் அமைந்தவை. தட்டுத் தடை இல்லாமல் சொற்கள் ஓடிவந்து புலவர்க்கு ஏவல் செய்வனபோல் பாடல்கள் இயல்பாக அமைந்துள்ளன. எளிய நடையிலும் உள்ளன. ஆகையால், பிற்காலத்தில் 'வெண்பாவில் புகழேந்தி' என்ற பாராட்டு அவருக்குக் கிடைத்தது. தமயந்தி சுயம்வர மண்டபத்திற்குள் வரும் காட்சியைக் கூறும் இடத்தில், மன்னர்களின் கண்களாகிய தாமரை மலர்கள் பூத்த சுயம்வர மண்டபத்தில் வெள்ளைச் சிறகுகளை உடைய அன்னப் பறவை செந்தாமரைப் பொய்கையில் செல்வதைப் போல் வந்தாள் என்கிறார். நாட்டை இழந்து தமயந்தியுடன் காட்டை அடைந்த நளன், நள்ளிரவில் அவள் உறங்கிக் கொண்டிருந்தபோது இருவரும் அணிந்திருந்த ஒற்றையாடையைக் கத்தியால் அரிவதைக் கூறும் புலவர், அந்த ஒற்றையாடையை மட்டும் அல்லாமல், ஒருயிராக இருந்த நிலையையும் அரிவதாகவும், தன் அன்பை முற்றும் முதலோடும் அரிவதாகவும் எடுத்துரைக்கின்றார். தம்மைப் போற்றிய சந்திரன் சுவர்க்கி என்னும் சிற்றரசனை நளவெண்பாவில் ஐந்து இடங்களில் நன்றியுணர்வோடு புகழ்ந்துள்ளார்.

பூஞ்சோலையில் பெண்கள் மலர் பறிக்கும் காட்சியைப் புகழேந்தி வருணிக்கிறார். அருஞ்சொல் ஒன்றும் இல்லாமல், பலர்க்கும் தெரிந்த எளிய சொற்களாலேயே ஒரு சிறு காட்சியை - எல்லோரும் நாளும் கண்டு வரும் சாதாரணக் காட்சியை - நயமாகக் கூறுகிறார். ஒரு சிறு மரத்தின் கொம்பில் உள்ள பூக்களைப் பறிப்பதற்காகப் பெண்கள் அந்தக் கொம்பை வளைக்கிறார்களாம். வளைக்கிறார்கள் என்றும் கூறவில்லை; தொடுகிறார்கள் என்று கூறுகிறார். பெண்களின் கை தீண்டியவுடன் அந்தக் கொம்பு வளைந்து அவர்களின் காலில் சாய்ந்து வணங்குகிறதாம். பெண்களின் கை தீண்டினால் வணங்காதவர்கள் யார் என்று குறிப்பிடுகிறார்.

பாவையர்கை தீண்டப் பணியாதார் யாவரே
பூவையர்கை தீண்டலும்அப் பூங்கொம்பு மேவிஅவர்

பொன்னடியில் தாழ்ந்தனவே பூங்குழலாய் காண்என்றான்
மின்நெடுவேல் கையான் விரைந்து.

இவ்வாறு பல பாடல்களில் கதையே ஆனாலும், வருணனையே ஆனாலும், எளிய நடையில் நயமாகச் சொல்லும் திறன் மிக்கவர் புகழேந்தி.

புகழேந்தி சோழனால் சிறையில் அடைக்கப்பட்ட காலத்தில், சிறை வழியாக நீர் கொண்டு வரச்செல்லும் பெண்கள் மனம் மகிழும் படியாகச் சில நூல்களை எளிய நடையில் பாடி அவர்களின் உதவி யைப் பெற்றார் என்று ஒரு கதை சொல்லும். அவ்வாறு அவர் பாடிய நூல்கள் பவளக்கொடி மாலை, அல்லியரசாணிமாலை, புலந்திரன் தூது, ஏணியேற்றம், பஞ்சபாண்டவர் வனவாசம் முதலியன. இவற்றுள் பெரும்பாலானவை பாரதத்தில் உள்ள கதைகளின் தொடர்பானவை; அல்லது, அவற்றை ஒட்டி நாட்டு மக்களிடையே வழங்கி வந்த கதைகளை விளக்கியவை. பவளக்கொடி மாலை முதலியவை எளிய நடையில் அமைந்தவை; கொச்சைத் தமிழ் கலந்தவை; படித்தவுடன் பொருள் விளங்குபவை. அவற்றை ஒருவர் படிக்க, பலர் கூடிக் கேட்டு மகிழும் வழக்கம் கிராமங்களில் உண்டு. நாட்டுப்பாடல்கள் போலவே கற்பனை வளமும் உள்ளத்தைத் தொடும் சிறப்பும் உடையவை. நளவெண்பாவைப் பாடிய புலவர் வேறு என்பதும், பவளக்கொடி மாலை முதலியவை பிற்காலத்தில் நாட்டுப் பாடல்களின் முறையில் வேறொரு புலவர் இயற்றியிருக்க வேண்டும் என்பதும் அறிஞர் கருத்தாகும். பதினான்காம் நூற்றாண்டில் வாழ்ந்த புகழேந்தியின் பெயரைப் பிற்காலத்தார் பயன்படுத்திச் சில எளிய கதைப்பாடல்களை எழுதிப் பரப்பினார்கள் என்பதே உண்மை. புகழ்பெற்ற புலவர் ஒருவரின் பெயரைப் பிற்காலத்தார் பயன்படுத்திக் கொள்வது உண்டு என்பதற்கு அவ்வையார், கபிலர், அகத்தியர், திருவள்ளுவர் முதலானவர்களின் பெயரால் பிற்காலத்தில் இயற்றப்பட்ட நூல்கள் சான்றாக உள்ளன. புகழேந்தியின் பெயரால் நிலவும் கதைப்பாடல்கள் பலவும் அப்படிப்பட்டவைகளே.

அதிவீரராமர் முதலானோர்

பாண்டியர் மரபைச் சார்ந்த அதிவீரராம பாண்டியர் பதினாறாம் நூற்றாண்டில் தென்காசியிலிருந்து சில பகுதிகளை ஆட்சி புரிந்தார். அவர் தமிழ்ப்புலமை நிரம்பியவர்; அவருடைய

ஆட்சி அவருக்குத் தந்த புகழ் சிறிது; அவர் இயற்றிய நூல்களே இன்று அவருடைய பெயரை விளக்கி நிற்கின்றன. அவர் இயற்றிய புராணங்கள் சிலி. காசிக்காண்டம் 2525 செய்யுளில் காசியின் பெருமையைக் கூறுவது. அவற்றைவிட நைடதம் என்னும் காப்பியமே பலராலும் போற்றப்படுவது. அது நிஷத நாட்டை ஆண்ட நளன் என்னும் அரசனுடைய வாழ்வை விளக்குவது. பாரதத்தில் ஒரு பகுதியாக உள்ள கதையை விருத்தம் என்னும் செய்யுள் வடிவால் கூறுவது. தொடக்கத்தில் கதை விரிவாகக் கூறப்பட்டு வந்து, பிற்பகுதியில் சுருக்கமாக அமைந்து விரைவில் முடிக்கப்படுகிறது. அதிவீரராமருடைய தேவியாகிய அரசி தம் கணவரின் நூலில் அந்தக் குறை இருப்பதைச்சுட்டிக் காட்டினாராம். நல்ல நடையில் அமைந்திருந்தபோதிலும், ஆசிரியர்க்குக் காமச் சுவையில் ஈடுபாடு மிகுந்து விளங்குவதுபோல மற்றச் சுவைகளில் இல்லை. நூலின் சிறப்புக்கு அது குறை ஆகிறது. அவர் ஒரு நீதி நூலும் இயற்றியுள்ளார். அது வெற்றிவேற்கை அல்லது நறுந்தொகை எனப்படும். அவ்வையாரின் ஆத்திசூடிபோல் அது ஒரு காலத்தில் போற்றிக் கற்கப்பட்டு வந்தது. நீதிகளை எளிய முறையில் நேராக எடுத்துரைக்கும்போக்கை அதில் காணலாம். (இலக்கியம் இயற்றவல்ல புலவர்கள் நீதி நூலும் இயற்ற விரும்புதல் அந்தக் காலத்து வழக்கமாக இருந்ததுபோல் தெரிகிறது. அதனால்தான் குமரகுருபரர் ஒரு நீதிநூலும், சிவப்பிரகாசர் மற்றொரு நீதி நூலும் இயற்றினார்கள்).

அவருடைய தமையனார் வரதுங்கராம பாண்டியர் என்பவரும் புலமை நிரம்பியவரே, பிரமோத்தர காண்டம் என்னும் சைவ நூலை இயற்றியவர் அவர். பக்திப் பாடல்களாக அவர் இயற்றிய நூல் திருக்கருவைப் பதிற்றுப் பத்தந்தாதி என்பது. உருக்கமான பக்தி யுணர்ச்சியை அந்தப் பாடல்களில் காணலாம். அதனால் அது குட்டித் திருவாசகம் என்று ஒரு காலத்தில் போற்றப்பட்டு வந்தது. அதில் உள்ள ஒரு பாடல் வருமாறு:

சிந்தனை உனக்குத் தந்தேன்
திருவருள் எனக்குத் தந்தாய்
வந்தனை உனக்குத் தந்தேன்
மலரடி எனக்குத் தந்தாய்
பைந்துணர் உனக்குத் தந்தேன்
பரகதி எனக்குத் தந்தாய்

கந்தனைப் பயந்த நாதா
கருவையில் இருக்கும் தேவே.

மச்சபுராணத்தை வடமொழியிலிருந்து தழுவி எழுதியவர் வடமலைப் பிள்ளையப்பன் என்பவர். அவர் புலவர்க்கு உதவும் செல்வராகவும் வாழ்ந்தவர். அவருடைய உதவிகள் பெற்ற இரத்தினக் கவிராயர் என்பவர், புலவர் ஆற்றுப்படை என்னும் நூல் இயற்றினார். அதன் வாயிலாக, புலவர்களுக்கு அந்த வள்ளலின் கொடைப்பண்பை அறிமுகப்படுத்தினார்.

காளமேகம்

எண்ணியவுடன் அதே நேரத்தில் கவி பாடுகிறவர்களை ஆசுகவி எனச் சொல்வது உண்டு. தமிழிலக்கியத்தில் ஆசுகவிகள் மிகுதியாகப் பாடிப் புகழ்பெற்றவர் காளமேகப் புலவர் என்பவர். அவர் பதினைந்தாம் நூற்றாண்டில் வாழ்ந்தவர். காளமேகம் எதிர்பாராமல் பெருமழை பெய்து திகைக்க வைப்பதுபோல், நாட்டில் பல நிகழ்ச்சிகளின் போது அசுகவிகள் பல பாடி வியப்பூட்டிய காரணத்தால் அவர் காளமேகம் எனப்பெயர் பெற்றார். அவருடைய இயற்பெயர் காலப்போக்கில் மறக்கப்பட்டது. அவருடைய பாடல்களில் பல, கேட்பவர்க்கு எளிதில் பொருள் விளங்கக் கூடியவை; ஆற்றலான உணர்ச்சிகளைப் புலப்படுத்துபவை. சிலேடை அமைந்த கவிகளும் சில உண்டு. புலவர்களை மதியாமல் செருக்குடன் இருந்த சிலரின் செருக்கு அடங்கும் வகையில் அவர்களைப் பழித்துப் பாடிய பாடல் களும் உண்டு.

அவர் பழைய இலக்கிய மரபை ஒட்டியும் நூல்கள் இயற்றி யுள்ளார். அவற்றுள் திருவானைக்காவுலா என்பதும் சித்திர மடல் என்பதும் அழியாப்புகழ் உடையவை. முன்னது, பலர் சூழப் பெருமை யுடன் தலைவன் உலா வருவதை வருணிக்கும் முறையில் அமைந்த நூல் வகை. பின்னது, காதலில் ஏமாற்றம் உற்றவர் தம்மை வருத்திக் கொள்வதாகப் பாடும் மடல் வகையைச் சார்ந்தது. ஆயினும் அவர் தம் தனிப் பாடல்களாலேயே மக்களின் நெஞ்சில் வாழ்ந்து வருகிறார்.

காளமேகப் புலவர் ஓர் ஊருக்குச் சென்றபோது சத்திரத்தில் உணவுக்கு ஏற்பாடு செய்யப்பட்டது. அவருக்கு அப்போது பசி. உணவுக்கு நேரம் ஆயிற்று. சமையல் ஆகிக்கொண்டிருப்பதாகத் திரும்பத் திரும்பச் சொல்லப்பட்டது. கடைசியாக ஆட்கள் வந்து

இலை இட்டுப் பரிமாறியபோது, காலம் தாழ்த்தி அவர்கள் உணவு பரிமாயிதைப்பற்றி நகைச்சுவையோடு பாடினார். "இந்தச் சத்திரத்தில் உணவு சமைப்பவர்களுக்குப் பொழுது அஸ்தமிக்கும் போது அரிசி வந்து சேரும். அதைக் குத்தி உலையில் இடும்போது, ஊர் அமைதியாக உறங்கிவிடும். சமைத்த சோற்றை அகப்பையால எடுத்து இலையில் பரிமாறும்போது பொழுது விடியத் தொடங்கி கிழக்கே வெள்ளி முளைக்கும்" என்று பாடினார்.

கத்துகடல் சூழ்நாகைக் காத்தான்தன் சத்திரத்தில்
அத்தமிக்கும் போதில் அரிசிவரும்குத்தி
உலையில் இட ஊர் அடங்கும் ஓர் அகப்பை அன்னம்
இலையில் இட வெள்ளி எழும்.

மோர் விற்பவள் ஒரு முறை அவருக்கு மோர் விற்றபோது, அந்த மோரில் நீர் மிகுதியாகக் கலந்திருப்பதைக் கண்டார். உடனே நகைச்சுவையோடு ஒரு பாடல் பாடினார். "நீ வானத்தில் இருக்கும்போது மேகம் என்று பெயர் பெறுகிறாய். நிலத்தற்கு வந்த பிறகு நீர் என்று பெயர் பெறுகிறாய். இந்த மங்கையின் கையை அடையும்போது மோர் என்ற பெயர் உனக்கு அமைகிறது. எத்தனை பெயர்களை நீ பெறுகிறாய்!" என்றார். சில தெய்வங்களைப் பற்றியும் அவர் எள்ளி நகையாடுவதுபோல் சுவையாகப் பாடியுள்ளார்.

இரட்டைப் புலவர்

புலவர் இருவர் தம் உடற்குறை காரணமாக ஒன்றுபட்டு இலக்கிய வாழ்க்கை நடத்திய விந்தையான வரலாறு தமிழிலக்கியத் தில் உள்ளது. ஒருவர் அத்தை மகன்; மற்றவர் அவர்க்கு அம்மான் மகன். ஒருவர் குருடர்; மற்றவர் முடவர். முடவரால் நடக்க முடியாது; ஆனால் வழிகாட்ட முடிந்தது; குருடர் வழி காண முடியாது; ஆனால் முடவர் காட்டிய வழியில் நடந்து செல்ல முடிந்தது. குருடரின் தோளில் முடவர் அமர்ந்து செல்வது வழக்கம் ஆயிற்று; ஒருவரின் துணை மற்றவர்க்குக் கடைக்க இருவரும் சேர்ந்து ஒருவகைக் கூட்டுவாழ்க்கை நடதத முடிந்தது. இருவர்க்கும் அமைந்திருந்த புலமைச் சிறப்பு அந்தக் குறையான வாழ்க்கைக்கு ஒளிதந்தது. இளஞ்சூரியர் முதுசூரியர் என்ற பெயரால் அவர்கள் தனித்தனியே அழைக்கப்பட்டனர். பிறப்பாலும் உடற்குறையாலும் ஏற்பட்ட உறவை, இருவருடைய புலமைத்திறமும் உறுதிப்படுத்தின. நான்கு அடிகள் கொண்ட வெண்பாவில், ஒருவர்

முன் இரண்டு அடி பாட, மற்றவர் அதே உணர்ச்சியுடனும் அதே கற்பனையாற்றலுடனும் பின் இரண்டு அடி பாடி முடித்து வந்தனர். புலமையை மதியாத செல்வர்களைத் தாழ்வுறச் செய்து பாடிய பாடல்கள் அவர்களின் மான உணர்ச்சியைக் காட்டுகின்றன. நல்ல பண்பு உடைய செல்வர்களை அவர்கள் புகழ்ந்து பாடிய பாடல்கள் அவர்களின் நல்ல மனத்தின் நன்றியுணர்ச்சியைப் புலப்படுத்துகின்றன. சொற்சுவையும் பொருட்சுவையும் நிரம்ப அவர்கள் பாடிய தனிப் பாடல்கள் பல. நகைச்சுவை ததும்பும் பாடல்களும் உள்ளன. எள்ளி நகையாடும் பாடல்கள் தனிச்சுவையோடு அமைந்துள்ளன.

கலம்பகம் என்னும் நூல்வகை (பலவகைப் பொருள்களும் பலவகைச் செய்யுளில் அமைய நூறு பாடல்கள் கொண்ட இலக்கியம்) பாடுவதில் புகழ்பெற்றவர்கள் இரட்டையர். திருவாமாத்தூர்க் கலம்பக மும், தில்லைக் கலம்பகமும் இவர்கள் இயற்றியவை. உலா வகையில் இவர்களின் ஏகாம்பரநாதருலா புகழ் உடையது.

அந்தகக் கவி

பிறவியிலேயே கண் பார்வை இல்லாமல் இருந்தும், புலமை நிரம்பியவராய் இலக்கியத்தொண்டு புரிந்தவர் அந்தகக்கவி வீரராகவ முதலியார் என்பவர். இவர் இசையிலும் பயிற்சி உள்ளவர். சிறந்த கவிஞராகவும் விளங்கியவர். இவர் இயற்றிய பாடல்கள் சொற்சுவையும் பொருள்நயமும் உடையவை. இவர் இலங்கைக்கும் சென்று அங்கே அரசாண்டு வந்த பரராசசிங்கனைத் தம் பாடல்களால் மகிழச் செய்து சிறந்த பரிசுகள் பெற்றார்.

பிற்காலத்தில் பலவாக வளர்ந்த இலக்கிய வகைகளைப் பாடுவதில் இவர் தேர்ந்தவர். பிள்ளைத் தமிழ், கலம்பகம், கோவை உலா ஆகியவை இவர் பாடியுள்ளார். திருக்கழுக்குன்றத்தைப் பற்றிய தலபுராணம் ஒன்றும் இவர் இயற்றியுள்ளார். இவர் பாடிய உலா நூல்கள் இரண்டு. ஒன்று ஓர் அரசனைப்பற்றிய உலாநூல். மற்றொன்று திருவாரூர்ச் சிவபெருமானின் உலாப்பற்றியது. பின்னதே சிறப்புடையதாகப் புகழ் பெற்றது. திருவாரூர் உலா என்னும் அந்த நூலே. உலா நூல்களுள் மிக இனிமையானது. உயர்ந்தது என்று கருதப்படுகிறது. இவை தவிர, இவர் அவ்வப்போது கடிதங்கள்போல் பிறர்க்கு எழுதியனுப்பிய கவிதைகள் பல உண்டு: அவை சீட்டுக்கவிகள் எனப்படும். அவைகளும் சுவை மிகுந்தவை; கற்பனை மெருகு அமைந்தவை.

அதிமதுரகவி முதலானோர்

காளமேகப் புலவரின் காலத்தில் வாழ்ந்து புகழ்பெற்ற மற்றொரு கவிஞர் அதிமதுர கவி என்பவர். அவருடைய கவிதைகளும் கற்பனைச் சுவை மிகுந்தவை.

அந்தக் காலத்துப் புலவர்கள் பலர்க்கு, நல்ல சொல்வளமும் கற்பனைத் திறனும் அமைந்திருந்தன. ஆயினும் அவர்கள் புதிய நூல்களைப் படைத்து மகிழ்ச்சியோடு வாழ முடியவில்லை. வாழ்க்கை யில் வறுமை அவர்களை வாட்டியது. தம் பாடல்களை மக்களிடம் பாடி அதனால் வயிறு வளர்க்க முடியாத நிலை இருந்தது. செல்வர் களைப் புகழ்ந்து பாடி அவர்களின் பொருளதவி பெறவும் முடிய வில்லை. மனம் மகிழ்ந்து புலவர்களைப் போற்றிக் காக்கும் வள்ளல் களும் அக்காலத்தில் இல்லை. அதனால் மனம் நொந்து வாடிய புலவர்களின் வாழ்க்கைக்கு எடுத்துக்காட்டாகப் பின்வரும் பாடலைக் குறிப்பிடலாம்.

> கல்லாத ஒருவனைநான் கற்றாய் என்றேன்
> காடெறியும் மறவனைநா டாள்வாய் என்றேன்
> பொல்லாத ஒருவனைநான் நல்லாய் என்றேன்
> போர்முகத்தை அறியானைப் புலியேறு என்றேன்
> மல்லாரும் பயம்என்றேன் சூம்பல் தோளை
> வழங்காத கையனைநான் வள்ளல் என்றேன்
> இல்லாது சொன்னேனுக்கு இல்லை என்றான்
> யானும்என்றன் குற்றத்தால் ஏகின் றேனே.

"காலம் எல்லாம் பலரைப் புகழ்ந்து பாடினேன்: இல்லாதவை எல்லாம் சொல்லிப் பாடிவந்தேன்; எனக்குக் கிடைத்த மறுமொழி யும் இல்லை என்பதுதான் (கொடுக்கப்பட்ட பொருள் இல்லை. கொடுப்பதில்லை)" என்று சொல்லிப் புலவர் தம் வறுமைக்காக வருந்தினார்.

தொல்காப்பியத் தேவர் என்பவர் ஒரு கலம்பக நூல் பாடினார். அது திருப்பாதிரிப்புலியூர் என்னும் தலத்தில் உள்ள தெய்வம்பற்றிப் பாடியது. சுவை மிகுந்த இலக்கியமாக ஒரு காலத்தில் அது கருதப்பட்டு வந்தது. இரட்டைப் புலவர்களாலும் அது புகழப்பட்டது.

திருக்குருகைப்பெருமாள் கவிராயர் என்பவர் நம்மாழ்வாரிடம் மிக்க ஈடுபாடு கொண்டவர். அவர் அகப்பொருள் பற்றிய இலக்கண நூல் ஒன்றும் அணியிலக்கணம் பற்றிய நூல் ஒன்றும் இயற்றி, மாறன் என்ற நம்மாழ்வாரின் பெயராலே வழங்கினார். மாறனகப்பொருள், மாறனலங்காரம் என்பவை அந்நூல்களின் பெயர்கள். அவை அல்லாமல் சில செய்யுள் நூல்களும், சில இலக்கியங்களும் இயற்றினார்.

மடங்கள்

சைவ சமயத்தைக் காப்பதற்காக ஏற்பட்ட சைவமடங்கள் சமயத்துறையில் பணி பல புரிந்ததோடு, தமிழிலக்கியத்தை வளர்த்துப் போற்றுவதிலும் ஆர்வம் செலுத்தி வந்தன. பழைய நூல்களைக் காப்பதற்கும் புதிய நூல்களைப் படைப்பதற்கும் அந்த மடங்கள் ஆதரவு தந்தன. அந்த அமைப்புகளுக்குத் தலைமைபூண்டு விளங்கிய சிலர், தமிழ் நூல்களைக் கற்றுத் தேர்ந்தவர்களாகவும் அவற்றை ஆராய்வதில் ஈடுபாடு கொண்டவர்களாகவும் இருந்தார்கள். அதனால் புலவர் பலர், மடங்களைச் சார்ந்து வாழ வாய்ப்பு இருந்தது. சென்ற சில நூற்றாண்டுகளில் புகழ்பெற்ற புலவர்கள் சிலர், மடங்களைச் சார்ந்து வாழ வாய்ப்பு இருந்தது. சென்ற சில நூற்றாண்டுகளில் புகழ்பெற்ற புலவர்கள் சிலர், மடங்களைச் சார்ந்தவர்களாக இருந்ததற்குக் காரணம் அதுவே. அவர்கள் மடங்களில் தங்கிப் பலர்க்குத் தமிழ் நூல்களைக் கற்பித்து இலக்கியத்தொண்டு புரிந்து வந்தார்கள். அவர்களைப் போற்றி ஆதரவு தந்துவந்த மடங்களின் தலைவர்களும் சில சமய நூல்களை இயற்றியுள்ளனர். அந்தப் புலவர் களும் பல நூல்களை இயற்றியுள்ளனர். பதினான்காம் நூற்றாண்டில் நிறுவப்பட்ட திருவாவடுதுறை மடத்திலும், தருமபுர மடத்திலும் வாழ்ந்த புலவர்கள் இயற்றிய நூல்கள் சில, இலக்கிய வாழ்வு உடையவை; அவர்களுள் சிலர் பழைய நூல்களுக்கு உரைகளும் எழுதினார்கள். திருவண்ணாமலை மடமும், துறைமங்கல மடமும் வீரசைவ சமயத்தைச் சார்ந்தவை. அவைகளும் தமிழ் இலக்கிய வளர்ச்சிக்குத் துணைபுரிந்தன.

குமரகுருபரர்

தருமபுர மடத்தைச் சார்ந்த புலவர்களுள் பெரும்புகழ் பெற்று இலக்கிய உலகில் விளங்குபவர் குமரகுருபரர் என்பவர் (17ஆம்

நூற்றாண்டு). அவர் இளமையிலேயே துறவியானவர்; இளமையிலே கவி பாடுவதில் சிறந்து விளங்கியவர். மதுரையில் அரசாண்டு வந்த திருமலை நாயக்கரின் வேண்டுகோளின்படி, மதுரைக் கோயிலின் மீனாட்சியம்மையின் மேல் பிள்ளைத்தமிழ் பாடினார். மீனாட்சியம்மை பிள்ளைத்தமிழ் என்னும் அந்த நூலுக்குப் பிள்ளைத்தமிழ் இலக்கியத்தில் சிறப்பான இடம் உண்டு. அதில் உள்ள பாட்டுகள் பக்திச்சுவையும் இலக்கிய நயமும் இனிய ஓசைச் சிறப்பும் உடையவை. மதுரை என்ற நகரத்தைப்பற்றிய கலம்பக நூலும் பாடினார். திருவாரூர் பற்றி நான்மணிமாலை என்ற இலக்கியமும் சிதம்பரத்தைப் பற்றி மும்மணிக் கோவை, செய்யுட் கோவை, சிவகாமியம்மை இரட்டை மணிமாலை என்ற நூல்களும் இயற்றினார். தருமபுரத்தில் தம்முடைய ஆசிரியர் மேல் பண்டார மும்மணிக்கோவை என்ற நூல் இயற்றினார். தமிழ்ப் புலவர்களுள் வடநாட்டுக்குச் சென்று தங்கியிருந்து தமிழ் நூல்கள் பாடியவர் அவர் ஒருவரே. காசியில் தங்கி ஒரு மடத்தை ஏற்படுத்தினார். அது இன்னும் உள்ளது. அப்போது தில்லியை ஆண்ட முகலாய அரசரிடம் பேசி அவருடைய உதவி பெற முயன்றார். அதற்காக இந்துஸ்தானி மொழி கற்க கலைமகளின் அருளை வேண்டிச் சகலகலாவல்லி மாலை பாடினார். வடநாட்டில் தங்கியிருந்தபோது கம்பராமாயணத்தை இந்துஸ்தானியில் விளக்கிச் சொற்பொழிவுகள் நிகழ்த்தினார். வேறு புராணப் பிரசங்கங்களும் சைவ சமய உபதேசங்களும் நிகழ்த்தினார். காசியைப் புகழ்ந்து கலம்பகம் இயற்றினார். காசியிலேயே முத்தியும் பெற்றார்.

அவர் இயற்றிய மற்றொரு பிள்ளைத்தமிழ் நூல் முத்துக் குமாரசாமி பிள்ளைத்தமிழ் என்பது. குறத்தி தெய்வ அருள்பற்றிக் குறிசொல்லும் முறையில் அமைந்தது மீனாட்சியம்மை குறம் என்பது. அவருடைய எந்த நூலிலும் கற்பனை வளம் காணலாம்; இனிய ஓசை நயமும் பொருட்சுவையும் காணலாம். நீதிகளைச் சொல்வதிலும் தெளிவும் திறனும் உடைய புலவர் என்பதை அவருடைய நீதிநெறி விளக்கம் என்னும் நூலில் காணலாம். அது 120 வெண்பாக்களால் ஆகியது. உவமைகள் நிரம்பியது.

காப்பியங்களும் புராணங்களும் வளர்ந்தபின், இயற்கையின் அழகை உள்ளவாறு எடுத்துக்கூறும் சொல்லோவியங்கள் குறைந்து, உயர்வு நவிற்சியாகப் புனைந்து கூறும் வருணனைகள் மிகுந்தன.

சங்ககால இலக்கியத்தில் வாழ்வில் கண்டவற்றை விளக்கிக் கூறும் அழகிய சொல்லோவியங்களே பெரும்பாலும் காண்கிறோம். ஒரு சில இடங்களில் உயர்வு நவிற்சிகளும் காணப்படுகின்றன. அவைகளும் உள்ளவற்றை உணர்ச்சியோடு கூறும் காரணத்தால், மிகைப்படுத்திக் கூறுவனவாக உள்ளனவே அல்லாமல், இல்லாதவற்றைப் புனைந்து கூறும் வருணனைகளாகவோ உள்ளவற்றை அளவு கடந்து புனைந் துரைக்கும் வெறுங்கற்பனைகளாகவோ இல்லை. பிறகு எழுந்த காப்பியங்களில் இந்த நிலை சிறிது மாறியது. உள்ளவற்றை அழுத்தமாக வற்புறுத்திக் கூறுவதற்காக அமையும் உயர்வு நவிற்சிகள் மட்டும் அல்லாமல், வேடிக்கைச் சுவைக்காக அளவு மீறிப் புனைந்து கூறும் வருணனைகளும் இடம் பெற்றன. புராணங்கள் வளர்ந்த பிறகு, பல புராணங்கள் பெருகிய பிறகு, புனைந்து கூறு வதில் புலவர்கள் ஒருவரோடு ஒருவர் போட்டியிட்டார்கள். கற்பனை என்னும் பறவை மண்ணை விட்டுப் பறந்தது மட்டும் அல்லாமல், விண்ணைவிட்டும் பறந்து விடுவதாயிற்று. வருணனைகள், வாழ்க்கையோடு ஓரளவிற்காவது தொடர்புபட்டிருக்க வேண்டும் என்ற கொள்கை கைவிடப்பட்டது அவ்வாறு வரம்பு கடந்து கற்பனை செய்வதும் கவிஞர்களுக்கு உரிய ஒரு மரபு என்று கருதும நிலைமை வந்தது. குமரகுருபரர் அக்காலத்துப் புலவர்களுள் ஒரு தனிச் சிறப்பு உடையவராக இருந்தபோதிலும், உண்மையான படைப்புத் திறன் வாய்ந்த பெருங்கவிஞராக விளங்கியபோதிலும், அந்தக் காலத்தின் வேகம் அவரையும் விடவில்லை. அளவு கடந்த கற்பனை வருணனைகள் அமைப்பதில் அவருடைய புலமை நெஞ் சமும் ஈடுபட்டது.

அவருடைய வருணனைகளில் மண்ணுலகத்தின் மரங்கள் உயர்ந்து ஓங்கி விண்ணுலகத்தை எட்டி, அங்கு உள்ள கற்பனை மரங்களோடு ஒன்றுபட்டு வளர்ந்து நிற்பதைக் காண்கிறோம். விளையாட்டுப் பெண்கள் சின்ன முச்சிலால் வாரிக் குவித்த மணிகள் பெரிய குவியல்கள் ஆகின்றன; வானத்தை எட்டி உயர்ந்த குவியல்களாய் வழியை அடைக்கின்றன; ஆற்றின் குறுக்கே நின்று அவை அடைப்பதால், ஆற்றின் நீரும் தடைப் பட்டுத் தேங்கி நிற்கின்றது; அந்த நீர்த்தேக்கத்தில் சூரியனும் சந்திரனும் தோணிகள் ஆகின்றன. மதுரையில் உள்ள சோலைகளின் உயரம் சொல்ல முடியுமா? அவைகளும் வானளாவி உயர்ந்திருக்கின்றன. வண்டுகள் அந்தச் சோலை மலர்களின் மகரந்தப் பொடிகளை உதிர்க்க, அந்தப்

பொடிகள் ஆகாய கங்கையைத் தூர்த்து விடுகின்றன. உழவர்கள் கள் குடித்து மயங்கும் மயக்கத்தில் எருமைகளுக்கும் வானத்தில் படரும் கருநிற மேகங்களுக்கும் வேறுபாடு அறியாமல் தடுமாறுகிறார்கள்." அந்த மேகங்களையும் தங்கள் எருமைகளோடு சேர்த்துக் கட்டி வேலை வாங்குகிறார்களாம். வயல்களில் விளையும் கரும்புகளின் உயரம் எவ்வளவு? அவைகளும் வானளாவ வளர்கின்றன. இந்திரனு டைய யானையாகிய ஐராவதம் அந்தக் கரும்புகளை விண்ணுலகத்தில் இருந்தபடியே தின்கின்றது. நெல்கதிர்களும் விண்ணுலகத்தினுள் எட்டி உயர்கின்றன. காமதேனு அங்கே அந்தக் கதிர்களைத் தின்று மகிழ்கின்றது. வாளை மீன் இங்கிருந்து துள்ளிப் பாய்ந்து சந்திர மண்டலத்தைத் தாக்கி அதன் அமிழ்த தாரைகள் பூமியில் பொழியுமாறு செய்துவிட்டுத் திரும்பி வருகிறது. மற்றொரு வாளைமீன் துள்ளிய துள்ளலில் விண்ணுலகத்தில் உள்ள காமதேனுவின் மடியில் முட்டுகிறது. அந்தக் காமதேனு, மடியில் முட்டியது தன் கன்று எனக்கருதிப் பாலைப் பொழிகிறது. இவ்வாறு அவர் எத்தனையோ கற்பனைகளைப் படைத்துள்ளார். அவை சுவையாக உள்ளன என்றா லும், பொழுது போக்குக்கு உரிய வேடிக்கையாகவே உள்ளன. பெரும் புலவராகிய அவரை, அந்தக் காலத்துச் சொல்லலங்கார மயக்கமும் விடவில்லை. சிலேடை, மடக்கு முதலிய அலங்காரங்கள் அமைந்த செய்யுள்களையும் இயற்றியுள்ளார்.

இவ்வாறு அக்காலத்துப் போக்குகளை அவரிடம் கண்ட போதிலும், உண்மையான கவிஞரின் சிறந்த இயல்புகளையும் அவரிடம் முற்றக் காணலாம். மரஞ்செடி கொடிகளையும் பறவை விலங்குகளையும் அவற்றின் அழகிய காட்சிகளையும் கண்டு மகிழ்ந்த அவருடைய கலையுள்ளத்தைப் பல பாட்டுகளில் காணலாம். சொற் களைச் சுவைத்து ஆளும் புலவர் என்பதை நயமான சொல்லமைப்பும் ஓசையினிமையும் உடைய பல பாட்டுகளில் உணரலாம்.

நீதிகளைச் சொல்லுமிடத்தில் சுவை குறையாமல் அழகாக எடுத்துரைக்கும் திறன் அவரிடம் இயல்பாக உள்ளது. நிலைமையைப் பற்றிக் கூறுமிடத்திலும் சுவை குன்றவில்லை. "இளமை, நீரில் தோன்றும் குமிழி போன்றது. நீரில் எழும் அலைகள் போன்றது செல்வம். உடம்போ, நீரில் எழுதப்படும் எழுத்துப் போன்றது. ஆகவே, நம்மவர்களே, எம் சிவனுடைய அம்பலத்தை வணங்காமல் இருப்பது ஏன்?"

> நீரில் குமிழி இளமை நிறைசெல்வம்
> நீரில் சுருட்டும் நெடுந்திரைகள் நீரில்
> எழுத்தாகும் யாக்கை நமரங்காள் என்னே
> வழுத்தாதது எம்பிரான் மன்று.

கல்வியைப் பற்றி அவர் எடுத்துக் கூறியுள்ள உயர்ந்த கருத்துகள் பல; கல்வியில் தேர்ந்த புலவர்களிடத்தில் பெருமதிப்பு உடையவர் அவர். "பிரமனுடைய முகத்திலேயே கலைமகள் வாழ்கிறாள். ஆயினும், அவன் புலவர்களுக்கு நிகர் ஆக முடியாது. ஏன் என்றால் பிரமன் படைத்த உடம்புகள் அழிகின்றன. ஆனால் புலவர்கள் படைத்த உடம்புகளாகிய நூல்கள் அழியாமல் வாழ்கின்றன" என்கிறார். கலைமகளின் அருளை வேண்டிப் பாடிய சகலகலாவல்லி மாலையிலும் அவர் கவிஞர்க்கு உரிய பெருமிதத்துடன் பாடியுள்ளார். "மண்ணாளும் வேந்தர்களில் சிறந்தவர்களும் என் பாட்டைக் கேட்ட அளவில் பணியுமாறு செய்ய வேண்டும்" என்று வேண்டிப் பாடினார். கலைமகளுக்கும் எவ்வளவு பெருமை தருகிறார்! உலகங்களைக் காக்கும் கடவுளாகிய திருமால் உறங்குகிறானாம்; உலகங்களை அழிக்கும் தெய்வமாகிய சிவன் பித்துப் பிடித்தவனாகி விட்டானாம்; ஆனால் படைக்கும் கடவுளாகிய பிரமன் மகிழ்ந்து சுவைகொள்ளும் கரும்பாகக் கலைமகள் விளங்குகிறாளாம்! இவ்வாறு எதைப் பாடினாலும் நயமும் சுவையும் விளங்கப் பாடிய பெருங்கவிஞர் குமரகுருபரர்.

சிவப்பிரகாசர்

பதினேழாம் நூற்றாண்டின் தமிழ்ப்புலவர்களுள் சிறந்து விளங்கியவர் இருவர். ஒருவர் குமரகுருபரர். மற்றவர் சிவப்பிரகாசர் சிவப்பிரகாசரும், குமரகுருபரர் போல துறவியே; வீர சைவம் என்னும் சமயத்தைச் சார்ந்தவர் அவர். துறைமங்கலம் என்னும் இடத்தில் அமைந்த மடத்தில் வாழ்ந்தவர். வாயின் இதழ் குவியாமல் (ம.ப.வ. ஆகிய எழுத்துக்கள் இல்லாமல்) பாடுவதற்கு உரிய நிரோட்டகம் என்னும் வகையில் யமகம் என்னும் சொல்லணி அமைத்து 'நிரோட்டக யமக அந்தாதி' என்னும் நூலை இளமையில் பாடிப் புகழ் பெற்றார். திருவெங்கை என்ற ஊரில் மடம் அமைத்துத் தங்கியிருந்தபோது, அந்த ஊர்பற்றி ஒரு கோவையும் கலம்பகமும் பாடினார். தம் ஆசிரியர் மேல் கலம்பகம், தாலாட்டு, பிள்ளைத்தமிழ், திருப்பள்ளியெழுச்சி, தூது ஆகிய இலக்கிய வகைகள் இயற்றினார்.

நீதி நூலாக அவர் இயற்றியது நன்னெறி என்பது. திருக்காளத்தி என்னும் தலத்தைப் பற்றிய புராணம் இயற்றத் தொடங்கி ஒரு பகுதியை எழுதினார். அவருடைய தம்பி கருணைப் பிரகாசர் என்பவர். அதற்குப் பிறகு சிவப்பிரகாசர் அதைத் தொடர்ந்து இடைப் பகுதியை எழுதினார். அதன் பிற்பகுதியை மற்றொரு தம்பி வேலைய சுவாமிகள் எழுதிப் புராணத்தை முடித்தார். இவ்வாறு உடன்பிறந்தார் மூவருடைய புலமையும்பெற்று உருவானது திருக்காளத்திப் புராணம். சிவப்பிரகாசர் இயற்றிய இருபத்துமூன்று நூல்களுள் புகழ்பெற்று நிற்பவை நால்வர் நான்மணிமாலையும் பிரபுலிங்க லீலையும் ஆகும். திருஞானசம்பந்தர், திருநாவுக்கரசர், சுந்தரர், மாணிக்கவாசகர் ஆகிய நால்வரை பற்றிப் பத்துப் பத்துப் பாடல்கள் கொண்டு நாற்பது பாடல்களால் அமைந்தது நால்வர் நான்மணிமாலை என்னும் சுவை மிகுந்த நூல் சிவப்பிரகாசர் அந்த நால்வரிடமும் கொண்ட பேரன்பு அந்த நூலில் புலனாகிறது. பாடல் ஒவ்வொன்றும் கற்பனை நயமும் பொருட்சிறப்பும் உடையதாய் விளங்குகிறது. பிரபு லிங்கலீலை என்பது வீரசைவ சமயத்தைச் சிறப்பித்து எழுதப்பட்ட காப்பியம். சிவபெருமானின் அவதாரமாகிய அல்லாமப் பிரபு என்பவரைத் தலைவராகக் கொண்டு அமைந்த அந்தக் காப்பியம். எல்லா நயமும் நிரம்பிக் கற்பவர்க்குச் சுவை மிக்கதாக உள்ளது. உவமையழகும் கற்பனை வளமும் நிரம்பிய காப்பியமாகத் திகழ்கிறது. மாணிக்கவாசகரின் திருவசகத்தில் சிவப்பிரகாசரின் உள்ளம் மிகுதியான ஈடுபாடு கொண்டது. நால்வர் நான்மணிமாலையில் ஒரு பாட்டில் அவர் கூறுவது வருமாறு: “வேதங்களை ஓதினால், கண்களில் நீர் பெருக்கி நெஞ்சம் நெகிழ்ந்து உருகி நிற்பவர்களை யாம் கண்ட தில்லை. ஆனால் திருவாசகத்தை ஒரு முறையே ஓதினாலும், கல் போன்ற மனமும் நெகிழ்ந்து உருக கண்கள் மணல் கிணறுபோல் சுரந்து நீர்பொழிய, உடம்பில், உரோமம் சிலிர்ப்பு அடைய, நடுக்கம் அடைந்து பக்தர் ஆகின்றவர்கள் தவிர வேறு வகையானவர்கள் இந்த உலகில் இல்லை.”

வேதம் ஓதின் விழிநீர் பெருக்கி
நெஞ்சம்நெக்கு உருகி நிற்பவர்க் காண்கிலேம்
திருவா சகம்இங்கு ஒருகால் ஓதின்
கருங்கல் கரைந்துகக் கண்கள்
தொடுமணற் கேணியின் சுரந்துநீர் பாய

மெய்ம்மயிர் பொடிப்ப விதிர்விதிர்ப்பு எய்தி
அன்பர் ஆகுநர் அன்றி
மன்பதை உலகில் மற்றையர் இலரே.

சிவஞான முனிவர்

திருவாவடுதுறை மடத்தைச் சார்ந்தவர் ஈசான தேசிகர் என்னும் சாமிநாத தேசிகர். அவர் இலக்கணக்கொத்து என்னும் நூலை இயற்றியதோடு, கலம்பகம் முதலான சில இலக்கியங்களும் இயற்றினார். அவருடைய மாணவர் சங்கர நமச்சிவாயர் நன்னூலுக்கு உரை எழுதினார். மடத்தைச் சார்ந்த பெரும்புலவராகிய சிவஞான முனிவர் (18ஆம் நூற்றாண்டில்) அந்த உரையை விரிவாக்கினார். வடமொழி, தமிழ் இரண்டிலும் தேர்ந்த அவர் தொல்காப்பியத்தின் முதல் சூத்திரத்திற்கு விரிவான ஆராய்ச்சி நூல் எழுதினார். அவருடைய காஞ்சிப் புராணம் (காஞ்சிபுரத்தைப் பற்றியது) தல புராணங்களுள் தனிச்சிறப்போடு இலக்கிய நயம் மிகுந்து விளங்குகிறது. திருக்குறளின் அடிகளை அமைத்து வெண்பாக்களால் அவர் இயற்றிய நீதிநூல் சோமேசர் முதுமொழி வெண்பா. அந்நூலில் திருக்குறள் நீதிகளுக்குப் பொருத்தமான எடுத்துக்காட்டாகக் கதைகளையும் பல வரலாற்று நிகழ்ச்சிகளையும் அமைத்துப் பாடியுள்ளார். சைவ சித்தாந்த சமயத்திற்கு அடிப்படை நூலாகிய சிவஞானபோதத்துக்கு மாபாடியம் (மகாபாஷ்யம்) என்ற விரிவுரையும் ஒரு சிற்றுரையும் வேறு சிலசமய நூல் விளக்கங்களும் எழுதியுள்ளார். வடமொழியிலும் தருக்கத்திலும் இலக்கணத்திலும் அவர் பெற்றிருந்த புலமையை அவருடைய உரை நூல்கள் காட்டும். இலக்கண விளக்கம் என்ற நூலுக்கு இலக்கண விளக்கச் சூறாவளி என்ற மறுப்பு, சிவஞான சித்தியாரின் ஓர் உரையில் ஒரு பகுதிக்கு வைரக்குப்பாயம் என்ற பெயரால் மறுப்பு என்று இவ்வாறு புலவர்கள் அஞ்சத்தக்க வகையில் மறுப்பு நூல்கள் எழுதியவர் அவர். வடமொழி நூல்கள் சிலவற்றைத் தமிழில் மொழிபெயர்த்துள்ளார். அவர் இயற்றிய சிறு நூல்களுள் புகழ்பெற்றவை அமுதாம்பிகை பிள்ளைத்தமிழ், செங்கழுநீர் விநாயகர் பிள்ளைத்தமிழ் என்னும் இரண்டு பிள்ளைத் தமிழ் நூல்களாகும். சில கோயில் தலங்களைப் புகழ்ந்து சிறு நூல்கள் இயற்றியுள்ளார்.

சிவஞான சுவாமிகளின் மாணவராகிய கச்சியப்ப முனிவர் தணிகைப் புராணம் என்னும் சுவைமிகுந்த தல புராணத்தை எழுதினார். அது திருத்தணி என்னும் தலத்தைப் புகழ்ந்து முருகக்

கடவுளின் பெருமையை விளக்குவது. அவர் காலத்தில் பலர் சீவக சிந்தாமணி என்னும் சைனக் காப்பியத்தைப் படித்து அதன் சுவையைப் பாராட்டித் திரிவதைக் கேட்டு, வேறு சமய நூலைப் போற்றுவதை விட்டுச் சைவ சமய நூலில் ஈடுபட வேண்டும் என்று ஆசைகொண்டு இதை இயற்றினாராம். அதனால் சீவகசிந்தாமணி போலவே, பலவகைச் சுவைகளும் நிரம்பிய இலக்கியமான அதைப் படைத்தார். அவருடைய மாணவர் கந்தப்பையர் பேரூப் புராணம், விநாயக புராணம், பூவாளூர்ப் புராணம், கச்சி ஆனந்த ருத்திரேசர் வண்டுவிடுதூது, திருத்தணிகை ஆற்றுப்படை முதலான பலவகை நூல்களையும் இயற்றினார்.

தொட்டிக்கலை சுப்பிரமணிய முனிவர் என்பவரும் சிவஞான முனிவரின் மாணவர். திருத்தணித் திருவிருத்தம், துறைசைக் கோவை, கலசைக்கோவை, சிதம்பரேசர் வண்ணம் முதலியன அவர் நூல்கள். அவர் காலத்து மடத்துத் தலைவர்களின் மேலும் நூல்கள் இயற்றினார். அவை திருச்சிற்றம்பல தேசிகர் சிந்து, அம்பலவாண தேசிகர் ஆனந்தக் களிப்பு முதலியன. நாட்டுப்பாடல் வடிவங்களை அவற்றில் கையாண்டார்.

சாந்தலிங்க சுவாமிகள்

வீர சைவ சமயத்தைச் சார்ந்த பேரறிஞரும் துறவியாகிய சாந்தலிங்க சுவாமிகள் கி.பி. 17 ஆம் நூற்றாண்டில் கோவையை அடுத்த பேரூரில் ஒரு சைவ மடத்தை நிறுவினார். வீர சைவக் கோட்பாடுகளை விளக்கி வைராக்கிய சதகம், வைராக்கிய தீபம் அவிரோத உந்தியார், கொலை மறுத்தல் முதலான சமய இலக்கியங் களைச் சாந்தலிங்க சுவாமிகள் இயற்றினார். சமயக் கருத்துகளை உட்கொண்டனவாயினும், இந்த நூல்களில் உவமை, உருவகம் முதலான இலக்கிய அணிகளும், பல்வேறு பழமொழிகள், முதுமொழிகள் ஆகியனவும் நிறைந்திருக்கக் காணலாம். சாந்தலிங்க சுவாமிகளின் மாணவராகிய குமாரை தேவரும், அவருடைய மாணவராகிய சிதம்பர சுவாமிகளும் சமயத் தொண்டும் இலக்கியத் தொண்டும் ஆற்றிய பெருமக்களாவர்.

சிதம்பர சுவாமிகள்

சிதம்பர சுவாமிகள் சென்னையை அடுத்த திருப்போரூரில்

ஒரு மடத்தைத் தோற்றுவித்துச் சைவப் பணியும் தமிழ்ப் பணியும் ஆற்றிவந்தார். இவர் பக்திச் சுவை ததும்பும் நூல்கள் பலவற்றைப் படைத்துப் பெரும் புகழ் பெற்றவர்.

திருப்போரூர் சந்நிதிமுறை, நெஞ்சுவிடு தூது போன்ற நூல்களை இயற்றியவர். மேலும் திருப்போரூர் என்னும் தலத்தில் உள்ள முருகன் மேல் பிள்ளைத் தமிழும், தாலாட்டும், திருப்பள்ளியெழுச்சியும், குயில் பாட்டும், கிளிப்பாட்டும், தூதும், ஊசலும் பாடியுள்ளார். குயில்பத்தும், அடைக்கலப்பத்தும், திருவாசகத்தைப் பின்பற்றிப் பாடியவை; திருவாசகம் போலவே பாடல்கள் உருக்கமாக உள்ளன. திருப்பள்ளியெழுச்சிப் பாடலும் திருவாசகத்தில் உள்ளவாறே அமைந்தது. பாடல்களின் நடை தடையற்ற ஓட்டம் உடையது; பக்திச் சுவைக்கு ஏற்ற நெகிழ்ச்சி வாய்ந்தது.

தத்துவராயர்

இலக்கிய வடிவங்களையும் நாட்டுப்பாடல் வடிவங்களையும் பயன்படுத்தித் தத்துவக் கருத்துகள் அமைந்த பல பாடல்களைப் பாடியவர் தத்துவராயர் என்பவர். அவர் போல் வேறு யாரும் அத்தனை வடிவங்களைப் பயன்படுத்தியவர்கள் இல்லை எனலாம். உலா, தூது, கலம்பகம், பரணி, அந்தாதி முதலான பலவும் பாடியுள்ளார். அஞ்ஞவதைப் பரணியும் மோகவதைப் பரணியும் அவர் பாடிய பரணி நூல்கள். அவற்றில் அரசர்களின் போர்க்களங்கள் இல்லை. ஞானிகளின் போர்கள் உள்ளன. அஞ்ஞானமும் மோகமும் ஞானத்தால் வெல்லப்பட்டனவாக ஆன்மிகப் போர்கள் பாடப்பட்டுள்ளன. சில பாடல்கள் திருவாசகத்தைப் பின்பற்றிப் பாடியிருக்கிறார். பக்தியுணர்ச்சிக்கு முதன்மை இல்லாமல், தத்துவக் கருத்துகளை விளக்கிப் பாடியதால், திருவாசகம் போல் பாடல்கள் இலக்கியச் சிறப்புப் பெற முடியவில்லை. திருவாசகத்தில் உள்ளதுபோல், இவரும், 'குயிலே! இறைவனை நீ வரக்கூவாய், என்று குயிலை விளித்துப் பாடியுள்ளார். திருவாசகத்தில் உள்ள அன்னைப் பத்துப் போலவே இவரும், 'அன்னே என்னும்' என்று முடியும் பாடல்கள் இயற்றியுள்ளார். திருச்சாழல் பாடியுள்ளார்; 'அச்சோ' என்று முடியும் பாடல்கள் இயற்றியுள்ளார். அம்மானை, திருவெம்பாவை, திருப்பள்ளியெழுச்சி, ஊசல் முதலிய பாடல்களும் திருவாசகத்தைப் பின்பற்றி இயற்றப் பட்டுள்ளன. தேவாரத்தில் உள்ளவைபோல, காதல் துறைகள்

அமைந்த பக்திப் பாடல்களும் பாடியிருக்கிறார். இவை தவிர, புதிய வடிவங்கள் பலவற்றை நாட்டுப் பாடல்களிலிருந்து கண்டெத்துப் பயன் படுத்தியிருக்கிறார். மாலையில் சிறுவர் சிறுமியர்க்குத் திருஷ்டி தோஷம் கழித்துக் காப்பிடும் பாட்டாக ‘அந்திக்காப்பு’ பாடியுள்ளார். பகடி, பந்தடித்தல், குறத்தி தன்னை அறிமுகம் செய்து கொளல், குறி சொல்லுதல் முதலிய பலவகைப் பாடல்களும் நாட்டுப் பாடல்களை ஒட்டி அமைந்தவை. குணலை, பறை, இம்பில், காளம் முதலிய இசைக் கருவிகளைக் கொண்டு ஒலிப்பவர்களைப் பின்பற்றி அமைந்தபாடல்களும் உள்ளன. பாம்பாட்டியின் பாடலும், குரலையாடும் பாடலும் உள்ளன. கோழியையும் கிளியையும் விளித்துப் பாடும் பாடல்களும் பாடியுள்ளார். ஆண்டாளின் பாடலைப் பின்பற்றி, ‘கனாக் கண்டேன் தோழி நான்’ என்ற வகையிலும் பாடியுள்ளார். அவர் பாடியுள்ள பல்லிப்பாட்டு இனிய வகையில் அமைந்துள்ளது.

ஓடும்மனம் நம்மினுடன் உறவுசெயுமாகில்
உள்ளநிலை மெல்ல உணர்வு ஆகிவரு மாகில்
நாடும்இடம் எங்கும்அறிவு ஆகிவிடு மாகில்
நல்லகுரல் நல்லதிசை சொல்லுசிறு பல்லி.

பல்லியைப் பார்த்து நல்லது சொல், நல்ல திசையில் ஒலி என்று பாடும் பாட்டில் இவ்வளவு உயர்ந்த கருத்தை அமைத்து இனிய பாடலாக ஆக்கித் தந்திருப்பது வியப்பானது.

தாண்டவராயர்

அத்வைதக் கொள்கையை அழகான 310 விருத்தப் பாக்களால் விளக்கும் நூல் கைவல்ய நவநீதம் என்னும் நூல். தத்துவ விளக்கமாக உள்ள நூல் இவ்வளவு சுவையாக அமைய முடியுமா என்று படிப்பவர் வியந்து போற்றும்படியாக இயற்றியுள்ளார் தாண்டவராய சுவாமிகள் என்னும் சான்றோர். பாடல்கள் எளிய நடையில் அமைந்து இனிய ஓசை உடையனவாக உள்ளன. நூலின் பெயர்க்குப் பொருள் ‘ஆன்மாவின் தனித்தன்மையை விளக்கும் வெண்ணெய்’ என்பது. உபநிடதங்களும் சங்கரர் தரும் விளக்கங்களுமாகிய பாற்கடலைக் கடைந்தெடுத்த வெண்ணெய் என்று கூறப்படுவதற்கு ஏற்ற வகையில், சமய உண்மையை மிகச் சுருங்கிய முறையில் சுவையாக எடுத்துரைக்கும் நூல் இது.

தாயுமானவர்

தாயுமானவர் (1705-1742) வடமொழி தமிழ் ஆகிய இரு மொழிகளையும் நன்கு கற்றுத் தேர்ந்த ஞானி. திருச்சிராப்பள்ளியில் அக்காலத்தில் ஆட்சி நடத்தி வந்த விஜயரங்க சொக்கநாதரிடம் அமைச்சராக இருந்தவர். அந்தப் பதவியைப் பொருட்படுத்தாத மனநிலை-உலகியல் கடந்த ஞானநிலை- பெற்றார். பதவியைத் துறந்தார். பல பாடல்கள் பாடியும் சமாதி நிலையில் இருந்தும் காலம் கழித்தார். அவருடைய பாடல்கள் மிக உயர்ந்த நிலையில் நின்று பாடப்பட்டவை. சைவ சித்தாந்தம், அத்வைதம் ஆகிய இரு நிலைகளுக்கும் ஒருவகைச் சமரசம் கண்டவர் அவர். உபநிடதக் கருத்துகளையும் மற்ற ஞான நூல்களின் உட்பொருளையும் மிகத் தெளிவாகத் தமிழில் பாடல்களாகப் பாடியவர் அவர். பக்திச் சுவையான பாடல்களையும் பாடினார். காதல் துறைகளின் வாயிலாக உயர்ந்த உண்மைகளை உணர்த்திய பாடல்கள் மிக அழகாக அமைந்துள்ளன. 'ஆகாரபுவனம்,' 'ஆனந்தக் களிப்பு,' 'பைங்கிளிக் கண்ணி' என்னும் பாடல்களில் அதைக் காணலாம்.

அகமேவும் அண்ணனுக்கு ஏன் அல்லல் எல்லாம் சொல்லச்
சுகமான நீபோய்ச் சுகம்கொடுவா பைங்கிளியே.
எந்த மடலூடும் எழுதா இறைவடிவைச்
சிந்தை மடலாஎழுதிச் சேர்ப்பேனோ பைங்கிளியே.
கண்டதனைக் கண்டு கலக்கம் தவிர்எனவே
விண்ட பெருமானையும்நான் மேவுவனோ பைங்கிளியே.

இவ்வாறு ஐம்பத்தெட்டுக் கண்ணிகள் (இரண்டு அடிப் பாடல்கள்)

கொண்டது பைங்கிளிக்கண்ணி. ஆனந்தக் களிப்பு என்னும் பகுதி காதல் துறையில் தோழியை விளித்துக்கூறும் பாடல் ஆகும்.

சங்கர சங்கர சம்புசிவ
சங்கர சங்கர சம்பு

என்ற இசை மெட்டோடு பிச்சையெடுக்கும் பண்டாரங்கள் தெருவில் பாடும் நாட்டுப் பாடல் வகை அது. அந்த இசையமைப்பில் உயர்ந்த கருத்துகளை அழகாகப் பாடியிருக்கிறார்.

உள்ளதும்இல்லதுமாய்முன்உற்ற
உணர்வதுவாய் உன் உளம்கண்டது எல்லாம்
தள்ளெனச் சொல்லிஎன் ஐயன் என்னைத்
தான்ஆக்கிக் கொண்ட சமர்த்தைப்பார் தோழி.

இவ்வாறே மிக நுட்பமான உண்மைகளை எல்லாம் எளிய இரண்டு அடிப்பாடல்கள் பலவற்றில் தெளிவாக விளங்குமாறு அமைத்துள்ளார். பராபரக் கண்ணி என்ற பகுதி அப்படிப்பட்டது. அது 389 கண்ணிகள் உடையது.

எல்லாரும் இன்புற் றிருக்க நினைப்பதுவே
அல்லாமல் வேறொன்று அறியேன் பராபரமே.
சினம் அடங்கக் கற்றாலும் சித்திஎலாம் பெற்றாலும்
மனம்அடங்கக் கல்லார்க்கு வாய்ஏன் பராபரமே.

இவ்வாறே எல்லாக் கண்ணிகளும் உயர்ந்த சமய உண்மைகளை எடுத்துரைப்பவை. மக்களிடையே எவ்வகை வேறுபாடும் கருதாமல், எல்லோரிடத்தும் அன்பு பூண்ட பெருமனம் படைத்தவர் தாயுமானவர். சமயப் போராட்டங்களைக் கடந்து சமரச ஒளி கண்டவர் அவர். அவருடைய பாடல்களில் அத்தகைய ஒளி வீசுவதையும் காணலாம்; இலக்கிய மணம் கமழ்வதையும் உணரலாம்.

◇

10
சதகம் முதலியன
(கி.பி. 1700 - 1900)

சதகம்

பத்துப் பத்தாக நூறு பாடல்கள் அமைந்த நூல்கள் பல தமிழில் உண்டு. சங்க காலத்தில் பதிற்றுப்பத்து என்னும் நூல் அவ்வாறு அமைந்தது. பிற்காலத்தில் பிள்ளைத் தமிழ் என்ற நூலும் அவ்வாறு அமைந்ததே ஆகும். பத்துப் பத்தாக அமையாமல், மொத்தமாக நூறு பாட்டுப்பாடி அமைப்பதும் உண்டு. அது சதகம் என்னும் வடசொல்லால் குறிக்கப்படும். திருவாசகத்தில் மாணிக்கவாசகர் சிவபெருமானைப் பாடிய பாடல்களுள் ஒரு பகுதி திருச்சதகம் என்று பெயர் பெறும். பிற்காலத்தில் தெய்வங்களையும் வள்ளல்களையும் சிற்றரசர்களையும் சிறப்பித்துப் பாடப்பட்ட சதகங்கள் பல உண்டு. 17, 8, 19ஆம் நூற்றாண்டுகளில் சதகங்கள் இயற்றுவதில் ஆர்வம் மிகுதியாக விளங்கியது. சதகங்கள் அக்கறையுடன் படிக்கப்பட்டு வந்தன. திண்ணைப் பள்ளிக்கூடங்களில் சதகம் கற்பது கட்டாயமாக இருந்தது. நீதிகள் பல நல்ல உவமைகளோடு உணர்த்தப்பட்டமையால், சுவை குன்றாமல் இருந்தன. பலரும் கற்பதற்கு உரிய வகையில், அந்த நூல்களின் நடை எளிமையும் ஓட்டமும் உடையதாக உள்ளது. எதுகை மோனைகள் மனப்பாடம் செய்வதற்கு உதவியாக அமைந்துள்ளன. 'தமிழ்ச் செய்யுள்களின் நடை படிப்படியாக எளிமைபெற்று வளர்ந்த வளர்ச்சியை அந்த நூல்களில் காணலாம். தமிழ்நாட்டின் வரலாற்றை அறியப் பழைய கல்வெட்டுக் குறிப்புகள் உதவுகின்றன. தமிழ்க் கவிஞர்களும் அறிஞர்களும் வரலாற்றை எழுதிவைக்க முன்வரவில்லை. அந்நிலையில் புலவர் ஒருவர் தாம் வாழ்ந்த நாட்டுப் பகுதியில் கண்டும் கேட்டும் அறிந்த பல செய்திகளைத் தொகுத்து ஒரு சதகம் பாடினார். உடனே வேறு புலவர் சிலர் நாட்டின் மற்றப் பகுதிகளின் நிகழ்ச்சிகளைத் தொகுத்துச் சதகங்கள் பாடினார்கள். தொண்டை மண்டல சதகம், பாண்டிமண்டல சதகம், சோழமண்டல சதகம், கொங்குமண்டல சதகம், ஈழமண்டல சதகம், நந்திமண்டல

சதகம் முதலியவை அப்படித் தோன்றியவை (தொண்டை மண்டலம் என்பது காஞ்சிபுரத்தைச் சூழ்ந்த பகுதி ஈழம் என்பது இலங்கை).

அடியார்களின் வரலாறுகளைத் தொகுத்துக் கூறுவதில் ஆர்வம். கொண்டார் ஒருவர் அவர் 'திருத்தொண்டர் சதகம்' இயற்றினார். நாட்டில் உள்ள பல பழமொழிகளைத் தொகுத்து, அவற்றை அமைத்துப் பாடிய சதகங்களும் உள்ளன. தண்டலையார் சதகம், கோவிந்த சதகம் என்பவை பழமொழிகளை அமைத்துத் தெய்வ வழிபாட்டுடன் சேர்த்து இயற்றப்பட்டவை. செயங்கொண்டார் சதகத்தில் பழமொழிகளும் அவற்றை விளக்கும் கதைகளும் வரலாற்று நிகழ்ச்சிகளும் சேர்க்கப்பட்டுள்ளன. வாழ்க்கைக்கு உரிய நீதிகளை எடுத்துக் கூறும் சதகங்கள் சில உண்டு. கைலாசநாதர் சதகம் என்பதில் நீதிகள் மட்டும் அல்லாமல், சோதிடம், உடலோம்பல் முதலியன பற்றிய கருத்துகளும் கூறப் பட்டுள்ளன.

நூறு செய்யுள்களுள் ஒவ்வொன்றிலும் இறுதியடியோ அல்லது அதற்கு முந்திய பகுதியோ ஒரே வகையான தொடரைப் பெற்று விளங்கும். எடுத்துக்காடாக, பாண்டிமண்டல சதகத்தின் செய்யுள்கள் பாண்டி மண்டலமே என்று முடியும். அறப்பளீசுர சதகத்தில் அறப்பளீசுர தேவனே என்று ஒவ்வொரு செய்யுளிலும் மகுடம் அமையும். 'மயிலேறி விளையாடு குகனே புல்வயல்நீடு மலைமேவு குமரேசனே' என்று குமரேச சதகத்தில் ஒவ்வொரு செய்யுளும் முடிவு பெறும்.

அறப்பளீசுர சதகத்தைப் பாடியவர், அருணாசலக் கவிராயரின் மாணவராகிய அம்பலவாணக் கவிராயர் (பதினெட்டாம் நூற்றாண்டினர்). ஒத்த பலகருத்துகளை ஒன்றாகச் சேர்த்து ஒரே செய்யுளில் உரைக்கும் இடங்கள் சுவையாக உள்ளன. பயன் இல்லாதவை இவை இவை என்று உரைக்கும் செய்யுளின் பகுதி வருமாறு:

கோவில் இல்லாதஊர் நாசி இல்லாதமுகம்
கொழுநன் இல்லாத மடவார்
குணம தில்லாவித்தை மணம தில்லாதமலர்
குஞ்சரம் இலாத சேனை
காவல் இல்லாதபயிர் பாலர் இல்லாதமனை
கதிர்மதி இலாத வானம்

கவிஞர் இல்லாதசபை கதிலயை இலாதபண்
காவலர் இலாத தேசம்
ஈவ திலாததனம் நியமம் இலாதசெபம்
இசைல வணம் இல்லா ஊண்...

இன்னின்னார்க்கு இன்னின்னவை இல்லை என்று கூறும் செய்யுள் ஒன்று உண்டு. அதன் ஒரு பகுதி வருமாறு:

காமிக்கு முறைஇல்லை வேசைக்கு நாண்இல்லை
கயவர்கசு மேன்மைஇல்லை
கன்னமிடு கள்வருக்கு இருள்இல்லை விபசாரக்
கன்னியர்க்கு ஆணைஇல்லை.

இவ்வாறு பலவற்றைத் தொகுத்துக் கூறுவதின் வாயிலாக, பல நீதிகளும் வாழ்க்கை அனுபவங்களும் மிகத் தெளிவாக விளங்கச் செய்கிறார்.

கலைக்களஞ்சியம் போன்றவை இல்லாத அக்காலத்தில், கற்பவர்க்குத் தேவையான பல குறிப்புகளையும் செய்யுளில் தருவது நல்லது என்று புலவர்கள் கருதினார்கள். திருமாலின் அவதாரங்களைக் குறித்து ஒரு செய்யுளில் கூறுவது, புராணங்களைப் பற்றி ஒரு செய்யுளில் உரைப்பது, அறங்கள் முப்பதிரண்டு என்னென்ன என்று ஒரு செய்யுளில் தொகுப்பது இவ்வாறு பலவற்றைக் கூறுவதற்குச் சதகச் செய்ளள்கள் பயன்பட்டன.

குமரேச சதகத்தில், சிலவகை மனிதர்களைப் பேய்கள் என்று குறிப்பிட்டு, அவர்களின் குற்றங்களை எடுத்துக்காட்டுகிறார். கடன் தந்தவர் வந்து திருப்பிக் கேட்கும்போது முகம் கடுகடுப்பவர் பேயாம். பெரிய பதவி வந்தபோது செருக்கோடு நடப்பவர் பேய். பகைவரின் சொல்லை மதித்து அதில் மயங்கி அகப்படுவோர் பேய். நல்லவர்களையும் பெரியவர்களையும் மதியாதவர் பேய். லஞ்சம் வாங்கும் ஆசையால் பிறர்க்குத் துன்பம் செய்பவர் பேய். மனைவி வீட்டில் இருக்கப் பரத்தையரை நாடிச் செல்வோர் பேய். இவ்வாறு நீதிகள் வெவ்வேறு வகையாக உணர்த்தப்படுதல் காணலாம்.

நூறு பழமொழிகளை நூறு செய்யுளில் அமைத்து இயற்றிய நூல் தண்டலையார் சதகம். சென்ற தலைமுறை வரையில் அது மக்களிடையே நன்கு பரவி விளங்கியது.

திருவண்ணாமலை, திருப்பதி முதலான தலங்களின் தெய்வங்களை வழிபடும் முறையில் அமைந்த சதகங்கள் பல உண்டு. இஸ்லாமிய மதத்தவர் பாடிய சதகங்கள், அகத்தீசர் சதகம், அரபிச்சதகம் முதலியன. இயேசுநாதர் திருச்சதகம் என்பது யாழ்ப்பாணத்தாராகிய சதாசிவப்பிள்ளை (பத்தொன்பதாம் நூற்றாண்டினர்) ஏசுநாதரைப் போற்றி எழுதிய சதகம். இவ்வாறு பல காரணம் பற்றியும் பல தலங்களைப் புகழ்ந்தும் பலவகைப் புலவர்கள் சதக இலக்கியம் இயற்றினார்கள்.

படிக்காசுப் புலவர்

தொண்டை மண்டல சதகத்தைப் பாடிய படிக்காசுப் புலவர் புகழ்பெற்ற கவிஞர். சந்தப்பாட்டு இயற்றுவதிலும் வல்லவர். சீதக்காதி என்னும் முஸ்லிம் வள்ளலின் காலத்தில் வாழ்ந்து அவருடைய அன்புக்கு உரியவராக விளங்கினார். வள்ளல் இறந்தபோது அவர் பாடிய பாட்டில், கொடிய பஞ்ச காலத்திலும் அந்த வள்ளல் ஏழை மக்களுக்கு அன்னதானம் செய்துகாப் பாற்றிய பேருதவியைப் பாராட்டி யுள்ளார்;

ஓர்தட்டி லேபொன்னும் ஓர்தட்டி லேநெல்லும்
ஒக்கவிற்கும்
கார்தட் டியபஞ்ச காலத்திலே தங்கள் காரியப்பேர்
ஆர்தட் டினும்தட்டு வாராமலே அன்ன தானத்துக்கு
மார்தட் டியதுரை மால்சீதக் காதி வரோதயனே.

வேலூர்க் கலம்பகம் என்பதும் அவரால் இயற்றப்பட்டது.

மட்டாலும் தென்களத்தைப் படிக்காசான்
உரைத்ததமிழ் வரைந்த ஏட்டைப்
பட்டாலே சூழ்ந்தாலும் மூவுலகும்
பரிமளிக்கும் பரிந்துஅவ் ஏட்டைத்
தொட்டாலும் கைமணக்கும் சொன்னாலும்
வாய்மணக்கும் துய்ய சேற்றில்
நட்டாலும் தமிழ்ப்பயிராய் விளைந்திடுமே
பாட்டில் உறுநளினம் தானே.

என்று சொக்கநாதர் இவரைப் புகழ்ந்து பாடியுள்ள பாட்டால் இவர் பெற்றிருந்த சிறப்பு விளங்குகிறது.

நல்லாப்பிள்ளை

பதினெட்டாம் நூற்றாண்டில் பாரதத்தைக் கற்பதும் சொற் பொழிவு செய்வதும் தமிழர்களிடையே செல்வாக்குப் பெற்றன. வில்லிபுத்தூரார் இயற்றிய பாரதம் அவ்வகையில் பெரிதும் பயன்பட்ட நூல் அந்நிலையில் பாரதக் கதையை மேலும் விரிவுடையதாக்க வேண்டும் என்ற எண்ணம் சிலர்க்கு ஏற்பட்டது. வில்லிபாரதம் சுருக்கமாக உள்ளது என்ற குறையைப் போக்க முயன்றார்கள். அம்முயற்சிக்கு உதவியாக முன்வந்த புலவர்களில் நல்லாப்பிள்ளையும், முருகப்ப உபாத்தியாயரும் ஆவர். வில்லிபுத்தூரார் இயற்றிய பாரதத்தில் உள்ள நாலாயிரத்து முந்நூறு செய்யுளோடு மேலும் பதினாயிரத்து நானூறு செய்யுள் பாடி விரிவாக்கியவர்கள் அவர்கள். அவர்களுள் நல்லாப்பிள்ளையே மிகுதியான செய்யுள் பாடிய காரணத்தால் அவர் பெயராலே நூல் வழங்குகிறது. இன்றும் பல ஊர்களில் பாரதக் கதை இருபது முப்பது நாட்கள் சொற்பொழிவு செய்யப்பட்டுப் பெரிய விழா நடப்பது உண்டு. அப்போதெல்லாம் பாரதப் பிரசங்கியார் நல்லாப்பிள்ளை பாரதத்தைப் பயன்படுத்திப் பல்வேறு கிளைக்கதைகளையும் விரிவாக எடுத்துரைப்பது உண்டு. வில்லிபுத்தூராரின் செய்யுள்போலவே ஓசையும் நடையும் அமையப் பாடிச் சேர்த்த காரணத்தால், இந்தப் பிற்காலத் தொண்டு அந்தப் பழைய நூலோடு இயைந்த இலக்கியப் படைப்பாகவே விளங்குவதா யிற்று.

பிற நூல்கள்

பிற்காலப்பிள்ளைத் தமிழ் நூல்களுள் சிறப்புப்பெற்று விளங்குவது திருச்செந்தூர் முருகன் பிள்ளைத் தமிழ். அது பகழிக்கூத்தரால் பக்திச் சுவையும் இலக்கிய நயமும் அமையப் பாடப்பட்டது.

கடவுள் மாமுனிவர் என்பவர் திருவாதவூர்ப் புராணம் என்னும் தலபுராணம் பாடினார். அது தலபுராணமே ஆயினும், மாணிக்க வாசகரின் வரலாறு கூறுவதால் பெருமை பெறுகிறது.

மதுரகவிராயர் என்னும் புலவர் சென்ற நூற்றாண்டில் திருக்கச்சூர் நந்தி என்னும் நாடகத்தைச் செய்யுளில் இயற்றினார். அவர் இயற்றிய தனிப்பாடல்கள் பல, இலக்கியச் சுவை உடையவை.

தஞ்சாவூரில் அரசராக இருந்த சரபோஜி என்னும் மராட்டிய மன்னரின் அவைக்களப் புலவராக விளங்கியவர் ஒப்பிலாமணிப் புலவர். நாலாயிரம் செய்யுள்கொண்ட சிவரகசியம் என்னும் நூலை அவர் இயற்றினார்.

சரபோஜி மன்னரின் கோயில் பூசாரியாக இருந்தவர் அபிராமி பட்டர். அவர் பாடிய அபிராமி அந்தாதி சக்தி வழிபாட்டில் ஈடுபட்ட பக்தர்களுக்கு மிக உயர்ந்த வழிபாட்டு நூலாக உள்ளது. பாடல்கள் உருக்கமான பக்திச்சுவை உள்ளவை; நடை மிக நேர்மையான போக்கில் அழகும் தெளிவும் கூடியதாக உள்ளது.

அரபத்த நாவலர் பரத நாட்டியத்தின் இலக்கணத்தைச் செய்யுள் வடிவில் எழுதியவர். அழகர் கலம்பகம் என்பது அவர் படைத்த இலக்கியம். அது கலம்பகம் என்னும் நூலுக்கு உரிய உறுப்புகள் எல்லாம் பெற்று, கற்பனை நயத்துடன் அமைந்துள்ளது.

சிவக்கொழுந்து தேசிகர் தஞ்சாவூரில் ஆட்சிபுரிந்த மராட்டிய அரசர் சரபோஜியின் அரசவைப் புலவராக இருந்தவர். இரண்டு தலபுராணங்களும், மூன்று உலா நூல்களும், ஒரு கோவையும், ஒரு குறவஞ்சி நாடகமும் இயற்றினார். பாட்டுகள் எல்லாம் பழைய இலக்கியப் பாங்கில் அமைந்தவை.

11
பத்தொன்பதாம் நூற்றாண்டு

அச்சு யந்திரங்களும் உரைநடையும்

பதினாறாம் நூற்றாண்டிலேயே தமிழ்நாட்டுக்கு அச்சு யந்திரங்கள் வந்தன. இந்திய மொழிகளில் முதல்முதலில் தமிழ் எழுத்துகளிலே அச்சிடும் முயற்சி கி.பி 1577இல் நடந்தது. கிறிஸ்தவப் பாதிரிமார்கள் தம் சமய நூல்களை அச்சிட்டார்கள். பாதிரிமார்களிடத்திலும் கிழக்கிந்தியக் கம்பெனியாரிடத்திலும் மட்டுமே பதினேழு பதினெட்டாம் நூற்றாண்டுகளில் அச்சு யந்திரங்கள் இருந்தன. பொது மக்களின் கைக்கு வரவில்லை. பத்தொன்பதாம் நூற்றாண்டில்தான் இந்திய மக்கள் அச்சு யந்திரத்தைப் பயன்படுத்தும் உரிமை பெற்றார்கள். அதன் பிறகே பனை ஓலையில் ஏட்டுச் சுவடிகளாக இருந்த நூல்களை அச்சிடத் தொடங்கினார்கள்; புதிய உரைநடை நூல்களை எழுதி அச்சிடும் முயற்சியிலும் ஈடுபட்டார்கள். கிறிஸ்தவர்களும் முஸ்லிம்களும் தம்தம் சமயங்களைப் பரப்புவதற்குத் தமிழில் நூல்கள் எழுதி அச்சிட்டபடியால், இந்துக்களும் தம் சமயத்தைக் காப்பாற்றிக் கொள்வதற்காக நூல்கள் எழுதி அச்சிடுதல் தேவையாயிற்று. இவ்வாறு சமய நூல்களை அச்சிடுவதற்கும் பயன்பட்டன. பழைய செய்யுள் இலக்கியம், புதிய செய்யுள் இலக்கியம், புதிய உரைநடை நூல்கள், திங்கள் இதழ், வார இதழ் முதலியவற்றை அச்சிட்டுப் பரப்புவதற்கு அச்சுக்கருவிகள் நன்றாகப் பயன்பட்டன. ஆங்கிலேயரின் கல்விமுறையைப் பின்பற்றி இந்நாட்டில் கல்வி நிலையங்கள் ஊர்தோறும் ஏற்படுத்தப்பட்டன. அங்குக் கற்கும் மாணவர்களுக்கு உரிய பாட நூல்களை அச்சிட்டுத் தரவேண்டிய நிலை ஏற்பட்டது. அந்தப் பாட நூல்களின் வாயிலாகவும் தமிழில் உரைநடை வளர்ந்தது. ஏட்டுச் சுவடிகள் விலையுயர்ந்தவை; அவற்றைச் சில செல்வர்கள் மட்டுமே வாங்கமுடிந்தது; அச்சிட்ட நூல்கள் குறைந்த விலைக்குக் கிடைத்தமையால், பலர் வாங்கிப்

படிக்க முடிந்தது. ஆகவே, நூல்களை வாங்கிப் படிப்பவரின் எண்ணிக்கையும் திடீரென உயர்ந்து விட்டது. அதனால் உரைநடை நூல்கள் எழுதுவதற்கு ஏற்ற சூழ்நிலை அமைந்து, பலர் நூல்களும் கட்டுரைகளும் எழுதத் தொடங்கினார்கள். ஆகவே, இத்தனை நூற்றாண்டுகளாக இயற்றப்பட்ட நூல்களைவிடப் பலமடங்கு நூல்கள் இந்த இரு நூற்றாண்டுகளில் எழுதப்படலாயின. தரமான இலக்கியங்கள் பல உண்டா என்று ஐயுறலாம், தரமானவற்றின் தொகை பெருகாவிட்டாலும், படிப்பவர் எழுதுவோர் பலமடங்கு பெருகினர் என்பதையும், இலக்கிய வளர்ச்சிக்கு அவை பெரிய தூண்டுகோலாக அமைந்தன என்பதையும் மறக்க முடியாது.

சென்னைக் கல்விச்சங்கம் *The College of Fort St. George* என்ற ஓர் அமைப்பு (1812-1854) ஆங்கிலேயரால் ஏற்படுத்தப்பட்டது. திருக்குறளை ஆங்கிலத்தில் மொழிபெயர்த்த எல்லீஸ் என்பவரும் தமிழ் ஏடுகள் பலவற்றைத் தொகுத்த மக்கன்ஸி என்பவரும் ஆங்கில அதிகாரிகள். அவர்கள் அந்தச் சங்கத்தை ஏற்படுத்தினார்கள். பல நூல்களை அச்சிட்டு வெளியிட்டது அந்தச் சங்கம். அதில் தமிழ் ஆசிரியர்களாக இருந்தவர்களுள் முத்துசாமி பிள்ளை தாண்டவராய முதலியார், கொட்டையூர்ச் சிவக்கொழுந்து தேசிகர் ஆகியோர் குறிப்பிடத் தக்கவர்கள். முத்துசாமி பிள்ளை வீரமாமுனிவரின் (*Rev. Beschi*) தமிழ் அகராதியையும் மற்ற நூல்களையும் தேடிக்கொண்டு வந்து அச்சிட்டார். தாண்டவராய முதலியார் பஞ்சதந்திரக் கதையை மகாராஷ்டிரத்திலிருந்து தமிழில் மொழிபெயர்த்துத் தந்தார் (1825). தமிழ்நாட்டில் வழங்கிய சில கதைகளைத் திரட்டிக் 'கதாமஞ்சரி' என்ற பெயரால் (1826) ஒரு நூல் எழுதி வெளியிட்டார். இவ்வாறு பல நூல்கள் வெளிவருவதற்குக் கல்வி சங்கம் காரணம் ஆயிற்று.

மீனாட்சிசுந்தரம் பிள்ளை

மகாவித்துவான் என்ற பெயர்பெற்றுச் சென்ற நூற்றாண்டில் பெரும் புலவராக விளங்கியவர் மீனாட்சிசுந்தரம் பிள்ளை. (1815-1876). அவர் திருவாவடுதுறையில் உள்ள சைவமடத்துடன் நெருங்கிய தொடர்புகொண்டு அதன் ஆதீன வித்துவானாக விளங்கினார். பலர்க்குத் தமிழ் நூல்கள் கற்பித்து அவர்களைப் புலவர்கள் ஆக்கினார். பற்பல வகையான இலக்கிய நூல்கள் இயற்றினார். அவற்றில் குறிப்பிடத்தக்கவை: முருகன் பிள்ளைத்தமிழ் திருவிடைக்கழிக்

குறவஞ்சி, சூதசங்கிதை, குடந்தைத் திரிபந்தாதி, அகிலாண்ட நாயகி மாலை, அம்பலவாண தேசிகர் கலம்பகம், வாட்போக்கிக் கலம்பகம், திருவிடைமருதூர் உலா, சுப்ரமணிய தேசிகர் நெஞ்சுவிடு தூது என்பவை, உறையூர்ப் புராணம், ஆற்றூர்ப் புராணம், திருக்குடந்தைப் புராணம், திருப்பெருந்துறைப் புராணம், விளத்தொட்டிப் புராணம் முதலிய தலபுராணங்கள் பல அவர் இயற்றினார். அவர் நூல்கள் எல்லாம் சைவ சமயத் தொடர்பானவை. பக்திச் சுவை உள்ளவை. மிக வேகமாகச் செய்யுள் நூல்கள் இயற்றுவதில் வல்லவர் எனப் புகழ் பெற்றவர் அவர். தமிழில் மிகப்பல செய்யுள் நூல்கள் எழுதிய புலவர் அவரே. ஆயினும் அவருடைய புகழை இன்று காப்பாற்றி வருவது ஒரு சிறிய நூல்; சேக்கிழார் என்ற நூலாசிரியரைப்பற்றி அவர் இயற்றிய 'சேக்கிழார் பிள்ளைத் தமிழ்' என்பது அது. அவருடைய இந்நூல்களில் பழந்தமிழ் இலக்கியங்களில் உள்ள வருணனைகளும் கற்பனைகளும் கருத்துகளும் கலந்து அமைந்திருக்கும்.

பாகவதத்தில் உள்ள குசேலருடைய கதையைக் 'குசேலோ பாக்கியானம்' என்ற காப்பியமாக அவரும் அவருடைய மாணவர் தேவராசபிள்ளையும் இயற்றினார்கள் என்று கூறுவர். அந்த நூல் அழகான விருத்தப் பாடல்களால் ஆகியது; செம்மையான நடை உடையது.

இராமலிங்கர்

இராமலிங்க சுவாமிகள் (1823-1874) இளமையிலேயே கவிதை பாடும் கலைச்செல்வம் வாய்க்கப்பெற்றவர். கல்வியின் சிறப்பால் பாடத் தொடங்கவில்லை என்றும், கடவுளின் அருளால்தான் பாட முடிந்தது என்றும் அவரே நம்பினார். தம் பாடல்களில் பல இடங்களிலும் அவ்வாறே குறிப்பிட்டார். அவருடைய பாடல்கள் அச்சிடப்பட்டு 'அருட்பா' என்ற பெயரால் வெளியிடப்பட்டபோது, நீதிமன்றத்தில் அது தவறு என்று வழக்குத் தொடரப்பட்டது. யாழ்ப்பாணத்துப் பெரும் புலவராகிய ஆறுமுக நாவலரும் அவரைச் சார்ந்தவர்களும் வழக்குத் தொடுத்தார்கள். நாயன்மார்களில் தேவாரம், திருவாசகம் ஆகியவைகளே அருட்பா என்னும் பெயர்க்கு உரியவை என்பது ஆறுமுக நாவலரின் கொள்கை. ஆயினும் ஒரு முறை நீதிமன்றத்துக்குள் இராமலிங்க சுவாமிகள் நுழைந்தபோது, மற்றவர்களோடு சேர்ந்து ஆறுமுக நாவலரும் எழுந்து நின்று

வணக்கம் செலுத்தினாராம். எதிரியாகிய அவரை அவ்வாறு எழுந்து நின்று வணங்கியது ஏன் ஆறுமுக நாவலரைச் சிலர் கேட்டார்களாம். "அவருடைய பாடல்களை அருட்பா அல்ல என்று மறுத்தேனே தவிர, நான் அவரைக் குறை கூறவில்லையே! அவர் உயர்ந்த சான்றோர்; உண்மையான ஒழுக்கத்தின் திருவுருவம்; அதனால் அவரை மதிக்கிறேன், போற்றுகிறேன்" என்றாராம். அவ்வாறு வாழ்ந்த காலத்திலேயே பலரும் வணங்கிப் போற்றும்படியான தூய வாழ்க்கை நடத்தினார் இராமலிங்க சுவாமிகள். 'வாடிய பயிரைக் கண்டபோதெல்லாம் வாடினேன்' என்று அவர் பாடியிருக்கிறார். அவ்வளவு இரக்கம் மிகுந்த நெஞ்சம் உடையவராய், பிறருடைய துன்பங்களைக் கண்டு உருகிக் கண்ணீர் சொரிபவராய், கருணை நிறைந்த வாழ்க்கை நடத்திய ஞானி அவர். 'எனக்கு முத்தி பெற வேண்டும் என்ற இச்சையும் இல்லை. உலகத்து உயிர்க்கெலாம் இன்பம் செய்வது என் இச்சையாம், எந்தையே' என்று இறைவனிடம் விண்ணப்பம் செய்கிறார். பிள்ளைச் சிறு விண்ணப்பம், பிள்ளைப் பெருவிண்ணப்பம் என்ற இரு பகுதிகளில் அவருடைய தூய உள்ளம்-இரக்கமே வடிவான உள்ளம் புலப்படுகிறது.

அவர் சென்னை மாநகரில் பல ஆண்டுகள் வாழ்ந்தார்; நகரத்தாரின் ஆடம்பர வாழ்வும் ஆரவாரமும் அவருக்கு வெறுப்பையே தந்தன. எளிய வெள்ளை ஆடையே உடுத்து, எல்லாம் துறந்த பற்றற்ற உள்ளத்தோடு, மிக எளிய வாழ்க்கை நடத்தினார். சாதி வேறுபாடு முதலான எல்லா வேறுபாட்டையும் கடந்து மக்களுக்காக உருகினார். சாவு என்பது இல்லாத பெருநிலையை எல்லோர்க்கும் பெற்றுத்தர ஏங்கி இறைவனிடம் முறையிட்டார். மக்களுக்குப் பசித் துன்பம் இல்லாத நிலை வேண்டும் என்று முறையிட்டார். அத்தகைய முறையீடுகள் பலவற்றை அவருடைய பாடல்களில் காணலாம். இறுதக் காலத்தில் சிதம்பரத்திற்கு அருகே வடலூர் என்ற கிராமத்தில் சத்திய ஞானசபை, சத்திய தருமச் சாலை என்ற அமைப்புகளை ஏற்படுத்திச் சில காலம் இருந்தார். அங்கே இருந்து அவர் பாடிய பாடல்களும் மிகமிக உருக்கமானவை. எல்லா உயிர்களிடத்திலும் கடவுள் இருத்தலை உணர்ந்து வழிபடவேண்டும் என்பதும், உயிர் இரக்கம் என்னும் சீவகாருண்யமே சமய வாழ்வின் அடிப்படை என்பதும், ஆன்ம நேய ஒருமை (எல்லா உயிர்களும் ஒன்று என்னும் உண்மை) சமய நெறியின் தெளிவு என்பதும் அவருடைய சிறந்த கொள்கைகள் ஆகும்.

ஆறு திருமுறைகளாக ஆயிரத்துக்கு மேற்பட்ட பாடலகள் பாடியுள்ள அவர், 'மனுமுறை கண்ட வாசகம்,' 'சீவகாருண்ய ஒழுக்கம்' என்னும் உரைநடை நூல்களும் இயற்றியுள்ளார். உரைநடை நூல்களில் உள்ள நடை சிக்கல் உடையது; நீண்ட வாக்கியங்கள் கொண்டது; எளிதில் பொருள் விளங்காதது. ஆயின் அவருடைய பாடல்களோ எளியவை; இனிமையிலும் தெளிவிலும் இணையற்றவை. இயல்பாக அமைந்த கவிதைகள் அவை. கற்பவர் கேட்பவர் எல்லாருடைய உள்ளமும் உருக்கத்தக்க உருக்கமான உணர்ச்சி வாய்ந்த பக்திப் பாடல்கள் அவை. தொன்று தொட்டு வந்த முறையில் காதல் வாய்ப்பாட்டைப் பயன்படுத்தி இறைவனை நாயகனாகக் கொண்டு அவர் பாடியுள்ள பாடல்கள் 'இங்கிதமாலை'யிலும் பிறவற்றிலும் உள்ளன. அவற்றில் இலக்கிய நயமும் நிரம்பியுள்ளது. அவருடைய வாழ்வின் தூய்மையும் எளிமையும் பாடல்களிலும் படிந்துள்ளன. இருபது நூற்றாண்டுகளுக்குமேல் செறிவாக இருந்துவந்த தமிழ்க் கவிதைக்குப் பலர் இனிமையும் நெகிழ்ச்சியும் தெளிவும் தந்து வளர்த்து வந்தார்கள். ஆயினும் சென்ற நூற்றாண்டில் தமிழ்க் கவிதைக்குத் தெளிவும் எளிமையும் உருக்கமும் தந்து தமிழ் இலக்கிய வளர்ச்சியில் நல்ல திருப்பத்தை ஏற்படுத்திய பெருமை இராமலிங்க சுவாமிகளுக்கு உரியது ஆகும்.

விருத்தம் என்னும் பழைய செய்யுள் வகையில் ஆயிரக்கணக்கான பாடல்கள் பாடியது மட்டும் அல்லாமல், மக்களின் இசைப்பாடல் வடிவங்களாகிய கீர்த்தனை, கும்மி, கண்ணி, சிந்து முதலியவற்றையும் போற்றிப் பாடல்கள் பாடியுள்ளார். பாடும் பாட்டெல்லாம் கடவுளின் அருளைப் புகழ்ந்து பாடும் பாட்டாக இருக்கவேண்டும். மற்றப் பொருள்பற்றி எல்லாம் பாடுவதில் பயன் இல்லை என்பது அவர் கொள்கை.

அம்பலப் பாட்டே அருட்பாட்டு
அல்லாதார் பாட்டெல்லாம் மருட்பாட்டு.
நடராசர் பாட்டே நறும்பாட்டு
ஞாலத்தார் பாட்டெல்லாம் வெறும்பாட்டு.

தாம் பெற்ற இன்பத்தை இந்த உலகத்தாரும் பெற வேண்டும் என்ற ஆசையாலேயே தம் அனுபவங்களைப் பாட்டில் வடித்துத தருவதாகக் கூறுகிறார்:

ஏன்உரைத்தேன் இரக்கத்தால் எடுத்துரைத்தேன் கண்டீர்
யான் அடையும் சுகத்தினைநீர் தான்அடைதல் குறித்தே.

பாட்டுகளை எளிமையாக அமைத்துப் பாடித் தந்ததற்கும் காரணம், 'சிறிது கற்றவர்களுக்கும் கல்லாதவர்களுக்கும் பயன்பட வேண்டும்' என்ற இரக்கமுள்ள நோக்கமே ஆகும். 'வெறுமையான ஏட்டுப் படிப்பாலேயே ஒருவர் உயர்ந்துவிட முடியாது' உண்மையான பக்தியாலும் ஞானத்தாலுமே உயர முடியும் என்ற தெளிவு பெற்றவர் ஆகையால், புலமையைப் பெரிதாக மதிக்கவில்லை. இறைவனையே 'கல்லார்க்கும் கற்றவர்க்கும் களிப்பு அருளும் களிப்பு' என்றார். அவருடைய பாடல்களும் அப்படி எல்லார்க்கும் பயன்தரும் கவிதைச் செல்வமாக உள்ளன. சாதிசமய எல்லைகளை எல்லாம் கடந்த சமரசக் கருத்துகள் நிறைந்த பாடல்கள் அருட்பாவில் மிகுதியாக உள்ளன. "எந்த வகையான வேறுபாடும் கருதாமல் எல்லா உயிரையும் தம் உயிர்போல் எண்ணி உள்ளத்தில் ஒத்த உணர்வு உடையவர் யாரோ அவர்களுடைய உள்ளமே கடவுள் நடம்புரியும் கோயில்" என்கிறார். உயிர்கள்மேல் உள்ள அன்பின் மிகுதியால், அவருடைய உள்ளம் கொலையையும் புலால் உண்பதையும் மிகமிக வெறுத்தது. எல்லா மக்களையும் "வள்ளல் உன்றனையே மதித்து உன் சாயையாப் பார்க்கிறேன்" என்கிறார். ஏறக்குறைய எல்லாப் பாடலுமே சமரசமும் சீவகாருணியமும் ஆகிய இரண்டு அடிப்படை உண்மைகளைப் போற்றி அமைந்தவை எனலாம்.

வைணவ அடியார்கள் சிவனை வழிபட்டுப் பாடுவதும் இல்லை; சிவனடியார்கள் திருமாலை வழிபட்டுப் பாடுவதும் இல்லை. இராமலிங்க சுவாமிகளின் சமரசம் போற்றிய நெஞ்சமே முதல் முதலில் அந்த வழக்கத்தைக் கடந்து உயர்ந்தது. ஸ்ரீ ராமநாமத் திருப்பதிகம், ஸ்ரீ வீரராகவப் பெருமாள் போற்றித் திருப்பஞ்சகம், இலக்குமி தோத்திரம் ஆகியவற்றை அவருடைய அருட்பாவில் காணலாம்.

ஆனந்தக்களிப்பு என்னும் நாட்டுப்பாடல் முறையில் அமைந்த பாடலும் வெண்ணிலாப் பாட்டும் பலரும் போற்றுபவை. பழைய மரபாக வந்துள்ள உலாப்பற்றித் 'திருவுலா வியப்பு,' 'திருவுலாத்திறம்,' 'திருக்கோலச் சிறப்பு' பாடியுள்ளார். சிவபெருமான் தெருக்களில் உலா வரும்போது கண்டு காதல் கொண்ட காதலியாகக் கற்பனை செய்து பாடிய பாடல்கள் அவை. நாரையையும் கிளியையும் இறைவனிடம்

தூது அனுப்பும் முறையிலும் பாடல்கள் பாடியுள்ளார். பழைய காதல் துறைகள் பல அமைந்த பக்திப் பாடல்கள் நூற்றுக்கணக்கில் அருட்பாவில் உள்ளன. சைவ சமயச் சான்றோரிடத்தில் இராமலிங்க சுவாமிகள் பெருமதிப்பு உடையவர் அவர்களின் பாடல்களையும் புகழ்ந்து-சிறப்பாகத் திருவாசகத்தின் பக்திப் பெருமையைப் புகழ்ந்து - போற்றியுள்ளார். தேவார திருவாசகத் தொடர்புகளையும் திருக்குறள் கருத்துகளையும் தம் பாடல்களில் போற்றிக் கலந்துள்ளார். மாணிக்க வாசகரைப் பின்பற்றி 'உந்தீ பற' என்று முடியும் 'திருவுந்தியார்' பாடியுள்ளார். 'அடைக்கலமே' என்று முடியும் பத்துப் பாடல் பாடி யிருக்கிறார். நாட்டுப்பாடல்களின் வழியை ஒட்டி அவர் பாடிய 'ஆனந்த மேலீடு' என்பது பெண்களின் பந்தாடப் பாடல் ஆகும். மற்றோர் 'ஆனந்த மேலீடு' என்பது ஊதூது சங்கு என்று சங்கு முழங்கும் பாட்டு ஆகும். சின்னம்பிடி, முரசுப்பாட்டு முதலியனவும் ஒலிக்கும் கருவிகளை எட்டிய பிற பாட்டுகளும் உள்ளன.

எளிய சொற்களுக்கு இடையே மிக நுட்பமான தத்துவ அனுபவங்கள் பொதிந்த ஆழ்ந்த பாடல்களும் உண்டு.

ஆணிப்பொன் அம்பலத்தே கண்ட காட்சிகள்
அற்புதக் காட்சியடி அம்மா
அற்புதக் காட்சியடி

என்ற பல்லவி உடைய 'காட்சிக்கண்ணி' என்ற பாடல் அப்படிப் பட்டது.

வானத்தின்மீது மயிலாடக் கண்டேன்
மயில் குயில் ஆச்சுதடி அக்கச்சி
மயில் குயில் ஆச்சுதடி
சாதி சமயச் சழக்கைவிட் டேன் அருட்
சோதியைக் கண்டேனடி அக்கச்சி
சோதியைக் கண்டேனடி.

என்னும் பாடலும் அத்தகையதே ஆகும்.

கோபாலகிருஷ்ண பாரதி

இசைக் கலைக்கு உரிய பாட்டு வடிவங்கள் சில, பழங்காலத்தி லேயே மெல்ல இலக்கிய நூல்களுக்கும் உரியவைகளாகப் புகுந்தன. ஆழ்வார் நாயன்மார்களின் பாடல்களில் அந்தப் புதுமையைத்

தெளிவாகக் காணலாம். பத்தொன்பதாம் நூற்றாண்டில் கீர்த்தனை, சிந்து முதலிய இசைப்பாடல்கள் இலக்கியங்கள் சிலவற்றில் பெரும்பங்கு பெற்றன. திரிகூடராசப்பக் கவிராயர் முதலானோர் அவ்வகை நூல்களைப் படைத்தார்கள். அவை மற்ற இலக்கிய நூல்களைப் போலவே தரம் உடையனவாகப் போற்றப்பட்டன. முழுவதும் கீர்த்தனையாலேயே ஆகிய இலக்கியங்கள் முதன்முதலில் பத்தொன்பதாம் நூற்றாண்டில் இயற்றப்பட்டன.

பெரியபுராணத்து அடியார் சிலர் தம் வாழ்க்கையைப் போற்றிக் கீர்த்தனைகளாகிய இசைப்பாடல்கள் பாடினார் கோபாலகிருஷ்ண பாரதி. திருநீலகண்ட நாயனார் கீர்த்தனை, இயற்பகை நாயனார் சரித்திரக் கீர்த்தனை, நந்தனார் சரித்திரக் கீர்த்தனை என்பவை அவர் பாடியவை. அவருடைய கீர்த்தனைகள் பலர்க்கு வழிகாட்டியாய் அமைந்தன. சிறப்பாக, நந்தனார் சரித்திரக் கீர்த்தனைகள் நாடு முழுவதும் பரவி, மக்களின் உள்ளத்தைக் கவர்ந்தன. நந்தனார் என்பவர் உழவுத்தொழிலினர்; ஹரிஜனக் குடும்பத்தில் பிறந்தவர்; சிதம்பரத்துக்குப் போய் நடராசரின் தரிசனம் பெறவேண்டும் என்று மிக ஆசைப்பட்டார். அவருடைய முதலாளி பல காரணம் சொல்லித் தடுத்துவந்தார். வேலையாளாகிய நந்தனாரின் உள்ளமோ நடராசரைக் காண மேன்மேலும் ஆர்வம் கொண்டது. கடைசியாகச் சிதம்பரம் சென்றார். சிவபெருமான் அருளால் தடை களைக் கடந்தார். முத்தி பெற்றார். சேக்கிழார் பன்னிரண்டாம் நூற்றாண்டில் இதை உருக்கமாகத் தம் பெரிய புராணத்துள் எழுதினார். இந்தக் கதையை மேலும் உருக்கமான முறையில் கோபாலகிருஷ்ண பாரதி பாடியுள்ளார். அந்தப் பாடல்கள் நாடு முழுவதும் நன்றாகப் பரவி விட்டமையால், பிற்காலப் பாடல்கள் பலவற்றிற்கு அவற்றின் மெட்டையே அமைத்தார்கள். சுப்பிரமணிய பாரதியாரும் சில பாடல்களுக்கு இசையமைப்பு இன்னது என்று குறிக்கும்போது, நந்தனார் கீர்த்தனையில் உள்ள இன்ன பாட்டின் மெட்டு என்று குறிப்பிடுகிறார். அந்த அளவிற்கு அவருடைய பாடல்கள் தமிழர்களிடையே சிறப்பிடம் பெற்றுவிட்டன. ஆனால், தொடக்கத்தில் அவருடைய பாடல்களில் உள்ள கதைவேறு பாட்டையும் இலக்கணப் பிழைகளையும் கண்ட புலவர்கள், அவற்றை வெறுத்தார்கள். அவர் காலத்தில் பெரும்புலவராக விளங்கிய மீனாட்சிசுந்தரம் பிள்ளையும் முதலில் சிறப்புப்பாயிரம் (மதிப்புப் பாடல்) தரத் தயங்கினார்; பிறகு நூலின் ஆசிரியர் ஒரு நாள்

இசையுடன் பாடியபோது உருக்கமான அந்த இசைப் பாடல்களைக் கேட்டு மனம் மாறிச் சிறப்புப்பாயிரம் தந்தாராம்.

சபாபதி முதலியார் முதலானவர்கள்

அஷ்டாவதானம் சபாபதி முதலியார் பத்தொன்பதாம் நூற்றாண்டில் பலவகைச் செய்யுள் நூல்கள் இயற்றிய பெரும் புலவர்களுள் ஒருவர் சந்தப் பாடல்களை மிக விரைவாகப் பாடுவதில் வல்லவராக இருந்தார். தலபுராணம், கலம்பகம், குறவஞ்சி, அந்தாதி, சதகம் முதலிய பலவகை நூல்கள் இயற்றினார். முப்பத்துமூன்று நூல்களை இயற்றிய அவர், அக்காலத்தில் பலரைப் புலமை உடையவராக்கி வளர்த்திருக்கிறார். அவருடைய நூல்கள் இப்போது கற்பவர் இல்லாமற் போயின.

செய்யுள் நூல்களும் உரைநடை நூல்களுமாகப் பல நூல்கள் எழுதிய புலவர் தொழுவூர் வேலாயுத முதலியார் என்பவர் (1832-1889) அவர் இராமலிங்க சுவாமிகளின் மாணவராய் அவருடன் பல ஆண்டுகள் இருந்தவர். சுவாமிகளின் திருஅருட்பாவின் பெருமையைப் பரப்பியவர். வடமொழியிலும் வல்லவர். ஆகையால் பராசர ஸ்மிருதியை உரைநடையில் மொழிபெயர்த்தார். பெரிய புராணத்தை உரைநடையில் எழுதினார். மார்க்கண்டேய புராணத்தையும் உரைநடைப்படுத்தினார். வேறு சில வாழ்க்கை வரலாறுகளும் எழுதினார். செய்யுள் நூல்களாக இருபத்துநான்கு இயற்றினார்.

பூண்டி அரங்கநாத முதலியார் (1837-1893) பல துறைகளில் கற்றுத் தேர்ந்த அறிஞர். சென்னை மாநிலக் கல்லூரியில் கணிதப் பேராசிரியராகத் தொழில்புரிந்து, ஆங்கிலத்திலும் தமிழிலும் வல்லவராக விளங்கினார். கச்சிக் கலம்பகம் என்ற பெயரால் பழைய தமிழ் நூல் ஒன்று இருந்தது. அது மறைந்தது. அரங்கநாத முதலியார் பாடிய கச்சிக்கலம்பகமே இப்போது உள்ளது. அது சுவை மிகுந்த நூல்.

தண்டபாணி சுவாமிகள் அல்லது முருகதாச சுவாமிகள் (1839-1898) என்பவர் துறவி. அருணகிரிநாதர் போல் சந்தப் பாடல்கள் பல பாடித் திருப்புகழ்ச் சாமியார் என்ற பெயரும் பெற்றார். முருகன்மேல் அந்தாதி, கலம்பகம், சதகம் முதலியனவும் பாடினார். அருணகிரிநாதர் வரலாற்றைப் புராணமாகப் பாடினார். அவர் இயற்றிய புலவர்

புராணம் பல புலவர்களின் வரலாற்றைப் பற்றியது. கற்பனையான கதைகளையும் அவர்களின் வரலாற்றில் சேர்த்துள்ளார்.

சரவணப் பெருமாள் கவிராயர் இராமநாதபுர அரசரின் அவைக்களத்தில் விளங்கிப் பணவிடுதூது. அசுவமேதயாக புராணம் முதலியன தந்தார். இராமாநுச கவிராயர் சென்னையில் வாழ்ந்து பார்த்தசாரதி மாலை, வரதராஜப் பெருமாள் பதிற்றுப் பத்தந்தாதி முதலியன இயற்றினார். வைணவ சமயப் பற்று மிகுந்த வீரராகவ முதலியார் என்னும் புலவர் திருவேங்கடக் கலம்பகம், திருக்கண்ணமங்கை மாலை, வரதராஜர் பஞ்சரத்தினம், திருவேங்கடமுடையான் பஞ்சரத்தினம், பெருந்தேவியார் பஞ் சரத்தினம் முதலிய பக்தி நூல்கள் இயற்றினார். இராமநாதபுரத்து அரசரின் ஆதரவு பெற்ற மாம்பழக் கவிச்சிங்க நாவலர் (1836-1884) பல தனிப் பாடல்களும் சிறு நூல்களும் எழுதினார். மருங்காபுரி ஜமீன்தாரின் உதவி பெற்ற புலவர் வெறிமங்கைபாகக் கவிராயர் என்பவர் குறவஞ்சி, உலா, கோவை முதலிய நூல் வகைகள் தந்துள்ளார். நிர்க்குணயோகி என்பவர் நீதிகள் பொதிந்த விவேக சிந்தாமணி என்ற நூலின் ஆசிரியர். இரண்டு தலைமுறைகளுக்குமுன் திண்ணைப் பள்ளிக்கூடங்களில் அது கட்டாயப் பாட நூலாகக் கற்கப்பட்டுவந்தது. அதன் நடை எளிமையும் வேகமும் உடையது. ஆகையால், பள்ளிக்கூடப் பிள்ளைகள் ஆர்வத்தோடு அதை மனப் பாடம் செய்துவந்தார்கள். வீரமார்த்தாண்ட தேவர் என்பவர் பஞ் சதந்திரக் கதைகளை விருத்தச் செய்யுளில் எழுதினார். விசாகப் பெருமாள் ஐயர், சரவணப் பெருமாள் ஐயர் என்னும் சகோதரர் இருவரும் அக்காலத்தில் சில நூல்கள் எழுதியும் தமிழ் கற்பித்தும் நல்ல தொண்டு செய்த புலவர்கள்.

இராமநாதபுர அரசர்கள் தமிழ்ப்புலவர்களுக்கு ஆதரவு நல்கித் தமிழ் வளர்ச்சிக்குத் துணைபுரிந்தார்கள். முத்துராமலிங்க தேவர் என்னும் அரசர் தாமே புலவராகவும் விளங்கி நூல்களும் இயற்றினார். அரசவையைச் சார்ந்த பொன்னுசாமித் தேவரும் அவருடைய மகன் பாண்டித்துறைத் தேவரும் புலவர்களின் நல்வாழ்வுக்கும் வளர்ச்சிக்கும் உதவியவர்கள். இருவரும் பல நூல்கள் இயற்றினார்கள். பின்னவர், சென்ற நூற்றாண்டில் மதுரையில் தமிழ்ச் சங்கம் ஏற்படக் காரணமாக இருந்தவர்.

உரைநடை நூல்கள்

திருச்சிற்றம்பல தேசிகர் என்பவர், கம்பராமாயணத்தையும், இராமாயண உத்தரகாண்டத்தையும் உரைநடையில் எழுதினார்.

வீராசாமி செட்டியார் உரைநடை நூல்கள் பெருகத் துணை செய்தார். விநோதரச மஞ்சரி என்னும் அவருடைய உரைநடை நூல் அக்காலத்தில் பலரும் விரும்பிப் படித்தது. நகைச்சுவை நிரம்பிய கட்டுரைகள் கொண்ட நூல் அது. கம்பர், காளிதாசர், காளமேகப் புலவர், புகழேந்தி, ஒட்டக்கூத்தர் முதலான புலவர் களைப்பற்றி உரைநடையில் நூல்கள் எழுதினார்.

சோமசுந்தர நாயகர் (1846-1901) சைவசமயச் சொற் பொழிவுகளி லும் வாதங்களிலும் ஈடுபட்டுப் புகழ்பெற்றிருந்தார். சைவ சூளாமணி, சித்தாந்த ஞானபோதம் முதலிய பல நூல்கள் இயற்றினார். அவருடைய உரைநடை வடசொற்கள் மிகக் கலந்தது; கடுமையானது.

பத்தொன்பதாம் நூற்றாண்டில் பல சுவையான கட்டுரை களையும் அறிவுக்கு விருந்தான பகுதிகளையும் மக்களிடையே பரப்புவதற்குப் பயன்பட்ட இதழ்கள் (பத்திரிகைகள்) தின வர்த்தமானி (1856). ஜன விநோதினி(1870), விவேக சிந்தாமணி ஆகியவை. இன்று வரையில் நாளிதழாக நடைபெற்றுவரும் சுதேசமித்திரனும் அக்காலத் தில் (1882) தோன்றியதே. மதுரைத் தமிழ்ச் சங்கத்தார் 'செந்தமிழ்' என்ற இதழின் வாயிலாகப் பல இலக்கியக் கட்டுரைகளை வெளியிட்டு வந்தனர்.

சதாநந்தர், ஏகம்பஞ்சநதம், கலாசுந்தரி, மாயாவதி முதலிய நாவல்கள் இயற்றியவர் நாகை தண்டபாணிப் பிள்ளை என்பவர் (1891-1992). புத்தரின் வரலாற்றையும் அவர் எழுதினார். சில நூல்களுக்கு உரையும் எழுதினார்.

வேறு சில நூல்கள்

பிரகலாதன், துருவன், சக்குபாய் ஆகிய பக்தர்களின் வரலாற்றைத் தமிழில் எழுதியதோடு, பல தோத்திர இசைப் பாடல்களையும் தத்துவஞான இசைப் பாடல்களையும் இயற்றிய துறவி அச்சுதாநந்த சுவாமி என்பவர் (1850-1902).

தமிழில் வெண்பாவால் அமைந்த பெரிய நூல் கந்தபுராண வெண்பா. அது 5665 வெண்பா உடையது. அதன் ஆசிரியர் வெண்பாப்புலி வேலுச்சாமிப் பிள்ளை (1854-1926) என்று அழைக்கப் பட்டார். தேவார சிவதல வெண்பா என்பதும் அவர் வெண்பாவால் இயற்றிய நூல். மூன்று தல புராணங்களும் பாடியுள்ளார். அவர் பாடிய ஓர் அந்தாதி நூல், இதழ் குவியாமல் ஒலிக்கும் எழுத்துக்களை மட்டும் கொண்டு, சொல்லணியாகிய யமகம் அமைந்த செய்யுள்களை உடையது; நிரோட்டக யமக அந்தாதி என்ற வகையில் அமைந்தது.

சென்னையில் ஒரு பகுதியாகிய மயிலைக்கு (மயிலாப்பூர்க்கு) ஓர் உலாவும், சென்னையை அடுத்த திருமுல்லைவாயில் என்ற தலத்துக்கு ஒரு புராணமும் பாடியவர் சண்முகம் பிள்ளை (1858-1905) என்ற புலவர். வேறு சில செய்யுள் நூல்களும் பழைய சில நூல்களுக்கு உரையும் எழுதியுள்ளார்.

12

இஸ்லாம் தந்த இலக்கியம்

இஸ்லாம் சமய நூல்கள்

இஸ்லாம் தமிழ் நாட்டில் பரவியபிறகு, அந்தச் சமயத்தைச் சார்ந்த பலர் தமிழ் கற்றுத் தமிழராகவே வாழ்ந்தனர். பழைய தமிழ் இலக்கியங்களைக் கற்று வல்லவராய்ப் புலவர்களாய்ப் புகழ் பெற்றவர் சிலர். அவர்களில் ஒரு சிலர் புதிய நூல்கள் பலவற்றைப் படைத்துத் தரவும் முற்பட்டார்கள். இஸாமியச் சமயத் தொடர்பான நூல்கள் அவை. சீறாப்புராணம், முகைய்தீன் புராணம், நாயகர் புராணம் முதலான புராண நூல்கள் படைக்கப்பட்டன. தமிழ் இலக்கிய வகைகளாகிய அந்தாதி, உலா, பரணி, கலம்பகம், கோவை, தூது, பிள்ளைத் தமிழ், சதகம், வண்ணம் முதலியவற்றுள் ஒவ்வொரு வகையிலும் முஸ்லிம் புலவர்கள் நூல்கள் இயற்றியுள்ளார். சைவம், வைணவம், சமணம் முதலிய சமயங்களுக்கு என்னென்ன வகையான இலக்கியங்கள் உண்டோ, அத்தனையும் இஸ்லாமியச் சமயத்திற்கும் ஏற்பட்டன. தாயுமானவரைப் பின்பற்றி அழகான தத்துவக் கருத்துகளை உடைய பாடல்கள் பாடப்பட்டன. அருணகிரி நாதரைப்போல் அழகான சந்தம் உடைய திருப்புகழ்ப் பாடல்களும் இயற்றப்பட்டன.

இந்த நூற்றாண்டில் உரைநடையிலும் பல நூல்கள் இஸ்லாமியப் புலவர்கள் இயற்றப்பட்டவை உள்ளன. சமயச் சார்பான நூல்களில் அரபுச் சொற்கள் பல கலந்துள்ளன. சமயக் கருத்துகளை விளக்குவதற்கு அவை தேவைப்படுகின்றன. சமயச் சார்பு இல்லாத சிறுகதைகளிலும் கட்டுரைகளிலும் முஸ்லிம் குடும்பத்து உரையாடல்கள் வரும்போது, அரபுச் சொற்கள் கலந்திருக்கக் காண்கிறோம். பொதுவான கட்டுரை களிலும் நூல்களிலும் தமிழ் நடையில் வேறுபாடு ஒன்றும் காணப்பட வில்லை. உணர்ச்சியும் ஓட்டமும் அழகும் நிறைந்த நடையில் இயற்றப் பட்டுள்ள நூல்கள் பல உள்ளன.

சீறாப்புராணம்

சீதக்காதி (சையத் காதர்) என்ற முஸ்லிம் தமிழர் ஒருவர் பெரிய செல்வராய்ச் சிறந்த கொடையாளியாய்ப் பதினேழாம் நூற்றாண்டில் வாழ்ந்து வந்தார். வறியவர்களுக்கு வாரிக்கொடுத்து வாழ்வு அளித்துப் புகழ்பெற்றவர். அவர் பெற்ற பெரும்புகழ் இன்றும் படிக்காசுப்புலவரின் பாடல்களால் ஒளிவீசி நிற்கிறது. "சீதக்காதி மறுபடியும் வந்து மண்ணுலகத்தில் பிறந்தால்தான் புலவர்களின் வாழ்வு சீர்பட முடியும்" என்ற கருத்தோடு அவர் ஒரு பாடல் பாடியுள்ளார்.

சீதக்காதி என்ற புகழ்பெற்ற அந்த வள்ளலுக்கு நீண்ட நாளாக ஓர் ஆசை இருந்தது. தமிழைத் தாய்மொழியாகக் கொண்ட முஸ்லிம் மக்கள் இஸ்லாமியக் கருத்துகளைப் படித்து அறிவதற்குத் தமிழ் நூல் இல்லையே, அந்தக் குறையைப் போக்க வேண்டும் என்று ஆசை கொண்டிருந்தார். இஸ்லாமியச் சமயக் கருத்துகளையும் முகமது நபியின் வரலாற்றையும் அறிந்து கொள்வதற்காக அரபுமொழியைப் படிக்க வேண்டியிருந்தது. தமிழில் ஒரு நூல் இருந்தால் முஸ்லிம் தமிழர் பலரும் அதை எளிதில் படித்து அறிந்துகொள்ள வாய்ப்பாகும் என்று அதற்காக முயன்று வந்தார். அரபு மொழியில் நல்ல பயிற்சி உடைய தமிழர் ஒருவர் இருந்தார். ஆனால் தமிழில் புலமையும் செய்யுள் இயற்றும் திறமையும் உடைய முஸ்லிம் புலவர் ஒருவர் கிடைக்கவில்லை. உமறுப் புலவர் என்ற முஸ்லிம் புலவர் வேறு இடத்தில் அரசவைப் புலவராக இருப்பது அறிந்தார். அவரை வரவழைத்துத் தம் வேண்டுகோளைத் தெரிவித்தார். உமறுப்புலவர் அவருடைய விருப்பத்தை நிறைவேற்றத் தொடங்கினார். இனிய செந்தமிழ்ப் பாடல்களால் சீறாப்புராணம் பாடத் தொடங்கினார். நூல் முற்றுப்பெறுவதற்கு முன்னமே வள்ளல் சீதக்காதி இறந்து விட்டார். மற்றொரு செல்வர் அபுல்காசீம் மரக்காயர் என்பவர் அப்போது பொருளுதவி செய்ய முன்வந்தார்; நூல் நிறைவேறுவதற்கு வேண்டிய ஆதரவு தந்தார். கம்பர் தம் காப்பியத்தில் சடையப்ப வள்ளலை ஆயிரம் செய்யுளுக்கு ஒரு முறை புகழ்ந்து பாடியதுபோல் உமறுப்புலவர் இந்தச் செல்வரின் உதவியைச் சீறாப்புராணத்தில் நூறு செய்யுளுக்கு ஒரு முறை புகழ்ந்து பாடியுள்ளார். நூல் 5027 செய்யுளில் முற்றுப்பெற்றது. முகமது நபியின் வரலாற்றைச் சிறப்பாக அமைத்துப் பாடினார். ஆனால் வரலாற்றை முழுதும் அமைக்கவில்லை. அவர்

பாடாமல் விட்ட வரலாற்றுப் பகுதியைப் பிற்காலத்தில் பனீ அகமது மரக்காயர் என்னும் புலவர் 'சின்னச் சீறா' என்ற பெயரால் பாடி முடித்தார். சீறா என்பது ஸீரத் என்ற அரபுச் சொல்லின் திரிபு; வாழ்க்கை வரலாறு என்பது அதன் பொருள்.

முகமது நபியின் வரலாறு கூறும் இந்தப் புராணத்தில் காப்பிய மரபின்படி நாட்டுப்படலமும் நகரப்படலமும் அமைத்துள்ளார். நபியின் நாடாகிய அரபு நாட்டை வருணிக்கும் புலவர், தமிழ்நாட்டில் உள்ள மரம் செடிகொடிகளும் பறவை விலங்குகளும் விளங்க வருணனை அமைத்துள்ளார். நான்கு நிலங்களாகப் பகுத்து இயற்கை வளத்தை விளக்கியுள்ளார். அரபு நாடு பாலைவனம் மிகுந்தது. ஆறுகள் இல்லாதது என்ற எண்ணமே தோன்றாதவாறு வருணனை உள்ளது. வெள்ளம் பெருக்கெடுத்து ஓடும் தமிழ்நாட்டின் காட்சியே காப்பியத்தில் உள்ளது. தமிழ் நாட்டு மலைகளில் வாழும் குறவர் குறத்தியர், பரண்கள், தினைப்புனம், யாழ், பறை, மா, பலா, வாழை ஆகிய முக்கனிகள், ஒலியோடு வீழும் அருவிகள் எல்லா வற்றையும் அரபு நாட்டில் காண்கிறோம். நகரப்படலத்தில் மெக்கா நகரம் வருணிக்கப்படுகிறது. மெக்கா நகரம் மதுரை போலவே காட்சியளிக்கிறது. மெக்கா நகரக் கடைத்தெருக்களில் சந்தனம், அகில், தந்தம் முதலிய தமிழநாட்டுப் பொருள்களே மலிந்துள்ளன. இவ்வாறு சீறாப்புராணத்தில் புலவரின் தமிழ்நாட்டுப் பற்று விளங்குவதோடு, பழைய தமிழ் நூல்களில் தோய்ந்த தமிழுள்ளமும் விளங்குகிறது. உவமைகளும் உருவகங்களும் அழகுற அமைந்துள்ளன. பாடல்கள் இனிய ஓசை உடையனவாய்க் கற்பவர் நெஞ்சில் இனிக்கின்றன. அரபு மொழிச் சொற்கள் பல கலந்துள்ளமையால், இஸ்லாமியச் சமயப் பழக்கம் இல்லாதவர்களுக்குச் சிறிது தயக்கம் ஏற்படுவது உண்டு. இலங்கையில் உள்ள தமிழ் முஸ்லிம்கள் இந்நூலைத் தம் சமய வாழ்வுக்கு மிக முக்கியமான நூலாகக் கொண்டு போற்றிப் படித்து வருகிறார்கள்.

உமறுப்புலவர் சீறாப்புராணத்தில் கடவுள் வாழ்த்தாகப் பாடி அமைந்த முதல் பாட்டு, ஆழ்ந்த கருத்தும் பொதுவான நோக்கும் உடையது.

திருவினும் திருவாய்ப் பொருளிலும் பொருளாய்த்
தெளிவினும் தெளிவதாய்ச் சிறந்த
மருவினும் மருவாய் அணுவினுக்கு அணுவாய்
மதித்திடாப் பேரொளி அனைத்தும்

பொருளினும் பொருவா வடிவினும் வடிவாய்ப்
பூதலத் துறைத்தபல் உயிரின்
கருவினும் கருவாய்ப் பெருந்தவம் புரிந்த
கருத்தனைப் பொருந்துதல் கருத்தே

மஸ்தான் பாடல்கள்

குணங்குடி மஸ்தான் (1788-1835) எனப் புகழ்பெற்றவரின் இயற்பெயர் சுல்தான் அப்துல் காதிர். அவர் துறவறம் பூண்டார். அவருடைய பாடல்கள் இஸ்லாமியக் கருத்துகளைக் கொண்டவை ஆயினும். சமரச நோக்கம் உடையவை. பல பாடல்கள் தாயுமானவரின் பாடல்களைப் போலவே செய்யுள் அமைப்பும் தத்துவக் கொள்கையும் உடையவை. முஸ்லிம் அல்லாவர்களும் அந்தப் பாடல்களை விரும்பிப் படிப்பது உண்டு. அவரைப் போற்றித் துதித்துச் சில நூல்கள் எழுதப்பட்டன. ஐயாசாமி முதலியார் 'குணங்குடி நாதர் பதிற்றுப்பத்தந்தாதி' என நூறு பாடலும், பெரும்புலவராகிய சரவணப் பெருமாளையர் நான்மணிமாலையாக நாற்பது பாடலும் பாடினார்கள். அவருடைய பாடல்களில் பேச்சுத் தமிழின் நடையைப் பல இடங்களில் காணலாம்.

மற்றப் புலவர்கள்

ஷேக் அப்துல் காதல் நயினார் லப்பை (1848) என்பவர் பல மொழிகள் கற்ற புலவர். இரண்டு புராணங்களும் மக்கா நகர் பற்றிய கலம்பகமும் அந்தாதி முதலியனவும் இயற்றினார்.

திருப்புகழ், கலம்பகம், பிள்ளைத்தமிழ், அந்தாதி முதலிய பலவகைச் செய்யுள் நூல்களைச் சமயக் கருத்துகள் அமைத்துப் பாடியவர் பிச்சை இபுராகிம் புலவர் (1863-1908). ஏறக்குறையப் பதினான்கு செய்யுள் நூல்கள் அவர் இயற்றியவை.

பொருள்நயம் மிகுந்த தனிப்பாடல் பல பாடியவர் சவ்வாதுப் புலவர். சிந்துக் களஞ்சியம் எனப் புகழ் பெற்றவர் முகம்மதுகான் என்ற இஸ்லாமியப் புலவர். நபிகள் நாயகத்தின் மேல் கீர்த்தனைகள் பல பாடியவர் அப்துல் மஜீது என்னும் புலவர்.

வண்ணம் என்னும் சந்தச் செய்யுள் பாடுவதில் வல்லவராகப் பெயர் பெற்ற முஸ்லிம் புலவர் வண்ணக் களஞ்சியப் புலவர் என்பவர். அவர் மோகிதீன் புராணம் இயற்றினார். அதில் நாகூர் தர்க்காவின்

சாதுவைப் போற்றி அவருடைய வரலாற்றை விளக்கினார். அந்த நூலுக்காகப் புலவர்க்கு ஒரு செல்வர் தம் மகளையே பரிசாகத் தந்து திருமணம் செய்வித்தார்.

பெண்புத்திமாலை என்ற பெயரால் பெண்களுக்கு உரிய அறிவுரைகளை இரண்டு அடிகளில் குறள் வெண்பாக்களாக இயற்றித் தந்தவர் முகம்மது உசேன் என்ற புலவர்.

'கவிப் பூஞ்சோலை,' 'இலக்கியப் பூங்கா,' 'தமிழ் நாட்டு இஸ்லாமியப் புலவர்கள்' என்னும் நூல்களை இயற்றியவர் இக் காலத்துப் புலவர் பனைக்குளம் அப்துல் மஜீது. அவர் நூல்கள் பலவற்றிலும் இலக்கியத் தரம் உண்டு; உண்மை விளக்கும் ஆர்வம் உண்டு; வளமான தமிழ்நடை உண்டு, 'நாயக வெண்பா' என்னும் செய்யுள் நூலிலும் அந்தச் சிறப்பைக் காணலாம். புகழேந்தியின் வெண்பாக்கள் போல் செம்மையாகப் பாட்டுகள் அமைந்துள்ளன. நபிநாயகத்தின் வரலாற்றில் உள்ள நிகழ்ச்சிகளைச் சிறந்த பாடல்களுடனும் நயமான உவமைகளுடனும் விளக்கும் நூல் அது. தமிழ்க் காப்பிய மரபின்படியே நாட்டுப் படலம் முதலியவற்றை வருணனைச் சிறப்புடன் அமைத்துள்ளார்.

'நெஞ்சில் நிறைந்த நபிமணி' என்பது இந்த நூற்றாண்டின் பெரிய நூல் எனலாம். 3663 கண்ணிகளால் (இரண்டு அடிகள் உடைய இனிய செய்யுள் வகையால்) பிறமொழிச் சொற்கள் குறைந்த தமிழில் நபிநாயகத்தின் வரலாற்றையும் அறிவுரைகளையும் எடுத்துரைப்பது அது. பாடல்களின் நடை, இனிமையும் உருக்கமும் வாய்ந்தது. கா.மு. ஷெரீஃப் இயற்றிய 'நபியே எங்கள் நாயகமே' என்ற நூலின் பாடல்கள் உருக்கமானவை.

இன்று உரைநடையில் நல்ல தமிழ் நூல்கள் ஆக்கி அளித்து வரும் இஸ்லாமிய எழுத்தாளர் பலர் உள்ளனர்.

◇

13

கிறிஸ்தவம் தந்த இலக்கியம்

தத்துவ போதகர் (Rev.de Nobili)

சேவியர் பிரிட்டோ என்னும் கிறிஸ்தவச் சான்றோர்கள் பதினாறு, பதினேழாம் நூற்றாண்டுகளில் கிறிஸ்தவக் கொள்கை களையும் ஜெபங்களையும் வழிபாட்டு முறைகளையும் தமிழில் மொழிபெயர்த்தார்கள். அக்காலத்தில் மதுரையில் தங்கித் தமிழ்ப் பிராமணரின் கோலம் பூண்டு தமிழராகவே வாழ்ந்த ஐரோப்பியப் பாதிரியார் தெ நோபிலி (*de Nobili*) என்பவர் (1577 -1656) புகழ் பெற்றவர். அவர் தமிழ் மக்கள் மதித்துப் போற்றும் வகையில் புலானுணவு விட்டுத் தமிழ் நாட்டுச் சமயப் பழக்க வழக்கங்களை மேற்கொண்டார். கையில் ஜபமாலையும் காலில் பாதகக் குறடும் காதில் குண்டலமும் உடம்பில் காவியுடையும் கொண்டு வாழ்ந்தார். பூணூலும் தரித்தார். வடமொழி கற்று மந்திரங்களும் ஓதினார். தமிழ் கற்றுப் பல நூல்கள் இயற்றினார். தம் பெயரையும் தத்துவபோதகர் என ஆக்கிக்கொண்டார். 'ஆத்ம நிர்ணயம்,' 'ஞானேபதேச காண்டம்' முதலான பல உரைநடை நூல்களை அக்காலத்திலேயே எழுதினார். அவ்வளவு உரைநடை நூல்களை எழுதிய பழங்காலப் புலவர் வேறு யாரும் இல்லை. உரைநடை பேச்சுத் தமிழை ஒட்டிப் பல வகை வழக்குகளையும் ஆண்டபோதிலும், இன்றைய உரைநடை வளர்ச்சிக்கு முன்னோடியாக இருந்தவர் அவர் எனலாம். அவருக்குப் பிறகு தமிழ் உரைநடையைச் செப்பனிட்டவர் பெஸ்கி என்னும் வீரமாமுனிவர். தமிழில் உரைநடைத் தொண்டைத் தொடங்கி வைத்த இந்த இருவரும் ஐரோப்பியரே என்பது விந்தையானது.

வீரமாமுனிவர்

இத்தாலி நாட்டிலிருந்து தமிழ்நாட்டுக்குச் சமயத் தொண்டுக்காக வந்த வீரமாமுனிவரின் (1680-1747) புகழ் இன்று தேம்பாவணி என்னும் காப்பியத்தால் வாழ்கிறது. ஆயினும் அவர் வேறு பலவகையி லும் தமிழுக்குத் தொண்டு செய்துள்ளார் என்பதை மறக்க முடியாது.

சொற்களுக்குப் பொருள் தரும் நூல்கள் பழங்காலத்தில் செய்யுள் வடிவில் நிகண்டு என்னும் அமைப்பில் இருந்தன. பலவகைப் பொருள் தலைப்புகளின்கீழ் அவ்வப் பொருள் பற்றிய சொற்கள் தரப்பட்டன. ஐரோப்பாவில் அகர வரிசையில் சொற்களை அமைத்துப் பொருள் தரும் முறையாகிய அகராதி முதன்முதல் தமிழில் நூல் தந்தவர் வீரமாமுனிவரே. அந்த அகராதி சதுரகராதி என்பதாகும். தமிழ் எழுத்துகளில் குறில் எகரத்துக்குப் புள்ளி இருந்தது. குறில் ஏகரத்திற்கும் கீழ் வளைவு தராமல், எழுதப்பட்டு வந்தது. குறில் எகரத்திற்கும் புள்ளி இருந்தது. நெடில் ஏகாரத்திற்குக் கீழ் வளைவு இல்லை. மற்ற உயிரெழுத்துகளுக்கு ஒப்பான வகையில் குறிலுக்குப் புள்ளி இல்லாமலும் நெடிலுக்குச் சிறிது மாறுதல் செய்தும் அவற்றை அமைத்தவர் வீரமாமுனிவர். அவர் செய்த எழுத்துச் சீர்திருத்தம் இன்றுவரையில் பயனுள்ளதாய்ப் போற்றப்படுகின்றது.

தேம்பாவணியே அல்லாமல், திருக்காவலூர்க் கலம்பகம், கித்தேரியம்மாள் அம்மானை என்ற செய்யுள் நூல்களையும் அவர் இயற்றியுள்ளார். தொன்னூல் விளக்கம் என்ற இலக்கண நூலையும் இயற்றினார். குட்டித் தொல்காப்பியம் என்ற பெயரும் பெற்றது அது. அதை லத்தீன் மொழியிலும் மொழிபெயர்த்தார். இலக்கியத் தமிழுக்கும் பேச்சுத் தமிழுக்கும் உள்ள வேறுபாட்டை ஆராய்ந்து தனித்தனியே செந்தமிழ் இலக்கணமும் கொடுந்தமிழ் இலக்கணமும் எழுதினார். திருக்குறளையும் லத்தீன் மொழியில் மொழிப்பெயர்த்தர்.

வீரமாமுனிவர் சில உரைநடை நூல்களையும் எழுதினார் பரமார்த்த குருவின் கதை என்னும் கதை நூல் நகைச்சுவை நிறைந்தது. சிறுகதை ஒரு தனி இலக்கிய வகையாய்த் தோன்றுவதற்கு முன்னமே, சின்னக் கதைகளின் தொகுதியாய் எழுதப்பட்ட நூல் அது. சமயத் தொண்டுகளுக்காக அவர் எழுதிய உரைநடை நூல் ‘வேதியர் ஒழுக்கம்’ என்பது. அந்நூல் கன்னடத்திலும் தெலுங்கிலும் மொழிபெயர்க்கப்பட்டது. ‘ஞானக் கண்ணாடி’ மற்றொரு சமய நூல், அது கன்னடத்தில் மொழிபெயர்க்கப்பட்டது. ‘வேத விளக்கம்,’ ’பேத மறுத்தல்’ என்பனவும் அவரால் உரைநடையில் இயற்றப்பட்ட கத்தோலிக்க சமய நூல்கள் ஆகும்.

தேம்பாவணி 3615 பாடல்கள் கொண்ட காப்பியம். ஏசு கிறிஸ்து வின் வாழ்க்கையோடும் மரபாக வரும் சில கதைகளுடனும் சேர்த்து

ஜோஸப் (*Joseph*) வரலாற்றைக் கூறுவது இது. பெரியபுராணம், கம்பராமாயணம் முதலான பழைய தமிழ்க் காப்பியங்களின் மரபைப் பின்பற்றி இந்தக் காப்பியத்திலும் நாட்டுப் படலம் நகரப் படலம் ஆகியவற்றை நூலின் தொடக்கத்தில் அமைத்துள்ளார். பாலஸ்தீன் நாடும் எருசலேம் (ஜெரூசலம்) என்ற நகரமுமே இங்கு வருணிக்கப்படுகின்றன. ஆனால், வருணனைகள் எல்லாம் தமிழ்நாட்டு வருணனைகளாக உள்ளன; பழைய தமிழ் இலக்கிய மரபின்படி நாடு ஐந்துவகை நிலங்களாகப் பாகுபாடு செய்து வருணிக்கப்படுகிறது. எருசலேத்தில் இல்லாத அன்னம் குயில் முதலான பறவைகளும் யானை முதலான விலங்குகளும் அசோகு முதலான மரங்களும் அவருடைய வருணனையில் உள்ளன. பாலைவனத்தைச் சேர்ந்த எருசலேத்தில் ஒட்டகமும் பேரீச்சமரமும் காணப்பட வேண்டுமே; அவை இந்தக் காப்பியத்தின் வருணனையில் இல்லை. காப்பியத்தில் உள்ள நாடும் நகரமும் வெளிநாட்டுப் பகுதிகளாகத் தோன்றவில்லை; தமிழ்நாடும் தமிழர் நகரமுமாகவே காட்சியளிக்கின்றன. தமிழில் இயற்றப்பட்ட இந்தக் காப்பியம் தமிழர் படித்துப் போற்றுவதற்கு உரியது. ஆகையால், அவர்கள் விரும்பும் இயற்கைக் காட்சிகளே வருணிக்கப்பட்டுள்ளன எனலாம். ஜோஸப் முதலானவர்களுக்குப் பெயர் வழங்கும் முறையிலும் அவர் தமிழர் விரும்பும் பெயர்களாக அமைத்து வழங்குவதும் காணலாம். ஜோஸப் வளன் ஆகிறார். ஜான் என்பவர் கருணையன் ஆகிறார்; ஐஸக் நகுவன் ஆகிறார். ஒருவர் சிவன் எனப்படுகிறார். தமிழர் விரும்பும் திருக்குறள் தொடர்களையும் கம்பராமாயணத் தொடர்களையும் தம் காப்பியத்தில் பல இடங்களில் அமைத்துள்ளார்.

தேம்பாவணியில் துறவறம் புகழ்ந்து கூறப்படுகிறது. சூசையப்பர் மேரியம்மை ஆகியோரின் இல்லறம் புகழப்படுகிறது. ஆனால் தமிழ்க் காப்பியங்களில் மிகுதியாகக் கூறப்படும் காதல் வருணனைகள் இந்நூலில் விரிவாக இல்லை. தம் துறவு மனப்பான்மைக்கும் பக்தி யுள்ளத்திற்கும் ஒத்துவராமையால், வீரமாமுனிவர் அவற்றைக் குறைத்து விட்டார்.

இரேனியஸ் (*C.T.E. Rhenius 1790-1838*) என்பவர் ஜெர்மனி நாட்டைச் சார்ந்த கிறிஸ்தவ மிஷனரியார். தமிழ்நாட்டில் கிறிஸ்தவ சமயத் தொண்டு செய்த அவர், தமிழில் பேச வல்லவராக விளங்கியதுபோலவே எழுத வல்லவராகவும் இருந்தார். சில

செய்யுளும் இயற்றினார். சமய நூல்களுடன் இரண்டொரு பொது நூல்களையும் இயற்றினார்.

கால்டுவெல்

சென்ற நூற்றாண்டில் சமயத் தொண்டு செய்ய வந்தவராகிய கால்டுவெல் (1814-1891) என்னும் ஆங்கில நாட்டுப் பாதிரியாரின் உள்ளத்தையும் தமிழ்மொழி கவர்ந்தது. அவர் தமிழ் தெலுங்கு கன்னடம் மலையாளம் துளு குடகு ஆகிய திருந்திய திராவிட மொழிகளையும் வேறு பல திருந்தாத திராவிட மொழிகளையும் ஆராய்ந்து ஒப்பிடுவதில் பல ஆண்டுகள் செலவிட்டார். 'திராவிட மொழிகளின் ஒப்பிலக்கணம்' என்று ஆங்கிலத்தில் அவர் எழுதிய நூல் திராவிட மொழிகளுக்குச் சிறப்பைத் தேடித்தந்தது. தமிழ் முதலான மொழிகளின் இலக்கண அமைப்பை ஒப்பிட்டு, அந்த மொழிகளின் அடிப்படை ஒரே வகையானது என்பதைத் தெளிவுபடுத்தினார். அந்த மொழிகளின் அடிச்சொற்கள் (*roots*) பல ஒத்திருப்பதை அவர் எடுத்துக் காட்டினார். தமிழ்நாட்டின் தென்பகுதியில் நெடுங்காலம் தங்கியிருந்து சமயத்தொண்டு புரிந்தபோது, தமிழை நன்கு பேசவும் எழுதவும் கற்றார். தமிழ் மக்களைப்பற்றித் தமிழில் சில நூல்கள் எழுதினார். தமிழ் உரைநடையில் அவர் இயற்றிய நூல்கள் 'ஞானக் கோயில்,' 'நற்குணத் தியானமாலை' முதலியன.

போப்

ஜி.யு. போப் (1820-1907) என்னும் ஆங்கிலேய அறிஞரும் சென்ற நூற்றாண்டில் தமிழ் நாட்டுக்கு வந்து தமிழ் கற்றுத் தமிழ்த் தொண்டு செய்தவர். அவர் முதன்முதலாக மேல்நாட்டு அறிவுத் துறைகளாகிய உளநூல், தத்துவநூல், கணிதம், அளவை நூல் (*Logic*) முதலியவற்றைத் தமிழில் கற்பித்தவர். தமிழின் இலக்கணத்தைத் தமிழிலும் ஆங்கிலத்திலும் எழுதினார். திருக்குறள், திருவாசகம், நாலடியார் ஆகிய மூன்று பழந்தமிழ் நூல்களையும் ஆங்கிலத்தில் மொழிபெயர்த்தார். புறப்பொருள் வெண்பா மாலையிலும் புறநானூற்றிலும் உள்ள பாட்டுகள் பலவற்றை ஆங்கிலப்படுத்தினார். வேறு சில தனிப்பாடல்களையும் மொழிபெயர்த்தார். அவருக்கு இருந்த தமிழ்ப்பற்று, பாராட்டுவதற்கு உரியதாகும். தம் கல்லறையில் 'ஒரு தமிழ் மாணவன்' என்று பொறிக்க வேண்டும் என்று விரும்பியவர் அவர்.

வேதநாயகம் பிள்ளை

வேதநாயகம் பிள்ளை (1826-1889) மீனாட்சிசுந்தரம் பிள்ளையிடம் தமிழ் கற்று அவருடன் நெருங்கிப் பழகினார். மாவட்ட நீதிமன்றத்தில் முன்சீஃப் என்ற பதவியில் பணிபுரிந்தவர். இசைத் தமிழிலும் ஆங்கிலத்திலும் பயிற்சி நிரம்பியவர். நீதிமன்றச் சட்டங்களை முதன்முதலில் தமிழில் எழுதினார். மீனாட்சிசுந்தரம் பிள்ளையிடம் நெருங்கிப் பழகிப் பேரன்புகொண்டவராக இருந்த போதிலும், இலக்கியம் படைத்துத் தருவதில் அவருடைய வழியைப் பின்பற்றவில்லை. பதினாறு தலபுராணங்களையும் பதினாறு அந்தாதிகளையும் பத்துப் பிள்ளைத் தமிழ் நூல்களையும் அப்படிப்பட்ட வேறுபல செய்யுள் நூல்களையும் மீனாட்சிசுந்தரம் பிள்ளை இயற்றினார். வேதநாயகம் பிள்ளை தமிழ் வளர்ச்சிக்காக அந்த வழியைப் பின்பற்றவில்லை. ஒரு தலபுராணமோ ஒரு பிள்ளைத் தமிழே கலம்பகமோ பாடவில்லை. திருவருளந்தாதி, தேவமாதா அந்தாதி என்ற இரு நூல்கள் அந்தாதியாகப் பாடினார். அவைகளும் பழைய முறையில் யமகம் திரிபு முதலான சொல்லணிகளுக்குச் சிறப்புத் தராமல் எளிய நேரிய முறையில் அமைந்தன. அவரது பெண்மதி மாலை, மகளிர்க்குப் பயன்தரும் படைப்பு ஆகும். சர்வ சமய சமரசக் கீர்த்தனை, சத்தியவேதக் கீர்த்தனை என்ற இசைப் பாடல்களடங்கிய நூல்களும் அவர் இயற்றினார். திருவருள்மாலை, தேவ தோத்திர மாலை என்பவை வழிபாட்டுப் பக்திப் பாடல்கள். இவை எல்லாவற்றையும் விட அவருக்கு அழியாப் புகழ் தேடித் தந்தவை பிரதாப முதலியார் சரித்திரம் (1876), சுகுணசுந்தரி சரித்திரம் (1887) என்னும் இரண்டு உரைநடை நூல்களே. இரண்டும் நாவல்கள். தமிழில் முதன்முதல் நாவல் எழுதித் தமிழிலக்கியத்தில் புதிய துறைக்குத் தொடக்கம் செய்தவர் அவரே.

அவர் தம் காலத்துச் சைவப் புலவர்கள் பலருடன் நட்புக் கொண்டிருந்தார். திருவாவடுதுறை மடத்துத் தலைவருடனும் நெருங்கிய அன்புடையவராக இருந்தார். இத்தகைய சமரச நோக்கம் உடைய அவர், இந்துக் குடும்பத்தையும் சூழ்நிலையையும் விளக்கி நாவல் எழுதியதில் வியப்பு இல்லை.

திருமணக்காலத்தில் கலியாண மாப்பிள்ளையை மைத்துனர் கேலி செய்வது உண்டு; அந்தக் கேலிப் பேச்சை அமைத்துப் பாட்டில் பாடும் வழக்கம் உண்டு. நலுங்குப் பாட்டு என்பது

அவ்வாறு வழி வழியாக வழங்கிவருகிறது. அந்த வகையான நாட்டுப் பாடல்களையும் வேதநாயகம்பிள்ளை பாடிக்கொடுத்தார். மைத்துனர், தம் வீட்டு மருமகனை (மாப்பிள்ளையை) எள்ளி நகையாடுவதைப் பார்ப்போம்.

மைத்துனரே இன்றுமுதல்
    மகராசர் நீரே
கொத்தார் குழலிஎங்கள்
    குயிலைக் கொண்டீரே
உழவுத்தொழில் செய்துஉமக்கு
    உடம்பெல்லாம் சேறு;
ஊத்தை கழுவப் பற்றுமோ
    ஒன்பது ஆறு
பழங்கூழ் உண்ட உமக்குப்
    பாலுடன் சோறு
பயப்படா திரும் உமக்கு
    ஆயுசு நூறு

ஆயுசு நூறு

தம் சொந்த வாழ்க்கையின் அனுபவங்களைப் பல பாடல்களில் வடித்துக் கொடுத்திருக்கிறார். அவரைப்போல் தொழில் முதலியவற்றில் சிக்குண்டு துன்பப்பட்டவர்கள் அந்தப் பாடல்களைப் படித்துத் தம் துயரங்களுக்கு ஒரு வெளிப்பாடுகண்டு ஆறுதல் அடைந்து வருகிறார்கள். தூய நெறியான வாழ்க்கை வாழ்ந்தவர் ஆகையால் அந்தப் பாடல்களின் ஒவ்வொரு சொல்லும் உண்மையை ஆற்றலோடு எடுத்துரைக்கின்றன. வேதநாயகம் பிள்ளை இருந்த தொழில், வன்புபம் துன்பும் வழக்கறிஞர்களின் புரட்டுகளும் பொய்களும் நிறைந்த நீதிமன்றத்தில் செய்த தொழில். அந்தத் தொழிலை விட்டு ஓய்வு பெற்றபோது அவர் பெற்ற மகிழ்ச்சியையும் உற்ற விடுதலை உணர்ச்சியையும் காண்போம். நல்ல எதுகைகள் இயைபுகள் நிரம்பிய எளிய இசைப் பாடலாக அமைந்தது இது:

போதும் போதும் உத்தியோக கனமே இதில்
    ஏதுசுகம் நமக்கு மனமே...
எந்த நேரமும் ஓயாத வேலை இல்லை
    என்ன பெற்றோம் முத்து மாலை?

அந்த உத்தியோகமும் ஆலை அதில்
    அகப்பட்ட நாம் கரும்பு போல போதும் போதும்...
சுப்பையரோ அபத்த மூட்டை அந்தச்
    சுந்தரையர் வழக்கிலே தொள்ளாயிரம் ஓட்டை
அப்பையர் கற்பிப்பார் பொய்ச்சீட்டை அந்த
    அனந்தையர் கட்டுவார் ஆகாசக் கோட்டை
அண்டப் புரட்டன் அந்த வாதிஅகி
    லாண்டப் புரட்டன் அப்பா அவன் பிரதிவாதி
சண்டப் பிரசண்டன் நியாயவாதி நாளும்
    சாஸ்திரப் புளுகன் கட்சிக்காரன் என்னும் கியாதி...
            போதும் போதும்
ககனப்பூ வந்திமகன் கொய்தானாம் அதைக்
    கண்டு குருடன் அம்பால் எய்தானாம்
செகமிசை ஊமையனும் வைதானாம் அதைச்
    செவிடன் கேட்டு நகை செய்தானாம்.

வழக்குகளில் உள்ள வன்புதுன்புகளை எளிய சொற்களால் எவ்வளவு தெளிவாகக் கூறிவிட்டார்! இப்படிப்பட்ட பொல்லாத உலகத்தில் சிக்குண்டிருந்தபோதும் கடமையை மிகச் செம்மையாகச் செய்து நேர்மைக்குப் பெயர்பெற்றவராய் விளங்கினார். தம் தொழிலை ஒழுங்காக, நீதியாகச் செய்ய வேண்டும் என்று கடவுளிடம் வேண்டிக் கொள்கிறார் ஒரு பாட்டில். அதுவும் இசைப்பாட்டு.

நானே பொதுநீதி தானே செலுத்திட
    நல்ல வரம் அருள் கோனே
வரும் வழக்கர் மனத்தை
    வன்சொற்களால் கெடாமட்ல
மற்றைக் கீழ் உத்தியோகஸ்தர்
    வம்புக்கு இடம்கொடாமல்
அருமடியால் வழக்கு
    ஆராய்ச்சியில் பின்னிடமாமல்
அப்பன்பாட்டன் சொன்னாலும்
    அறநெறி கைவிடாமல்
தருமதேவதை ஞாயத்
    தலந்தனில் நடிக்க,

தப்பு சாட்சிகள் கிடு
கிடுஎனவே துடிக்க
இருமைல்கல் அநீதியே
ஓட்டம் பிடிக்க
இலஞ்சம் வாங்கிகள்
வெட்கத்தால் உயிர்மடிக்க நானே...

எவ்வளவு உயர்ந்த உள்ளம் இந்த எளிய பாட்டில் வடித்துக் காட்டப்படுகிறது! அப்பன் பாட்டன் சொல்ல வந்தாலும் அறத்தைக் கைவிடக்கூடாதாம். பொய்ச்சாட்சி சொல்ல வருகிறவர்கள் கிடுகிடு என்று நடுங்கித் துடிக்கும்படியாக நடக்க வேண்டுமாம். லஞ்சம் வாங்குகிறவர்கள், வெட்கத்தால் உயிர் விடுமாறு நீதி செலுத்த வேண்டுமாம்! எளிய இசைப் பாட்டில் இவ்வளவு நல்ல நோக்கங்கள் அமைத்துவிட்டார். பாட்டின் சொற்கள் பெரும்பாலும் பேச்சுவழக்கில் உள்ள சொற்கள்; நேரே பொருள் உணர்த்தி உள்ளத்தைத் தொடு கின்றன.

லஞ்சம் வாங்கும் அதிகாரிகளை மிகக் கடுமையாகத் தாக்கிப் பாடியிருக்கிறார். அங்கதம் (*Satire*) என்ற முறையில் அமைந்த பாடல்கள் பல உள்ளன. கள்ளர் அமாவாசை இருளில் மட்டும் திருடுகிறார்களாம்; சில அதிகாரிகள் பகலிலும் கொள்ளை அடிக் கிறார்களாம். திருடர்கள் அகப்பட்டு இவர்களின் முன் விசாரணைக்கு வரும்போது, அவர்கள் பலநாள் சேர்த்த பொருளை ஒரு நாளில் பறித்துக்கொள்கிறார்களாம். திருடர்களிடத்திலும் திருடுவல்ல திருடர்களாம் சில அதிகாரிகள். சிலர் நேரே லஞ்சம் வாங்காமல், தம் வீடுகளில் பல வகை விழாக்கள் சடங்குகள் நடத்தி அங்கே பரிசுப் பொருள்களாகப் பெற்றுக்கொள்கிறார்களாம்.

சாதி வேறுபாடுகள் பொருளற்ற வெறுங் கற்பனைகளே என்ற கருத்தையும், பிறப்பால் யாவரும் சமமே என்ற உண்மையையும் அழகாக உணர்த்தியிருக்கிறார்.

கடிதங்கள் எழுவதுபோல் சில கவிதைகள் பாடியுள்ளார். அவைகளும் சுவை நிரம்பியுள்ளன. ஒரு முறை திருவாவடுதுறை மடத்துக்குப்போய்த் திரும்பித் தம் இருப்பிடத்துக்கு வந்து சேர்ந்தபின், அந்த மடத்தின் தலைவர்க்கு ஒரு பாடல் எழுதியனுப்பினார். அதில் தம் மனம் அங்கேயே உள்ளது என்ற கருத்தை மிக அழகாகப் புலப்

படுத்தியிருப்பது காணலாம்.

நேர்வந்து நின்னைக் கண்டு நேற்றுஇராத் திரியே
மீண்டேன்;
ஊர்வந்து சேர்ந்தேன் என்றன் உளம்வந்து சேரக் காணேன்;
ஆர்வந்து சொலினும் கேளேன்; அதனைஇங்கு
அனுப்புவாயே!

பழைய விருத்தப்பாவால் பாடியபோதிலும், உரைநடையைவிட எளிமையாக அமைந்துள்ளது. அவருக்குத் தமிழ் அவ்வளவு இயல்பாக வந்து உதவியது.

கிருஷ்ண பிள்ளை

வைணவராகப் பிறந்து வளர்ந்து தம் முப்பதாம் வயதில் கிறிஸ்தவராக மாறி, கிறிஸ்து பெருமானிடம் மிகுந்த ஈடுபாடு கொண்டு வாழ்ந்த தமிழ்ப் புலவர் கிருஷ்ணபிள்ளை (1827-1900). அவர் இரட்சணிய யாத்திரிகம், இரட்சணிய சமய நிர்ணயம், இரட்சணிய மனோகரம், இரட்சணியக்குறள் என்னும் நூல்களை இயற்றினார். அவர் கம்பராமாயணத்தை நன்கு கற்றவர் என்பதை, அவருடைய செய்யுள்களின் நடையையும் கற்பனையையும் தமிழ் வளத்தையும் கொண்டு உணரலாம். அவற்றுள் சிறந்த நூலாகிய இரட்சணிய யாத்திரிகம் என்பது 3800 செய்யுள் கொண்ட காப்பியம். அந்தக் காலத்தில் புலவர்களின் திறமைக்குச் சான்றாகப் போற்றப்பட்ட சொல்லணிகள்-யமகம், திரிபு, சிலேடை, மடக்கு முதலியவை அமைந்த செய்யுள்கள் இருபத்தொன்று உண்டு. மற்றப் பாட்டுகள் இனிய எளிய சொற்களால் அழகான நடையில் அமைந்துள்ளன. இது ஜான் பனியன் என்னும் ஆங்கில அறிஞர் எழுதிய பரதேசியின் முன்னேற்றம் (Pilgrim's Progress) என்னும் நூலைத் தழுவி எழுதப் பட்டது. தமிழ் மக்கள் விரும்பத்தக்க வகையில் தமிழ் மரபுகள் அமைய நூலை இயற்றியுள்ளார். இதில் உள்ள பக்திப் பாடல்கள் ஆழ்வார் நாயன்மார்களின் பாடல்களைப் போல் உருக்கமான முறையில் அமைந்துள்ளன. பாவமுள்ள உயிர் கவலையால் நொந்து கிறிஸ்துவின் அருளால் திருந்தி மோட்சம் அடைவதை இந்தக் காப்பியம் விளக்கிக் கூறுகிறது. காப்பியத்தின் தலைவராக உள்ளவர் ஏசு கிறிஸ்து.

14
வெளிநாடுகள் தந்த இலக்கியம்

இலங்கை

பழங்காலம் முதற்கொண்டே இலங்கை தமிழ் வளர்த்த நிலமாக இருந்து வருகிறது. இலங்கையின் வடபகுதியாகிய யாழ்ப்பாணத்திலும் கிழக்குப் பகுதியாகிய மட்டக்களப்பிலும் புலவர் பலர் வாழ்ந்து தமிழ் நூல்கள் பல இயற்றித் தந்துள்ளனர். இருபது நூற்றாண்டுகளுக்கு முன்பே ஈழத்துப் பூதன்தேவனார் என்ற புலவர் அந்த நாட்டினராய்த் தமிழ் வளர்த்திருக்கிறார். அவர் இயற்றிய ஏழு பாட்டுகள் சங்க இலக்கியத்துள் சேர்ந்துள்ளன (ஈழம் என்பது இலங்கையைக் குறிக்கும் பழைய தமிழ்ச்சொல்). இலங்கையின் ஆட்சி மொழியாகப்பதினெட்டாம் நூற்றாண்டு வரையில் தமிழே இருந்து வந்தது. சிங்களவரும் தமிழ் கற்றுவந்தனர். சிங்களவரில் சிலர் தமிழ் நூல்கள் இயற்றியுள்ளார். ஆட்சிபுரிந்து வந்த சிங்கள அரசர்கள் ஆங்கிலேயருடன் ஒப்பந்தம் செய்துகொண்ட காலத்திலும் தமிழிலேயே கையெழுத்து இட்டனர். ஆகையால் நெடுங்காலமாகத் தமிழ் இலக்கியம் இலங்கையிலும் வளர்ச்சி பெற்று வந்ததில் வியப்பு இல்லை.

இலங்கைத் தமிழ் நூல்கள்

வடமொழி காளிதாசரின் காப்பியத்தின் மொழிபெயர்ப்பாகத் தமிழில் இயற்றப்பட்டுள்ள ரகுவம்சம் என்ற காப்பியம் இலங்கையில் இருந்த புலவராகிய அரசகேசரி என்பவரால் (பதினாறாம் நூற்றாண்டில்) இயற்றப்பட்டதாகும். ஈராயிரத்து நானூறு செய்யுள் கொண்ட காப்பியம் அது. தமிழ்நாட்டில் தலபுராணங்கள் பல எழுந்த காலத்தில் இலங்கையிலும் அத்தகைய புராணங்கள் பல இயற்றப்பட்டன. தமிழ்நாட்டில் கோவை, உலா, கலம்பகம், சதகம், தூது, அந்தாதி முதலான நூல் வகைகள் பெருகிய காலத்தில் இலங்கையிலும் அவ்வகையான நூல்கள் படைக்கப்பட்டன. தட்சிண கைலாச புராணம், கோணாசல புராணம், புலியூர்ப் புராணம், சிதம்பர சபாநாத புராணம் முதலியன இயற்றப்பட்டன. சிவராத்திரிப் புராணம்,

ஏகாதசிப் புராணம் என்பனவும் அங்குப் பிறந்தவைகளே. சூது புராணம், வலைவீசு புராணம் என்பன புதுமையானவை. கனகி புராணம் என்பது ஒரு தாசியின் வாழ்வு பற்றியது. கிறிஸ்தவச் சமயச் சார்பான தமிழ் நூல்களும் இலங்கையில் இயற்றப்பட்டன. முருகேச பண்டிதர் நீதி நூல் முதலிய சிலவகை நூல்களை இயற்றினார். சிவசம்புப் புலவர் என்ற ஒருவர் செய்யுள் நூல்கள் அறுபது இயற்றினார். ஊஞ்சலாடுதல் பற்றிப் பாடும் ஊஞ்சல் நூல்கள் பல இலங்கையில் இயற்றப்பட்டன. நாவாலியூர்ச் சோமசுந்தரப் புலவர் ஏறக்குறையப் பதினைந்தாயிரம் செய்யுள் இயற்றியுள்ளார். ஆடிப் பிறப்புக் கொண்டாட்டம் முதலியவற்றைச் சுவையான முறையில் எளிய தமிழில் அவர் பாடியுள்ளார். அவ்வாறு பலவகைப் பக்திப் பாடல்களை அவர் இயற்றிப் புகழ் கொண்டார். கதிர்காமம் என்னும் தலத்து முருகக் கடவுளைப் பாடியுள்ள அவருடைய பாடல்களை இன்னும் மக்கள் போற்றிவருகிறார்கள்.

புதியசெந் தமிழ்மாலை புகழ்மாலை பாடிப்
பொருவில் கந்தா சுகந்தா என்று பாடிக்
கதிரைமலை காணாத கண்என்ன கண்ணே
கற்பூர ஒளிகாணாக் கண்என்ன கண்ணே

முதலான அடிகள் சிலப்பதிகாரப் பாடலை ஒட்டி அமைந்தவை.

இலங்கை நாட்டுப்பாடல்கள்

பல நூற்றாண்டுகளாக மக்கள் தமிழ் பேசி வாழ்ந்த தீவு ஆகையால் இலங்கையில் நாட்டுப்பாடல்கள் பல. உயிருள்ள இலக்கியமாக வழங்கி வந்திருப்பதில் வியப்பு இல்லை. பாடுபட்டு அவற்றைத் திரட்டி வெளியிட்டுவரும் முயற்சியில் அறிஞர்கள் ஈடுபட்டுள்ளனர். அவர்களுள் இராமலிங்கம் என்பவரின் நன்முயற்சி யால் நூற்றுக்கணக்கான இலங்கை நாட்டுப்பாடல்கள் இன்று அச்சாகியுள்ளன. நாட்டுப் பாடல்கள் பல, தமிழ்நாட்டின் நாட்டுப் பாடல்கள் போலவே அமைந்துள்ளன. இரண்டு நாடுகளுக்கும் இடையே அக்காலத்தில் மிகுதியாக இருந்துவந்த மக்கள் போக்குவரத்தும் கலப்புமே அந்த ஒற்றுமைக்குக் காரணம் எனலாம். ஒரு பாட்டுக் காணலாம்.

பாட்டி அடிச்சாளோ பால்வார்க்கும் கையாலே
அண்ணா அடிச்சானோ அரைஞாண் கயிற்றாலே

வெளிநாடுகள் தந்த இலக்கியம் ◇ 293

ஆண்பனையில் நுங்கே அணில்கோதா மாம்பழமே
கூப்பிட்டு நான்கேட்பேன் குஞ்சரமே கண்வளராய்

என்பது இலங்கையில் அழுகின்ற குழந்தையைத் தாலாட்டித் தாய்மார் பாடும் பாடல். தமிழ்நாட்டின் பாடலிலும் முதல் அடி அவ்வாறே உள்ளது.

அண்ணா அடிச்சானோ அரை ஞாண் கயிற்றாலே
என்ற அடிக்கு ஈடாக,
அத்தை அடிச்சாளோ அல்லிப்பூச்செண்டாலே

என்று தமிழ்நாட்டில் பாடுகிறார்கள். இவ்வாறு சிறு சிறு வேறுபாடுகளுக்கு இடையே அடிப்படை ஒற்றுமை தெளிவாக உள்ளது.

பள்ளு முதலியவை

பதினெட்டாம் நூற்றாண்டின் தொடக்கத்தில் சின்னதம்பிப் புலவர், பள்ளு என்ற வகையைச் சார்ந்த நாடக நூல் இயற்றினார். அதில் உள்ள பாட்டுகள் பலவும் சுவையானவை. நாட்டுப்பாடல் முறையை ஒட்டிப் பாடியபோதிலும், புலவர்கள் போற்றத்தக்க இலக்கிய நயத்துடன் பாடியுள்ளார். தமிழ்நாட்டில் பள்ளு இலக்கியம் வளர்த்த காலத்தில், இலங்கையில் பள்ளு இலக்கியம் படைத்தார் அவர்.

பக்திப் பாடல்களும் வேறு பல தத்துவப் பாடல்களும் பாடியவர் முத்துக்குமார கவிராயர். அவர விருத்தம் பாடுவதில் வல்லவர். மாணிக்கவாசகர், தாயுமானவர் ஆகியோரின் நடையை அவர் இயற்றிய பாட்டுகளில் காணலாம்.

தமிழ்நாட்டில் குறவஞ்சி நாடகப் பாடல்கள் பெருகிய காலத்தில் இலங்கையிலும் அவ்வகை இலக்கியம் வளர்ந்தது. சேனாதிராய முதலியார் நல்லைக் குறவஞ்சி என்னும் சுவையான இலக்கியம் தந்தார்.

ஆறுமுக நாவலர்

யாழ்ப்பாணத்துத் தமிழறிஞருள் சிறப்பிடம் பெற்று விளங்கியவர் ஆறுமுக நாவலர் (கி.பி.1822-1889). அவர் சிலகாலம் தமிழ்நாட்டுக்கு வந்து சென்னையில் தங்கித்தமிழ்த் தொண்டு செய்ததும் உண்டு. சைவ சமயப் பற்று மிகுந்த அவர், பெரிய புராணம் முதலான நூல்கள் பரவுவதற்குப் பெரும் பணி புரிந்தார். சென்ற நூற்றாண்டில் தமிழ்

நூல்களை ஆங்கிலத்தில் மொழிபெயர்ப்பதிலும் ஆங்கில நூல்களைத் தமிழில் மொழி பெயர்ப்பதிலும் வல்லவராக விளங்கினார். பைபிலின் தமிழ் மொழிபெயர்ப்புக்குப் பெருந்துணையாக இருந்து செம்மைப்படுத்தியவர் என்பர். பலர் தமிழ் நூல்கள் படிக்குமாறு பாடசாலை ஏற்படுத்தியதோடு, அவர்களுக்குத் தேவையான பாட நூல்களை அச்சிட்டுத் தருவதற்கு அச்சகமும் வைத்து நடத்தினார். அவற்றை நடத்துவதற்கு ஆகும் பணத்திற்கு வீடு வீடாகச் சென்று அரிசிப்பிச்சை எடுத்துத் தமிழ்த் தொண்டு செய்த சான்றோர் அவர். தமிழில் எழுத்துப் பிழை இல்லாமல் நூல்களை அச்சிட்டுத் தரும் வகையில் சிறந்த வழிகாட்டியாக விளங்கினார். மாணவர்களுக்கு உரிய தொடக்கப் பாடப் புத்தகங்களை எளிய தமிழில் - இலக்கணப் பிழை அற்ற தமிழில்-தாமே எழுதினார். சைவ சமயத்தை விளக்கிக் கூறும் நூல்களை இயற்றினார். இலக்கணத்தை எளிதில் கற்பதற்கு உதவும் நூல்களும் எழுதினார். பெரிய புராணம், திருவிளையாடற் புராணம் ஆகிய செய்யுள் நூல்களை உரைநடையில் எழுதிப் பலர்க்கும் பயன்படுமாறு செய்தார். வேறு சில செய்யுள் நூல்களுக்கும் நன்னூலுக்கும் உரை எழுதினார். சென்ற ஆண்டில் தமிழில் உரைநடை வளர்ச்சிபெறத் தொடங்கிய சூழ்நிலையில், அதற்கு நல்ல வழி காட்டிப் பிழையற்ற எளிய உரைநடைத் தமிழை வளர்த்தார். தமிழ் உரைநடையின் தந்தை என்று அவரைக் குறிப்பிட்டுப் போற்றுதல் தகும்.

தாமோதரம் பிள்ளை

சி.வை.தாமோதரம் பிள்ளை (கி.பி.1832-1901) பல பாட்டுகளையும் உரைநடை நூல்களையும் இயற்றியுள்ளார். சென்னைப் பல்கலைக் கழகத்தில் முதல் முதலில் பி.ஏ. பட்டம் பெற்றுச் சிறப்பாகத் தேறிய அவர், ஆங்கிலத்தில் பெற்றிருந்த புலமையையும் ஆராய்ச்சியறிவையும் தமிழிலக்கிய வளர்ச்சிக்கு நல்ல முறையில் பயன்படுத்தினார். அவருடைய பாட்டுகளும் உரைநடையும் பழைய முறையில் சொற்செறிவும் பொருட்செறிவும் உடையன. இன்று அவர் இயற்றிய நூல்கள் மறக்கப்பட்ட போதிலும், பனையோலையில் இருந்த பழைய தமிழ் ஏடுகள் சிலவற்றைப் பெருமுயற்சியுடன் படித்து முதன் முதலாக அச்சிட்டு வெளியிட்ட அவருடைய அரிய தொண்டு மறுக்கப்படவில்லை. நீதிபதி அளவிற்கு உயர்பதவி பெற்று விளங்கிய அவர் அக்காலத்தில் தமிழ்த தொண்டைப் பெருமையாகக் கருதினார். உதய தாரகை என்ற பத்திரிகைக்கும் ஆசிரியராக இருந்து தொண்டு

புரிந்தார். பனையோலை ஏடுகளைப் புறக்கணித்தால் பழைய நூல்கள் அழிந்துவிடுமே என்று பெருங்கவலை கொண்டு முதல் குரல் எழுப்பிப் பல தமிழ் நூல்களைக் காப்பாற்றியவர் அவர். தமிழ் மொழியைத் தாய் என்ற வணங்கிப் போற்றும் அளவிற்கு முதல் முதலில் உணர்ச்சி ஊட்டியவர் அவர். "சங்கம் மரீஇய நூல்களுள் சில இப்போது தானும் கிடைப்பது சமுசயம்... எத்தனையோ திவ்ய மதுர கிரந்தங்கள் காலாந்தரத்தில் ஒன்றன்பின் ஒன்றாய் அழிகின்றன. சீமான்களே! இவ்வாறு இறந்தொழியும் நூல்களில் உங்களுக்குச் சற்றாவது கிருபை பிறக்கவில்லையா? ஆச்சரியம்! ஆச்சரியம்! அயலான் அழியக் காண்கிலும் மனம் தளும்புகின்றதே! தமிழ்மாது நும் தாய் அல்லவா? இவள் அழிய நமக்கு என் என்று வாளா இருக்கின்றீர்களா?" என்று எழுதிய சொற்களில் தமிழ் மொழியிடத் திலும் இலக்கியங்களிடத்திலும் அவர் கொண்டிருந்த பக்தியுணர்ச்சி புலனாகிறது. வி.கோ. சூரியநாராயண சாஸ்திரியார் முதலான தமிழறிஞர் பலர் முன்னேற ஊக்கம் ஊட்டியவர் அவர்.

மற்றப் புலவர்கள்

யாழ்ப்பாணத்துக் கனகசபைப்புலவர் (1829-1873) கிறிஸ்தவ சமயத்தைச் சார்ந்தவர். விரைந்து கவிதை இயற்றுபவர். திருவாக்குப் புராணம், அழகிரிசாமி மடல் என்னும் நூல்களைப் பழைய மரபை ஒட்டி இயற்றியவர்.

வி. கனகசபைப்பிள்ளை (1855-1906) என்ற அறிஞரும் யாழ்ப்பாணத்துக் குடும்பத்தைச் சார்ந்தவர். தமிழ் நாட்டில் வாழ்ந்து தமிழ் இலக்கிய வளர்ச்சிக்குத் துணைபுரிந்தவர். ஆங்கிலத்தில் புலமை வாய்ந்த அவர், தமிழ் நூல்களை ஆங்கிலத்தில் மொழிபெயர்த்தும், '1800 ஆண்டுகட்கு முன் தமிழர்' என்ற ஆராய்ச்சி நூல் எழுதியும் ஏடுகளை ஆராய்ந்தும் தொண்டு செய்தார்.

இலங்கை அளித்த வழக்கறிஞர்களுள் தி.க. கனகசபைப் பிள்ளை (கி.பி. 1863-1922) என்பவரும் குறிப்பிடத்தக்க இலக்கியத் தொண்டு புரிந்தவர். வடமொழி வால்மீகி ராமாயணத்தின் கிஷ்கிந்தா காண்டத்தையும் சுந்தரகாண்டத்தையும் தமிழில் மொழிபெயர்த்தார். கம்பராமாயணத்தின் பாலகாண்டத்திற்கு உரை எழுதினார்.

நா. கதிரைவேற்பிள்ளை (1844-1907) மற்றொரு யாழ்ப்பாணப் புலவர். தமிழ்நாட்டிற்கு வந்து பல சைவ நூல்களையும் நைடதத்திற்கு உரையையும் இயற்றினார். ஒரு நல்ல அகராதியும் தொகுத்தார்.

இலங்கையில் கதிர்காமம் என்ற தலத்துக்கு ஒரு கலம்பக நூல் இயற்றினார். இவர் பெயரால் வேறொரு புலவர் கு. கதிரைவேற்பிள்ளை (1829-1904) யாழ்ப்பாணத்திலேயே வாழ்ந்து தொண்டு புரிந்தார்.

ஏறக்குறைய அறுபது செய்யுள் நூல்களை இயற்றிய யாழ்ப்பாண அறிஞர் சிவசம்புப் புலவர் என்பவர் (1830-1909). அந்தாதிகள் பல பாடியுள்ளார். எல்லாம் இடைக்காலத் தமிழ் இலக்கிய மரபைப் பின்பற்றிப் பழைய போக்கில் பாடப்பட்டவை. சில நூல்களுக்கு உரையும் எழுதியுள்ளார்.

சுன்னாகம் குமாரசாமிப் புலவர் (1854-1922) வட மொழியிலிருந்து சில நூல்களை மொழிபெயர்த்தார்; சாணக்கிய நீதி வெண்பா, மேகதூதக் காரிகை, இராமோதந்தம் என்பவை அவை. சிசுபாலவதம் உரைநடை மொழிபெயர்ப்பு. சில இலக்கிய நூல்களுக்கு உரை எழுதினார். தமிழ்ப்புலவர் சரித்திரம் என்பது அவர் தந்த நல்ல வரலாற்று நூல். வேறு சில செய்யுள் நூல்களும் உரைநடை நூல்களும் இயற்றினார்.

விபுலாநந்தர்

சுவாமி விபுலாநந்தர் இராமகிருஷ்ண மடத்தைச் சார்ந்த துறவி இலக்கியம், சமயம், தத்துவஞானம், அறிவியல், இசை முதலிய பல துறைகளில் கற்றுத் தேர்ந்த புலவர் அவர். அவருடைய ஆங்கிலப் புலமை, ஆராய்ச்சிக்கு மிக உதவியது. பழைய தமிழ் நாட்டு இசைக் கருவியாகிய யாழ் பற்றிப் பல ஆண்டுகள் ஆராய்ந்து 'யாழ்நூல்' என்ற விரிவான நூல் இயற்றியுள்ளார். இனிய கவிதைகள் பல இயற்றித் தந்துள்ளார். "ஈசன் உவக்கும் இன்மலர்கள் மூன்று" என்ற தலைப்பில் சிறுமியர் பேசிக்கொள்ளல் போல் உள்ள மூன்று பாடல்களும் அவருடைய உயர்ந்த உணர்வைப் புலப்படுத்துவன. கடவுள் வேண்டுவது வேறு எந்த மலரையும் அல்ல, உள்ளமாகிய தாமரைப் பூவையே கடவுளுக்குப் பொருத்தமாக வாய்ந்த மலர் எவை? அவரை வழிபடுவதற்காகக் கூப்பிய கைகளாகிய காந்தள் மலர்களே. கடவுளுக்கு இசைந்த மலர்கள் எவை? அவரைப் பக்தியோடு நோக்கும் கண்களாகிய நெய்தல் மலர்களே. இவ்வாறு பாடியுள்ள பாடல்கள் கனிவுமிக்க தெளிவான நடையில் அமைந்துள்ளமை காணலாம்.

வெள்ளைநிற மல்லிகையோ வேறெந்த மாமலரோ
வள்ளல் அடியிணைக்கு வாய்த்த மலர்எதுவோ?
வெள்ளைநிறப் பூவும்அல்ல வேறெந்த மலருமல்ல
உள்ளக் கமலம்அடி உத்தமனார் வேண்டுவது.
காப்பவிழ்ந்த மாமலரோ கழுநீர் மலர்த்தொடையோ
மாப்பிள்ளையாய் வந்தவர்க்கு வாய்த்த மலர்எதுவோ?
காப்பவிழ்ந்த மலரும் அல்ல கழுநீர்த்தொடையும்அல்ல
கூப்பியதைக் காந்தள்அடி கோமகனார் வேண்டுவது
பாட்டாளிசேர் கொன்றையோ பாரில்இல்லாக் கற்பகமோ
வாட்டமுறாதவர்க்கு வாய்த்த மலர்எதுவோ?
பாட்டாளிசேர் கொன்றைஅல்ல பாரில்இல்லாப்
பூவும்அல்ல
நாட்டவிழிநெய்தல்அடி நாயகனார் வேண்டுவது.

இலக்கியத் துறையில் பல வகைத் தொண்டு ஆற்றிய இவர், நாடக வளர்ச்சியிலும் ஆர்வம் மிகுந்தவர். நாடகத்தின் இலக்கணமும் நாட்டியத்தின் இலக்கணமுமாக உள்ள மரபுகளைத் திரட்டி, மதங்க சூளாமணி என்ற பெயரால் ஒரு நூல் தந்துள்ளார்.

நாடகங்கள்

இலங்கையில் மிகச் சிறப்பாக வளர்ந்த இலக்கியத் துறை நாடகம் எனலாம். பதினெட்டு பத்தொன்பதாம் நூற்றாண்டுகளில் புலவர்பலர் நாடகங்கள் இயற்றுவதில் ஈடுபட்டனர். ஆறுமுக நாவலரின் தந்தையாகிய கந்தப்பிள்ளை என்பவர் மட்டுமே இருபது நாடகங்களுக்குமேல் இயற்றினார். அவர் இராமவிலாசம், சந்திரகாரம் முதலிய நாடகங்கள் இயற்றினார். ஆறுமுக நாவலரின் ஆசிரியர் சேனாதிராயர் என்பவர், நல்லைக் குறவஞ்சி முதலியன இயற்றினார். இவற்றால், அக்காலத்து இலங்கை அறிஞர் நாடக இலக்கியத்தில் கொண்டிருந்த மட்டற்ற ஆர்வம் புலப்படுகிறது. பலர் இராமாயண பாரதக் கதைகளை ஒட்டி நாடக நூல்கள் இயற்றினார்கள். கோவலன் கண்ணகி கதையைக் 'கோவலன் நாடகம்' என்ற பெயரால் இணுவிற் சின்னத் தம்பி என்பவர் இயற்றினார். நாடக நூல்களின் இடையே அழகான இசைப்பாடல்கள் எழுதிச் சேர்த்திருக்கிறார்கள். தனியே பாடிய கீர்த்தனை முதலிய இசைப்பாடல்களும் இலங்கையில் பல உண்டு. ஆறுமுக நாவலரும் சில கீர்த்தனைகளைப் பாடியுள்ளார்.

கண்டன நூல்கள்

சமயத் தொடர்பான மறுப்பு நூல்கள், கண்டன நூல்கள் பல இலங்கையில் தோன்றித் தோன்றி மறைந்தன. பெரும்புலவர்களாகிய ஆறுமுக நாவலர், கதிரைவேற் பிள்ளை முதலியவர்களும் கண்டன நூல்கள் எழுதியுள்ளனர். கதிரைவேற் பிள்ளை 'அருட்பா அன்று மருட்பா' என்ற நூல் எழுதினார். 'சிவனும் தேவனா' என்று ஒருவர் கண்டன நூல் எழுத, அந்தக் கண்டனத்திற்கு மறுப்பாக 'சிவனும் தேவனா என்றும் தீய நாவுக்கு ஆப்பு' என்று மற்றொருவர் கடுமையான நூல் எழுதினார். 'ஞானக்கும்மி' என்ற ஒரு நூல் வந்தது. 'அஞ்ஞானக் கும்மி' என்று அதற்கு மறுப்பு நூல் எழுந்தது- 'அஞ்ஞானக் கும்மி மறுப்பு' என்று அதற்கு கண்டனமாக இன்னொரு நூல் இயற்றப்பட்டது. கிறிஸ்தவர்களும் சைவர்களும் அவ்வாறு முரண்பாடு கொண்டு நூல்கள் இயற்றினார்கள். அத்தகைய நூல்கள் பலவும் இன்று மறைந்து விட்டபோதிலும், அவற்றால் தமிழ் உரைநடை விறுவிறுப்புப் பெற்று வளர்ந்தது என்பதை எவரும் மறுக்க முடியாது.

உரைநடை இலக்கியம்

ஐரோப்பியர் தொடர்பால் பொதுவாக உரைநடை வளர்ச்சி பெற்றது என்பதை இலங்கையிலும் காணலாம். நாவல் என்னும் கதை வகையிலும் இலங்கை பின்தங்கவில்லை. சரவணப்பிள்ளை என்பவர் 'மோகனாங்கி' என்ற நாவல் எழுதி அந்தத் துறையில் வழிகாட்டியாக விளங்கினார். அதன் பிறகு இன்றுவரையில் நாவல்களும் சிறுகதைகளும் எழுதி இலங்கைக்கும் தமிழுக்கும் பெருமை தேடிவரும் எழுத்தாளர் பலர் அங்கு உள்ளனர். கணக்கற்ற சிறுகதைகள் இலங்கையில் படைக்கப்பட்டு வருகின்றன. அவற்றுள் பல தமிழ்நாட்டுச் சிறுகதைகளோடு போட்டியிட வல்லவனவாக- உணர்ச்சியும் வடிவச்சிறப்பும் உள்ளனவாக- இருக்கின்றன.

இலங்கையிலும் நாவல்கள் எழுதித் தமிழ் இலக்கியம் வளர்த்தவர்கள் சிலர். தி.த. சரவணமுத்துப் பிள்ளை எழுதிய மோகனாங்கியும், சீ.வை. சின்னப்பிள்ளை எழுதிய வீரசிங்கன் கதையும் இலங்கை வளர்த்த கதைகளின் முன்னோடிகள்.

வ.த. இராசரத்தினம் கொழுகொழும்பு, துறைக்காரன் என்ற நாவல்களை இயற்றியவர். அவர் சிறந்த பல சிறுகதைகளையும்

படைத்துள்ளார். 'தோணி' என்ற தொகுப்பில் அவற்றைக் காணலாம்.

தமிழ்நாட்டில் 'மணிக்கொடி' வாயிலாகச் சிறுகதைகள் வளர்ந்த காலத்தில் இலங்கையில் சிறுகதை வளர்ச்சிக்கு உதவியவர்கள் சிவபாதசுந்தரம், வைத்தியலிங்கம் முதலானவர்கள். நகுலன் எழுதிய சிறுகதைகள் 'கன்னிப்பெண்,' 'இப்படி எத்தனை நாள்' என்ற தொகுதிகளாக அமைந்தன.

'கொட்டும் பனி' என்ற சிறுகதைத் தொகுதியை அளித்தவர் கதர்காமநாதன்.

'தண்ணீரும் கண்ணீரும்,' 'பாதுகை' ஆகிய சிறுகதைத் தொகுப்புகளைத் தந்தவர் டொமினிக் ஜீவா. முற்போக்கான நோக்கங்கள் அவருடைய கதைகளில் பொதிந்து கிடக்கும்.

சிவஞானசுந்தரம் 'இலங்கையர்கோன்' என்ற இலக்கியப் புனை பெயர் கொண்டு பல சிறுகதைகளைப் படைத்துள்ளார். 'வெள்ளைப் பாதரசம்' என்ற தொகுதி சிறந்த கதைகள் கொண்டது.

சிறுகதை, நாடகம், நாவல் ஆகிய துறைகளில் பலவற்றைப் படைத்துத் தந்தவர் கனக. செந்திநாதன். அவர் திறனாய்வுத் (Criticism) துறையிலும் விளக்கங்கள் தந்து வருபவர். அவருடைய 'வெண்சங்கு' என்ற சிறுகதைத் தொகுதி பெயர் பெற்றது.

'நெடுந்தூரம்' என்ற நாவலும் பல சிறுகதைகளும் இயற்றியவர் டானியல்.

எஸ். பொன்னுத்துரை இருநூறு சிறுகதைகளுக்குமேல் எழுதி யுள்ளவர். 'வீ முதலான சிறுகதைத் தொகுதிகள் வெளியாகியுள்ளன. 'தீ' என்ற நாவல் பாலுணர்ச்சிச் சிக்கல்களை மையமாகவைத்து எழுதப் பட்டது. சில புதிய முறைகளைக் கையாண்டு சிறுகதைகள் எழுதி வெற்றிபெற்றவர் அவர். 'அணி' என்ற சிறுகதை, முன்னே ஒருவனை நிறுத்தி அவனுடன் பேசுவதுபோலவே முழுவதும் அமைந்துள்ளது. இலங்கையில் வெவ்வேறு வட்டாரங்களில் பேசப்படும் வெவ்வேறு வகையான பேச்சுமொழிகளில் சில கதைகளை எழுதியுள்ளார். 'விலை' முதலான சில கதைகளில் நனவோடைமுறையை (stream of consciousness) கையாண்டுள்ளார். கதைமாந்தரின் பேச்சு, பழக்கம், மனநிலை, நெறி தவறிய பாலுணர்ச்சி முதலியவற்றைச் சிறிதும் மாற்றாமல்,

ஆசிரியராகிய தாம் சிறிதும் மாற்றாமல், ஆசிரியராகிய தாம் சிறிதும் அவற்றில் தலையிடாமல், அவற்றை அவ்வாறே கதைகளில் தரும் ஆர்வம் உடையவர் அவர். இங்கும் அங்கும் சிறு கோடுகளை இழுத்து, அவற்றாலேயே பொருள் பொதிந்த ஓவியங்களைத் தீட்டிக் காட்டவல்லவர் போல், சிறு சிறு வாக்கியங்களாலேயே கதைமாந்தர்களின் பண்புகள் விளங்குமாறு செய்து விடுகின்றார். முஸ்லிம் குடும்பக் கதையை அவர்களின் அரபுச் சொற்கள் கலந்த பேச்சுமொழியிலும், கிறிஸ்தவர் பற்றிய கதையைக் கிறிஸ்தவ மதச் சார்பான பிறமொழிச் சொற்கள் கலந்த நடையிலும் எழுதியுள்ள திறம் பாராட்டத்தக்கதே.

கே.எஸ். மகேசன் என்பவர், எச்.ஜீ. வெல்ஸ் முதலான ஐரோப்பிய எழுத்தாளர்களின் முறையைப் பின்பற்றி 'அந்தரத் தீவு' என்ற நாவலைப் படைத்துள்ளார். இலங்கையில் தோன்றிய முதல் விஞ்ஞான நாவல் அது.

இலங்கையில் பேசப்படும் தமிழ் தமிழகத் தமிழிலிருந்து சிறிது சிறிதாக வேறுபட்டு வருகிறது. சில சொற்களுக்குப் பொருளே வேறுபடுகிறது. சில வினைமுற்றுகளின் வழக்கும் மாறியுள்ளது. ஆகையால், இலங்கை நாவல்களிலும் கதைகளிலும் உள்ள தமிழ் நடையும், தமிழ்நாட்டுக் கதைகளின் நடையும் ஒன்றாக இல்லை. உரையாடல்களைப் பொறுத்தவரையில் அந்த வேறுபாடு மிகுதியாக உள்ளது.

கவர்ச்சியும் புதுமையும் விறுவிறுப்பும் உள்ள பல சிறுகதைகளை எழுதி அவற்றைப் பல தொகுப்பாக்கித் தந்தவர் செ. கணேசலிங்கம். அவர் எழுதியுள்ள நாவல்கள், புரட்சியான கருத்துகள் கொண்டவை; பொதுவுடைமைச் சமுதாயத்தைப் போற்றி இக்காலத்து முதலாளி தொழிலாளிப் போராட்டத்தை எடுத்துரைத்து இன்றைய வாழ்வில் உள்ள இழிநிலைகளை அம்பலப்படுத்துகின்றவை. அவருடைய எழுத்துகளில் இந்த அரசியல் நோக்கு மிகுதியாக இருக்கக் காணலாம். 'செவ்வானம்' என்ற நாவலில், ஒரு தொழிலாளியைக் கதைத் தலைவனாகப் படைத்து வாழ்க்கைப் போராட்டத்தையும் அரசியல் போக்கையும் விளக்கியுள்ளார். 'நீண்ட பயணம்' என்ற நாவலில், கிராமத்தில் வாழும் தாழ்த்தப்பட்ட மக்களின் நிலையும், மேல்சாதியார் அவர்களுக்குச் செய்யும் கொடுமையும் எடுத்துக் கூறப்படுகின்றன.

காந்தியடிகளின் இயக்கத்தால் தீண்டாமை இந்திய நாட்டில் செல்லாக் காசு ஆக்கப்பட்டது. ஆனால் அந்தக் கொடுமை இன்னும் இலங்கைத் தமிழரிடையே இருந்துவருவது கண்டு கொதிப்புற்ற நெஞ்சோடு ஆசிரியர் இந்த நாவலை எழுதியுள்ளார். படித்த தமிழர மிகுதியாக வாழும் பகுதியில், கோயில்களில் சிலசாதியார் நுழையக் கூடாது என்று தடுக்கும் கொடுமையை, உள்ளது உள்ளவாரே படைத்துக் காட்டியுள்ளார். தாழ்த்தப்பட்ட இனத்தாரிடையே பிறந்து வளர்ந்த செல்லத்துரை, புரட்சி செய்ய முற்படுகிறான், "சாமிக்கு எங்களுடைய தண்ணீர்கூடத் தீட்டு ஆகிவிடுமா?" என்று எதிர்க்கிறான். அதற்காக அவன் அடிக்கப்படுகிறான். பட்ட அடி உடம்பில் ஆறிவிடுகிறது. மனத்தில் ஆறவில்லை. மேலும் பல எதிர்ப்புகள் செய்கிறான். பல துன்பங்கள்படுகிறான். இடையூறுகள் தீர்ந்தபாடு இல்லை. சதி இறுமாப்பும் பணத் திமிரும் கொண்ட மேல் சாதியாருக்கு நீதிமன்றமும் துணைபுரிகிறது. மனிதனின் உரிமைப் போராட்டம் 'நீண்ட பயண'மாக உள்ளது. அவர் எழுதிய 'சடங்கு' என்ற நாவல், இலங்கைத் தமிழரின் வாழ்வு மூட நம்பிக்கைகளுக்கும் கண்மூடி வழக்கங்களுக்கும் இரையாகி நலிவதை எடுத்துக்காட்டும் கதையாகும்.

இக்காலப் பாடல்கள்

பழைய மரபான செய்யுள்களால் புராணங்களும் துதிப் பாடல்களும் பற்பல, இலங்கையில் இயற்றப்பட்டன. இந்த நூற்றாண்டில் மக்களின் உணர்ச்சிக்கு ஏற்ற வடிவம் தரும் முறையில் புதிய செய்யுள் வடிவங்களைப் பயன்படுத்திப்பலர் பாட்டுகள் இயற்றி வருகிறார்கள். மகாகவி என்ற கவிஞர் 'வள்ளி' என்ற தொகுப்பில் பல பாடல்கள் தந்துள்ளார்; ஐந்து அடிகள் உள்ள பாடல்களாக நூறு பாடி, 'குறும்பா' என்ற பெயரால் தந்துள்ளார். அவற்றில் எள்ளல் சுவை (நையாண்டி) மிகுந்துள்ளது. காதலரின் உணர்ச்சிகளை எடுத்துரைக்கும் பாட்டுகள் பல உள்ளன. புதிய முயற்சி என்று கூறத்தக்க பாட்டுகள் இயற்றுவதில் ஆர்வம் கொண்டு அவர், கவிதை நாடகங்களும் படைத்துத் தந்திருக்கிறார். அவருடைய நையாண்டிச் சுவைக்கு எடுத்துக்காட்டாக ஒன்று கூறலாம். இந்தியாவிலிருந்து இலங்கை செல்ல விரும்புவோருக்கு விசா கிடைப்பது அரிதாக இருக்கிறது. அதற்குக் காரணம் ஒன்றைக் கற்பனையாகக் கூறுகிறார் மகாகவி. என்ன காரணம்? தமிழில்

கம்பராமாயணம் பாடிய கம்பர் தமிழ்நாட்டார். அந்தக் காவியத்தில் அவர் இராவணனைக் கொடியவனாகக் காட்டியுள்ளார். இராவணன் இலங்கை நாட்டான். இலங்கை நாட்டுத் தலைவனைத் தம் காவியத்தில் கம்பர் கொடுமைப்படுத்தியுள்ளார்; வைத்துள்ளார்; ஆகையால் கம்பர் வழியில் வந்த தமிழ் நாட்டுத் தமிழர்களை வரவேற்க இலங்கைக்கு மனம் இல்லையாம்.

கம்பர்ஒரு காவியத்தைச் செய்தார்
கண்டபடி ராவணனை வைதார்
எம்போல்வார்இன்றெடுக்கும்
இவர்விழாவுக்கு இங்குவர
நம்பிக்கையாக விசா எய்தார்.

க. வேந்தனார் என்பவரும் நல்ல கவிதைகள் பல இயற்றியவர். செல்வராசன் என்பவர் 'தான்தோன்றிக் கவிராயர்' என்ற பெயரால் புதிய செய்யுள் வடிவங்களில் புதிய கருத்துகளைத் தருபவர். அவர் பல கவிதைகளோடு புது வகையான வானொலி நாடகங்களும் தந்தவர்.

விஞ்ஞானப் பொருள்களைப் பற்றிக் கவிதைகள் எழுதிப் புதுமை செய்துள்ளார். சிவானந்தன் என்னும் இலங்கைக் கவிஞர். அவருடைய 'கண்டறியாதது' என்னும் கவிதைத் தொகுப்பில் டைனமோ, பெட்ரோமாக்ஸ், கிராமஃபோன், ஈர்ப்புமையம் (Centre of gravity) முதலான பலவற்றைப்பற்றிய கவிதைகள் நல் கற்பனையுடன் கூடி அமைந்துள்ளன. கந்தையா, வடிவேலு, ஆச்சிமுத்து என்பவர்கள் அந்த விஞ்ஞானப் பொருள்களைப் பற்றிப் பேசிக்கொள்ளும் உரையாடலாகக் கவிதைகள் இயற்றப்பட்டுள்ளன.

சிறுவர்க்கான பாடல்கள் பலவற்றை அழகாகப் பாடித் தந்துள்ளார்கள். இங்கைக் கவிஞர்கள் அவர்களுள் வேந்தனார் என்பவர் ஒருவர். பள்ளிக்கூடச் சிறுவன் தன் தாயைப் போற்றுவ தாகப் பாடியுள்ள பாட்டு ஒன்றில், பள்ளிக்கூடம் விட்டுச் சிறுவன் வீட்டுக்குத் திரும்பும்போது தாய் எதிரே பாதி வழிவந்து மகனைத் தூக்கித் தோள்மேல் ஏந்திச்சென்று மகிழ்வதை உருக்கமாகப் பாடியுள்ளார். எளிய சொற்களில் அந்த உருக்கம் இனிமையாக அமைந்த, சிறுவன் கூறும் மொழியாகவே உள்ளது.

பள்ளிக் கூம்விட்ட நேரம்
பாதி வழிக்கு வந்து
துள்ளி ஓடும் என்னைத் தூக்கித்
தோளில் போடும் அம்மா.

சச்சிதானந்தம் முதலான சிலரும் நல் கற்பனைகளை அமைத்து நயமாகப் பாடல்கள் தந்து வருகின்றனர்.

மலேசியா, சிங்கப்பூர்

மலேசியாவும் சிங்கப்பூரும் நெடுங்காலமாகத் தமிழர்குடியேறி வாழ்ந்துவரும் நாடுகள். அந்த நாடுகளிலும் தமிழ் எழுத்தாளர் பலர் உள்ளனர். கவிதை, கதை, நாடகம், கட்டுரை படைத்து வருவோராக ஐம்பது அறுபதுபேர் பெயர்பெற்று வருகிறார்கள். அவர்களில் பெரும்பாலோர் கடந்த இருபது முப்பது ஆண்டுகளாகவே எழுத்துப் பணியில் ஈடுபட்டவர்கள். எழுத்துக் கலையில் இருந்து ஆர்வத்தாலேயே அவர்கள் இந்த முயற்சியை மேற்கொண்டார்கள். எழுத்தைத் தொழிலாகக் கொள்ளாமல் பணத்துக்காக எழுதாமல், எழுத்துத் தொண்டைத் தொடங்கியவர்கள் அவர்கள். ரப்பர்த் தோட்டங்களில் மலாய்மக்களோடும் சீன மக்களோடும் சேர்ந்து உழைத்து வாழ்வதும், தமிழ் நாட்டைப்பற்றிக் கனவுகள் காண்பதும், சாதிமத வேறுபாடுகளைக் கடக்க முயல்வதும் ஆகிய புதுமைகள் அவர்களின் வாழ்வில் இருப்பதால், புதிய கதைகளுக்கும் கவிதைகளுக்கும் தேவையான கற்பனைகள் ஏராளமாக அந்த எழுத்தாளர்களுக்கு கிடைத்து வருகின்றன. அந்த நாட்டில் சிறுபான்மையோராக வாழ்ந்து வரும் தமிழர்களிடையே இந்த எழுத்தாளர்கள் தோன்றி இலக்கியம் படைத்துவரும் முயற்சி பாராட்டத்தக்கது. அவர்களின் தமிழ் நடை பெறும்பாலும் தமிழ்நாட்டு எழுத்தாளர்களின் நடைபோலவே இருந்து வருகிறது. இலங்கைத் தமிழ்வேறுபடுவது போல், மலேசிய சிங்கப்பூர் எழுத்தாளர்களின் தமிழ் வேறுபடவில்லை. அதற்குக் காரணம், இலங்கையில் யாழ்ப்பாணம், மட்டக்களப்பு, திரிகோணமலை ஆகிய இடங்களில் பல நூற்றாண்டுகளுக்கு முன்பே தமிழர்கள் குடியேறி அங்கேயே தலைமுறை தலைமுறைகளாக வாழ்ந்து தமிழ் மொழியைத் தமிழ் நாட்டுத் தொடர்பு போற்றாமலே பேசி வந்தமை ஆகும். மலேசியாவிலும் சிங்கப்பூரிலும் வாழும் தமிழர்களில் பெரும்பாலோர் சென்ற நூற்றாண்டிலும் இந்த நூற்றாண்டிலும் குடியேறியவர்கள்; அவர்கள் குடும்ப உறவு, கல்வி முதலிய பலவகையிலும் தமிழ்நாட்டின்

தொடர்பை விடாதவர்கள்; ஆகையால் அவர்களின் மொழி அவ்வாறு வேறுபடவில்லை. அவர்கள் படைக்கும் நூல்களும் நடத்தும் இதழ்களும் தமிழ்நாட்டு நூல்களும் இதழ்களும் போலவே உள்ளன.

அந்த நாடுகளின் தமிழ் இலக்கியம் 1947க்குப் பிறகு வளர்ச்சி பெற்றது எனலாம். இன்றுவரை ஏறக்குறைய ஐம்பது பேர் எழுத்தாளராகப் பணிபுரிந்துள்ளனர். பலர் சிறுகதைகள் எழுதியுள்ளனர்; சிலர் கட்டுரைகள் எழுதியுள்ளனர். கவிதை எழுது கின்றவர்களும் சிலர் உண்டு ஆனால் ஒரு குறை உள்ளது; இந்த எழுத்தாளரின் எழுத்துக்களில் பல, பத்திரிகைகளின் அளவில் வெளிவந்து நின்றுவிட்டவை. நூல்களாக வெளிவந்தவை. சிலருடைய படைப்புகளே.

கதைகள், கவிதைகள்

மலேசிய எழுத்தாளர்களின் பல சிறுகதைத் தொகுதிகள் வெளியாகியுள்ளன. பல கவிதைத் தொகுதிகளும் வெளியிடப் பட்டுள்ளன. சிறுவர்க்கான கவிதை நூல்களும் அங்கு உள்ளன. சிறுவர்க்காகக் கவிதை எழுதுவோருள் சிங்கை முகிலன் குறிப்பிடத் தக்கவர். பரிதி என்பவரின் 'வெண்ணிலா' என்னும் கவிதை நூலும் நல்ல படைப்பு ஆகும். சோமன்மா, நெடுமாறன் என்பவர்களும் இவ் வகையில் நல்ல தொண்டு ஆற்றிவருகிறார்கள்.

'நினைவின் நிழல்' என்பது செ. குணசேகரர் படைத்த சிறு கதைகளின் தொகுப்பு. மலேசியத் தமிழர் வாழ்வின் சில பகுதிகள் அவற்றில் சொல்லோவியம் ஆக்கப்பட்டுள்ளன. 'அன்பு அன்னை' என்பது மு. துரைசாமியின் சிறுகதைத் தொகுப்பு. அதன் நடை சுவையானது.

மலேசிய எழுத்தாளர்களின் கவிதைத் திரட்டு சில வெளியாகி யுள்ளன. சுவாமி ராமதாசரின் 'உரிமை முழக்கம்' உணர்சசி வாய்ந்தது. மறைமுடி வல்லத்தரசு, தாம் வாழும் நாட்டைப் போற்றி அதன் எழிலையும் வளத்தையும் பாராட்டி, 'இன்ப மலேசியா' இயற்றியுள்ளார். இரா. பெருமாள் தந்த 'போர் முழக்கம்,' 'மலேசியா பேரொலி' ஆகியவை குறிப்பிடத்தக்கவை. கவிதைகள் பழைய யாப்பு முறையிலும் உள்ளன; புதிய எளிய வடிவங்களிலும் உள்ளன. உலகநாதன் 'சந்தனக் கிண்ணம்' என்ற கவிதைத் தொகுப்பைத் தந்துள்ளார். அதில் உள்ள கவிதைகளில் புதுமையுணர்ச்சியையும்

தமிழார்வத்தையும் காணலாம்; நடையின் இனிய ஓட்டத்தையும் உள்ளத்தைத் தொடும் உருக்கத்தையும் காணலாம். 'குப்பைத் தொட்டி' என்ற தலைப்புள்ள கவிதையில் விதவை ஒருத்தியின் துயர் உணர்ச்சியுடன் கூறப்படுகிறது. "முறையோடு பெற்றிருந்தால் தொட்டி, கட்டில்; முறை தவறிப் பெற்றதனால் குப்பைத் தொட்டி" என்ற அடிகள் சமுதாயத்திற்குக் கொடுக்கப்படும் சவுக்கடியாக உள்ளன. 'கேட்பதும் கிடைப்பதும்' என்ற செய்யுளின் வடிவம் புதிது; பொருள் உணர்த்தும் முறையும் புதிது.

'அன்பு இதயம்' என்பது மலேசியச் சிறுகதைகளின் நல்ல தொகுப்பு. துரை, குமார், இராமையா, அன்பானந்தன், சாப்பசான் வீரப்பன், நாகுமணாளன், நெடுமாறன், கிருஷ்ணசாமி, வேலுசாமி, கமலநாதன், இளம்வழுதி, வடிவேல், திருவேங்கடம், மகேசுவரி ஆகிய புதிய எழுத்தாளர் பலருடைய சிறுகதைகள் அதில் உள்ளன. அவர்களுள் பெரும்பாலோர் ரப்பர்த் தோட்டங்களை அடுத்துள்ள பள்ளிகளின் ஆசிரியர்கள். மலேசியப் பிரச்சனைகளை மையமாகக் கொண்டு அவர்கள் தங்கள் அனுபவத்தைக் குழைத்துக் கதைகள் எழுதியிருப்பது பாராட்டத்தக்கது. 'குரங்கு ஆண்டுப் பலன்' என்ற கதையில் சீனர்களின் நம்பிக்கைகளும் பழக்கவழக்கங்களும் இடம் பெறுகின்றன. மற்றக் கதைகளில் மலாய் மொழித் தொடர்களும் வருகின்றன. கதைகளில் பல, நல்ல கலை வடிவமும் பெற்றிருக்கின்றன. 'கழுவாய்' என்ற ஒரு கதையில் ஒருவன் குடும்ப வாழ்க்கையை அன்பாக நடத்தி அமைதி பெற அறியாத காமுகனாக இருக்கிறான். பல பெண்களை நாடி அலைகிறான். கடைசியில் ஒரு நாள் தன் பெண்கள் மூவரையே கண்டு அவர்களின் அழகில் மயங்குகிறான்; அவன் தாரை தாரையாகக் கண்ணீர் விட்டுக் கற்சிலை போல் அமர்ந்திருக்கும் நிலை ஏற்படுகிறது. ரப்பர்த் தோட்டத்தில் ஒற்றுமையாய் வாழத் தெரியாத தமிழர் படும் இடர் ஒரு கதையில் சொல்லோவியம் ஆக்கப் படுகிறது.

'செம்மண்ணும் நீல மலர்களும்,' 'நான் ஓர் இந்துப் பெண்,' 'நெஞ்சே! நீ வாழ்க' என்ற குறுநாவல்கள் புதுமையாகப் படைக்கப் பட்டுள்ளன.

'இளந்தளிர்,' 'கவிதைப் பித்தன் கவிதைகள்' என்பவை முரசு நெடுமாறனும் வேலுசாமியும் எழுதிய மலேசியக் கவிதைகளின் தொகுப்புகள்.

முருகு சுந்தரம் திங்களிதழ் நாளிதழ்கள் நடத்திப் புகழ் பெற்றவர். அவர் பல அழகிய கட்டுரைகள் எழுதித் தொகுப்புகளாகவும் வெளியிட்டுள்ளார்.

இவ்வாறு மலேசியாவின் தமிழிலக்கியம் மெல்ல மெல்ல, தெளிவாக, வளரத் தொடங்கிவிட்டது.

15

நாடக இலக்கியம்

தமிழ்நாட்டில் பழங்காலத்திலிருந்தே நாடகக்கலை சிறப்புடன் இருந்து வந்திருக்கிறது. நாடக அரங்குகள் இருந்துவந்தன; நடிகர் குழுக்கள் இருந்துவந்தன; நாடகங்களும் இருந்தன. நாடகங்கள் ஆடலும் பாடலும் கலந்தவை ஆகையால், பாடல் கலையில் வல் பாணர்களும், ஆடல் கலையில் வல்ல விறலியர், கூத்தர், பொருநர் ஆகியோரும் நாடகக் கலை வளர்ச்சிக்கு உதவினார்கள். சங்க இலக்கியம் வளர்ந்த காலத்தில் ஆடல்பாடல் கலைகள் செழித்திருந்தபடியால், நாடகங்களும் பல இருந்திருக்க வேண்டும். அக்காலத்து இலக்கியத்தின் அமைப்பையும் மரபையும் விளக்கிப் பெரிய நூல் எழுதிய தொல்காப்பியனார், மெய்ப்பபாடுகள் எட்டனையும் (ரசங்கள்) விளக்கிய இடத்தில், கலையரங்குகளின் மரபுகளைக் குறிப்பிட்டே தொடங்குகிறார். பண்ணைத் தோன்றிய (கலையரங்குகளில் வெளிப்படும்) மெய்ப்பாடுகள் என்கிறார். மெய்ப்பாட்டியல் என்ற அந்தப் பகுதியை முடிக்கும்போது, கண்ணாலும் செவியாலும் திட்பமாக உணரவல்ல நுட்ப உணர்வு உடையவர்களே மெய்ப்பாடுகளின் இயல்பை உணர முடியுமே தவிர மற்றவர்களுக்குக் காட்ட இயலாத பொருள்கள் அவை என்கிறார். அவர் நாட்டியக்கலையைக் கொண்டே இலக்கியத்திற்கு உரிய மெய்ப்பாடுகளை விளக்கியுள்ளார் என்பது வெளிப்படை பழங்காலத்தில் நாட்டியக் கலையுடன் நெருங்கிய தொடர்புகொண்டு வளர்ந்தது நாடகக் கலை. ஆதலின் நாடகக் கலையைப்பற்றித் தனியே விளக்கங்கள் கூறவில்லை. பழைய காப்பியங்களான சிலப்பதிகாரத்திலும் மணிமேகலையிலும் பலவகை நாட்டியங்களைப் பற்றியும் கதை தழுவிவரும் கூத்துகளைப்பற்றியும் பற்பல குறிப்புகள் உள்ளன. ஆகவே பழந் தமிழ்நாட்டில் நாடகங்கள் பல இருந்திருக்க வேண்டும் என்பதில் ஐயம் இல்லை. ஆனால் சங்ககாலத்துப் பாட்டுகள் இப்போது நமக்குக் கிடைப்பதுபோல், அக்காலத்து நாடக நூல் ஒன்றும் கிடைக்காதது வருந்தத்தக்கது. பாட்டுகளை அழியாமல்

காத்துத் திரட்டித் தொகுத்துத் தந்த புலவர்கள், நாடக நூல்களைப் பற்றிக்கவலை கொள்ளவில்லை. பொதுமக்கள் அவ்வப்போது நாடகங்களைக் கண்டு மகிழ்ந்து போற்றினார்களே தவிர, நாடக நூல்களைக் காத்துவரவில்லை.

நாடகங்கள் சில அரசர் போற்றும் அரங்குகளுக்கு உரியவை என்றும், சில பொதுமக்களின் இன்பத்துக்கு உரியவை என்றும் பாகுபாடு செய்யப்பட்டிருந்தன. வேத்தியல் என்றும் பொதுவியல் என்றும் அவை முறையே குறிக்கப்பட்டன.

தமிழ் நூல்களை இயல் இசை நாடகம் என்று மூன்று வகைப் படுத்திக் கூறும் மரபு இடைக்காலத்தில் ஏற்பட்டது. தமிழை முத்தமிழ் என்று குறிப்பிடும் வழக்கமும் ஏற்பட்டது. இறையனாரின் களவியலுக்கு உரை எழுதியவர் தம் உரையில் சில நாடக நூல்களின் பெயர்களைக் குறிப்பிடுகிறார். அவற்றுள் சில நாடக இலக்கண நூல்கள். சிலப்பதிகாரத்தின் உரையாசிரியர் அடியார்க்கு நல்லார் (கி.பி. பதின்மூன்றாம் நூற்றாண்டு) சில நாடக நூல்களைப் பற்றிக் குறிப்பிட்டுள்ளார். அவர் குறிப்பிலும் நாடக இலக்கண நூல்கள் உள்ளன. சயந்திம், செயிற்றியம், முறுவல், மதிவாணர் நாடகத் தமிழ் நூல், விளக்கத்தார் கூத்து, செயன்முறை, குணநூல், கூத்தநூல் என்னும் நூல்களின் பெயர்கள் நமக்குக் கிடைக்கின்றன. அவை எல்லாம் நாட்டியம் பற்றியும் நாடகம்பற்றியும் இலக்கண முறையில் விளக்கம் கூறும் நூல்கள். கூத்தநூல் என்ற பெயர் உடைய நூல் இப்போது பழைய ஏட்டுச் சுவடியிலிருந்து அச்சிடப்பட்டு வெளியாகியுள்ளது. அதுவும் பழங்கால நாடக நாட்டியக் கலைகளின் இலக்கணம் கூறும் நூல் ஆகும். அவற்றால் புலப்படும் உண்மை என்ன என்றால், பழங்காலத்தில் தமிழ்நாட்டில் பலகலை அரங்குகள் இருந்தன என்பதும், அந்த அரங்குகளில் கலைக்கு உரிய முன்னேற்றமான மரபுகள் கையாளப்பட்டன என்பதும், பலவகையான கதைகளையும் வரலாற்றுச் செய்திகளையும் தழுவிய நாட்டியங்களும் நாடகங்களும் நடிக்கப்பட்டன என்பதும், சிறந்த நடிகர்கள் கூத்தர் விறலியர்பொருநர் என்ற பெயர்களோடு விளங்கிப் புகழ்பெற்றார்கள் என்பதும் ஆகும்.ம நிழல்கள் அரங்கின் எந்தப் பகுதியிலும் விழாதபடி விளக்குகள் அமைக்கப்பட்டனவாம். மேடையில் மூன்று வகைத்திரைகள் இருந்தனவாம். ஒருமுக எழினி என்பது ஒரு பக்கத்திலிருந்து மற்றொருபக்கம் வரையில் இழுக்கப்படும் திரை. பொருமுக எழினி என்பது இரு பக்கங்களிலிருந்தும் இழுக்கப்பட்டு, மேடையின்

நடுவே இரண்டும் ஒன்றாகச் சேருமாறு அமைக்கப்பட்ட திரை கரந்துவரல் எழினி என்பது, கண்ணுக்குத் தோன்றாமல் மேடையின் மேற்புறத்தே சுருட்டப்பட்டிருந்து மேலேயிருந்து கீழே இறங்கிவரும் திரை இப்படிப்பட்ட குறிப்புகள் சில, சிலப்பதிகாரத்தின் உரையால் நமக்குக் கிடைக்கின்றன.

சங்ககாலத்துக்குப் பிறகும் தமிழ்நாட்டில் தொடர்ந்து பல கலைகளும் வளர்ந்து வந்ததுபோல், நாடகக் கலையும் வளர்ந்து வந்தது. கோயில்களில் நாடகங்கள் நடிக்கப்பட்டன. திருவிழாக் காலத்தில் நாடகங்கள் சிறப்பிடம் பெற்றன. அரசர்கள் நாடகங்களுக்கு ஆதரவு அளித்தார்கள். நடிகர்களுக்கு மானியங்கள் வழங்கினார்கள். பல்லவ அரசர்கள் நாடகக் கலையை வளர்த்தார்கள். பிற்காலச் சோழர்களும் அதன் வளர்ச்சிக்கு உதவினார்கள். தஞ்சாவூர் பிரகதீசுவரர் கோயில் கல்வெட்டு ஒன்று இதற்குச் சான்றாக உள்ளது. வைகாசிமாத விழாவில் விசயராசேந்திர ஆசாரியனைத் தலைவனாகக் கொண்ட ஒரு நடிகக்குழு ஒரு நாடகம் நடித்ததாக அந்தக் கல்வெட்டு கூறுகிறது. அந்த நாடகத்திற்கு இராசராசேசுவர நாடகம் என்று பெயர் வைத்து நடித்தார்களாம். கி.பி. பதினொன்றாம் நூற்றாண்டில் இராஜராஜ சோழன் காலத்து ஆட்சியில் நிகழ்ந்த நிகழ்ச்சி அது. திருவல்லீசுவரம், திருக்கழுக்குன்றம் முதலான கோயில் கல்வெட்டுகளும் நாடகம் பற்றிய குறிப்புகளைத் தருகின்றன. நாடகக் குழுவின் தலைவன் திருவாளன் என்ற அடைமொழியோடு குறிப்பிடப்படுகிறான். அரசாங்க மானியம் அந்தக் குழுவுக்குக் கிடைத்து வந்தது. பிற்காலத்தில் பதினாறு பதினேழாம் நூற்றாண்டுகளில் மராட்டிய அரசர்களின் ஆட்சிக்குத் தஞ்சாவூர் உட்பட்டிருந்தபோதும், கோயில்களில் நாடகங்கள் நடிக்கப்பட்டு வந்தன என்பது தெரிகிறது. குறத்தி குறி கூறுவதாக அமையும் குறவஞ்சி நாடகங்கள் பிற்காலத்தில் செல்வாக்குப் பெற்றன. சரபேந்திர பூபாலக் குறவஞ்சி நாடகம் என்பது அத்தகைய நாடகங்களுள் ஒன்று அந்த நூல் இப்போது கிடைக்கிறது. அந்த நாடக வகையைச் சேர்ந்த குறவஞ்சி நூல்கள் வேறு சிலவும் கிடைக்கின்றன. உழவர்களின் வாழ்க்கையைப் படமாக்கிக் காட்டும் பள்ளு என்னும் வகையைச் சார்ந்த நாடக நூல்களும் சில கிடைக்கின்றன. இவை எல்லாம் செய்யுள் வடிவில் உள்ள நாடகங்களே.

பதினெட்டாம் நூற்றாண்டில் இயற்றப்பட்ட வேறு இரண்டு செய்யுள் நாடக நூல்கள் சிறப்புடையவை. அவை அருணாசலக் கவிராயரின் இராமநாடகம், கோபாலகிருஷ்ண பாரதியார் இயற்றிய நந்தனார் சரித்திரம் ஆகியவை. செல்வக் குடும்பத்தைச் சார்ந்தவன் வேசையர் மோகம் கொண்டு நெறியில்லாமல் வாழ்ந்து கடைசியில் நோயும் வறுமையும் அடைந்து துன்புறுவதாகக் காட்டும் நாடகம் நொண்டி நாடகம் எனப்படும். நொண்டி நாடகங்கள் சில, பதினெட்டாம் நூற்றாண்டில் புகழ்பெற்றன.

நாடக மேடையில் பெண்கள் பங்கெடுத்து நடித்து வருவதை இப்போது சில தலைமுறைகளாகவே காண்கிறோம். அதற்குமுன் ஆண்களே பெண்களின் வேடத்தையும் தாங்கி நடித்துவந்தார்கள்; பெண்கள் ஆண்களோடு சேர்ந்து நடிப்பதற்கு அஞ்சினார்கள்; சமுதாயமும் அதை வெறுத்தது. ஆனால் பல நூற்றாண்டுகளுக்கு முன் பெண் நாடகக் குழு ஒன்றனுக்கு உய்யவந்தாள் என்பவள் தலைவியாக இருந்து நடத்தி வந்தாள் என்று தமிழ்நாட்டுப் பட்டமடை என்ற ஊர்கோயிலின் கல்வெட்டு ஒன்றால் அறியும் போது வியப்பு ஏற்படுகிறது.

பள்ளு நாடகம்

நாட்டு மக்களின் பெரும்பாலோர் செய்து வந்த தொழில் உழவுத் தொழில். அதில் ஈடுபட்ட மக்கள் பாடிவந்த நாட்டுப் பாடல் பல இருந்திருக்க வேண்டும். சிலப்பதிகாரத்தில் இளங்கோவடிகள், ஆயர் வேட்டுவர் குறவர் பரதவர் முதலானவர் தம் தம் வாழ்க்கைத் தொழிலோடு இயைத்துப் பாடி வந்த பாடல்கள் சிலவற்றை ஒட்டித் தம் காப்பிய நிகழ்ச்சிக்கு ஏற்றவாறு பாடித் தந்துள்ளார். உழவர்களின் பாட்டைப்பற்றி அவ்வாறு பாடல் இயற்றியமைக்கவில்லை; ஆனால் அவர்களின் பாடலைப்பற்றிக் குறிப்பிட்டிருக்கிறார். பிறகு வந்த நூல்களிலும் உழவர் பாடல்களின் வடிவம், பொருள் முதலியன பற்றிய விளக்கம் இல்லை. கடந்த மூன்று நூற்றாண்டுகளாகவே அவற்றைப் புலவர் சிலர் விளக்கியுள்ளனர். பதினேழாம் நூற்றாண்டில் மோகனப்பள்ளு என்ற ஒரு நூல் இயற்றப்பட்டது. பள் என்பது தாழ்ந்த (பள்ளமான) நன்செய் நிலங்களையும் அங்குச் செய்யப்படும் உழவுத் தொழிலையும் குறிப்பது. ஆகவே பள்ளு என்பது உழவரின் பாட்டுக்குப் பெயராக அமைந்தது. மோகனப்பள்ளு என்ற அந்த

நூல் இப்போது முழுமையும் கிடைக்கவில்லை. சில பாடல்களே கிடைக்கின்றன. காவேரியாற்றில் வெள்ளம் வருவதைப்பற்றியும், உழவர்களின் பலவகை மாடுகளைப்பற்றியும் விதைவிதைத்தல் நாற்று நடுதல் முதலான தொழில்வகைப் பற்றியும் அழகான இசையில் பாடப் பட்ட பாடல்கள் உள்ளன.

இப்போது கிடைக்கும் உழவர் பாடல்கள் கொண்ட பள்ளு நூல்கள் சில உள்ளன. அவற்றுள் இலக்கியச் சிறப்புப்பெற்று விளங்குவது முக்கூடற்பள்ளு என்பது. அதைப் பாடியவர் பதினெட்டாம் நூற்றாண்டில் வாழ்ந்த வைணவ சமயப் புலவர். அது ஒரு கதையாக நாடகவடிவில் அமைந்துள்ளது. பண்ணையார் என்பவர் நிலங்களுக்கு உரிமையுள்ள முதலாளி. பள்ளன் என்பவன் உழுது பயிரிடும் தொழிலாளி. அவனுக்கு மனைவியர் இருவர். அவன் இளைய மனைவியிடம் மிக்க அன்புகொண்டு அவளுடன் தங்கி வாழ்வது மூத்தவளால் பொறுக்க முடியவில்லை. பண்ணையாரிடம் சென்று பள்ளன் குறை கூறுகிறாள். வயல் வேலைகளையும் புறக்கணித்துவிட்டு அவன் இளையவளிடம் காலம் கழிப்பதாகச் சொல்கிறாள். பண்ணையார் பள்ளனை அழைத்துக் கடிந்து கேட்கிறார். பள்ளன் முதலாளியின் சொற்படி நடப்பதாகக் கூறிவிட்டு, உழவு முயற்சியில் ஈடுபடுகிறான். மறுபடியும் இளையவளின் காதல் அவனைக் கவர்கிறது. கடமைகளை மறக்கிறான். அப்போதும் மூத்த மனைவி முதலாளியிடம் சென்று முறையிடுகிறாள். முதலாளி சினம் கொண்டு அவனுக்குத் தண்டனை கொடுக்கிறார். அவன் தொழுவில் மாட்டப்பட்டுத் துன்பப்படுகிறான். அதைக் கண்டு மூத்த மனைவியின் மனம் நோகிறது. அவனை மன்னித்து விடுதலை செய்யுமாறு அவளே முதலாளியை வேண்டிக்கொள்கிறாள். அவனுக்கு விடுதலை கிடைக்கிறது. உடனே அவன் ஒழுங்காகக் கடமைகளைச் செய்ய முற்படுகிறான். ஒரு மாடு அவனை முட்டித் தள்ளுகிறது. அவன் படுக்கையில் கிடந்து தேறுகிறான். மறுபடியும் உழவுக்கடமைகளைச் செய்கிறான். அறுவடை ஆகிறது. அப்போது கிடைத்த நெல்லைப் பங்கிடும்போது, பள்ளன் தனக்கு உரிய பங்கைத் தரவில்லை என்று மூத்தவள் சுற்றுப்புறத்தாரிடம் முறையிடுகிறாள். இளையவள் சினம் கொள்கிறாள். மூத்தவளும் இளையவளும் ஒருவரை ஒருவர் ஏசுகிறார்கள். இறுதியில் அமைதி அடைகிறார்கள். தலைவனை வாழ்த்துகிறார்கள். இவ்வாறு முக்கூடற்பள்ளு என்ற

இந்நூல் அமைகிறது. ஏறக்குறைய இவ்வகையான கதைப் போக்கும் நாடக இயல்பும் கொண்டே மற்றப் பள்ளு நூல்களில் பல அமைந் துள்ளன.

பதினேழு பதினெட்டாம் நூற்றாண்டுகளில் சைவர்களுக்கும் வைணவர்களுக்கும் இடையே வாதங்களும் பூசல்களும் இருந்து வந்தன. ஆகவே, அக்காலத்தில் இயற்றப்பட்ட நூல்களிலும் புலவர்கள் அவற்றைப் புகுத்தினார்கள். பள்ளு நூல்களில் வரும் மனைவியர் இருவர்க்குள் நிகழும் பூசலில் ஒருத்தி சைவ சமயத்தாளாகவும் மற்றொருத்தி வைணவ சமயத்தாளாகவும் கற்பனை செய்து, அவர்கள் ஒருவரை ஒருவர் ஏசும்போது, ஒருத்தி சிவனைப் பழிக்க, மற்றொருத்தி திருமாலைப் பழிப்பதாகப் பாடுவது உண்டு. முக்கூடற்பள்ளு திருமாலின் மேல் அன்பு கொண்ட புலவர் எழுதிய நூல் ஆகையால், வைணவத்துக்குச் சிறப்புத் தரப்படுகிறது. புராணக் கதைகள் முதலியன குறிப்பிடப்படுகின்றன.

நாட்டுப்பாடல்களில் மிகுதியாக வழங்கும் சிந்து என்னும் பாட்டு வடிவத்தையும், இலக்கியத்தில் உள்ள கலிப்பா என்னும் செய்யுள் வடிவத்தையும், இந்நூலில் கையாண்டிருக்கிறார். எல்லாப் பாடல்களும் நாடகமாந்தரின் கூற்றுகளாகவே உள்ளன. புலவர் கூற்றாக ஒன்றும் இல்லை. நாடகமாந்தர் கூறுவனவாக இருப்பதால், அவர்கள் அறிந்த கிராமத்துச் செய்திகளாகவே எல்லாம் உள்ளன. ஆற்றில் வெள்ளம் வருதல், மாடுகளின் இயல்பு, விதைகளின் வகைகள், உழவு நடவு அறுவடை முதலிய தொழில் வகைகள், கிராமத்து உழவர்களின் பழக்கவழக்கங்கள், அவர்களின் பேச்சுநடைகள் முதலிய பலவற்றையும் பாடல்களில் காணலாம். பிறகு பள்ளுநூல் பாடியவர்கள், இந்த முறையை அவ்வளவாகப் போற்றவில்லை. புலவர்களின் இலக்கியத்திற்கே உரிய அகவல், வெண்பா முதலிய செய்யுள்களையும் பள்ளு நூல்களில் புகுத்தினார்கள். உழவர்களின் பேச்சுக்கு அப்பாற்பட்ட நடையையும் கருத்துகளையும் அவற்றில் அமைத்தார்கள். ஆகையால் அந்தப் பள்ளு நூல்களில் பல நடப்பிய லுக்கு (realism) அப்பாற்பட்டவைகளாக உள்ளன. உணர்ச்சியால் தூண்டப்பட்டுப் பாடாமல், அந்தந்த ஊர் மக்களின் மகிழ்ச்சிக்காகத் தலபுராணங்கள் பல தலங்களுக்கும் பாடப் பட்டமை போல் அந்தந்த ஊர்களைப் புகழ்வதற்காகவும், அங்கங்கே வாழ்ந்த செல்வர்களைப் புகழ்வதற்காகவும் பள்ளு நூல்களைச் சில புலவர்கள் இயற்றினார்கள்.

பறாளை விநாயகர் பள்ளு, கதிரைமலைப் பள்ளு, குருகூர்ப் பள்ளு முதலியன தலங்களைச் சிறப்பிப்பதற்காக எழுதப்பட்டவை. நாற்பது பள்ளு நூல்களைப்பற்றி இப்போது அறியமுடிகிறது. வேறு பல, காலத்தால் மறைந்து போயிருக்கலாம். இராம நாடகம் என்ற செய்யுள் நாடக நூல் பாடிப் புகழ்பெற்ற அருணாசலக் கவிராயரும் சீகாழி என்ற தலத்தைப்பற்றிய 'சீகாழிப்பள்ளு' என்ற நூல் பாடினார். அந்த நூலின் பாடல்களில் இப்போது ஐந்து மட்டுமே கிடைக்கின்றன.

பிற்காலத்தில் என்னயினாப் புலவர், மேடையில் முக்கூடற் பள்ளு நடிக்கப்படுவதற்கு ஏற்ற வகையில் பலவற்றைச் சேர்த்து அமைத்து, 'முக்கூடற்பள்ளு நாடகம்' என்ற பெயரால் எழுதினார். அதுபல இடங்களிலும் நடிக்கப்பட்டு வந்தது. அந்த நூல் 320 செய்யுள் கொண்டது. அதில் கோமாளி (விதூஷகன்) ஒரு பாத்திரமாகச் சேர்க்கப்பட்டிருக்கிறான். மக்கள் கண்டு சுவைத்து மகிழ்வதற்காகக் கதைப் போக்கிலும் புதிய நிகழ்ச்சிகள் சில சேர்க்கப்பட்டன.

குறவஞ்சி

குறவஞ்சி என்பது ஒருவகையான நாடகம். குறவஞ்சி என்ற தொடர் குறவர் குலத்துப் பெண் என்று பொருள்படும். நாடகத்தில் குறப்பெண் வந்து குறி கூறுவாள்; பிறகு தன் கணவனாகிய குறவனுடன் பேசுவாள். நூலின் அமைப்பு, காதல் பற்றியது. பெருமைக்கு உரிய தலைவன் ஒருவன் தெரு வழியே பலர் சூழ உலா வருவான். அப்போது இளமையும் அழகும் நிரம்பிய தலைவி அவனைக் கண்டு காதல் கொள்வாள். காதலால் வாடுவாள் தலைவி. அவளுடைய தோழி, வாட்டத்தின் காரணம் என்ன என்று கேட்பாள். தலைவி தன் காதலனிடம் தூது சென்று தன்னைப்பற்றிச் சொல்லி வருமாறு தோழியை வேண்டுவாள். அந்நிலையில்தான் மேற்குறித்த குறப்பெண் தெரு வழியே வருவாள். அவளிடம் குறி கேட்பதற்குத்தோழி அழைப்பாள். குறப்பெண் தன் மலையின் வளமும் தொழில் வளமும் சிறப்பாக எடுத்துச் சொன்ன பிறகு, தலைவியின் கையைப் பார்த்து அவளுடைய காதல்பற்றிக் குறி சொல்வாள். காதலிக்கப்பட்ட தலைவனுடைய புகழ்பற்றியும் சொல்வாள். தலைவியின் கையைப் பார்த்து அவளுடைய காதல்பற்றிக் குறி சொல்வாள். காதலிக்கப்பட்ட தலைவனுடைய புகழ்பற்றியும் சொல்வாள். தலைவியின் எண்ணம் நிறைவேறும் என்றும், தலைவன்

வந்து மணம் செய்து மகிழ்விப்பான் என்றும் குறி சொல்வாள். குறப்பெண்ணுக்குப் பரிசுகள் கொடுக்கப்படும். அந்தப் பரிசுகளோடு புதிய அணிகலன்களை அணிந்து மகிழ்வுடன் அவள் தன் மலை நோக்கி நடப்பாள். அப்போது வழியில் பறவை களைப்பிடித்துக்கொண்டிருந்த குறவன் அவளைக் கண்டு, புதிய அணிகலன்கள் பற்றிக் கேட்பான். குறத்தி நடந்ததைக் கூற நாடகம் முடியும். பலவகையான செய்யுள் களால் கதை பாடப்படும். பலவகைச் செய்யுள்களுடன் சிந்து முதலான இசைப் பாடல்கள் கலப்பதால் நாடகம் சுவை குன்றாமல் நாடகத்தின் இடையிடையே கட்டியக்காரன் என்று ஒருவன் வருவான். அவன் மேடையில் நடிக்க வரும் மாந்தர்களை இன்னார் இன்னார் என்று முன்னதாகவே அவையோர்க்கு அறிமுகப்படுத்துவான்; அவர் களின் பெருமைகளை எடுத்துச் சொல்வான். நாடகம் முழுவதும் செய்யுளாகவே இருக்கும்.

குறவஞ்சி நூல்களுள் இன்றும் பாராட்டுக்கு உரியதாக விளங்கி வருவது திருக்குற்றாலக் குறவஞ்சி. குமரகுருபரர் பாடிய மீனாட்சியம்மை குறம் என்ற நூலின் கதையும் இவ்வகையானதே; ஆயின் அது நாடகமாக அமையவில்லை. சிவக்கொழுந்து தேசிகர் இயற்றிய சரபேந்திர பூபாலக் குறவஞ்சி நாடகப்போக்கில் அமைந்தது. கும்பேசர் குறவஞ்சி நாடகம், அர்த்தநாரீசுவரக் குறவஞ்சி, திருவாரூர்க் குறவஞ்சி முதலிய வேறு பல நூல்களும் உள்ளன.

பெயர்பெற்ற குறவஞ்சியாகிய திருக்குற்றாலக் குறவஞ்சி இன்றும் நாட்டிய நாடகமாக மேடைகளில் நடிக்கப்பட்டு வருகிறது; சுவைமிக்க இலக்கியமாகவும் படித்துப் போற்றப்பட்டு வருகிறது. அதன் ஆசிரியர் திரிகூடராசப்பக் கவிராயர். பதினெட்டாம் நூற்றாண்டில் வாழ்ந்தவர். தமிழ்நாட்டின் தென்கோடியில் உள்ள குற்றாலம் என்னும் ஊரின் சிறப்பைப் புகழ்ந்து அங்குள்ள சிவபெருமானைப் போற்றி, தெய்வக் காதல்பற்றிய கற்பனையை அமைத்துப் பாடப்பட்ட நூல் திருக்குற்றாலக் குறவஞ்சி, அந்த ஊரைப்பற்றித் தலபுராணமும், மாலை, சிலேடை, வெண்பா, யமக அந்தாதி, உலா, ஊடல், பிள்ளைத்தமிழ் முதலிய நூல்களும் அவர் இயற்றியுள்ளார். இருப்பினும் இன்று பலரும் விரும்பிப்படிப்பது அவருடைய குறவஞ்சி ஒன்றே. அதன் பாடல்கள் இசையோடு பாடி மகிழ்வதற்கு ஏற்றவை; நாடகச் சுவை நிரம்பியவை குறத்தி தன்னுடைய மலையின் வளத்தைப் புகழ்ந்து கூறுவதாக உள்ள பாடலைக் காண்போம்:

நாடக இலக்கியம்

வானரங்கள் கனிகொடுத்து மந்தியொடு கொஞ்சும்
மந்திசிந்து கனிகளுக்கு வான்கவிகள் கெஞ்சும்
கானவர்கள் விழிஎறிந்து வானவரை அழைப்பர்
கவனசித்தர் வந்துவந்து காயசித்தி விளைப்பர்
தேனருவி திரைஎழும்பி வானின்வழி ஒழுகும்
செங்கதிரோன் தேர்க்காலும் பரிக்காலும் வழுகும்
கூனல்இளம் பிறைமுடித்த வேணிஅலங் காரர்
குற்றலாத் திருகூட மலைஎங்கள் மலையே.

இலங்கையில் யாழ்ப்பாணத்தைச் சார்ந்த விசுவநாத சாஸ்திரியார் சென்ற நூற்றாண்டில் இரண்டு குறவஞ்சி நூல்கள் இயற்றினார். வண்ணக் குறவஞ்சி, நகுலமலைக் குறவஞ்சி என்பவை அவை. அவர் சிலேடைச் செய்யுள்களில் வல்லவர்.

நொண்டி நாடகம்

நகைச்சுவைக்கும் எள்ளல் சுவைக்கும் இடம் தரும் நாடக வகை ஒன்று பதினேழு பதினெட்டாம் நூற்றாண்டுகளில் வளர்ந்தது. மக்கள் தெய்வத்தை எள்ளி நகையாடத் தயங்கினார்கள். செல்வர்களை எள்ளி நகையாடவோ முடியாது. ஏழை எளியவர்களானகுற்றவாளிகளைப்பற்றிப் பாடி நகையாட முடியும். ஒருவர் தீய வழிகளில் நடந்து ஒழுக்கம் கெட்டுப் பரத்தையரிடம் உறவுகொண்டு இறுதியில் அல்லல்பட்டுக் கால் இழந்து துன்புறுவதாகக் கற்பனை செய்து பாடும் வழக்கம் தோன்றியது. சீதக்காதி என்ற முஸ்லிம் வள்ளலின் காலத்தில் அவ்வாறு துன்புற்ற கொள்ளைக்காரன் ஒருவன் கடைசியில் மனம் மாறி மெக்காவுக்குச் சென்று திருந்திக் காலும் பெற்றுத் திரும்பியதாகச் சிந்து என்னும் யாப்பு வகையில் பாடினார் ஒருவர். அது சீதக்காதி நொண்டி நாடகம் எனப்பட்டது. இப்படிப்பட்ட நொண்டி நாடகங்களில் பாடப்பட்ட சிந்து என்னும் யாப்புக்கு நொண்டிச் சிந்து என்ற பெயர் ஏற்பட்டது. அக்காலத்தில் நொண்டி நாடகங்கள் பல இயற்றப்பட்டன. பதினெட்டாம் நூற்றாண்டில் மாரிமுத்துப் புலவர் என்பவர் திருக்கச்சூர் நொண்டி நாடகம் இயற்றிப் புகழ் பெற்றார். ஐயனார் நொண்டி நாடகம் என்பதும் பலர் போற்றிய நாடகமாக விளங்கியது.

இராம நாடகம்

அருணாசலக் கவிராயர் (கி.பி. 1712 - 1779) சீகாழி என்ற தலத்தின் மேல் ஒரு புராணமும் ஒரு கோவையும் பாடியுள்ளார். அவருக்கு இராமாயணக் கதையில் இருந்த ஈடுபாடு மிகுதி. அனுமார் மேல் ஒரு பிள்ளைத் தமிழ் பாடியுள்ளார். அசோமுகியின் கதையை அமைத்து ஒரு நாடகம் இயற்றினார். அவருக்கு அழியாப் புகழைத் தேடித் தந்த நூல், இராமாயணத்தை நல்ல கீர்த்தனைப் பாடல்களாகப் பாடி இயற்றித் தந்துள்ள இராம நாடகம் ஆகும். இராம நாடகக் கீர்த்தனை என்றும் அது கூறப்படும். முழுதும் பாடல்களாகவே அந்த நாடகம் அமைந்துள்ளது. எல்லாம் இசையோடு பாடப்படும் பாடல்கள். இன்றும் அவற்றுள் பல பாடல்கள் பாடப்பட்டு வரு கின்றன. கொச்சைத் தமிழும் கலந்து, நாடக அரங்கில் கேட்கும் மக்கள் விரும்பிச் சுவைக்கக்கூடிய மெட்டு அமைத்து, கற்பனை நயத் தோடு பாடியுள்ளார்.

மறைந்த நாடகங்கள்

பதினெட்டாம் நூற்றாண்டில் புகழுடன் விளங்கிய மற்றொரு நாடகம் அநீதி நாடகம் என்பது; மாரிமுத்துப்பிள்ளை இயற்றியது. கருநாடக நவாபுகளின் காலத்தில் ஆட்சிப் பொறுப்பில் இருந்தவர்கள் கிராமங்களில் செய்த அட்டூழியங்களும் அக்காலத்துக் கவர்னராக இருந்த கான் சாயபு என்பவரின் நேர்மையும் அந்த நாடகத்தில் விளக்கப்பட்டன.

சென்ற நூற்றாண்டில் நாடக நூல்கள் பல எழுதிப் புகழ் பெற்றவர் காசி விசுவநாத முதலியார். டம்பாச்சாரி நாடகம், தாசில்தார் நாடகம், பிரம்ம சமாஜ நாடகம் (1871) என்பவை அவற்றுள் சிறப்புடையவை. அவை பல நாடக நூல்கள் எழுதப் படுவதற்கு வழிகாட்டியாக அமைந்தன. அப்பாவுபிள்ளை இயற்றிய அரிச்சந்திர விலாசமும் அக்காலத்தில் புகழுடன் விளங்கியது.

இராமச்சந்திரக் கவிராயர் என்பவர், சகுந்தலை விலாசம், தாருக விலாசம், பாரத விலாசம் முதலிய புராணக் கதைகளை ஒட்டிய நாடகங்களை இயற்றினார். அவர் சித்திரக் கவிகள் பல எழுதினார். அவருடைய எழுத்துகள் நகைச்சுவை நிரம்பியவை. பாசுராமக் கவிராயர் என்பளவர் அறுபத்து மூன்று சிவனடியாருள் ஒருவருடைய வாழ்க்கையை அமைத்துச் ‘சிறுத்தொண்டர் விலாசம்’

இயற்றினார். இவற்றால் அக்காலத்துக் கவிஞர்கள் சிலர் நாடகக் கலையில் கொண்டிருந்த ஈடுபாடு விளங்குகிறது.

பத்தொன்பதாம் நூற்றாண்டில் தோன்றிய நாடகங்கள் பல ஏட்டுப் பிரதிகளாகவே இருந்து மறைந்தன; சில இன்னும் அந்நிலையிலேயே உள்ளன. அச்சாகி வெளிவந்த நாடகங்கள் ஒரு நூறு இருந்தன. அவற்றுள்ளும் பல மறைந்து போயின.

சென்ற நூற்றாண்டில் எழுதப்பட்ட நாடகங்களுள் பெரும் பாலானவை புராணக் கதைகளை அடிப்படையாகக் கொண்டவை. அவற்றுள் பல இன்னும் ஓலைச்சுவடிகளாக உள்ளன. இரணிய சம்மார நாடகம், உத்தர ராமாயண நாடகம், மார்க்கண்டேயர் நாடகம் முதலிய நாடகங்களும், பெரிய புராணத்துச் சிவனடியார்களின் கதைகளை ஒட்டிய நாடகங்களும் அக்காலத்து மக்களின் உள்ளங் களைக் கவர்ந்தன.

பழைய நாடகங்களில் பாட்டுகளே பெரும்பாலும் இருக்கும்; இடையே உரைநடைப் பேச்சும் காணப்படும். முதலில் தெய்வ வணக்கம் இரண்டடிப் பாட்டுகளால் அமைந்திருக்கும். அதன்பின் கட்டியக்காரன் வந்து கூறும் கூற்று அமையும். அவன் வடமொழி நாடகங்களில் வரும் சூத்திரதாரன் போன்றவன் என்று கூற முடியாது. சூத்திரதாரன் நாடகத் தொடக்கத்தில் மட்டும் வருவான். கட்டியக்காரனோ, நாடகத்தில் எல்லா இடங்களிலும் வருவான். காட்சி மாறும்போதெல்லாம் அவன் வந்து பேசுவான். அக்காலத்தில் நாடகத்தை அங்கம் காட்சி என்று பிரிக்கும் பிரிவுகள் இல்லை. ஆகையால் காட்சி மாறுவதை உணர்த்துவதற்குக் கட்டியக்காரன் மேடையில் தோன்றுவதையும் பேசுவதையும் பயன்படுத்தினார்கள் அவன், நாடகத்தில் வருகின்றவர் இன்னின்னார் என்று அவ்வப் போது அறிமுகப்படுத்துவான்; நாடகத்தில் தோன்றும் அரசர் முதலானவர்களின் சிறப்புகளை எடுத்துச்சொல்வான். "அரிச்சந்திர மகாராசன் கொலுவீற்றிருக்க வருகிற விதம் காண்க" "கோவலன் கண்ணகியிடம் திரும்பி வருகிற விதம் காண்க" என்பனபோல அவனுடைய அறிமுகம் அமையும். இறுதியில் மங்களப் பாட்டு இருக்கும். தரு என்ற பெயரோடு பாட்டு அமையும். வடமொழி நாடகங்களின் இறுதியில் வரும் பரதவாக்கியம் தமிழ் நாடகங்களில் இல்லை.

தெருக்கூத்து

நாடகங்களில் ஒரு வகையான தெருக்கூத்து என்பது சென்ற சில நூற்றாண்டுகளாக இருந்து வருகிறது. அதன் பெயரே அறிவிக்குமாறு, அது நாடக அரங்கு இல்லாமல் தெருக்களில் வெட்ட வெளியில் நடிக்கப்பட்டு வந்த நாடகம் ஆகும். பெரும்பாலும் கிராமப்புறங்களில் உள்ளவர்களின் மகிழ்ச்சிக்காக நடிக்கப்படுவது; நடிகர்கள் கல்வியறிவு குறைந்தவர்கள். செய்யுளும் உரைநடையுமாக நாடகம் அமைந்திருக்கும். இரவில் உணவை முடித்த பிறகு ஒன்பது மணிக்குமேல் தொடங்கி விடியற்காலம் வரையில் தெருக்கூத்து நடைபெறுவது உண்டு. இதிலும் கட்டியக்காரன் வருவான்; நாடகப் பாத்திரங்களை அறிமுகப்படுத்துவான். அவனுடைய பேச்சுகளும் பாட்டுகளும் மக்களுக்கு நாடகத்தை நன்றாக விளக்கும். நடிகர்கள் பெரும்பாலும் ஆண்களாகவே இருப்பார்கள். பெண் வேடமும் போட்டு நடிப்பார்கள். எல்லா வகையான நாடகங்களையும் தெருக் கூத்துகளில் நடித்துக்காட்டுவார்கள். சிறிது உயரமான மேடை ஒன்று அமைக்கப்படும் உயரம் இல்லாத இடங்களிலும் சின்ன அரங்கு இருக்கும். அதில் நாடக மாந்தர் வருவதற்குமுன் வெள்ளைத் துணி ஒன்று திரைபோல் பிடிக்கப்பட்டு அவர்கள் அதன்பின் வந்து நின்றபின், துணி நீக்கப்படும். நடிப்பவர்கள் பாடிக்கொண்டே சுற்றிச் சுற்றி ஆடுவார்கள். பின்பாட்டுக்காரர் சிலர் இருந்து. பாடல்களைத் திரும்பத் திரும்பப் பாடுவார்கள். அவர்கள் சேர்ந்து பின்பாட்டுப் பாடும்போது ஒலி மிகத் தொலைவிலும் கேட்கும். மக்களுக்கு நகைச்சுவை ஊட்டுவதற்காக இடையிடையே கோமாளி வந்து பேசுவான். கட்டியக்காரன், கோமாளி முதலானவர்கள் ஊருக்குத் தகுந்தபடி, நிலைமைக்கு ஏற்றறாப்போல், தம் பேச்சுகளில் மாறுதல்கள் செய்து கொள்வார்கள். சின்ன ஊர்களில் இயல்பாக நாடகக் கலையில் ஆர்வம் உள்ளவர்களுக்கு இந்தத் தெருக்கூத்து தம் கலைத்திறமையைக் காட்டுவதற்கு வாய்ப்புத் தந்தது. சிறிது கற்றவர்கள் படைப்புத் திறமை பெற்றவர்களாக இருந்தால், நாடகத் திற்குத்தேவையான பாடல்களையும் உரையாடல்களையும் தாமாகவே இயற்றிவிடுவார்கள். அவர்களுடைய இயல்பான கற்பனைத்திறன் அவற்றில் விளங்கும். ஆனால் கல்வியின் குறைவால், தரம் குறைவாக இருக்கும். கரடுமுரடாக இருக்கும். பண்பாடு குறைந்திருக்கும். ஆயினும் கிராமத்து ஏழை மக்கள் பலர்க்கு அதுவே நாடகவிருந்தாக அமையும்.

அப்படிப்பட்ட நாடகங்கள் கணக்கற்றவை தோன்றித் தோன்றி அந்தந்தக் காலத்திலேயே மறைந்தன. ஏட்டுச் சுவடிகளாகவோ செவிவழி நாடகங்களாகவோ இருந்து மறைந்துவிட்டன.

மாறுதல்கள்

மகாராஷ்டிரத்திலிருந்து நாடகக் கம்பெனிகள் வந்து தமிழ் நாட்டில் நடித்துப் புது வழி காட்டியபின், தமிழ் நாடகத்தில் சில சீர்திருத்தங்கள் ஏற்பட்டன. தமிழ் நாடகத்தில் பாடல் குறைந்து உரைநடைப் பேச்சு மிகுந்ததும், கூடியவரையில் வாழ்க்கையை ஒட்டியே நடிப்பு அமைந்ததும் அப்போது ஏற்பட்ட சிறப்புடைய சபையும் வேறு சில அமெச்சூர் நாடகக் குழுக்களும் இந்த நல்ல மாறுதல்களைப் போற்றி வளர்க்கத் தொடங்கின. அவற்றில் ஈடுபட்டுத் தொண்டு செய்தவர்கள் கல்வி கற்றவர்கள். பலர் பட்டதாரிகள்; சிலர் வழக்கறிஞர்கள். அதனால் மாறுதல்களைத் திறமையோடு செய்து புகழ்தேட முடிந்தது. இரவெல்லாம் நாடகம் நடித்து விடியற் காலையில் முடிக்கும் வழக்கத்தை மாற்றி, மூன்று மணி நான்கு மணி நேரத்தில் நாடகத்தைச் சுவையாக நடித்துக் காட்டும் வழக்கம் ஏற்பட்டது. இசையே பெரும்பங்காக இருந்த நிலை மாறி, பேச்சும் நடிப்பும் சிறப்புப் பெறும் நிலைமை வந்தது. கற்றவர்கள் ஈடுபட்டு நாடகங்களை எழுதவும் நடிக்கவும் முன்வந்த படியால், நாடகக் கலைக்கு நெடுங்காலமாக இருந்துவந்த தாழ்வு மாறியது. இசை முதலியன போல் அதுவும் உயர்ந்த ஒரு கலையாக மதிப்புப் பெற்றது. நீதிபதியாக இருந்த பம்மல் சம்பந்த முதலியார் முதலிய அறிஞர்களின் முயற்சியால், அந்த மதிப்பு நாடகக் கலைக்கு ஏற்பட்டது. அவரே பல நாடகங்கள் எழுதினார்; பலவற்றில் தாமே நடித்தார். அவர் அமைத்த சுகுணவிலாச சபையில் வழக்கறிஞர்கள் முதலானபலர் சேர்ந்து நடித்து நாடகக் கலைக்கு உயர்வு தந்தார்கள். ஷேக்ஸ்பியர் முதலானவர்களின் நாடகங்களைப் படித்து, அவற்றைப் போல் அங்கம், காட்சி என்ற பிரிவுகள் அமைத்துத் தமிழ் நாடகங்கள் எழுதினார்கள்.

மனோன்மணீயம்

இலக்கியமாய் படிப்பதற்கு இன்றுவரையில் பயன்பட்டு வரும் செய்யுள் நாடகம் மனோன்மணீயம். அதனை இயற்றிய சுந்தரம் பிள்ளை (கி.பி. 1855-1897) தத்துவப் பேராசிரியராகப் பணிபுரிந்தவர்.

தமிழிலும் புலமை உடையவராய் விளங்கினார். தமிழில் இலக்கியத் தரம் உடைய நாடக நூல்கள் இல்லாத குறையை உணர்ந்து இந்நூல் இயற்ற முன்வந்தார். ஆங்கிலத்தில் லார்ட் லிட்டன் எழுதிய மறைவழி (The secret way) என்னும் கதையைத் தழுவி இயற்றப்பட்டதே ஆயினும், தமிழ்நாட்டு வாழ்க்கையை அமைத்து முதல் நூலாகத் தமிழில் இயற்றப்பட்ட நாடகமாகவே தோன்றுகிறது. கதைக் கருவை மட்டுமே அந்த நூலிலிருந்து கொண்டார். மற்றவை இவருடைய படைப்பே. நூலின் தொடக்கத்தில் அமைந்துள்ள தமிழ்த் தெய்வ வணக்கம் ஆசிரியரின் மொழிப்பற்றையும் நாட்டுப் பற்றையும் நன்றாகப் புலப்படுத்துகிறது. பள்ளிக்கூட மாணவர் முதல் புலவர்கள் வரையில் எல்லோருடைய உள்ளத்தையும் கவர்ந்த தமிழ் வாழ்த்துப் பாடலாக அது விளங்கிய வருகிறது. நாடகத்தின் இடையிடையே அவர் தமிழ் நாட்டின் பெருமையையும் தமிழ்ப் பண்பாட்டின் சிறப்பையும் விளங்கச் செய்துள்ளார். தமிழரிடையே வழங்கும் பழமொழிகள் பல நாடக உரையாடலில் அமைந்துள்ளன. திருக்குறள் முதலான நூல்களின் கருத்துகளும் ஆங்காங்கே ஆளப் பட்டுள்ளன. கதையில் போர் மூளும்போது, பாண்டிய அரசன் தன் படைவீரர்களை நோக்கிக் கூறும் மொழிகள் உணர்ச்சி மிக்க சொற்கள்; நாட்டுப் பற்றை ஒவ்வொருவர் உள்ளத்திலும் எழுப்பும் ஆற்றல் உடைய சொற்கள். “அந்தணர் வளர்க்கும் வேள்வித் தீயைவிட, தேசபக்தி நெஞ்சத்தில் வளர்க்கும் தீயே தேவர்கள் விரும்புவது. போரால் ஏற்படும் புண்ணின் காயமே புகழின் காயம். அது புண் அன்று, புகழின் கண்” என்று பல உணர்ச்சிகளை ஊட்டும் சொற்களை அங்கே காணலாம். ஆசிரியர்தம் தத்து வஞானத்தையும் நாடக நூலில் விளக்க வாய்ப்புகளை உண்டாக்கிக்கொள்கிறார். சுந்தர முனிவர் என்பவரின் சீடர்கள் இருவர் வாயிலாக வேதாந்த சித்தாந்தக் கருத்துகளை வெளியிடுகிறார். நாடகச்சுவைக்கு அவ்வளவாகப் பொருந்தவில்லை. நாடகத்தின் இடையே வாணி என்னும் தோழி யாழிசைத்துப் பாடும் அருமையான பாடல்கள் ‘சிவகாமி சரிதம்’ என்னும் கதை வடிவாக உள்ளன. அது நாடக நூலின் இடையே அமைந்த தனிப்பட்ட சிறு நூல் என்று கூறத்தக்கதாக உள்ளது.

நாடகத்தின் கதை வருமாறு: பாண்டிய அரசன் சீவகன் என்பவனுக்கு மனோன்மணி மகள். தீய எண்ணமே மிகுந்த குடிலன் அமைச்சன். நல்லெண்ணம் மிகுந்த சுந்தர முனிவர் குடும்பத்தின் குரு பக்கத்து நாடாகிய சேரநாட்டு அரசன் புருடோத்தமனுக்கு

மனோன்மணியை மணந்துகொள்ள விருப்பம் உண்டு. சுந்தர முனிவர்கரும் அந்தத் திருமணத்தை முடித்து வைக்கும் நோக்கம் உண்டு. ஆனால் நாட்டின் எல்லைப் பகுதி காரணமாகப் பாண்டியனுக்கும் சேரனுக்கும் பகை ஏற்படுகிறது. அமைச்சன் குடிலனுடைய சூழ்ச்சியால் போர் மூளுகிறது. மனோன்மணியைத் தன் மகனுக்கு மணம் முடித்துப் பாண்டிய அரசைக் கைப்பற்றிக் கொள்ளவேண்டும் என்பது குடிலனுடைய ஆசை. தன் நோக்கத்தை மறைத்து அரசனைத் தன் சூழ்ச்சி வலையில் சிக்கவைத்துவிடுகிறான். போரிலே வெற்றி கிடைப்பது அரிது என்ற நிலை ஏற்படும்போது, பாண்டியன் தன் மகளை அமைச்சனுடைய மகனுக்குத் திருமணம் செய்துவைக்க உடன்படுகிறான். மனோன்மணியும் தந்தையின் கவலை உணர்ந்து இசைகிறாள். நள்ளிரவில் திருமண ஏற்பாடு நடக்கிறது. அமைச்சனுடைய மகன் மாலையுடன் வந்து நிற்கிறான். சேர அரசன் அந்நிலையில் குடிலனுக்கு விலங்கிட்டு அங்கே வருகிறான். மனோன்மணி உடனே தன் காதலனாகிய சேரனுக்கு மாலையிட்டு மகிழ்கிறாள்.

மனோன்மணியின் தோழியாகிய வாணி என்பவளும் அவளுடைய காதலனாகிய நடராசன் என்பவனும் உயர்நத நாடக பாத்திரங்கள். அவர்களின் வாயிலாகப் பற்பல உண்மைகளை ஆசிரியர் எடுத்துரைக் கிறார்.

(அவர் இயற்றிய நூற்றொகை விளக்கம் என்பது அவருடைய தத்துவத்துறைச் சொற்பொழிவுகள் கொண்டவை. தமிழ் இலக்கிய வரலாறு பற்றிய ஆராய்ச்சி நூலும் முதல்முதலாக எழுதியவர் அவர்).

சங்கரதாஸ் சுவாமிகள்

இந்த நூற்றாண்டின் தொடக்கத்தில் நாடகத் துறையில் தொண்டு ஆற்றிய துறவியார் சங்கரதாஸ் சுவாமிகள். நாடு முழுவதும் சென்று பலரை நடிப்புத்துறையில் பழக்கிப் பல நாடகங்களைத் தாமே எழுதி நடிக்கச் செய்தார். அவரிடம் பயின்று நாடகக் கலையைக் கற்று வளர்த்தவர்கள் பலர். அவர் எழுதிய நாடகங்கள் பல, புராணக் கதைகளை ஒட்டியவை; நீதிகளைப் புகட்டுபவை; அந்தக் காலத்தில் இருந்த வழக்கப்படி செய்யுளும் உரைநடையும் கலந்து அமைந்தவை. செய்யுளில் கூறிய கருத்தையே மறுபடியும் உரைநடையில் விளக்கும்

அக்காலப் போக்கு அவற்றில் காணப்படும் செய்யுள் எல்லாம் புலவர்களின் இலக்கண மரபு பிறழாமல் அமைந்தவை. உரைநடைப் பகுதிகள் நீண்ட வாக்கியங்களால் ஆகியவை. நடிகர்கள் நன்றாகக் கற்று மனப்பாடம் செய்ய வல்லவர்களாக இருந்தால் தான், நாடக மேடையில் அந்தச் செய்யுள்களையும் உரைநடைப் பகுதிகளையும் சொல்லித் திறம்பெற நடிக்க முடியும். இக்காலத்து நடிகர் பலரால் முடியாத பயிற்சி அது என்று சொல்லலாம்.

பிரகலாதன், சிறுத்தொண்டர் முதலான பக்தி நாடகங்களையும், பவளக்கொடி, லவகுசா முதலான இதிகாசக் கதை அமைந்த நாடகங்களையும் இயற்றி, நாட்டு மக்களின் மனத்தைப் பண் படுத்தும் ஆர்வம் கொண்டவர் அவர். ஒரே இரவில் கண் விழித்து உட்கார்ந்து அபிமன்யு என்னும் நாடகத்தை நூற்றுக்கு மேற்பட்ட பாடல்களுடன் எழுதி முடித்தார் என்று கூறப்படுகிறது. அவ்வளவு வேகமாக நாடகம் எழுத வல்லவராய் அவர் விளங்கினார். அவர் நாற்பது நாடகங்கள் எழுதியிருந்தும், அவற்றை அச்சிட்டு வெளியிடுவதை விரும்பவில்லை. அவர் காலத்திற்குப் பிறகே அபிமன்யு சுந்தரி, சதி சுலோசனா, சதி அனுசூயா முதலியன சில அச்சிடப்பட்டன.

நாடகங்கள் பழைய மேடை மரபுகளை ஒட்டி இயற்றப்பட்டது போலவே, நாடகங்களின் கதைப் பகுதிகளிலும் பழைய பண்பாடுகளும், நீதிகளும் வலியுறுத்திக் கூறப்பட்டன. பெண்களின் கற்பு, பக்தியின் பெருமை முதலியன திரும்பத் திரும்ப நாடகங்களின் வாயிலாகப் போதிக்கப்பட்டன. திருக்குறள், நாலடியார் முதலான நீதி நூல்களின் கருத்துகளையும் தொடர்களையும் தம் நாடகங்களில் நிரம்பப் பயன் படுத்தினார்.

இலட்சுமண பிள்ளை

இலட்சுமண பிள்ளை என்பவர் விழா நாடகம், ரவிவர்மா என்னும் நாடகங்களை இயற்றினார். அவர் இசைத்துறையில் புலமை வாய்ந்தவர். செய்யுட் கோவை என்பது அவர் இயற்றிய பாடல்களின் தொகுதியாகும்.

சம்பந்த முதலியார்

பம்மல் சம்பந்த முதலியார் (1873-1964) ஏறக்குறைய அரை நூற்றாண்டுக் காலம் நாடகக் கலையின் முன்னேற்றத்திற்காகப்

பெருந்தொண்டு புரிந்து, அதற்கு இருந்து வந்த இழிநிலையை மாற்றியமைத்தவர். 1891ஆம் ஆண்டில் சென்னையில் 'சுகுண விலா சபா' என்ற நாடகச் சங்கத்தை ஏற்படுத்தி, தாமே நாடகங்கள் எழுதி, பல அறிஞர்கள் நடிக்குமாறு செய்து, ஒத்திகை முதலியன நடத்தி, தாமும் நடித்து, இடைவிடாமல் உழைத்த சான்றோர் அவர். நீதிபதி முதலான பதவிகளில் இருந்தபோதும் அவருடைய நாடகத் தொண்டு ஓயவில்லை. முதல்முதல் (1893) அவர் எழுதி நடித்தது புஷ்பவல்லி என்ற சமூக நாடகம். தொண்ணூறு நாடகங்கள் தாமே கற்பனை செய்து இயற்றினார். பிறமொழி நாடகங்கள் பலவற்றை மொழிபெயர்த்துத் தந்தார். தமிழ் நாடக இலக்கியத்திற்கு அவர்போல் அவ்வளவு தொண்டு புரிந்தவர்கள் வேறு எவரும் இல்லை. ரத்னாவளி, மனோகரா, இரண்டு நண்பர்கள், கள்வர் தலைவன், வேதாள உலகம் என்பவை அவருடைய படைப்புத் திறனை எடுத்துக்காட்டும் சிறந்த நாடகங்கள். 'சபாபதி' நகைச்சுவையும் நையாண்டியும் வாய்ந்த தனிப் படைப்பாகும். அக்காலத்தில் அவருடைய நாடகங்களில் பங்கு ஏற்று நடிப்பதை ஒரு பெருமையாகக் கருதி முன்வந்தவர்கள் உண்டு. ஆங்கில நாடகங்களாகிய மாக்பெத், ஹாம்லெட், வெனிஸ் வணிகன் (Merchant of Venice), விரும்பியவண்ணமே (As You Like It) சிம்பெலின் என்பவற்றைத் தமிழில் ஆக்கித் தந்தார். விக்ரமோர்வசியம், சாகுந்தலம், மாளவிகாக்னிமித்ரம் என்னும் வடமொழி நாடகங்களையும் மொழிபெயர்த்தார். நாடகத் துறையில் அவருக்கு இருந்த ஆர்வத்தையும் அனுபவத்தையும் பயிற்சியையும் அவர் எழுதியுள்ள 'நாடகத் தமிழ்,' நாடக மேடை நினைவுகள்,' 'நாடகக் கலையில் தேர்ச்சி பெறுவது எப்படி? என்னும் நூல்கள் நன்றாக விளக்குகின்றன.

சங்கரதாஸ் சுவாமிகள் பழைய மரபை ஒட்டிப் பாடலும் உரைநடையும் கலந்து நாடகங்கள் எழுதினார். சம்பந்த முதலியாரோ மேற்குநாட்டு முறையைப் பின்பற்றிப் பாடல் இல்லாமல் உரைநடையா லேயே நாடகங்கள் இயற்றினார். இசை பின்னணிக்கு வந்து உதவுமே தவிர, அவருடைய நாடக உரையாடலில் அமையாது. அவருடைய உரைநடையில் அடுக்கு மொழிகள் அலங்கார எதுகை கள் முதலியவற்றை விட்டு, நேரான எளிய வாக்கியங்களையே கையாண்டார்.

சூரியநாராயணர் முதலானவர்கள்

சூரியநாராயண சாஸ்திரியார் என்னும் கல்லூரித் தமிழ்ப் பேராசிரியர் இந்த நூற்றாண்டின் தொடக்கத்தில் நாடகக்கலையின் வளர்ச்சிக்காக முயன்றார். தமிழ்மொழி நாடக இலக்கியம் பல பெற்றுச் செழிக்க வேண்டும் என்ற ஆசை கொண்டார். நாடகத்தின் இலக்கணம்பற்றி 'நாடக இயல்' என்ற நூல் இயற்றினார். கலாவதி, ரூபாவதி, மானவிஜயம் முதலான நாடக நூல்களையும் இயற்றினார். ஆனால் அவை நடிப்பதற்கு உரிய நாடகங்கள் அல்ல; படிப்பதற்கும் அவ்வளவு சுவையாக அமையவில்லை. வழக்கில் இல்லாத அருஞ் சொற்கள் மிகுந்த தமிழ் நடையில் அமைந்தமையால், உயிரோட்டம் குறைந்தனவாக நின்றன. ஆயினும் நாடகத்துறையில் அவர்க்கு இருந்த ஆர்வமும் தமிழின் வளர்ச்சியில் அவர் கொண்டிருந்த ஈடுபாடும் போற்றத்தக்கவை.

மறைமலையடிகள் வடமொழி சாகுந்தல நாடகத்தைத் தமிழில மொழிபெயர்த்தார். அதுவும் இலக்கியமாக நின்றது; நடிப்பதற்கு உரியதாக அமையவில்லை. கம்பர் என்னும் பெரும் புலவரின் மகளான அம்பிகாபதியின் வாழ்க்கையை ஒரு நாடகமாக அவர் இயற்றினார்.

ஆங்கிலம் பிரெஞ்சு முதலான ஐரோப்பிய மொழிகளில் உள்ள நாடகங்களும் தமிழில் மொழிபெயர்க்கப்பட்டன. அவற்றுள் சில நடித்துக் காட்டப்பட்டன. அவற்றை நேரே மொழிபெயர்க்காமல் அந்தக் கதைகளைத் தழுவியும் மாற்றியும் நாடகங்கள் எழுதும் முயற்சியும் வளர்ந்தது- அவைகள் நடிக்கப்படும் அளவில் நின்றன. படிக்கப்படும் இலக்கியங்களாகப் பயன்படவில்லை.

ஒரு சிக்கல்

நடிப்பதற்கு உரிய நாடகமாக எழுதப்படுகின்றவை நாடக அரங்குகளுக்கு உதவுகின்றன. அப்படிப்பட்டவை, காணும் மக்களின் சுவைகளையும் ஆர்வத்தையும் மனத்தில் கொண்டு எழுதப்படுவன. கொச்சைமொழிகளும் பேச்சுநடையும் அவற்றிற்குத் தேவையாகின்றன. ஆனால் உயர்ந்த நடை இல்லாத காரணத்தால், கற்றவர்கள் அவற்றை விரும்புவதில்லை; வாங்கிப் படிக்காமலும், பிறர் படிக்குமாறு தூண்டாமலும் விடுவதால், அவைகள் இலக்கிய நூல்களாய்

வாழ வழி இல்லாமற் போகிறது. கற்றவர்கள் விரும்பத்தக்க வகையில், உயர்ந்த நடையில் நாடகம் எழுதப்பட்டால், அத்தகைய நாடகங்களில் உணர்ச்சியும் உயிரோட்டமும் குறைகின்றன; மக்களின் அன்றாடப் பேச்சு முறையை விட்டு விலகி நிற்பதால் நாடகத்தைப் படிக்கும்போது வாழ்க்கையைப் பற்றிய கற்பனை நிரம்புவதில்லை; அதனால் நாடகத்தின் நோக்கமே நிறைவேறாமல் போகிறது. கற்றவர் ஒருசிலர் அவற்றைப் போற்ற முடிகிறதே அல்லாமல் மற்றவர் விரும்புவதில்லை. கற்றவர்களும் அப்படிப்பட்ட நாடகங்களைப் படிப்பதைவிடக் கட்டுரைகளையும் கதைகளையும் படிப்பதே சுவையானதாக உணர்கிறார்கள். ஏனெனில், கதைகளிலும் கட்டுரைகளிலும் நேரே நிகழ்ச்சிகளும் கருத்துகளும் எடுத்துரைக்கப் படுகின்றன; நாடகங்களில் உரையாடல் மட்டுமே உள்ளபடியால், மற்ற நிகழ்ச்சி முதலானவற்றைக் கற்பனை செய்து உணர வேண்டிய முயற்சித் துன்பத்துக்கு இடம் உள்ளது; ஆகவே, நாடகங்கள் படிப்பதைவிடக் கதைகளையும் கட்டுரைகளையும் உரிய நாடகத்தைப் படிப்பார் இல்லாத நிலையும், படிப்பதற்கு உரிய நாடகத்தை நடிப்பார் இல்லாத நிலையும் இருந்து வருகின்றன. ஆகவே, தமிழ்நாட்டில் நடிப்பவர் குழுக்கள் பல இருந்துவந்த போதிலும், தேர்ந்த நடிகர் பலர் புகழுடன் விளங்கியவந்தபோதிலும், நாடக அரங்குகள் பல இருந்தபோதிலும், நாடக இலக்கிய நூல்கள் பலவாக இல்லை. அதனால் நாடகத்துறையில் தமிழ் வளரவில்லை என்று சிலர் குறை கூறுகின்றனர்.

இந்தக் குறை பத்தொன்பது இருபதாம் நூற்றாண்டுகளுக்கு மட்டும் உரிய குறை அன்று; தமிழிலக்கிய வரலாறு முழுவதும் தொன்றுதொட்டுக் காணப்படும் குறையாக உள்ளது. சங்க காலத்திலும், இடைக்காலத்திலும் எவ்வளவோ நடிகர்கள் இருந்து வந்தனர்; அரசர்கள் அவர்களைப் போற்றி வந்தார்கள். ஆற்றுப்படை என்னும் இலக்கிய வகையும் இடைக்காலக் கல்வெட்டுகளும் சான்றுகளாக உள்ளன. கோயில்தோறும் இருந்துவந்த மண்டபங்கள் நாடகக் கலைக்குப் பயன்பட்டு வந்தன. நாடகங்கள் இல்லாமல் திருவிழாக்கள் நடந்ததில்லை. இவ்வாறு மக்களின் வாழ்க்கையில் காலந்தோறும் நாடகம் சிறப்பிடம் பெற்றிருந்த போதிலும், நாடக இலக்கியம் என்று கூறத்தக்க நூல் ஒன்றம் இன்று நமக்குக் கிடைக்கவில்லை. நாடக நூல்கள் இல்லாமற் போகவில்லை. ஆனால் அவற்றைச் சங்கப்பாட்டுப்

போலவோ, இடைக்காலத்துக் காப்பியம் முதலானவை போலவே புலவர்கள் போற்றிப் பாராட்டவில்லை; காப்பாற்றவில்லை. ஆகவே, அந்த நாடக நூல்கள் கால வெள்ளத்தில் அடித்துச் செல்லப்பட்டு மறைந்து போயின. மற்ற மொழிகளைவிடத் தமிழில் அவ்வாறு நேர்ந்தமைக்குக் காரணம் உள்ளது. தமிழ் மிகப் பழங்காலத்திலேயே இலக்கிய வளர்ச்சியும் பண்பாடும் பெற்றுவிட்டது. ஆகவே இலக்கிய மரபுகள் ஏற்பட்டுவிட்டன. புலவர்கள் இலக்கியத்திற்கு என்று திருத்தமாக அமைந்த செந்தமிழ் நடையைப் போற்றி வளர்த்தார்கள். அது பேச்சுவழக்கைவிட்டு விலகிச் செம்மைப்பட்டு அமைந்த நடையாக வளர்ந்தது. நடிக்கப்படும் நாடகங்களோ செந்தமிழ் நடையில் எழுதப்பட்டால் நாடக அரங்குகளுக்கு உதவாதன ஆகும். பேச்சுத் தமிழை ஒட்டி எழுதப்பட்டால், புலவர்களால் தீண்டப்படாதன ஆகும். ஆகவே, புலவர்கள் நாடகம் எழுதுவதை விட்டனர். மற்றவர்கள் எழுதி நடித்து வந்த நாடகங்களைப் புலவர்கள் இலக்கியமாகப் போற்றாமல் விட்டனர். கபிலர் நக்கீரர் முதலான பழங்காலப் புலவர்கள் நாடகங்கள் பலவற்றை அரங்குகளில் கண்டிருப்பார்கள். கம்பர் முதலான இடைக்காலப் புலவர்களும் கண்டிருப்பார்கள். ஆனால் அவர்களில் ஒருவரும் காளிதாசர் போல் நாடக நூல் இயற்ற முன்வரவில்லை. நாடகம் இயற்றுதல், தமக்குத் தொடர்பு இல்லாத ஒரு துறை என்று ஒதுங்கிவிட்டனர். அதனால், பழங்காலத்திலும் இடைக்காலத்திலும் இருந்துவந்த நாடகங்கள் அந்தந்தக் காலத்து அரங்குகளுக்கு மட்டுமே பயன்பட்டுப் பிறகு அழிந்து போயின.

இந்த நூற்றாண்டின் தொடக்கத்தில் நாடகக் கலைக்குப் பெருந்தொண்டு புரிந்த பம்மல் சம்பந்த முதலியாரின் படைப்புகளை எடுத்து ஆராய்ந்தாலும் இந்த உண்மை விளங்கும். அவர் தாமே நடிக்க வல்லவர்; பல நாடகங்களில் நடித்தவர்; நடிகர் பலர்க்குக் குருவாக விளங்கியவர். நன்றாகப் படித்தவர்; உயர்ந்த நோக்கங்கள் கொண்டு உயர்ந்த வாழ்வு வாழ்ந்தவர். அவர் தொண்ணூறு நாடகங்கள் எழுதியுள்ளார். நாடக மேடையின் அனுபவத்தைக் கொண்டு திறம்படக் காட்சிகளையும் சுவைகளையும் கற்பனை செய்து எழுதியிருக்கிறார். அவற்றுள் பலவற்றை அரங்கேற்றி வெற்றி கண்டிருக்கிறார். அந்த நிலைகளை ஆராய்ந்து பார்த்தால், ஆங்கிலத்திற்கு ஷேக்ஸ்பியர் போல், தமிழுக்கு அவர் தொண்டு செய்ய முயன்றார் என்பது விளங்கும். அவ்வாறு இருந்தும் இன்று

அவருடைய நாடக நூல்கள் இலக்கியமாகப் போற்றப்படவில்லை; மெல்ல மெல்ல மறையும் நிலையில் உள்ளன.

பம்மல் சம்பந்த முதலியார்போல் மற்றவர்கள் அவ்வளவு மிகுதயான நாடக நூல்கள் எழுதாவிட்டாலும், இரண்டு மூன்று அல்லது பத்துப் பதினைந்து நாடகங்கள் எழுதியவர்கள் உண்டு. எல்லா வற்றையும் சேர்த்து எண்ணிப் பார்த்தால், தமிழில் நாடக இலக்கியம் வளர்ச்சி பெறவில்லை என்று குறைகூறுவது பொருத்தமாகத் தோன்ற வில்லை. தமிழர் மனப்பான்மை நாடக இலக்கியத்தைப் போற்றிக் காப்பாற்றுவதாக இல்லை என்று கூறுவதே பொருத்தமாக உள்ளது. தமிழர் மனப்பான்மை நாடக அரங்குகளையும் நடிகர்களின் நடிப்புத் திறமையையும் மட்டும் போற்ற விரும்புவதாக உள்ளது. காப்பியம் முதலான இலக்கிய வகைகளைக் காலம் கடந்து காப்பதுபோல் நாடகத்தை ஓர் இலக்கிய வகையாகக் கொண்டு போற்றும் இயல்பு தமிழர்க்குக் குறைவு என்று கூறலாம்.

திரிபுகள்

நாடகத் துறையில் சங்கரதாஸ் சுவாமிகளும் பம்மல் சம்பந்த முதலியாரும் ஈடுபட்டுத் தொண்டு செய்வதற்குமுன், அந்தக் கலையில் மதிப்பு மிகக் குறைவாக இருந்தது. கற்றவர்கள் அதில் தலையிடவில்லை; அதில் ஈடுபடுவது தம் பெருமைக்கும் கல்விக்கும் ஏலாதது என்று எண்ணினார்கள். குடும்பப் பெண்களும் பிள்ளைகளும் பார்க்கத் தகாதது நாடகம் என்ற கருத்து இருந்து வந்தது. தம் மக்களை நாடகக் கொட்டகையை அணுகாதபடி காப்பது பெற்றோரின் கடமையாக இருந்தது. நாடகம் பார்ப்பதிலேயே இவ்வளவு தடையும் அச்சமும் இருந்து வந்தன என்றால், நாடகத்தில் நடிப்பதிலும் நாடகத்தைப் படிப்பதிலும் எழுதுவதிலும் எவ்வளவு தயக்கம் இருந்திருக்க வேண்டும் என்பதை எண்ணிப் பார்க்கலாம். நல்லவர்களாலும் சுற்றவர்களாலும் புறக்கணித்து ஒதுக்கப்பட்ட துறையாக இருந்து வந்தபடியால், நாடகத்தில் பல குறைபாடுகள் இடம்பெற்றன. நல்ல காப்பியக் கதையை நாடகமாக்கி எழுதியபோதிலும் பிழைகள் பல புகுந்தன. சிலப்பதிகாரக் கதையை நாடகம் ஆக்கியவர்கள், கோவிலன் கர்ணகி மாதகி என்று திரித்தார்கள். கதைப் போக்கிலோ, மனம் போனபடி திரிபுகள் செய்தார்கள். சிலப்பதிகாரத்தில் ஓர் உத்தமப் பெண்ணாகக் காணப்படும் மாதவி, கோவலன் நாடகத்தில் பண ஆசை பிடித்த

வேசியாகக் காட்சி அளிக்கிறாள். இவ்வாறே மற்றக் கதைகளிலும் வேண்டாத திரிபுகள் பல புகுத்தினார்கள். ஆனாலும் பொது மக்களுக்கு வேண்டிய சுவைகள் குன்றாமல் பார்த்துக் கொண்டார்கள். கிராமங்களில் பாரதக் கதையைச் சொற்பொழிவுகளாக நிகழ்த்தும் போதெல்லாம், கிராமங்கள் திருவிழாக்கோலம் கொள்ளும். அந்த நாட்களில், மாலையில் சொற்பொழிவு முடிந்ததும், இரவில் பாரதக் கதையை ஒட்டிய நாடகங்கள் நடக்கும். அந்த நாட்களிலும் அப்படிப் பட்ட திரிபுகள் செய்தார்கள்.

அந்தக் காலத்தில் அவ்வாறு அறியாமையாலும் பொது மக்களின் கவர்ச்சிக்காகவும் திரிபுகள் செய்யப்பட்டன என்றால், இக்காலத்தில் வேறு சில காரணங்களுக்காகக் கதைகளில் திரிபுகள் செய்யப்படுகின்றன. திரைப்படங்களின் முன்னேற்றங்களைப் பார்த்து, அவற்றை நாடகமேடைகளிலும் காட்ட முயல்கிறார்கள். ஆகவே நாடகமேடையில் பல அமைப்புப் புதுமைகள் ஏற்பட்டு, அவற்றிற்காகக் கதையில் மாறுதல்கள் செய்கிறார்கள். இது இன்னொரு வகைக் குறையாகவே உள்ளது.

இக்கால நாடகங்கள்

பல நாவல்களை நாடகமாக அமைத்து நடிக்கச் செய்து புகழ் பெற்றவர் கந்தசாமி முதலியார் என்பவர். மேற்குநாட்டு முறையில் தமிழுக்கு நாடகம் அமைக்கும் துறையில் நல் பல முன்னேற்றங்கள் செய்தவர் அவர். இராஜாம்பாள், இராஜேந்திரா, சந்திரகாந்தா, மோகனசுந்தரம், ஆனந்தகிருஷ்ணன், மேனகா முதலிய நாவல்களைக் கந்தசாமி முதலியார் நாடகம் ஆக்கினார். பெரும்பாலும் நாவல்களில் உள்ள உரைநடையை அவ்வாறே பயன்படுத்தினார். அவர் முறையைப் பின்பற்றி இன்றும் சிலர் சில நாவல்களின் கதைகளை நாடகங்களாக ஆக்கிவருகின்றனர்.

பவானந்தம் பிள்ளை இயற்றிய நாடகங்கள் அரிச்சந்திரன், பாதுகா பட்டாபிஷேகம் முதலியன. எதுகை முதலியவை நிரம்பிய அடுக்குத் தொடர்களை உரையாடலில் நிரம்ப அமைத்தவர் அவர்.

நாட்டு விடுதலை இயக்கத்தில் ஆர்வம் மிக்கவர்களாய் நாடகத் தொண்டு புரிந்தவர்கள் சிலர். அவர்களுள் மறக்க முடியாமல் பெயர் பெற்றவர் தெ.பொ.கிருஷ்ணசாமிப் பாவலர். 'கதரின்வெற்றி,'

'பம்பாய் மெயில்' முதலிய புரட்சியான நாடகங்களை எழுதி நாடு முழுவதும் நடத்திச் சுதந்திர உணர்ச்சியைப் பெருக்கியவர் அவர். நாகபுரிக்கொடிப் போராட்டத்தை அமைத்து, 'தேசீயக் கொடி' என்ற பெயரால் நாடகம் ஒன்று நடத்தினார். தமிழ்நாட்டு நாடகக் குழுவை இங்கிலாந்து வரையில் அழைத்துச் சென்று அங்கும் தமிழ் நாடகங்கள் நடத்திப் புகழ்பெற்ற கலை வீரர் அவர். அவர் தந்த வேறு சில நாடகங்கள் பதிபக்தி, பர்த்ருஹரி முதலியன. அவற்றுள் சில, ஆங்கில அரசாங்கத்தால் தடை செய்யப்பட்டன. அவ்வளவு தேசீய உணர்ச்சியை அவை ஊட்ட வல்லவனவாக இருந்தன.

கிழக்கிந்தியக் கம்பெனியாரின் ஆட்சியை எதிர்த்து முதல் முறையாகப் போராட்டம் நடத்தித் தூக்கில் இடப்பட்ட பெரு வீரன் வீரபாண்டியக் கட்டபொம்மனின் வரலாறு நாடகமாக்கப் பட்டது. 'முதல் முழக்கம்' என்ற அந்த நாடகத்தை இயற்றியவர் ரா. வேங்கடாசலம். அவர் இயற்றிய மற்றொரு நாடகம் 'இமயத்தில் நாம்' என்பது; பழங்காலத் தமிழர் வீரத்தை எடுத்துக்காட்டும் உணர்ச்சி மிகுந்த நாடகம் அது. எத்திராஜுலு இயற்றிய அவ்வையார், தமிழ்நாட்டுப் பழஞ் சிறப்பையும் பண்பாட்டையும் புலவரின் பெருமையையும் எடுத்துரைக்கும் உயர்ந்த நாடகம்.

பாணபுரத்து வீரன் என்பது நாட்டுப் பற்று ஊட்டிப் புகழ் பெற்ற நாடகம். அதை இயற்றியவர் சாமிநாத சர்மா. அவருடைய நூல்களின் இயல்பான எழுச்சியூட்டும் நடையை அந்நாடகத்திலும் காணலாம். ஆங்கில அரசாங்கத்தால் தடை செய்யப்பட்ட நாடகங் களுள் அதுவும் ஒன்று அவருடைய அபிமன்யு என்ற நாடகமும் சிறந்த தமிழ்நடை வாய்ந்தது.

டிகே. முத்துசாமி இயற்றிய நாடகங்கள் குமாஸ்தாவின் பெண், கவி காளமேகம், ராஜா பர்த்ருஹரி, வித்தியாசாகர் ஆகியவை.

எஸ்.டி. சுந்தரம் இயற்றிய நாடகங்களுள் 'கவியின் கனவு' இலக்கியச் சுவை வாய்ந்த தேசீய நாடகம் ஆகும்.

மந்திரி குமாரி, மணிமகுடம் முதலிய நாடகங்களைக் கலைஞர் கருணாநிதி கவர்ச்சிமிக்க நடையில் எழுதினார். சிலப்பதிகாரத்தைப் பூம்புகார் என்ற பெயரில் அழகிய நாடகம் ஆக்கியுள்ளார். அகிலன் என்னும் சிறந்த நாவலாசிரியர் அளித்துள்ள நாடகங்கள் புயல்,

வாழ்வின் இன்பம் ஆகியவை. தேவனின் நாடகங்கள் முழுவதும் பேச்சுத் தமிழில் எழுதப்பட்டவை. அவை கோமதியின் காதலன், மைதிலி, துப்பறியும் சாம்பு முதலியவை; எல்லாம் நகைச்சுவை மிகுந்தவை

நாட்டிய நாடகங்கள் பல அரங்குகளில் இடம் பெற்றன. பழைய குறவஞ்சி நாடகங்கள் நடிக்கப்பட்டன. ஆண்டாள் முதலானவர்களைப் பற்றிய புதிய நாட்டிய நாடகங்களும் இயற்றப்பட்டன.

பாரதியாரின் பாஞ்சாலி சபதம் இசைநாடகமாகவே நடிக்கப் பட்டது. காவியமாகப் பாரதியாரால் இயற்றப்பட்ட அதைச் சாகஸ்ர நாமம் நாடகக் குழுவினர் இசை நாடகமாக நடித்துச் சுவைபெறச் செய்தார்கள். டி.கே.எஸ். நாடகக் குழுவினர் இளங்கோவடிகள், அவ்வையார் முதலான பழைய வரலாற்றுத் தலைவர்களின் வாழ்க்கையை நாடக மேடையில் விளங்கச் செய்து புகழ் பெற்றார்கள். கம்பர் முதலான புலவர்களின் வரலாறுகளும் மாணிக்கவாசகர் முதலான பக்தர்களின் வரலாறுகளும் கண்ணப்பா குழு, எம்.எஸ்.டி. சபை முதலான நாடகக் குழுவினர்களால் நாடகமாக்கப்பட்டன.

பி.எஸ். ராமையா பல நாடங்களைக் கலைத்திறனுடன் எழுதியவர். மல்லியம் மங்களம், தேரோட்டி மகன், போலீஸ்காரன் மகள், பிரசிடெண்ட் பஞ்சாட்சரம், கைவிளக்கு என்பவை குறிப்பிடத்தக்கவை. அவருடைய கற்பனைத்திறன் சிறுகதைகளில் விளங்குவது போலவே நாடகங்களிலும் திகழ்கிறது. ‘தேரோட்டி மகன்’ என்ற நாடகம் பாரதத்தில் வரும் கர்ணனைப் பற்றியது. தேரோட்டியின் மகனாகவே அவன் பலராலும் அறியப்படுகிறான். அரச மரபினன் என்பது குந்திக்கும் கண்ணனுக்கும், அவனுக்குமே தெரியும். ஆனால், வற்புறுத்தலால் அவனை மணந்து கொண்ட மனைவிக்கு, ஒரு க்ஷத்திரியனை மணந்துகொள்ளாமல், தேரோட்டி யின் மகனை மணந்துகொண்டோமே என்ற குறை நெஞ்சில் இருந்து வருகிறது. அதனால் கர்ணன் எவ்வளவோ சிறப்பெல்லாம் பெற்றிருந்தும், மனைவியின் அன்பையும் மதிப்பையும் பெற முடியாமல் வாடுகிறான். கௌரவர் சேதனைத் தலைவனாய்ப் போர்க்களத்துக்குப் புறப்படும்போதும், ஆரத்தி எடுத்து வாழ்த்துக் கூறிவிடைகொடுக்க மனைவி முன்வரவில்லை. ஆனால், கர்ணன் போரில் மாண்ட பிறகு, உண்மை உணர்கிறாள்; தன் புறக்கணிப்பை - சாதிச்செருக்கால் செய்த

நாடக இலக்கியம்

தவற்றை-நினைந்து உருகிப் புலம்புகிறாள். இவ்வாறு கற்பனை குழைத்து நாடகத்தை மிகச் சுவையாக அமைத்துள்ளார்.

சுதந்திரப் போராட்டத்தால் ஏற்பட்ட எழுச்சி, பல நாடகங் களுக்குத் தூண்டுகோலாக அமைந்தது. நடிகர்களில் தலைமை பெற்றவர்கள் பலர் தேசீய உணர்ச்சி உள்ளவர்களாக விளங்கி நாட்டுப்பற்றைத் தம் நாடகங்களில் கலந்து அளித்தார்கள். வரலாற்றில் புகழ்பெற்று விளங்கிய அரசர்கள், சிற்றரசர்கள், புலவர்கள் முதலானவர்களின் வாழ்க்கையை ஒட்டிய நாடகங்கள் பல இயற்றப்பட்டன. அவ்வையார், ராஜராஜ சோழன், கட்ட பொம்மன் முதலான நாடகங்கள் அத்தகையவை. கல்கியின் வரலாற்று நாவல்களான பார்த்திபன் கனவும், சிவகாமியின் சபதமும் நாடகங்களாக அமைக்கப்பட்டன. சமுதாயத்தில் உள்ள சாதி வேறுபாடு, பொருளாதார ஏற்றத்தாழ்வு முதலியவற்றின் கொடுமைகளை விளக்கும் நாடகங்கள் இயற்றப்பட்டன. கண்ணீர்த் துளி, வேலைக்காரி, ஓர் இரவு, சந்திரமோகன், நீதிதேவன் மயக்கம் முதலான நாடகங்கள் சிறந்த நோக்குடன் அறிஞர் அண்ணாதுரையால் இயற்றப்பட்டவை. அவர் நாடகங்களில் கையாண்ட உரைநடை புதுமையானது; சிந்தனையைக் கிளருவது, சமுதாயத்தின் இருண்ட பகுதிகளை மேல்மட்டத்தில் உள்ளவர்களின் வாழ்க்கையின் ஊழல்களை- மறைக்காமல் பலரும் கண்டு சிரிக்கும் வகையில் வெளிப்படுத்திச் சீர்திருத்தக் கருத்துகளுக்கு நாடகங்களை நன்குபயன்படுத்தியவர் அவர். அவர் எழுதிய நாடகங்களில் அவரே திறம்பட நடித்து மகிழ்ந்தவர்; பல நாடகக் குழுக்களையும், கலைஞர் களையும் எழுத்தாளர்களையும் இத்துறையில் ஊக்கமூட்டிப் போற்றி வளர்த்தவர்.

கு.சா. கிருஷ்ணமூர்த்தி எழுதிய 'அந்தமான் கைதி' பலமுறை நடிக்கப்பட்டுப் புகழ்பெற்றது. அதுவும் சிறந்த சமுதாய சீர்திருத்த நாடகம் ஆகும். நாரண துரைக்கண்ணன் இயற்றிய 'உயிரோவியம்' முதலான நாடகங்களும் அத்தகைய சிறப்பு உள்ளவை.

திரைப்படமும் வானொலியும்

இந்த நூற்றாண்டின் இடைப்பகுதியில் உள்ள நாடகங்கள் எழுதவல்ல எழுத்தாளர் பலரின் திறமைகளை எல்லாம் திரைப்படம் பயன்படுத்திக்கொண்டது. இளங்கோ, கலைஞர் கருணாநிதி, ஸ்ரீதர்,

பாண்டுரங்கன் முதலியவர்கள் இவ்வகையில் குறிப்பிடத் தகுந்தவர்கள். பல நாவல்கள் திரைப்படத்துக்கு உரிய வகையில் அமைத்து நடிக்கப்படுகின்றன. திரைப்படம் இல்லையானால், அவைகள் எல்லாம் நாடகங்களாக எழுதப்பட்டிருக்கும். திரைப்படத்துறை திறமையான நடிகர்களைத் தன்னிடம் கவர்ந்து கொள்வதால், நாடக மேடைக்குச் சிறந்த நடிகர்கள் இல்லாத குறையும் ஏற்படுகிறது. நாடகம் திரைப்படத்தோடு போட்டியிட்டுப் பொருளாதாரத் துறையில் வெற்றிபெற முடியாத காரணத்தால், நாடக வளர்ச்சி குன்றிவருகிறது; ஆகவே, நாடக நூல்கள் எழுதுவோர்க்கு ஊக்கம் இல்லாமற் போகிறது.

நாடக வளர்ச்சியில் வானொலி நிலையம் ஆற்றிவரும் தொண்டும் இங்குக்கருதத் தக்கது. முழு நாடகங்கள் சில அவ்வப்போது ஒலிபரப்பப்பட்டன. அவற்றுள் பல, நாவல்களிலிருந்தே வானொலிக்கு ஏற்றவாறு நாடக வடிவில் அமைக்கப்பட்டவை. ஓரங்க நாடகங்கள் அளவில் சிறியனவாக இருந்ததால், அரைமணி அளவில் வானொலியில் ஒலிபரப்புவதற்கு ஏற்றனவாக அமைந்தன. ஆகவே, பல பொருள்பற்றி ஓரங்க நாடகங்கள் இயற்றப்பட்டன. வார இதழ்களும், திங்கள் இதழ்களும் ஓரங்க நாடகங்கள் பலவற்றை வெளியிட்டன. ச.து.சு. யோகி, துறைவன், சுகி, நாணல் முதலானோர் ஓரங்க நாடகங்கள் பல இயற்றினார்கள். சுத்தானந்த பாரதி, பூரணம் விசுவநாதன், கோமதி சுவாமிநாதன், எஸ்.டி.சுந்தரம், பி.எஸ். ராமையா முதலினாவர்களின் நாடகங்கள் குறிப்பிடத்தக்கவை. கு.சா. கிருஷ்ண மூர்த்தி, சீனிவாசராகவன், பெ.தூரன் முதலியவர்கள் செய்யுள் நாடகங் களை இயற்றினார்கள்.

பெரும்பாலான நாடகங்கள், நாடகம் பார்க்கும் மக்களின் மனநிலையைக்கருத்தில் கொண்டே இயற்றப்படுகின்றன. நடிப்பதற்கு ஏற்றவாறு அமையாமல், படிப்பதற்கு உரியனவாக அமைந்துள்ள நாடகங்களும் அவற்றின் ஆசிரியர்களால் இயற்றப்படும் போது, அந்த நோக்கம் கொண்டே-நாடகம் பார்ப்பவர்களின் மன நிலைக்குத் தக்கவாறே இயற்றப்பட்டுள்ளன. பார்க்கும் மக்கள் தரும் பணவருவாயை நம்பியே வாழவேண்டியுள்ள திரைப்படங்கள் வந்த பிறகு, நாடகங்கள் மக்களின் மனநிலைக்கு ஏற்ப எழுதப்படுவது கட்டாயமாகிவிட்டது. ஆயினும் இங்கும் ஒரு நிலையான போக்கு இல்லை. சாதி ஒழிப்பு, கலப்பு மணம், கற்புத் தவறியவனை மன்னித்து ஏற்பது, வறுமையின்

கொடுமை முதலிய புரட்சியான கருத்துகள் அமைந்த நாடகங்கள் ஒரு காலத்தில் மக்களால் பெரிதும் விரும்பப்பட்டன. இந்தக் கருத்துகளை மட்டும் வற்புறுத்தி நாடகத்தின் கலையமைப்பைப் புறக்கணித்து எழுதியவர்கள் சிலர். கலையின் சிறப்புக் குன்றுமாறு செய்துவிட்டனர். வெறும் பொழுது போக்கான நகைச்சுவை மிகுந்துள்ள நாடகங்களை மக்கள் விரும்பத் தலைப்பட்டார்கள். ஒரு காலத்தில் சிறப்பிழந்திருந்த புராணக் கதைகளைக் கொண்ட நாடகங்கள், மறுபடியும் தலையெடுக்கத் தொடங்கின. இவ்வாறு மக்களின் சுவையும் மாறிமாறி வருவதால் நாடக இலக்கியம் படைப்பவர்கள் திகைக்க நேர்கிறது; தரமான, நிலையான இலக்கியம் படைப்பதற்கு இடையூறு ஆகிறது.

வட்டாரமொழி நாடகங்கள்

தமிழ்நாட்டில் வெவ்வேறு பகுதிகளில் வெவ்வேறு வகையான வட்டாரப் பேச்சுமொழிகள் (கிளைமொழிகள்) பேசப்படுகின்றன. அந்தப் பேச்சு மொழிகளையே கையாண்டு நாடகங்கள் சில எழுதியவர்கள் உண்டு. ஒவ்வொரு காலத்திற்குப் புதுமையாக வரவேற்கப்பட்டபோதிலும் அவை அவ்வளவாக வெற்றி பெற வில்லை எனலாம். தேவையானபோது தேவையான அளவிற்குப் பேச்சு மொழியைக் கையாண்ட நாடகங்களே வெற்றி பெற்றுள்ளன. முழுதும் இலக்கிய நடையில் எழுதப்பட்ட நாடகங்களும் வெற்றி பெறவில்லை; முழுதும் பேச்சுமொழியில் அமைந்த நாடகங்களும் நீண்ட காலம் வாழ்வதில்லை.

16

கதை இலக்கியம்

முதல் நாவல்கள்

சென்ற நூற்றாண்டில் 1876இல் வேதநாயகம் பிள்ளை என்ற அறிஞர் முதல்முதலாகத் தமிழுக்கு நாவல் இலக்கியத்தை அளித்தார். அவர் மாவட்ட நீதிபதியாக இருந்தவர்; ஆங்கிலம் அறிந்தவர்; ஆங்கிலேயருடன் தொடர்பு உடையவர். ஆங்கிலத்தில் நாவல் இலக்கியம் வளர்ந்திருப்பதையும், அதைப் பொழுது போக்காகப் பலர் படித்துப் பயன் பெறுவதையும் உணர்ந்து, தமிழர்களும் அவ்வாறு படிக்க வாய்ப்புப் பெறவேண்டும் என்று கருதினார். அந்தக் காலத்தில் செய்யுள் நூல்கள் பல எழுதிப் புகழ்பெற்ற மீனாட்சிசுந்தரம் பிள்ளையுடன் நெருங்கிய தொடர்பு உடையவர்; தாமும் பாடல் பல இயற்றியவர். ஆனாலும், செய்யுள் நூல்களை எல்லாரும் படிக்க முடியாது என்பதை உணர்ந்து, உரைநடை வாயிலாக நல்ல கருத்துகளை உணர்த்த வேண்டும் என்ற ஆர்வம் கொண்டார். கதை கேட்கும் ஆர்வம் மக்களுக்கு இயல்பாக இருப்பதால், நாவல்கள் வாயிலாகத் தாம் உணர்த்த விரும்பியவற்றை உணர்த்த முன்வந்தார். பிரதாப முதலியார் சரித்திரம் (1876), சுகுணசுந்தரி (1887) என்னும் நாவல்களை இயற்றினார். அவற்றில் பலவகை மாந்தர்களைப் படைத்தார்; பலவகை உணர்ச்சிகளை அமைத்தார்; பல நீதிகளைப் புகட்டினார். தஞ்சை திருச்சி மாவட்டங்களில் கிராமங்களிலும் நகரங்களிலும் தாம் பெற்ற அனுபவங்களைக் கொண்டு, குடும்ப சமுதாய வாழ்க்கை நிலைகளைச் சொல்லோவியமாக்கிக் காட்டினார்.

பின்னர் எழுதிய நாவலைவிட, முதலிய எழுதிய பிரதாப முதலியார் சரித்திரமே இலக்கியத் தரம் உடையது. கதைத் தலைவன், தலைவி ஆகிய இருவரின் பெற்றோர்க்கு இடையே பூசலும் போராட்டமும் நடக்கின்றன. தலைவன் வீட்டைவிட்டு வெளியேறுகிறான். ஒரு வேட்டைக் காட்சியைக் காண்பதற்கு முயல்கிறான். பல இன்னல்களை எதிர்ப்படுகிறான். பணக்கார உழவர் குடும்பத்துப் போராட்டங்களைக் கதை சுவையாக வளர்த்துச் செல்கிறது. இரண்டாம் நாவலில்,

கதைத் தலைவியை ஓர் அரசன் கவர்ந்து செல்கிறான். வழியில் கன்னி மாடத்தில் புகுந்துகொள்கிறாள் அவள். அரசன் தேடிக் கண்டுபிடிக்கிறான். அதற்குள் அந்த அரசனுடைய ஆட்சியை அமைச்சன் கைப்பற்ற முயல்கிறான். போராட்டங்கள் வளர்கின்றன. முதல் நாவல், கதை மாந்தர் (பாத்திரம்) ஒருவர் கதை கூறுவதாக அமைந்துள்ளது. இரண்டாவதில் ஆசிரியரே கதை சொல்கிறார். நகைச்சுவை நிரம்பியுள்ளது. நீதிமொழிகள் நிரம்பியுள்ளன.

அடுத்த நாவல்கள்

வேதநாயகம் பிள்ளை போலவே வேறு துறைகளில் தொழில் செய்துகொண்டே தமிழ் இலக்கியத்தை வளர்க்கப் பாடுபட்டோர் பலர். அவர்களுள் நடேச சாஸ்திரி (1859-1906) என்பவர் ஒருவர். திராவிட பூர்வகாலக் கதைகள், மத்திய காலக் கதைகள் எனப் பழைய கதைகளைத் திரட்டி எழுத்தில் தந்தார். முத்திரா ராக்ஷசம் என்பதை வடமொழியிலிருந்து மொழிபெயர்த்து எழுதினார். ஆங்கிலத்தில் ஷேக்ஸ்பியர் எழுதிய சில நாடகங்களை (*Measure for Measure, Twelth Night*) தமிழில் கதையாக்கித் தந்தார். மாமி கொலுவிருக்கை, கோமளம் குமரியானது, திக்கற்ற இரு குழந்தைகள், மதிகெட்ட மனைவி என்பவை அவர் இயற்றிய கதை நூல்கள்.

வாழ்க்கையை உள்ளவாறு காட்டும் பாங்கு, நடப்பியல் (*Realism*) எனப்படுவதை முதல் முதலில் தமிழில் ராஜம் ஐயர் (1872-1898) எழுதிய 'கமலாம்பாள் சரித்திரம்' என்னும் நாவலில் காண்கிறோம். அதை அடுத்து, அதே பாங்கில் எழுதப்பட்டது. மாதவையாவின் 'பத்மாவதி சரித்திரம்,' வேதநாயகம் பிள்ளையின் நாவல்களுக்கும் இந்த இரண்டு நாவல்களுக்கும் இடையே இருபதாண்டுக் கால இடைவெளி இருக்கிறது. அப்போது நாவல்கள் தோன்றாமல் இல்லை; குருசாமி சர்மா எழுதிய 'பிரேம கலாவதியம்' முதலியன சில இருந்தன. ஆனால் அவை இலக்கியத் தரம் பெற வில்லை. 'கமலாம்பாள் சரித்திரம்' விவேகசிந்தாமணி என்னும் இதழில் 1893-95இல் தொடர்கதையாக வந்து, 1896இல் புத்தகமாக வெளியிடப்பட்டது. கிராம வாழ்க்கையும் ஜல்லிக்கட்டு என்னும் எருதாட்த் திருவிழாவும் மற்றப் பழக்கவழக்கங்களும் அக்காலத்தில் இருந்தவாறே விளக்கப்பட்டுள்ளன. இளைஞரின் காதல் ஒருபுறமும், நடுவயதினரின் அன்பான குடும்ப வாழ்வு ஒருபுறமும் இருந்து

முரண்படுவதைத் தீட்டிக் காட்டியுள்ளார். அவர்க்கு அடுத்தாற்போல் நாவல் எழுதிய மாதவையாவின் 'பத்மாவதி சரித்திரம்' (1898) தெளிவான பாத்திரப் படைப்பு உடையது. அவருடைய சீர்திருத்த ஆர்வம் அதில் நன்கு புலப் படுகிறது. 'விஜய மார்த்தாண்டன்,' 'முத்து மீனாட்சி' (1903) என்னும் நாவல்களையும் அவர் இயற்றினார். பத்மாவதி சரித்திரத்தில் பல நிகழ்ச்சிகள் ஒன்றோடு ஒன்று பின்னிக் கிடக்கின்றன. ஒன்று மற்றொன்றினுக்குத் தொடக்கமாய் வளர்ந்து செல்லக் காண்கிறோம். பத்மாவதியின் மேல் அவளுடைய கணவனுக்கு ஏற்படும் ஐயமே நீண்ட சிக்கலாய் வளர்ந்து முடிகிறது. 'விஜய மார்த்தாண்டம்' என்னும் கதையில் மறவர் சமுதாயமும் நாட்டுக் கோட்டைச் செட்டியார்களும் வழக்கறிஞர்களும் நீதிபதிகளும் பல கோணங்களில் காட்டப்படுகிறார்கள். 'முத்துமீனாட்சி' என்னும் நாவல் அவற்றைவிடப் புதுமை மிகுந்தது; புரட்சியானது. இளமையில் விதவையானவள் ஒருத்தி படும் துன்பங்களை அவளே எடுத்துரைக்கும் முறையில் (தன் வரலாறு என்ற போக்கில்) நாவல் அமைந்துள்ளது. இவற்றின் வாயிலாக மாதவையா, தமிழ் நாவல் துறையில் உள்ளீடு (*Content*), வடிவு (*Form*) ஆகிய இருவகையிலும் புதுமை வளர்த்தவர் எனலாம்.

மாதவையா (1872-1925) அரசாங்க வேலையிலிருந்து ஓய்வு பெற்றபின் 'பஞ்சாமிர்தம்' என்னும் இதழை நடத்தி அதில் கவிதை, சிறுகதை, இலக்கியத் திறனாய்வு, அரசியல் கட்டுரைகள் முதலியன வெளிவரச் செய்தார். 'கோணக் கோபாலன்' என்ற புனைபெயரில் நாமே கவிதைகளும் கட்டுரைகளும் எழுதி வந்தார். அவர்க்கு விருப்பமான சமூகச்சீர்திருத்தத் தொண்டுக்கு அந்த இதழ் ஒரு நல்ல கருவியாக இருந்தது. பழைய கண்மூடி வழக்கங்களை எதிர்த்துப் போராடினார். சிறுவர்கள் படிக்கக்கூடிய நடையில் பால ராமாயணம், பால விநோதக் கதைகள், தக்ஷண சரித்திர வீரர் என்பன இயற்றினார். திருமலை சேதுபதி, பாரிஸ்டர் பஞ்சநதம் என்பவை நாடகங்கள், ஷேக்ஸ்பியரின் ஒதெல்லோ நாடகத்தைத் தமிழில் தந்தார். பொது தர்ம சத்கீத மஞ்சரி, புதுமாதிரிக் கல்யாணப்பாடல் என்பன அவர் இயற்றிய பாடல் தொகுதிகள். ஆசாரச் சீர்திருத்தம் என்னும் நூல் அவருடைய சீர்திருத்த ஆர்வத்தைப் புலப்படுத்தும். அவர் இயற்றிய சிறுகதைகள் பல. அவை சிறுகதை வளர்ச்சிக்குத் தூண்டுகோலாக அமைந்தவை; மூன்று தொகுதிகளாக, 'குசிகர் குட்டிக்கதைகள்'

என்னும் பெயரால் வெளியாயின.

மாதவையாவுக்குப் பிறகு நாவல்துறையில் மீண்டும் இடைவெளி ஏற்பட்டது. கல்வி பெருகி இலக்கியத் தரம் உள்ள கதைகளைப்பிறர் படைப்பதற்கு முன் ஆரணி குப்புசாமி முதலியார், வடுவூர் துரைசாமி ஐயங்கார், பொன்னுசாமி பிள்ளை, வை.மு. கோதைநாயகி அம்மையார், ரங்கராஜு முதலியோரின் பொழுதுபோக்கு நாவல்களும் துப்பறியும் நாவல்களும் படிப்போர்க்கு விருந்தாக இருந்தன. அவற்றில் பெரும் பாலானவை, மேற்கு நாட்டாரின் துப்பறியும் நாவல்களின் தழுவல்களாகவே இருந்தன. தமிழ்ச் சமுதாயத்தின் படப்பிடிப்புகளாக, கண்ணாடிகளாக, ஒருசில மட்டுமே அமைந்தன.

காந்தியடிகளின் நெறியிலும் வாழ்விலும் தம் நெஞ்சைப் பறி கொடுத்து, இந்த நாட்டுக் கிராமங்களின் முன்னேற்றத்தில் ஆர்வம் கொண்ட கே.எஸ். வெங்கடரமணி நாவல் துறையில் ஈடுபட்டார். முதலில் ஆங்கிலத்தில் எழுதி வெளியிட்டுப் பிறகு தமிழில் தாமே மொழிபெயர்த்தார். முருகன் ஓர் உழவன் (1928), கந்தன் ஒரு தேசபக்தன் (1938) ஆகியவை அவர் தமிழில் எழுதியவை. அவற்றில் தேசபக்தி மேலோங்கி நிற்கக் காண்கிறோம். தமிழ்நாட்டுக் கிராம வாழ்க்கையை உள்ளவாறு உணர்ந்து, கிராம மக்களின் நல்வாழ்வுக்கு வழிகாட்டும் முறையில் பல மாந்தர்களையும் நிகழ்ச்சிகளையும் அவற்றில் படைத் திருக்கிறார்.

கல்கி

தமிழ் இலக்கியத்தில் வரலாற்று நாவல்களுக்கு ஒரு சிறப்பைத் தேடித் தந்தவர் 'கல்கி' என்ற புனைபெயர்கொண்ட ரா. கிருஷ்ண மூர்த்தி (1899-1954). அவர் முதலில் 'ஆனந்தவிகடன்' என்னும் வார இதழுக்கும், பிறகு 'கல்கி' என்ற வார இதழுக்கும் ஆசிரியராக விளங்கியவர். அந்த இதழ்களில் அவர் எழுதிய தலையங்கங்களும் கட்டுரைகளும் அவருடைய எழுத்துத் திறமையில் மக்கள் ஈடுபாடு கொள்ளச் செய்தன. இசை, நாடகம், நாட்டியம், ஓவியம், சிற்பம் ஆகிய கலைகளைச் சுவைத்து மகிழும் உள்ளம் உடையவர் அவர். எதை எழுதினாலும் சுவை இல்லாமல் எழுத அறியாதவர். மக்கள் பேசும் தமிழின் நடையில் உள்ள உயிர்த்துடிப்பையும் வேகத்தையும் கண்டறிந்து, அவற்றைத் தம் எழுத்திற்கு நன்றாகப் பயன்படுத்தினார். தியாகபூமி, மகுடபதி, அலையோசை முதலான சமுதாய வாழ்வுபற்றிய

நாவல்களும் எழுதினார். ஆயினும் வரலாற்று நாவல் ஆசிரியர் என்ற வகையிலேயே அவர் பெரும் புகழ் பெற்றார்.

தமிழ்நாட்டின் வரலாற்றில் பல்லவ அரசர்களின் வரலாற்றையும் பிற்காலச் சோழர் வரலாற்றையும் நன்கு ஆராய்ந்து, அக்கால நாகரிகம், மக்கள் பழக்க வழக்கங்கள், மனநிலைகள் முதலியவற்றைத் தெளிவாக மனத்தில் இருத்திக்கொண்டு நாவல்களை எழுதினார். அந்த வரலாற்றுக் குறிப்புகள் கதை வடிவில் அமைவதற்காகத் தாமே சில கற்பனை மாந்தர்களைப் படைத்துச் சேர்த்தார். அவ்வாறு அவர் படைத்துத் தந்த மாந்தர்கள், இன்று தமிழ் நாவல்கள் பயின்ற மக்களின் மனத்தில் நிலையாக வாழ்கிறார்கள். வரலாற்று நூல்களின் பல்லவ மன்னர்களையும் சோழ மன்னர்களையும்விட நிலைபேறு உடையவர்களாக அவர்கள் இன்று படிப்பவர்களின் நெஞ்சில் வாழ்கிறார்கள். அந்த அளவிற்குக் கல்கியின் கற்பனை, ஆற்றல் உடையதாக அமைந்தது. எடுத்துக்காட்டாக, தமிழ்நாட்டின் புகழ்பெற்ற சிற்பக் கலைக்கூடமாக விளங்கும் மாமல்லபுரத்தை (மகாபலிபுரத்தை)ச் சென்று பார்ப்பவர்கள், கல்கியின் ‘சிவகாமியின் சபதம்’ படித்தவர்களாக இருந்தால், அவர்கள் தவறாமல் ஆயனச் சிற்பியையும் அவருடைய மகள் சிவகாமியையும் நினைக்கிறார்கள். அவர்களை உண்மையாக வாழ்ந்த வரலாற்று மாந்தர்கள் என்று எண்ணி, மாமல்லபுரத்தில் அவர்கள் வாழ்ந்த இடங்களை நினைந்து வியந்து நிற்கிறார்கள். பல்லவ அரசர்களையும் மறந்து அந்தக் கற்பனை மாந்தர்களைப் பாராட்டிப் போற்றுகிறார்கள்.

வரலாற்று நாவல்களைப் படிப்பவர்கள் ஏதோ பழங்காலத்து நிகழ்ச்சிகளைப் படிக்கிறோம் என்ற அளவில் மட்டும் உணர்வதில்லை. அந்தக் காலத்து நிகழ்ச்சிகளையே மனக்கண்ணில் கண்டு அவற்றில் ஒன்றிவிடுகிறார்கள். கல்வி முதல்முதலில் எழுதிய வரலாற்று நாவலிலும் அந்தக் கற்பனையாற்றலும் கதை கூறும் திறனும் அவ்வளவு சிறப்பாக அமைந்துள்ளது. அந்த நாவல் ‘பார்த்திபன் கனவு’ என்பது; மகேந்திர பல்லவன் (கி.பி. ஏழாம் நூற்றாண்டில் ஆட்சி புரிந்தவன்) வரலாற்றை அடிப்படையாகக் கொண்டு உருவாக்கப்பட்டது அது. அடுத்த வரலாற்று நாவல் ‘சிவகாமியின் சபதம்’ அதைவிட இருமடங்கானது. அதுவும் அந்தப் பல்லவர் வரலாற்றை ஒட்டியே உருவானது. அதுவே அவருடைய படைப்புகளில் மிகச் சிறந்தது என்பது பலருடைய கருத்து. அது

கதை இலக்கியம் ◊   339

ஒரு காப்பியத்தின் அளவுக்குத் தமிழிலக்கிய வரலாற்றில் இடம பெற்றுவிட்டது. பதினொன்றாம் நூற்றாண்டில் தஞ்சாவூரைத் தலைநகராகக் கொண்டு ஆட்சிபுரிந்த பிற்காலச் சோழர்களில் இராசராசனின் வரலாற்றைக் கொண்டு அமைந்த நாவலாகிய 'பொன்னியின் செல்வன்' சிவகாமியின் சபதத்தைவிட இருமடங்கு வளர்ந்தது. அதன் கதையோட்டம் விறுவிறுப்பானது திறமை மிகுந்த மாந்தர் பலர் அதில் படைக்கப்பட்டுள்ளார்கள். கற்பனைச் சுவையிலும் அது இணையற்றதாக உள்ளது. கதை நெடுகச் சோழப் பேரரசின் பெருமையும் வாழ்க்கையின் பெருஞ் சிக்கல்களும் விளக்கப் படுகின்றன.

சிவகாமியின் சபதத்தில் அவ்வளவு சிக்கல்கள் இல்லை. ஆயினும், சிவகாமி என்ற கலையரசி-சிற்பியின் மகள்- ஒருத்தியின் வளர்ச்சியும் போராட்டமும் இன்னலும் குறிக்கோளும் நாவலின் தரத்தை உயர்த்தப் போதுமானவைகளாக உள்ளன. நாட்டியக் கலையில் நிகரற்று விளங்கிய அவளுடைய கலைத் திறமை அரசியல் போராட்டங்களில் சிக்கி அல்லல் உறும்போது, கதையைப் படிப்பவர் களின் நெஞ்சம் துன்புற்றுத் துடிக்கிறது. ஆயினும் உயர்ந்தனவே எண்ணி உயர்ந்தனவே செய்து முடிக்கும் இவளுடைய வாழ்வு, படிப்பவர்களின் உள்ளத்தையும் உயர்த்தி விடுகிறது.

இக்கால நாவலாசிரியர்கள்

1942-இல் நடைபெற்ற சுதந்திரப்போராட்டத்திற்கு வடிவு தந்து 'தியாகத் தழும்பு' என்ற நாவல் ஆக்கியவர் நாரண துரைக்கண்ணன். 'பிரசண்ட விகடன்' ஆசிரியராக இருந்து அவர் புதிய படைப்புகளுக்கு வரவேற்பு அளித்தார். தரங்கிணி, கோகிலா, நடுத்தெரு நாராயணன் ஆகியவை அவருடைய கதைகள்.

விடுதலை இயக்கத்தைப் பின்னணியாக வைத்து நாவல்கள் எழுதிய மற்றோர் ஆசிரியர் 'அகிலன்,' நேதாஜியின் விடுதலைப் படையை அமைத்து எழுதப்பட்ட அவருடைய நாவல் 'நெஞ்சின் அலைகள்.' மனிதப் பண்புகளையும் எழுத்தாளர்களின் போராட்டங் களையும் உணர்ச்சி கலந்த நடையில் விளக்கும் நாவல் 'பாவை விளக்கு,' பொருந்தாத திருமணத்திற்கு ஆட்பட்டு வருந்தும் ஒருத்தியை, 'சிநேகிதி'யில் சொல்லோவியமாக்கிக் காட்டுகிறார். அவளை விருப்பம்போல் வாழவிடுவதற்கு முடிவு எடுக்கிறார்

அவளுடைய கணவர். 'சித்திரப்பாவை' என்னும் நாவலில், நாகரிகத்தின் குழப்பத்தையும் பணத்தின் ஆதிக்கத்தையும் அவை கலைஞனைத் தாக்கும் தன்மைகளையும் அகிலன் விளக்குகிறார். கட்டுப்பாடுகளைத் தகர்க்கும் ஒரு வீர நங்கையை அதில் படைத்திருக்கிறார். 'வேங்கையின் மைந்தன்' என்னும் அவருடைய வரலாற்று நாவல், பதினொன்றாம் நூற்றாண்டில் விளங்கிய சோழப் பேரரசைப் பின்னணியாகக் கொண்டது. 'கயல்விழி' பாண்டியரின் ஆட்சியை விளக்குவது. 'வெற்றித் திருநகர்' விஜயநகர ஆட்சியைப் பின்னணியாகக்கொண்ட வரலாற்று நாவல். இவை எல்லாவற்றிலும் ஆற்றொழுக்கான நடையையும் கலைமெருகு பெற்ற வடிவத்தையும் காணலாம். அவர் பல நல்ல சிறுகதைகளையும் படைத்துள்ளார். அவற்றில் அவர்க்கு இயல்பான இனிய நடையையும் வடிவச் சிறப்பையும் காணலாம். அவர் படைத்துள்ள கதை மாந்தர்கள் பலதிறப்பட்டவர்கள். கதை நிகழ்ச்சிகள் ஆசிரியரின் முதிர்ந்த உலக அனுபவத்தைக் காட்டுவன.

பலவேறு வகையான சூழ்நிலைகளையும் மாந்தர்களையும் படைத்து, மிகப் பல நாவல்களை எழுதியவர் கோவி. மணிசேகரன். அவர் பல்வேறு சிறுகதைகளையும் படைத்துள்ளார். 'தவமோ தத்துவமோ' என்னும் நாவலில் திரைப்பட உலகத்தில் புகழ் பெறுவோரைப் போற்றி மயங்கும் மயக்கத்தை ஒரு பேராசிரியரின் மனைவியின் வாழ்வின் வாயிலாக அம்பலப்படுத்தியுள்ளார். அவருடைய வரலாற்று நாவல்கள் சுவையாகக் கதை சொல்வதுடன், வரலாற்றுப் பின்னணியை நன்கு விளக்குவன. 'அக்கினிக் கோபம்,' 'பீலிவளை,' 'செம்பியன் செல்வி' என்ற வரலாற்று நாவல்கள் இலக்கியத் தரம் உடையவை. அவருடைய நடையில் ஒருவகை மிடுக்கு உள்ளது.

'தேவன்' என்னும் புனைபெயருடைய மகாதேவன் எட்டுச் சமுதாய நாவல்களை எழுதினார். எல்லாம் ஆனந்தவிகடனில் தொடர்கதைகளாக வந்தவை. 'துப்பறியும் சாம்பு' படிப்பவர் பலர்க்கும் சுவை விருந்து அளித்தது. 'மிஸ்டர் வேதாந்தம்' என்பதே அவருடைய படைப்புகளில் முதன்மையானது. பத்திரிகையுலகில் ஆசிரியர் பெற்ற அனுபவங்களை ஒருபாத்திரத்தின் வாயிலாகத் தருகிறார். நகைச்சுவையை நிரம்பத் தருபவர் அவர். நடுத்தரக் குடும்பத்தார் வீடு கட்டும் முயற்சியைச் சித்தரிப்பது 'ராஜத்தின் மனோரதம்.'

அவருடைய கதை மாந்தரில் பெரும்பான்மையானவர்கள் நடுத்தர வகுப்பாரே. அவர்களின் கனவுகளையும் குறைகளையும் நன்றாக எடுத்துக்காட்டுவன அவருடைய நாவல்கள்.

வ.ரா. புதுமையிலும் சீர்திருத்தத்திலும் ஆர்வம் நிரம்பியவர். பழைய கண்மூடித் தன்மைகளை எள்ளி நகையாடுபவர். அவருடைய 'கோவைத் தீவு' என்னும் நாவல் குறிப்பிடத்தக்கது. மு. வரதராசன், கு. ராஜவேலு ஆகியோர் எழுதும் நாவல்களின் நடை பலருடைய உள்ளங்களைக் கவர்ந்தது. நாட்டில் நடக்கும் நிகழ்ச்சிகளை வைத்துக்கொண்டே கதை பின்னி, படிப்பவர் உள்ளத்தில் புதிய உணர்ச்சிகளை ஊட்டும் நாவல்கள் அவர்களுடையவை. 'கள்ளோ காவியமோ,' 'அகல்விளக்கு,' 'கரித்துண்டு,' கயமை, மு. வரதராசனின் நாவல்களில் குறிக்கத்தக்கவை. 'அழகு ஆடுகிறது,' 'காதல் தூங்குகிறது,' 'காந்த முள், 'இளவேனில்,' 'மகிழம் பூ' முதலியன கு.ராஜவேலுவின் கற்பனைப் படைப்புகள்.

சிதம்பர சுப்பிரமணியம் எழுதிய 'இதயநாதம்' என்ற நாவலில் இசைக் கலைஞர் ஒருவன் நல்ல பாத்திரமாகப் புதுவகையாகப் படைக்கப்படுகிறார். அவர் தம் உரிமையையும் மதிப்பையும் பலவகை இடையூறுகளிலிருந்து காத்துக்கொள்வதற்காகப் படும்பாடு அழகாக விளக்கப்படுகிறது.

க.நா. சுப்பிரமணியம் எழுதியுள்ள நாவல்களுக்குள்ளே 'ஒரு நாள்' என்பது குறிப்பிடத்தக்கது. உலகம் சுற்றி அனுபவம் நிரம்பிய ஒருவன் தன் கிராமத்துக்குப் போய் அதுவரையில் பெற்றிராத விழிப்பைப் பெறுகிறான். அங்கே உலகம் அறியாமல் தன் மாமி நடத்தும் வாழ்க்கையே பொருளுடைய வாழ்க்கையாக அவனுக்குத் தோன்றுகிறது. 'பொய்த் தேவு' என்பதும் நல்ல படைப்பு ஆகும்.

எம்.வி. வெங்கடராமன் பல கற்பனைப் படைப்புகளைத் தந்துள்ளார். தேனீ என்ற ஒரு மாத இதழும் சிலகாலம் நடத்தி, தம் படைப்புகளை வெளியிட்டார். அவருடைய 'நித்ய கன்னி' ஒரு நீண்ட கதை. மகாபாரதத்துள் வரும் யயாதியின் மகள் திருமணம் செய்துகொண்டு குழந்தை பெற்ற பிறகு மறுபடியும் கன்னித்தன்மை பெற்று மாறுவரம் பெற்றவள். அதனால் ஒருவரை விட்டு மற்றொரு வரைத் திருமணம் செய்துகொள்ளும் வாய்ப்பு அவளுக்கு ஏற்படுகிறது. ஆனாலும் மனம் ஒன்று உள்ளதே; அது பழைய அன்பின் தொடர்பு

முதலியவற்றை அப்படி எளிதில் மறந்துவிடல் இயலாது. அதனால் உருவாகும் சிக்கல்கள் இந்தக கதையில் தீட்டப்படுகின்றன. மகா பாரதத்தில் மிகச் சுருங்கிய அளவில் குறிப்பிடப்படும் ஒரு பாத்திரம் அவருடைய கற்பனையில் பெரிய அளவில் வளர்ந்து சிந்தனையைக் கவர்ந்து நிற்கக் காண்கிறோம்.

'நந்திபுரத்து நாயகி' என்பது 'விக்கிரமன்' தந்த வரலாற்று நாவல். 'மகரயாழ் மங்கை,' 'ஆலவாய் அழகன்,' 'நாயகி நற்சோணை,' 'நந்திவர்மன் காதலி,' அருள்மொழி நங்கை,' 'திருச் சிற்றம்பலம்' முதலியன ஜெகசிற்பியன் படைத்த வரலாற்று நாவல்கள். சில சமுதாய நவால்களையும் பல சிறுகதைத் தொகுப்புகளையும் அளித்துள்ளவர் அவர். சிறுகதைகளில் இன்றைய ஏழை மக்களின் வாழ்க்கைப் போராட்டங்களுக்கு நன்கு வடிவு தந்துள்ளார். அவருடைய நேரிய நடையும் கலை மெருகும் நாவல்களுக்கு இலக்கியச் சிறப்புத் தரு கின்றன.

'யவனராணி,' 'கடல்புறா,' 'மன்னன் மகள்,' 'மலைவாசல்,' 'ஜீவபூமி,' 'கன்னிமாடம்,' 'பல்லவ திலகம்' முதலிய பல வரலாற்று நாவல்களின் ஆசிரியர் 'சாண்டில்யன்.' இவை பத்திரிகைகளில் தொடர்கதைகளாக வந்தவை. படிப்பவர்கள் ஆர்வத்துடன் நாடும் வகையில் சுவையை மேன்மேலும் வளர்த்துக் கதை சொல்லும் திறன் உடையவர் அவர். பார்த்தசாரதி, பி.சி. கணேசன் முதலியோரும் வரலாற்று நாவல்கள் எழுதித் தமிழிலக்கிய வளர்ச்சிக்கு உதவியவர்கள். அரு. ராமநாதனின் 'வீரபாண்டியன் மனைவி' என்பது குறிப்பிடத்தகுந்த வரலாற்றுக் கற்பனை.

இராதாமணாளனுடைய 'பொற்சிலை' சுவையுள்ள இலக்கியப் படைப்பாகும். டி.கே. சீனிவாசன் படைத்த 'ஆடும் மாடும்' கற்பனைச் சிறப்புடையது.

இளமைக்குப் பின் பெறும் காதலுணர்வுகளை எடுத்துக் காட்டுவது சாவியின் 'விசிறி வாழை,' பி.எம். கண்ணன் நடப்பியல் முறையில் சில நாவல்களைப் படைத்துள்ளார். சோமு, இந்திரா பார்த்தசாரதி, நல்லபெருமாள், உமாசந்திரன், மாயாவி, ஜெயகாந்தன் ஆகியோரின் படைப்புகள் இங்குப் பாராட்டுடன் குறிப்பிடத்தக்கவை.

தென் திருவாங்கூரில் தமிழர்கள் பேசும் பேச்சு மொழியில் கதை எழுதுபவர் ஹெப்சியா ஜேசுதாசன். 'புத்தம் வீடு,' 'டாக்டர்

செல்லப்பா' என்பவை அவர்க்குப் புகழ் தேடித் தந்தன. கொங்கு நாட்டுப் பேச்சுமொழியைக் கையாண்டு ஆர். சண்முக சுந்தரம் எழுதிய கதைகள் 'பூவும் பிஞ்சும்,' 'நாகம்மாள்,' 'அழியாக் கோலம்' ஆகியவை. பூவை ஆறுமுகத்தின் 'தங்கச் சம்பா' என்ற நாவலும் வட்டார வாழ்வையும் பேச்சையும் அடிப்படையாகக் கொண்டது.

மதுரையில் நடைபெறும் ஜல்லிக்கட்டு என்னும் எருதாட்டத்தை வைத்து, சி.சு. செல்லப்பா 'வாடிவாசல்' என்னும் நாவலைத் திறம்பட எழுதியுள்ளார்.

ரகுநாதன் விறுவிறுப்பான நடையில் பொதுவுடைமைக் கருத்துகளை அமைத்து எழுதிய 'பஞ்சும் பசியும்' என்ற நாவல் ஒரு புதுமையான படைப்பு. நீல. பத்மநாபன் மூன்று தலைமுறைகளின் வாழ்வை ஓவியமாக்கிக் காட்டும் 'தலைமுறைகள்' என்ற நாவல் அமைப்பிலும் நடையிலும் புதுமை உடையது. வாழ்க்கை நிலைகள் எவ்வளவு வேகமாக மாறிவந்துள்ளன என்பதை அந்த நாவல் காட்டுகிறது.

நா. பார்த்தசாரதி சுவையும் கருத்தும் சிறந்து விளங்கும் நாவல் களும் சிறுகதைகளும் கட்டுரைகளும் ஆகப் பலவகை இலக்கியம் அளித்தவர். 'குறிஞ்சி மலர்,' 'பொன்விலங்கு' ஆகிய நாவல்கள் இங்குக் குறிப்பிடத்தக்கவை. தமக்கென்று ஒரு கவர்ச்சியான நடையும் கட்டுக்கோப்பும் அமைத்துக்கொண்டு கற்பனைப் பரபரப்புடன் இலக்கியத் தொண்டு ஆற்றுபவர் அவர். தமிழ் இலக்கியத்தின் பழமை யான பண்பாட்டை மறவாமல் அதை அடிப்படையாகக் கொண்டு அவர் புதுமைகள் பல படைத்து வருகிறார்.

கிராம மக்கள் தம் நிலத்தின்மேல் எவ்வளவு பற்றும் பாசமும் வைத்துள்ளனர் என்பதைச் சங்கரராம் எழுதிய 'மண்ணாசை' எடுத்துரைக்கிறது.

ஆர்.வி. சுவையாகக் கறைபனைகளை அளிப்பவர். 'அணையா விளக்கு' என்னும் அவருடைய நாவலில் சமூகச் சீர்திருத்தப் போக்கு உள்ளது. 'செங்கமலவல்லி' என்னும் அவருடைய சிறுகதைத் தொகுப் பைப் போலவே, இதுவும் எளிய நடையில் அமைந்தது.

நாவல்களும் இதழ் ஆசிரியர்களும்

முன்பெல்லாம் படித்தவர் சிலராகவே இருந்தனர். அந்தச்

சிலர் எதையும் ஆழ்ந்து படிப்பவராக இருந்தனர். இப்போது படித்தவர் தொகை பல மடங்கு பெருகி வருகிறது. அந்தப் பலர்க்குள் பெரும்பாலோர் ஆழம் இல்லாமல் மேற்போக்காகப் படிப்பவர்களே. முன்பு, ஒரு நூல் எழுதப்பட்டால் படித்தவர்கள் அதைப் பாராட்ட வேண்டும் என்ற கவலை நூலாசிரியர்களுக்கு இருந்தது. அவர்களின் பாராட்டை எதிர்பார்த்த கவலை இருந்த படியால், அந்தக் கவலையோடு பொறுப்பு உணர்ந்து எழுதினார்கள். இப்போதும் அவ்வாறு பொறுப்பு உணர்ந்து எழுதுகிறவர்கள் சிலர் இருக்கிறார்கள். ஆனால் பலர் அவ்வாறு எழுதுவதில்லை; அவ்வாறு உணர்ந்து எழுத வேண்டிய கவலையும் அவர்களுக்கு இல்லை. படித்தவர் தொகை பெருகிவிட்ட இக்காலத்தில், ஆழ்ந்த சிந்தனை இல்லாமல் மேற்போக்காகப் படிக்கும் வெள்ளம் போன்ற கூட்டத்தில் ஏதேனும் ஒரு பகுதியாரின் ஆதரவு தமக்குக் கிடைத்தால் போதும் என்று அந்த எழுத்தாளர்கள் எண்ணுகிறார்கள். அந்த ஒரு பகுதியாரின் பாராட்டும் பணமும் தமக்குக் கிடைப்பதைக் கொண்டே அவர்கள் முன்னேற முடிகிறது; மேலும் மேலும அவர்களின் ஆழம் இல்லாத-பண்படாத - சுவைக்கு ஏற்ற உணவை நூல்களில் தந்து எழுத்துலகத்தில் வளர்ச்சி பெற முடிகிறது. பலர் விரும்பிப் படிக்கும் எழுத்தாளர் யார் என்று ஆராய்ந்து இதழ்களின் ஆசிரியர்கள் தேடுகிறார்களே அல்லாமல், நடுநிலையாகவும் தரமாகவும் எழுதுகிற எழுத்தாளர் யார் என்று தேடுவதில்லை. ஆகவே, பத்திரிகை யுலகத்திலும் முன்கூறிய எழுத்தாளர்கள் செல்வாக்குப் பெறமுடிகிறது. அவர்களின் வெற்றிக்கு உரிய காரணம் இதுதான் என்று மற்றவர்கள் உணர்ந்து பின்பற்றுகிறார்கள். வாழ்க்கையில் எழுத்தாளர்களுக்கு ஏமாற்றம் மிகுதி; நிலையான வருவாய் இல்லாத காரணத்தால் வறுமையின் தாக்குதலும் மிகுதி. ஏமாற்றத்தாலும் வறுமையாலும் வாடிய எழுத்தாளர்கள், எப்படியாவது பணம் வந்தால் போதும என்ற துணிச்சலான மனநிலை வந்தபோது, கவலை இல்லாமல் ஏமாந்த மக்களை ஏய்த்து மயங்கும் போக்கை நேரே நாடுகிறார்கள். எதையாவது எப்படியாவது எழுதுவது என்ற பான்மையில் கதை நூல்கள் சில வெளிவருவதற்கு இதுதான் காரணம். அவர்களிலும் கலையுள்ளம் பெற்றவர் சிலர் உண்டு. பண நோக்கத்திற்காக அவசரத்தில் படைக்கப்பட்ட அவர்களின் எழுத்துகளில் சில, கலைவடிவம் பெற்றுவிடுதல் உண்டு. முதலில் எப்படியாவது

பத்திரிகையுலகில் இடம் பெறவேண்டும் என்று முயன்று எழுதிப் புகழ் பெற்ற எழுத்தாளர் சிலர், புகழ் வளர்ந்தபின் பழைய தவறான முறையைக் கைவிட்டுப் பண்பட்ட- சிந்தனை வளம் உள்ள படைப்பு களைத் தந்து நல் எழுத்தாளர்களாய் விளங்குவதும் உண்டு. அவர்கள் பிறகு கவர்ச்சியைப் பொருட்படுத்தாமல் கலைத் தரத்தையே பெரிதாகக் கொண்டு தம் போக்கை மாற்றிக்கொள்கிறார்கள். அவர்கள் பாராட்டுக்கு உரியவர்கள்.

சிறுகதையின் தோற்றம்

கதை மனித சமுதாயத்திற்கு மிகப் பழமையான சொத்து; பழந்தமிழர்க்கும் கதைச் செல்வம் உண்டு. காவியங்களில் நீண்ட பாட்டுகளில் கதைகளை அமைத்துவந்தனர். நாவல்களும் சிறு கதைகளுமாகிய இக்காலப் புதிய இலக்கிய வடிவங்கள் இருந்த தில்லையாயினும் கதைகள் பல இருந்தன. கதைகளில் பெரிய கதைகளும் இருந்தன; சிறிய கதைகளும் இருந்தன. சிறிய கதைகள் சில, பழந்தமிழ்க் காப்பியங்களில் இடையிடையே காணப்படுகின்றன. சமய வளர்ச்சி மிகுந்த இடைக்காலத்திலும் பிற்காலத்திலும் புராணங்களிலும் அவை காணப்படுகின்றன. ஆனால் சிறிய கதை களின் தொகுப்பாகவே அமைந்த தனி நூல்கள் பழங்காலத்தில் இருந்ததாகத் தெரியவில்லை. அந்தக் கதைகள் குடும்பச் செல்வங்களாக வழிவழியாகச் சொல்லப்பட்டு, வாய்மொழி இலக்கியமாக- மக்களின் வாய்வழியே வழங்கிய இலக்கியச் செல்வங்களாக- இருந்திருக்க வேண்டும். வீரமாமுனிவர் என்ற இத்தாலிய நாட்டுப் பாதிரியார் தமிழ் கற்றுத் தேர்ந்து நூல்கள் எழுதிய காலத்தில், மேற்கு நாட்டு உரைநடைக் கதைகள் போல் தமிழிலும் இயற்றவேண்டும் என முயன்றார். 'பரமார்த்த குரு கதை' என்ற தொகுப்பு அத்தகைய சிறிய கதைகள் கொண்டது. 'விநோரச மஞ்சரி,' 'கதா சிந்தாமணி' என்னும் நூல்களும் சின்ன கதைகளின் தொகுப்புகள் ஆகும். அவற்றில் சுவை மிகுந்த கதைகள் உள்ளன. ஆயினும் அவை எல்லாம் அளவால் சிறிய கதைகளே அல்லாமல், இன்று சிறுகதை என்று தனி இலக்கிய மாக விளங்கும் வகையைச் சார்ந்தவை அல்ல. சிறுகதை என்னும் தனி இலக்கிய வகையில் தமிழில் கதைகள் அமைந்தது இந்த நூற்றாண்டின் தொடக்கத்தில் ஆகும்.

வ.வே.சு. ஐயர்

கோகோல், எட்கார் ஆலன் போ, ஓ ஹென்றி முதலான பிற நாட்டாரின் சிறுகதைகளை ஒட்டித் தமிழில் அந்த இலக்கிய வகை வளர வேண்டும் என்று ஆசை கொண்டவர் வ.வே.சு.ஐயர் என்பவர். அவர் தேச விடுதலை இயக்கத்தில் ஈடுபட்டு உழைத்த உழைப்புக்கு இடையே தமிழ் இலக்கியத் தொண்டும் செய்த தமிழறிஞர். சுப்பிரமணிய பாரதியாரும் தமிழுக்குச் சிறுகதைச் செல்வத்தை ஆக்கித்தர வேண்டும் என்று ஆசை கொண்டார். வங்காளக் கவிஞர் ரவீந்திரநாத தாகூரின் சிறுகதைகள் பதினொன்றை அந்தக் காலத்தில் தமிழில் மொழிபெயர்த்துத் தந்ததோடு அமையாமல், தாமே சில சிறுகதைகளையும் படைத்துத் தந்தார். ஆறில் ஒரு பங்கு. பூலோக ரம்பை கதை முதலான கதைகளை இயற்றினார். நவதந்திரக் கதைகள், கதைக்கொத்து என்பவை அவருடைய கதைகளின் தொகுப்புகள்; சிறுகதையின் கலைவடிவம் அவற்றில் செறிவாக அமையவில்லை. பாரதியார் சிறுகதை இலக்கணம் பற்றிக் கவலையும் கொள்ளவில்லை.

வ.வே.சு. ஐயரே முதல் முதலாகச் சிறுகதைக்கு உரிய கலை வடிவத்தைப் போற்றி, சிறந்த கலைப் படைப்புகளைத் தமிழுக்குத் தந்தவர். 'மங்கையர்க்கரசியின் காதல் முதலிய கதைகள்' என்ற தலைப்பில் அவர் படைத்த சிறுகதைகள் தொகுத்து அளிக்கப்பட்டன. தாகூரின் காபூலிவாலா என்னும் அழகிய சிறுகதையையும் அவர் தமிழில் மொழிபெயர்த்துத் தந்தார். 'குளத்தங்கரை அரசமரம் சொன்ன கதை' என்னும் அவருடைய சிறுகதை நெஞ்சை உருக்கும் துயரக் கதையாகும். ஒரு நங்கை தன் கணவனின் மனம் உணராமல், அவன் வேறொருத்தி மணந்து கொண்டு வாழச் சென்றதாகத் தவறாக எண்ணித் துன்புற்று வருந்தித் தற்கொலை செய்துகொள்ளும் அவல நிகழ்ச்சி அந்தக் கதையில் தீட்டப்படுகிறது.

சிறுகதை என்ற இந்தப் புதிய இலக்கிய வகையை வ.வே.சு. ஐயர் தமிழர்க்கு அறிமுகப்படுத்துவதற்குமுன் இருந்த பலவகைச் சின்ன கதைகள் சிறுகதைகள் அல்ல; அளவிலே சிறியனவாக இருந்த கதைகளே. அவை ஒருவன் அல்லது ஒருத்தி பிறந்தது முதல் செய்த செயல்களை எல்லாம் முறைாகச் சொல்லி, மங்கலமான முடிவைச் சொல்லி, வாழ்க்கை வரலாறுபோல் அமைந்தவை. எங்கேனும்

தொடங்கி ஒரு நிகழ்ச்சி அல்லது ஒருவர் பண்பு அல்லது ஒரு கருத்து அல்லது ஓர் உணர்ச்சி என்று ஏதேனும் ஒன்றை மட்டும் ஒருமுக நோக்குடன் தெளிவாகக் காட்டி முடியும் முடிபு. அந்தப் பழங்கதைகளில் இல்லை. ஐரோப்பிய மொழிகளில் அவ்வாறு ஒரு கல் பதித்து ஒளி வீசும் பதக்கம்போல் விளங்கிய சிறுகதை என்னும் இலக்கிய வடிவைப் போற்றித் தமிழில் இயற்றும் முயற்சி இந்நூற்றாண்டில் வளர்ந்ததே ஆகும்.

புதுமைப்பித்தன்

சொ. விருத்தாசலம் என்பவர் புதுமைப்பித்தன் என்ற புனைபெயர் கொண்டு சிறுகதைகள் பற்பல எழுதினார். அவர் மேற்கொண்ட புனைபெயர் அவர்க்கு முற்றிலும் பொருந்தும் என அந்தச் சிறு கதைகள் விளக்கிவிட்டன. இலக்கியத் துறையில் அவர்க்கு இருந்த புதுமையார்வமும், படைப்புக்கலையில் அவர்க்கு இருந்த பித்தும் பாராட்டத்தக்கவை. புதிய கருக்கள், அவற்றிற்குப் புதிய வடிவங்கள், அவற்றை எழுதுவதற்கு மேற்கொண்ட புதுப் புது உத்திகள், புது வகையான நடை, சமுதாயச் சகவாசிகளைக் கண்டு ஏங்கிக் கலங்கும் இரக்க நெஞ்சம் இவை எல்லாம் அவருடைய சிறு கதைகளுக்குப் புத்தொளி ஊட்டின.

வழக்கு இழந்த பழைய தமிழ்ச் சொற்களை விலக்கி, வழக்கில் உள்ள சொற்களைக் கையாண்டு, தமிழ் நடைக்குப் புதிய விறுவிறுப்பைத் தந்தார் புதுமைப்பித்தன். தன்னம்பிக்கை மிகுந்தவர் அவர். நம்பியவாறே செய்து காட்டினார். நகைச்சுவையும் நையாண்டியும் அவர்க்குக் குற்றேவல் செய்தன என்று சொல்லத் தக்கவாறு, அவருடைய கதைகளில் இயல்பாக வந்து அமைந்தன. சமுதாயத்தோடு உறவு கொள்வதற்கும் சமுதாயத்தோடு மோதிப் போராடுவதற்கும் இரு வகையிலும் அவருக்குச் சிறுகதை என்ற கருவிலே பயன்பட்டது எனலாம். தம் வெறுப்பைக் காட்டிப் பிறரைத் தாக்குவதற்கு அவர் பயன்படுத்திய கருவிகளாகவும் சிறு கதைகள் பயன்பட்டன.

'ஆண்மை' என்னும் கதையில் சீமாவும் இருவரும் சிறுவன் சிறுமியாக இருக்கும்போதே கணவன் மனைவியாக ஆக்கப்படு கிறார்கள். சீர்வரிசை காரணமாக இரண்டு குடும்பங்களும் மோது கின்றன. ருக்கு தாய் வீட்டில் வாழ்கிறாள். வயது அடைகிறாள். சீமா அங்கே சென்று பெற்றோர் அறியாமல் அவளோடு பழகுகிறான்.

அவள் கர்ப்பமாகிறாள். ஊர் சிரிக்கிறது. அப்பாவுக்கு அடக்கமான பிள்ளையாய் வாழ்ந்த சீமா செயலற்றுக் கிடக்கிறான். அவள் அவமானம் தாங்காமல் சென்னைக்குப் போய்விடுகிறாள்; அங்கே பைத்தியம் பிடித்துப் புலம்புகிறாள். எதிர்பாராமல் சீமா அவளைப் பார்க்கிறான். தன் மனைவி என்று அழைத்துக்கொள்கிறான். 'ஆண்மை' அதுதான் என்று போற்றுவதுபோல் கதையை முடிக்கிறார்.

'கல்யாணி'யில் வரும் கல்யாணி இரண்டாம் மனைவியாக வாழ்க்கைப்படுகிறாள். வாழ்க்கை இன்பம் தரவில்லை. இன்னொருவன் மீது மனம் செல்கிறது. அவனும் காதல் கொள்கிறான். 'என்னுடன் வந்திடு' என அழைக்கிறான். அவள் தயங்குகிறாள்; குழம்புகிறாள். கடைசியில் 'வரமுடியாது' என உறுதியாகச் சொல்லி விடுகிறாள். அவன் ஊரைவிட்டே வெளியேறுகிறான்.

இவ்வாறு பலவகை வாழ்க்கைச் சித்திரங்களைத் தாம் கண்ட வாறோ, உணர்ந்தவாறோ எழுதிய கலைகளுர் அவர்.

வாழ்க்கையின் பல கோணங்களை உள்ளவாறு உணர்ந்து கண்ட அவர், வெறுங் கனவு போன்ற கற்பனைகளில் மூழ்கிக் கிடக்காமல், தாம் கண்ட வாழ்க்கைக் கோணங்களைக் கண்டவாறே எடுத்துரைத்து, அவைபற்றித் தாம் உணர்ந்தவற்றையும் சேர்த்துச சொல்லி அருமையான சிறுகதைகள் ஆக்கிவிடுகிறார். கதைகளில் கிண்டலும் நையாண்டியும் நிரம்பியிருக்கும். ஆனால் அவை எல்லாம் அவர் வாழ்ந்த சுற்றுப்புறத்தைப் பார்த்து அவர் செய்த கிண்டல்களே; அவர்களை எள்ளி நகையாடிய ஏச்சுகளே. ஆனாலும் இப்படித்தான் வாழ்க்கை இருக்கவேண்டும் என்றோ, இன்ன நோக்கங்களைக் கதைகளில் எடுத்துரைக்க வேண்டும் என்றோ, அவர் எந்த வரையரையும் செய்துகொள்ளவில்லை. அவ்வப்போது என்ன என்ன கண்டு எவ்வாறு எவ்வாறு உணர்ந்தாரோ அவற்றை அவ்வவ்வாறே தந்து சுவையூட்டும் திறமை அவருக்கு இருந்தது. அவருடைய உள்ளம் இயல்பான கலையுள்ளம். ஆகவே, அந்த உள்ளத்தில் பதிந்து வெளிவந்த காட்சிகள், கருத்துகள் எல்லாமே கலைவடிவுடன் அழகான கதைகளாக வெளிவந்தன எனலாம்.

'கடவுளும் கந்தசாமிப்பிள்ளையும்' என்பது ஒரு கதை. அதில் புராணங்கள் கற்பனை செய்வதுபோல், கடவுளை மண்ணுலகத்திற்கு வரச் செய்கிறார். அவர் மண்ணுலகில் அங்கும் இங்கும் சுற்றிப் பார்த்து

வருகிறார். எல்லாரிடத்திலும் பழகியும் பயன் இல்லை; எல்லாரும் கேலி செய்யும் நிலைமையே ஏற்படுகிறது. தம் தொழிலைக் கொண்டு இந்த உலகத்தில் வாழ முடியாது என்று கடவுள் உணர்ந்துகொள்கிறாராம். 'எட்டி நின்று வரம் கொடுக்கலாம். உங்களோடு இருந்து வாழ முடியாது' என்று சொல்லிவிட்டு விண்ணுலகத்திற்கே திரும்பிப்போய் விடுகிறாராம். நகைச்சுவை நிறைந்த கதை இது. இவ்வாறே வேதாளம், மூட்டைப் பூச்சி, கட்டில் முதலியவற்றையும் பேசுவதாகக் கற்பனை செய்து கதை எழுதியுள்ளார். ஆயினும், பெரும்பாலான கதைகள் வாழ்வில் கண்டவற்றை அமைத்து எழுதப்பட்டவைகளே; நடப்பியல் என்னும் அடிப்படையிலே அமைந்தவைகளே.

தமிழில் சிறுகதைத் தந்தை என்ற புகழுக்கு உரியவர் அவர். சிறுகதை வளர்த்த இதழாகிய 'மணிக்கொடி' தொடங்கிய காலம் 1933. அக்காலத்திலேயே சிறந்த சிறுகதை ஆசிரியராக விளங்கினார். அவருடைய சிறுகதைகளில் வறுமையின் விளைவான இன்னல்களும் இடம்பெறும்; பலவகைச் சமூகச் சிக்கல்களும் விளக்கப்படும்; மக்களின் மூடநம்பிக்கைகளும் சாடப்படும். பக்த குசேலா, விநாயக சதுர்த்தி முதலான சிறுகதைகள் புராணக் கதைகளோ என்று எண்ணத்தக்கவாறு தலைப்புகள் பெற்றிருக்கும். துன்பக்கேணி, நாசகாரக் கும்பல், மனித யந்திரம், பொன்னகரம், மிஷின் யுகம் முதலிய சிறுகதைகளின் தலைப்புகள் இக்காலத்தை ஒட்டியவை; பொருளும் இக்காலச் சிக்கல்களை ஒட்டியவை 1941க்கு முன் 'அகல்யை' பற்றி ஒரு கதை எழுதிக் கற்பனையைக் கலக்கிப் புரட்சி செய்தார். பிறகு அதே அகல்யைபற்றிச் 'சாப விமோசனம்' என்ற கதை எழுதி வேறு வகைப் புரட்சியைச் செய்தார். முன்னதில், மனத் தூய்மைதான் கற்பு, உடல் தூய்மை இழப்பது பெரிது ஆகாது என்று கௌதம முனிவர் ஆறுதல் அடைகிறார். இந்திரனை மன்னிக்கும் சான்றோர் ஆகிறார். பின்னதில், சாபத்துக்கு விமோசனம் கிடைத்தபோதிலும் பாவத்துக்கு விமோசனம் இல்லையே என்று அகல்யை மறுபடியும் கல் ஆகிறாள்; முனிவரோ மறுபடியும் தவத்தை நாடிப் போகிறார். இவ்வாறு எதை எழுதினாலும் தன்னம்பிக்கையோடு புரட்சி செய்யும் மனப்பான்மையை அவரிடம் காணலாம். துன்பக்கேணி என்னும் கதை இலங்கைத் தேயிலைத் தோட்டத்தில் வேலை செய்யும் ஒருத்தி பற்றியது. தன்னைக் கெடுத்த மானேஜர் தன் மகளையும் கற்பழித்தான் என அறிந்து, அவனைக் கொலை செய்து விடுகிறாள்

அந்தத் தாய். இவ்வாறு கொடுமையை எதிர்க்கும் பாத்திரங்களையும் அவர் படைத்திருக்கிறார்.

மற்றச் சிறுகதை ஆசிரியர்கள்

சக்கரவர்த்தி ராஜகோபாலாச்சாரியார் சமுதாய முன்னேற்றம் கருதிச் சில கதைகள் எழுதினார். ‘அன்னையும் பிதாவும்’ என்னும் அவருடைய கதையில், ஏழை அரிஜனன் ஒருவன் படித்துப் பதவி பெற்று உயர்ந்த பிறகு தாய் தந்தையரையும் உடன்பிறந்தவர்களையும் காப்பாற்றவில்லை. அவர்கள் வாடி வருந்தவிடுகிறான். ஒரு திருப்பம் ஏற்படுகிறது; தன் குற்றம் உணர்ந்து மனம் நைந்து உருகுகிறான்; துறவியாகிறான். அவருடைய கதைகள் எல்லாம் எளிய நடையில் அமைந்தவை. உத்திகள் கையாண்டு விளையாடாமல், நேரிய முறையில் சுவையாகக் கதை சொல்பவர் அவர். தேவானை என்னும் கதையில், கிராமத்து மங்கை ஒருத்தி நகரத்துக்கு வந்து பிச்சைக்காரியாக வாழும் அவலநிலை எடுத்துக் கூறப்படுகிறது. முகுந்தன் பறையனான கதையில் தீண்டாமையின் கொடுமை விளக்கப்படுகிறது.

கு.ப. ராஜகோபாலன், சிறுகதை உலகில் நிலையான இடம் பெற்றவர்களில் ஒருவர். அவருடைய சிறுகதைகள் குடும்ப வாழ்க்கையின் இன்பதுன்பங்களை நன்றாகப் படம் பிடித்துக் காட்டுவன. உள்ளத்து உணர்ச்சிகளைப் படிப்படியே வடித்துக் காட்டுவதில் வல்லவர் அவர். சென்னையில் பெரிய மருத்துவ சாலையில் நோய்வாய்ப்பட்டு மரணத் தறுவாயில் இருந்த கணவனைப்பற்றி வந்த ஒரு தந்தியைப் பெற்றதும், ஊரிலிருந்து புறப்பட்டு வருகிறாள் மனைவி. அவள் ரயிலில் வரும்போது அன்று இரவெல்லாம் படும் துயரத்தையும் துயரத்திற்கு இடையே தோன்றும் சிறு சிறு நம்பிக்கைகளையும் அவர் எடுத்துச் சொல்லிக் கதையை வளர்க்கும் திறன் நெஞ்சை உருக்குவது. ‘விடியுமா’ என்ற தலைப்பில் அந்தக் கதை, கடைசியில் பொழுது விடிவதையும், அந்த மனைவியின் வாழ்க்கை விடியாத நிலைமையையும் ஒருங்கே சொல்லி முடிகிறது. அவர் ஆண் பெண் உறவை எடுத்துக் கூறும் கதைகளிலும் பண்பாட்டின் எல்லைக்குள் நின்று பாத்திரங்களின் மனநிலைகளையும் செயல்களையும் விளக்கு கிறார். கிராமத்துச் சூழ்நிலையும் அமைதியான குடும்பத்து இன்ப துன்பமுமே அவருக்குப் பிடித்தவை. எளிய வாழ்க்கை நிலைகளை அழகான கதைகளாகப் படைத்துத் தந்த அவர், தெருவில் கிடக்கும் எளிய கற்களைக்கொண்டு அருமையான சிற்பங்களைச் செதுக்கித் தரும் சிற்பி போன்றவர்.

திரை என்ற கதையில் வரும் இளைய விதவை ஒருத்தி, தன் உடன்பிறந்தானின் வாழ்வு நிறைவேறுவதில் மனமகிழ்ச்சி காண்பதை அழகாகப் படைத்துக் காட்டுகிறார். அதுபோன்ற பல கதைகளிலும் அவருடைய நடை சொற்செட்டு உடையதாய் உணர்ச்சிகளைப் படிப் படியே வளர்த்து உள்ளத்தை உருக்குவதாய் அமைந்துள்ளது.

சிறுகதை வளர்ச்சியில் பெரிய தொண்டு ஆற்றிப் புகழ்பெற்ற பத்திரிகையாகிய மணிக்கொடியின் ஆசிரியராகப் பணிபுரிந்த பி.எஸ். ராமையா, முந்நூற்றுக்கு மேற்பட்ட சிறுகதைகளும் மூன்று நாவல்களும், தேரோட்டி மன்னன், கைவிளக்கு முதலான நாடகங்களும் இயற்றிவயர். அவருடைய 'நட்சத்திரக் குழந்தைகள்' புகழ்பெற்ற சிறுகதை. நட்சத்திரம் ஒன்று விழுவதைக் கண்ட குழந்தை, 'யாரோ ஒருவர் பொய் சொன்னார்; அதனால் ஒரு நட்சத்திரம் விழுந்தது' என்று அழுகிறது. பரந்த உலகியல் அனுபவமும் ஆழ்ந்த பார்வையும் பிறர் இன்ப துன்பங்களை உள்ளவாறு உணரும் உணர் வும் அவருடைய பல சிறுகதைகளிலும் விளங்குகின்றன. கதைகளும் அழகான கலைவடிவம் பெற்று அமைந்துள்ளன.

சிறுகதை படைக்கும் முயற்சியில் 'கல்கியும்' ஈடுபட்டார். 'கேதாரியின் தாயார்' என்னும் கதையில் மூடநம்பிக்கைகளை எதிர்க்கும் அவருடைய மனப்பான்மை புலப்படுகிறது. பிராமணக் குடும்பத்துக் கொடிய வழக்கங்களையும் விதவைகள் மொட்டையடித்தல் முதலிய பழக்கங்களையும் வெறுத்துப் புரட்சி செய்யும் மாந்தர்களைக் கதைகளில் படைத்துள்ளார். சாதி வேற்றுமைகளில் நம்பிக்கை இல்லாவர் அவர். அந்த முற்போக்கு மனப்பான்மையும் சில கதை களில் காண்கிறோம். வீணை பவானி, கணையாழியின் கனவு, திருவழுந்தூர் சிவக்கொழுந்து முதலிய சிறுகதைகளும் பலருடைய நெஞ்சைக் கவர்ந்தவை.

மௌனி சிறுகதை எழுதுவதில் புதுப்போக்கு உடையவர். ஒருமுறை படிப்பதால் உணர்ந்துகொள்ளத் தக்கவை அல்ல அவருடைய சிறுகதைகள். கதைக் கருத்துகளும் வேறுபட்ட போக்கில் அமைந்தவை. தேநீர்க் கடையில் கேட்கும் ஒலிபெருக்கி யின் குரலானாலும், ஒரு பெண்ணை இளைஞன் பார்க்கும் பார்வையாக இருந்தாலும், பங்களாவில் குரைக்கும் நாயின் குரலானாலும், குதிகால் உயர்ந்த செருப்பு அணிந்து நடக்கும் பெண்ணின் நடையாக இருந்தா

லும், அவர் வருணிக்கும் முறையே தனித்தன்மை உடையதாக இருக்கும், அழியாச்சுடர், மனக்கோலம், சாவில் பிறந்த சிருஷ்டி, பிரபஞ்ச கானம் முதலிய பல கதைகளை அவர் ஆழ்ந்த உணர்வோடு எழுதியுள்ளார்.

ந. பிச்சமூர்த்தியின் முள்ளும் ரோஜாவும் ஒரு நல்ல சிறு கதை. அவருடைய நீதிமன்ற அனுபவமும் சட்ட அறிவும் கதைகளுக்கு நன்றாகப் பயன்பட்டிருக்கின்றன. காதல் உள்ளம் கொண்ட பாத்திரத்தைப் படைக்கும்போதும், ஒரு பெண்ணின் முந்தாணி வீச்சு, கோணல் சிரிப்பு, நடையின் அழுத்தம் முதலியவற்றை எல்லாம் காரணங்களாகக் கொண்டு கணக்கிடுவதையும் முடிவு செய்வதையும் காண்கிறோம். கொலுபொம்மை என்ற சிறுகதையில் ஓர் ஏழைப் பெண்ணின் பிஞ்சு மனம் படும்பாட்டைப் படம் பிடித்துக் காட்டுகிறார். நகையைத் திருடி விட்டாள் என்று பழி சுமத்தி அந்த மனத்தை வாட்டுகிறார்கள். நகை கிடைத்து விடுகிறது இரக்கம் பிறக்கிறது.

‘அவலும் உமியும்’ என்பது தி. ஜானகிராமனின் நீண்ட கதைகளில் ஒன்று. அறிவு நிலைக்கும் உணர்ச்சி நிலைக்கும் உள்ள மாறுபாட்டைத் தெளிவாக எடுத்துரைக்கும் வகையில் கதை செல்கிறது. அவருடைய மாவட்டமாகிய தஞ்சாவூர்ப் பகுதியின் பேச்சுமொழி கதையில் மிகுந்து நிற்கிறது. தஞ்சாவூர் மாவட்டத்துக் கிராம வாழ்க்கைப் பற்றிய அவருடைய நல்ல அனுபவம் தக்க வகையில் அவருக்குப் பயன்படுவதைக் காண்கிறோம். கிராமமும் நகரமும் மாறுபடுவதும் இணைவதும் ஆகிய இரு பாங்கையும் காண்கிறோம். கிண்டலையும் வெறுப்புணர்ச்சியையும் நயமாகக் கையாளும் ஆசிரியர் அவர்.

இளைஞர்களின் காமப் பேச்சைக் கேட்டு மனம் குமுறும் ஒரு பெண்ணின் பண்பைச் ‘சிவப்பு ரிக்ஷா’ என்னும் கதையில் விளக்குகிறார். கிராமத்தில் செல்வாக்குப் பெற்ற பெரிய வீட்டுக்காரரின் செருக்கான செயல்களைத் ‘தேவர் குதிரை’ என்னும் கதையில் காண்கிறோம். ‘கோபுர விளக்கு’ ஒரு புரட்சியான கருத்துக் கொண்டது. குடும்பத்தைக் காப்பதற்காக உடம்பை விற்கிறார் ஒருவர். அவர் மாண்டு மறைந்த பிறகும் அவரைப் பழிக்கிறது ஊர். அத்தகைய இருட்டுக் கொள்கையில் வாழ்வோருக்கு விளக்கு தேவை இல்லை என்று கோயில் கோபுரத்து

விளக்கை அணைத்துவிடுகிறார் பெரியவர் ஒருவர். 'அம்மா வந்தாள்' என்னும் அவருடைய நாவலிலும் கண்மூடி நம்பிக்கையின் அடிப் படையில் வளர்ந்த சில கொள்கைகள் தகர்ககப்படுகின்றன.

அவருடைய பதினொரு சிறுகதைகளின் தொகுப்பு 'அக்பர் சாஸ்திரி. பெயரிலேயே புலனாகும் வக்கிரமும் கிண்டலும் நகைச் சுவையும் கதைகள் பலவற்றிலும் உள்ளன. கதைகள் யாவும் திட்டமான கலைவடிவில் அமைந்துள்ளன. அவற்றில் பெரிய நிகழ்ச்சிகள் இல்லை; மனநிலை ஆராய்ச்சிகள் இல்லை. ஆனால் படைக்கப்பட்ட பாத்திரங்கள் எல்லாரும் முழுமை பெற்றுக் காணப்படுகிறார்கள்.

அவருடைய நாவல்களில், 'மோக முள்' குறிப்பிடத்தக்கது. இதில் நாகரிக வரம்பு மீறாமல் பாலுணர்ச்சிகளை விளக்குகிறார்கள். 'உயிர்த்தேன்' என்னும் நாவலில், அமைதிக்காகக் கிராமத்தை நாடிச் சென்ற இளைஞன் அங்குள்ள பிரச்சினைகளில் சிக்குண்டு போராடுவதைச் சித்திரித்துள்ளார்.

சிதம்பர சுப்பிரமணியத்தின் 'சக்ரவாகம்' முதலிய கதைகள் ஆழம் உடையவை; சிறுகதை வடிவம் தெளிவாக அமைந்தவை.

லா.ச. ராமாமிருதம் தமக்கென்று தனிச் சிந்தனைப் போக்கும் தனிநடையும் உடையவர். வாழ்க்கையைப்பற்றி அவர் கொண்டிருக்கும் தத்துவப் பார்வை அவருடைய கதைகளில் பல இடங்களிலும் வெளிப்படுகிறது. காதல், கோபம், போராட்டம் எதுவாயினும் சாவின் நிழல் கலந்து நிற்பதை அவருடைய பல கதைகளிலும் காணலாம். மனம் எண்ணும் எண்ணங்களின் போக்கை எடுத்துக்காட்டும் திறன் அவர் கதைகளில் அமைந்துள்ளது. அவருடைய நடையில் வேகத்தையும் காணலாம்; மென்மையையும் காணலாம். ஆனால் அவருடைய தத்துவம் பலர்க்குப் புரியாததாக உள்ளது. அவர் கூறும் முறையில் சிக்கல் எளிதில் விடுபடவில்லை.

ஜனனி என்னும் கதையில் சக்தியே மண்ணுலகத்தில் பிறந்து வாழ்க்கையை ஆராய்வதைக் காண்கிறோம். உலகத்தை நன்றாக அறிவதற்காக ஒழுக்கம் கெட்ட ஒருத்தியின் வயிற்றில் சக்தி பிறப்பதாகக் கற்பனை செய்து, உலக மாதாவாக உயர்ந்து ஒளிர்வதைக் காட்டுகிறார். அதன் முன்னுரை முதல் முடிவுரை வரையில் ஆசிரி-யரின் புதிய நோக்குப் புலப்படுகிறது.

'இதழ்கள்' என்ற பெயரால் உள்ள தொகுப்பின் சிறுகதைகளும் குறிப்பிடத்தக்கவை. சிறுகதைத் தொகுப்புகள் ஐந்து அவர் அளித்தவை.

சி.சு. செல்லப்பா படைத்துள்ள சிறுகதைகள் சிலவே என்றாலும், அவற்றில் தம் தனித் தன்மையைப் புலப்படுத்தியுள்ளார். வாழ்க்கையை ஒட்டிய நடப்பியலில் அவருக்கு உள்ள ஆர்வத்தையும் அவற்றில் காணலாம். 'ஸரஸாவின் பொம்மை' ஒரு நல்ல சிறுகதைத் தொகுப்பு. அதில் உள்ள ஸரஸாவின் பொம்மை என்ற கதை தனிச் சிறப்பு உடையது. ஸரஸாவின் பொம்மையாகக் கருதிப் பழகி வந்தவன் கடைசியில் ஸரஸாவின் பொம்மையாகவே ஆகி விடுகின்றன. பெரிய நிகழ்ச்சிகள் இல்லாமல் எண்ண அலைகளையே பெருக்கி ஒரு சிறுகதையைப் புனைய முடியும் என்பதற்கு அது ஒரு நல்ல எடுத்துக்காட்டு (புதுமை இலக்கியத்தில் ஆர்வம் நிரம்பிய செல்லப்பா, பழைய செய்யுளிலக்கணம் இல்லாமல் புதிய கவிதை வடிவங்களில் ஆசைகொண்டு சில கவிதைகளையும் படைத்துள்ளார் என்பது இங்குக் குறிப்பிடத்தக்கது).

1950க்குப் பிறகு சிறுகதை இலக்கியம் படைத்து அளித்தவர்களுள் சுந்தர ராமசாமி குறிப்பிடத் தகுந்தவர். இலேசான நையாண்டி அவருடைய கதைகளில் காணலாம். வலுவான கொள்கைகள் அந்தக் கதைகளில் உணர்த்தப்படும். அவருடைய கதைத் தொகுப்புகளுள் இரண்டாவதாகிய பிரசாதம் என்பது பதினெட்டுச் சிறந்த சிறுகதைகள் கொண்டது. முதல் தொகுப்பில் காணப்பட்ட பொருளாதார சமுதாயப் புரட்சி வேகம் இந்தக் கதைகளில் இல்லை.

கதைகளுக்கு முழுமையான வடிவம் தருவதில் வல்வர் அவர். உலகத்தில் எங்கெங்கோ காணும் மாந்தர்களை -போலீஸ்காரன், நேபாளி, அர்ச்சகர் முதலானவர்கள்- தேடிப் பிடித்துக் கதைகளில் வாழச் செய்கிறார். அவர்களால் இன்ன உண்மை விளங்குகிறது என்று அறுதியிட்டுக் கூற முடியாவிட்டாலும், வாழ்க்கையின் பல்வேறு கோணங்கள் விளங்குகின்றன என்பது மட்டும் உண்மை. குமரி மாவட்டத்துக் கொச்சை மொழிகளை மாந்தர்களின் உரையாடலில் அளவறிந்து கையாளும் எழுத்தாளர் அவர். அவருடைய 'ஒரு புளிய மரத்தின் கதை' என்ற நாவல் புதிய உத்தியால் அமைந்தது. புளிய மரமே கதைத் தலைவன். ஓர் ஊரில் காடு குளம் எல்லாம்

அழிக்கப்பட்டு அந்த மரம் மட்டும் உண்மை. குமரி மாவட்டத்துக் கொச்சை மொழிகளை மாந்தர்களின் உரையாடலில் அளவறிந்து கையாளும் எழுத்தாளர் அவர். அவருடைய ‘ஒரு புளிய மரத்தின் கதை’ என்ற நாவல் புதிய உத்தியால் அமைந்தது. புளிய மரமே கதைத் தலைவன். ஓர் ஊரில் காடு குளம் எல்லாம் அழிக்கப்பட்டு அந்த மரம் மட்டும் சாலையில் நிற்கிறது. கடைசியில் அதுவும் வெட்டப்படுகிறது. அதற்கு இடையில் ஊரார் பலர் பலவகையாகப் பேசும் பேச்சுகளும், நகரசபைத் தலைவரும் கிளர்க்கும் பேசும் பேச்சுகளும், மரத்தின் அடியே சிறு கதை வைத்துப் பெரிய வியாபாரியாகி அழியும் ஒருவனுடைய வாழ்க்கை நிலைகளும் சுவையாக அமைந்துள்ளன. ‘அக்கரைச்சீமையில்’ என்னும் சிறுகதைத் தொகுப்பு பல நல்ல படைப்புகளைக் கொண்டது. தெருப் பொறுக்கிகளான போக்கிரிகளும் திக்கற்றவர்களும் ஒன்று திரண்டு போர்க்கோலம் கொண்டு முதலாளியின் மகளை எதிர்ப்பதாக வரும் ஒரு காட்சி புதுமையாகப் படைக்கப்பட்டுள்ளது.

கவர்ச்சியான நடையில் சிறுகதைகள் எழுதியவர் கு. அழகிரிசாமி. அவருடைய ‘தவப்பயன்’ என்னும் தொகுதியில், ஆண் மகன் என்ற சிறுகதையில் ஒரு சமையல்காரன் வருகிறான். பெண்கள் அவனை ஓர் ஆண்மகனாக மதிக்காமல், அவன் இருப்பதைப் பொருட்படுத்தாமல் குதிப்பதும் கும்மாளமிடுவதும் அவனால் பொறுக்க முடியவில்லை. தன்னை ஆண்மையுடையவனாகக் கணக்கில் சேர்த்துக்கொள்ளாதவர்களின் நடுவே வேலை செய்ய மனம் இல்லாதவனாய், அவன் சமையல் வேலையை உதறிவிட்டுச் செல்கிறான். கிராமத்தில் சின்ன கடை வைத்துச் சிறு லாபம் பெற்று அமைதியாக வாழ்க்கை நடத்தி வந்த ஒரு செட்டியாரைப் பற்றிக் கூறுவது ‘புது உலகம்’ என்னும் சிறுகதை. அவர் நகரத்துக்கு வந்து கடை வைக்கிறார். கடையில் வியாபாரம் வளர்கிறது. பணம் பெருகுகிறது; கடை பெரிதாகிறது. ஆனால் அவருடைய அமைதி போய்விட்டது; ஓய்வு இல்லாமல் உழைத்து உழைத்துக் குமுறுகிறார். ‘வரப்பிரசாதம்’ என்ற தொகுப்பும் பல சிறந்த படைப்புகளைக் கொண்டது.

அவருடைய கதைகள் பெரும்பாலும் திருநெல்வேலி மாவட்டத்து வடபகுதிக் கிராமங்களைப் பின்னணியாகக் கொண்டவை. அப்பக்கத் துப் பழக்கவழக்கங்களை அவருடைய கதையில் காணலாம்.

நாட்டில் 1955-59இல் ஏற்பட்ட பஞ்சத்தைச் சொல்லோவிய மாக்கிக் காட்டுவது அவருடைய 'திரிபுரம்' என்ற கதை. புது உலகத்தில் நம்பிக்கை கொண்டு புதுமை பலவற்றை வாழ்வில் வரவேற்கும் அவர், புதிய உத்திகளைக் கையாளாமல் ஆற்றொழுக்காகக் கதைகள் சொல்லிப் பல உயர்ந்த நோக்கங்களுக்கும் கொள்கைகளுக்கும் விளக்கம் தந்துள்ளார்.

டாக்டர் அனுராதா என்பது அவர் எழுதிய சுவையான நாவல். இலக்கியக் கட்டுரைகள் பல எழுதி நல்ல திறனாய்வுக் கருத்து களையும் தந்துள்ளார்.

விந்தன் எழுதிய கதைகள் சமுதாயத்தில் ஊழல்களைக் கடுமையாகத் தாக்குபவை; விறுவிறுப்பு உள்ளவை. 'பாலும் பாவையும்' என்னும் நாவல் போலவே, அவருடைய சிறுகதைகள் பல, ஊமைகளான ஏழை மக்களின் உள்ளக் குமுறலுக்குக் கரல் அளிப்பவை. 'ஒரே உரிமை' என்னும் தொகுப்பில் வடிவச் செம்மை உடைய சிறுகதைகள் பல உள்ளன. அவர் படைக்கும் பாத்திரங்கள் பெரும்பாலும் அப்பாவிகளாக உள்ளன. அவர்களுக்குச் சமுதாயத்தின் மேல் வயிற்றெரிச்சல் தோன்றுவதில்லை. ஆனால் படிக்கும் நமக்கு மட்டும் சமுதாயத்தில் மேல்நிலையில் உள்ளவர்களின் வெறுப்பும் வயிற்றெரிச்சலும் தோன்றுகின்றன; ஆத்திரமும் பொங்குகிறது. அவர் கையாளும் உவமைகளும் சமுதாயக் கேட்டுக்குக் காரணமானவர்களை வம்புக்கு இழுப்பனவாக உள்ளன. "தேர்தலில் வெற்றிபெற்று அதிகாரத்துக்கு வந்து விட்டவர்களைப் போல், போடா போ என்று எரிச்சலுடன் அவனைப் பிடித்துத் தள்ளிவிட்டான் சங்கர்." "அவளைக் கண்டதும் அவன் முகம் மலர்ந்தது - சூரியனைக் கண்ட தாமரையைப் போல் அல்ல; சோற்றைக் கண்ட ஏழையைப் போல" இவை அவருடைய சொல்லம்புகளான உவமைகளுக்கு இரண்டு எடுத்துக்காட்டுகள். அவருடைய கதைகளில் கறவை மாடு குடும்பத்துக்குக் 'கார்டியன்' ஆகிறது. கிளி 'கைது' செய்யப்படுகிறது! குப்பைத் தொட்டிக்கும் வேலைக்காரியின் வயிற்றுக்கும் உள்ள வேற்றுமை மறைந்துபோகிறது. பேச்சு வழக்கில் உள்ள சில எளிய சொற்கள் அவருடைய நடையில் புதிய ஆற்றல் பெறுகின்றன. ஆமைபோல் நகர்வன என்று நாம் எண்ணி வந்த சில எளிய சொற்கள் அளவற்ற வேகத்தைப் பெற்று அம்புகளாகப் பாய்கின்றன. பொருளாதார ஏற்றத்தாழ்வு என்ன என்ன தீமைகள் செய்து வருகிறது

என்பதைப் பல இடங்களில் அவர் தெளிவாக்கிக் காட்டுகிறார். குழந்தைகள் முதல் காதலர்கள் வரையில் எல்லோருடைய வாழ்க்கை யையும் அந்த ஏற்றத்தாழ்வு எப்படி ஆட்டி வைக்கிறது எனபதை அங்கங்கே விளக்கிச் செல்கிறார்.

நையாண்டி செய்து குத்திக்காட்டி எழுதும் சிறுகதை ஆசிரியர் வல்லிக்கண்ணன். ஆண்சிங்கம், கவிதை வாழ்வு, தத்துவ தரிசனம் முதலிய சிறுகதைகள் அவருக்குப் புகழ் தந்தவை. அவருடைய படைப்புகள் ஆற்றலும் வேகமும் உடையவை; பொருளாழம் உள்ளவை. 'பெரிய மனுஷி' என்ற கதை, பலர் உள்ளத்தைக் கவர்நதது.

ரகுநாதனின் சிறுகதைகள் புரட்சியான கருத்துகளுக்காகப் படைக்கப்பட்டவை. ஓட்டமுள்ள நடையில் அழகை, அவருடைய கவிதைகளில் காண்பது போலவே, சிறுகதைகளிலும் காண் கிறோம்.

அறிஞர் அண்ணா படைத்தளித்துள்ள சிறுகதைகள் அவருடைய நாடகங்கள் போலவே ஆற்றல் மிக்க நடையில் அமைந்தவை. ராஜாதி ராஜா, பேய் ஓடிப்போச்சு, செவ்வாழை, சொர்க்கத்தில் நரகம், பிடிசாம்பல் முதலான சிறுகதைகள் புதிய கற்பனைச் செல்வங்கள். அவருடைய படைப்புகள் சமுதாய நலத்திலும் சீர்திருத்தத்திலும் அவருக்கு இருந்த ஆர்வத்தை விளக்குவன.

ஜெயகாந்தன் சிறுகதைகளும் நாவல்களும் எழுதிப் புகழ்பெற்று விளங்கும் எழுத்தாளர். 'விரக்தி' என்ற சிறுகதையில் ஒருவன் காதலில் தோல்வியுறுகிறான்; பெண் இனத்தையே வெறுக்கிறான்; பட்டாளத்தில் போய்ச் சேர்கிறான்; அங்குப் பல சோதனைகளை எதிர்ப்படுகிறான்; காதலியின் நினைவு அங்கும் அவனை விட்டபாடு இல்லை. 'இரவில்' என்ற சிறுகதையில் காணும் அனாதைப் பெண் தன் வயிற்றுப் பசிக்காக உடம்பை விற்கத் துணிகிறாள்; ஒருவனுடைய இச்சையைத் தீர்க்க இணங்குகிறாள். ஆனால் அங்கும் அவளுடைய வறுமை வேறு வடிவில் வந்து வாட்டுகிறது. அவன் எட்டணா என்று எடுத்துக் கொடுத்துவிட்டுப் போன காசு, உற்றுப் பார்த்தபோது காலணாவாக ஏமாற்றம் தருகிறது. 'தாலாட்டு' என்ற சிறுகதையில் வயதானவனுக்கு மனைவியாக வாழ்க்கைப் படும் இளம்பெண், முதல் இரவில் தன் கணவனின் கைக்குழந்தைக்குத் தாலாட்டுப் பாடும்

அவல நிலையில் வாழ்க்கை தொடங்குகிறாள். நாளாவட்டத்தில் அவனை வசப்படுத்தும் முயற்சியில் வெற்றி பெறுகிறாள். 'திரிசங்கு சொர்க்கம்' என்ற கதையில் வாழ்க்கையில் காணும் ஒருகோணத்தை அம்பலப்படுத்துகிறார். திருமணத்தையே வெறுத்து வந்த ஓர் ஆசிரியமங்கை தன் இளமையை எல்லாம் பாழாக்கியபின், மனம் மாறி முப்பத்தேழாம் வயதில் தன் மாணவன் ஒருவனையே மணந்து கொள்வதை அந்தக் கதை காட்டுகிறது.

பொருளாதார ஏற்றத்தாழ்வு மனித வாழ்க்கையில் ஏற்படுத்தும் புண்களை எடுத்துக்காட்டி, அவற்றிற்கெல்லாம் அடிப்படையான அந்த ஏற்றத்தாழ்வைச் சாடுகிறார். சில கதைகளில், குடிசை வாழ்க்கையையும் மாளிகை ஆடம்பரத்தையும் முரண்படுத்திக் காட்டுவதில் வல்லவர் அவர். 'உண்ணாவிரதம்' என்ற கதையில் வரும் தொழிலாளிப் பெண் ஒருத்தி, மற்றத் தொழிலாளிகளைப் பார்த்து, 'நீங்கள் எல்லாம் மனுசங்கதானாய்யா? வயித்துக்குச் சோறு தின்னா போதுமா? மானம் வேணாமா?" என்று முழக்கம் செய்வதைக் கேட்கிறோம். இவ்வாறு சில நோக்கங்களுக்காகக் கதைகள் எழுதுபவர்போல் தோன்றினாலும், அவருடைய படைப்புகள் சிறுகதையின் இலக்கணம் வழுவாமல் அழகிய கலை வடிவம் பெற்று விளங்குகின்றன.

தேவன் வருவாரா? என்ற தொகுப்பில் தனிச் சிறப்புடைய சிறுகதைகள்- குழந்தைகளைப் பற்றியவை - சில உள்ளன. அங்கும் வறுமையால் வாடிப் பலியாகும் குழந்தைகள் உள்ளன. அந்தக் காட்சிகளை அவர் தீட்டுவதற்குப் பயன்படுத்தும் சொற்றொடர்கள் உணர்ச்சி மிகுந்தவை; எவ்வகையான மதிப்பையும் தொடர்பையும் பற்றிச் சிறிதும் கவலைப்படாமல் எழுதுவதால், அவருடைய சொல்லாட்சி ஆற்றல் மிகுந்ததாக உள்ளது.

'பிரம்மோபதேசம்' என்னும் கதையில் சமுதாயத்தின் பழம் புண் ஒன்றை அறுத்துச் சிகிச்சை செய்கிறார். பிறப்பால் உயர்வு பேசும் சாதி வழக்கத்தைச் சாடித் தள்ளுகிறார் ஓர் உயர்ந்த சான்றோரைக் கொண்டு, ஒழுக்கத்தில் சிறந்த அந்தப் பிராமணர், தாழ்ந்த குலத்தான் என்று பேசப்படும் ஒருவனுக்குப் பூணூல் இட்டு, "நீதான் பிராமணன்" என்று ஏற்றுக்கொள்வதாகக் கதை அமைகிறது. இப்படிப்பட்ட கதைகளின் ஆசிரியராகிய ஜெயகாந்தன், "எனது கதைகள் பொதுவாகப் பிரச்சினைகளின் பிரச்சினை" என்று கூறுவது

முற்றிலும் பொருத்தமே. 'பகல்நேரப் பாசஞ்சர் வண்டி' என்ற கதையிலும் சாதி வேற்றுமைக்கு எதிராகப் புரட்சி எழுகிறது. ஆனால் எதிர்த்து எழுவோர் தாழ்த்தப்பட்ட சாதியார் அல்லர்; உயர்ந்த சாதியாரே. இவ்வாறு அவர்களைப் புரட்சி செய்விப்பதிலே எழுத்தாளரின்; புரட்சி அமைகிறது. பிராமண நங்கை ஒருத்தி தான் சாகும் தறுவாயில் தன் குழந்தையைத் தாழ்ந்த குலத்துக் கிழவன் ஒருவனிடத்தில் ஒப்படைக்கிறாள். அந்தக் கிழவனே தனக்கு இறுதிக் கடன்கள் செய்ய வேண்டும் என்றும் கேட்டுக் கொள்கிறாள். அவ்வாறே அவனும் செய்து முடிக்கிறான்.

'பவழமல்லிகை,' 'மிட்டாய்க்காரன்' முதலான சிறுகதைகள் பலவற்றைப் படைத்துத் தந்தவர் கி.வா. ஜகந்நாதன். அவர் 'கலைமகள்' என்னும் இதழின் ஆசிரியர். தன் வாயிலாகப் பல நல் சிறுகதையாசிரியர்களை நாட்டுக்கு அறிமுகப்படுத்தியுள்ளார். அவர் எழுதும் கதைகளில் பழைய மரபுகள் புதிய ஒளி வீசி விளங்கும். 'பவழமல்லிகை' என்ற கதையில், சிறுமி ஒருத்தியின் தூய அன்பையும், அதை உணர்ந்து கொண்ட ஓர் அம்மையாரின் இரக்க நெஞ்சையும் காண்கிறோம். அந்தச் சிறுமியின் அன்பை உணராத வீட்டுக்காரர் முதலில் முரட்டுத்தனமாய் நடந்து இடையூறு விளைத்தபோதிலும், பிறகு மனமாறுதல் அடைந்து குழந்தையின் விருப்பப்படி பவழமல்லிகைப் பூக்களை எடுத்துச் செல்ல இடந்தரு கிறார். அதைப் படிப்படியாக விளக்கிக் கதை சொல்லும் முறை சுவையாக உள்ளது. 'மிட்டாய்காரன்' என்ற கதையிலும் ஒரு நல்ல குழந்தையின் மனத்தையும் முரட்டுத் தனம் உடையவன் மனமாறுதல் பெறுவதையும் காணகிறோம். குழந்தை மிட்டாய் எடுத்துத் தின்பதைக் கண்ட மிட்டாய்க்காரன், தரித்திரம் பிடித்த கையால் எடுத்துவிட்டது என்று கடிந்து ஓங்கி அடிக்கிறான். மிட்டாய்க் கூடையை எடுத்துச் செல்லும் வழியில் கல்தடுக்கி விழ, எல்ா மிட்டாய்களும் சாக்கடையில் கொட்டிவிடுகின்றன. உடனே ஒரு மிட்டாய்க்காகக் குழந்தையை அடித்த கொடுமைக்காக மனம் வருந்தி உருகுகிறான். ஓடி வந்து குழந்தைக்கு முத்தம் தந்து அன்பு செலுத்துகிறான்.

தி.ஜ.ர.வின் நொண்டிக்கிளி முதலிய சிறுகதைகள் நுட்பமான கலைவடிவு உடையவை. சிறுகதை இலக்கியம் படைப்பதில் வெற்றி கண்டவர் அவர்.

நாட்டில் நிலவும் அரசியல் கொந்தளிப்பிலோ சீர்திருத்த வேகத்திலோ ஈடுபடாமல் அமைதியாக ஒரு மூலையில் இருந்து, மக்களின் வாழ்க்கையைக் கண்டு உணர்ந்து அந்த அடிப்படையைக் கொண்டு கதைகள் எழுதுவோர் சிலர் உண்டு. உண்மையை நோக்கினால், அரசியல் கொந்தளிப்பு சீர்திருத்த வேகம் முதலியவை சமுதாயம் என்னும் கடலின் மேற்பரப்பில் காணும் அலைகளும் ஆரவாரங்களும் ஆகும். குமுறும் கடலின் அடிப்பகுதி பெரும்பாலும் அமைதியாக இருப்பதுபோலவே, சமுதாயத்திலும் குடும்ப இன்ப துன்பம் முதலியவை என்றும்போல் உள்ளன. அவற்றைக் கண்டு உணர்ந்து சொல்லோவியமாக்கித் தரும் கலையுள்ளம் சிலர்க்கு இயல்பாக அமைகிறது. கி. சந்திரசேகரனின் பச்சைக் கிளி, கண்ணில்லாத கபோதி என்னும் சிறுகதைகள் இவ்வகையில் குறிப்பிட்டுச் சொல்லத்தக்கவை. த.நா.குமாரசாமியின் கதைகளும் அப்படிப்பட்டவைகளே.

மகளிர் அளிக்கும் கதைகள்

பெண்கள் பலர் கதைகளைப் படைத்தளித்துப் புகழ் பெற்றிருக் கிறார்கள். பெண்களின் மனப் போராட்டங்களையும் குடும்பச் சிக்கல்களையும் குழந்தைப் பாசத்தையும் வாழ்வின் மென்மைப் பகுதிகளையும் சித்திரித்துச் சிறுகதைகளும் நாவல்களும் எழுதுவதில் அவர்களின் சிறப்பியல்பு விளங்குகிறது. கோதைநாயகி அம்மையார் பத்திரிகை நடத்திப் பல நாவல்கள் எழுதியவர். அவர் காலத்திற்குப் பிறகு பெண்களின் ஈடுபாடு இந்தத் துறையில் மிகுதியாயிற்று. ‘காஞ் சனையின் கனவு,’ ‘மிதிலா விலாஸ்’ முதலியவற்றின் ஆசிரியர் ‘லட்சுமி’ என்னும் திரிபுரசுந்தரி கட்டுக்கோப்பான நாவல்கள் எழுதுவதில் வல்லவர். ‘பெண்குரல்,’ ‘மலர்கள் அமுதமாகி வருக,’ ‘குறிஞ்சித் தேன்,’ ‘வளைக்கரன்’ முதலியன ராஜம் கிருஷ்ணனின் அழகிய படைப்புகள். கோவா விடுதலைப் போராட்டத்தை வைத்து எழுதப்பட்ட நாவல் ‘வளைக்கரம்’ நீலகிரி மலையில் நடைபெறும் மின்சார அணைத் திட்டங்களுக்காகக் கணவரோடு வாழ்ந்தவராகையால், அந்த மலையில் வாழும் மக்களோடும் தொழில் புரியும் ஆட்களோடும் பழகிய அனுபவம் கொண்டு ‘குறிஞ்சித் தேன்’ முதலிய நாவல்களை எழுதியுள்ளார். ஜோகி என்னும் படக இனத்தானுடைய வாழ்வில் கண்ட மாறுதல்கள் அந்த நாவல்களில் படங்களாக்கப்பட்டுள்ளன. அரசாங்கத்திட்ட வேலைகளால் மலைவாழ்வில் இருந்த அமைதியும்

நிறைவும் எப்படிக் குலைந்து போயின என்பதை ஆசிரியர் சுவையாகக் காட்டுகிறார். பணத்தின் சுவை கண்டிராத மலைவாழ் குடும்பங்கள். பணத்துக்காகவே உழைக்கும் மனப்பான்மை பெறுகிறார்கள். ஜோகியின் குடும்பம் பழம் பண்பாட்டை நம்பியிருந்தமையால் பின்தங்குகிறது; பணம் தரும் பயிர்கள் விளைத்துப் புது வழிகளை மேற்கொண்ட கரிய மல்லரின் குடும்பம் முன்னேறுகிறது. அங்கே ஒருவரும் ஒருத்தியும் காதல் கொள்கிறார்கள். குடும்பச் செல்வ வேறுபாடுகள் குறுக்கே நிற்கின்றன. காதல் வெற்றிபெறுகிறது. அதற்கு இடையே ஜோகியின் தாய் முதலானவர்கள் பல துன்பங்களுக்கு ஆளாகி மடிகிறார்கள். ஓர் உரைநடைக் காப்பியம் என்று சொல்லத் தக்க சிறப்போடு கதை அமைந்துள்ளது.

சூடாமணியும் வசுமதி ராமசாமியும் சிறுகதை, நாவல் ஆகிய இரு துறைகளிலும் படைத்துத தந்தவர்கள். இத்தகைய பெண் எழுத்தாளர்களுள், இன்றைய சமுதாயத்தை எண்ணிக் கொதித்து எழுதுகிறவர்களையோ, புரட்சி மனப்பான்மையுடன் புதியன படைக்கின்றவர்களையோ காண்பது அரிது. வாழ்வின் மாறுதல் களையும் ஏற்றத்தாழ்வுகளையும் சிக்கல்களையும் அவர்கள் காணும் காட்சி. ஒரு சோலையுடன் வாழ்ந்து அதன் மாறுதல்களையும் பிறவற்றையும் அன்றாடம் கண்டு அனைத்தையும் சேர்த்தே கட்புலனுக்கு விருந்தாகக் காணும் பொறுமையான காட்சியாக உள்ளது. சூடாமணி தம் மனோதத்துவக் கதைகளில் மன அலைவுகளைச் சித்திரிக்கிறார். 'சோதனையின் முடிவு' குறிப்பிடத் தகுந்த நாவல்.

குடும்பப் பெண்களைப் படைத்துக் காட்டும் கதைகள் எழுதுவதில் வல்லவர் சரோஜா ராமமூர்த்தி. அவர் படைத்துக் காட்டும் குழந்தைகள், படிப்பவரின் நெஞ்சைவிட்டு நீங்குவதில்லை. அவருடைய இனிய நடை, குடும்பப் பண்பாட்டை விளக்குவதற்கு ஏற்றதாக அமைந்துள்ளது. 'லட்சியவாதம்,' 'பனித்துளி,' 'முத்துச் சிப்பி' அவருடைய நாவல்கள்.

கிருஷ்ணா (அம்புஜம்) படைத்தவை 'ராஜி' 'மதுக்கிண்ணம்' ஆகிய நாவல்கள். விமலா ரமணி, வளர்ந்தவர்களுக்கு உரிய கதைகளோடு குழந்தைகளுக்காகவும் எழுதுபவர். குயிலி ராஜேஸ்வரியின் 'உணர்ந்த நெஞ்சம்,' 'தெய்வம் சிரித்தது' என்பவை நல்ல நோக்கங்களை அடிப்படையாகக் கொண்ட நாவல்கள். கி. சரஸ்வதி, கி. சாவித்திரி, அநுத்தமா ஆகியோரின் படைப்புகளில் பல கலைவடிவம் நிரம்பியவை;

குடும்பப் பண்பாட்டை அடிப்படையாகக் கொண்டவை.

புதுமைக் கலையார்வம் உடைய மற்றோர் எழுத்தாளர் கோமகள் (ராஜலட்சுமி). 'பனிமலர்,' 'அன்பின் சித்திரம்' சுவையான நாவல்கள். பல நல்ல சிறுகதைகளையும் படைத்து வருகிறார். கானல் நீர் என்றும் சிறுகதையில் ஆணும் பெண்ணுமாகக் காதலர் இருவர் ஒரு பூங்காவில் மாலை நேரங்களில் பொழுது போக்கிக் காதலராய்க் கொஞ்சிப் பேசுவதை மறைந்திருந்து காண்கிறார் ஒருவர். தம் இளமையில் அதுபோல் காதல் கொண்டு பழகி மணந்துகொள்ளாமல், பெற்றோரின் விருப்பப்படி ஒருத்தியை மணந்துகொண்ட குறையான வாழ்வை நினைத்து வருந்துகிறார். அதனால் வாழ்க்கையில் பெறத்தக்க ஒரு பேற்றை இழந்துவிட்டதாக நோகிறார்; பல நாள் அந்தக் காட்சியைக் கண்டு அவர்களின் காதலைப் போற்றுகிறார். வாழ்த்துகிறார். ஆனால், அவனுக்கும் வேறொருத்திக்கும் திருமணம் ஆகிறது. பூங்காவில் நிகழ்ந்த காதல் முறிந்ததோ என்று ஐயுறுகிறார். திருமணம் நடந்து சில வாரம் கழிந்த பிறகு பூங்காவுக்குச் செல்லும்போது, மறுபடியும் பழைய இருவரையும் அங்கே அதே நிலையில் காண்கிறார். தாம் காதல் என நம்பியது, கானல் நீராய்ப் போனதை எண்ணி வெறுப்படைகிறார்.

குடும்பப் வாழ்வின் மேடுபள்ளங்களை நன்கு விளக்கும் நாவல் 'தாழ்வுற்ற நெஞ்சம்' கே. ஜயலட்சுமி எழுதியது. கிருத்திகா (மதுரம்) எழுதியவைகளும் அத்தகையவை. மனத்தின் உள்நிகழ்வுகளைக் காட்டுவதில் அவருடைய எழுத்துகள் ஆற்றல் பெற்றுள்ளன. 'புகை நடுவில்,' 'பொன்கூண்டு' குறிப்பிடத் தகுந்தவை.

மொழிபெயர்ப்புக் கதைகள்

மற்ற மொழிகளில் உள்ள நாவல்களையும் சிறுகதைகளையும் மொழிபெயர்த்துத் தமிழ் மக்களுக்கு அளித்துவரும் மொழி பெயர்ப்பாளர்களின் இலக்கியத் தொண்டையும் போற்ற வேண்டும். அவர்களுள் கா.ஸ்ரீ.ஸ்ரீ., த. நா.குமாரசாமி, த.நா. சேனாபதி, ஜயராமன் ஆகியவர்கள் குறிப்பிடத்தக்கவர்கள். மராத்தியில் சிறந்த எழுத்தாளராகிய காண்டேகரின் நாவல்களையும் சிறுகதைகளையும் தமிழில் மொழிபெயர்த்துத் தந்தவர் கா.ஸ்ரீ.ஸ்ரீ., காண்டேகரின் இரு துருவம், கிரௌஞ்சவதம், எரிநட்சத்திரம் முதலியன தமிழரிடையே தமிழ் நாவல்கள் போலவே உலவின. மராத்தியில் பட்கே என்பவரின்

கதைகளையும் சிலர் மொழிபெயர்த்துள்ளனர். வங்காளத்திலிருந்து சரத்சந்திரர், பங்கிம்சந்திரர் ஆகியோரின் நூல்கள் இந்நூற்றாண்டின் தொடக்கத்திலேயே தமிழில் பரவின. ரவீந்திரநாத் தாகூரின் கவிதைகளையும் கதைகளையும் கட்டுரைகளையும் மொழிபெயர்த்து அளித்துப் புகழ்பெற்றவர்கள் குமாரசாமியும் சேனாபதியும். இந்தியில் உள்ள கதைகளையும் பிரெஞ்சு ஜெர்மன் ரஷ்ய மொழிகளின் கதைகளையும் சிலர் மொழிபெயர்த்துத் தந்து வருகிறார்கள். அவைகளால், நாவல் சிறு கதைகள் படிப்பவரின் சுவையும் ஆர்வமும் விரிவடைந்து வருகின்றன எனலாம். திராவிட மொழிகளாகிய மலையாளம் தெலுங்கு, கன்னட மொழிகளின் கதைகளையும் நாடகங்களையும் மொழிபெயர்க்கும் முயற்சியும் தொடங்கியுள்ளது. கன்னடத்தில் காரந்த் என்பவரின் 'மரளிமண்ணிகே' சித்தலிங்கய்யாவால் நல்ல வடிவில் மொழிபெயர்க்கப்பட்டுள்ளது. எம்.எஸ். கமலா, கோபிநாத் முதலான பிறமொழி இலக்கியங்களை மொழிபெயர்த்துத் தருகின்றவர்கள்.

கற்பனை வேட்கை

எல்லா நாட்டு மக்களுக்கு இருப்பது போலவே, தமிழ்நாட்டு மக்களுக்கும் காதல் கற்பனைகளிலும் அற்புத நிகழ்ச்சிகளிலும் தீராத ஆர்வம் இருந்துவருகிறது. ஒரு காலத்தில் காப்பியங்களும் புராணங்களும் அந்தப் பசிக்கு ஏற்ற உணவாக இருந்து மக்களை மகிழ்வித்தன. உலா முதலியவைகளும் தலபுராணங்கள் பலவும் எழுதப்பட்ட காலத்திலும், அவற்றால் அப்படிப்பட்ட உணவு கிடைத்து வந்தது. அச்சுயந்திர வளர்ச்சிக்குப்பின், பல பழைய கதைகள், விக்கிரமாதித்தன் கதைகள், பக்தர்களின் கதைகள், பஞ்சதந்திரக் கதைகள், அரபிக் கதைகள் முதலியவை அவ்வகையான விருந்து அளித்தன. நாவல்களும் சிறுகதைகளும் வளர்ந்த பிறகும், இந்த நூற்றாண்டின் மக்கள் மறுபடியும் காதல் கற்பனைகளையும் நடவாத செயல்களையும் விபரீதப் போக்குகளையும் நாடும் நாட்டம் பெருகி நிற்கிறது. செயல்களை வருணித்தல் குறைந்து மன இயல்புகளை விளக்கும் புது முறை வளர்ந்த பிறகும், காதல் மனநிலைகளையும் காமஇச்சை கொண்டோரின் விபரீதப் போக்குகளையும் விளக்கும் கதைகளை நாடும் பசி இருந்து வருகிறது. அந்தத் தேவையை உணர்ந்த எழுத்தாளர் சிலர், தாம் படைக்கும் சிறு கதைகளிலும் நாவல்களிலும் அந்தக் காம உணர்ச்சி அலைகளையும் முரணான போக்குகளையும்

அமைத்து அவற்றிற்கு ஏற்ற மாந்தர்களை கற்பனை செய்து எழுதி வருகிறார்கள். அவை களில் சில இலக்கிய வடிவமும் பெற்று அழகாக அமைந்து விடுகின்றன. ஆகவே அவர்கள் பெற்ற வெற்றியைக் கண்டு மற்றவர்களும் அதே போக்கில் எழுத முயன்று காமச் சுவையைப் பெருக்கிக் கலைச் சுவையைத் தர இயலாமல் திண்டாடுகிறார்கள். அப்படிப்பட்ட கதைகளில், தலபுராணங்களைப் போலவே நடப்பியல் காண்பது அரிதாகிறது. அவற்றுள் புகழுடன் நிலை பெற்று வாழவல்லவை இவை என்று கூற முடியவில்லை. எதிர்காலமே அவற்றைப்பற்றி முடிவு செய்யவல்லது என்று விடவேண்டியுள்ளது. "என் நூல் எதிர்காலத்தில் இலக்கியப் புகழுடன் வாழ்வதுபற்றிக் கவலை இல்லை. நிகழ்காலத்தில் என் வாழ்நாளில் எனக்குப் புகழ் தந்தால் போதும்; பணம் தந்தால் போதும்" என்ற துணிச்சலான மனநிலையும் எழுத்தாளர் சிலர்க்கு வந்துவிட்டது. எதிர்காலத்தைப்பற்றி மட்டும் அல்லாமல் நிகழ்காலத்தில் படிப்பவர் பலரின் இயல்பான மனம் தவறான போக்கில் விரிவடைவதைப் பற்றியும் அவர்கள் கவலைப்படுவதில்லை. இந்நிலையில் வெளியாகும் கதைகளில் புகழ் பெற்றுள்ளவை எல்லாம் இலக்கியமாக வாழக்கூடியவை என்று சொல்ல முடியவில்லை.

பலவகைப் படைப்பு

பொதுவாகப் பார்க்கும்போது நாவல்களும் சிறுகதைகளும் ஆகிய கற்பனைப் படைப்புகள் தமிழில் பெருகி வருகின்றன எனலாம். 1930க்குப் பிறகு எழுத்தாளர் பலர் தோன்றிக் கதைத் துறையில் தமிழிலக்கியத்தை வளர்த்து வருகிறார்கள். நாவல்துறையை விடச் சிறுகதைத்துறை சிறப்பாக வளர்ந்து வளம்பெற்று வருகிறது என்பதில் ஐயம் இல்லை. மட்டமான - இலக்கியத்தரம் இல்லாத - படைப்புகளும், பிற மொழிகளிலிருந்து இரவல் வாங்கியோ திருடியோ எழுதும் இல்லாமல் போகவில்லை. வார இதழ்களுக்கும் ஆண்டு மலர்களுக்கும் எழுதித் தரவேண்டிய நெருக்கடியின் காரணமாக எப்படியோ எதையோ படைத்து எழுத்தாளர் சிலர் அனுப்பிவிடுகிறார்கள். ஆனால், அத்தகைய போலிப் படைப்புகளுக்கு இடையே தரம் உள்ள கலைப்படைப்புகள் பல இருந்து வருகின்றன. இப்படித்தான் இருகக வேண்டும் என்று விருப்பு வெறுப்புகளின் அடிப்படையில் இலக்கணம் வகுத்துக் கொண்டு, நாவல்களையும் சிறுகதைகளையும் பார்த்து, இவை அல்ல இவை அல்ல என்று குறைகூறித் தள்ள முயல்வோர்

உண்டு. பழங்காலத்தில் படைக்கப்பட்ட இலக்கியங்களுக்குப் பாட்டியல் என்று இலக்கண நூலை வைத்துக்கொண்டு சீர்தூக்கித் தள்ள முயன்ற புலவர்களின் பயனற்ற முயற்சியையே இது நினைவூட்டுகிறது. அவர்களின் விருப்பு வெறுப்புகளையும் கடந்து எழுத்தாளர் பலர் நல்ல வடிவும் உள்ளீடும் கொண்ட கதைகளைப் படைத்து வருகிறார்கள். ஒரு சாரார் விரும்புவதுபோலவே, எல்லாக் கதைகளும் அமைந்துவிட முடியாது. கலை பலவகைப் பொருள்கள் பற்றி அமையும். பலவகை வடிவுகளைக் கொள்ளும் என்ற உண்மையைக் கொண்டு நோக்கினால், நாவல்களும் சிறுகதைகளும் தமிழில் பற்பல வகையாய் வளர்ந்துவரும் வளர்ச்சியை உணரலாம். காலத்திற்கு ஏற்பச் சமுதாயம் மாறி வருவதாலும், புதுப் புதுச் சிக்கல்கள் ஏற்படுவதாலும், இந்த நூற்றாண்டில் உள்ளீடு பல்வகையாய் மாறி வந்துள்ளது. சமுதாயச் சிக்கல்களை அமைதியாய் நோக்குவோர், ஆத்திரத்தோடு நோக்குவோர், உலகின் பரந்த வரலாற்றில் வைத்து இக்காலச் சிறுமையை உணர்ந்து நோக்குவோர், முன்னும் பின்னும் மறந்து நிகழ்காலம் ஒன்றையே பொருளாகக் கொண்டு பெரிதாக்கி நோக்குவோர், பிறருடைய துன்பங்களையும் போராட்டங்களையும் தம்முடையனவாகவே வலிந்து உணர்ந்து நோக்குவோர் ஆகிய பல திறத்தாரும் கதைகள் படைத்துத் தந்திருப்பதையே, தமிழிலக்கியத்தின் இந்த நூற்றாண்டின் வரலாற்றில் காண்கிறோம். எழுதுபவர்கள் பல நோக்கங்களை உடையவர்களாக இருப்பது மட்டும் அல்லாமல், படிப்பவர்களும் பலவகை மனநிலையும் வெவ்வேறான வளர்ச்சியும் உடையவர்களாக இருப்பதையும் மறக்கக் கூடாது. ஆகையால், சிறந்த நாவல்கள், சிறு கதைகள் எல்லாம் எல்லார்க்கும் பிடித்தமானவை என்று சொல்லிவிட முடியாது. உணர்ச்சியான போக்கும் அழகான வடிவ அமைப்பும் உடைய கதைகளாக இருந்தாலும், கதைகள் வாழ்வோடு ஒட்டியவைகளாக, வாழ்வையே விளக்குவனவாக இருந்தால்தான் அவை நூல் வடிவில் வந்து வாழ்தல் முடிகின்றது. இத்தனை போராட்டங்களையும் கடந்து, தமிழிலக்கியத்தில் பல கதைகள் தோன்றித் தரமுள்ளனவாய் விளங்குதல் போற்றத்தக்கதே. உயரிய காப்பியத் துறையிலும், உணர்ச்சிக் கவிதைத் துறையிலும் எவ்வகையிலும் பின்னடையாமல் வளர்ந்து வந்த தமிழ், இன்று நாவல் துறையிலும் சிறுகதைத் துறையிலும் வளர்ச்சி பெற்று வருவது குறிப்பிடத்தக்க சிறப்பே ஆகும்.

சமுதாயமும் மனிதனும்

இந்த நூற்றாண்டில் செல்வாக்குப் பெற்று வரும் நாவல்களிலும் சிறுகதைகளிலும் அமையும் பொருளில் தெளிவான ஒரு மாறுதலைக் காண்கிறோம். புதிய கவிதைகளிலும் அந்த மாறுதல் உள்ளது எனலாம். அது என்ன? பழைய நூற்றாண்டுகளில் இயற்றப்பட்ட செய்யுள் நூல்களில் பெரும்பாலானவை, ஒன்று கடவுளைப் பற்றியனவாக இருக்கும்; அல்லது, பொருள் தந்து உதவிய வள்ளலை அல்து ஆட்சித் தலைவனைப் புகழ்வனவாக இருக்கும். இன்று வரும் புதிய படைப்புகளில் கடவுளுக்கும் அவ்வளவு இடம் இல்லை; புரவலன் அல்லது ஆட்சித் தலைவனுக்கு இல்லை. இன்றைய எழுத்தாளர்களின் போற்றுதலைப் பெறுபவன் மனிதனே; மனித சமுதாயமே அவர்களின் கற்பனையில் கோயில் கொண்டிருப்பது எழுத்தாளர்கள் பலர் கடவுளை வழிபடுகிறவர்கள்; ஆயினும் அவர்களின் பூசையறை வேறு; எழுதுகோல் அந்த வழிபாட்டில் முனைந்து நிற்பதில்லை. எழுத்தாளர் சிலர் தம்மைப் போன்ற சிலரை ஒரு குழுவாகச் சேர்த்துக்கொண்டு மகிழ்கிறார்கள்; ஆனால் அவர்களின் கற்பனையோட்டத்தில் அந்தக் குழுவும் நிற்பதில்லை; அவர்கள் பணத்தை நாடி எழுதுகிறார்கள்; ஆனால் அவர்களின் உணர்ச்சியலைகளில் அந்தப் பணமும் சிறப்பிடம் பெறுவதில்லை. சமுதாயத்தின் அல்லது சமுதாய உழைப்பாளனாகிய மனிதனின் போராட்டமும் இன்பதுன்பமுமே அவர்களின் எழுத்துக்கு உரிய பொருளாக ஓங்கி நிற்கின்றன. இதை இன்றைய நாவல் சிறுகதை நாடகம் கவிதை எல்லாம் விளக்கி வருகின்றன. எல்லா இலக்கியமும் தெய்வங்களையும் செல்வர்களையும் சுற்றிச் சுற்றி வந்த நிலைமை மாறி, யாரோ ஒரு சிலருடைய பாடல்கள் மட்டும் தெய்வத்திற்கு உரியனவாக உள்ளன; செல்வரைச் சிறப்பித்து எழுதப்படும் பாடல்களோ கட்டுரைகளோ ஒரு பாராட்டுக் கூட்டத்திற்கு மேல் வாழவலிமை அற்றனவாய் மறைகின்றன. மனிதன் அல்லது சமுதாயம் பற்றிய புதிய உணர்ச்சிகளும் அழகிய கற்பனைகளுமே இலக்கிய வாழ்வு பெறும் நிலைமை வந்துள்ளது. கடவுள் வழிபாடு தனிப்பட்டவர்களின் உணர்வாக அறிஞர்களின் உள்ளத்தளவில் நிற்கிறது; செல்வர் தொடர்பு தனிப்பட்ட எழுத்தாளரின் உறவின் அளவில் நிற்கிறது; இந்த இரண்டும் இலக்கியப் படைப்பில் பெற்று வந்த இடத்தைச் சமுதாய உணர்ச்சி, மனித உணர்ச்சி ஆகியவை கைப்பற்றிக் கொண்டுள்ளன என்பதைத் தமிழ் நாவல்களும் சிறுகதைகளும் தெளிவாகக் காட்டுகின்றன.

17

கட்டுரை முதலியவை

பழமையும் புதுமையும்

முற்காலத்தில் தமிழில் மருததுவம், சோதிடம், அறிவுரை, அறவுரை முதலியவற்றுள் எதையும் செய்யுள் வடிவில் எழுதி வைக்கும் வழக்கம் இருந்தது. செய்யுள் நுல் எழுத வல்லவர்களே அறிஞர்களாக மதிக்கப்பட்டார்கள். நாடகங்களும் செய்யுள் வடிவில் இருந்தன; பலவகைக் கற்பனைகளும் வருணனைகளும் செய்யுள் வடிவில் அமைந்தன. இந்த மாறுதல் ஏற்பட்ட பிறகு, உரைநடை நூல்கள் பெருகிய பிறகு, பதினேழு பதினெட்டு பத்தொன்பதாம் நூற்றாண்டுகளில் எழுதப்பட்ட செய்யுள் நூல்களைப்படிப்பவரும் பாராட்டுவோரும் குறைந்து வருகிறார்கள். மிக உயர்ந்த இலக்கியத் தன்மை வாய்ந்த சிறந்த செய்யுள் நூல்களை மட்டுமே சிலர் படித்துப்போற்றி வருகிறார்கள். மற்றச் செய்யுள் நூல்களைப் படிப்பவர் இல்லை. அவற்றை இயற்றித் தந்த புலவர்களின் பெயர் களையும் மறந்து வருகிறார்கள். எடுத்துக்காட்டாக, சென்ற நூற்றாண்டில் பற்பல செய்யுள் நூல்களை இயற்றிப் பெரும்புகழ் பெற்றிருந்த மீனாட்சி சுந்தரம்பிள்ளை இன்று மக்களின் நினைவில் அவ்வளவாக இல்லை. அவருடைய மாணவராகிய சாமிநாதய்யர் எழுதிய வாழ்க்கை வரலாற்றாலும் சேக்கிழாரைப்பற்றி அவர் எழுதிய பிள்ளைத் தமிழாலும் அவர் ஓரளவு நினைத்துப் போற்றப்படுகிறார். சென்ற நூற்றாண்டில் செய்யுள் நூல்கள் எழுதிய மற்றப் புலவர்களின் பெயர்கள் அந்த அளவிற்கும் நினைக்கப்படுவதில்லை. சமரச சன்மார்க்கம் என்ற நெறியின் தந்தையாய் இரக்கமே வடிவாய்ப் பெருஞ் சான்றோராய் விளங்கிய காரணத்தால், இராமலிங்க சுவாமிகளின் எளிமையான இனிய பாடல்கள் பலராலும் போற்றப்படுகின்றன. புதுநெறியில் எளிமையான சர்வ சமயக் கீர்த்னைகளும் நீதிப் பாடல் களும் இயற்றிய காரணத்தாலும், தமிழிலக்கியத்தில் நாவலுக்குத் தோற்றுவாய் செய்த சிறப்பாலும், மாயூரம் வேத நாயகம் பிள்ளை போற்றப்படுகிறார். மற்றப் புலவர்கள் எழுதிய செய்யுள் நூல்கள் பல, படிப்பார் இல்லாமல் கிடக்கின்றன. இன்றும், அவர்களைப் பின்பற்றிப் பழைய மரபும் பழைய பொருளுமாய்ச் செய்யுள் நூல்கள் எழுதுவோர்க்கு மக்களிடையே வரவேற்பு இல்லை. எடுத்துக்காட்டாக,

'இன்னிசை வெண்பா இரு நூறு,' 'பஞ்சதந்திர வெண்பா,' 'ஏசுபாத நூற்றந்தாதி,' 'வள்ளுவர் நேரிசை' முதலிய செய்யுள் நூல்கள் இயற்றிய பெரும்புலவர் சோழவந்தான் சண்முகம் பிள்ளையைக் குறிப்பிடலாம். புதிய உணர்ச்சிகளையும் கருத்துகளையும் கற்பனைகளையும் செய்யுளில் வடித்துக் கொடுப்போருக்கும், பழைய உணர்ச்சிகளே ஆயினும் புதிய பாட்டு வடிவங்களில் இயற்றுவோர்க்கு மட்டுமே மக்களின் போற்றுதல் ஓரளவிற்குக் கிடைக்கிறது.

ஆயினும் பத்தொன்பதாம் நூற்றாண்டின் இறுதியிலும் இருபதாம் நூற்றாண்டின் முற்பகுதியிலும் வாழ்ந்த புலவர் பலர், பழமையையும் விடாமல் புதுமையிலும் புகுந்து நூல்கள் படைத்தனர். அவர்களுள் சிலரின் படைப்புகளைக் காண்போம். அவர்கள் செய்யுள் நூல்களும் உரைநடை நூல்களும் ஒருங்கே இயற்றியவர்கள்.

சூரியநாராயணர் முதலியவர்கள்

தனித்தமிழ் ஆர்வம் நிரம்பிய புலவர் சூரியநாராயண சாஸ்திரியார் (1870-1903) தம் பெயரையும் பரிதிமாற்கலைஞர் என அமைத்து மகிழ்ந்தார். ஞானபோதினி என்ற இதழின் ஆசிரியராகத் (1898-98) தொண்டு புரிந்தார். கலாவதி, ரூபாவதி, மான விஜயம், மதிவாணன் முதலான நாடக நூல்கள் எழுதினார். நாடகக் கலையில் அவர்க்கு ஆர்வம் மிகுதி. நாடகத்துறைக்கு நேர்ந்த வீழ்ச்சியை எண்ணி மிக வருந்தினார். நாடக இலக்கியம் படைக்க முனைந்தார். அந்தக் கலையின் இலக்கணத்தை 'நாடகவியல்' என்ற நூலாக எழுதினார். அவருடைய பாட்டுகள் பழைய இலக்கிய நடை உடையன; 'தமிழ் மொழியின் வரலாறு' என்னும் நூலும் 'தமிழ்ப்புலவர் சரித்திரம்' என்பதும் அக்காலத்தில் பயன் தந்த நூல்கள். வடமொழியிலிருந்து 'முத்திராராட்சசம்' என்பதை மொழிபெயர்த்தார். வடமொழியும் ஆங்கிலமும் நன்கு கற்றிருந்தும் அவருடைய உள்ளம் தமிழ் இலக்கிய வளர்ச்சியையே முதன்மையாகக் கொண்டது. அவருடைய தமிழ்நடை கடுமை உடையதாக இருந்தபோதிலும், ஒருவகை உயிரோட்டம் அதில் அமைந்திருந்தது. அருஞ்சொற்கள் பல கலந்த பழைய இலக்கிய நடையாக இருந்தபோதிலும், அவர் உணர்த்திய கருத்துகளில் புதுமை இருந்தது; நன்மை இருந்தது. ஆகையால் அவருடைய நூல்கள் பயன் உள்ளனவாக ஆயின.

பின்னத்தூர் நாராயணசாமி ஐயர் (1862-1914). புது வகையான இலக்கிய வளர்ச்சியுள்ள சூழ்நிலையில் வாழ்ந்தபோதிலும், பழைய

முறையிலேயே பல நூல்களை இயற்றினார். மாணாக்கர் ஆற்றுப்படை, தென்தில்லை உலா, தென்தில்லைக் கலம்பகம், களப்பாழ்ப் புராணம் என்பவை அவர் இயற்றிய நூல்களுள் அச்சிடப்பட்டவை. ஒரு தல புராணமும், ஓர் ஆற்றுப்படையும், ஒரு கோவையும், மற்றும் சில நூல்களும் அச்சிடப்படாமலே நின்றுவிட்டன. அவருடைய புகழை இந்தச் செய்யுள் நூல்கள் காக்கவில்லை. நற்றிணை என்ற சங்க இலக்கியத்துக்கு அவர் எழுதிய உரையாலேயே அவர் புகழுடன் விளங்குகிறார்.

மனோன்மணி அம்மையார் (1863-1908) என்பவர் இன்று பெயர் அறியப்படாதவராக ஆகிவிட்டார். ஆயினும் அன்று பெண்பாலருள் புலமை நிரம்பியவராய், பதினைந்து செய்யுள் நூல்களுக்கு ஆசிரியராக விளங்கினார் என்பது கருதத்தக்கது.

சலசலோசனச் செட்டியார் (1876-1897) பழைய முறையின்படி செய்யுளியற்றுவதிலும் வல்லவர்; புதிய முறையின்படியும் எழுத வல்லவர். ஷேக்ஸ்பியரின் சிம்பலின் என்ற நாடகத்தைத் தமிழில் எழுதித் தாமே நடித்தார். அவர் தம் இளமையிலேயே இருபத்தொன்றாம் வயதிலேயே மறைந்தமையால் அவருடைய படைப்பாற்றல் அவ்வளவில் குறுகி முடிந்தது.

அந்த நூற்றாண்டில் வாழ்ந்த அண்ணாமலை ரெட்டியார், அந்தாதி, பிள்ளைத்தமிழ் முதலிய செய்யுள் நூல்கள் இயற்றினார். இசைப் பாடல்களில் காவடிச்சிந்து தனிச் சிறப்பான மெட்டுடையது; அது நாட்டுப்பாடல் என்னும் வகையில் முருகனடியார்கள் பாடிக் கோயில்களில் பூவும் பாலும் கொண்ட காவடி எடுத்து வழிபடுவது. காவடிச்சிந்துப் பாடல்கள் பாடித் தம் புகழை நிலை நாட்டியவர் அண்ணாமலை ரெட்டியார். அவருடைய சிறந்த இசையறிவு அந்தப் பாடல்களை இயற்றத் துணைபுரிந்தது. பாடல்கள் சொற்சுவையும் பொருட்சுவையும் நிரம்பியவை; அவற்றின் இசைச் சிறப்பு கேட்போரைக் கிறுகிறுக்க வைப்பது. காவடி எடுத்துத் தோள்மேல் வைத்து ஆடியவாறே இன்றும் பலர் பாடி வருகிறார்கள். அந்தப் பாடல்களைக் கேட்டால் உள்ளம் களித்துத் துள்ளும்; அத்தகைய இனிய இசைச் சிறப்பு வாய்ந்த பாடல்கள் படைத்துத் தந்தமையால் அவர் புகழ் வாழ்கிறது.

பழங்கால மரபின்படி கற்றுப் புலமை நிரம்பியவராய் வாழ்ந்து நூல்கள் இயற்றியவர் ரா.ராகவ ஐயங்கார். (கி.பி. 1870-1948) மதுரை

யில் ஏற்பட்ட இலக்கிய இதழாகிய 'செந்தமிழ்' என்பதன் முதல் ஆசிரியராக விளங்கி அதை வளர்த்தார். இலக்கிய நயங்களை எடுத்து விளக்கும் கட்டுரைகள் பல எழுதினார். பகவத்கீதையையும் சாகுந்தல நாடகத்தையும் வடமொழியிலிருந்து மொழிபெயர்த்தார். குறுந்தொகைக்கு விளக்கமான உரை எழுதினார். வஞ்சிமாநகர், நல்லிசைப்புலமை மெல்லியலார், தமிழ்மொழி வரலாறு என்னும் ஆராய்ச்சி நூல்களை இயற்றினார். பழைய முறையின்படி அவர் இயற்றிய செய்யுள் நூல்கள் புவியெழுபது, பாரிகாதை என்பன. அவற்றுள் பொருள் நயமும் கற்பனைச் செல்வமும் உடைய பாடல்கள் பல உள்ளன. பாரிகாதை, வெண்பாவால் ஆகிய ஒரு நல்ல காப்பியம். அதில் பழங்கால வள்ளலாகிய பாரியின் சிறப்பை இலக்கிய நயம் நிரம்பிய பாக்களால் விளக்கியுள்ளார்.

அவருடைய உறவினர் மு. ராகவ ஐயங்கார் (1878-1960) சிறந்த ஆராய்ச்சியாளர். இளமையிலேயே 'செந்தமிழ்' என்ற இலக்கிய இதழுக்கு ஆசிரியராகத் தொண்டு புரிந்தார். இலக்கியம் பற்றியும் வரலாறுபற்றியும் அவர் எழுதிய ஆராய்ச்சிக் கட்டுரைகள் பயனுள்ளவை. அவருடைய தமிழ்நடை அருஞ்சொற்கள் கலந்த இலக்கிய நடையே.

இலக்குமண பிள்ளை (1864-1950) அரசாங்கத்தின் பொறுப்பான பதவியில் இருந்து பணிபுரிந்தவாறே தமிழ் வளர்ச்சிக்கும் தக்க தொண்டு ஆற்றியவர். இயல் (இலக்கியம்), இசை, நாடகம் என்ற மூன்று துறைகளிலும் தொண்டு செய்த தமிழறிஞர் ஒரு சிலரே. அவர்களுள் முதன்மையானவர் இலக்குமண பிள்ளை. ஆங்கில நாடகங்களை மொழிபெயர்த்ததோடு அல்லாமல், தமிழில் புதிய நாடகங்களையும் இயற்றியிருக்கிறார். கவிதை எழுதும் திறமையும் அவர்க்கு இருந்தது. கட்டளைக் கலித்துறை என்ற செய்யுள் வகையில் ஒருவகைப் புதுமையை, எதுகை மோனைகள் இல்லாமல் எழுதும் முறையைப் புகுத்தியவர் அவர். வீணை மீட்டிப் பல இராகங்களைப் பாடி இசைக்கும் ஏற்ற கீர்த்தனைகள் இருநூற்றுக்கு மேற்பட்டவை இயற்றினார்.

வ.உ.சி., சிவா

தேச விடுதலைப் போராட்டத்தில் முன் அணியில் நின்று தொண்டு செய்தவர்களுள் சிலர் தமிழ் இலக்கிய வளர்ச்சிக்கும் பணிபுரிந்திருக்கிறார்கள். அவர்களுள் கப்பலோட்டிய தமிழன்

எனப் புகழ்பெற்ற வ.உ.சிதம்பரம் பிள்ளை (1872-1931) ஒருவர். 1908ஆம் ஆண்டில் சுதேசிக் கப்பல் கம்பெனி ஒன்றைத் தொடங்கித் தூத்துக்குடித் துறைமுகத்தில் ஆங்கிலக் கம்பெனிகளுக்குப் போட்டியாகக் கப்பல் விட்டார். ஆங்கில ஆட்சியின் கொடுமைக்கு ஆளானார். பல ஆண்டுகள் சிறைப்படுத்தப்பட்டு வருந்தினார். ஜேம்ஸ் ஆலன் என்ற ஆங்கில அறிஞரின் கருத்துகளைத் தமிழ்ப் படுத்தி மூன்று நூல்களாக வெளியிட்டார். மனம்போல வாழ்வு, அகமே புறம், வலிமைக்கு மார்க்கம் என்பவை அந்த நூல்கள். உயர்ந்த மெய்யுணர்வுக் கருத்துகளைச் செறிவான தமிழ்நடையில் புலப்படுத்தும் நூல்கள் அவை. மெய்யறிவு, மெய்யறம் என்பவை அவரே இயற்றிய நீதி நூல்கள். அவற்றில் திருக்குறள் கருத்துகளை ஒட்டிச் சிறந்த முறையில் வாழ்க்கையின் உண்மைகளை விளக்கியுள்ளார். கடவுள் உணர்வு முதலியவற்றைத் தெளிவாக ஊட்டும் நூறு பாடல்களை இயற்றி 'என் பாடல் திரட்டு' என்ற பெயரால் ஒரு நூல் வெளியிட்டார். தம் மனைவியின் வாழ்க்கை வரலாற்றை உருக்கத்துடன் செய்யுள் வடிவில் எழுதியுள்ள 'வள்ளியம்மை சரித்திரம்' என்னும் நூலும் குறிப்பிடத்தக்கது. மக்களுக்காகத் தொண்டு செய்த ஆர்வமும், மேடைகளில் பேசிப் பேசி மக்களின் உள்ளங்களைக் கவர்ந்த பயிற்சியும் இருந்தபடியால், அவருடைய நடையில் நெகிழ்ச்சி காணப்படுகிறது. கவிஞர் பாரதியார்க்கும் பாலகங்காதர திலகருக்கும் நண்பர். அவர் வறுமையில் வாடிய காலத்தில் திலகர் அவர்க்குப் பொருளதவி செய்துள்ளார். நாட்டுப் பற்றில் வளர்ந்த அவருடைய தீவிர வாழ்க்கை, மொழிப்பற்றில் ஊன்றி இலக்கியத் தொண்டுக்கு இடந் தந்தது. பத்திரிகை ஆசிரியராகப் பணிபுரிந்தார். உரைநடையிலும் சில நூல்கள் எழுதினார். இன்று அவருடைய நூல்களைக் கற்பவர் குறைவாக இருந்தபோதிலும், அவருடைய புகழைப் பரப்பும் வகையில் மன்றங்கள் அமைத்துப் பணிபுரிவோர் பலர்.

நாட்டின் விடுதலைப்போரில் ஈடுபட்டுப் பெருந்தொண்டு புரிந்து சிறையில் பல துன்பங்களுக்கு ஆளாகி, சிதம்பரம் பிள்ளைக்கு நண்பராக விளங்கியவர் சுப்பிரமணிய சிவா (1884-1925). பாரதியாரின் பாடல்கள் நாடெங்கும் பரவுவதற்குப் பெருங்காரணமாக இருந்தவர். பத்திரிகைகள் நடத்தியும் கட்டுரைகள் எழுதியும் நாட்டு உணர்ச்சியையும் இலக்கிய ஆர்வத்தையும் வளர்த்து வந்தார். முப்பதுக்கு மேற்பட் நூல்கள் இயற்றினார். 'பழைய நாரதர்' என்ற புனைபெயர் கொண்டு, நகைச்சுவையும் வீரச்சுவையும் மிகுந்த கட்டுரைகள் பல

எழுதினார். திலகரிடத்தில் பெரிதும் பற்றுக்கொண்டவர். திலகர் என்ற சொல்லுக்கே சுதந்தரம் என்ற பொருள் அகராதியில் இடம் பெறவேண்டும் என்று விரும்பினார். அவர் நாடகத்துறையிலும் தொண்டுபுரிந்தார். சிவாஜி, தேசிங்கு ஆகிய நாட்டுத் தலைவர்களின் வரலாற்றை நாடகங்களாக எழுதினார்; மேடையில் நடிக்கவும் செய்தார். தேசீய உணர்ச்சியை எழுப்ப நாடகங்களை எழுதிப் பயன் படுத்தியவர் அவர்.

சாமிநாதய்யர்

டாக்டர் உ.வே. சாமிநாதய்யர் (1855-1942) இந்த நூற்றாண்டில் அழியாப் புகழுக்கு உரிய சிறந்த தமிழ்த்தொண்டு ஆற்றியவர் பனை ஓலையில் உள்ள தமிழ் ஏடுகளைத் தேடுவதிலும், அவற்றைக் கற்று ஆராய்ந்து, படி எடுத்துப் பிழையறப் பதிப்பிப்பதிலும், அவற்றிற்கு ஆராய்ச்சித் தரம் உள்ள முகவுரையும் ஆசிரியர் வரலாறும் நூற்பொருள் பற்றிய குறிப்புகள் எழுதுவதிலும் அயராமல் உழைத்து வாழ்நாள் எல்லாம் செலவிட்டார். அத்தகைய இடை விடாத உழைப்பின் பயனாக, பழைய சங்க நூல்கள் உயர்ந்த முறையில் வெளி வந்தன. சீவகசிந்தாமணி முதலான காப்பியங்கள் வெளி வந்தன.

பல காப்பியங்களும் புராணங்களும் தூது நூல்களும் கோவை களும் உலாக்களும் பரணி குறவஞ்சி முதலியனவும் அவரால் சிறந்த முறையில் பதிப்பிக்கப்பட்டன. புறநானூறு, பத்துப்பாட்டு, பதிற்றுப்பத்து முதலியவற்றின் பதிப்பில் அவர் எழுதியுள்ள குறிப்புகள் எல்லாம் உயர்நத ஆராய்ச்சிக் கருவூலங்கள் ஆகும். மணிமேகலை கதைச் சுருக்கம், புத்த தர்மம், உதயணன் கதைச் சுருக்கம் என்பவை அவர் பழைய நூல்களை ஒட்டி எழுதிய உரைநடை நூல்கள். தம் ஆசிரியராகிய மீனாட்சிசுந்தரம் பிள்ளையின் வரலாற்றை விரிவாக எழுதியுள்ளார். வாழ்க்கை வரலாற்று நூல்களுள் அது தனிச்சிறப்பு உடையது. இன்னும் சிலருடைய வாழ்க்கை வரலாற்று நூல்களும் எழுதியிருக்கிறார். ‘நான் கண்டதும் கேட்டதும்,’ ‘பழையதும் புதியதும்,’ ‘நல்லுரைக் கோவை,’ ‘நினைவு மஞ்சரி’ என்பவை அவருடைய கட்டுரைத் தொகுப்புகள். அவற்றின் நடை எளிமையும் தெளிவும் வாய்ந்தது. பிழையற்ற எளிய தமிழில் நூல்கள் எழுதி இந்த நூற்றாண்டில் உரைநடை வளர்ச்சிக்குத் தொண்டுபுரிந்தவர் அவர். கவிதைகள் இயற்றுவதிலும் தேர்ந்தவராக இருந்தும், அவர் அத்துறையில் புகழ் பெறவில்லை. அவருடைய ஆராய்ச்சிக் குறிப்பு

களும் தெளிவான கட்டுரைகளும் வாழ்க்கை வரலாற்று நூல்களும் இந்த நூற்றாண்டின் தமிழ் வளர்ச்சிக்குப் பெரிதும் உதவியவை. தமிழுக்காக வாழ்ந்த அவருடைய பெருவாழ்வு தமிழுக்கு உயர்நத புகழைத் தேடித் தந்தது எனலாம். அதனால்தான்,

பொதியமலைப் பிறந்தமொழி வாழ்வறியும்
காலமெலாம் புலவர் வாயில்
துதிஅறிவாய்; அவர்நெஞ்சின் வாழ்த்து அறிவாய்;
இறப்பின்றித் துலங்கு வாயே

என்று கவிஞர் சுப்பிரமணிய பாரதியாரால் அவர் வாயார வாழ்த்தப் பட்டார்.

மறைமலை அடிகள்

ஆங்கிலம், வடமொழி, தமிழ் ஆகிய மூன்று மொழிகளிலும் உள்ள அரிய நூல்களைக் கற்றுத் தேர்ந்த பெரும்புலவர் மறை மலையடிகள் (1876-1950). சுவாமி வேதாசலம் என்பது அவருடைய பழைய வடமொழிப் பெயர். அதைத் தமிழாக்கிக் கொண்டார். இளமையிலேயே தமிழ் இதழ்களில் கட்டுரைகள் எழுதினார். சைவ சமயத்தில் ஆழ்ந்த பற்றும் ஆர்வமும் அவற்றில் புலப்பட்டன. பழைய இலக்கியங்களைப் பின்பற்றி முருகர் மும்மணிக்கோவை, சோமசுந்தரக் காஞ்சியாக்கம் என்ற செய்யுள் நூல்கள் இயற்றினார். அவற்றின் நடை ஆழமும் செறிவும் உடையது. அவர் எழுதிய இலக்கிய ஆராய்ச்சி நூல்களுள் முல்லைப்பாட்டு ஆராய்ச்சி, பட்டினப்பாலை ஆராய்ச்சி என்பவை புகழ் பெற்றவை. தமிழில் இலக்கிய ஆராய்ச்சி வளர்வதற்கு வழிகாட்டியவர் அவர். 1916ஆம் ஆண்டு முதல், அவர் பிறமொழிச் சொற்கள் கலக்காத தனித்தமிழில் எழுதும் ஆர்வம் கொண்டார். தம் பெயரைத் தமிழாக்கிக் கொண்டது போலவே, தாம் நடத்திவந்த ஞானசாகரம் என்னும் இதழின் பெயரையும் அறிவுக்கடல் என்று தூய தமிழ் ஆக்கினர். தனித் தமிழ் ஓர் இயக்கமாக வளரக் காரணமாக இருந்தார். சைவ சமயம் பற்றியும் தமிழ்மொழி தமிழர் பெருமைபற்றியும் வளமான உரைநடையில் நூல்கள் பல எழுதினார். சாகுந்தல நாடகத்தைத் தமிழில் மொழி பெயர்த்தார். 'அம்பிகாபதி-அமராவதி' என்னும் புலவரின் வரலாறு அமைந்த நாடகம் இயற்றினார். நாவல் என்னும் துறையிலும் ஆர்வம் கொண்டு, குமுதவல்லி, கோகிலாம்பாள் கடிதங்கள் ஆகிய இரண்டையும் எழுதினார். செய்வன திருந்தச் செய்தல், ஒழுங்கு

பெற அமைத்தல் இவை அவருடைய இயல்பு. அவருடைய தமிழ் நடையிலும் அந்த இயல்பைக் காணலாம். அவர்க்கு ஆங்கில அறிஞர்களின் நூல்களில் இருந்த ஈடுபாடு மிகுதி. அவர் எழுதிய கட்டுரைகளிலும் ஆராய்ச்சியிலும் அந்த அறிஞர்களின் போக்கைப் பின்பற்றியிருக்கிறார். ஆயினும் தமிழிலக்கிய மரபை ஒட்டியே அவருடைய சிந்தனை இயங்கியது. அதனால் அவர் படைத்த நூல்கள் தமிழுக்கு வாழ்வும் வளமும் பெருக உதவியாயின. மக்கள் அவரை மறவாமல் போற்றுவது, தனித்தமிழ் இயக்கத்தின் தந்தை என்ற காரணத்தால் ஆகும். அவர் சீர்திருத்த ஆர்வம்கொண்டு சைவ சமயத்தைப் போற்றியவர். 'மாணிக்கவாசகர் வரலாறும் கால ஆராய்ச்சியும்' அவருடைய விரிவான ஆராய்ச்சி நூல். 'பழந்தமிழ்க் கொள்கையே சைவ சமயம்,' 'தமிழர் மதம்,' 'அம்பலவாணர் திருக்கூத்து,' 'தமிழ்த்தாய்,' 'தமிழ்நாட்டவரும் மேல்நாட்டவரும்,' 'முற்காலப் பிற்காலத் தமிழ்ப் புலவர்,' 'மக்கள் நூறாண்டு உயிர்வாழ்தல் எப்படி,' 'அறிவுரைக் கொத்து' என்பன அவருடைய சிறந்த நூல்கள்.

மகிழ்நன் முதலானவர்கள்

க.ப. சந்தோஷம் 'மகிழ்நன்' என்ற பெயர் பூண்டு இந்த நூற்றாண்டில் பல கட்டுரைகள் சுவையாக எழுதியவர். ஆங்கில நகைச்சுவையாசிரியர்களைப் பின்பற்றித் தமிழுக்கு நகைச்சுவை இலக்கியம் அளித்தவர் அவர். அவருடைய எழுத்துகளில் புதிய நோக்கும் புதிய அமைப்பும் உண்டு. 'வடக்கும் தெற்கும்' என்பது சுவையான புது முறையில் எழுதப்பட்ட நூல். அவருடைய நடை தனித் தமிழால் தெளிவாக அமைந்தது.

பூவை கலியாணசுந்தரர் (1854-1918) பல செய்யுள் நூல்களும் உரைநடை நூல்களும் எழுதியவர். சில இலக்கிய நூல்களும் சைவ சமயத்தின் விளக்கம் பற்றிய நூல்களும் இயற்றினார்.

வழக்கறிஞராக இருந்த கே.எஸ். சீனிவாச பிள்ளை (1852-1919) கல்வெட்டு ஆராய்ச்சியும் வரலாற்று ஆராய்ச்சியும் செய்தார். தமிழ் வரலாறு என்ற பெயரால் நூல்களைக் காலமுறைப்படி ஆராய்ந்து நல்ல இலக்கிய வரலாற்று நூல் எழுதினார்.

பா.வே. மாணிக்க நாயக்கர் (1871-1931) அரசாங்கத்தில் பொறியியல் அறிஞராக (எஞ்சினீயராகப்) பணியாற்றியவர். பிற்காலத்தில் அவருடைய நுண்ணிய அறிவு தமிழ் வளர்ச்சிக்குப் பயன்பட்டது. 'கம்பன் புளுகும் வால்மீகி வாய்மையும்,' 'அஞ்ஞானம்' முதலியன அவர்

நூல்கள். அவருடைய எழுத்தில் எள்ளல் (நையாண்டி) என்னும் சுவை நிரம்பியிருக்கும். தமிழ் ஒலிகளைப் பற்றிய ஆராய்ச்சியிலும் அவர்க்கு ஈடுபாடு மிகுதி.

செல்வக்கேசவராய முதலியார் (1864-1921) பழமொழிகள் கலந்த கட்டுரைகள் எழுதித் தமிழ் உரைநடைக்கு ஆழமும் மெருகும் தந்தவர். திருவள்ளுவர், கம்பநாடர், தமிழ், தமிழ் வியாசங்கள், வியாசமஞ்சரி, கண்ணகி கதை, அபிநவக் கதைகள், பஞ்சலட்சணம் முதலியவை அவருடைய உரைநடை நூல்கள். அக்பர், ரானடே, ராபின்சன் குருசோ முதலானவர்களின் வாழ்க்கை வரலாறுகளையும் தமிழுக்கு அளித்தார்.

வெள்ளக்கால் சுப்பிரமணிய முதலியார் (1857-1946) இந்த நூற்றாண்டின் புது வளர்ச்சிகளை நன்றாக அறிந்திருந்தும் பழைய இலக்கியங்களின் போக்கையே பின்பற்றி நூல்கள் படைத்தார். சிலேடை, யமகம், திரிபு என்னும் சொல்லலங்காரங்களை அமைத்தும் எழுதினார். 'நெல்லைச் சிலேடை வெண்பா' அத்தகையது. அது திருநெல்வேலியின் பெருமையைப் புகழ்ந்து பாடியது. ஆங்கிலப் புலவர் மில்டன் எழுதிய 'சுவர்க்க நீக்கம்' (*Paradise Lost*), ஸ்பென்சர் எழுதிய கல்வி ஆகிய இரண்டையும் தமிழில் மொழிபெயர்த்துத் தந்தார். முன்னதை விருத்தம் என்னும் செய்யுளில் இயற்றினார். கோம்பி விருத்தம், அகலிகை வெண்பா என்னும் செய்யுள் நூல்களும் அவர் படைத்தவை.

சி.கே. சுப்பிரமணிய முதலியார் (1878-1961) கோயமுத்தூரில் வழக்கறிஞராக இருந்து, தேசீய வீரர் சிதம்பரம் பிள்ளைக்காக வழக்காடியவர். சைவ சமயத்தில் பற்று மிகுந்த தமிழ் அறிஞர். சில செய்யுள் நூல்களும் பல உரைநடை நூல்களும் எழுதினார். உரைநடை நூல்களுள் சேக்கிழாரைப்பற்றிய நூல் புகழ் உடையது. தம் சொந்த வாழ்க்கை வரலாற்றையும் 'ஒரு பித்தனின் சுயசரிதம்' என்ற பெயரால் எழுதினார். பெரிய புராணம் முழுமைக்கும் விரிவான உரை இயற்றினார்.

கோ. வடிவேலு செட்டியார் (1863-1936) பலதுறைப் புலமை நிரம்பியர். இலக்கணம், இலக்கியம், தருக்கம் முதலியவற்றில் மிக்க வல்லவர். அவருக்கு அவற்றில் இருந்த ஆர்வத்தைவிட அத்வைத சமயத்துறையில் ஈடுபாடு மிகுதி. அவர் பலருக்கு இலக்கண இலக்கியம் தருக்கம் வேதாந்தம் முதலியவற்றைக் கற்பித்து அறிஞர்

ஆக்கியவர். 'லோகோபகாரி' என்னும் வார இதழின் ஆசிரியராக இருந்தவர்.'சக்கரவர்த்தினி' என்னும் திங்கள் இதழையும் நடத்தினார். பல வேதாந்த நூல்களை உரைநடையில் எழுதினார். திருக்குறள் பரிமேலழகர் உரைக்கு அவர் எழுதிய விளக்கம் எளிய நடையில் அமைந்தது; ஆழ்ந்த நுட்பமும் தெளிவும் உடையது. அவருடைய கட்டுரைகள் 'வியாசபோதினி' என்ற பெயரால் இரண்டு தொகுதிகளாக வெளிவந்தன. அவருடைய நடையில் அருஞ்சொற்கள் குறைவு; வடசொற்கள் சில கலக்கும். கற்றவர் உள்ளத்தை தொடக்கூடிய வகையில் கருத்துகளைத் தெளிவாகவும் அழுத்தமாகவும் விளக்கி எழுதும் திறனை அவருடைய நூல்களில் காணலாம். உமாமகேசுவரம் பிள்ளை தோற்றுவித்துப் பாடுபட்டு வளர்த்த கரந்தைத் தமிழச் சங்கத்தில் விளங்கிப் பணி பல புரிந்த வேங்கடாசலம் பிள்ளை முதலானவர்களின் இலக்கியத் தொண்டுகள் பாராட்டத்தக்கன.

பூரணலிங்கம் பிள்ளை (1866-1947) சில கல்லூரிகளில் ஆங்கிலப் பேராசிரியராகப் பணிபுரிந்தவர். தமிழ் இலக்கிய வரலாற்றை ஆங்கிலத்தில் பணிபுரிந்தவர். 'தமிழ்க் கட்டுரைகள்,' 'மருத்துவன் மகள்,' 'தப்பிலி,' 'கதையும் கற்பனையும்' முதலான உரைநடை நூல்களைத் தமிழில் இயற்றினார்.

கா. சுப்பிரமணிய பிள்ளை (•1885-1945) சட்டத்துறையில் புகழ் பெற்றவர். தமிழ்த்துறையிலும் சிறந்த தொண்டு ஆற்றியவர் திருஞானசம்பந்தர் முதலான சைவ சமயச் சான்றோர் பலருடைய வரலாற்றை உரைநடையில் தந்தவர். திருவாசகத்துக்கு முதல்முதல் உரை எழுதியவர் அவரே. 'தமிழிலக்கிய வரலாறு' என்னும் நூலும் அவர் இயற்றினார். அவருடைய நுட்பமான ஆராய்ச்சித் திறனை வேறு பல நூல்களிலும் காணலாம்.

பழஞ்சொற்களைக் கையாண்டு பழந்தமிழ் இலக்கிய நடையில் உரைநூல் பல இயற்றித் தந்த மற்றொரு புலவர் ந.மு. வேங்கடசாமி நாட்டார் (1884-1944). பல செய்யுள் நூல்களுக்கு உரை எழுதிப் பெருமை பெற்றவர். கபிலர், நக்கீரர், வேளிர் வரலாறு என்பன அவருடைய ஆராய்ச்சி நூல்கள். அவர் எழுதிய கட்டுரைகள் பல. அவை சில தொகுதிகளாக வெளிவந்துள்ளன.

கதிரேசச் செட்டியார் (1881-1953) செறிவான நடையில் பழைய

• 1888 என்னும் சிலர் கூறுகிறார்கள்.

இலக்கியத்தில் உள்ள சொற்களை ஆண்டு நூல்கள் எழுதியவர். 'உரைநடைக் கோவை' என்னும் நூலின் கட்டுரைகளில் பழைய இலக்கியங்களின் மணத்தை உணரலாம். வடமொழியும் நன்கு கற்றவராதலின், வடமொழியிலிருந்து சில நூல்களை மொழி பெயர்த்தார். அவற்றுள் மிருச்சகடிகத்தின் மொழிபெயர்ப்பு ஆகிய மண்ணியல் சிறுதேர் என்பது ஒன்று. சில செய்யுள் நூல்களையும் தந்துள்ளார். திருவாசகத்தின் முற்பகுதிக்கு விரிவாக உரை எழுதி யுள்ளார்; ஆழ்ந்த உட்பொருள்களை எடுத்து விளக்கும் சிறப்பு அமைந்த உரை அது.

வேங்கடராஜுலு ரெட்டியார் வடமொழியும், திராவிட மொழிகள் நான்கும் கற்றறிந்தவர்; அந்த மொழிகளின் இலக்கணங்களையும் சொல்லமைப்பையும் ஒப்பிடும் ஆராய்ச்சியில் தேர்ந்தவர்; பழைய இலக்கண நடையில் பல கட்டுரைகளும் சில ஆராய்ச்சி நூல்களும் இயற்றினார். அவருடைய நூல்களில் புலமையின் ஆழம் புலப்படும்.

சோமசுந்தர பாரதியார் (1879-1959) வழக்கறிஞராக இருந்து நாட்டுத் தொண்டிலும் மொழித் தொண்டிலும் ஆர்வமுடன் ஈடுபட்டார். தமிழ் மொழியின் நன்மைகளைக் காப்பதில் பெரிதும் அக்கறைந கொண்டு உழைத்தவர். தொல்காப்பியம் என்னும் பழைய தமிழ் இலக்கண நூலின் சில பகுதிகளுக்குப் புதிய முறையில் ஆராய்ச்சியுரை எழுதியவர். 'தசரதன் குறையும் கைகேயி நிறையும்,' 'சேரர் தாயமுறை' என்பவை அவருடைய ஆராய்ச்சியையும் புலமையை யும் விளக்கும் உரைநடை நூல்கள். 'மாரிவாயில்' என்பது அவர் இயற்றிய செய்யுள் நூல். பாரதக் கதையினை ஒட்டி, அருச்சுனனுக்குப் பாண்டியன் மகள் தூது அனுப்பியதாகக் கற்பனை செய்து எழுதிய நூல் அது. வேறு பல கட்டுரை நூல்களும் எழுதி யுள்ளார்.

பழைய இலக்கியத்தில் தேர்ந்து புதிய இலக்கிய வளர்ச்சியை யும் போற்றிய புலவர்கள் ஒரு சிலர். அவர்களுள் எஸ். வையாபுரிப் பிள்ளை (1891-1956) ஒருவர். வழக்கறிஞர் துறையை விட்டபின், தமிழ்த தொண்டிலேயே உழைக்கலானார். தமிழ்ப பேரகராதியாகிய 'லெக்சிகனை' உருவாக்கினார். சங்க இலக்கியம் முழுமையும் பதிப்பித்தார். அவருடைய ஆராய்ச்சியில் கண்டவற்றைப் பல உரைநடை நூல்களாக எழுதியுள்ளார். ஆராய்ச்சி முடிவுகளில் கருத்து வேறுபாடுகள் பல இருப்பினும், அவருடைய ஆராய்ச்சி முறை நன்கு அமைந்தது. இலக்கியச் சிந்தனைகள், இலக்கிய தீபம்,

இலக்கிய உதயம், இலக்கிய மணிமாலை, இலக்கிய விளக்கம் முதலிய பல நூல்கள் அரிய உழைப்பின் பயனாக எழுதப்பட்டவை. புதுவகை இலக்கியத்தில் அவருக்கு இருந்த ஈடுபாட்டின் காரணமாக, ராஜி என்ற நாவலும் எழுதினார். அவருடைய சிறுகதைகள் 'சிறுகதை மஞ்சரி' என்ற தொகுப்பாக உள்ளன.

அவரைப் போலவே வழக்கறிஞராக இருந்து அதை விட்டுத் தமிழறிஞராய் விளங்கித் தொண்டு புரிந்தவர் டாக்டர் ரா.பி. சேதுப்பிள்ளை (1896-1961). அவருடைய இலக்கியச் சொற்பொழிவுகள் பல்சுவை நிரம்பியவை. கற்றவர்கள் ஆர்வத்துடன் கூடி அவற்றைக் கேட்டு மகிழ்ந்தனர். இலக்கியக் கூட்டங்களுக்கு ஆயிரக்கணக்கில் மக்கள் வரும் பழக்கத்தை ஏற்படுத்தியவர் அவர். அவருடைய எழுத்திலும் பேச்சிலும் எதுகை மோனைகளும் இலக்கியத் தொடர்களும் அடுக்கடுக்காக வந்து அழகுபடுத்தும். இலக்கிய மேற்கோள்கள் பல அமைந்து பொலிவுற்ற அவருடைய பேச்சு கேட்போர்க்குக் கலைவிருந்தாக விளங்கியது போலவே, எழுத்து நடையும் படிப்பவருக்குச் சுவை தந்து கலையின்பம் ஊட்டும். அழகான நடையில் இருபத்தைந்துக்கு மேற்பட்ட உரைநடை நூல்களை இயற்றியளித்த சிறப்பு அவருக்கு உரியது. 'ஊரும் பேரும்' அவர்தம் சிறந்த ஆய்வு நூல். மொழியியல் துறையில் இணையிலா ஆர்வம்கொண்டு சொற்பிறப்பு ஆராய்ச்சியில் பல ஆண்டுகளாக உழைத்து நூல்பல இயற்றித் தந்துள்ளார் தேவ நேப்பாவாணர். வி.ஐ. சுப்பிரமணியமும் அகத்தியலிங்கமும் மொழியியல் துறையில் மேற்கு நாடுகளும் போற்றுமாறு பணி பல புரிந்தவர்கள்.

அவ்வை துரைசாமி பிள்ளை இந்த நூற்றாண்டின் தலை சிறந்த உரையாசிரியராய்ப் பல நூல்களுக்குத் தெளிவான விளக்கங்கள் தந்துள்ளார்.

டாக்டர் அ. சிதம்பரநாத செட்டியார் (1907-1967) தம் பரந்த உலகியல் அறிவைத் தமிழுக்குப் பயன்படுத்தியவர். மிடுக்கான நடையில் அவர் எழுதிய கட்டுரைகள் பல. 'முன்பணிக்காலம்,' 'தமிழோசை,' 'தமிழ் காட்டும் உலகு' ஆகியவை அவர் இயற்றிய நூல்களுள் சிறந்தவை. எடுத்த பொருளைத் தெளிவாக நேரே விளக்குவதும், பழந்தமிழ்ச் சொற்களை இடையிடையே கலந்து மெருகூட்டுவதும் அவருடைய எழுத்தின் சிறப்பியல்புகள்.

நடை எளிமை

பேச்சு வழக்கில் உள்ள சொற்களைப் புறக்கணித்து இலக்கியத்தில் வழங்கும் சொற்களை மிகுதியாகப் பயன்படுத்தி, அவற்றைச் செறிவாக அமைத்து எதுகை மோனைகளை வைத்து எழுதுவதே பழைய உரைநடை உரைநடை என்ற பெயரே பழைய நூல்களின் உரையில் உள்ள நடை என்பதை விளக்கும். பழைய உரையாசிரியர்கள் பலர் அவ்வாறு இலக்கியச் சொற்களைக் கொண்டு செறிவாக எழுதி வந்தார்கள். அந்த நடையில் திட்பமும் ஆழமும் இருப்பது உண்மையே. ஆனால் இலக்கியம் கற்றுப் பழகியவர்களுக்கு மட்டுமே அந்த உரைநடை விளங்கும். எல்லோராலும் அதைப் படித்து உணரமுடியாது. காலம் மாறிவிட்டது. மக்கள் பலரும் விழித்தெழுந்து விட்டார்கள். அறிவுச் செல்வம் ஒரு சிலருக்கே உரியது என்ற நிலைமை மாறிவிட்டது. அச்சு யந்திரங்கள் பெருகி, எழுத்தறிவும் வளர்ந்த நிலையால், அச்சு நூல்கள் பலருக்கும் பயன்படுமாறு அமைய வேண்டிய தேவை ஏற்பட்டது. ஆகவே, சிலருக்கு மட்டுமே பயன்படும் தமிழ்நடை இக்காலத்திற்கு ஏலாதது ஆகிவிட்டது. உரைநடை எளிய சொற்களால் தடையில்லாமல் நேரே பொருள் தருவதாய் அமைய வேண்டும் என்ற நிலையை அறிஞர்கள் உடன்பட்டு விட்டார்கள். உரைநடை இவ்வாறு அமைவது இருக்க, பாட்டே இவ்வாறு எளிமையாய் அமையவேண்டும் என்று பாரதியார் பாஞ்சாலி கவிமணி தேசிக விநாயகம் பிள்ளை பாடிய 'பாரதியும் பட்டிக்காட்டானும்' என்ற பாடலில், கேட்டவுடனே எளிதில் விளங்கும் பாடலின் தன்மையை வியந்து பாராட்டியுள்ளார். 'பாண்டியன் பரிசு' என்ற தம் காப்பியத்துக்கு முன்னுரை எழுதிய பாரதிதாசனும் எளிய நடையால் தமிழ் இலக்கியத்தை வளப்படுத்தும் நோக்கத்தைக் குறிப்பிட்டிருக்கிறார். பாடல்களிலேயே படித்தவுடன் பொருள் விளங்கும் எளிமை வேண்டும் என்று இக்காலம் கோருமானால், உரைநடை எளிய சொற்களால் தெளிவாக அமைய வேண்டும் என்ற தேவையைப்பற்றிக் கூறவேண்டியதில்லை. கரடு முரடாக, எளிதில் விங்காததாக அருஞ்சொற்கள் நிறைந்ததாக எழுதப்படும் உரைநடை இன்று பலரை எட்டுவதில்லை. ஆராய்ச்சித் துறையில் இறங்கும் ஒரு சிலர் மட்டுமே, அதற்கு உரிய தேவை நேரும்போது மட்டுமே, அத்தகைய கடுமையான உரைநடை நூல்களைப் பார்க்கின்றார்கள். ஆகவே, இன்று உள்ள தமிழ்நடை எளிமை நோக்கிப் படிப்படியாக வளர்ந்து அமைந்தது எனலாம். இராமலிங்கரும் வேதநாயகரும்

செய்யுளில் வளர்த்த எளிமையைத் திரு.வி. கலியாணசுந்தரரும், உ.வே. சாமிநாதய்யரும் உரைநடையில் வளர்த்தனர். இருபதாம் நூற்றாண்டில் செய்தித்தாள்களும் இதழ்களும் பலதோன்றி மக்களை அணுகுவதற்கு இந்த எளிய நடையே பயன்பட்டது. ஆகவே, பத்திரிகை ஆசிரியராக இருந்து அனுபவம் பெற்ற தமிழ்ப் புலவராகிய திருவி. கலியாணசுந்தரர் அந்த எளிமையையும் ஒருவகை இனிமையையும் நடையில் கூட்டிப் பயனுள்ளதாக்கினார். பழைய இலக்கியத்திலேயே தோய்ந்த புலவராகிய சாமிநாதய்யர், தாம் அந்த இலக்கிய அனுபவத்தைப்பற்றி சொல்லும் கருத்துகளை இதழ்களிலும் நூல்களிலும் எழுதிவந்தபோது எளிய நடையிலே சொன்னால்தான் பலருக்கும் பயன்படும் என்பதை உணர்ந்து எழுதினார். பேராசிரியர் கா. நமச்சிவாய முதலியார் தாம் எழுதிய கணக்கற்ற பாடப் புத்தகங்கள் வாயிலாக அந்த எளிமையைத் தமிழில் வாழ வைத்தார்.

மிக எளிய நடையில் பள்ளிக்கூடச் சிறுவர்களுக்கும் உரிய வகையில் பல நூல்கள் எழுதிப் பெருமை பெற்றவர் கா. நமச்சிவாய முதலியார் (1876-1931). நாற்பது ஆண்டுகளுக்கு முன் பள்ளிகளில் தமிழ் படித்தவர்களுள் அவருடைய புத்தகங்கள் படிக்காதவர் யாருமே இல்லை என்று சொல்லக்கூடிய நிலைமை இருந்தது. உயர்நிலைப் பள்ளிகளிலும் சில கல்லூரிகளிலும் தமிழாசிரியராகப் பணிபுரிந்த அவர், தமிழின் வளர்ச்சிக்குப் பேருதவியாக இருந்தார். கீசகன் என்னும் இதிகாசப் பாத்திரத்தைப்பற்றியும், பிருதிவிராசன் என்னும் வரலாற்று மன்னனைப்பற்றியும் அவர் இயற்றிய நாடகங்களும் எளிய தெளிவான நடையில் அமைந்தவை. ஜனகன், தேசிங்கு ராஜன் ஆகியோரின் வரலாறுகளையும் அவர் தமிழில் எழுதினார். தேசிங்கு தமிழ்நாட்டில் சென்னைக்கு அருகே செஞ்சி என்னும் ஊரில் பெரிய மலைக்கோட்டை அமைத்து அரசாண்ட சிற்றரசன்; முகம்மதியர் ஆட்சியுடன் ஒத்துப்போகாமல் எதிர்த்து ஒப்பற்ற வீரத்தைப் புலப்படுத்தி ஆண்ட அந்தச் சிற்றரசைன்பற்றித் தமிழில் வழங்கிவந்த நாட்டுப் பாடல்கள் பல. அவனுடைய வரலாற்றை அவர் நல்ல தமிழ் நூலாக்கித் தந்தார். தணிகைத் தவப்பயன்மாலை என்னும் வழிபாட்டு நூலையும் செய்யுளில் இயற்றினார்.

பத்தாம் நூற்றாண்டுக்குப் பிறகு வடமொழி இலக்கியத்திலிருந்து கடன் வாங்கிக் காப்பியங்களையும் புராணங்களையும் வளர்த்தது போல் பத்தொன்பது இருபதாம் நூற்றாண்டுகளில் ஐரோப்பிய மொழிகளின் இலக்கியங்களிலிருந்து கடன் வாங்கிப் பல புதுவகை

இலக்கியங்களைத் தமிழ் வளர்த்தது. ஆயினும் தமிழின் இயல்பான வளர்ச்சியோ பண்போ குன்றாமல், நாட்டு மக்களின் வாழ்க்கை முறைகளையும் உணர்ச்சிப் பாங்குகளையும் எடுத்துக்காட்டும் வகையில் தமிழுக்கு உரிய இலக்கியங்களாகவே அவை விளங்கி வருகின்றன. தமிழிலக்கியம் தனிச்சிறப்பு உடையதாகவே திகழ்ந்து வரக் காண் கிறோம். ஆயினும் இந்த நூற்றாண்டுகளின் வேறொருவகையான செல்வாக்கு அதைப் பற்றியுள்ளது என்பது மறுக்க முடியாத உண்மை. அது பொதுவாக உலகெங்கும் ஏற்பட்டுவரும் மாறுதல் ஆகும். அதுதான், அறிவியல் (சயன்ஸ்) வளர்ச்சியாலும், அதன் விளைவாக வாழ்க்கையில் ஏற்பட்டுவரும் போக்குவரத்து முதலியவற்றின் வேகத்தாலும் நேர்ந்துள்ள மாறுதல் ஆகும். படிப்பவர் தொகை பெருகிவருகிறது; மக்களிடையே விழிப்புணர்ச்சி மிகுந்துவருகிறது; பல நாட்டு மக்களின் கொள்கைகளும் பழக்கவழக்கங்களும் மரபுகளும் வந்து மோதிக் கலப்புறும் கலப்பு மிகுதியாகி வருகிறது; அச்சுக் கருவிகளின் துணையால் ஒருவர் படித்துச் சொல்லப் பலர் கேட்கும் வழக்கம் குறைந்து, பலருக்கும் நூல்களும் இதழ்களும் கிடைத்துப் பலரும் தாமே படித்து அறியும் வாய்ப்பு வளர்ந்து வருகிறது; இந்த மாறுதல்களுக்கு ஏற்ப, ஒரு சிலருக்கே விளங்கக்கூடிய புலமை நடையில் எழுதும் வழக்கம் குறைந்து, பலருக்கும் விளங்கக்கூடிய எளிய நடையில் நூல்கள் எழுதும் முறை செல்வாக்குப் பெற்று வருகிறது. ஆகவே எதுகை மோனைகளும் மரபு முறைகளும் மிகுந்த செய்யுள் நூல்கள் குறைந்து, பேச்சு நடையினைப் பின்பற்றி நேரே கருத்துகளை உணர்த்தும் வாக்கியங்களில் எழுதும் உரைநடை நூல்கள் மிகுந்து வருகின்றன. இலக்கிய ஆராய்ச்சி முதலான பொருள்பற்றிய கட்டுரைகளிலும் நூல்களிலும் இன்னும் சிலர் பழைய அருஞ்சொல் நடையைப் பின்பற்றிய போதிலும், நாவல், சிறுகதை, நாடகம் முதலான கற்பனைப் படைப்புகளில் அந்த நடை அறவே ஒதுக்கப்பட்டு விட்டது.

திரு.வி.க.

திரு.வி.கலியாணசுந்தரர் (1883-1953) தமிழாசிரியராக இருந்து, பத்திரிகை ஆசிரியராகப் புகழ்பெற்று, அரசியல் தலைவராய் விளங்கி, தொழிலாளர் தலைவராகச் சிறப்புற்று, தமிழறிஞராய், எழுத்தாளர்க்கு வழிகாட்டியாய்த் திகழ்ந்தவர். அவருடைய இளமையில் 1908இல் பழைய மரபை ஒட்டிப் பெரிய புராணத்திற்கு ஒரு குறிப்புரை எழுதினார். அவ்வாறே வேறு சிறு சிறு நூல்களும் இயற்றினார்.

'தேச பக்தன்' என்ற நாளிதழ் ஆசிரியராகவும் 'நவசக்தி' என்ற வார இதழ் ஆசிரியராகவும் அவர் பெற்ற அனுபவமும், பல அரசியல் சமுதாய சமயக்கூட்டங்களிலும் மாநாடுகளிலும் பேசியும் தலைமை தாங்கியும் பெற்ற அனுபவமும் பலதுறைப் பேரறிஞர்களோடு பழகிப் பெற்ற அனுபவமும், அவருடைய எழுத்தில் அறிவுமுதிர்ச்சியையும் தெளிவையும் பண்பாட்டையும் அமைத்துவிட்டன. 1917இல் அவர் எழுதிய 'மனித வாழ்க்கையும் காந்தியடிகளும்' என்ற நூலில் அந்தத் தெளிவையும் முதிர்ச்சியையும் காணலாம். 'முருகன் அல்லது அழகு' தமிழ் இலக்கியத்தில் தோய்ந்து பண்பட்ட உள்ளத்தைப் புலப்படுத்துவது. 'பெண்ணின் பெருமை' பெண்களுக்கு இதுவரை நாட்டில் இல்லாத பெருமையைத் தேடித்தரும் வகையில் எழுதப்பட்ட நூல். இவைபோல் அவரால் எழுதப்பட்ட உரைநூல்கள் பலவற்றிலும் அவருடைய நடையின் மிடுக்கையும் இனிமையையும் காணலாம். இந்த நூல்கள் எல்லாவற்றிலும் காணப்படும் தமிழ் நடையின் அழகைவிட, பண்பட்ட கருத்தின் உயர்வே மிகப் போற்றத்தக்கது எனலாம். விருப்புவெறுப்பும் வீண் ஆரவாரமும் பிடிவாதமும் ஒருதலைச் சார்பும் வெறியுணர்ச்சியும் அழிவுமனப்பான்மையும் நிரம்பிய எழுத்துகளிடையே, ஒரு பண்பட்ட சான்றோர் நடுநிலை தவறாமல் உயர்நெறியை விடாமல் போற்றிப் பண்பாட்டின் வரம்புக்குள் நின்று அருளுணர்வோடு பல நூல்கள் எழுதியளித்தது, தமிழிலக்கிய உலகிற்கு ஒரு நல்ல பேறு என்று சொல்லத்தக்க வகையில் அமைந்தது. அவருடைய உரைநடை நூல்களில் சில, அவ்வப்போது மேடையில் பேசிய பேச்சையே வடித்துக் கொடுக்கப்பட்டவை ஆகும். 'தமிழ்த் தென்றல்' முதலான அத்தகைய நூல்களைச் சொற்பொழிவு இலக்கியம் என்று கூறலாம். தமிழுக்கு அவை புதுமையான வழிகாட்டிகள். அடுத்து, இதழ்களில் அவ்வப்போது எழுதிய தலையங்கங்களைத் தொகுத்துத்தரும் 'தமிழ்ச் சோலை' முதலிய நூல்கள் உள்ளன. அவற்றைத் தலையங்க இலக்கியம் எனக் கூறலாம். அவையும் தமிழுக்குப் புதுமையாக அமைந்தவைகளே. கணக்கற்ற நூல்களுக்கு நீண்ட முன்னுரைகள் எழுதியவர் அவர். அவைகள் எல்லாம் இலக்கியமாக வாழத்தக்க எழுத்துகள். 'மேடைத் தமிழ்' என்று சொற்பொழிவுக் கலைபற்றி ஒருவர் ஒரு நூல் எழுதினார். அதற்கு முன்னுரை அளித்த திரு.வி. கலியாணசுந்தரர் எதிர்பாரா வகையில் ஒரு புதுமையைப் புகுத்தினார். அந்த நூல் அவரை மேடைக்கே கொண்டு சென்று, சொற்பொழிவாளராகக் கற்பனை செய்வித்தது. "தோழர்களே! உள்ள முன்னிலையில் யான் நிற்கிறேன். ஏன் நிற்கிறேன்,

தெரியுமா? மேடைத் தமிழ் என்னும் நூலுக்கு அணிந்துரை கூறப் போகிறேன்" என்று முன்னுரை தொடங்கினார். இவ்வாறு பழந் தமிழ்ப் புலவர் மரபில் வந்த அவர் செய்த புதுமைப் புரட்சிகள் பல.

1942 முதல் அவர் பல செய்யுள் நூல்கள் இயற்றினார். 'அருள் வேட்டல்' என்ற பெயரால் பழைய ஆழ்வார் நாயன்மார்களின் பாடல்களையும் அருட்பாவையும் பின்பற்றிச் சில நூல்கள் இயற்றினார். திருமால் அருள்வேட்டல், முருகன் அருள்வேட்டல், சிவனருள்வேட்டல், கிறிஸ்துவின் அருள்வேட்டல் என்பவை அத்தகையவை. புதுமைவேட்டல், பொதுமைவேட்டல் முதலானவை, புதிய பொதுவுடைமைக் கொள்கையையும் சாதி முதலிய வேறுபாடுகள் இல்லாத சமுதாயத்தையும் வரவேற்கும் நெஞ்சத்தைக் காட்டுவன. புதுமையை வரவேற்கும் நெஞ்சின் அடிப்படையில் பழமையில் நல்லவற்றைப் போற்றும் மனப்பாங்கும், யந்திர நாகரிக வேகத்தை வெறுத்து இயற்கையின் அமைதியைப் போற்றும் இயல்பும் காணலாம். பதினைந்து செய்யுள் நூல்கள் அவர் இயற்றியவை. அவற்றின் யாப்பு அமைப்பில் புதுமை ஒன்றும் இல்லை; எல்லாம் பழைய செய்யுள் வடிவங்களே. ஆனால் கருத்திலும் உணர்ச்சியிலும் பழமை குறைவு. புதுமையே மிகுதி எனலாம். அவருடைய வாழ்வில் நிறைந்திருந்த எளிமை தூய்மை பொதுமை ஆகிய உயர்ந்த பண்புகள். அவர் இயற்றிய உரைநடை நூல்களிலும் விளங்கின; அவற்றைவிடச் சிறப்பாக, செய்யுள் நூல்களில் நன்கு விளங்கின என்று கூறுவது பொருந்தும், ஆனால் அவைகள் எல்லாம் கவிதைச் சிறப்பு உடையவை என்று கூறல் இயலாது; அவற்றுள் உணர்ச்சி வளமும் கற்பனை நயமும் உடைய பாடல்கள் பல உள்ளன. அவை சான்றோர்களின் செம்மொழிகள் போல், பண்பாட்டின் சாரமாக விளங்கும் சிறந்த எழுத்துகள் ஆகும்.

மற்ற அறிஞர்கள்

தமிழ் இலக்கியத்தில் வரலாற்றை ஆராய்ந்து நூல்கள் எழுதியவர் பலர். அறிஞர்கள் கே. சீனிவாச பிள்ளை, கா. சுப்பிரமணிய பிள்ளை, தெ.பொ. மீனாட்சிசுந்தரனார் ஆகியோரின் நூல்கள் இவ்வகையில் பலர்க்கும் பயன்படுவனவாக உள்ளன. சதாசிவ பண்டாரத்தார் கல்வெட்டுகளை ஆராய்ந்து, வரலாற்றில் தெளிவு கண்டு, அவற்றைத் தமிழ் இலக்கிய வரலாற்றிற்கு பயன்படுத்தி நூல்கள் எழுதியுள்ளார். 'இலக்கிய ஆராய்ச்சியும் கல்வெட்டுகளும்' என்னும் அவருடைய

நூல் பாராட்டத்தக்கது. 'கிறிஸ்தவமும் தமிழும்,' 'சமணமும் தமிழும்,' 'பௌத்தமும் தமிழும்' முதலான நூல்கள் மயிலை சீனி வேங்கடசாமி இயற்றியவை. ஒழுங்காகவும் தெளிவாகவும் எழுதப்பட்ட வரலாற்று நூல்கள் அவருடையவை. சங்க கால அரசர்களைப் பற்றியும் புலவர்களைப் பற்றியும் பல தொகுதிகளாக நூல்கள் இயற்றியுள்ளார் புலவர் கோவிந்தன்.

ஆராய்ச்சி நூல்கள் எழுதித் தமிழ் உரைநடையில் நுட்பமும் தெளிவும் எளிமையும் சேர்ந்து வளர உதவியவர்கள் மா. இராச மாணிக்கம், சாமிசிதம்பரனார், மு. அருணாசலம், மு. வரதராசன், வெள்ளைவாரணர், அ.மு. பரமசிவானந்தம், வேங்கடராம செட்டியார் முதலியவர்கள். உரையாசிரியர்களின் நடையைப் பின்பற்றியவர்கள் துரை அரங்கசாமி, கா. அப்பாத்துரை, வ.சுப. மாணிக்கம், இராமநாதன் செட்டியார் முதலானோர்.

தெ.பொ.மீனாட்சிசுந்தரனாரின் 'கானல் வரி' புது வகையான ஆராய்ச்சி நூல். சிலப்பதிகாரம் என்னும் காப்பியத்தைக் 'கானல் வரி' என்னும் பகுதியை மையமாய் இயக்கிச் செல்வது என்னும் தம் கொள்கையை அதில் நிலைநாட்டுகிறார். மார்க்கபந்து சர்மாவின் 'சிலம்பின் பாயிரம்,' 'சிலம்பும் மேகலையும்' முதலியனவும் தமிழின் பழைய காப்பியம்பற்றிய தேர்ந்த ஆராய்ச்சி நூல்கள். காலமெல்லாம் இளங்கோவின் புகழ் பரப்பி முழங்கிச் சிலம்புச் செல்வர் என்று புகழ்பெற்ற ம.பொ.சிவஞானமும், மு. வரதராசன், வ.சுப. மாணிக்கம், போ. குருசாமி, ந. சஞ்சீவி, கு. திருமேனி முதலானவர்களும் அந்தக் காப்பியம் பற்றிய சிறந்த ஆராய்ச்சி நூல்கள் எழுதியுள்ளனர்.

கம்ப ராமாயணத்தையும் மற்றச் சிறந்த கவிதைகளையும் சுவைத்துத் திறனாய்வு செய்து விளக்குவதில் டி.கே. சிதம்பரநாத முதலியார் தன்னிகரற்றவர். அவரால் ஊக்கப் பெற்றுத் தமிழ் ஆராய்ந்து நூல்கள் எழுதினோர் பலர் பி.ஸ்ரீ.அ. சீநிவாசராகவன், அ.ச. ஞானசம்பந்தன், கி.வா.ஜகந்நாதன், மகராசன், சுப்பு ரெட்டியார், ராமகிருஷ்ணன் முதலிய அறிஞர்கள் கம்பரைச் சுவைத்து அழகிய நூல்கள் இயற்றித் தந்துள்ளனர்.

திருக்குறளைப்பற்றிக் கணக்கற்ற நூல்கள் வெளிவந்துள்ளன; திரு.வி.க., நாமக்கல் கவிஞர், பாரதிதாசன் முதலியோரின் புதிய உரைகளும் வெளியாகியுள்ளன. தெ.பொ.மீனாட்சிசுந்தரனார், மு. வரதராசன், கோதண்டபாணி பிள்ளை முதலியோரின் ஆராய்ச்சி

நூல்களும் இங்குக் குறிப்பிடத்தகுந்தவை. கி.ஆ.பெ. விசுவநாதர் சுவையான கட்டுரைகள் திருக்குறளைப் பற்றி எழுதியுள்ளார்; அவை மூன்று நூல்களாக உள்ளன.

எட்டுத்தொகை, பத்துப்பாட்டு என்னும் மிகப் பழைய தொகை நூல்களின் பாடல்களைப்பற்றி ஆராய்ந்து ஆழ்ந்த நுட்பங்களையும் நயமான கருத்துகளையும் விளக்கி நூல்களை எழுதியவர்கள் கி.வா. ஜகந்நாதன், தெ.பொ.மீனாட்சிசுந்தரனார், இலக்குவனார், வேங்கடராம செட்டியார், கு. ராஜவேலு, அ.ச ஞானசம்பந்தன், மு. வரதராசன், போ. குருசாமி, ந. சஞ்சீவி முதலானோர். இடைக்காலத்துக் காப்பியங்களையும் பக்தி நூல்களையும் ஆராய்ந்து கட்டுரைகளும் நூல்களும் தந்தவர்கள் பரமசிவானந்தம், ஞானசம்பந்தம், ஞானமூர்த்தி, பாலசுப்பிரமணியன், வெள்ளை வாரணர் முதலானோர்.

பழைய இலக்கியங்களிலிருந்து சிற்சில பகுதிகளை எடுத்து அவற்றை அமைத்துக் கட்டுரைகள் எழுதுவோர் பாலசுப்பிரமணியன், காமாட்சி அம்மையார், ஆறுமுகனார், அன்பு கணபதி, சீனிவாசன் முதலிய பலர். இக்கால வாழ்க்கை நிகழ்ச்சிகளிலிருந்து சிற்சில பகுதிகளை எடுத்து அமைத்துக் கட்டுரைகள் எழுதுவோர் சிலர். அவர்களுள் சுகி சுப்பிரமணியத்தின் எழுத்துகள் குறிப்பிடத்தக்கவை.

இக்காலத்துக் கவிஞர்களாகிய பாரதியார், பாரதிதாசன் முதலானோரின் கவிதைகளை ஆராய்ந்து தரம் உள்ள நூல்கள் தந்தவர்கள் சாலை இளந்திரையன், கோவிந்தசாமி, விமலானந்தம், வீராசாமி முதலானவர்கள்.

விடுதலைப் போரில் தமிழ் வளர்ந்த வரலாறு பற்றி ம.பொ. சிவஞானம் அளித்துள்ள அரிய ஆராய்ச்சி நூல் மிகப் போற்றத் தக்கதாகும்.

தமிழ்நாட்டின் பல மாவட்டங்களின் அமைப்பு, வளம், மக்கள் வாழ்க்கை, வட்டாரப் பேச்சு வழக்குகள் முதலியவற்றை ஆராய்ந்து நூல்கள் பல எழுதியவர் சோம.லெ. அவர் உலக நாடுகளைப்பற்றி மிகுதியாக நூல்கள் எழுதியவர் ஆவார். சென்னை மாநகரின் வரலாற்றையும் அமைப்பையும் ஆராய்ந்து தெளிவான முறையில் நூல் தந்தவர் மா.சு. சம்பந்தன்.

பயண நூல்கள் பல உள்ளன. அவற்றில் சில இலக்கியத்தரம் பெற்றிருக்கின்றன. அ.மு. பரமசிவானந்தம், சி. சுப்பிரமணியம், நெ.து. சுந்தரவடிவேலர், மணியன் ஆகியோர் தாம் பயணம் செய்த நாடுகளில்

பெற்ற அனுபவங்களைச் சுவையாகத் தந்துள்ளனர். சோமுவின் 'அக்கரைச் சீமையில்' என்னும் நூல் சிறந்த படைப்பாகும். ஏ.கே. செட்டியாரின் 'உலகம் சுற்றிய தமிழன்' என்னும் நூலும், சோம.லெ. எழுதிய பல நாட்டு நூல்களும் சுவையாக அமைந்தவை.

கடிதம் எழுதும் வடிவில் பல அருமையான கருத்துகளை விளக்கி நூல்களாகத் தரும் எழுத்தாளர்களும் தமிழ் இலக்கிய வளர்ச்சிக்குத் துணைபுரிந்துள்ளனர். அறிஞர் அண்ணா, மு. வரதராசன் முதலானவர்களின் நூல்கள் இவ்வகையில் மக்களிடையே நன்கு பரவியவை. அறிஞர் அண்ணாதுரை தமிழ்நாட்டின் பழம் பெருமைகளையும் இன்றைய அரசியல் சிக்கல்களையும் கடித நூல்களாகத் தந்துள்ளார். அவருடைய விறுவிறுப்பும் ஆற்றலும் வாய்ந்தது; உள்ளத்தின் ஆர்வத்தைப் புலப்படுத்துவது.

வாழ்க்கை வரலாறு

'வாழ்க்கை வரலாறு' நல்ல இலக்கிய வகையாக அமைந்து வருகிறது. சென்ற நூற்றாண்டிலேயே 'விநோதரசமஞ்சரி' என்னும் தொகுப்பில் புலவர் சிலருடைய வாழ்க்கை வரலாறுகள் வெளியிடப் பட்டன. அவற்றில் வரலாற்றுடன் உண்மையற்ற கற்பனைகளும் சேர்ந்தமையால் சுவையாக அமைந்தன. அவ்வாறு கற்பனை கலக்காமலே வாழ்க்கை வரலாற்றைச் சுவையுற அமைப்பது ஒரு கலையாகும். பாரதியாரின் வரலாற்றை வ.ரா. சுவையாகத் தந்துள்ளார். தம் ஆசிரியர் மீனாட்சிசுந்தரம் பிள்ளையின் வரலாற்றை டாக்டர் சாமிநாதய்யர் நல்ல இலக்கியமாக்கியுள்ளார். அவர் காலத்துத் தமிழ்ப்புலவர் பலருடைய வாழ்க்கைக் குறிப்புகள் அதில் கிடைக்கின்றன. அரசியல் துறையிலும், கலைத்துறையிலும், இலக்கியத் துறையிலும் புகழ்பெற்ற அறிஞர்களின் வரலாறுகள் பல வெளியாகியுள்ளன. சாமிநாத சர்மா முதலானவர்கள் இவ்வகையில் நல்ல நூல்கள் படைத்துத் தந்திருக்கிறார்கள். டால்ஸ்டாய், லெனின், பெர்னாட்ஷா முதலான பிறநாட்டு அறிஞர் சிலருடைய வரலாறுகளும் எழுதப்பட்டுள்ளன. மறை. திருநாவுக்கரசு, கி. சந்திரசேகரன் ஆகியோர் தம் தந்தையரைப் பற்றி வாழ்க்கை வரலாற்று நூல்கள் நல்ல வகையில் எழுதியிருக்கிறார்கள். பாரதியாரைப்பற்றிப் பத்மநாபன் முதலானவர்கள் வாழ்க்கை வரலாறுகள் விளக்கமாக எழுதியுள்ளார்கள். 'வீரபாண்டியக் கட்டபொம்மன்.' 'கப்பலோட்டிய தமிழன்' என்ற நூல்களால் தமிழகத் தலைவர்களைத் தமிழர்க்கு நன்கு அறிவித்தவர் ம.பொ.சிவஞானம், 'புதுமைப்பித்தன் வரலாறு'

எழுதியவர் ரகுநாதன். 'தமிழ்த்தொண்டர் வீரமாமுனிவர்' முதலிய வேறு பல வாழ்க்கை வரலாற்று நூல்களும் பாராட்டத்தக்கவை. பழைய நாயன்மார்களின் வரலாறுகளைத் தந்தவர் வேங்கடாசலம். 'யான் கண்ட புலவர்கள்' என்ற நூலில் பம்மல் சம்பந்த முதலியார் தாம் நேரில் கண்டு பழகிய புலவர்களில் வரலாறுகளை எழுதியுள்ளார்.

தம்முடைய வரலாற்றைத் தாமே எழுதும் கலை அருமையானது. அவ்வகையில் தமிழில் பல நூல்கள் இல்லை என்றாலும் சில நல் நூல்கள் இவ்வகையில் வழிகாட்டிகளாகச் சிறப்புடன் அமைந்துள்ளன. டாக்டர் சாமிநாதய்யரின் 'என் சரித்திரம்,' திரு.வி.கலியாணசுந்தரரின் 'வாழ்க்கைக் குறிப்புகள்,' ஆகியவை இலக்கியமாக நிலைபெற்றுவிட்டன. கவிஞர்களுக்குள் தன் வரலாறு இயற்றியவர் நாமக்கல் இராமலிங்கம் பிள்ளை. டாக்டர் சாமிநாதய்யரின் 'என் சரித்திரம்' முற்றுப் பெறுவதற்கு முன்னமேயே அவர் மறைந்தமையால், அது 122 அத்தியாயங்களுடன் முற்றுப் பெறாத நூலாகவே நின்றுவிட்டது. ஆயினும் அது பாராட்டத்தக்க நூலாக உள்ளது. திரு.வி.க.வின் 'வாழ்க்கைக் குறிப்புகள்' அவர் காலத்துப் பலதுறை அறிஞர்கள், சான்றோர்கள், தொண்டர்கள், தலைவர்கள் முதலான எல்லோரைப் பற்றியும் குறிப்புகளும் செய்திகளும் நிறைந்த களஞ்சியமாக உள்ளது.

குழந்தை நூல்கள்

குழந்தைகள் படித்துப் பயன் பெறத்தக்க நூல்கள் தமிழில் நிறைய வெளிவருகின்றன. குழந்தைகள் வியப்பான கற்பனைகளை அறிவதில் ஆர்வம் நிரம்பியவர்கள். எந்த அறிவுத்துறையையும் உள்ளதை உள்ளவாறே எழுதினால், குழந்தைகள் கற்றுப் பயன் பெற முடியாது; அவற்றைக் கற்பதற்குக் குழந்தைகளுக்கு ஆர்வம் ஏற்படாது. வியக்கத்தக்க பகுதியை மட்டும் எளிய முறையில் கதை போல் அமைத்து அளித்தால்தான் குழந்தை மனம் ஏற்றுக்கொள்ளும்.

குழந்தைகளின் அறிவு வளர்ச்சிக்கு உதவும் நூல்கள் பல வெளியாகியுள்ளன. அவற்றின் நடையில் எளிமை இருப்பதோடு, குழந்தை மனத்துக்கு ஏற்ற கற்பனைத் தரமும் அமைந்திருப்பது பாராட்டத்தக்கது. தி.ஜ.ர., சுந்தரவடிவேலர், பூவண்ணன், தெய்வ சிகாமணி, தம்பி சீனிவாசன், வைத்தண்ணா முதலானவர்கள் இவ்வகை நூல்கள் அளித்தவர்கள். சிலர் வளர்ந்த மக்களுக்குத் துப்பறியும்

கதைகளையும் திடுக்கிடும் கதைகளையும் படைத்துத் தருவதுபோல் குழந்தைகளுக்காகவும் அவற்றைப் படைத்துத் தருகின்றார்கள். அவை நல்ல குழந்தையிலக்கியம் என்று கொள்ளத் தக்கவை அல்ல. பல தலைமுறைகளாக இருந்துவரும் இந்நாட்டின் பழைய கதைகளைக் குழந்தைகளுக்கு ஏற்ற முறையில் எளிமையாக்கித் தரும் நல்ல நூல்களும் சில வெளியாகியுள்ளன. அழ. வள்ளியப்பா பெரியவர்களின் வாழ்க்கையில் அவர்கள் குழந்தைப் பருவத்தில் நிகழ்ந்த நிகழ்ச்சிகளை எல்லாம் கதைபோன்ற முறையில் திரட்டித் தந்துள்ளார். அவருடைய 'பெரியோர் வாழ்விலே,' 'சின்னஞ் சிறுவயதில்' முதலான நூல்களின் நடையில் குழந்தைகள் படித்து அறிந்துகொள்ளத்தக்க எளிமையும் இருப்பது பாராட்டத்தக்கது.

வளர்ந்தவர்களுக்காக எழுதப்படும் பலவகை நூல்களிலும் எளிய நடை என்பது இன்று தேவையானதாகிவிட்டது. சொற்களையும் வாக்கியங்களையும் எளிமையாக்கித் தரவேண்டும் என்பதே எளிய நடையின் நோக்கம். ஆனால் உயர்ந்த பொருளை நூல்களின் வாயிலாக அளிக்க வேண்டும் என்பதில் கருத்து வேறுபாடு இல்லை. எழுத்தில் வழங்கப்படும் பொருள் படிப்பவர் உள்ளத்தை உயர்த்தவல்ல பொருளாய் இருக்கவேண்டும் என்பதே அறிஞர்களின் அவா. ஆனால் நூலை அச்சிட்டுப் பரப்புதல் என்பதும், ஓர் இதழில் எழுதி வெளியிடுதல் என்பதும் பலராலும் செய்யக் கூடியனவாக ஆகிவிட்ட காரணத்தால், சொல்லத்தக்க உயர்ந்த பொருள் இல்லாத வர்களும் எழுத்தாளர்களாய் முன்வந்து, சாரமற்றவற்றை எல்லாம் எழுதிப் பரப்ப முடிகிறது; தவறான கருத்தையோ, மட்டமான சுவையையோ எளிய நடையில் கவர்ச்சியாக எழுதிப் பரப்பிவிட முடிகிறது. உண்மை இல்லாதவற்றையும் உண்மைபோல் மயக்கி, உண்மையைவிடச் சுவையுடையதாக ஆக்கி இதழ்களில் வெளியிட முடிகிறது. ஆழ்ந்து சிந்தனை செய்பவர்க்குப் பயன் இல்லாதது என்று தோன்றும் கருத்துகளையும் பொழுதுபோக்குக்கு உரிய விருந்தாக அமைத்துச் சிந்தனை குறைந்தவர்களை மயக்கி அவர்களிடையே புகழ்பெற முடிகிறது. ஆகவே, எளிய தமிழ் நடையால் பலர்க்கும் பயன்படச் செய்யவேண்டும் என்ற முயற்சி, சிலர் கையில் தவறான போக்கிற்கு உதவுவதாகவும் மாறிவிடுகிறது. நடுநிலையாக நின்று உண்மையை எடுத்துறைக்கும் கட்டுரைகளைவிட விருப்பு வெறுப்புகளை எளிய நடையில் ஆணித்தரமாக வற்புறுத்திக் கூறும் கட்டுரைகள் கவர்ச்சி மிகுந்தவையாக ஆகிவிடுவதால், எளிய

நடை நேர்மையாளர்களுக்குப் பயன்படுவதைவிட, மக்களை மயக்க வல்லவர்களுக்கு மிகப் பயன்படுவதாக உள்ளது. ஆகையால் பழங்காலத்தில் கற்றோர்க்கும் மற்றோர்க்கும் இடையே எழுதும் நடையில் வேறுபாடு இருந்ததுபோல், இன்று நடுநிலையாளர்களுக்கு மற்றவர்களுக்கும் இடையே உணர்த்தும் பொருளில் வேறுபாடு இருந்து வருகிறது. அதனால் போலி எழுத்துகளும் வெறி எழுத்துகளும் மிகுவதற்கு இடம் ஆகிறது. ஆயினும் இத்தனைக்கும் இடையே உண்மை விளங்க முடியும் என்ற நம்பிக்கையால், எழுத்தாளர் சிலர் நடுநிலைமையோடு எழுதி வரும் நூல்களும் உள்ளன. திறனாய்வுத் துறையிலும் மற்றத் துறைகளிலும் அத்தகைய நடுநிலையான நூல்களும் தோன்றி வருதல் மகிழ்ச்சி தருகிறது.

18

இக்காலப் பாட்டிலக்கியம்

சென்ற நூற்றாண்டிலும் பழமையான உலா, மடல், அந்தாதி முதலிய செய்யுள்களைப் பாடிச் செல்வர்களைப் புகழ்ந்து பொருள் பெற்று வாழ்வதில் புலவர் சிலர் காலம் கழித்தனர். சிலேடை யமகச் சொல்லணிகளும் இரண்டை நாகபந்தம் முதலான சித்தர கவிகளும் பாடி, உள்ளத்து உணர்ச்சிக்கும் கற்பனைக்கும் இடமில்லாமல் வெறுஞ் சொற்களின் இன்பத்திலும் எழுத்துகளை அமைத்து அழகு பார்க்கும் சிறுவிளையாட்டிலும் அக்கறை கொண்ட பகுதி அது. பெண்களின் உடலுறுப்புகளை வருணிப்பதன் வாயிலாகவும் காமச் செயல்களைக் கூறுவதன் வாயிலாகவும் கேட்பவர்களின் சிறு சிறு இச்சைகளைத் தூண்டி மகிழ்விப்பதில் பொழுது போக்கிய காலம் அது. இராமலிங்க சுவாமிகள், வேதநாயகம் பிள்ளை முதலான உண்மைக்கலைச் செல்வர்களும் சென்ற நூற்றாண்டில் வாழ்ந்து தொண்டாற்றினார்கள். ஆயினும் அவர்கள் விரல்விட்டு எண்ணத்தக்க சிறுபான்மையோரே. கி.பி. 1882இல் பிறந்து அத்தகைய சூழலில் வளர்ந்த பாரதியார் தொடக்கத்தில் செல்வரைப் பாடும் முயற்சிகளில் மனத்தைச் செலுத்த முயன்றிருக்கலாம். மனிதரைப் புகழ்ந்துபாடித் திரியும் வாழ்வின் சிறுமையைப் பழித்துப் பாரதியார் ஒரு பாட்டு எழுதியிருந்தார். அதைக் கண்ட ஜமீன்தார் அவரிடம் வெறுப்புக்கொண்டார். பாரதியார் உடனே அவரைவிட்டு வெளியேறினார். அவருடைய சுதந்திர வேட்கையும், உண்மைப் புலமையும், சூழ்ந்துள்ள மக்களின் துன்பம் துடைக்கத் தொண்டு செய்யவேண்டும் என்ற ஆர்வமும், அவரை அந்தப் பழமைப்போக்கில் தேங்கவிடவில்லை. அவற்றைக் கடந்து வளருமாறு செய்தது, முதலில் நாட்டு விடுதலைப் போராட்டத்தில் அவருக்கு ஏற்பட்ட ஈடுபாடே ஆகும். தேசீய உணர்ச்சிக்கு ஊக்கம் ஊட்டும் வகையில் அவருக்கு வ.வே.சு. ஐயர், வ.உ.சிதம்பரம் பிள்ளை ஆகியோரின் நட்பும் திலகரின் தொடர்பும் அமைந்தன. அந்தத் தீவிர உணர்ச்சியோடு சென்னைக் கடற்கரையில் அவர் பல பாடல்களைப் பாடி முழங்கினார். பாடல்கள் அச்சடித்துப் பரப்பப் பட்டன. தீப்பற்றுவது போல் அவை நாடு முழுவதும் பரவிச் சின்ன நகரங்களிலும் கிராமங்களிலும் உள்ள மக்களைத் தட்டி எழுப்பின. அந்தத் தேசீயப் பாடல்களே பாரதியாரை நாட்டுக்கு அறிமுகம்

ஆக்கியவை. அவர் மறையும் காலம் (1921) வரையில் அவ்வாறாலேயே அவர் நாடறிந்தவராக விளங்கினார்.

நாட்டு மக்கள் நலம்பெற்று வாழ்வதற்காகப் பாடல் பல பாடிய அவருடைய நெஞ்சம், நாட்டு விடுதலையை மட்டும் பாடி அமையவில்லை. நாட்டு மக்களின் நல்வாழ்வுக்கு இடையூறாக இருந்து வந்த பலவகைக் கொடுமைகளையும் எதிர்த்துச் சாடியது. சாதி வேறுபாட்டைத் தாக்கிப் பாடினார். மூடநம்பிக்கைகளை எதிர்த்து முழங்கினார்; குழந்தைகளுக்கு ஊக்கம் ஊட்டிப் பாடினார்; பெண்களை அடிமைப்படுத்தும் கொடுமையை எதிர்த்துப் போரிட்டார். தாய் மொழியைப் புறக்கணித்துவிட்டு ஆங்கிலத்திற்கே மதிப்புக் கொடுத்து வந்த அந்நியக் கல்விமுறையைத் தாக்கினார். இவ்வாறு அவர் சமுதாய நன்மைக்கான பாடல்கள் பலவற்றைப் பாடினார். அவை இன்றும் உணர்ச்சி மிகுந்த கவிதைகளாகப் பாடிப் போற்றப்படுகின்றன.

பாரதியார் பிறவியிலேயே சுதந்தரமான மனப்பான்மை உடைய கவிஞர்; சுதந்தரத்தத் தெய்வமாக வழிபட்டுப் பாடிய கவிஞர். செல்வம் நிரம்பிய ஜமீன்தார்களிடையே வாழ்ந்து அவர் களைப் புகழ்ந்து பாடிக்கொண்டிருக்கும் சூழலில் வளர்நத அவருடைய மனம் அதைவிட்டு உயரப் பறந்தது. சென்னையில் சுதேசமித்திரன் என்னும் நாளிதழுக்கு ஆசிரியராக அமர்ந்த பிறகு, நாட்டில் நடைபெற்ற விடுதலைப் போராட்டத்தில் அவர் நெஞ்சம் ஈடுபட்டது. அவர் எழுதிய உரைநடையிலும் கவிதையிலும் புதிய வேகமும் ஆர்வமும் ஏற்பட்டன. கற்பவர்களின் நெஞ்சை உடனே மாற்றிச் செயல்படுத்தும் தீவிர உணர்ச்சி அவருடைய எழுத்துகளில் காணப்பட்டது. தம் எழுத்துகளால் சுதேசமித்திரன் இதழுக்கு அரசாங்கத்தின் தடைகளும் இடையூறுகளும் ஏற்படுவன போல் இருந்தன. உடனே அதைவிட்டு ‘இந்தியா’ என்ற இதழைத் தாமே தொடங்கி நடத்தினார். ஆங்கில அரசாங்கம் அவரைச் சிறைப்படுத்தி ஒடுக்க முயன்றது. பிரெஞ்சு ஆட்சியில் இருந்த புதுச்சேரிக்குச் சென்றுவிட்டார். அங்கு வ.வே.சு. ஐயருடனும் அரவிந்தரோடும் நட்புக்கொண்டார். அப்போது அவர் இயற்றிய அழகான, உணர்ச்சிமிக்க, கவிதைகள் பல.

அந்தக் காலத்து விடுதலைப் போராட்டத்திற்காக நாட்டு மக்களைத் தட்டி எழுப்புவதற்காகப் பாடப்பட்டபோதிலும், தேசீயப் பாடல்களில் பல இன்றும் உணர்ச்சி ஊட்டும் கவிதை களாக உள்ளன.

பாரத தேசம்என்று பெயர் சொல்லுவார் மிடிப்
பயம்கொல்லுவார் துயர்ப் பகை வெல்லுவார்

என்ற பாடல் இன்றும் பாடக் கேட்டால் நாட்டு உணர்ச்சியைத் தூண்டுவதாக உள்ளது. இன்று பெரிதும் பேசப்படும் நாட்டு ஒருமைப்பாட்டுக்கு உரிய பல கருத்துகளை அதில் விதைத்துள்ளார். சிந்துநதியின் மேல் நல் நிலவின் ஒளியிலே கேரள நாட்டு இளம் பெண்களுடனே அழகான தெலுங்குப் பாட்டுகளைப் பாடித் தோணிகள் ஓட்டி விளையாடுவோம் என்கிறார். கங்கை நதிக்கரையில் விளையும் கோதுமைப் பண்டங்களை வாங்குவதற்காகக் காவிரிக் கரையில் விளைந்த வெற்றிலையை விற்போம் என்கிறார். சிங்கம் போன்ற மகாராட்டிரப் புலவர்களின் கவிதைகளைப் பெற்றுக் கொண்டு அவற்றிக்குப் பரிசாகத் தமிழ்நாட்டு யானைத் தந்தங்களைஅளிப்போம் என்கிறார். காசியில் பேசும் புலவர்களின் பேச்சைக் கேட்பதற்காகக் காஞ்சிபுரத்தில் தகுந்த கருவிகளை அமைப்போம் என்று (வானொலி வருவதற்கு முன்) கனாக்கண்டார். ராஜபுத்திர வீரர்களுக்கு மைசூரில் கிடைக்கும் தங்கத்தை அளித்துப் போற்ற வேண்டும் என்று ஆசைப்பட்டார். வங்காளத்தில் கங்கையில் ஓடிவரும் வெள்ளம் மிகுதியாக இருப்பதால், அங்குள்ள ஊர்கள் அழியாதபடி செய்து, அந்த நீரைத் தெற்கே திரும்பி வறட்சியான மத்திய நாடுகளில் பயிர் செய்யவேண்டும் என்று பாடினார்.

தொன்றுநிகழ்ந்த தனைத்தும் உணர்ந்திடு
சூழ்கலை வாணர்களும் இவள்
என்று பிறந்தவள் என்றுண ராத
இயல்பின னாம்எங்கள் தாய்.
முப்பது கோடி முகம்உடையாள் உயிர்
மொய்ம்புற ஒன்றுடையாள் இவள்
செப்புமொழி பதினெட் டுடையாள் எனின்
சிந்தனை ஒன்றுடை யாள்.
அறுபது கோடித் தடக்கைக ளாலும்
அறங்கள் நடத்துவள்தாய்தனைச்
செறுவது நாடி வருபவ ரைத்துகள்
செய்து கிடத்துவள் தாய்.
நல்லறம் நாடிய மன்னரை வாழ்த்தி
நயம்புரிவள் எங்கள்தாய்அவர்

அல்லவ ராயின் அவரை விழுங்கிப்பின்
ஆனந்தக் கூத்திடு வாள்.

வங்காளத்தில் பங்கிம்சந்திர சட்டோபாத்தியாயர் எழுதிய 'வந்தே மாதரம்' என்னும் பாடலை இருவகையாக அழகான தமிழில் மொழிபெயர்ததுப் பாடியுள்ளார் பாரதியார்.

பாரத நாட்டை ஒரு முழு வடிவில் கண்டு புகழ்ந்து பாடியது போலவே, அதன் உறுப்பாகத் தமிழ்நாட்டையும் போற்றிப் பாடியுள்ளார். 'செந்தமிழ் நாடு' என்ற பாடல் புகழ்பெற்றது.

செந்தமிழ் நாடுஎனும் போதினிலே இன்பத்
தேன்வந்து பாயுது காதினிலே எங்கள்
தந்தையர் நாடுஎன்ற பேச்சினிலே ஒரு
சக்தி பிறக்குது மூச்சினிலே

என்ற அடிகள் தமிழ்ச் சிறுவர் சிறுமியர் எல்லாருடைய உள்ளத்தையும் கவர்ந்துள்ளவை. அதன் எதுகைகள் ஆற்றலோடு உணர்ச்சியூட்டும் வகையில் அமைந்துள்ளன. தமிழ் மொழியிடத்தில் அவருக்கு இருந்த ஈடுபாடும் ஆற்றல் மிகுந்தது. தமிழைப் புகழ்ந்து அவர் பாடியுள்ள பாடல்கள் இன்றும் மேடைகளில் இடையறாமல் ஒலிப்பவை. ஆங்கில மோகத்தில் மயங்கிக்கிடந்த தமிழர் உள்ளங்களில் தாய்மொழிப்பற்றை ஊட்டித் தட்டி எழுப்பியதில் பாரதியாரின் தொண்டு தலையானது எனலாம்.

பாரத நாட்டின் பழம்பெருமையையும் காலம் கடந்து வாழும் பண்புச் சிறப்புகளையும் வாயாரப் புகழ்ந்து பாடிய பாரதியார், இன்று வாழும் மக்களின் சிறுமைகளையும் மூட நம்பிக்கைகளையும் தவறுகளையும் கடிந்து கூறத் தயங்கவில்லை. குற்றங்களை அழுத்தமாக எடுத்து உணர்த்தும் பாடல்கள் பல உள்ளன. 'நொண்டிச் சிந்து' என்பதைப் பயன்படுத்தி அந்த மெட்டு அமைத்துப் பாடியுள்ளார்:

நெஞ்சு பொறுக்குது இலையேஇந்த
நிலைகெட்ட மனிதரை நினைந்துவிட்டால்
கொஞ்சமோ பிரிவினைகள்ஒரு
கோடி என்றால் அது பெரியதாமோ?

ஐந்துலைப் பாம்பு என்பன் அப்பன்
ஆறுதலை என்றுமகன் சொல்லிவிட்டால்
நெஞ்சு பிரிந்திடுவார் பின்பு

நெடுநாள் இருவரும் பகைத்திருப்பார்.

சாத்திரங்கள் ஒன்று காணார்பொய்ச்
சாத்திரப் பேய்கள் சொலும் வார்த்தை நம்பியே
கோத்திரம் ஒன்றாய் இருந்தாலும்ஒரு
கொள்கையின் பிரிந்தவனைக் குலைத்திகழ்வார்.

குறைபாடுகள் உடைய பழைய சமுதாயத்தைப் போ போ போ என்று பழித்து அனுப்புகிறார்.

சாதி நூறு சொல்லுவாய் போ போ போ
தருமம் ஒன்று இயற்றிலாய் போ போ போ
நீதி நூறு சொல்லுவாய் கா சொன்று
நீட்டினால் வணங்குவாய் போ போ போ.

குறைகள் நீங்கிய புதிய சமுதாயத்தை வா வா வா என்று வரவேற்று மகிழ்கிறார்.

ஒளி படைத்த கண்ணினாய் வா வா வா
உறுதி கொண்ட நெஞ்சினாய் வா வா வா
தெளிவு பெற்ற மதியினாய் வா வா வா
சிறுமை கண்டு பொங்குவாய் வா வா வா.

வறுமையும் ஆடம்பரமும் மாறிமாறிக் காணும் காட்சி மாறிப் பொருளாதார சமத்துவம் நிலைத்த நல்ல நிலை வரவேண்டும் என்று ஆசைப்பட்டார் பாரதியார். அந்த ஆசைக்கு அழகான கவிதை வடிவம் கொடுத்து உணர்ச்சியோடு பாடியுள்ளார்:

மனிதர் உணவை மனிதர் பறிக்கும்
வழக்கம் இனி உண்டோ?
மனிதர் நோக மனிதர் பார்க்கும்
வாழ்க்கை இனி உண்டோ புவியில்
வாழ்க்கை இனி உண்டோ நம்மில் அந்த
வாழ்க்கை இனி உண்டோ?
இனிஒரு விதி செய்வோம் அதை
எந்த நாளும் காப்போம்
தனிஒரு வனுக்கு உணவிலை எனில்
ஜகத்தினை அழித்திடுவோம்
எல்லாரும் ஓர்குலம் எல்லாரும் ஓர்இனம்
எல்லாரும் இந்திய மக்கள்

எல்லாரும் ஓர்நிலை எல்லாரும் ஓர்விலை
எல்லாரும் இந்நாட்டு மன்னர்நாம்
எல்லாரும் இந்நாட்டு மன்னர்ஆம்
எல்லாரும் இந்நாட்டு மன்னர்.

'விடுதலை' என்ற பாட்டிலும் இந்தக் கருத்தை வற்புறுத்தி யுள்ளார். நாட்டு விடுதலை என்றால், நாட்டு மக்களின் பொருளாதார சமத்துவமாகவும் அதை அவர் காண விரும்பினார் என்பது அந்தப் பாட்டால் தெளிவாகிறது.

ஏழை என்றும் அடிமை என்றும்
எவனும் இல்லை ஜாதியில்
இழிவு கொண்ட மனிதர் என்பது
இந்தியாவில் இல்லையே
வாழி கல்வி செல்வம் எய்தி
மனம்மகிழ்ந்து கூடியே
மனிதர் யாரும் ஒருநிகர்
சமானமாக வாழ்வமே.

உழவர்கள் பாடுகின்ற நாட்டுப் பாடலாகிய 'பள்ளுப்பாட்டு' என்ற வகையிலும் 'சுதந்தரப் பள்ளு' என்னும் பாடல் பாடி யுள்ளார். அதிலும் இந்தச் சமத்துவ வாழ்வை வரவேற்றுப் பாடி யிருக்கிறார்.

பார்ப்பானை ஐயர்என்ற
காலமும் போச்சேவெள்ளைப்
பரங்கியைத் துரைஎன்ற
காலமும் போச்சேபிச்சை
ஏற்பாரைப் பணிகின்ற
காலமும் போச்சேநம்மை
ஏய்ப்போருக்கு ஏவல்செய்யும்
காலமும் போச்சே.
உழவுக்கும் தொழிலுக்கும்
வந்தனை செய்வோம்வீணில்
உண்டுகளித் திருப்போரை
நிந்தனை செய்வோம்.

சிவாஜி தன் சேனைக்கு வீர உணர்ச்சி ஊட்டிக் கூறும் மொழிகளாக ஒரு நீண்ட பாடல் பாடியுள்ளார். இராமலிங்க

சுவாமிகளின் பாடலின் மெட்டைப் பயன்படுத்திக் கோகலேயின் மீது பாடியுள்ளார். கோபாலகிருஷ்ண பாரதியின் நந்தனார் பாடல்களின் அமைப்பைப் பயன்படுத்திச் சில தேசீயப் பாடல்கள் பாடியுள்ளார். தேசபக்தர் சிதம்பரம் பிள்ளை அவருடைய நெருங்கிய நண்பர் சிதம்பரம் பிள்ளையின் மேல் ஆங்கிலேயர் தொடுத்த வழக்கைப் பாரதியார் நேரே கவனித்தவர்; சாட்சியும் சொன்னவர். நீதிமன்றத்தில் நீதிபதிக்கும் சிதம்பரம் பிள்ளைக்கும் நடந்த வாதத்தைப் பாடல்களாகப் பாடித் தந்துள்ளார்:

சொந்த நாட்டில் பரர்க்கடிமை செய்தே
துஞ்சிடோம்இனிஅஞ்சிடோம்
எந்த நாட்டிலும் இந்த அநீதிகள்
ஏற்குமோதெய்வம்பார்க்குமோ?
வந்தே மாதரம் என்றுயிர் போம்வரை
வாழ்த்துவோம்முடிதாழ்த்துவோம்
எந்தம் ஆருயிர் அன்னையைப் போற்றுதல்
ஈனமோஅவமானமோ?
சதையைத் துண்டுதுண்டு ஆக்கினும் உன்எண்ணம்
சாயுமோஜீவன்ஓயுமோ
இதயத் துள்ளே இலங்கு மகாசக்தி
ஏகுமோநெஞ்சம்வேகுமோ?

என்று சிதம்பரம் பிள்ளை கூறும் சொற்களாக அமைந்தவை பாரதியாரின் உணர்ச்சி மிக்க பாடல்கள்.

குரு கோவிந்தர், லஜபதி, தாதாபாய் நவுரோஜி, திலகர் முதலான தலைவர்களைப்பற்றியும் பாடினார். திகரிடத்து அவர் பெருமதிப்பு உடையவர். மகாத்மா காந்தியின் பெருமையை முதல்முதல் உணர்ந்து போற்றிய தமிழ்க கவிஞர் பாரதியாரே. அவருடைய அஹிம்ஸை நெறியைத் தெளிவுற உணர்ந்து போற்றியுள்ளார். ஞானிகளின் நெறியை அரசியலில் பிணைத்திட்ட பெருமான் என்றும், பாரத தேசத்தை வாழ்விக்க வந்த பெருமகன் என்றும் புகழ்ந்துள்ளார். காந்தியடிகளை நாடு நன்றாக உணர்வதற்கு முன்னரே அவருடைய நெறியின் தூய்மையைப் போற்றிப் புகழ்ந்தவர் பாரதியார்.

தெருவிலே பிச்சையெடுத்து, குடு குடு குடு என்று சிறு கருவியை ஒலித்துப் பாடித் திரிவோன் கோணங்கி அல்லது குடுகுடுப்பைக்காரன் என்பவன். எங்கெங்கே ஒலியின் நயம் உண்டோ

அங்கெல்லாம் தம் உள்ளத்தைப் பறிகொடுக்கும் கலைஞராகிய பாரதியார், கோணங்கியின் பாட்டிலும் இசையிலும் கலையை உணர்நதார்; அவற்றின் சுவையை நுகர்ந்தார். தமிழ்மொழி அந்தக் கலைவடிவத்தையும் பயன்படுத்திக்கொள்ள வேண்டும் என்று ஆசைப்பட்டார். கோணங்கி பாடும் முறையிலே நாட்டிற்குத் தேவையான நல்ல முன்னேற்றம் பற்றிய கருத்துகளை அமைத்துப் பாடினார். 'புதிய கோணங்கி' என்பது அந்தப் பாடலின் பெயர்.

பழமையில் நல்லவற்றைக் கண்டால் அவற்றையும் விடாமல் போற்றும் மனம் படைத்தவர் பாரதியார். அவர் உபநிடதக் கருத்து களையும் புராண இதிகாசங்கள் புகட்டும் உண்மைகளையும் தம் கட்டுரைகளில் போற்றி விளக்கினார். பாரதத்தில் உள்ளபாஞ் சாலியின் துன்பத்திற்காக உருகி அவருடைய வீர உணர்ச்சியை வணங்கி, அந்தக்கதையில் பாரதத்தாயின் துன்பத்தையும் வீரப் போராட்டத்தையும் உருவகமாகக் கண்டார்; பாஞ்சாலி சபதம் என்னும்சிறுகாப்பியம் படைத்தார். விவேகானந்தருடைய மாணவி நிவேதிதாவைக் கண்டு அறவுரை கேட்டுக் குருவாகப் போற்றினார். விவேகானந்தருடைய உண்மைநெறியை உணர்ந்தார். சக்தி வழிபாட்டில் ஈடுபட்டார். சக்தி சக்தி என்று பல பாட்டுப் பாடினார். வெறும் பக்திப் பாடல்களாக மட்டும் அல்லாமல், வேதாந்தத் தெளிவு அமைந்த ஞானப்பாடல்களாகப் பல கவிதை பாடினார். அவற்றிலும் இந்த நாடு வாழவேண்டும், உலகம் தழைக்க வேண்டும் என்ற பேராசையைப் புலப்படுத்தினார். 'அன்பே சிவம்,' 'பரசிவவெள்ளம்' என்ற மெய்யுணர்வுப் பாடல்கள் போற்றத் தக்க தெளிவும் சிறப்பும் உடையவை. கண்ணனைப்பற்றிக் கணக்கற்ற பாடல்கள் பாடினார். கண்ணனைக் குழந்தையாகப் போற்றினார்; சேவகனாகக் கற்பனை செய்து மகிழ்ந்தார். நண்பனாகவும் குருவாக வும் காதலனாகவும் கவிதை யுலகத்தில கண்டு கண்டு ஏத்தினார்; கண்ணம்மா என்ற காதலியாகவும் போற்றி மகிழ்ந்தார். தாயாகப் பாடினார்; தந்தையாகவும் கொண்டு பாடல் இயற்றினார். விளையாட்டுப் பிள்ளையாகப் பாடினார். கண்ணனைப்பற்றி அவர் பாடியுள்ள பாடல்களில் பெரியாழ்வாரின் பாடல்களின் கற்பனையும் மற்ற ஆழ்வார்களின் பாடல்களின் பக்தியுணர்வும் கலந்து புது மெருகு பெற்றுப் புதுவகை அழகோடு ஒளிர்கின்றன.

அவருடைய 'விநாயகர் நான்மணி மாலையும்,' 'தசாங்க'மும் இன்ன இன்ன செய்யுள் இத்தனை இத்தனை வரவேண்டும் என்ற

பழைய மரபை ஒட்டி இயற்றப்பட்டவை. அவற்றில் சிற்சில இடங்களில் மட்டும் பொருளில் புதுமை அமைந்துள்ளது.

பாரதியாரின் பக்திப்பாடல்கள் நேரிய நடையில் அமைந்து உயர்ந்த உணர்ச்சியை ஊட்டுகின்றன. சக்தியை வழிபட்டுப் பாடும் பாடல்கள் புதிய ஒளியை நாட்டில் பரப்பின. ஊழிக் கூத்துப் பற்றிய பாட்டை உணர்சசியோடுபாடக் கேட்டால், காளியின் பயங்கரமான நடனத்தையே காண்பது போன்ற தனி உணர்ச்சி ஏற்படும். அதன் ஓசையமைப்பு அத்தகைய ஆற்றலுடையதாக இருக்கிறது. எங்கிருந்து வந்தாலும் உண்மையை ஏற்றுக்கொள்ளும் பரந்த மனப்பான்மைக்கு எடுத்துக்காட்டாக, அவருடைய ஏசு கிறிஸ்து வணக்கப் பாடலும், அல்லா வழிபாட்டுப் பாடலும் உள்ளன.

ஞானப்பாடல்கள் என்ற பகுதி இன்றும் பலரால் விரும்பிப் படிக்கப்படுகின்றன. தெருவில் பண்டாரங்கள் பாடித் திரியும் மெட்டில் அமைத்து.

அச்சம் இல்லை அச்சம் இல்லை
அச்சம் என்பது இல்லையே
இச்சகத் துளோர் எல்லாம்
எதிர்த்து நின்ற போதிலும்
அச்சம் இல்லை அச்சம் இல்லை
அச்சம் என்பது இல்லையே

என்ற பாட்டை வீரம் ததும்பும் நடையில் பாடியுள்ளார்.

பாஞ்சாலி சபதம் என்னும் காப்பியத்தை இயற்ற அவர் விருத்தம் என்னும் செய்யுள் வடிவத்தையும் பயன்படுத்தியுள்ளார்; சிந்து என்னும் நாட்டுப் பாடல் வடிவத்தையும் பயன்படுத்தியுள்ளார். நொண்டிச்சிந்துக்குத் தம் பாடல்களில் வாயிலாகப் புது வாழ்வும் மதிப்பும் கொடுத்து உயர்த்தியவர் பாரதியார். எளிமையான நடையின் வாயிலாக உணர்ச்சிகளை ஆற்றலுடன் புலப்படுத்த முடியும் என்பதை அவற்றில் காட்டினார். அதனால், பாஞ்சாலி சபதம் மேடையில் இசைநாடகமாக நடிக்கப்படும்போது, மக்கள் நன்றாகப் போற்றிச் சுவைக்க முடிகிறது. தருமன் சகுனியுடன் சூதாடும்போது நாட்டைப் பணயமாக வைத்து இழக்கும் பகுதியைக் கூறும்போது, பாரதியார்க்கு அது பழங்கதையாக மட்டும் தோன்றவில்லை. பாண்டவரின் நாடு சூதாட்டத்தில் இழக்கப்பட்டபோது, அவர் உள்ளத்தில் அடிமைப்பட்ட பாரத நாட்டு உரிமையே வந்து நிற்கிறது. கதயை

நிறுத்திவிட்டுக் கொதிக்கும் நெஞ்சத்தோடு நீதி எடுத்துரைக்கிறார். நாட்டை ஆள்வோர் அந்த நாட்டு மக்களை உரிமையுள்ள மக்களாக மதிக்காமல், ஆடுகளாக மதித்து, சூதாட்டத்தில் பயணமாக வைப்பது எவ்வளவு பெரிய அநியாயம் என்று மிக வெறுத்துக் கூறுகிறார். அவருடைய உணர்ச்சியலைகளில் உவமைகள் பல பொங்கி வருகின்றன.

கோயில் பூசை செய்வோர்சிலையைக்
கொண்டு விற்றல் போலும்
வாயில் காத்து நிற்போன்வீட்டை
வைத்து இழத்தல் போலும்
ஆயிரங் களானநீதி
அவை உணர்ந்த தருமன்
தேயம் வைத்து இழந்தான்சீச்சீ
சிறியர் செய்கை செய்தான்
நாட்டு மாந்தர் எல்லாம்தம்போல்
நரர்கள் என்று கருதார்
ஆட்டு மந்தையாம் என்றுஉலகை
அரசர் எண்ணி விட்டார்
காட்டும் உண்மை நூல்கள்பலதாம்
காட்டினார் களேனும்
நாட்டு ராஜ நீதிமனிதர்
நன்கு செய்ய வில்லை.

பழைய கதையைச் சொல்பவர். இன்றைய உலக நாடுகளின் ஆட்சியாளர்கள் செய்யும் தவறுகளை நினைந்து குமுறுகிறார்:

ஓரம் செய்தி டாமேதருமத்து
உறுதி கொன்றிடாமே
சோரம் செய்திடாமேபிறரைத்
துயரில் வீழ்த்திடாமே
ஊரை ஆளும் முறைமைஉலகில்
ஓர்புறத்தும் இல்லை
சாரம் அற்ற வார்த்தைமேலே
சரிதை சொல்லுகின்றோம்.

சூதில் திரௌபதியை வைத்து இழக்கும்போது பாரதியாரின் நெஞ்சில் அனல் வீசுகிறது. பாரதத் தாயின் துயரத்தையே அந்தக்

கதை நிகழ்ச்சியில் காண்கிறோம். இது என்ன கொடுமை என்று சீறு கிறார்.

கேள்விப் பொருளினையேபுலைநாயின்முன்
வென்றிட வைப்பவர்போல்
நீள்விட்டப் பொன்மாளிகைகட்டிப் பேயினை
நேர்ந்து குடியேற்றல்போல்
ஆள்விற்றுப் பொன்வாங்கியேசெய்தபூனை ஒரு
ஆந்தைக்குப் பூட்டுதல்போல்
கேள்விக்கு ஒருவர் இல்லைஉயிர்த்தேவியைக்
கீழ்மக்கட்கு ஆள் ஆக்கினான்
செருப்புக்குத் தோல் வேண்டியேஇங்குக் கொல்வாரோ
செல்வக் குழந்சதையினை?
விருப்புற்ற சூதினுக்கேஒத்த பந்தயம்
மெய்த்தவப் பாஞ்சாலியோ?

பாஞ்சாலியைச் சூதில் வென்று துரியோதனன் அவளைச் சபைக்கு அழைத்துவருமாறு ஆணையிடுகிறான். அவன் தம்பி துச்சாதனன் அவளுடைய கூந்தலைப் பற்றி இழுத்து வருகிறான். பாரதியார் கதையில் குறுக்கிட்டுப் பேசுகிறார். அந்த அத்தினாபுரியாகிய பெரிய நகரத்தில் அப்போது அந்த வழியில் நின்று கண்டவர்கள் மக்களா, உணர்ச்சியுள்ளவர்களா, உணர்ச்சியற்ற மரங்களா, துச்சாதனனை மிதித்து உதைத்துத் தள்ளாமல் பார்த்திருந்தார்களே என்று கடுமை யாகப் பழித்துப் பேசுகிறார்:

ஐயகோ என்றே அலறி உணர்வற்றுப்
பாண்டவர்தம் தேவியவள் பாதியுயிர் கொண்டுவர
நீண்ட கருங்குழலை நீசன் கரம்பற்றி
முன்னிழுத்துச் சென்றான்; வழிநெடுக மொய்த்தவராய்
என்ன கொடுமைஇது என்று பார்த்திருந்தார்.
ஊரவர்தம் கீழ்மை உரைக்கும் தரமாமோ?
வீரம்இலா நாய்கள்! விலங்காம் இளவரசன்
தன்னை மிதித்துத் தாரதலத்தில் போக்கியே
பொன்னை அவன் அந்தப் புரத்தினிலே சேர்க்காமல்
நெட்டை மரங்கள்என நின்று புலம்பினார்
பெட்டைப் புலம்பல் பிறர்க்குத் துணையாமோ

இவ்வாறு பழித்துக் கூறும் சொற்களில், பாரத நாட்டை

அடிமைப்படுத்திவிட்டு வெறும் பேச்சோடு வீண்காலம் கழிக்கும் உணர்ச்சியற்ற மக்களைப் பழிக்கும் ஆத்திரமும் புலப்படுகிறது. இறுதியில் பாண்டவரும் பாஞ்சாலியும் கூறும் சபத மொழிகளில், நாட்டு விடுதலைக்காக மக்கள் கூறவேண்டிய உறுதிமொழி உள்ளது எனலாம்.

இந்தப் பாடல்களைப் பாரதியாரே சில முறை பாடிச் சுவைத்திருப்பார். சில சிந்துகளுக்கு;

லாலல லாலல லாலல லல
லால லாலல லாலலா

முதலான மெட்டுகள் அமைத்துக் கொடுத்திருக்கிறார். "சம்பாஷணைகள் முதலியவற்றைத் திரனுடனும் உண்மையுடனும் காட்டுவதற்கு இப்பாட்டில் நடை மிகவும் சௌகர்யம் ஆதலைப்பாடிப் பார்த்து உணர்ந்துகொள்க" என்று அவரே குறிப்பும் எழுதி, நடை பயன்படும் சிறப்பை விளக்கியுள்ளார்.

லால லாலலா லா லாலா
லால லாலலா லா

என்ற மெட்டு உள்ள சிந்துகைளை விளக்குமிடத்தில், "தெருவில் ஊசிகளும் பாசிமணிகளும் விற்பதோடு பிச்சை எடுக்கவும் செய்கிற பெண்கள் 'மாயக்காரனம்மா-கிருஷ்ணன்-மகுடிக்காரன் அம்மா" என்று பாடும் நடை; சூதாட்ட வருணனைக்கும் அதில் ஏற்படும் பரபரத்த வார்த்தைகளையும் செய்கைகளையும் விளக்குவதற்கும் இந்நடை மிகவும் பொருந்தியது என்பது எளிதிலே காணப்படும்" என்று பாரதியார் எழுதியிருக்கிறார். தெருவில் ஊசிவிற்றுப் பிச்சை எடுக்கும் பெண்கள் பாடும் பாட்டின் மெட்டையும் பாரதியார் கவனித்துப் போற்றியிருக்கிறார் என்பதும், அதன் கலைத் தன்மையை யும் தம் பாடல்களுக்குப் பயன்படுத்தியிருக்கிறார் என்பதும் இந்தக் குறிப்புகளால் விளங்குகின்றன. இவ்வாறு எளியநடையில் எழுதி எல்லாரும் படித்துப் பயன்பெறச் செய்ய வேண்டும் என்ற அவருடைய ஆசையை அவர் பாஞ்சாலி சபதத்திற்கு எழுதிய முகவுரையாலும் அறியலாம்; "எளிய பதங்கள், எளிய நடை, எளிதில் அறிந்துகொள்ளக் கூடிய சந்தம், பொதுஜனங்கள் விரும்பும் மெட்டு இவற்றினை உடைய காவியம் ஒன்று தற்காலத்திலே செய்து தருவோன் நமது தாய்மொழிக்குப் புதிய உயிர் தருவோன் ஆகின்றான். ஓர் இரண்டு வருஷத்து நூற்பழக்கம் உள்ள தமிழ் மக்கள் எல்லோருக்கும் நன்கு

பொருள் விளங்கும்படி எழுதுவதுடன், காவியத்துக்கு உள்ள நயங்கள் குறைவுபடாமலும் நடத்துதல் வேண்டும்... தமிழ் ஜாதிக்குப் புதிய வாழ்வு தர வேண்டும் என்ற கங்கணம் கட்டி நிற்கும் பராசக்தியே என்னை இத்தொழிலிலே தூண்டினால் ஆதலின், இதன்நடை நம்மவர்க்குப் பிரியம் தருவதாகும் என்றே நம்புகிறேன்" என்று எழுதித் தம் இலக்கியத் தொண்டின் ஆசையை விளக்கினார்.

குயில்பாட்டு ஒரு கற்பனைக் களஞ்சியம்; காதல்பற்றிய புதிய படைப்பு. அதில் வரும் தலைவன் கவிஞரே; அவருடைய காதலே குயில். புதுச்சேரியில் ஒரு மாஞ்சோலையில் இயற்கைச் சூழலில் குயில் காணப்படுகிறது; அதன் இனிய குரலின் இசை சோலையிலே பரவுகிறது. மின்னலின் சுவை மெல்லியதாய் இனிமையானதாய்ப் பரவுவதுபோல் உள்ளதாம். நனவுலகம் மறைந்து, கவிஞர் கனவு காணத் தொடங்குகிறார்:

இன்னமுதைக் காற்றினிடை எங்கும் கலந்ததுபோல்
மின்னல் சுவைதான் மெலிதாய் மிக இனிதாய்
வந்து பரவுதல்போல், வானத்து மோகினியாள்
இந்தஉரு எய்தித்தன் ஏற்றம் விளக்குதல்போல்
இன்னிசைத் தீம்பாடல் இசைத்திருக்கும் விந்தைகளை
முன்னிக் கவிதைவெறி மூண்டே நனவுஅழியப்
பட்டப் பகலிலே பாவலர்க்குத் தோன்றுவதாம்
நெட்டைக் கனவின் நிகழ்ச்சியிலே கண்டேன் யான்.

இப்படிக் கவிஞரின் கனவிலே தொடங்குகிறது. குயில்பாட்டு. கவிஞர் தம் மனிதஉரு நீங்கிக் குயில் உருவம் வாராதோ என்று ஏங்கும் அளவிற்கு அந்தக் குயிலின் இசை அவருடைய உள்ளத்தை உருக்கிவிடுகிறது. குயிலின்மேல் காதல் வளர்கிறது. அந்தக் குயிலோடு கூடிவாழ ஆசைப்படுகிறார். குயிலின் இசையாகிய கனலில் தம் உயிரைப் போக்க வேண்டும் என்று விரும்புகிறார். கனவிலே குயில் பேசுகிறது. தன பழைய பிறப்பின் நிகழ்ச்சிகளை எடுத்துக் கூறுகிறது. தன் கதை எல்லாம் சொல்லி முடித்தபின் குயில் கவிஞருடைய கையில் வீழ்கிறது. கவிஞர் அதை முத்தமிடுகிறார். உடனே குயில் மறைய, பெண் ஒருத்தி அங்கே நிற்கிறாள். 'இவள் அழகை எப்படித் தமிழில் சொல்வேன்!" என்று கவிஞர் திகைக்கிறார். சொல்ல முயல்கிறார். கவிதையாகிய பழத்தைப் பிழிந்து சாறு எடுத்து, இசை நாட்டியம் என்னும் கலைகளின் சாரத்தை அதனோடு சேர்த்து இனிய அமிழ்தத் தையும் கலந்து, காதல் என்னும் வெயிலில் உலர்த்திக் கட்டியாக்கி

அதனால் செய்யப்பட்டதே அந்தப் பெண்ணின் மேனி என்கிறார். உடனே கவிஞரின் கனவு கலைகிறது. கண்விழித்துப் பார்க்கிறார்.

பிறகு விழிதிறந்து பார்கையிலே
சூழ்ந்திருக்கும் பண்டைச் சுவடி எழுதுகோல்
பத்திரிகைக் கூட்டம் பழம்பாய் வரிசை எல்லாம்
ஒத்திருக்க 'நம்வீட்டில் உள்ளோம்' என உணர்ந்தேன்

இவ்வாறு மீண்டும் நனவுலகிற்கு வருகிறார் கவிஞர் (தம் வறுமையின் அடையாளமான பழைய பாயையும் நமக்குக் காட்டுகிறார்). இவ்வாறு அமைத்த குயில் பாட்டு, கற்பனைச் சுவை மிகுந்த புதுவகைக் கவிதையாக உள்ளது.

பாரதியாரின் புரட்சி மனப்பான்மை-சீர்திருத்த மனப்பான்மை-அவருடைய வாழ்வில் விளங்கியதுபோலவே பாடல்களிலும் தெளிவாகிறது. அரிஜனர் ஒருவரிடம் அந்தக் காலத்திலேயே புதுச்சேரியில் தம் உறவினர்போல் ஆர்வம்கொண்டு அன்பு செலுத்தினார். அவருக்குப் பூணூல் அணிவித்து அன்றுமுதல் அவரைப் பிராமணர் என்று பாராட்டினார். குழந்தைகளுக்காக எழுதிய பாப்பாப் பாட்டில், அந்த இள மனங்களில் சாதி வேறுபாடு பேரூன்றக்கூடாது என்ற உயர்ந்த நோக்கம் கொண்டு,

சாதிகள் இல்லைஅடி பாப்பாகுலத்
தாழ்ச்சி உயர்ச்சி சொல்லல் பாவம்

என்று பாடினார்.

பாரதியாரின் உரைநடையில் அமைந்த பாட்டுப் போன்ற கருத்துக்கோவைகளும் கற்பனைச் சொல்லோவியங்களும் பல உள்ளன. அவை அல்லாமல் அவர் எழுதிய நூற்றுக்கணக்கான கட்டுரைகள் உள்ளன. அவர் அவ்வப்போது தாம் நடத்திய இதழ்களுக்காக எழுதிய பலவகைக் கட்டுரைகளும் சுவையானவை. அவற்றுள் பல இன்றும் இலக்கியச் செல்வமாக வாழும் தகுதி படைத்தவை.

தெளிவுறவே அறிந்திடுதல், தெளிவுதர மொழிந்திடுதல்,
சிந்திப் பார்க்கே
களிவரை உள்ளத்தில் ஆநந்தக் கனவுபல
காட்டல், கண்ணீர்த்
துளிவளரஉள் உருக்குதல் இங்குஎல்லாம் நீ அருளும்
தொழிலகள் அன்றோ

ஒளிவளரும் திழ்வாணி! அடியனேற்கு இவை அனைத்தும்
உதவு வாயே

என்று கலைமகளிடம் பாரதியார் வேண்டியார். வேண்டியவாறே பெற்றார். தெளிவாக அறிதல், தெளிவாக மொழிதல், கற்பவரின் உள்ளத்தைக் களிப்பித்து உருக்குதல் என்னும் அந்தப் பண்புகளைப் பாரதியாரின் செய்யுள் நடையில் காண்பதுபோலவே உரைநடையிலும் காணலாம். எங்கும் உணர்ச்சி, எங்கும் தெளிவு, எங்கும் புதிய வேகம், எங்கும் உயர்நத நோக்கம் இவற்றையே அவருடைய கட்டுரைகளில் காண்கிறோம். மொழிபெயர்ப்புத்துறையிலும் அவர் தொண்டு பாராட்டத்தக்கது. தாகூருடைய சிறுகதைகள் சிலவற்றையும் அவர் மொழிபெயர்த்தார். பகவத் கீதையை எடுப்பான நடையில் தமிழாக்கித் தந்துள்ளார். அவர் தொட்ட துறைகள் எல்லாம் புதிய ஒளி பெற்றன. பாரதியாரின் எழுத்தாற்றல் அத்தகையது.

பாரதிதாசன்

இருபதாம் நூற்றாண்டில் தமிழில் பாரதியாருக்கு அடுத்தபடி புகழ்பெற்று விளங்கும் கவிஞர் 'புரட்சிக்கவிஞர்' எனப்படும் பாரதிதாசன் (1891-1964). அவருடைய பெயர் கனகசுப்புரத்தினம். பதுச்சேரியில் பாரதியார் அரசியல் காரணத்தால் ஒதுங்கியிருந்த காலத்தல் அவருடன் நெருங்கிப்பழகி அன்பையும் பாராட்டையும் பெற்று, அதனால் பாரதிதாசன் என்று புனைபெயர் வைத்துக் கொண்டார். அவருடைய வாழ்வில் அரசியல் கட்சிகளின் தொடர்பும் ஏற்பட்டது. தமிழாசிரியராகப் பணிபுரிந்தார்; இதழ் ஆசிரியராகப் பணிபுரிந்தார்; திரைப்படத் துறையிலும் தொடர்பு இருந்தது. எல்லாவற்றிற்கும் மேலாக அவருக்குத் தமிழ் மக்களின் உள்ளத்தில் வாய்த்த இடம் 'புரட்சிக்கவிஞர்' என்பது ஆகும்.

அவருடைய கவிதைகளில் இனிய இசைநயம் உண்டு; உணர்த்தும் கருத்துகளில் உணர்ச்சிப்புயல் வீசும் அவர் கையாளும் சொற்கள் மக்களுக்கு நன்கு பழக்கமான எளிய சொற்களே. ஆனால் அந்தச் சொற்கள் அவருடைய கவிதையில் அமையும்போது, நிகரற்ற வேகம் கொண்டு நிற்கும்; ஆற்றல் மிகுந்த கூரிய கருவிகளாகி விடும்; உணர்த்த விரும்பியவற்றை அழுத்தமாக, திட்பமாக உணர்த்தும் வன்மை அந்தச் சொற்களுக்குப் பிறந்து விடும். தமிழில் மரபாக வந்துள்ள யாப்பைப் பெரும்பாலும் பயன்படுத்தியுள்ளார்; நாட்டுப் பாடலில் பயின்ற சிந்து முதலியவற்றையும் கையாண்டுள்ளார்; இசையுலக

மெட்டுகளையும் எடுத்தாண்டிருக்கிறார். புதுவகையான செய்யுள் வகைகளையும் இயற்றியிருக்கிறார். கழைக்கூத்தரின் ஆட்டத்தைக் கவனித்து, அவர்களின் ஆடலோடு பொருந்திய இசையையும் பயன்படுத்திப் பாடல் ஒன்று இயற்றியிருக்கிறார். அதை அவரே நடத்திய 'குயில்' என்ற இதழில் வெளியிட்டார். கழைக்கூத்தாடியின் ஓசையின்பத்திற்காகவும் அதைப் படிக்கலாம்; தமிழ்ச் சொற்கள் அந்த ஓசைக்கு ஏற்றவாறு கூத்தாடுவதைக்கேட்டு இன்புறலாம்; அந்தப் பாட்டுவாயிலாகத் தமிழ்ச் சமுதாயத்திற்கு புத்துயிர் ஊட்ட விரும்பும் ஆர்வத்திற்காகவும் அதைக்கற்கலாம். தமிழினம் எலும்புக்கூடாக இருக்கிறதாம். அதில் சதையும் இல்லையாம்; சத்தும் இல்லையாம். அதற்குச் சதையும் சத்தும் தந்து புத்துயிர் ஊட்டுகிறார் கவிஞர். ஒரு பகுதி வருமாறு:

திடுதிடும் திடுதிடும் திடுதிடும் திடுதிடும்
திடுதிடும் திடுதிடும் திடுதிடும் திடுதிடும்
அஃகஃக கும்பிட்றேன் அல்லா ருக்கும்
அஃகஃக வரிஞ்சலா அமந்திருங்க
மக்களெ பெத்த மகராசருங்க...

என்னடா தம்பி?
ஏண்டா அண்ணா?
இதோபார் தம்பி எலும்புக் கூடு!
சதையும் இல்லே சத்தும் இல்லே
ஆமாம் திடுதிடும் அதுக்குப் பேர்என்னா?...
இந்த மருந்துக்கு என்னா பேரு?
உள்ளே தொட்டா உசிரில் இனிக்கும்;
தெள்தமிழ் தம்பி தெள்ளுதமிழ் இதுதான்!
இந்த மருந்தே எலும்புக் கூட்டில்
தடவறேன் தம்பி அடிமோ னத்தை!
திடுதிடும் திடுதிடும் திடுதிடும் திடுதிடும்

சிரித்தது பாரடா செந்தமிழ்க் கூடு!
விரிந்தது பாரடா அழிந்தநம் நாடு!
பாடுது பாரடா பைந்தமிழ் நாடு!
தாயி மாரே தகப்ப மாரே
மாயம்இல்லை மந்திரம் இல்லை
கருத்து வேணும் நம்ப
வருத்தம் நீங்க தேடணும் வழியே!

இந்த வகையான மொழி உணர்ச்சியையும் தமிழ்நாட்டு உணர்ச்சியையும் அவர் கணக்கற்ற பாடல்களின் வாயிலாக ஊட்டியிருக்கிறார். தனி நூலாகவும் 'தமிழ் இயக்கம்' என்று இவ்வகையான பாடல்கள் வெளிவந்துள்ளன.

பொதுவுடைமை என்னும் புதுக்கொள்கையை வரவேற்கும் ஆர்வம் அவருடைய பாடல்களில் நிரம்பக் காணலாம். உழைப்பாளிகள் நிமிர்ந்து வாழும் வாழ்வை ஆர்வமுடன் வரவேற்றுப்பாடும் கவிஞர் அவர். பூஞ்சோலைகளைப் பார்த்தும், நன்செய் வயல்களைப் பார்த்தும், தாமரைத் தடாகங்களைப் பார்த்தும் கேட்கிறார்; "உங்களை எல்லாம் இவ்வாறு அமைத்தவர்கள் யார்? உழைத்துப்பாடுபட்ட தொழிலாளிகள் தானே?" என்கிறார்.

சித்திரச் சோலைகளேஉமை நன்கு
திருத்தஇப் பாரினிலேமுன்னர்
எத்தனை தோழர்கள் ரத்தம் சொரிந்தனர்
ஓஉங்கள் வேரினிலே

நித்தம் திருத்திய நேர்மையி னால்மிகு
நெல்விளை நன்னிலமேஉனக்கு
எத்தனை மாந்தர்கள் நெற்றி வியர்வை
இறைத்தனர் காண்கிலமே.

தாமரை பூத்த தடாகங் களேஉமைத்
தந்தஅக் காலத்திலேஎங்கள்
தூய்மைச் சகோதரர் தூர்ந்து மறைந்ததைச்
சொல்லவோ ஞானலத்திலே.

நீண்ட பெருஞ்சாலைகளை அமைக்க அந்திப்பொழுது வரையில் உழைத்தார்கள் எத்தனையோ தொழிலாளர்கள்! யந்திரப் பெருந் தொழிற்சாலைகளை அமைக்க அவர்கள் உடல் வருந்திப் பாடுபட்டார்கள்! அந்தப் பாதைகளையும் யந்திரங்களையும் விளித்துப் பாடுகிறார். கடைசியில் உலகைப் பார்த்தே கேட்கிறார்; "உலகமே! நீ சாட்சி அல்லவா! இப்போது செல்வர்கள் அதை உணராமல் வாழ்கிறார்கள். அது நீதியா?" என்று பாடுகிறார்.

தீரும் என்றால் உயிர்போகும் எனச்சொல்லும்
செல்வர்கள் நீதி நன்றோ?

இனிக் காலம் மாறிவிட்டதாம்; முன்போல உழைப்பாளிகள்

செல்வர்களிடம் கெஞ்சிக் கேட்கப்போவதில்லையாம்; பயம் நீங்கி விட்டதாம்.

கிலியை விடுத்துக் கிளர்ந்தெழுவார் இனிக்
கெஞ்சும் உத்தேசம் இல்லைசொந்த
வலிவுடையார் இன்ப வாழ்வுடையார் இந்த
வார்த்தைக்கு மோசம் இல்லை.

"புதிய உலகை அமைப்போம்! பழைய சீர்கெட்ட அமைப்பை அழிப்போம்" என்று எழுச்சியுடன் பாடுகிறார்.

புதியதோர் உலகம் செய்வோம்கெட்ட
போரிடும் உலகத்தை வேரோடு சாய்ப்போம்.

பாண்டியன் பரிசு என்ற சிறு காப்பியத்தில், வருங்கால உலகைக் கற்பனை செய்து பாடுகிறார்:

எல்லார்க்கும் எல்லாம்என்று இருப்ப தான
    இடம்நோக்கி நடக்கின்றது இந்த வையம்
கல்லாரைக்காணுங்கால் கல்வி நல்காக்
    கசடர்க்குத் தூக்குமரம் அங்கே உண்டாம்
நல்லோரே எல்லாரும் அவ்வை யத்தில்
    நமக்கென்ன கிழியட்டும் பழம் பஞ்சாங்கம்!

பழைய கண்மூடி வாழ்க்கையைப் பழம் பஞ்சாங்கம் என்கிறார். அது கிழிந்து ஒழிவதைப்பற்றிக் கவலை இல்லை என்கிறார்.

சாய்ந்த தராசு என்னும் பாடலிலும், பலர் வாடச் செய்து சிலர் இன்பமாய் வாழும் கொடுமையைக் கடிந்து பாடியுள்ளார். பலர் ஏழைப்பராம்; ஓடப்பராம்; சிலர் உயரப்பராம் ஏழையப்பர் எல்லாரும் உதையப்பர் ஆகிவிட்டால், ஓடப்பர், உயரப்பர் எல்லாரும் ஒப்பப்பர் ஆகிவிடுவார்களாம்.

"தளை அறு" என்பதும் அழகான பாடல். உழைப்பவர்கள் நீர் நிரம்பிய கடலைப் போன்றவர்களாம். உழைப்பின் பயனை நுகர்வோர், கடலில் மிதக்கும் ஓடங்களைப் போன்றவர்களாம். புயல் வந்து மோதுமானால், ஓடங்களின் கதி என்னவாகும்? அதை உணர வேண்டுமே என்று பாடுகிறார்.

மூட நம்பிக்கையையும் கண்மூடிப் பழக்கங்களையும் ஆத்திரம் கொண்டு எதிர்த்து வந்தவர் பாரதிதாசன். சாதி வேற்றுமையைப்

பெரிய கொடுமை என்று சாடியவர் அவர். "இருட்டறையில் உள்ள தடா உலகம்; சாதி இருக்கின்றது என்பவனும் இருக்கின்றானே" என்று கொதிப்புற்றவர் அவர். குழந்தைகளுக்குத் தாலாட்டு என்ற வகையில் பாடிய பாட்டிலும் இந்த எதிர்ப்புணர்ச்சியை அமைத்து "மூடத்தனத்தைப் போக்கி நல்ல சமுதாயத்தை ஆக்குவதற்குப் பிறந்த குழந்தை அல்லவா நீ!" என்று பாடுகிறார்.

மூடத் தனத்தின் முடைநாற்றம் வீசுகின்ற
காடு மணக்கவரும் கற்பூரப் பெட்டகமே.
வேண்டாத சாதி இருட்டு வெளுப்பதற்குத்
தூண்டா விளக்காய்த் துலங்கும் பெருமாட்டி!

இது பெண் குழந்தைத் தாலாட்டு. ஆண் குழந்தைத் தாலாட்டு வேறு பாடியுள்ளார். அங்கும் இந்தப் புத்துணர்ச்சியை ஊட்டுகிறார். மூடநம்பிக்கைகளில் ஆழ்ந்துள்ளவர்கள் மாடுகளாம். அந்த மாடுகளை அடக்கித் திருத்தவந்த வீரக் குழந்தையாம் அது!

வாடப் பலபுரிந்து வாழ்வை விழலாக்கும்
மூடப் பழக்கத்தைத் தீது என்றால் முட்டவரும்
மாடுகளைச் சீர்திருத்தி வண்டியிலே பூட்டவந்த
ஈடற்ற தோளா! இளந்தோளா! கண்ணுறங்கு.

சில செய்யுள் நாடகங்களையும் கவிஞர் இயற்றியுள்ளார். அவற்றிலும் புதுமைக் கருத்துகளை அமைத்துப் பழைய தீமைகளை எதிர்த்துத் தாக்கியுள்ளார். கடவுள் நம்பிக்கை அகற்ற அவர், பழைய சமய நம்பிக்கைகளையும் எதிர்த்து எழுதியுள்ளார்.

முதல்முதல் வெளியான அவருடைய கவிதைத் தொகுப்பு 'பாரதிதாசன் கவிதைகள்' என்பது. அந்தப் பாடல்களில் அவர் பாரதியாரை அடியொற்றிப் பாடியிருக்கிறார். அவற்றில் விழுமிய உணர்ச்சிகளையும் நோக்கங்களையும் காணலாம். உலகம் ஒரு குடும்பம் என்ற பரந்த பார்வையையும் காணலாம். 'சஞ்சீவி பர்வதத்தின் சாரல்' என்னும் சிறு காப்பியத்தையும் அதில் சேர்த்துள்ளார். பிற்காலத்தில், தமிழின் உணர்ச்சியும் வீர முழக்கமும் மிகுந்த 'பாண்டியன் பரிசு,' 'தமிழச்சியின் சக்தி,' 'வீரத்தாய்,' 'எதிர்பாராத முத்தம்,' 'காதலா கடமையா' என்னும் அரிய காப்பியங்கள் பலவற்றைப் படைத்தார்.

'குடும்ப விளக்கு,' 'இருண்ட வீடு' இரண்டும், தேர்ந்த படைப்புகள், கவிஞர் நல்ல குடும்பத்தின் அமைதியான இன்ப

வாழ்வைப் பார்த்து மகிழும் காட்சியை முன்னதில் காணலாம். பின்னதில், அன்பான குடும்பத்திற்கு ஆகாதவற்றைக் கற்பனை செய்து காட்டுகிறார். கற்பனைகள் எல்லாம் வாழ்வை ஒட்டிய கற்பனைகளே; வெறுங்கற்பனைகள் அல்ல.

'அழகின் சிரிப்பு' என்ற தொகுப்பு தமிழிலக்கியத்திற்கு அழகு செய்யும் பாடல்களைக் கொண்டது. எல்லாம் இயற்கையின் அழகைப் பாடுவனவே; இயற்கையை அதன் அழகு விருந்துபற்றியே போற்றிப் பாடும் தமிழ்ப் பாடல்களில் அவற்றிற்கு இணையானவை இல்லை எனலாம். அழகு நங்கை களிநடம் புரியும் இடங்களைக் கவிஞர் அடுக்கிக் கூறுகிறார். ஒரு பாடல் காண்போம்.

சிறுகுழந்தை வழியினிலே ஒளியாய் நின்றாள்
    திருவிளக்கில் சிரிக்கின்றாள் நாரெடுத்து
நறுமலரைத் தொகுப்பாளின் விரல்வளைவில்
    நாடகத்தைச் செய்கின்றாள்; அடடே செந்தோள்
புறத்தினிலே கலப்பையுடன் உழவன் செல்லும்
    புதுநடையில் பூரித்தாள் விளைந்த நன்செய்
நிறத்தினிலே என்விழியை நிறுத்தி னாள்என்
    நெஞ்சத்தில் குடியேறி மகிழ்ச்சி செய்தாள்.

இவ்வாறு அழகைப் பாடும் இடங்களிலும் கவிஞர் உழைப்பாளி யாகிய உழவனை மறக்கவில்லை. தோளில் கலப்பை ஏந்தி உழவன் நடக்கும் நடையில் புதுமை உள்ளதாம். அந்தப் புதுநடையில் அழகுப் பெண் பூரிப்பு அடைகின்றாளாம்.

தமிழ்மொழி, தமிழ்நாடு, தமிழினம் என்று உணர்ச்சியுடன் பாடிய கவிஞர்க்கு உலக நோக்கமும் குறைவில்லாமல் இருந்தது. உலக நோக்கம் என்று உணரும்போது, வீடு, தெரு என்ற எல்லைகள் போல் நாடும் சிறிய எல்லையாகிவிடுகிறது. மனிதன், மனிதர் என்ற எண்ணம் மேலோங்க வேண்டுமாம். இந்த உயர்ந்த எல்லையில் ஏறி நின்று, உலகில் உள்ள மனிதப் பரப்பை-கடல் போன்ற மனித சமுதாயத்தைப் பார்க்க வேண்டுமாம்.

நாட்டொடு நாட்டை இணைத்து மேலே
ஏறு! வானை இடிக்கும் மலைமேல்
ஏறு, விடாமல் ஏறு மேன்மேல்!
ஏறி நின்று பாரடா இப்புவி மக்களை;
எங்கும் பாரடா இப்புவி மக்களை;

பாரடா உனதுமானிடப் புரப்பை!
பாரடா உன்னுடன் பிறந்த பட்டாளம்...
மக்கள் பெருங்கடல் பார்த்து மகிழ்ச்சிகொள்...
மானிட சமுத்திரம் நான் என்று கூவு.

சாதி சமயம் குலம் இனம் நிறம் நாடு முதலான எல்லாப் பிரிவுகளையும் கடந்து நோக்கும் உலக நோக்கத்தை மிக அழகாக, எளிய சொற்களில் உணர்ச்சி ஊட்டி உரைக்கிறார்.

பாரதிதாசனுடைய நடை அவருடைய உள்ளம் போலவே. வேகம் மிகுந்தது; பொருள் விளங்காத அருஞ்சொற்கள் அவருடைய பாடல்களில் இல்லை; எல்லாம் பலரும் வழங்கும் எளிய சொற்களே! அந்தச் சொற்களுக்கு அவர் ஊட்டும் வேகத்தையும் ஆற்றலையும் என்ன என்பது! எதையுமே உள்ளத்து உணர்ச்சி இல்லாமல் சொல்ல அறியாதவர் அவர்! எதையாவது வெறுத்தால், மிகக் கடுமையாக வெறுத்துத் தள்ளுவார்; பழித்தால் மிகக் கடுமையாகப் பழிப்பார்; அவருடைய தாக்குதல், வாள் வீச்சைவிடக் கடுமையானது. இவ்வளவு வேகமும் கடுமையும் ஆற்றலும் நிரம்பிய பாடல்கள், பழைய மரபாக வந்த எளிய விருத்தங்கள்; அல்லது எளிய சிந்துமெட்டுகள்; அல்லது சிறுசிறு கண்ணிகள். எளிய பாட்டு வடிவங்களை இவ்வளவு வேகமான உணர்ச்சிகளுக்குப் பயன்படுத்திய அவருடைய திறன் போற்றத் தக்கது.

அவர் இசையுலகத்திற்காகப் பாடிய பாடல்களும் சில உள்ளன. இசை நல்ல வடிவத்தில் புலப்படுமாறு அந்தப் பாடல்கள் அமைந்துள்ளன. அவற்றுள் சில பாடல்களில் குறைவும் இனிமையும் உள்ளன. சிறப்பாக, காதல் பாடல்கள் அத்தகையவை.

தேசிகவிநாயகம் பிள்ளை

கவிமணி தேசிக விநாயகம் பிள்ளை (1876-1954) பழைய மரபின் படியும் புதிய முறைகளின் படியும் கவிதைகள் இயற்றியவர். அவருடைய வாழ்க்கை அமைதியும் எளிமையும் இனிய பண்புகளும் நிரம்பியது. அவர் இயற்றிய கவிதைகளிலும் அமைதி எளிமை இனிமை ஆகிய இயல்புகளைக் காணலாம். போராட்டமும் பரபரப்பும் மிகுந்த காலத்தில் வாழ்ந்தபோதிலும், அவருடைய கவிதைகள் அமைதியும் இனிமையும் உடையனவாக விளங்கியது விந்தையே. வெண்பா இயற்றுவதில் வல்லவர் அவர். அந்த வெண்பாக்களின் நடையும் ஒருவகைச் சிக்கலும் இல்லாமல் எளியதாய்ச் செல்லும்; கருத்துகள்

நேரே அமைந்து தெளிவாகப் புலப்படும். அவர் முற்போக்கான சீர்திருத்தக் கருத்துகள் உடையவர். அவற்றையும் எளிய இனிய வடிவிலே தருவதால், கற்பவர் நெஞ்சில் அமைதியாகவே பதிகின்றன. 'கோயில் வழிபாடு' என்பது அப்படிப்பட்ட பாட்டு ஆகும்.

  கோவில் முழுதும் கண்டேன்உயர்
   கோபுரம் ஏறிக் கண்டேன்
  தேவாதி தேவனையான்தோழி
   தேடியும் கண்டிலனே.
  சிற்பச் சிலை கண்டேன்நல்ல
   சித்திர வேலை கண்டேன்
  அற்புத மூர்த்தியினைத்தோழி
   அங்குளங்கும் கண்டிலனே!
  தூபம் இடுதல் கண்டேன்தீபம்
   சுற்றி எடுத்தல் கண்டேன்
  ஆபத்தில் காப்பவனைத்தோழி
   அங்கேயான் கண்டிலனே.
  கண்ணுக்கு இனிய கண்டுமனதைக்
   காட்டில் அலைய விட்டுப்
  பண்ணிடும் பூசை யாலேதோழி
   பயன் ஒன்று இல்லை அடி.
  உள்ளத்தில் உள்ளான் அடி அது நீ
   உணர வேண்டும் அடி
  உள்ளத்தில் காண்பாய்எனில்கோவில்
   உள்ளேயும் காண்பாய்அடி.

  இவ்வாறு புதுமுறையில் பாடிய பாடல்களோடுபழைய மரபை ஒட்டிப் பாடிய அழகம்மை விருத்தம் முதலான பாடல்களையும் காணலாம்.

  சென்ற நூற்றாண்டில் ஆங்கில அறிஞர் எட்வின் ஆர்னால்ட் எழுதிய 'ஆசிய ஜோதி' (*Light of Asia*) என்பதைத் தேசிய விநாயகம் பிள்ளை தமக்குக் கைவந்த இனிய நடையில் அழகாகத் தழுவி எழுதியுள்ளார். அவை அவருடைய தனிப்படைப்புப் போலவே அவ்வளவு புதுமையும் சுவையும் கலந்து விளங்குகின்றன. புத்தரிடம், இறந்த குழந்தையை எடுத்துவந்து உயிர் பெற்றுத் தர வேண்டும் என்று உருகிக் கேட்கும் தாயின் துயர உணர்ச்சியை மிக நெகிழ்வான பாடல்களாய்த் தருகிறார்:-

பெற்ற வயிறு துடிக்கு தையாஒரு
　　பிள்ளையும் வேறுஎனக்குஇல்லை ஐயா
உற்ற உறவினர் இல்லை ஐயாஎன்மீது
　　உள்ளம் இரங்கிட வேணும் ஐயா.

இது தாயின் வேண்டுகோள்.

வாய்முத்தம் தாராமல்
　　மழலையுரை ஆடாமல்
சேய்கிடத்தல் கண்டுஎனக்குச்
　　சிந்தை தடுமாறுது ஐயா.
முகம்பார்த்துப் பேசாமல்
　　முலைப்பாலும் உண்ணாமல்
மகன்கிடக்கும் கிடைகண்டு
　　மனம்பொறுக்கு தில்லை ஐயா
தாயாகி உள்ளம்
　　தருக்கி இருந்ததுபோய்ப்
பேயாகி இன்று
　　பிணம்தூக்கி நிற்பேனோ

முதலான பாடல்களின் நடை தாயின் துயர உணர்ச்சியை நேரே எடுத்துரைக்கின்றன.

பாரசீகக் கவிஞர் உமர்கயாம் பாடல்களின் ஆங்கில மொழி பெயர்ப்பாக எட்வார்ட் பிட்ஸ்ஜேரால்ட் எழுதியவற்றைத் தழுவி இவர் பாடியுள்ள பாடல்களும் நல்ல இலக்கியச் செல்வங்களே. தழுவல் ஆகையால், தயங்காமல் தமிழ்நாட்டுச் சூழ்நிலையை அவற்றில் அமைத்து விடுகிறார். அங்கு வரும் வள்ளல்கள் தமிழ் நாட்டுப் பாரி என்னும் வள்ளல்போல் வாரிக் கொடுத்தவர்களாம். உமர்கயாம் பாடல்களிலே தமிழ்நாட்டுக் கம்பரையும் காண்கிறோம்.

வெயிற்கு ஏற்ற நிழல்உண்டு
　　வீசும் தென்றல் காற்றுஉண்டு
கையில் கம்பன் கவிஉண்டு
　　கலசம் நிறைய மதுஉண்டு
தெய்வ கீதம் பல உண்டு
　　தெரிந்து பாட நீயும்உண்டு
வையம் தரும்இவ் வளம்அன்றி
　　வாழும் சொர்க்கம் வேறுஉண்டோ?

அதனால் அப்பாடல்களைப் படிக்கும்போது, மொழிபெயர்ப்பு, தழுவல் என்ற எண்ணங்களே தோன்றாமல் தமிழ்நாட்டுச் சிறந்த கவிதைகளைப் பாடி இன்புறுவது போன்ற உணர்ச்சி ஏற்படு கின்றது.

இவ்வாறே வேறு சில ஆங்கிலப் பாடல்களையும் தழுவி அழகான தமிழக் கவிதைகளாகத் தந்துள்ளார்.

பாரதியார்போல் இவரும் தமிழ் மக்களிடையே வழங்கிவரும் சில நாட்டுப்பாடல்களின் இசை வடிவங்களைப் பயன்படுத்திப் பாடல்கள் இயற்றியுள்ளார். 'ஆண்டிப்பண்டாரம்-உனை வேண்டிக் கொண்டேனே' என்பது ஒரு நாட்டுப்பாடல். அதை ஒட்டி, 'தீண்டாதார் விண்ணப்பம்' என்ற பாடலைப் பாடினார். 'நினைப்பது எப்போது நெஞ்சே' என்ற மெட்டிலும் தீண்டாமைபற்றி வருந்திப் பாடினார். ஆனந்தக்களிப்பு என்ற வடிவிலும் பாடல் இயற்றினார்.

இவருடைய உள்ளத்தில் கவிஞர் பாரதியார்க்குத் தனியிடம் உண்டு. கிராமத்தான் ஒருவன் நகரத்துக்குப் போனதாகவும், அங்கே யாரோ பாரதியின்பாடல்களைப் பாடக்கேட்டு வியந்ததாகவும், பிறகு தன்கிராமத்துககுத் திரும்பி வந்தபோது அக்கம் பக்கத்தார்க்குப் பாரதியின் பாடல்களின் பெருமைகளை எடுத்துப் பேசியதாகவும் கற்பனை செய்து ஆர்வம் நிரம்பிய பாடலைப் பாடியிருக்கிறார்.

பாட்டுக்கு ஒருபுலவன் பாரதிஅடாஅவன்
பாட்டைப் பண்ணோடு ஒருவன் பாடினான்அடா
கேட்டுக் கிறுகிறுத்துப் போனேனேஅடாஅந்தக்
கிறுக்கில் உளறுமொழி பொறுப்பாய்அடா
சொல்லுக்குச் சொல்லழகும் எறுமேஅடாகவி
துள்ளும் மறியைப்போல துள்ளுமேஅடா
கல்லும் கனிந்துகவி ஆகுமேஅடாபகங்
கன்றும்பால் உண்டிடாது கேட்குமேஅடா.
உள்ளம் தெளியும்ஒரு பாட்டிலேஅடடாமிக்க
ஊக்கம் பிறக்கும்ஒரு பாட்டிலேஅடா
கள்ளின் வெறிகொள்ளும்ஓர் பாட்டிலேஅடாஊற்றாய்க்
கண்ணீர் சொரிந்திடும்ஓர் பாட்டிலேஅடா.

வேடிக்கையான முறையில் கற்பனை செய்திருந்தாலும், இந்தப் பாடல்பாரதியின் கவிதைகளுக்கு நல்ல திறனாய்வு என்று சொல்லுமாறு உள்ளது. பாரதியின் எல்லாவகையான பாட்டுகளின் சிறப்பையும்

இதில் தெளிவாகச் சுட்டிக் கூறி விட்டார் எனலாம்.

அவருடைய நையாண்டிக்கும் முற்போக்கும் நல்ல எடுத்துக் காட்டாக உள்ளது தம் மாவட்டத்து மக்களின் வழக்கத்தை எடுத்துரைக்கும் நூல் ஆகும். (நாஞ்சில் நாட்டு மருமக்கள் வழி மான்மியம் என்பது). இசைக் கச்சேரியில் பாடக்கூடிய நல்ல கீர்த்தனைகளையும் அவர் இயற்றியுள்ளார். வரலாற்றிலும் கல்வெட்டிலும் ஆராய்ச்சி செய்யும் விருப்பம் மிகுந்தவர் அவர். அந்த வழியில் சில கட்டுரைகளும் உரைநடை நூலும் எழுதியுள்ளார்.

நாமக்கல் கவிஞர்

பழங்காலத்தில் அரசரையும் வள்ளல்களையும் போற்றிப் பாடும் வழக்கம் இருந்தது. இடைக்காலத்தில் அவர்களையும் பாடினார்கள். தெய்வங்களையும் பாடினார்கள். நாட்டையும் மொழியையும் வாழ்த்தி வணங்கிப் பாடும் பாடல்கள் இல்லை. மேற்குநாட்டாரின் தொடர்பால் நாட்டு வாழ்த்துப் பாடல்களும், மொழிவாழ்த்துப் பாடல்களும் வளர்ந்தன. சுந்தரம் பிள்ளை தாம் இயற்றிய ‘மனேன்மணீயம்’ என்னும் செய்யுள் நாடகத்தின் தொடக்கத்தில் தமிழை ஒரு தெய்வமாகப் போற்றி மொழிவாழ்த்துப் பாடல் பாடினார். இன்றுவரையில் அந்தத் தமிழ்மொழி வாழ்த்துப்பாடல் பலராலும் பாடப்பட்டு வருகிறது. அதன் பிறகு தேசீயக் கவிஞர் பாரதியார், பாரத தேசத்தையும் தமிழ்நாட்டையும் தமிழ்மொழியையும் வாழ்த்திப் பாடல்கள் இயற்றினார். நாட்டுணர்ச்சியும் மொழியுணர்ச்சியும் வளர்வதற்கு அவை பெரிதும் காரணமாக இருந்தன; இன்றும் அவ்வாறு இருந்து வருகின்றன. பாரதிதாசன் தமிழைப் போற்றியும் தமிழ்நாட்டைப் போற்றியும் உணர்ச்சியுடன் பாடினார். ‘தமிழ் இயக்கம்’ என்று நாமக்கல் கவிஞர் தமிழரிடையே இன உணர்ச்சியை ஊட்டவல்ல பாடல்களும் பாடினார்.

‘அவனும் அவளும்’ என்பது நாமக்கல் கவிஞர் இராமலிங்கம் பிள்ளையின் காப்பியம். அதில் உள்ள எல்லா செய்யுள்களும் எளிய நடையில் அமைந்தவை. ‘சங்கொலி,’ ‘தமிழ்த்தேர்’ என்னும் தொகுப்புகளும் நல்ல பாடல்கள் கொண்டவை. ஆயினும் அவர்க்குப் புகழ் தேடித் தந்தவை ‘காந்தி அஞ்சலி’ என்பதில் உள்ள பாடல்களே. காந்தியடிகளின் உப்புச் சத்தியாக்கிரகத்தின் போது,

கத்தி இன்றி ரத்தம் இன்றி
யுத்தம் ஒன்று வருகுது

சத்தியத்தின் நித்தியத்தை
நம்பும் யாரும் சேருவீர்!
காந்தி என்ற சாந்தி மூர்த்தி
தேர்ந்து காட்டும் செந்நெறி
மாந்த ருக்குள் தீமை குன்ற
வாய்ந்த தெய்வ மார்க்கமே

என்ற பாடலைப் பாடித் தந்து தமிழ் மக்களின் உள்ளத்தில் இடம் பெற்றார். காந்தியடிகளைப்பற்றி அசலாம்பிகை அம்மையார் மூவாயிரம் பாடல்கள் கொண்ட காந்தி புராணம் என்ற வரலாற்றுக் காப்பியம் பாடியிருக்கிறார். ராய. ரொக்கலிங்கம் 'காந்தி பிள்ளைத் தமிழ்' என்ற அழகான செய்யுள்நூல் பாடியுள்ளார். வேறு சில பாக்களும் பாடியுள்ளார். அவ்வாறே கவிஞர் பிறரும் தனித் தனிப் பாடல்கள் இயற்றியுள்ளனர். காந்தீயக் கவிஞராகப் பல பாடல்கள் இயற்றிப் பெயர் பெற்றவர் இராமலிங்கம் பிள்ளையே. அவருடைய பாடல்களில் உணர்ச்சியின் ஆழமும் வேகமும் காண்பதற்கில்லை; பண்பாட்டின் அமைதியைக் காணலாம்; அது காந்தீயத்துக்கு ஒத்து வருவதாக உள்ளது.

சுத்தானந்த பாரதியார் முதலானோர்

சுதந்தரப் போராட்டக் காலத்திலிருந்து நாற்பது ஆண்டுகளுக்கு மேலாகக் கவிதைகளும் இசைப்பாடல்களும் ஓயாமல் எழுதிவரும் துறவியார் சுந்தானந்த பாரதியார். அவருடைய பாடல்கள் பல வகையானவை; நாட்டுணர்ச்சி ஊட்டும் பாடல்கள் உண்டு; சமய ஆர்வம் வளர்க்கும் கவிதைகள் உண்டு; புத்துலகக் கனவு பற்றிய பாடல்களும் உண்டு; அவருடைய செய்யுள் நூல்கள் பலவற்றி லும், மரபுவழிப்பட்ட பாடல்களையும் காணலாம்; புதிய கவிதை வடிகளையும் காணலாம். 'பாரத சக்தி காவியம்' அவருடைய பெரிய செய்யுள் நூல். இசைக்கலைஞர்கள் போற்றிப் பாடும் இசைப்பாடல்கள் பலவற்றை அவர் இயற்றியிருக்கிறார்; செய்யுள் நாடகங்களையும் படைத்திருக்கிறார்.

காந்தியடிகளின் நெறியில் நம்பிக்கைகொண்டு 1918 முதல் தொடர்ந்து பல கவிதை நூல்கள் எழுதித் தொண்டு செய்பவர் முருகேச பாகவதர். மரபுவழிப் பாடல்களும் புதிய புதிய மெட்டுகளில் அமைந்த கவிதைகளும் கீர்த்தனைகளும் எழுதியுள்ளார். ஓர் அரிஜனர் அவர். ஏழைக் குடும்பங்களின் இன்னல்களை நன்றாக

உணர்ந்து, உள்ளம் உருக வறுமையின் கொடுமையைப் பாடியுள்ளார். ‘தீண்டாமைப் பேயே, இனி தேசத்தில் உனக்கு இடம் இல்லை. ஒழிவாயே’ என்று பாடிய பாடல் பாராட்டத்தக்கது. கிராமங்களில் ஏழைப் பெண்கள் குளித்த பிறகு மாற்றுடை இல்லாமல் அதே புடைவை உலர்வதற்காகப் பாதி உடுத்துக்காத்திருக்கும் நிலைமை முதலியவற்றை உள்ளவாறே பாட்டாக வடித்துத் தந்திருக்கிறார். இவ்வளவு கொடுமைகளை எடுத்துக் கூறியபோதிலும், கவிஞரின் நெஞ்சம் காந்தி நெறியில் ஊறியது ஆகையால், கொதித்து எழவில்லை; கொலைப்புரட்சியைத் தூண்டவில்லை; ‘நாட்டுப் புறங்களிலே’ என்ற பாட்டு, நல்ல எடுத்துக்காட்டு ஆகும்.

தங்க நகைஏது? நல்ல
தண்ணீர் ஏது? வெளுக்க வண்ணம் செய்வோர் ஏது?
மங்கலப் பறை ஏது? வண்டி
மாடுஏது? காலில் சோடு ஏது? குடை ஏது?
செங்கல்லால் வீடு ஏது? மீறிச்
சிலருக்கு இருந்தால் வீணேகலகம் செய்து கட்டி
அங்கம் பதைத்திடவே பாவிகள்
அடித்திடுவார் அவரைத் துடித்திடவே அந்தோ.

அசலாம்பிகை அம்மையார் காந்திபுராணம் என்ற மூவாயிரத்துக்கு மேற்பட்ட செய்யுள் கொண்ட காப்பியமும் திலகர் புராணமும் இயற்றினார். இக்காலத்திலும் காப்பியம் படைக்கும் முயற்சி இன்றும் சிலரிடையே இருந்து வருகிறது. குழந்தை என்னும் புலவர் இராவணனைப் புகழ்ந்து ‘இராவண காவியம்’ என்ற செய்யுள் நூல் விரிவாக எழுதியுள்ளார்.

பழைய செய்யுள் வடிவங்களைக் கையாண்டு பக்திப் பாடல்களும் ‘திருவள்ளுவர் பிள்ளைத்தமிழ்’ முதலான நூல்களும் அளித்தவர் கே.எம் பாலசுப்பிரமணியம்.

ச.து.சு. யோகி புதுமை சில படைத்த கவிஞர். கம்பராமாயண நடையைப் பின்பற்றி அழகிய பாடல்கள் இயற்றியவர். ‘பால பாரதி’ எனப் பெயர் கொண்டு, அவர் படைத்த கவிதைகள் இலக்கிய நயம் நிரம்பியவை.

கவிஞர் கண்ணதாசன் சினிமாப் படத்துறைக்கு நூற்றுக் கணக்கான பாடல்கள் பாடியவர். அவை தவிர இலக்கியத் துறைக்காக அவர் பாடிய பாடல்களும் பல உள்ளன. ‘மாங்கனி,’ ‘ஆட்டனத்தி

ஆதிமந்தி' என்னும் சிறு காப்பியங்களும் அவர் பாடியவை. அவர்க்குக் கவிதைநடை இயல்பாக வந்து உதவியது. உள்ளத்தைத் தொடும் உணர்ச்சியோடு பலவகைப் பொருள்பற்றியும் பாடியுள்ளார். பாடலை ஒருமுறை இருமுறை படித்தவுடன், கவிஞரின் கற்பனை அவ்வாறே படிப்பவரின் நெஞ்சில் குடியேறிவிடும். உணர்த்தும் ஆற்றல் திறம்படப் பெற்ற கவிஞராகையால், அவருடைய பாடல்கள் பலரிடையிலும் செல்வாக்குடன் பரவியுள்ளன. தமிழ் இலக்கியத்தில் வளர்ந்து வந்துள்ள பழைய கருத்துகளை அவருடைய பாடல்களில் புதிய இனிய வடிவில் காணலாம். காதல் கவர்ச்சி பற்றிப் பாடுவதில் அவர்க்கு ஆர்வம் மிகுதி.

திருலோக சீதாராம், ரெட்டியார், துறைவன் முதலானோர் எளிய, இனிய நடையில் கவிதைகள் இயற்றித் தந்துள்ளனர். என்.எஸ். சிதம்பரம் இனிய கவிதைகளும் இசைப்பாடல்களும் பாடியிருக்கிறார். 'இதயக் கோயில்,' 'தெய்வநலம்' அவருடைய நூல்கள். எஸ்.டி. சுந்தரம், கு.சா., கிருஷ்ணமூர்த்தி, புத்தனேரி சுப்பிரமணியம் ஆகியோரும் நாட்டுணர்ச்சியும் கடமையுணர்ச்சியும் கலையுணர்ச்சியும் மிக்க பாடல்களை எழுதியிருக்கிறார்கள்.

வாணிதாசன், கம்பதாசன் ஆகியோரின் பாடல்கள் புரட்சியான கருத்துகளையும் ஆழ்ந்த உணர்ச்சிகளையும் வடித்துக் கொடுப்பன. அவர்கள் செய்யுள் வடிவில் கதைகளையும் கற்பனை செய்து பாடி யுள்ளனர். வாணிதாசனின் 'தமிழச்சி,' 'கொடிமுல்லை,' 'தொடுவானம்,' 'எழிலோவியம்' ஆகியவை அப்படிப்பட்டவை. 'சூரியனும் ஒரு தொழிலாளி,' 'பிச்சைக்காரன்' என்னும் கம்பதாசனின் கவிதைகள் புதிய சமுதாயம்பற்றிய கனவுகள் உடையவை; உணர்ச்சியான நடையில் எடுத்துரைப்பவை.

பழைய யாப்பில் கவிதைகள் இயற்றிப் புதிய உணர்வுகளையும் புரட்சிக் கருத்துகளையும் ஊட்டுபவர் சிதம்பர ரகுநாதன். அவருடைய உரைநடைபோலவே, செய்யுளும் விறுவிறுப்பானது. 'ஓய்திருக்க மாட்டேன்' என்னும் கவிதையை எடுத்துக்காட்டாகக் கூறலாம்; 'வாடும் துன்பம் தீருமட்டும் ஓய்ந்திருக்க மாட்டேன், என்று எழுச்சி யோடு பாடல் அமைந்துள்ளது.

'நாணல்' என்ற புனைபெயருடன் அ. சீனிவாசராகவனும், 'ஜோதி' என்ற பெயரால் கி.வா. ஜகந்நாதனும் சிறந்த கவிதைகள் தந்திருக்கிறார்கள். அவர்களின் பாடல்கள் பழைய மரபின்படி

அமைநதவை. பொருள்களும் வழிவழி வந்த பண்பாட்டை ஒட்டியவை. முடியரசன் என்னும் கவிஞர் புலவர் மரபை ஒட்டிப் பாடல்கள் இயற்றியுள்ளார். ‘காவியப் பாவை’ என்னும் அரிய பாடல் தொகுதியும் அளித்துள்ளார். தமிழ் உணர்ச்சி அவருடைய கவிதைகளில் மேலோங்கி நிற்கும். சோமு, தத்துவக் கருத்தும் பக்தியும் நிரம்பிய பாடல்கள் எழுதுபவர். இசைநயம் உள்ள பாடல்கள் பல அவருடைய கவிதை நூல்களில் உள்ளவை. ‘இளவேனில்,’ ‘வேண்ணிலா,’ ‘பொருநைக் கரையிலே,’ ‘தாரகை’ என்பவை அவருடைய சிறந்த நூல்கள்.

சந்தம் நிறைந்த பாடல்கள் தமிழழகனுடைய படைப்புகள். அவர் பெயரால் கவிதைத் தொகுப்பு ஒன்று உள்ளது. ‘கலைச் செல்வி,’ ‘அன்னையின் கூத்து,’ ‘பிறை நிலா’ என்பன ஒலிநயம் மிகுந்தவை.

இசைக்கலையில்வல்ல அறிஞர்கள் போற்றும் கலைவடிவில் இசைப்பாடல்கள் பல இயற்றியதோடு, கவிதைகளும் இயற்றித் தந்துள்ளார் பெ. தூரன். அவருடைய நடையில் எளிமையும் இனிமையும் காணலாம். ‘இளந்தமிழா’ என்ற கவிதைத் தொகுப்பு குறிப்பிடத்தக்கது. நாட்டு நிகழ்ச்சிகள் பலவும் வரலாற்றுக் கதைகளும் அவர் தம் பாடல்களில் வடித்துக் கொடுக்கப் பட்டுள்ளன.

கொத்தமங்கலம் சுப்புவின் பாடல்கள் தனி வகையானவை, நாட்டுப் பாடல்களில் மெட்டுகளைப் பின்பற்றி, நாட்டின் பெரிய நிகழ்ச்சிகளை எல்லாம் சுவையாகப் பாடியவர் அவர். போர், பஞ்சம், வெள்ளம் முதலியவற்றுள் எதுவாக இருந்தாலும், நிகழ்ச்சிகள் எல்லாம் பாட்டாக மலர்ந்துவிடும். நாட்டுப் பாடல்கள் போலவே, கிராமத்து மக்களின் எளிய தமிழில், கொச்சைப் பேச்சு மொழியில் பாடல்கள் அமைந்துவிடும். காந்தியடிகளின் வரலாற்றைக் ‘காந்திமகான் கதை’ என்ற பெயரால் பாடி, அந்தப் பாடல்களை அவரே பல ஆண்டுகள் பல அமைப்புகளில் பல மேடைகளில் பாடிக் கேட்போரை மகிழ்வித்தார்.

புரட்சிக் கவிஞர் பாரதிதாசனைப் பின்பற்றிப் புதிய சமுதாய அமைப்புக்குத் தேவையான கருத்துகள் கொண்ட பாடல்களை பாடிவருபவர் கவிஞர் சுரதா. பாரதிதாசனைப் போல் சீர்திருத்த ஆர்வம் மிகுந்தவர். அவர் பாடல்களில் வரும் சிறந்த உவமைகள் பலவற்றைச் சுவைத்தவர்கள் அவரை ‘உவமைக் கவிஞர்’ என்று பாராட்டத் தவறுவதில்லை. ‘தேன்மழை’ என்பது அவருடைய

சிறந்த கவிதைகளின் தொகுப்பு. இயற்கைக் காட்சிகளை அழகிய சொல்லோவியமாக்கிக் காட்டுவதிலும், உணர்ச்சிகளை நயம்பெற உரைப்பதிலும் வல்லவர் அவர். வேகம் மிகுந்த நடையில் ஆற்றல் உள்ள கற்பனைகளை அமைத்துப் புதுவகைக் கவிதைகள் இயற்றியுள்ளார் கலைஞர் கருணாநிதி, சேதுராமன், ரகுமான், சுந்தரம் முதலிய கவிஞர் பலர் புதிய புதிய கருத்துகளுக்கும் உணர்ச்சிகளுக்கும் கவிதைகளைப் பயன்படுத்தி அழகிய படைப்புகளை அளித்துள்ளார்.

வேழவேந்தன், தங்கவேலன் ஆகியோர் சிறந்த கவிதைகள் பல படைத்தளித்து இன்றைய இளங் தலைமுறையினருள் முன்னணியில் நிற்பவர்கள். இன்றைய இளங் கவிஞர்கள் பலருடைய பாடல்களுள் தமிழினம்பற்றிய உணர்ச்சி மேலோங்கி நிற்கும். வடிவத்திலும் புதுமை காண்கிறார்கள்; பொருளிலும் புதுமை படைக்கிறார்கள். தாகூரின் கவிதைகளை இளங்கம்பன் தமிழ்ப் பாடல்களாக்கிக் 'கீதாஞ் சலி கீர்த்தனைகள்' என்ற பெயரால் தந்துள்ளார். அவ்வாறு தாகூரின் பாடல்களை அறிமுகப்படுத்தித் தொண்டாற்றியவர்கள் வி.ஆர்.எம். செட்டியார், அரங்க சீனிவாசன் ஆகியோர்.

'காமன் மகள்' என்ற இந்தி நூலின் மொழிபெயர்ப்பான காப்பியத்தை அளித்தவர் ஜமதக்னி. காளிதாசரின் 'மேக சந்தேசம்' என்பதும் அவரால் தமிழில் இனிய செய்யுள் வடிவில் தரப்பட்டுள்ளது.

கட்டுரை, திறனாய்வு ஆகிய துறைகளிலும் வல்லவரான சாலை இளந்திரையன் கவிதைத் துறையில் பல நூல்கள் தந்தவர். இயற்கையைப் பாடுவதானாலும், இளந்தலைமுறையைப் பாடுவதானாலும், இளந்தலைமுறையைப் பாடுவதானாலும், பழைய கொடுமையைச் சாடுவதானாலும், புதிய உலகத்தைக் கனவு காண்பதானாலும், அவருடைய கவிதைகள் மிடுக்கும் எடுப்பும் கொண்டு விளங்குகின்றன. 'அன்னை நீ ஆடவேண்டும்' என்பது சிறந்த தொகுப்பு. 'அன்னை தயை' என்ற பாடலில் இயற்கையில் உள்ள சிறுசிறு காட்சிகள் அழகான கற்பனை ஓவியம் ஆகின்றன.

அன்னை இயற்கை மிகப்பெரியாள் அவள்
அன்பில் அருளில் எல்லையில்லாள்!
தென்னை மரத்தை வளர்த்திடுவாள் ஒரு
சின்னப் பசுங்கிளி ஆடுதற்கே!

இயற்கைத் தாய் தென்னைமரத்தை நீண்டு உயர்ந்து வளரச் செய்கிறாள்; எதற்காகவாம்? சின்னப் பச்சைக்கிளி ஊஞ்சல் ஆடுவதற் காகவாம்!

அறிவுஒளி என்னும் கவிஞரின் பாடல்களில் ஒலிநயத்தையும் போற்றலாம்; புதுமைப் புரட்சியையும் உணரலாம். 'தீமை கொல்ல நாணம் என்ன? என்ற பாட்டில் பொதுவுடைமைக் கொள்கையை வற்புறுத்தும் முறையைக் காண்போம்:-

உச்சி மீதில் ஒருவன் வாழக்
குப்பைக்கு ஒருவனாபசித்
தொப்பைக்கு ஒருவனாபழங்
குடிசைக்கு ஒருவனாஇதை
ஒப்ப ஒருவனா?
மூட வாழ்க்கை வாழ்ந்தே மக்கள்
மாய்நது போவதாநலம்
சாய்ந்து சாவதாபழி
வாய்ந்து வீழ்வதாஅருள்
தீய்ந்து தாழ்வதா?

சொற்கள் திரும்பத்திரும்ப எதுகை நயத்தோடு ஒரே அளவில் அதே முடிவில் வரும்போது, உணர்ச்சி மிடுக்கும் எழுச்சியும் பெற்று வளர்கிறது.

இளமையிலே மறைந்த 'தமிழ் ஒளி' என்ற கவிஞர்க்குச் சில திறமைகள் இயல்பாகவே அமைந்திருந்தன. உணர்ச்சிக்கு ஏற்ற ஒலிநயம் அவருடைய பாடல்களில் அமைகின்ற சிறப்புப் போற்றத்தக்கது. அவருடைய உணர்ச்சியோ ஆழம் மிகுந்தது; நெஞ்சைத் தொட்டு உருக்குவது. 'புத்தர் பிறந்தார்' என்ற சிறு காப்பியம் புத்தருடைய வாழ்க்கையைப் புதிய நோக்குடன் படைத்தளித்த புதுமை உடையது; ஆனால் அது முற்றுப்பெறாமல் குறையாக நின்றது. 'வழிப்பயணம்' என்ற பாட்டு அந்தக் கவிஞருடைய வாழ்க்கையை-இளமையிலேயே முடிந்த அரிய வாழ்க்கையை - நினைவூட்டுவதாய் நின்று நெஞ்சை வாட்டுகிறது.

தோள் கனக்குது சுமைகனக்குது
தொல்லை வழிப் பயணம்இது
தொல்லை வழிப் பயணம்!
நாள் கனக்குது நடைகனக்குது

நைந்த வழிப்பயணம்இது
நைந்த வழிப் பயணம்!
தேகம் நடுங்குது வேகம் ஒடுங்குது
தேச வழிப் பயணம்இது
தேச வழிப் பயணம்
போது குறுகுது போதை பெருகுது
போகும் வழிப் பயணம்உயிர்
போகும் வழிப் பயணம்!

பழைய செய்யுள் மரபுகளை விட்டு, சீர் தளைபற்றியும் எதுகை மோனைபற்றியும் கவலைப்படாமல், புதுவகையான கவிதைகள் புனைவதில் ஈடுபட்டுள்ளவர் சிலர். அவர்களின் கவிதைகளில் அடிகள் காணப்படும்; உரைநடைபோன்ற எளிய சொல்லமைப்புக் காணப்படும்; சில புதுக் கற்பனைகளும் காணலாம். நடை எளிமையாக இருப்பினும் சில புதுக் கவிதைகளில் பொருள் எளிதில் விளங்குவதில்லை; உணர்ச்சி நுட்பமாய் அமைவது உண்டு. இப்படிப்பட்ட புதுச்சோதனைகளில் ஆர்வம் காட்டுபவர் சி.சு. செல்லப்பா, ந. பிச்சமூர்த்தி, வல்லிக்கண்ணன் ஆகியோர் கவிதைகளை இந்தப் புதிய வடிவில் தந்தவர்கள். 'காட்டுவாத்து,' 'வழித்துறை,' 'புதுக் குரல்கள்,' 'கோட்டை வயல்' முதலியன புதுக்கவிதைத் தொகுப்புகளாக வெளிவந்துள்ளன. இவற்றில் எளிய சொற்களைக் கொண்டு ஒலி நயத்துடன் அமைக்கப்பட்ட கவிதைகள் சில நல்ல படைப்புகளாக உள்ளன; எதுகை மோனையும் யாப்பு முறையும் இல்லாவிடினும், அந்தக் குறையை ஒலிநயமும் வாழ்க்கையை ஒட்டிய கற்பனையும் ஈடு செய்யுமிடத்தில் கவிதையழகு அமைகிறது.

நாட்டுப் பாடல்கள்

இலக்கிய வளர்ச்சிக்கு அடிப்படையாகவும் வளமூட்டுவன வாகவும் இருந்துவருவன நாட்டுப்பாடல்கள். அவை உயிராற்றல் மிகுந்தவை. நாட்டுப் பாடல்கள் கணக்கற்றவை தமிழ்நாட்டில் இருந்து வந்தன. இப்போதும் சிற்றூர்களில் இருந்து வருகின்றன. ஊர்தோறும் பல்வேறு பாடல்கள் உள்ளன. குறைந்தது நூறு புத்தகங்களின் அளவிலாவது தொகுக்கத் தக்க அளவிற்குப் பாடல்கள் ஏராளமாக உள்ளன. இதுவரையில் பத்துத் தொகுப்புகள் வெளிவந்திருக்கின்றன. வானமாமலை, கி.வா. ஜகந்நாதன், இலங்கை இராமலிங்கம் முதலான வர்களின் தொகுப்புகள் பல நல்ல பாடல்களைக் கொண்டிருக்

கின்றன. ஆறு அழகப்பனும் இவ்வகையில் ஆர்வம் உடையவர். நாட்டுப் பாடல்களில் இலக்கியத்தின் எல்லாக் கூறுகளும் உள்ளன. பழங்கால இலக்கியத்திற்கு அக்காலத்து நாட்டுப்பாடல்களே தாயாக அமைந்து தோற்றத்திற்கும் வளர்ச்சிக்கும் காரணமாக இருந்தன எனலாம். இன்றும், இயற்கையோடு ஒட்டி வாழும் கிராமத்து மக்களில் இயல்பான உணர்ச்சிகளில் உள்ள புதுமைகளை நாட்டுப் பாடல்களில் காணலாம். உணர்ச்சிச் செல்வம் மட்டும் அல்லாமல், கற்பனை வளமும் காணலாம்; வடிவ அழகும் காணலாம். அவற்றில் மக்களின்பேச்சு வழக்கில் உள்ள கொச்சைச் சொற்கள், சொற்களின் திரிபுகள் பலவாகக் காணலாம். அதை மட்டும் காரணமாகக் கொண்டு, அவற்றின் இலக்கியத் தரத்தைக் குறைவாக மதிப்பிடுதல் கூடாது.

ஆராரோ ஆராரோகண்ணே நீ
ஆராரோ ஆராரோ
ஆரடித்தார் நீ அழுதாய்? கண்ணேஉனை
அடித்தவரைச் சொல்லிஅழு.
மாயி அடித்தாளோ உன்னை
மல்லிகைப்பூச் செண்டாலே
மாமன் அடித்தானோஉன்னை
மாலையிடும் கையாலே?
அக்கா அடித்தாளோஉன்னை
அலரிப்பூச் செண்டாலே
அடித்தாரைச் சொல்லி அழுஅவர்க்கு
ஆக்கினைகள் செய்திடுவேன்.
தொட்டாரைச் சொல்லிஅழுஅவர்க்குத்
தோள்விலங்கு பூட்டிடுவேன்.
யாரும் அடிக்கவில்லைஎன்னை
ஐவிரலும் தீண்டவில்லை.
பசிக்கல்லோ நான்அழுதேன்என்றன்
பாசமுள்ள தாயாரே

என்று தூங்கும் குழந்தையைத் தொட்டிலில் இட்டுத் தாலாட்டிப் பாடும் பாட்டு, வீடுதோறும் பாடிப் பழக்கப்பட்ட ஒருவகை நாட்டுப் பாடல் ஆகும். அந்தப் பாட்டே வெவ்வேறு ஊர்களில் வெவ்வேறு சிறு திரிபுகளுடன் காணப்படும். கவிமணி தேசிக விநாயகம் பிள்ளையும் பாரதிதாசனும் அதே மெட்டில் வெவ்வேறு தாலாட்டுப் பாடல்களை இலக்கியச் செல்வமாகப் படைத்துள்ளார்கள்.

கிராமத்துக் காதல்பற்றிய நாட்டுப்பாடல்களிலும் இலக்கியச் சுவை மிகுந்திருப்பதைக் காணலாம்:

வட்ட வட்ட பாறையிலேகுட்டி
வரகரசி தீட்டையிலே
ஆர்கொடுத்த சாயச்சீலைகுட்டி
ஆலவட்டம் போடுதடி!
மஞ்சள் படைவைக்காரிகுட்டி
மாதுளம்பூக் கூடைக்காரி
மஞ்சள் புடைவையிலேகுட்டி
மருக்கொழுந்து வீசுதடி.
கானக் கரிசலிலே
களையெடுக்கும் பெண்மயிலே
நீலக் கருங்குயிலே
நிற்கட்டுமா போகட்டுமா?

என்று காதலன் ஒருவன் பாடும் பாட்டு, கிராமத்து ஏழை மக்களின் வாழ்வைப்பற்றியதாய்க் கலைநலம் நிறைந்ததாய் அமைந்ததைக் காணலாம்.

காதல் முதலான நிலையான உணர்ச்சிகளும் பண்புகளும் மட்டும் அல்லாமல் நாட்டில் அவ்வப்போது ஏற்படும் பெரிய மாறுதல்களும் நிகழ்ச்சிகளும் கிராமத்தாரின் நாட்டுப்பாடல்களில் இடம் பெறுதல் உண்டு. 1876இல் தமிழ்நாட்டில் ஏற்பட்ட பெரிய பஞ்சம் பின்வருமாறு பாடப்பட்டிருக்கின்றது.

புழுங்கல் அரிசிச் சாதம் சேராதேன்று சொன்ன
புண்ணிய மகராச மக்களுகள் எல்லாம்
மலைக்கத்தாழைக் குருத்தினைப் பிடுங்கியே
மண்திட்டு மறைவிலே மடக்கென்று கடிப்பாராம்
சீனியிட்டுக் காய்ச்சியபால் தித்திப்பாய் இல்லைஎன்று
மேனிநலம் பாராட்டிவந்த மேலோர்கள் தான்ஒடுங்கி
வெப்புசுடு கூழ்அருந்தி மேல்மீசை தாடிகளில்
அப்பிஎன்ன சொல்வேன் அலங்கோலம்திப்பியமா
நல்லபல காரவர்க்கம் நாம்அருந்தோம் என்றுசொல்லிச்
செல்வம் செருக்கிநின்ற சீருடையார் செல்லரித்த
தூவல் புளிவிதைக்கும் சோளத் தவிட்டினுக்கும்
ஆவல் கொண்டும் கிட்டாது அலமந்தார்

இவ்வாறு வாழ்க்கையின் பெரிய நிகழ்ச்சிகள் எல்லாம் மக்களின் உள்ளத்தைத் தொட்டு உணர்ச்சி வடிவாக நாட்டுப்பாடல்களில் வடிந்திருப்பதைக் காணலாம். வாழ்க்கைக்கும் பாட்டுக்கும் உள்ள நேர்த்தொடர்பை அந்தப் பாடல்கள் தெளிவாக விளக்குகின்றன.

விஜயநகர ஆட்சிக்குப் பிறகு, ஊர்தோறும் உள்ள கோயில் களைப் போற்றிப் பாடும் வழக்கம் மிகுதியாயிற்று. கற்றறிந்த புலவர்கள் அந்தந்தக் கோயில்களைப் புகழ்ந்து தலபுராணங்கள் பாடியது போலவே, மற்றவர்கள் ஊர்களையும் தலைவர்களையும் புகழ்ந்து பலவகை நாட்டுப் பாடல்கள் பாடி மகிழ்ந்தார்கள். அம்மானை என்ற பெயரால் பல பாடல்கள் புனைந்தார்கள். ராமப்பையன் அம்மானை முதலியன அவ்வாறு தோன்றியவை. அதுவே கதைப்பாடலாக நீண்டது. மதுரைவீரன் கதை, காத்தவ ராயன் கதை முதலிய கதைப் பாடல்கள் மக்களிடையே பரப்ப ப்ட்டன.

புகழேந்திப் புலவர் பெயரால் உள்ள கதைப் பாடல்களும் இவ்கையான நாட்டுப் பாடல்கள் எனலாம். பவளக்கொடி மாலை, அல்லியரசாணி மாலை, ஏணியேற்றம், புலந்திரன் தூது, மின்னொளியாள் குறம், திரௌபதி குறவஞ்சி இவை அப்படிப் பட்டவை. பாரதத்தில் இல்லாத கிளைக்கதைகளைப் புனைந்து பாடல்களாக வளர்த்தார்கள். திரௌபதி வனவாசத்தில் இருந்தபோது, குறத்தி வேடத்தில் அத்தினாபுரியில் அரண்மனைக்குள் புகுந்து துரியோதனனுடைய மனைவியின் கையைப் பார்த்துக் குறி சொல்வதாகப் புனையப்பட்ட கதைப்பாலே 'திரெபதி குறவஞ்சி' என்பது பெண்கள் கேட்டு மகிழ்வதற்கு ஏற்ற கதைப் பாடல்களாக அவை அமைந்தன. புகழேந்திப் புலவர் சிறையில் இருந்ததாகவும், அப்போது அவ்வழியாகக் குடங்களில் நீர் கொண்டு வரச் சென்ற பெண்களின் மூலமாக அவர் உதவிகள் பெற்றதாகவும் அவ்வாறு உதவி செய்த பெண்களின் மகிழ்ச்சிக்காக அந்தப் பாடல் களைப் பாடியதாகவும் புனைந்து கூறப்பட்ட கதை அந்தக் கருத்தை விளக்குவதாக உள்ளது. நாட்டில் நடந்த போர்களும் போராட்டங்களும் கதைப் பாடல்களாக அமைக்கப்பட்டன. தேசிங்கு ராஜன் கதை, கட்டபொம்மன் கதை, கான்சாகிபு சண்டை முதலியன அவ்வகையைச் சேர்ந்தவை.

வில்லுப்பாட்டு என்பது நெடுங்காலமாகத் தமிழ்நாட்டில் சிறப்பாக அதன் தெற்குப் பகுதியில் இருந்துவரும் நாட்டுப் பாடல் வகை ஆகும். பெரிய வில் போன்ற இசைக்கருவியையும் எளிய பக்க

வாத்தியக் கருவிகளையும் வைத்துக்கொண்டு, வில்லைக் கையில் உடையவர் பாட்டின் ஒரு பகுதியைப் பாட, பக்கத்தில் உள்ளவர்கள் அதன் தொடர்கள் சிலவற்றைத் திரும்பச் சொல்ல, அவ்வாறே கதை வடிவில் பாடுவதாகும். சில தெய்வங்களின் மேலும் வில்லுப்பாட்டு உண்டு. சுடலைமாடன் வில்லுப்பாட்டு அப்படிப்பட்டது. ஆங்கிலேயரின் ஆதிக்கத்தை எதிர்த்துப் போராடிய தலைவர்களான கட்டபொம்மன் முதலானவர்களின் மேலும் அப்படிப்பட்ட நாட்டுப் பாடல்கள் உண்டு.

நாட்டுப் பாடல்களாக நாட்டின் மூலைமுடுக்குகளில் வழங்குவன வற்றைத் தொகுத்து அச்சிடும் முயற்சி ஒரு புறம்; மக்கள் பாடல்கள் போலவே அதே மெட்டிலும் நடையிலும் புதுப்பாடல்கள் இயற்றித் தரும் முயற்சி மற்றொரு புறம்; இந்த இருவகை முயற்சிகளையும் அறிஞர்கள் செய்த வந்தனர்; இன்னும் சிலர் செய்து வரு கின்றனர்.

கொத்தமங்கலம் சுப்பு, சுரபி, திருலோக சீதாராம் முதலான கவிஞர்கள் நாட்டுப் பாடலின் மரபுகளை ஒட்டிப் பல புதிய பாடல்களை இயற்றித் தந்தவர்கள். நாட்டில் நடக்கும் புதுப் புது நிகழ்ச்சிகளையும் இயற்கையின் புரட்சிகளையும் இந்தக் கவிஞர்களின் பாடல்களில் காணலாம்.

குழந்தைப் பாடல்கள்

கா. நமச்சிவாய முதலியாரும் மணி திருநாவுக்கரசு முதலியாரும் நாற்பது ஆண்டுகளுக்கு முன் குழந்தைகளுக்காகக் கதைகளும் பாடல் களும் எழுதிப் பாடப் புத்தகங்களில் சேர்த்தார்கள். அவர்கள் காட்டிய வழியைப்பின்பற்றிப் பலர் இன்று வரையில் தொண்டு செய்து வருகிறார்கள்.

சிறுவர்க்கு உரிய பாடல்கள் பல நாட்டில் வழங்கிவந்தன. அவை குடும்பப் பாடல்களாக வழங்கிவந்தன. அந்நிலையில் குழந்தைகளுக்காகப் பாடல்கள் எழுதி உயர்ந்த உணர்ச்சிகளை மட்டும் இலக்கியமாக வாழ வைத்தவர்கள் பாரதியாரும் கவிமணி தேசிக விநாயகம் பிள்ளையும் ஆவார்கள். பாரதியாரின் குழந்தைப் பாட்டுகள் இன்றும் பாடப்பட்டு வருகின்றன.

ஓடி விளையாடு பாப்பாநீ
ஓய்ந்திருக்க லாகாதுபாப்பா

கூடி விளையாடு பாப்பாஒரு
குழந்தையை வையாதேபாப்பா.
சின்னஞ் சிறுகுருவி போல்நீ
திரிந்து பறந்துவா பாப்பா!
வண்ணப் பறவைகளைக் கண்டுநீ
மனதில் மகிழ்ச்சிகொள்ளு பாப்பா.

இவை குழந்தைகளின் நன்மை கருதிப் பாடப்பட்ட அழகிய பாடல்கள். பாரதியார் அவ்வையாரைப் பின்பற்றிக் குழந்தைகளுக்காகப் 'புதிய ஆத்திசூடி' இயற்றினார். ஆனால் அவ்வையாரின் ஆத்திசூடியும் குழந்தையிலக்கியம் என்று கொள்ள முடியாது; பாரதியாரின் புதிய ஆத்திசூடியும் அவ்வாறு கொள்ள முடியாது. அவற்றில் குழந்தை களின் அறிவுக்கு எட்டாத ஆழ்ந்த கருத்துகள் உள்ளன. சிறு சிறு சொற்களால் சில தொடர்களால் அமைந்தமை பற்றிச் சிறுவர்களின் இலக்கியம் என்று சொல்லிவிட முடியாது. அவற்றின் வடிவம் மட்டுமே குழந்தை இலக்கியத்திற்கு உரியது; அவற்றின் பொருள் குழந்தை மனத்துக்கு எட்டாதது.

தமிழில் குழந்தைகளைப்பற்றிய நூல்களும் உள்ளன; குழந்தைகள் படிப்பதற்கு உரிய நூல்களும் உள்னன. குழந்தைகளுக்கு உரிய நிலாப்பாட்டு முதலியவை தொன்றுதொட்டு எல்லா வீடுகளிலும் பாடப்பட்டு வருகின்றன. இன்று அந்த மரபைப் போற்றிக் குழந்தை களுக்காகப் பாடல்கள் எழுதிக் குழந்தை இலக்கியம் வளர்த்து வருவோர் பலர்.

குழந்தைகளுக்காகப் பாடும் பாடல்களில் ஆழ்ந்த உணர்ச்சிகள் வேண்டியதில்லை. அறிவுநுட்பமும் தேவையில்லை. வியப்பான உணர்ச்சிகளை, அல்லது எளிய உணர்ச்சிகளையே, இனிய முறையில் எதுகை மோனை நிரம்பிய செய்யுள்களில் உணர்த்தினால் குழந்தைகள் விருப்பத்தோடு பாடுவார்கள். பாட்டில் பொருட்சிறப்பு இல்லையானால் கவலை இல்லை. ஒலிநயம் இருக்கவேண்டும். சில சொற்களும் தொடர்களும் திரும்பத் திரும்ப வரவேண்டும். 'தத்தாங்கிதத் தாங்கி தட்டும் பிள்ளை' 'கைவீசம்மா கைவீசு' என்பவை, கைதட்டுவதற்காகவும் கைவீசுவதற்காகவும் தமிழ்க் குழந்தைகளுக்குப் பாடும் பாடல்கள். தலைமுறை தலைமுறையாக வீடுகளில் குழந்தை களுக்குப் பாடப்பட்டு வரும் பாடல்கள் அவை. ஒன்று இரண்டு வயது உள்ள குழந்தைகளுக்கு அவை பாடப்படுகின்றன. குழந்தைகள்

ஏழு எட்டு வயது உள்ளவர்களாக வளர்ந்த பிறகும், 'சின்ன சின்ன எறும்பே சிங்கார எறும்பே' என்று இவ்வாறு ஒலிகளும் சொற்களும் திரும்பிவருவதை விரும்புகிறார்கள். இதை உணர்ந்து குழந்தைகளுக்காகப் பாடும் கவிஞர்கள், ஒலி நயம் அமையப் பல பாடல்கள் பாடிவருகிறார்கள். 1947ஆம் ஆண்டு முதல் 1952ஆம் ஆண்டுவரையில் குழந்தைகளுக்காகப் பல இதழ்கள் தமிழ்நாட்டில் வெளிவந்துள்ளன. சிறுவர் படித்து மகிழும் படியான எளிய நடையில் அவை அமைந்தன. நமச்சிவாய முதலியாரின் முறையைப் பின்பற்றி மயிலை சிவமுத்து முதலான புலவர்கள் எளிய பாடல்கள் இயற்றினார்கள். அவர்களுக்குப் பிறகு அந்தத் துறையில் தொண்டு செய்து பல பாடல்கள் தந்தவர் அழ. வள்ளியப்பா. குழந்தை இலக்கியம் வளர்ப்பதையே வாழ்நாள் தொண்டாகக் கொண்டவர் அவர். 'மலரும் உள்ளம்' என்ற தலைப்பில் இரண்டு பெரிய நூல்களில் அவருடைய பாடல்கள் உள்ளன. கதைகளாக அமைந்த பாடல்களைக் குழந்தை மனம் மிக விரும்பும் என்று அறிந்து, பல செய்யுட் கதைகளையும் படைத்துள்ளார். பெ. தூரன் இனிய இசைநயம் வாய்ந்த குழந்தைப் பாடல்களைப் பாடியிருக்கிறார்.

பறவை விலங்குகளிடம் குழந்தை மனம் மிகுதியாக ஈடுபடும். தீராத ஆசை கொண்டு பறவை விலங்குகளைக் குழந்தைகள் கண்டு மகிழ்வார்கள். அவர்களின் கற்பனையுள்ளத்தில் பதியும் வகையில் பறவை விலங்குகளைப் பாடிய பாடல்களையும் குழந்தைகள் போற்றி வருகிறார்கள். அழ. வள்ளியப்பாவின் வெள்ளை முயல், அணில் பற்றிய பாடல்கள் அவ்வாறானவை. கிளி, காக்காய், பசு, கடிகாரம், கோழி, நாய், ஆகாய விமானம், சைக்கிள், பொம்மைக் கலியாணம், எலிக் கலியாணம், பசுவும் கன்றும் முதலிய தேசிக விநாயகம் பிள்ளையின் குழந்தைப் பாடல்கள் மிகச் சுவையான முறையில் அமைந்துள்ளன. இயல்பாகவே எளிய நடையில் தேர்ந்த இந்தக் கவிஞரின் உள்ளம். குழந்தைகளுக்காகப் பாடும்போது மேலும் நெகிழ்ந்து குழைந்துவிடுகிறது. உயிர்க்காட்சிச் சாலையில் புலிக்கூண்டைச் சிறுமியர் சிலர் பார்த்து வியப்பதாகவும் மருண்டு கூறுவதாகவும் அமைந்த பாட்டு, வளர்ந்த பெரியவர்களின் உள்ளத்தையும் தொடுகிறது.

> பந்தும் எரியுதோடிகண்களைப்
> பார்க்க நடுங்குதடி
> குந்தம்வாள் ஈட்டிஎல்லாம்கூடவே
> கொண்டு திரியுதடி

வாலை முறுக்குதுபார்வால்நுனி
    வட்டம் சுழலுது பார்
சாலப் பதுங்குது பார்நம்மீது
    சாடவும் நோக்குது பார்
இடித்து முழங்குதடிதொண்டையும்
    இரும்பாலே செய்ததோடி
அடுத்து நெருங்காதேடி அதுமிக
    ஆங்காரம் கொள்ளுதடி.

தாலாட்டு பாட்டு, தலைமுறை, தலைமுறையாகத் தமிழ்ப் பெண்கள் தம் குழந்தைகளுக்காகப் பாடிவரும் குடும்பப் பாட்டு. அதற்குத் தேசிக விநாயகம் பிள்ளை புதிய மெருகும் புதிய அழகும் தந்து அதனிடையே உயர்ந்த நோக்கங்களையும் புகுத்தியுள்ளார்:

ஆராரோ ஆராரோ
    ஆரிவரோ ஆராரோ
கல்லைப் பிசைந்து
    கனியாக்கும் செந்தமிழ்
சொல்லை மணியாகத்
    தொடுத்தவனும் நீதானோ?

சிறப்புப் பெயர் அகராதி

அ

அகத்தியம்:102
அகத்திணை:56
அகத்தியர்:32,183,225,241
அகத்தீசர்:262
அகநானூறு:13,49,51,82,177,180
அகப்பாட்டு:44,80
அகப்பேய்ச்சித்தர்:226
அகப்பொருள்:49,57,59,102,171,183
அகம்:44
அகலிகை வெண்பா:375
அகல் விளக்கு:341
அகவல்:36,37,102,117,180
அகஸ்டஸ்:15
அகிலன்:339
அகிலாண்ட நாயகிமாலை:267
அக்கரைச் சீமையில்:355,386
அக்கினிக் கோபம்:386,340
அக்பர்:375
அக்பர் சாஸ்திரி:353
அசதிக்கோவை:
அசலாம்பிகை அம்மையார்:
அசுவமேதயாக புராணம்:274
அசோகன்:16
அச்சுதாநந்த சுவாமி:275
அஞ்ஞவதைப் பரணி:255
அஞ்ஞானக் கும்மி:298
அஞ்ஞானக் கும்மி மறுப்பு:298
அஞ்ஞானம்:375
அடைக்கலப் பத்து:255
அணிலாடு மூன்றிலார்:55
அணையா விளக்கு:343
அண்ணா:357
அண்ணாதுரை:386
அண்ணாமலை ரெட்டியார்:369
அதிமதுரகவி:246
அதியமான்:60,103,214
அதிவீரராம
பாண்டியன்:233,234,241
அநீதி நாடகம்:316
அநுத்தமா:
அந்தகக் கவி:245
அந்தகக்கவி வீரராக
முதலியார்:245
அந்தரத் தீவு:300
அந்தமான் கைதி:331
அந்தாதி:163,175,237,255,273,276
அந்திக்காப்பு:256
அபிநவக் கதைகள்:
அபிமன்யு:322,329
அபிமன்யு சுந்தரி:322
அபிராம பட்டர்:264
அபிராமி அந்தாதி:264
அப்துல் மஜீது:280
அப்பாதுரை, கா.:384
அப்பாவு பிள்ளை:316
அமுதமாகி வருக:360
அமுதாம்பிகை பிள்ளைத்
தமிழ்:253
அம்பலவாணக் கவிராயர்:260
அம்பலவாண தேசிகர்:254
ஆனந்தக் களிப்பு:
அம்பலவாணதேசிகர்கலம்பகம்:267
அம்பலவாணர் திருக்கூத்து:374
அம்பிகாபதி:202
அம்பிகாபதி-அமராவதி:374
அம்பிகாபதிக் கோவை:202
அம்மானை:425
அம்மானைப் பாடல்:114
அரங்க சீனிவாசன்: 420
அரசகேசரி:233,291
அரபத்த நாவலர்:264
அரபிச் சதகம்:262
அரிசில்கிழார்:60

அரிச்சந்திரப் புராணம்:233
அரிச்சந்திர விலாசம்:316
அரிச்சந்திரன்:328
அரிவை:175
அரிஸ்டாட்டில்:83
அருட்பா:240,242,244,246,269
அருணகிரிநாதர்:273,277
அருணகிரியார்:27
அருணந்தி சிவாச்சார்யார்:
அருணாசலம், மு.:384
அருணிலை விசாகன்:181
அருந்தமிழ்மாலை:216
அருள்திருப்பள்ளியெழுச்சி:168
அருள்மொழி நங்கை:342
அருள்வேட்டல்:383
அர்த்தநாரீசுவரக் குறவஞ்சி:
அலையோசை:338
அல்லமப் பிரபு:252
அல்லியரசாணி மாலை:241
அவனும் அவளும்:415
அவிரோத உந்தியார்:254
அவ்வையார்:60,203,214
அழகப்பன், ஆறு:423
அழகம்மை விருத்தம்:412
அழகர் கலம்பகம்:264
அழகர் கிள்ளைவிடு தூது:178
அழகிய மணவாளதாசர்:236
அழகிரிசாமி, கு.:355
அழகிரிசாமி மடல்:295
அழகின் சிரிப்பு:409
அழகு ஆடுகிறது:341
அழியாத கோலம்:343
அழுகணிச் சித்தர்:226
அறத்துப்பால்:93,98,100
அறப்பளீசுர சதகம்:260
அறிவு ஒளி:421
அறிவுக் கடல்:374
அறிவுடை நம்பி:63
அறிவுக் கொத்து:374

அற்புத திருவந்தாதி:125
அனந்தவர்மசோடகங்கள்:171
அன்பானந்தன்:305
அன்பின் சித்திரம்:
அன்பு அன்னை:304
அன்பு இதயம்:305
அன்பு கணபதி:386
அன்பே சிவம்:397
அன்னை நீ ஆட வேண்டும்:420
அன்னைப்பத்து:255
அன்னையின் கூத்து:419
அஷ்டப்பிரபந்தம்:236
அஷ்டாவதானம்:
சபாபதி முதலியார்:273

ஆ

ஆகார புவனம்:257
ஆசாரக்கோவை:101
ஆசாரச் சீர்திருத்தம்:336
ஆசிய ஜோதி:412
ஆடும் மாடும்:342
ஆட்டனத்தி-ஆதிமந்தி:418
ஆண்டாள்:137,139,146
ஆதிசங்கரர்:25,33,130
ஆதிபுராணம்:233
ஆதியுலா:173
ஆத்திசூடி:215,242,427
ஆத்ம நிர்ணயம்:282
1800 ஆண்டுகட்குமுன் தமிழர்:295
ஆய்ச்சியர் குரவை:113,117,159
ஆரணி குப்புசாமி முதலியார்:337
ஆர்வி:343
ஆலவாய் அழகன்:342
ஆல்பர்ட் ஸ்வைட்சர்:86
ஆழ்வார்:126,140,149,151,152,157,158,160, 161,177,204,221,231,237,271,290,383,398
ஆளுடைப்பிள்ளையார்
கலம்பகம்: 166
ஆளுடைப்பிள்ளையார்
திருவுலாமாலை:

சிறப்புப் பெயர் அகராதி

ஆறுமுக நாவலர்:267
ஆறுமுகனார்:386,297
ஆற்றுப்படை:68,70,325
ஆற்றூர் புராணம்:268
ஆனந்தகிருஷ்ணன்:328
ஆனந்தக் களிப்பு:257,270
ஆனந்த மேலேடு:271
ஆனந்த விகடன்:337,340

இ

இங்கிதமாலை:269
இடைக்காட்டுச் சித்தர்:226
இதயக்கோயில்:418
இதயநாதம்:341
இதழ்கள்:344
இந்தியா:391
இந்திரா பார்த்தசாரதி:342
இப்படி எத்தனை நாள்:299
இமயத்தில் நாம்:329
இயற்பகை நாயனார் சரித்திரக் கீர்த்தனை:272
இயேசுநாதர் திருச்சதகம்:262
இரகுவம்சம்:233
இரட்சணியக் குறள்:290
இரட்சணிய சமய நிர்ணயம்:290
இரட்சணிய மனோகரம்:290
இரட்சணிய யாத்திரிகம்:290
இரடைக்காப்பியங்கள்:
இரட்டைப் புலவர்:
இரட்டை மணிமாலை:125
இரட்டையர்:245
இரண்டாம்
இராசராசசோழன்:201
இரண்டாம் குலோத்துங்கன்:200
இரண்டு நண்பர்கள்:323
இரத்தினக் கவிராயர்:243
இரத்தினாவளி:323
இராசரத்தினம், வ.த.:298
இராசராசசேசுவர நாடகம்:309
இராஜராஜ சோழன்:309,331

இராஜாம்பாள்:328
இராஜேந்திரா:328
இராதாமணாளன்:342
இராமச்சந்திரக் கவிராயர்:316
இராமநாடகக் கீர்த்தனை:316
இராம நாடகம்:310,313
இராமநாதன் செட்டியார்:384
இராமலிங்க சுவாமிகள்:29,267,270
273,367,390,396
இராமலிங்கம்:292,423
இராமலிங்கம் பிள்ளை:388,415
இராமலிங்கர்:267,380
இராம விலாசம்:297
இராமாநுச கவிராயர்:274
இராமாநுசர்:25,33
இராமாயண உத்தரகாண்டம்:275
இராமாயணம்:180,181,201,297
இராமையா:305
இராமோதந்தம்:296
இராவண காவியம்:417
இருண்ட வீடு:409
இரு துருவம்:362
இருபத்து நாலாயிரப்படி:153
இருபா இருபஃது:227
இரும்பொறை:62
இரேனியஸ்:284
இலக்கணக்கொத்து:21
இலக்கண விளக்கச்சூராவளி:253
இலக்கண விளக்கம்:253
இலக்கிய ஆராய்ச்சியும், கல்வெட்டுகளும்:384
இலக்கிய உதயம்:378
இலக்கியச் சிந்தனைகள்:378
இலக்கிய தீபம்:378
இலக்கியப் பூங்கா:281
இலக்கிய மணிமாலை:378
இலக்கிய விளக்கம்:378
இலக்குமணப் பிள்ளை:370
இலக்குமி தோத்திரம்:270

இலக்குவனார்:385
இலங்கையர்கோன்:299
இலட்சுமணப்பிள்ளை:322
இலிங்க புராணம்:233
இளங்கம்பன்:420
இளங்கோ:36,108,111,112,115,117,385
இளங்கோ அடிகள்:
இளஞ்சூரியர்:244
இளந்தமிழா:419
இளந்தளிர்:306
இளந்திரையன்:74
இளம்பூரணர்:229,232
இளம்பெருவழுதி:65
இளம்வழுதி:305
இளவேனில்:341,419
இறையனார் களவியல்:102,308
இன்ப மலேசியா:304
இன்னிசை வெண்பா
இருநூறு:368

ஈ

ஈசன் உவக்கும் இன்மலர்கள் மூன்று:296
ஈசானதேசிகர் என்ற சாமிநாத தேசிகர்:253
ஈப்ரு மொழி:14
ஈழத்துப் பூதன்தேவனார்:291
ஈழமண்டல சதகம்:259

உ

உணர்ந்த நெஞ்சம்:362
உண்மை விளக்கம்:227
உதயணகுமார காவியம்:184,191
உயணன் கதைச்சுருக்கம்:
உதய தாரகை:295
உத்தர காண்டம்:201
உமறுப்புலவர்:278,279
உமாசந்திரன்:342
உமாபதி சிவம்:233
உமாபதி சிவாச்சாரியார்:
உமார் கயாம்:413

உயிரோவியம்:331
உயிர்த்தேன்:353
உய்யவந்த தேவனாயனார்:227
உரிப்பொருள்:45
உரிமை முழக்கம்:304
உரைநடை கோவை:377
உரையாசிரியர்கள்:229
உலகநாதன்:304
உலகம் சுற்றிய தமிழன்:386
உலா:29,173,245,255,264,270,274,277,291,314
உறையூர்ப் புராணம்:267

ஊ

ஊசல்:255
ஊசல் வரி:114,116
ஊடல்:
ஊரும் பேரும்:378

எ

எட்கார் ஆலன் போ:346
எட்டுத் தொகை:
எட்வர்ட் பிட்ஸ்ஜெரால்ட்:

ஏ

ஏகபாத நூற்றந்தாதி:368
ஏகபாதம்:221
ஏகம் பஞ்சநகம்:275
ஏகாதசிப் புராணம்:292
ஏகாம்பரநாதருலா:245
ஏணியேற்றம்:241,425
ஏர் எழுபது:203
ஏலாதி:101

ஐ

ஐங்குறுநூறு:
ஐஞ்சிறு காப்பியம்:191
ஐந்திணை எழுபது:102
ஐம்பெருங்காப்பியம்:191
ஐயனார் நொண்டி நாடகம்:315
ஐயனாரிதனார்:14,183
ஐயாசாமி முதலியார்:280

சிறப்புப் பெயர் அகராதி

ஒ
ஒட்டக்கூத்தர்:178,214
ஒதெல்லோ:336
ஒரு பித்தனின் சுயசரித்திரம்:376
ஒரு புளிய மரத்தின் கதை:337
ஒரொவன் (Oroan):
ஒன்பதினாயிரப் படி:153

ஓ
ஓர் இரவு:331
ஓ ஹென்றி:346

க
கச்சி ஆனந்த ருத்திரேசர் வண்டு விடு தூது:254
கச்சிக் கலம்பகம்:166,273
கச்சியப்ப சிவாசாரியார்:233
கச்சியப்ப முனிவர்:233,254
கடல் புறா:342
கடவுள் மாமுனிவர்:263
கடுவெளிச் சித்தர்:226
கட்டபொம்மன்:331
கட்டபொம்மன் கதை:426
கட்பா (Gadba):11
கணேசலிங்கம், செ.:300
கண்டராதித்தர்:
கண்டறியாதது:302
கண்ணகி:14
கண்ணகி கதை:375
கண்ணதாசன்:418
கண்ணப்ப நாயனார்:
கண்ணப்பர்:196
கண்ணன், பி.எம்.:342
கண்ணி:
கண்ணில்லாக் கபோதி:360
கண்ணீர்த் துளி:331
கதரின் வெற்றி:329
கதாசரித்சாகரம்:184
கதா சிந்தாமணி:345
கதா மஞ்சரி:266
கதிரேசச் செட்டியார்:377
கத்திரைமலைப் பள்ளு:313
கதிரைவேற் பிள்ளைகு.: 295,298
கதிர்வேற்பிள்ளை, நா.:295
கதிர்காமநாதன்:305
கதைக்கொத்து:346
கதையும் கற்பனையும்:376
கத்திய சிந்தாமணி:186
கந்தசாமி முதலியார்:328
கந்த புராணம்:232
கந்தபுராண வெண்பா:276
கந்தப்பிள்ளை:297
கந்தப்பையர்:254
கந்தரந்தாதி:239
கந்தர் அலங்காரம்:239
கந்தர் அனுபூதி:239
கந்தன் ஒரு தேசபக்தன்:337
கந்துக வரி:114
கபிலர்:234
கட்டலோட்டிய தமிழன்:
கமலநாதன்:305
கமலா, எம்.எஸ்.:362
கமலாம்பாள் சரித்திரம்:335
கம்பதாசன்:418
கம்ப நாடர்:375
கம்ப ராமாயணம்:181,201,202,203, 275,284,290,295,385,417
கம்பர்:204,205,206,208,210,211,213, 214,223,275,302,330,385
கம்பன் புலுங்கும் வால்மீகி வாய்மையும்:375
கயல்விழி:340
கயசிந்தாமணி:233
கயமனார்:
கயமை:341
கயாதரம்:217
கரித்துண்டு:341
கருணாகரத் தொண்டைமான்:171
கருணாநிதி:329
கருணைப்பிரகாசர்:252

கருப்பொருள்:45
கருவூர்த் தேவர்:192
கலம்பகம்:29,163,165,237,245,246,
248,252,255,264,273,277,280,286,
291,296
கலாசுந்தரி:275
கலாவதி:324
கலிங்கத்துப்பரணி:199,201
கலிங்கப்பரணி:199
கலித்தொகை:49,53,59
கலிப்பா:35,117,312
கலிப்பாட்டு:54
கலசைக் கோவை:254
கலைச்செல்வி:419
கலைமகள்:
கல்கி:331,337,338
கல்பொரு சிறுநுரையார்:55
கல்லாடம்:181
கல்லாடர்:181,231
கல்வி:375
கல்வியொழுக்கம்:216
கலியாணசுந்தரனார்,திரு.வி.க.:380
கவி காளமேகம்:
கவிதைப் பித்தன் கவிதைகள்:306
கவிப்பூஞ்சோலை:281
கவியின் கனவு:329
களப்பாழ் புராணம்:369
களப்பிரர்:84
களவழி நாற்பது:102
களவியல்:182,183,229
களவியல் உரை:183
கள்வர் தலைவன்:323
கள்ளோ காவியமோ:3241
கனகசபைப் பிள்ளை, தி.க.:295
கனகசபைப் புலவர்:295
கனகசுப்புரத்தினம்:405
கனக செந்திநாதன்:299
கனகி புராணம்:292
கன்னிப் பெண்:299

கன்னி மாடம்:342
கா.
காசிக் காண்டம்:242
காசி விசுவநாத முதலியார்:316
காஞ்சனையின் கனவு:
காஞ்சிப் புராணம்:360
காட்சிக் கன்னி:271
காட்டு வாத்து:
காண்டேகர்:362
காதலா கடமையா:409
காதல் தூங்குகிறது:341
காத்தவராயன் கதை:425
காந்த முள்:341
காந்தி அஞ்சலி:415
காந்தி பிள்ளைத் தமிழ்:415
காந்தி புராணம்:415,417
காந்தி மகான் கதை:419
காந்தியடிகள்:91,300,337,397,416
காமத்துப்பால்:93,94,100
காமன் மகள்:420
காமாட்சி அம்மையார்:386
காரந்த்:362
காரைக்கால் அம்மையார்:123,125,197
கார் நாற்பது:102
கால்டுவெல்:285
காவடிச் சிந்து:369
காவிரிப்பூம்பட்டினம்:76,106
காவ்யாதர்சம்:25,32,182,219
காளமேகப் புலவர்:243
காளமேகம்:243,246
காளிதாசர்:275,326,420
கா.ஸ்ரீ.ஸ்ரீ.:362
கானல்வரி:113,117,385
கான்சாகிபு சண்டை:426
கி
கித்தேரியம்மாள் அம்மானை:283
கிரந்த எழுத்து:
கிருத்திகா(மதுரம்):361
கிருஷ்ணசாமி:305

கிருஷ்ணசாமி பாவலர், தெ.பொ.:329
கிருஷ்ணசாமிப் பிள்ளை:290
கிருஷ்ணமூர்த்தி, கு.சா.:418
கிருஷ்ணமூர்த்தி, ரா.:337
கிருஷ்ணா (அம்புஜம்):
கிரெளஞ்ச வதம்:362
கிளிப்பாட்டு:255
கிள்ளிவளவன்:59,60
கிருஸ்தவமும் தமிழும்:384
கிருஸ்துவின் அருள் வேட்டல்:383

கீ

கீசகன்:
கீதாஞ்சலி கீர்த்தனைகள்:420
கீர்த்தனை:37,269,272,280,297,370

கு

குசிகர் குட்டிக்கதைகள்:337
குசேலோபாக்கியானம்:267
குடந்தைத் திரிபந்தாதி:267
குடும்ப விளக்கு:409
குட்டித் திருவாசகம்:242
குட்டித் தொல்காப்பியம்:283
குணங்குடி நாதர் பதிற்றுப்பத்தந்தாதி:280
குணசாகரர்:232
குணசேகரர், செ.:
குணநூல்:308
குண்டல கேசி:184,189,190,191
குதம்பைச் சித்தர்:226
குப்புசாமி முதலியார் (ஆரணி):337
குப்பைக் கோழியார்:55
குமரகுருபரர்:28,166,205,224,242, 248,249,251
குமரச சதகம்:260,261
குமாரசாமி, த.நா.:360,362
குமார்:305
குமாஸ்தாவின் பெண்:329
குழுதவல்லி:374
கும்பேசர் குறவஞ்சி:314

கும்மி:37,269
குயிலி ராஜேஸ்வரி:
குயில்:405
குயில் பத்து:255
குயில் பாட்டு:402
குரவை கூத்து:108,115
குருகூர்ப்பள்ளு:313
குருக் (Khurukh):11
குருசாமி சர்மா:335
குருசாமி, போ.:385
குலசேகர ஆழ்வார்:14,141,151,...
குலசேகர பெருமாள்:142
குலோத்துங்கசோழன்:11
குவி (Kuvi):11
குழந்தை (புலவர்):417
குளத்தங்கரை அரச மரம் சொன்ன கதை:346
குறட்பா:91
குறவஞ்:264,273,293,309,313,314,330, 372
குறவஞ்சி நாடகம்:264,293,309, 313,314
குறள்:84,85,88
குறள் வெண்பா:84,281
குறிஞ்சித் தேன்:360
குறிஞ்சிப்பாட்டு:55,75
குறிஞ்சி மலர்:343
குறுந்தொகை:49,57
குறும்பா:301
குன்றக்குரவை:113,159

கூ

கூ(Ku):11
கூத்தநூல்:308
கூத்தராற்றுப்படை:74
கூர்ம புராணம்:233

கை

கைக்கிளை:49
கைந்நிலை:102
கைலாசநாதர் சதகம்:260

கைவல்ய நவநீதம்:256
கைவிளக்கு:30,351

கொ

கொங்குமண்டல சதகம்:259
கொஞ்சுவேளிர்:184
கொடிமுல்லை:418
கொடுந்தமிழ்:17
கொடுந்தமிழ் இலக்கணம்:283
கொட்டும் பனி:299
கொட்டையூர்ச் சிவக் கொழுந்து தேசிகர்: 266
கொத்தமங்கலம் சுப்பு:419,426
கொலை மறுத்தல்:254
கொழுகொம்பு:298
கொற்றவை:77
கொன்றைவேந்தன்:215

கோ

கோகிலா:339
கோகிலாம்பாள் கடிதங்கள்:374
கோகோல்:346
கோட்டை வயல்:422
கோணக் கோபாலன்:336
கோணாசல புராணம்:291
கோண்டா (Konda):11
கோதண்டபாணி பிள்ளை:385
கோதைத் தீவு:341
கோதைநாயகி அம்மையார்:337
கோந்தி (Gondi):11
கோபாலகிருஷ்ண பாரதி: 271,272, 310,396
கோபிநாத்:
கோப்பெருஞ்சோழன்:59,60,62
கோமகள்(ராஜலட்சுமி):362
கோமதி சுவாமிநாதன்:332
கோமதியின் காதலன்:330
கோமளம் குமரியானது:335
கோமூத்திரி:222
கோம்பி விருத்தம்:375
கோயில் நான்மணிமாலை:237
கோயில் புராணம்:233
கோயில் வழிபாடு:411
கோலமி (Kolami):11
கோவலன் நாடகம்:297
கோவிந்த சதகம்:260
கோவிந்தசாமி:386
கோவி. மணிசேகரன்:340
கோழூர்கிழார்:61
கோவை: 169,171,245,264,274,277

கௌ

கௌட மார்க்கம்:219

ச

சகலகலாவல்லி மாலை:248
சகுந்தலை விலாசம்:316
சக்கரமாற்று:222
சக்கரவர்த்தி ராஜகோபாலச் சாரியார்: 350
சக்கரவர்த்தினி:376
சங்க இலக்கியம்:31,39,45,48,59,97, 105,128,136,150,158,180,181,203,219
சங்க காலம்:69,103,214,307,309,384
சங்க நூல்கள்:204,372
சங்கமருவிய காலம்:
சங்கரதாஸ் சுவாமிகள்:321,323,327
சங்கர நமச்சிவாயர்:253
சங்கராராம்:343
சங்கொலி:415
சச்சிதானந்தம்:303
சஞ்சீவி, ந:385
சஞ்சீவிபர்வதத்தின் சாரல்:409
சடகோபர் அந்தாதி:203
சடங்கு:301
சண்முகசுந்தரம், ஆர்.:343
சண்முகம் பிள்ளை:276
சதகம்:259,260,261,273,277
சதாசிவ பண்டாரத்தார்:384
சதாசிவப் பிள்ளை:262
சதானந்தர்:275
சதி அனுசூயா:322

சதி சுலோசனா:322
சதுரகராதி:283
சத்தியவேதக் கீர்த்தனை:286
சந்தனக் கிண்ணம்:304
சந்திரகாந்தா:328
சந்திரகாரம்:297
சந்திரகுப்த மௌரியன்:
சந்திரசேகரன், கி.:360,387
சந்திரமோகன்:331
சந்தோஷம், க.ப.,(மகிழ்நன்):374
சபாபதி:323
சமணமும் தமிழும்:384
சமரச சன்மார்க்கம்:367
சம்பந்தர்:122,128,134
சம்பந்தன், மா.சு.:386
சயங்கொண்டார்:199
சயந்தம்:308
சரசுவதி அந்தாதி:203
சரத் சந்திரர்:362
சரபேந்திரபூபாலக் குறவஞ்சி:310, 314
சரபோஜி:34,264
சரவணப்பிள்ளை:298
சரவணப்பெருமாள் ஐயர்:274
சரவணப்பெருமாள் கவிராயர்:274
சரவணமுத்துப்பிள்ளை, தி.த.:298
சரஸ்வதி:
சரோஜா ராமமூர்த்தி:
சர்வ சமயக் கீர்த்தனை:367
சலசலோசனச் செட்டியார்:369
சவ்வாதுப் புலவர்:280

சா

சாகுந்தல நாடகம்:324
சாகுந்தலம்:323
சாணக்கிய நீதி வெண்பா:294
சாண்டில்யன்:342
சாத்தனார்:109,110
சாந்தலிங்க சுவாமிகள்:254
சாந்தி புராணம்:184,191

சாப்பசான்:305
சாமி சிதம்பரனார்:384
சாமிநாத ஐயர்:189,372,380,387,388
சாமிநாத சர்மா:329,387
சாலமன்:14
சாலை இளந்திரையன்:386,420
சாவி:342
சாவித்திரி:
சாழல்:149

சி

சிங்கை முகிலன்:304
சிசுபால வதம்:296
சிதம்பர சபாநாத புராணம்:291
சிதம்பர சுவாமிகள்:167,168
சிதம்பரநாத செட்டியார், அ.:379
சிதம்பரநாத முதலியார், டி.கே.:385
சிதம்பர புராணம்:234
சிதம்பரம், என்.எஸ்.:
சிதம்பரம் பிள்ளை, வ.உ.:371
சிதம்பர ரகுநாதன்:418
சிதம்பரேசர் வண்ணம்:254
சித்தர்:225
சித்தலிங்கய்யா:362
சித்தாந்த ஞானபோதம்:275
சித்திர கவி:219
சித்திரப்பாவை:340
சித்திர மடல்:
சிநேகிதி:340
சிந்தாமணி:184,185,188
சிந்து:37,269,272,312,313,315,399,405
சிந்துக் களஞ்சியம்:280
சிம்பெலின்:323
சிலப்பதிகாரம்:14,35,84,105,159,164, 192, 220,230,307,308,310,327,385
சிலம்பின் பாயிரம்:385
சிலம்பும் மேகலையும்:385
சிலேடை:29,179,236,290,314
சிலேடை வெண்பா:
சிவகாமியம்மை இரட்டை

மணிமாலை:248
சிவகாமியின் சபதம்:331,338,339
சிவக்கொழுந்து தேசிகர்:264
சிவசங்கர சங்கிதை:233
சிவசம்புப் புலவர்:292,296
சிவஞான சித்தியார்:227
சிவஞான சித்தியார் உரை:253
சிவஞானசுந்தரம்:299
சிவஞான போதம்:227
சிவஞான முனிவர்:253,254
சிவஞானம், ம.பொ.:385
சிவபாதசுந்தரம்:299
சிவப்பிரகாச சுவாமிகள்
திருப்பள்ளியெழுச்சி:168
சிவப்பிரகாசம்:227
சிதம்பர சுப்பிரமணியம்:341,353
சிவப்பிரகாசர்:166,224,234,242,251
சிவமுத்து (மயிலை):428
சிவ ரகசியம்:264
சிவராத்திரிப் புராணம்:14
சிவனருள் வேட்டல்:383
சிவனும் தேவனா:298
சிவனும் தேவனா என்னும்
தீய நாவுக்கு ஆப்பு:298
சிவானந்தன்:302
சிறிய திருமடல்:149
சிறுகதை மஞ்சரி:378
சிறுத்தொண்டர் விலாசம்:316
சிறுபஞ்சமூலம்:101
சிறுபாணாற்றுப்படை:73
சின்னச் சீறா:279
சின்னஞ்சிறு வயதில்:388
சின்னத்தம்பிப் புலவர்:
சின்னப்பா பிள்ளை சி.வை:298
சின்னம்பிடி:271

சீ

சீகாழிப் பள்ளு:313
சீகாளத்திப் புராணம்:234
சீட்டுக்கவி:246

சீதக்காதி (சையத்காதர்):262,278
சீனிவாச பிள்ளை, கே.:384
சீனிவாச பிள்ளை, கே.எஸ்.:375
சீநிவாசராகவன்:332,385,419
சீரங்கநாயகர் ஊசல்:237
சீவகசிந்தாமணி:36,185,186,191,195, 254,372
சீவகாருண்ய ஒழுக்கம்:269
சீறாப் புராணம்:279
சீனிவாசன்:386
சீனிவாசன், டி.கே.:342

சு

சுகி சுப்பிரமணியம்:386
சுகுணசுந்தரி சரித்திரம்:286
சுடலைமாடன் வில்லுபாட்டு:
சுதேசமித்திரன்:275
சுத்தானந்த பாரதி:332,416
சுந்தரமூர்த்தி நாயனார்:127,193, 194,258
சுந்தரம்:420
சுந்தரம், எஸ்.டி.329,332
சுந்தரம் பிள்ளை:319
சுந்தரராமசாமி:354
சுந்தரர்:122,133,134,252
சுந்தரவடிவேலர், நெ.து.:386
சுப்பிரமணியதேசிகர்
நெஞ்சுவிடு தூது:267
சுப்பிரமணிய சிவா:372
சுப்பிரமணியபிள்ளை, கா.:376,384
சுப்பிரமணிய முதலியார்:375
சுப்பிரமணியம், க.நா.:341
சுப்பிரமணியம், சி.:386
சுப்ப ரெட்டியார்:385
சுரதா:420
சுரபி:426
சுல்தான் அப்துல் காதிர்:280
சுவர்க்க நீக்கம்:375
சுவாமிநாத தேசிகர்:21
சுவாமி ராமதாசர்:304

சிறப்புப் பெயர் அகராதி

சுவாமி வேதாசலம்:24,373
சுன்னாகம் குமாரசாமிப் புலவர்: 296

சூ

சூதசங்கிதை:267
சூது புராணம்:
சூடாமணி:184,217,361
சூளாமணி:188,191
சூரியநாராயண சாஸ்திரியார்: 24,63, 222,295

செ

செகசிற்பியன்:342
செங்கணான்:62
செங்கமலவல்லி:343
செங்கழுநீர் விநாயகர் பிள்ளைத் தமிழ்:253
செட்டியார், ஏ.கே.:386
செட்டியார், வி.ஆர்.எம்:420
செந்தமிழ்:17,275,370
செந்தமிழ் இலக்கணம்:283
செம்பியன் செல்வி:340
செம்புலப்பெயல் நீரார்:54
செம்மண்ணும் நீள் மலர்களும்:305
செயங்கொண்டார் சதகம்:260
செயன்முறை:308
செயிற்றியம்:308
செய்க் அப்துல் காதர் நயினார் (லப்பை):280
செய்யுட்கோவை:322
செல்லப்பா, சி.சு.:343,354,422
செல்வக்கேசவராய முதலியார்:375
செல்வராசன்:302
செவ்வானம்:300
செவ்வைச் சூடுவார்:233

சே

சேக்கிழார்:187,192,193,194,195,196, 198,223,227,267,272,367,376
சேக்கிழார் பிள்ளைத் தமிழ்:267

சேக்கிழார் புராணம்:227
சேதுபுராணம்:234
சேதுப்பிள்ளை, ரா.பி.:378
சேதுராமன்:420
சேந்தனார்:192
சேர நாடு:14
சேரமான் பெருமாள் நாயனார்:14,175
சேரர் தாயமுறை:377
சேரன் செங்குட்டுவன்:108
சேனாதிராய முதலியார்:293
சேனாதிராயர்:297
சேனாபதி, த.நா.:361
சேனாவரையர்:299

சை

சைவ சித்தாந்தம்:227
சைவ சூளாமணி:275
சைன இராமாயணம்:181

சொ

சொக்கலிங்கம், ராய.:416
சொரூபானந்த சுவாமிகள் திருப்பள்ளி யெழுச்சி:168
சொல்லணி:219,220,222,276,286,290, 390
சொல்லலங்காரம்:29,219,222,237

சோ

சோதனையின் முடிவு:361
சோம சன்மா:304
சோமசுந்தரக் காஞ்சியாக்கம்:373
சோமசுந்தர நாயகர்:275
சோமசுந்தரப் புலவர் (நாவலியூர்):298
சோமசுந்தர பாரதியார்:377
சோம, லெ.:386
சோமு (சோமசுந்தரம், மீ.ப):342, 419
சோமேசர் முதுமொழி வெண்பா:253
சோழமண்டல சதகம்:259

சோழவந்தான் சண்முகம் பிள்ளை:368
சோழன் கரிகாலன்:76
சோழன் நலங்கிள்ளி:59
சோழன் நல்லுருத்திரன்:68

ஞா
ஞானக்கண்ணாடி:283
ஞானக்கும்மி:298
ஞானக்குறள்:217
ஞானக்கூத்தர்:235
ஞானக்கோயில்:285
ஞானசம்பந்தம்:385
ஞானசம்பந்தன், அ.ச:385
ஞானசாகரம்:374
ஞானபோதினி:368
ஞானப் பாடல்கள்:398
ஞானப்பிரகாசர்:235
ஞானமூர்த்தி:385
ஞானோபதேச காண்டம்:282

ட
டம்பாச்சாரி நாடகம்:316

டா
டாக்டர் அனுராதா:356
டாக்டர் செல்லப்பா:343
டால்ஸ்டாய்:387

டொ
டொமினிக் ஜீவா:299

த
தகடூர்:103
தகடூர் மாலை:103
தகடூர் யாத்திரை:103
தக்கயாகப் பரணி:199
தக்கிண கைலாச புராணம்:291
தங்கச் சம்பா:343
தங்கவேலன்:420
தசரதன் குறையும் கைகேயி நிறையும்:377
தசாங்கம்:398
தஞ்சைவாணன்:171

தஞ்சைவாணன் கோவை:171,227
தணிகைத் தவப்பயன் மாலை:
தணிகைப் புராணம்:234
தண்டபாணி சுவாமிகள்:273
தண்டலையார் சதகம்:260,261
தண்டி:32
தண்டியலங்காரம்:217,219,222
தண்ணீரும் கண்ணீரும்:299
தத்துவப்பிரகாச நாயனார்:168, 224,255
திருப்பள்ளியெழுச்சி:
தத்துவபோதகர்:282
தத்துவராயர்:
தப்பிலி:376
தமிழச்சி:418
தமிழச்சியின் சக்தி:409
தமிழர் மதம்:374
தமிழமுகன்:419
தமிழன் இதயம்:
தமிழிலக்கிய வரலாறு:376
தமிழோசை:379
தமிழ்:375
தமிழ் இயக்கம்:406
தமிழ் ஒளி:
தமிழ் காட்டும் உலகு:379
தமிழ்க் கட்டுரைகள்:376
தமிழ்ச் சோலை:383
தமிழ்த் தாய்:374
தமிழ்த் தென்றல்:383
தமிழ்த் தேர்:415
தமிழ்நாட்டவரும் மேல் நாட்டவரும்:374
தமிழ்நாட்டு இஸ்லாமிய புலவர்கள்:281
தமிழ்ப் புலவர் சரித்திரம்:296,368
தமிழ் மொழியின் வரலாறு:368
தமிழ் மொழி வரலாறு:370
தமிழ் வரலாறு:375
தமிழ் விடுதூது:178
தமிழ் வியாசங்கள்:375

சிறப்புப் பெயர் அகராதி

தம்பி சீனிவாசன்:388
தரங்கிணி:339
தரிசனப் பத்து:216
தருமபாலர்:182
தலைமுறைகள்:343
தவப்பயன்:355
தவமோ தத்துவமோ:340
தக்ஷண சரித்திர வீரர்:336
தனித் தமிழ் இயக்கம்:23

தா

தாகூர்(ரவீந்திரநாதர்):346,362,404, 420
தாசில்தார் நாடகம்:316
தண்டவராய சுவாமிகள்:256
தாண்டவராய முதலியார்:266
தாண்டவராயர்:256
தாமோதரம் பிள்ளை, சி.வை.:
தாயுமானவர்:257,280,293
தாரகை:419
தாருக விலாசம்:
தாலமி:15
தாலாட்டு:252,255
தாலாட்டுப் பாட்டுகள்:140
தாழிசை:117,172
தாழ்வுற்ற நெஞ்சம்:
தான்தோன்றிக் கவிராயர்:302

தி

திக்கற்ற இரு குழந்தைகள்:335
திசைச்சொல்: 16
திந்நாகர்:182
திணை:19,45,49,95
திணைமாலை:150,102
திணைமொழி:50,102
தியாகத் தழும்பு:339
தியாக பூமி:331
திரண தூமாக்கினி:24
திராவிடபூர்வகாலக் கதைகள்:335
திராவிட மொழி:20
திராவிட மொழிகளின்
ஒப்பிலக்கணம்:285
திராவிட மொழிகள்:11,34,285
திராவிடம்:12,32
திராவிடர்கள்:11
திரிகடுகம்:102
திரிகூட ராசப்பக் கவிராயர்:314
திரிசொல்:16
திருக்கச்சூர் நந்தி:264
திருக்கச்சூர் நொண்டி நாடகம்:315
திருக்கண்ணமங்கை மாலை:274
திருக்கருவைப் பதிற்றுப் பத்தந்தாதி:242
திருக்கலம்பகம்:166
திருக்கழுக்குன்றப் புராணம்:235
திருக்கழுமல மும்மணிக் கோவை:237
திருக்களிற்றுப்பாடியார்:227,237
திருக்காவலூர்க்கலம்பகம்:283
திருக்காளத்திப் புராணம்:252
திருக்குடந்தைப் புராணம்:267
திருக்குருகைப் பெருமாள் கவிராயர்:
திருக்குறள்:24,84,85,86,95,98,230,253, 271,283,322,371,376,385
திருக்குற்றாலக் குறவஞ்சி:314
திருக்கூவப் புராணம்:234
திருக்கைலாயஞான உலா:173,176
திருக்கை வழக்கம்:203
திருக்கோத்தும்பி:137
திருக்கோலச்சிறப்பு:270
திருக்கோவையார்:135,136,171,193,229,
திருச்சதகம்:259
திருச்சாழல்:137
திருச்சிற்றம்பல தேசிகர்:275
திருச்சிற்றம்பல தேசிகர் சிந்து:254
திருச்சிற்றம்பலம்:342
திருச்செந்தூர் முருகன் பிள்ளைத் தமிழ்:263

திருஞானசம்பந்தர்:127,128,130,132, 134,159,160,176,193,221,252,377
திருத்தக்கதேவர்:36,185,186
திருத்தணிகை ஆற்றுப்படை:254
திருவிருத்தம்:254
திருத்தாண்டகம்:
திருத்தெள்ளேணம்:137
திருத்தொண்டத்தொகை:194
திருச்சதகம்:260
திருத்தொண்டர் திருவந்தாதி:193
திருத்தோணோக்கம்:137
திருநாவுக்கரசர்:122,127,130,132,134, 135,160,193
திருநாவுக்கரசு:387
திருநீலகண்ட நாயனார்: கீர்த்தனை:272
திருநீலகண்ட யாழ்ப்பாணர்:127
திருநீலகண்டர்:130
திருப்பரங்கிரிப் புராணம்:234
திருப்பல்லாண்டு:193
திருப்பள்ளியெழுச்சி:167,168,252,255
திருப்பாணாழ்வார்:152
திருப்பாதிரிப்புலியூர்க் கலம்பகம்:246
திருப்பாவை:137,138,139,146,147,148,168
திருப்பாவை ஜீயர்:148
திருப்புகழ்:280
திருப்புகழ்ச் சாமியார்:273
திருப்பூவல்லி:137
திருப்பெருந்துறைப் புராணம்:267
திருப்பொற்சுண்ணம்:137
திருப்பொன்னூசல்:137
திருப்போரூர் சந்நிதி முறை:255
திருமங்கையாழ்வார்:149,150,159, 204,222
திருமந்திரம்:123,193
திருமலை சேதுபதி:336
திருமலைநாதர்:234
திருமழிசையாழ்வார்:152

திருமால் அருள் வேட்டல்:383
திருமாளிகைத் தேவர்:192
திருமுருகாற்றுப்படை:70
திருமுறை:193,237,269
திருமூலர்:123,125,193,225
திருமேனி, கு.:385
திருமேனி இரத்தின கவிராயர்:231
திருலோக சீதாராம்:418,426
திருவகுப்பு:239
திருவஞ்சைக்குளம், (திருவஞ்சிக் குளம்):14
திருவண்ணத்தந்தாதி:175
திருவந்தாதி:175
திருவம்மானை:137
திருவருணைக் கலம்பகம்:235
திருவருளந்தாதி:367
திருவருள் மாலை:367
திருவள்ளுவர்:24,85,87,88,89,93,94,95, 96,97,234,375
திருவள்ளுவர் பிள்ளைத் தமிழ்:417
திருவாக்குப் புராணம்:
திருவாசகம்:24,135,137,178,193,252,255, 259,267,271,285,376
திருவாசிரியம்:153
திருவாதவூர்ப் புராணம்:263
திருவாமாத்தூர்க் கலம்பகம்:245
திருவாய்மொழி:153
திருவாரூர் உலா:246
திருவாரூர்க் குறவஞ்சி:314
திருவாரூர் மும்மணிக் கோவை:175
திருவானைக்காவுலா:
திரு.வி.க:26,380,382,385
திருவிசைப்பா:192
திருவிடைக்கழிக் குறவஞ்சி:267
திருவிடைமருதூர்

சிறப்புப் பெயர் அகராதி

மும்மணிக்கோவை:237
திருவிருத்தம்:153
திருவிளையாடல் புராணம்:233, 294
திருவுந்தியார்:227,271
திருவுலாத் திறம்:270
திருவுலாப் பேறு:270
திருவுலா வியப்பு:270
திருவெம்பாவை:137,256
திருவெழுகூற்றிருக்கை:221
திருவேகம்பமுடையார் திருவந்தாதி:237
திருவேங்கடக கலம்பகம்:274
பஞ்சரத்தினம்:274
திருவேங்கடம்:
திருவொற்றியூர் ஒருபா ஒருபது:237
திரௌபதி குறவஞ்சி:425
திலகர்:390
திலகர் புராணம்:417
தில்லைக் கலம்பகம்:245
திவாகரம்:217
தினவர்த்தமானி:275
தி.ஜ.ர:359

தீ
தீ:299

து
துகி:14
துப்பறியும் சாம்பு:330,337
துயிலெடைநிலை:167
துரை:305
துரை அரங்கசாமி:384
துரைசாமி ஐயங்கார்:337
துரைசாமி, மு.:304
துளசிதாசர்:205
துறை:170,171
துறைக்காரன்:298
துறைசைக் கோவை:254
துறைவன்:332,426
துள்ளள் ஓசை:35

தூ
தூது:153,176,178,252,255,270,277,291
தூரன்:332,419

தெ
தெ நொபிலி:282
தெய்வச் சிலையார்:
தெய்வசிகாமணி:388
தெய்வம் சிரித்தது:
தென்தில்லை உலா:369
தென்தில்லைக் கலம்பகம்:369

தே
தேசபக்தன்:382
தேசிகவிநாயகம் பிள்ளை:380,411,412, 424,427,429
தேசிங்கு ராஜன்:381
தேசிங்கு ராஜன் கதை:426
தேம்பாவணி:282,283,284
தேட்புரிப் பழங்கயிற்றினார்:55
தேரோட்டி மகன்:330
தேரோட்டி மன்னன்:351
தேவ தோத்திர மாலை:286
தேவநாகரி:18
தேவமாதா 286அந்தாதி:
தேவன்:340
தேவன் வருவாரா:358
தேவராசபிள்ளை:267
தேவார சிவதல வெண்பா:276
தேவாரம்:23,127,177,192,239
தேனீ:341
தேன் மழை:420

தொ
தொட்டிக்கலை சுப்பிரமணிய முனிவர்:
தொடுவானம்:418
தொண்டரடிப் பொடியாழ்வார்:152, 167
தொண்டர்சீர் பரவுவார்:194
தொண்டைமண்டல சதகம்:259
தொண்டைமான்:60,176,214
தொல்காப்பியத் தேவர்:

443

தொல்காப்பியம்:14,17,35,41,45,82,102 ,106,180,182,217,229253,377
தொல்காப்பியனார்:24,41,42
தொழுவூர் வேலாயுத முதலியார்:273
தொன்னூல் விளக்கம்:283

தோ
தோணி:298
தோலாமொழித் தேவர்:186

ந
நகுலமலைக் குறவஞ்சி:315
நகுலன்:219
நக்கீரதேவ நாயனார்:193,221
நக்கீரர்:67,71,72,80,103,183,229,376
நச்சினார்க்கினியர்:186,229
நடுத்தெரு நாராயணன்:339
நடேச சாஸ்திரி:335
நந்தனார் சரித்திரக் கீர்த்தனை:272
நந்தனார் சரித்திரம்:272
நந்திக் கலம்பகம்:163,165,175
நந்திபுரத்து நாயகி:342
நந்திமண்டல சதகம்:259
நந்திவர்மன்:163
நந்திவர்மன் காதலி:342
நடியே எங்கள் நாயகமே:281
நமச்சிவாய முதலியார், கா.:381,427
நம்பியகப் பொருள்:171,217
நம்பியாண்டார் நம்பி:176,193
நம்மாழ்வார்:93,153,154,157,246
நரி விருத்தம்:
நலங்கிள்ளி:59,61
நல்ல பெருமாள்:342
நல்லாப்பிள்ளை:
நல்லிசைப் புலமை மெல்லியலார்:370
நல்லுரைக் கோவை:372
நல்லைக் குறவஞ்சி:293,297
நல்வழி:214

நவசக்தி:382
நவதந்திரக் கதைகள்:346
நள வெண்பா:239
நறுந்தொகை:242
நற்கருணைத் தியான மாலை:
நற்றிணை:180,369
நன்னூல்:217,294
நன்னூற்கோவை216:
நன்னெறி:252

நா
நாககுமார காவியம்:191
நாகதந்தம்:390
நாகம்மாள்:343
நாகுமணாளன்:305
நாகை தண்டபாணிப் பிள்ளை:275
நாச்சியார் திருமொழி:
நாஞ்சில் நாட்டு மருமக்கள் வழி மாம்மியம்:415
நாடக இயல்:324
நாடகக் கலையில் தேர்ச்சி: பெறுவது எப்படி?:324
நாடகத் தமிழ்:323
நாடக மேடை
நினைவுகள்:323
நாடகவியல்:368
நாணல்:332,419
நாதகுத்தனார்:190
நாமக்கல் கவிஞர்:385,415
நாமக்கல் ராமலிங்கம் பிள்ளை:415
நாயகர் புராணம்:281
நாயக வெண்பா:
நாயகி நற்சோணை:342
நாயன்மார்:29,122,127,158,159,160,161, 168,177,192,193,194,227,267,292
நாய்கி (Naike):11
நாரண துரைக்கண்ணன்:331,339
நாலடியார்:95,102,184,285

சிறப்புப் பெயர் அகராதி

நாலாயிரத் திவ்யப் பிரபந்தம்:
நாலாயிரம்:177
நால்வர் நான்மணி மாலை:252
நான் ஓர் இந்துப் பெண்:305
நான் கண்டதும் கேட்டதும்:372
நான்மணிக்கடிகை:101

நி
நிகண்டு:217,283
நித்ய கன்னி:
நிரம்ப அழகிய தேசிகர்:
நிரோட்டக யமக அந்தாதி:252, 276
நிர்க்குண யோகி:274
நினைவின் நிழல்:304
நினைவு மஞ்சரி:372

நீ
நீண்ட பயணம்:300
நீதிதேவன் மயக்கம்331:
நீதி நூல்:292
நீதி நூல் காலம்:84,122
நீதி நெறி விளக்கம்:248
நீலகேசி:184,190,191

நு
நுண்பொருள் மாலை:231

நூ
நூற்றொகை விளக்கம்:321

நெ
நெஞ்சில் நிறைந்த நபிமணி:281
நெஞ்சின் அலைகள்:340
நெஞ்சு விடு தூது:
நெஞ்சே நீ வாழ்க:305
நெடுங்கிள்ளி:
நெடுநெல்வாடை:55,72,77,79
நெடுந்தூரம்:299
நெடுமாறன்:170,305
நெல்லைச் சிலேடை வெண்பா:375

நே
நேமிநாதம்:217

நை
நைடதம்:242,297

நொ
நொண்டிக் கிளி:359
நொண்டிச் சிந்து:315,393,399
நொண்டி நாடகம்:310,315

ப
பகடி:256
பகவத் கீதை:370
பகழிக் கூத்தர்:263
பக்தி இயக்கக் காலம்:122
பக்தி இயக்கம்:122,126
பக்தி இலக்கியம்:126,159
பக்தி சூத்திரம்:
பங்கிம்சந்திர சட்டோபாத்தியாய:
பங்கிம் சந்திரர்:362
பச்சைக் கிளி:360
பஞ்சும் பசியும்:343
பஞ்ச பாண்டவர் வனவாசம்:241
பஞ்சதந்திர வெண்பா:368
பஞ்ச லட்சணம்:375
பஞ்சாமிர்தம்:336
படிக்காசுப் புலவர்:262,278
பண்ணத்தி:35
பட்கே:362
பட்டினத்தார்:193,238
பட்டினத்துப்பிள்ளையார்:
பாடல் திரட்டு:238
பட்டினப்பாலை:76
பட்டினப்பாலை ஆராய்ச்சி:373
பண விடு தூது:274
பண்டார மும்மணிக் கோவை:248
பண்ணன்:59
பதிபக்தி:329
பதிற்றுப்பத்து:14,49,55,58,70,106,372

பதினெண்கீழ்க்கணக்கு:84,102
பதுமனார்:100
பத்திரிகிரியார்:238
பத்திரிகிரியார் புலம்பல்:238
பத்துப்பாட்டு:43,55,59,75,77,80,82,103,372
பத்மநாபன், ஆர்.ஏ.:369
பத்மநாபன், நீல.:343
பத்மாவதியின் சரித்திரம்:335
பந்தனந்தாதி:216
பம்பாய் மெயில்:329
பம்மல் சம்பந்த முதலியார்:319,326
பரசிவ வெள்ளம்:397
பரசுராமக் கவிராயர்:
பரஞ்சோதி:234
பரணர்:60
பரணி:171,172,255,277,372
பரமசிவானந்தம், அ.மு.:384,345
பரமார்த்தகுரு கதை:
பரராச சிங்கன்:
பராசர ஸ்மிருதி:273
பரிதிமாற் கலைஞர்:265
பரிபாடல்:35,49,53,59,71,230
பரிபாட்டு:59,101
பரிமேலழகர்:26,230,231
பர்த்ருஹரி:329
பர்ரோ (Burrow):22
பலபட்டடைச் சொக்கநாதப் புலவர்:17
பல்லவ திலகம்:
பல்லிப்பாட்டு:168
பவளக்கொடி மாலை:241,425
பவானந்தம் பிள்ளை:328
பழந்தமிழ்க் கொள்கையே சைவ சமயம்:374
பழந் திராவிட மொழி:11,12
பழந் திராவிடம்:11
பழமொழி நானூறு:101,184

பழையதும் புதியதும்:372
பழைய நாரதர்:372
பள்ளு:293,310,311
பள்ளு நாடகம்:395
பள்ளுப்பாட்டு:313
பனீ அகமது மரக்காயர்:279
பனம்பாரனார்:42
பனித்துளி:
பனிமலர்:344
பனைக்குளம் அப்துல் மஜீது:281
பன்னிரு பாட்டியல்:218
பன்னீராயிரப்படி:153
பாகவதம்:267
பாஞ்சாலி சபதம்:330,380,397,399,402
பாணபுரத்து வீரன்:329
பாணினி:32
பாண்டிக் கோவை:169
பாண்டித்துரைத் தேவர்:274
பாண்டி மண்டல சதகம்:259,260
பாண்டியன் நெடுஞ்செழியன்:59,60,80
பாண்டியன் பரிசு:380,408,409
பாண்டுரங்கன்:332
பாதுகா பட்டாபிஷேகம்:328
பாதுகை:299
பாப்பாப் பாட்டு:404
பாம்பாட்டிச் சித்தர்:226
பாரத சக்தி காவியம்:416
பாரதமாதா திருப்பள்ளி யெழுச்சி:167
பாரதம்:180,181,238,239,241,242,263,377,425
பாரதம் பாடிய பெருந்தேவனார்:180
பாரத வெண்பா:180
பாரத விலாசம்:316
பாரதிதாசன்:37,380,385,405,409,411,420,424

பாரதிதாசன் கவிதைகள்:405
பாரதியார்:26,37,50,89,180,201,214,222
,271,330,346,371,380,386,387,390,391,393,
394,396,398,399,400,403,405
பாரி:56,214
பாரி காதை:370
பாரிஸ்டர் பஞ்சநதம்:336
பார்த்தசாரதி, நா.:343
பார்த்தசாரதி மாலை:331,337
பார்த்திபன் கனவு:331,337
பார்ஜி (Parji):11
பால கங்காதர திலகர்:371
பாலசுப்பிரமணியம், கே.எம்.:417
பாலசுப்பிரமணியம்:385
பால பாரதி:417
பால ராமாயணம்:336
பால விநோதக் கதைகள்:336
பாலும் பாவையும்:356
பாவைப் பாடல்:137,139
பாவைப் பாட்டு:137,146
பாவை விளக்கு:340

பி

பிங்கலத்தை:217
பிசிராந்தையார்:59,62,63,177
பிச்சமூர்த்தி, ந.:352,422
பிச்சை இபுராகிம் புலவர்:280
பிரகத்தன்:75
பிரசண்ட விகடன்:339
பிரசாதம்:354
பிரசிடெண்ட் பஞ்சாட்சரம்:330
பிரதாபமுதலியார்
சரித்திரம்:286,334
பிரபுலிங்க லீலை:252
பிரம்மசமாஜ நாடகம்:316
பிரமோத்தர காண்டம்:242
பிராகூய் (Brahui):11
பிராமி எழுத்து:18
பிருகத்கதா மஞ்சரி:184
பிருதிவிராசன்:381

பிரேம காலவதியம்:335
பிளைநி:15
பிள்ளைச் சிறுவிண்ணப்பம்:268
பிள்ளைத்தமிழ்:246,252,253,255,263,2
77,280,286,314,369
பிள்ளைப் பெருமாள்
ஐயங்கார்:237
பிள்ளைப் பெருவிண்ணப்பம்:268
பிறை நிலா:419
பின்னத்தூர் நாராயணசாமி
ஐயர்:369
பி.ஸ்ரீ:385

பீ

பீலிவளை:340

பு

புகழேந்திப் புலவர்:199,233,239,241,
275,281,425
புகை நடுவில்:362
புதிய ஆத்திசூடி:215
புதிய கோணங்கி:397
புதுக் குரல்கள்:422
புதுமாதிரிக் கல்யாணப்பாடல்:336
புதுமைப் பித்தன்:347
புதுமைப்பித்தன் வரலாறு:387
புதுமை வேட்டல்:383
புத்த தர்மம்:372
புத்தம் வீடு:343
புத்தர் பிறந்தார்:421
புத்தநேரி சுப்பிரமணியம்:418
புயல்:
புலந்திரன் தூது:241
புலவர் ஆற்றுப்படை:243
புலவர் கோவிந்தன்:
புலியூர்ப் புராணம்:291
புலவர் புராணம்:273
புல்லாற்றூர் எயிற்றியனார்:59
புவி யெழுபது:370
புறத்திணை:56

புறநானூறு:14,58,60,66,67,68,214,285,372
புறப்பாட்டு:44,48
புறப்பொருள்:58
புறப்பொருள் வெண்பா மாலை:183, 285
புறம்:44
புஷ்பவல்லி:323

பூ

பூங்குன்றனார்:65,66
பூண்டி அரங்கநாத முதலியார்:166
பூதத்தாழ்வார்:123,126
பூதபாண்டியன்:63
பூம்புகார்:329
பூரணம் விசுவநாதன்:332
பூரணலிங்கம் பிள்ளை:376
பூலோகரம்பை கதை:346
பூவண்ணன்:388
பூவாளூர்ப் புராணம்:254
பூவும் பிஞ்சும்:343
பூவை ஆறுமுகம்:343
பூவை கலியாணசுந்தரர்:375

பெ

பெண்குரல்:360
பெண்ணின் பெருமை:382
பெண்புத்தி மாலை:281
பெண்மதி மாலை:286
பெரிப்ளூஸ்:15
பெரிய திருமடல்:149
பெரிய திருவந்தாதி:153
பெரியபுராணம்:192,193,272,273, 284,294,376
பெரியாழ்வார்:140,141,143,146,152,397
பெரியோர் வாழ்விலே:388
பெருங்கதை:184
பெருங்குன்றூர் கிழார்:60
பெருஞ்சித்திரனார்:56
பெருந்திணை:49
பெருந்தேவனார்:180

பெருந்தேவியார்
பஞ்சரத்தினம்:274
பெருமாள், இரா.:304
பெருமாக்கன்மார்:13
பெருமான்கள்:3
பெரும்பற்றப்புலியூர் நம்பி:233
பெரும்பாணாற்றுப்படை:74
பெர்னாட் ஷா:
பெஸ்கி:282

பே

பேகன்:60
பேதமறுத்தல்:283
பேயாழ்வார்:123,126
பேராசிரியர் பேரூர்ப் புராணம்:254

பை

பைங்கிளிக்கண்ணி:257

பொ

பொது தர்ம சங்கீதமஞ்சரி:336
பொதுமை வேட்டல்:383
பொத்தியார்:62
பொய்கையாழ்வார்:123
பொய்த் தேவு:341
பொய்யாமொழிப் புலவர்:171,227
பொருட்பால்:93,100
பொருநராற்றுப்படை:72
பொருநைக் கரையிலே:419
பொற்சிலை:342
பொன் கூண்டு:362
பொன் விலங்கு:343
பொன்னியின் செல்வன்:338
பொன்னுசாமித் தேவர்:
பொன்னுசாமிப் பிள்ளை:337
பொன்னுத்துரை, எஸ்.:299

போ

போப், ஜி.யு.:100,136,285
போர் முழக்கம்:304
போலீஸ்காரன் மகள்:330

சிறப்புப் பெயர் அகராதி

பௌ
பௌத்தமும் தமிழும்:384

ம
மகரயாழ் மங்கை:342
மகராசன்:385
மகாத்மா காந்தி:397
மகாதேவன் (தேவன்):340
மகாபாரதம்:60,341
மகிழும் பூ:341
மகிழ்நன்(சந்தோஷம், சு.ப.):375
மகுடபதி:331
மகேசன், கே.எஸ்.:300
மகேசுவரி:305
மகேந்திரவர்மன்:32
மகேந்திரன்:182
மக்கள் நூறாண்டு உயிர்:
வாழ்தல் எப்படி?:374
மக்கன்ஸி:
மங்கையர்க்கரசியின் காதல்
முதலிய கதைகள்:
மச்ச புராணம்:
மடக்கு:29,220,250,290
மடல்:149,390
மணக்குடவர்:230
மண நூல்:
மணிக்கொடி:299,349,351
மணிசேகரன் (கோவி):340
மணி திருநாவுக்கரசு
முதலியார்:427
மணிப்பிரவாள நடை:23,231,232
மணிப்பிரவாளம்:33,181,231,233
மணிமகுடம்:329
மணிமேகலை:84,119,120,191,220,
231,307
மணிமேகலைக் கதைச்
சுருக்கம்:
மணியன்:384
மண்டல புருடர்:233
மண்ணாசை:343
மண்ணியல் சிறுதேர்:377
மதங்க சூளாமமணி:297
மதிகெட்ட மனைவி:335
மதிவாணர் நாடகத்
தமிழ் நூல்:308
மதிவாணன்:368
மதுக் கிண்ணம்:
மதுரகவியாழ்வார்:153
மதுரகவிராயர்:264
மதுரைக்காஞ்சி:59
மதுரைக் கூலவாணிகன்
சாத்தனார்:119
மதுரை வீரன் கதை:425
மத்தவிலாசப் பிரகசனம்:182
மத்தவிலாசம்:32
மத்தியகாலக் கதைகள்:335
மந்திரிகுமாரி:329
மயிலைநாதர்:231,232
மயிலை விருத்தம்:239
மரளி மண்ணிகெ:362
மருத் திணை:
மருதப் பண்:
மருத்துவன் மகள்:376
மலரும் உள்ளம்:428
மலர்கள்:360
மலைபடுகடாம்:55,74
மலையமான்:
மல்லியம் மங்களம்:330
மறை.திருநாவுக்கரசு:
மறைமலையடிகள்:24,324,373
மறைமுடி வல்லத்தரசு:304
மனம்போல வாழ்வு:371
மனவாசகம் கடந்தார்:227
மனித வாழ்க்கையும்
காந்தியடிகளும்:382
மனுமுறை கண்ட வாசகம்:269
மனோகரா:323

மனோன்மணி அம்மையார்:
மனோன்மணீயம்:319
மன்னன் மகள்:342
மஸ்தான் (குணங்குடி):280

மா
மாக்பெத்:323
மாங்கனி:418
மாங்குடி மருதன்:59
மாணாக்கர் ஆற்றுப்படை:369
மாணிக்க நாயக்கர், பா.வே.:375
மாணிக்கம், வ.சுபா:384
மாணிக்கவாசகர்:135,136,137,149,167, 168,193,252,271,293,330
மாணிக்கவாசகர் வரலாறும் கால ஆராய்ச்சியும்:374
மாதவையா:335,336
மாபாடியம்:253
மாமி கொலுவிருக்கை:
மாம்பழக் கவிச்சிங்க நாவலர்:274
மாயாவதி:275
மாயாவி:342
மாரிமுத்துப் பிள்ளை:316
மாரிமுத்துப் புலவர்:315
மாரி வாயில்:377
மார்க்கண்டேய புராணம்:273
மார்க்கபந்து சர்மா:385
மாலை:314
மாலைமாற்று:222
மால்டா:11
மாளவிகாக்னிமித்ரம்:323
மாறனகப் பொருள்:247
மாறனலங்காரம்:247
மானவிஜயம்:63,324,368

மி
மிதிலா விலாஸ்:360
மிருச்சகடிகம்:377
மில்டன்:375

மின்னொளியாள் குறம்:425
மிஸ்டர் வேதாந்தம்:337

மீ
மீனாட்சிசுந்தரம் பிள்ளை:194,267, 286,334,367,372,387
மீனாட்சிசுந்தரனார், தெ.பொ:385
மீனாட்சியம்மை குறம்:248,314

மு
முகமது நபி:279
முகம்மது உசேன்:281
முகம்மது கான்:
முக்கூடற்பள்ளு:311,312
முக்கூடற்பள்ளு நாடகம்:313
முதல் முழக்கம்:329
முதற் பொருள்:45
முதுசூரியர்:244
முதுமொழிக் காஞ்சி:101
முத்தி நூல்:186
முத்திரா ராக்ஷசம்:335,368
முத்துக்குமார கவிராயர்:293
முத்துக்குமாரசாமி பிள்ளைத் தமிழ்:248
முத்துசாமி, டி.கே.:329
முத்துசாமிப் பிள்ளை:266
முத்துச் சிப்பி:
முத்து மீனாட்சி:335
முத்துராமலிங்கத் தேவர்:274
முத்தொள்ளாயிரம்:103
முப்பத்தாறாயிரப்படி:153
மும்மணிக் கோவை:175
முரசுப் பாட்டு:271
முரசு நெடுமாறன்:306
முருகதாச சுவாமிகள்:273
முருகர் மும்மணிக் கோவை:373
முருகன் அருள் வேட்டல்:383
முருகன் அல்லது அழகு:382
முருகன் ஓர் உழவன்:337
முருகன் பிள்ளைத் தமிழ்:267

முருகு சுப்பிரமணியம்:306
முருகேச பண்டிதர்:292
முருகேச பாகவதர்:416
முல்லைப் பாட்டு:74
முல்லைப்பாட்டு ஆராய்ச்சி:373
முறுவல்:308
முற்காலப் பிற்காலத் தமிழ்ப் புலவர்:374
முன்பனிக் காலம்:379

மூ
மூதுரை:215
மூத்த திருப்பதிகங்கள்:125
மூவருலா:199
மூவாயிரப்படி:153

மெ
மெகஸ்தனீஸ்:
மெய்கண்டார்:227
மெய்யறம்:371
மெய்யறிவு:371

மே
மேக சந்தேசம்:420
மேகதூதக் காரிகை:296
மேடைத் தமிழ்:382
மேரு மந்தர புராணம்:184
மேனாக:328

மை
மைதிலி:330

மோ
மோகமுள்:353
மோகவதைப் பரணி:
மோகனசுந்தரம்:328
மோகனப் பள்ளு:310
மோகனாங்கி:298
மோகிதீன் புராணம்:280
மோசிகீரனார்:56,64
மோனை:183,229,230

மௌ
மௌனி:351

ய
யசோதர காவியம்:191
யமக அந்தாதி:314
யமகம்:29,219,252,276,286,290,375
யவனராணி:342

யா
யாப்பருங்கலக் காரிகை:217
யாப்பருங்கலம்:217
யாப்பிலக்கணம்:
யாப்பு:164
யாழ் நூல்:296
யான் கண்ட புலவர்கள்:387

யோ
யோகி, ச.து.சு.:332

ர
ரகுநாதன்:343
ரகுமான்:420
ரங்கராஜு:337
ரதபந்தம்:221
ரவிவர்மா:322
ரவீந்திரநாத் தாகூர்:346,362,420

ரா
ராகவ ஐயங்கார், மு.:370
ராகவ ஐயங்கார், ரா.:370
ராசமாணிக்கம், மா.:384
ராபின்சன் குருசோ:375
ராமகிருஷ்ணன்:385
ராமநாதன், அரு.:342
ராமப்பையன் அம்மானை:425
ராமாமிருதம், லா.ச.:353
ராமையா, பி.எஸ்.:332,351
ரானடே:375
ராஜகோபாலன், கு.ப.:350
ராஜத்தின் மனோரதம்:337
ராஜம் ஐயர்:335
ராஜம் கிருஷ்ணன்:360
ராஜவேலு, கு.:385
ராஜா பர்த்ருஹரி:329

ரு

ரூபாவதி:324,368

ரெ

ரெட்டியார், அ.வெ.ர:426

ரோ

ரோம நாணயங்கள்:15

ல

லட்சிய வாதம்:
லட்சுமி:360
லார்ட் விட்டன்:319
லெனின்:387
லோகோபகாரி:376

வ

வசுமதி ராமசாமி:361
வச்சணந்தி மாலை:217
வச்சிரநந்தி:103
வஞ்சி:49
வஞ்சி மாநகர்:370
வடக்கும் தெற்கும்:
வடசொல்:16
வடமலைப் பிள்ளையப்பன்:242
வடலையப்பர்:233
வடிவேல்:305
வடிவேலு செட்டியார், கோ.:376
வடுகர்:31
வடுவூர் துரைசாமி ஐயங்கார்:337
வட்டெழுத்து:18
வண்டுவிடு தூது:135
வண்ணக்களஞ்சியப் புலவர்:280
வண்ணக் குறவஞ்சி:315
வண்ணம்:277,280
வத்சராசர்:181
வரதராஜப்பெருமாள் பதிற்றுப் பத்தந்தாதி:274
வரதராஜர் பஞ்சரத்தினம்:274
வரதராசன், மு.:341,384,386
வரதுங்கராம பாண்டியர்:242
வரப்பிரசாதம்:355
வ.ரா.:384

வலிமைக்கு மார்க்கம்:371
வலை வீசு புராணம்:292
வல்லிக்கண்ணன்:357,422
வ.வே.சு. ஐயர்:346,390,391
வழித்துணை:422
வளைக்கரம்:360
வளையாபதி:184,189
வள்ளி:301
வள்ளியப்பா, அழ.:388,429
வள்ளியம்மை சரித்திரம்:371
வள்ளுவர் நேரிசை:368
வள்ளைப் பாட்டு:114

வா

வாடிவாசல்:343
வாட்போக்கிக் கலம்பகம்:267
வாணிதாசன்:418
வாமன முனிவர்:
வாமனாச்சாரியார்:191
வால்மீகர்:208
வால்மீகி:205,206
வால்மீகி ராமாயணம்:62,203
வாழ்க்கைக் குறிப்புகள்:388
வாழ்வில் இன்பம்:329
வானமாமலை:422

வி

விக்கிரம சோழன்:199
விக்கிரமன்:342
விக்ரமோர்வசியம்:323
விசாகப் பெருமாள் ஐயர்:274
விசிறி வாழை:342
விசுவநாத சாஸ்திரியார்:315
விசுவநாதர், கி.ஆ.பெ.:385
வித்தியாசாகர்:329
விநாயக புராணம்:233,254
விநாயகரகவல்:217
விநாயகர் நான்மணிமாலை:398
விநோதரச மஞ்சரி:275,384
விந்தன்:356
விடுலாநந்தர்:296

சிறப்புப் பெயர் அகராதி

விமலா ரமணி:
விமலானந்தம்:386
வியாச போதினி:376
வியாச மஞ்சரி:375
விருத்தச் செய்யுள்:274
விருத்தப்பா:186,195,233,256,267,290
விருத்தப்பாட்டு:54
விருத்தம்:36,114,185,269,293,375,393
விருத்தாசலம், சொ.:347
வில்லி பாரதம்:263
வில்லிபுத்தூரார்:181,224,238,224, 238,263
வில்லுப்பாட்டு:426
விவேக சிந்தாமணி:274,275,335
விழா நாடகம்:322
விளக்கத்தார் கூத்து:308
விளத்தொட்டி புராணம்:267
விஜயமார்த்தாண்டன்:335

வீ

வீ:299
வீரகவிராயர்:233
வீரசிங்கன் கதை:299
வீரசோழியம்:217
வீரத்தாய்:409
வீரபாண்டியக் கட்ட பொம்மன்: 329,387
வீரபாண்டியன் மனைவி:342
வீரப்பன்:305
வீரமாமுனிவர்:266,282,283,345
வீரமார்த்தாண்ட தேவர்:274
வீரராகவ முதலியார்:234,245
வீராசாமி:
வீராசாமி செட்டியார்:275

வெ

வெங்கட்ராமன் எம்.வி.:341
வெண் சங்கு:
வெண்ணிலா:304,419
வெண்ணிலாப் பாட்டு:270
வெண்பா:117,244,248,312
வெண்பாப் பாட்டியல்:
வெண்பாப் புலி வேலுச்சாமிப் பிள்ளை:276
வெல்ஸ், எச்.ஜி.:300
வெள்ளக்கால் சுப்பிரமணி முதலியார்:375
வெள்ளிப் பாதரசம்:299
வெள்ளைவாரணர்:
வெறிமங்கைபாகக் கவிராயர்:274
வெற்றித் திருநகர்:340
வெற்றி வேற்கை:242
வெனிஸ் வணிகன்:323

வே

வேங்கடசாமி நாட்டார், ந.மு.:376
வேங்கடசாமி (மயிலைசீனி):384
வேங்கடரமணி, கே.எஸ்.:337
வேங்கடராஜுலு ரெட்டியார்:377
வேங்கடராம செட்டியார்:384
வேங்கடாசலம், ரா.:329
வேங்கையின் மைந்தன்:340
வேட்டுவ வரி:113
வேதநாயகம் பிள்ளை: 286,287, 334,335,367,390
வேதநாயகர்:380
வேத விளக்கம்:283
வேதாந்த தேசிகர்:
வேதாள உலகம்:323
வேதியர் ஒழுக்கம்:283
வேந்தனார், க.:302
வேம்பத்தூரார்:233
வேலுசாமி:305
வேலூர்க் கலம்பகம்:
வேலைக்காரி:331
வேல் விருத்தம்:239
வேழவேந்தன்:420
வேளிர் வரலாறு:376

வை

வைசிய புராணம்:110
வைதருப்ப மார்க்கம்:219

வைத்தண்ணா:388
வைத்தியலிங்கம்:299
வையாபுரி பிள்ளை, எஸ்.:378
வைராக்கிய சதகம்:254
வைராக்கிய தீபம்:254

ஜ

ஜகந்நாதன் கி.வா.ஜ.:359,385,419, 422
ஜமதக்னி:420
ஜயராமன், அ.கி.:362
ஜயலட்சுமி, கே.:362
ஜனகன்:381
ஜனவிநோதினி:275
ஜனனி:353
ஜானகிராமன்,தி.:352
ஜீவபூமி:342
ஜெயகாந்தன்:342,357,358
ஜேம்ஸ் ஆலன்:371
ஜோதி:419

ஷ

ஷெரீஃப், கா.மு.:281
ஷேக்ஸ்பியர்:326,336,369

ஸ

ஸரஸாவின் பொம்மை:354
ஸ்பென்சர்:375

ஹ

ஹெப்சிபா ஜேசுதாசன்:343

க்ஷ

க்ஷத்திர சூடாமணி:186

ஸ்ரீ

ஸ்ரீதர்:332
ஸ்ரீபுராணம்:184,186,233
ஸ்ரீராமநாமத் திருப்பதிகம்:270
ஸ்ரீவீரராகவப் பெருமாள் போற்றித் திருப்பஞ்சகம்:270
ஸ்ரீவேங்கடநாதன்:148

நூற்பட்டியல்

முஸ்லிம் தமிழ் புலவர்கள் (தமிழ்), அப்தூர் ரஹிம் மதராஸ், 1957.

ஹிஸ்ட்ரி ஆஃப் தமிழ் ப்ரோஸ் லிட்ரேச்சர் (தமிழ்), செங்கல் வராயப் பிள்ளை, வி.எஸ்.: மதராஸ், 1928

ஸ்டடீஸ் இன் தமிழ் லிட்ரேச்சர் அண்டு ஹிஸ்ட்ரி, தீக்ஷிதர், வி.ஆர்.ஆர்., மதராஸ், 1936.

தமிழ் இலக்கியம் (தமிழ்), துரைசாமிப்பிள்ளை, ஜி.எஸ்., கல்கத்தா, 1915.

ஈழநாட்டுத் தமிழ்ப்புலவர் சரித்திரம் (தமிழ்), கணேச ஐயர், சி., ஜஃப்னா, 1939.

எ ஹிஸ்ட்ரி ஆஃப் தமிழ் லிட்ரேச்சர், ஜேஸ்தாஸன், சி., அண்டு ஜேஸ்தாஸன், எச்., கல்கத்தா, 1961.

தமிழ்ப் புலவர் சரித்திரம் (தமிழ்), குமாரசாமிப் புலவர், எ., ஜஃப்னா, 1916.

எ ஹிஸ்ட்ரி ஆஃப் தமிழ் லிட்ரேச்சர், மீனாட்சிசுந்தரம், டி.பி, அண்ணாமலை பல்கலைக்கழகம், 1965.

தென்மொழி வரலாறு (தமிழ்), முத்துத் தம்பி பிள்ளை, எ., ஜஃப்னா, 1920.

தமிழ் லிட்ரேச்சர், பூர்ணலிங்கம் பிள்ளை, எம்.எஸ்., திருநெல்வேலி, 1928.

தமிழ் வரலாறு (தமிழ்), ராகவ ஐயங்கார், ஆர்., அண்ணாமலை பல்கலைக்கழகம், 1940

தமிழ் இலக்கிய வரலாறு (தமிழ்), செல்வநாயகம், வி., ஜஃப்னா, 1951.

தமிழ் வரலாறு (தமிழ்), சீனிவாசப் பிள்ளை, கே., தஞ்சாவூர், 1921.

தற்கால தமிழ் இலக்கியம் (தமிழ்), சுப்ரமணிய ஐயர், ஏ.வி., திருநெல்வேலி, 1942.

இலக்கிய வரலாறு (தமிழ்), சுப்பிரமணிய பிள்ளை, கே., மதராஸ், 1930.

தமிழ் சுடர்மணிகள் (தமிழ்), வையாபுரிப்பிள்ளை, எஸ்., மதராஸ், 1949.

இலக்கியத் தீபம், வையாபுரிப்பிள்ளை, எஸ்., மதராஸ், 1954.

இலக்கிய மணிமாலை, வையாபுரிப்பிள்ளை, எஸ்., மதராஸ், 1954.

ஹிஸ்ட்ரி ஆஃப் தமிழ் லாங்வேஜ் அண்டு லிட்ரேச்சர், வையாபுரிப் பிள்ளை, எஸ்., மதராஸ், 1956.

கிறிஸ்துவமும் தமிழும் (தமிழ்), வெங்கடசாமி, எஸ்., மதராஸ், 1938.

புத்தகமும் தமிழும் (தமிழ்), வெங்கடசாமி, எஸ்., மதராஸ், 1940.

சமணமும் தமிழும் (தமிழ்), வெங்கடசாமி, எஸ்., மதராஸ், 1954.